महाराष्ट्रांतील सर्व विद्यापीठांच्या पदवी आणि पदव्युत्तर
वर्गातील विद्यार्थी आणि प्राध्यापकांसाठी लिहिलेला उपयुक्त संदर्भ ग्रंथ !

अंशलक्षी अर्थशास्त्र
MICRO ECONOMICS

लेखक
डॉ. मुकुंद महाजन
पीएच. डी.

NIRALI PRAKASHAN
ADVANCEMENT OF KNOWLEDGE

N1543

अंशलक्षी अर्थशास्त्र **ISBN 978-93-5164-959-5**

प्रथम आवृत्ती : जानेवारी २०१६

© : लेखक

प्रकाशक

निराली प्रकाशन

अभ्युदय प्रगती, १३१२, शिवाजीनगर,
जंगली महाराज रोड, पुणे ४११ ००५.
फोन : (०२०) २५५१ २३३६/३७/३९
फॅक्स : (०२०) २५५१ १३७९.
Email : niralipune@pragationline.com

पुस्तक मिळण्याचे ठिकाण

प्रगती बुक सेंटर : पुणे : Email : pbcpune@pragationline.com

- १५७, बुधवार पेठ, रतन टॉकिजसमोर, **पुणे** २. ☎ (०२०) २४४५ ८८८७/६६०२ २७०७
- ६७६/ब, बुधवार पेठ, जोगेश्वरी मंदिरासमोर, **पुणे** २. ☎ (०२०) ६६०१ ७७८४.
- २८/अ, बुधवार पेठ, अंबर चेंबर, अप्पा बळवंत चौक, **पुणे** २. ☎ (०२०) ६६२८ १६६९

पी.बी.सी. बुक सेलर्स ॲण्ड स्टेशनर्स

- १५२, बुधवार पेठ, जोगेश्वरी मंदिराशेजारी, **पुणे** २. ☎ (०२०) ६६०९ २४६३/२४४५ २२५४

प्रगती बुक कॉर्नर : मुंबई :

- इंदिरा निवास, शारदाश्रम हायस्कूलजवळ, १११/अ, भवानी शंकर रोड, दादर (पश्चिम), **मुंबई** २८. ☎ (०२२) २४२२३५२६/६६६२५२५४

प्रमुख वितरक केंद्रे

निराली प्रकाशन : पुणे :

- ११९, बुधवार पेठ, जोगेश्वरी मंदिर मार्ग, **पुणे ४११ ००२.** Email : niralilocal@pragationline.com
  ☎ (०२०) २४४५ २०४४, ६६०२ २७०८. **फॅक्स** : (०२०) २४४५ १५३८.

निराली प्रकाशन : पुणे धायरी

- सर्वे नं. २८/२७ धायरी-कात्रज रोड, पारी कंपनीजवळ, **पुणे ४११ ०४१.**
  ☎ (०२०) २४६९ ०२०४ **फॅक्स** : (०२०) २४६९ ०३१६.
  Email : bookorder@pragationline.com

मुंबई

- ३८५, एस.व्ही.पी. मार्ग, रसधारा को. ऑप. हाउसिंग सोसायटी लि., गिरगाव,
  मुंबई - ४०० ००४. ☎ (०२२) २३८५ ६३३९/२३८६ ९९७६
  फॅक्स : (०२२) २३८६ ९९७६. Email : niralimumbai@pragationline.com

वितरण शाखा

निराली प्रकाशन :

- ३४, व्ही. व्ही. गोलानी मार्केट, नवी पेठ, **जळगाव** - ४२५ ००१.
  ☎ (०२५७) २२२ ०३९५. **मो.** ९४२३४९१८६०

इतर शाखा : बंगळुरू, चेन्नई, हैदराबाद.

info@pragationline.com • www.pragationline.com

To Order * Email : bookorder@pragationline.com Fax : (020) 2445 1538

लेखकाचे मनोगत ....

एक शास्त्र म्हणून अर्थशास्त्राचा विकास होत गेला हा वैचारिक प्रवास जवळजवळ साडेतीन शतकांचा मानावा लागतो. इंग्लंड, फ्रान्स, जर्मनी आणि इतर युरोपीय देशांतील विचारवंतांनी वेगवेगळ्या आर्थिक संकल्पना मांडल्या आणि बऱ्याचदा परस्परांच्या विचारांचे खंडन-मंडन केले. यातून अर्थशास्त्राच्या शास्त्रीय बांधणीला मदत होत गेली. आर्थिक संकल्पनांची तर्कशुद्ध निर्मिती खूप उशिरा झाली असली तरी मूळ सिद्धान्त कल्पना मांडणाऱ्या निसर्गवादी आणि व्यापारवादी अर्थशास्त्रज्ञांचे या शास्त्राचा पाया घालण्यातील ऐतिहासिक योगदान महत्त्वाचे होते. अर्थशास्त्राचे जनक म्हणून ज्यांचा उल्लेख केला जातो त्या ॲडम स्मिथ यांचा 'वेल्थ ऑफ नेशन्स' हा ग्रंथ 1776 मध्ये प्रसिद्ध झाला. अर्थशास्त्राच्या शास्त्र म्हणून झालेल्या उभारणीचा पाया या ग्रंथाने घातला. बाजारयंत्रणेच्या स्वयंचलिततेचा ऊहापोह अदृश्य हाताच्या (Invisible Hand) रूपकाच्या मदतीने स्मिथ यांनी इतका सविस्तर आणि बिनतोड पद्धतीने केला आहे की आजही पुन्हा एकदा या अदृश्य हाताने अनेक विचारवंतांवर मोहिनी घातलेली दिसते. श्रम विभागणी, किंमत आणि खर्च यांचे विश्लेषण इत्यादी संकल्पना आणि उत्पादन आणि बाजार यांचे विश्लेषण अर्थशास्त्राला पायाभूत ठरले. अर्थशास्त्राची शास्त्रीय पद्धतीने आणि सुसंघटित पद्धतीने मांडणी केली ती डॉ. आल्फ्रेड मार्शल यांनी. त्यांचा 'Principles of Economics' हा ग्रंथ 1891 मध्ये प्रसिद्ध झाला. आजतागायात याच नावाने, दोन भागात अर्थशास्त्राची मांडणी केली जाते.

याही पूर्वी 'Theory of Political Economy' या ग्रंथातून जेव्हन्स यांनी निगमनात्मक तर्कपद्धतीचा अर्थशास्त्रीय विवेचनात अवलंब केला. या सर्व अभिजात अर्थशास्त्रज्ञांच्या योगदानाचा उल्लेख प्रस्तुत ग्रंथात योग्य त्या ठिकाणी येईलच. यात एजवर्थ, जे. बी. क्लार्क, फ्रेडरिक नाईट, जोन रॉबिन्सन, ई. एच. चेंबरलिन आणि त्यांच्याही आधीचे थॉमस माल्थस, डेव्हिड रिकार्डो इत्यादींचे योगदान प्रस्तुत ग्रंथात आपणाला अभ्यासायचे आहे.

एका विशिष्ट आर्थिक क्षेत्रातील समतोल आणि संपूर्ण अर्थव्यवस्थेचा समतोल यात फरक करण्याबाबतची चर्चा एकोणिसाव्या शतकापासून होत असली तरी एक व्यवसायसंस्था, एक कुटुंब, एका वस्तूचा बाजार याप्रमाणे अभ्यास करण्याचा एक दृष्टिकोन आणि समग्र अर्थव्यवस्थेतील एकूण रोजगार, पैशाचा एकूण पुरवठा, सर्वसामान्य किंमत पातळी अशा प्रकारे अभ्यास करण्याचा दुसरा दृष्टिकोन असा फरक हळूहळू स्पष्ट होत गेला. लॉर्ड केन्स यांच्या 'जनरल थिअरींच्या' (The General Theory of Employment, Interest and Money) 1936 मधील प्रकाशनाने या दोन दृष्टिकोनातील स्पष्ट फरकावर शिक्कामोर्तब केले. आज 'अर्थशास्त्र' हे एकच शास्त्र म्हणून अभ्यासले जाते आणि अभ्यासाचा Focus वैयक्तिक अंशात्मक एकक हा असतो तेव्हा ते अंशलक्षी (Micro) आणि समग्र आर्थिक पातळी हा असतो तेव्हा ते समग्रलक्षी (Macro) अशा दोन दृष्टिकोनातून दोन भागात केला जातो. अंशलक्षी या संज्ञेला 'सूक्ष्म' व 'व्यष्टि' अशा संज्ञाही पर्यायी म्हणून वापरल्या जातात. समग्रलक्षी या संज्ञेला 'समष्टी' व 'स्थूल' अशा संज्ञाही वापरतात. परंतु अभ्यासाचा Focus अथवा 'लक्ष्य' काय आहे यावरून हा भेद केला जात असल्याने अंशलक्षी आणि समग्रलक्षी याच संज्ञा मला यथार्थ वाटतात आणि काही ख्यातनाम; विलक्षण भाषा शास्त्रज्ञांशी चर्चा केल्यानंतर याच संज्ञा अर्थवाही असल्याचे प्रमाणपत्रही या संज्ञांना लाभले आहे. प्रस्तुत ग्रंथ हा अंशलक्षी विश्लेषणाची सांगोपांग चर्चा करणारा आहे.

कला शाखेच्या विद्यार्थ्यांपैकी अर्थशास्त्र या विषयाची निवड करणाऱ्यांचीच संख्या सर्वाधिक असते. वाणिज्य शाखेतील विविध विषयांची उभारणीच आर्थिक पायावर होत असल्याने या शाखेतील विद्यार्थ्यांना हा विषय अनिवार्यपणे अभ्यासावा लागतो. मात्र बहुतेक विद्यार्थ्यांना हा विषय अवघड आणि क्लिष्ट वाटतो. वस्तुतः अर्थशास्त्र हा विषय दैनंदिन जीवनाशी निगडित असल्याने तो आवडीचा वाटायला हवा. प्रस्तुत ग्रंथ आणि याच्या जोडीचा समग्रलक्षी अर्थशास्त्र हा ग्रंथ वाचून पाहिल्यावर अर्थशास्त्राबद्दलचा पूर्वग्रह नाहीसा होईल हे अनुभवाने मी सांगू शकतो. साध्या-सरळ मराठी भाषेतील हे विवेचन ओघवती भाषाशैलीमुळे, समर्पक आणि व्यावहारिक उदाहरणांमुळे आणि तर्कशुद्ध मांडणीमुळे विद्यार्थ्यांना-अभ्यासकांना आपलेसे करते हे गेल्या चार दशकांच्या अनुभवावरून मी ठामपणे सांगू शकतो.

मात्र अर्थशास्त्र हे एक शास्त्र असल्याने शास्त्रीय परिभाषेची साथ सोडून चालत नाही हे विद्यार्थ्यांनी लक्षात ठेवणे आवश्यक आहे. म्हणून सैलपणाचे पसरट विवेचनाच्या आहारी न जाता शास्त्रशुद्ध आणि नेमक्या, अचूक भाषेत विवेचन करण्याची सवय अंगी बाणवली पाहिजे. पुन्हा-पुन्हा वाचून ही विवेचनशैली आत्मसात करता येते हे आवर्जून सांगणे आवश्यक आहे.

महाराष्ट्रातील सर्वच विद्यापीठांमध्ये अर्थशास्त्र या विषयाच्या अंतर्गत 'Micro' आणि 'Macro Economics' चा अभ्यास पदवी आणि पदव्युत्तर पातळ्यांवर निर्धारित केलेला आहे. या दोन्ही पातळ्यांवरील विद्यार्थ्यांना वाचकस्नेही (Reader-friendly) स्वरूपातील 'अंशलक्षी अर्थशास्त्र' आणि 'समग्रलक्षी अर्थशास्त्र' हे दोन्ही ग्रंथ उपयुक्त ठरतील अशी खात्री वाटते.

प्रस्तुत पुस्तकाचे वितरण करण्याची जबाबदारी श्री. दिनेशभाई फुरिया आणि श्री. जिग्नेशभाई फुरिया या प्रकाशक मित्रांनी स्वीकारली याबद्दल मी त्यांचा ऋणी आहे.

'निराली प्रकाशन' या प्रकाशनसंस्थेतील उत्साही आणि चिकित्सक समन्वयक श्री. महेश ना. साचणे यांनी त्यांच्या नेहमीच्या पद्धतीप्रमाणे सुबक, अचूक आणि विद्यार्थी-स्नेही मांडणी करून पुस्तक सिद्ध केले याबद्दल ते प्रशंसेस आणि कौतुकास पात्र आहेत.

मराठीतून अर्थशास्त्र अध्ययन आणि अध्यापन करणाऱ्या विद्यार्थी व प्राध्यापक मित्रांना हे पुस्तक स्वागतार्ह आणि अभ्यासाला बहुमोल साहाय्य करणारे वाटेल अशी आशा आहे. त्यांच्या सूचनांचे नेहमीप्रमाणे स्वागतच आहे.

– डॉ. मुकुंद महाजन

6/4 रामबाग वसाहत,

नवी पेठ, शास्त्री पथ,

पुणे 411 030

12 जानेवारी, 2016

स्वामी विकेकानंद जयंती,

राष्ट्रीय युवक दिन.

अनुक्रमणिका

प्रास्ताविक
(INTRODUCTION)

अर्थशास्त्राच्या प्राथमिक अभ्यासात आर्थिक प्रश्नांशी विद्यार्थ्यांचा परिचय झालेला असतो. आर्थिक प्रश्न हा मर्यादित साधने आणि अमर्यादित गरजा यांचा मेळ घालण्यासंदर्भात असतो. साधने मर्यादित असतात, एवढेच नव्हे तर त्या साधनांचे अनेक पर्यायी उपयोगही संभवतात. म्हणून कोणत्या गरजा आपण आधी भागवाव्यात याची निवड आपल्याला करावी लागते. तसेच साधनांचा उपयोग कोणकोणत्या वस्तूंचे उत्पादन करण्यासाठी करावयाचा याचीही निवड आपणास करावी लागते.

सामान्यपणे अर्थव्यवस्थेत तीन प्रकारची साधने अथवा साधनसंपत्ती असते. ती पुढीलप्रमाणे –

(1) जमीन, जंगले, खनिजे या माणसाला गिळालेल्या निसर्गाच्या देणग्यांचा समावेश अर्थशास्त्रात 'भूमी' या साधनवर्गात केला जातो.

(2) अर्थशास्त्रातील दुसऱ्या साधनवर्गाला 'श्रम' ही संज्ञा दिली जाते. श्रम अथवा मानवी साधनसंपत्तीमध्ये मानवाची शारीरिक व मानसिक क्षमता तसेच त्याचे आनुवंशिक आणि संपादित गुणधर्म यांचा समावेश होतो.

(3) उत्पादनाच्या उत्पादित साधनांना अर्थशास्त्रात 'भांडवल' म्हणून ओळखले जाते. साधनसंपत्तीच्या या तिसऱ्या प्रकारात सर्व प्रकारची यंत्रे, अवजारे तसेच उपभोग्य वस्तूंच्या उत्पादनासाठी वापरली जाणारी मानवनिर्मित साधने यांचा समावेश होतो.

अर्थशास्त्रात साधनसंपत्तीच्या या तीन प्रकारांचा उल्लेख 'उत्पादनाचे घटक' म्हणून केला जातो. या यादीत बहुतेक वेळा 'उद्योजक' या चौथ्या घटकाची भर घातली जाते. वरील तीन घटक एकत्र आणून उत्पादन करण्याची जबाबदारी 'उद्योजक' या चौथ्या घटकाची असते.

1.1   मूलभूत आर्थिक प्रश्न (Basic Economic Problems)

पर्यायी उपयोग असणारी दुर्मीळ साधने आणि अमर्यादित साध्ये यांचा मेळ घालण्याच्या प्रयत्नात माणसाला पुढील सहा मूलभूत प्रश्नांना सामोरे जावे लागते. आपली भौगोलिक, सामाजिक आणि राजकीय परिस्थिती काहीही असो, तसेच आर्थिक विकासाची पातळी कोणतीही असो, प्रत्येक देशाला खाली दिलेल्या सहा मूलभूत आर्थिक प्रश्नांना तोंड द्यावे लागते आणि त्यांची उत्तरे शोधून घ्यावीच लागतात.

(1) देशात उपलब्ध असलेल्या सर्व साधनांचा पुरेपूर उपयोग केला जातो का ? त्यातील काही साधने निष्क्रिय राहतात का ? मुख्यतः दुर्मीळता या वास्तवामुळे या प्रश्नाचे उत्तर द्यावे लागते. साधने दुर्मीळ असल्यामुळे त्यांचा पुरतेपणी उपयोग करून घेणे आवश्यक ठरते. या प्रश्नाचा अभ्यास अर्थशास्त्रातील 'व्यापारचक्रविषयक सिद्धान्त' आणि केन्सप्रणीत 'रोजगारविषयक सिद्धान्त' यामध्ये केला जातो.

(2) कोणत्या वस्तूंचे आणि किती प्रमाणात उत्पादन केले जाते हा दुसरा मूलभूत आर्थिक प्रश्न आहे. साधने दुर्मीळ असतात तसेच प्रत्येक साधनाचे अनेक पर्यायी उपयोगही शक्य असतात. त्यामुळे या साधनांच्या मदतीने ज्या वस्तूंचे उत्पादन करावयाचे त्यांची निवड अतिशय काळजीपूर्वक करावी लागते. पूर्ण रोजगाराच्या परिस्थितीत एखाद्या वस्तूचे उत्पादन वाढविणे याचा अर्थ दुसऱ्या कोणत्यातरी वस्तूचे उत्पादन कमी करणे असा होतो. म्हणूनच हा प्रश्न साधनसंपत्तीच्या वाटणीचा (Allocation of Resources) म्हणजेच विविध शक्य उपयोगांतून इष्ट त्या उपयोगांमध्ये साधने वाटून देण्याचा प्रश्न ठरतो. बाजारावर आधारलेल्या अर्थव्यवस्थेत साधनसंपत्तीच्या वाटणीचे हे कार्य किंमतयंत्रणा करते. अर्थशास्त्रातील 'मूल्यसिद्धान्त' विभागात या प्रश्नाचा अभ्यास केला जातो.

(3) वस्तूंचे उत्पादन कसे केले जाते, हा तिसरा मूलभूत आर्थिक प्रश्न आहे. कोणतीही वस्तू अथवा सेवा उत्पादित करण्याच्या अनेक पद्धती आणि तंत्रे उपलब्ध असतात. विशिष्ट प्रमाणात उत्पादन घटकांचा संयोग करणे हा तंत्राचा विषय असतो आणि तांत्रिक बदलाबरोबरच हा संयोगही बदलतो. उत्पादन घटकांचे अनेक संयोग जेव्हा शक्य असतात

तेव्हा त्यातून कोणता संयोग निवडावा हे कार्यक्षमतेच्या कसोटीवरून ठरवावे लागते. दुसऱ्या शब्दांत, साधनसंपत्तीचा सर्वांत कार्यक्षम उपयोग ज्या तंत्राने केला जातो, ते तंत्र निवडले जाते. अर्थशास्त्रातील 'उत्पादन सिद्धान्त' या विभागात या प्रश्नांचा अभ्यास केला जातो.

(4) अर्थव्यवस्थेने उत्पादित केलेल्या वस्तू आणि सेवा यांची समाजातील विविध लोकांमध्ये वाटणी कशी केली जाते हा चौथा मूलभूत आर्थिक प्रश्न आहे. दुसऱ्या शब्दांत, हा प्रश्न समाजातील उत्पन्न वाटणीचा प्रश्न आहे. या प्रश्नाचा अभ्यास 'वाटणीचा सिद्धान्त' या नावाने ओळखल्या जाणाऱ्या अर्थशास्त्रीय सिद्धान्तात केला जातो.

(5) उत्पादन आणि वाटणी ही दोन्ही कार्ये सर्वाधिक कार्यक्षमतेने केली जातात काय ? दुसऱ्या शब्दांत, आपल्याला उपलब्ध असणाऱ्या दुर्मीळ साधनांचा सर्वांत चांगल्या पद्धतीने वापर केला जातो का ? आणि योग्य त्या व्यक्ती आणि योग्य तेच उपयोग यांच्याकडेच ही साधनसंपत्ती जाते का ? असा हा प्रश्न आहे. वर उल्लेखिलेल्या दुसऱ्या, तिसऱ्या आणि चौथ्या प्रश्नाला कार्यक्षमतेची कसोटी लावण्याचा हा प्रश्न असून याचा विचार 'कल्याणाचे अर्थशास्त्र' या विभागात केला जातो.

(6) वस्तू आणि सेवांचे उत्पादन करण्याची अर्थव्यवस्थेची क्षमता वाढते की स्थिर आहे ? अर्थव्यवस्थेच्या उत्पादन क्षमतेचा हा प्रश्न म्हणजे सहावा मूलभूत आर्थिक प्रश्न असून मानवी गरजांची अमर्यादितता लक्षात घेता हा प्रश्न महत्त्वाचा ठरतो. एका कालखंडाच्या तुलनेने दुसऱ्या कालखंडात आपल्या अधिक गरजा पूर्ण व्हाव्यात अशी माणसाची अपेक्षा असते. उत्तरोत्तर अधिकाधिक गरजा पूर्ण व्हाव्यात म्हणजेच आपली प्रगती होत राहावी, ही माणसाची जन्मजात अपेक्षा असते. ही अपेक्षा पूर्ण करण्यासाठी अर्थव्यवस्थेची उत्पादन क्षमता वाढत जाणे आवश्यक असते. काही अर्थव्यवस्थांची उत्पादन क्षमता वाढते आहे, पण अन्य काहींची क्षमता मुळीच वाढत नाही, हे शक्य असते. त्याचप्रमाणे उत्पादन क्षमता वाढीच्या दरातही भिन्नता असण्याचा संभव असतो. उदाहरणार्थ, भारतीय अर्थव्यवस्थेच्या वाढीचा दर, पाकिस्तानी अर्थव्यवस्थेच्या वाढीचा दर आणि नेपाळच्या अर्थव्यवस्थेचा वाढीचा दर हा वेगवेगळा असू शकतो. या सर्व प्रश्नांचा अभ्यास 'विकासाचे अर्थशास्त्र' या अर्थशास्त्राच्या विभागात केला जातो.

या सहा मूलभूत प्रश्नांच्या सोडवणुकीसाठी म्हणून होणाऱ्या मानवी व्यवहारातूनच खऱ्या अर्थाने अर्थशास्त्राची व्याप्ती स्पष्ट होते.

1.2 उत्पादन शक्यता वक्र (Production Possibility Curve)

वर ज्या मूलभूत सहा आर्थिक प्रश्नांचा उल्लेख केला आहे ते सर्व स्वतंत्र प्रश्न आहेत. पण अनेक वेळा त्यांची गल्लत केली जाते. त्यांच्यामधील फरक स्पष्ट होण्यासाठी पुढील आकृत्या उपयोगी पडतील.

आकृती क्र. 1.1 मधील उत्पादन शक्यता वक्र मुलकी व लष्करी वस्तूंच्या उत्पादनाच्या वेगवेगळ्या शक्यता दाखवितो. **क** सारखा या वक्राच्या आतील बिंदू उत्पादनाची शक्यता दर्शवितो. पण **ख, ब** बिंदूपर्यंत जाणे शक्य असल्याने **क** पेक्षा हे बिंदू श्रेयस्कर आहेत. कारण ते जास्त उत्पादन दर्शवितात. **ड** हा बिंदू अधिक स्वीकार्य असूनही तो उत्पादन शक्यतेच्या मर्यादेबाहेर आहे, म्हणजेच तेवढी साधने नाहीत म्हणून तेवढे उत्पादन अशक्य आहे. **ख** बिंदू **अ म** एवढ्या मुलकी वस्तू व **अ प** एवढ्या लष्करी वस्तूंचे उत्पादन दाखवितो. लष्करी वस्तूंचे उत्पादन वाढवायचे झाल्यास मुलकी वस्तूंचे उत्पादन कमी करावे लागते. उदाहरणार्थ, **ब** बिंदूपाशी **अ फ** एवढे लष्करी वस्तूंचे उत्पादन केले जाते पण मुलकी वस्तूंचे उत्पादन **अ न** एवढे होते. उत्पादन शक्यता रेषेचा आकार निवडीचा प्रश्न उभा करतो. लष्करी वस्तूंचे उत्पादन **प फ** ने वाढवायचे तर **न म** एवढ्या मुलकी वस्तूंच्या उत्पादनाला मुकावे लागेल. **प फ** या लष्करी वस्तूंचा **न म** मुलकी वस्तू हा वैकल्पिक खर्च आहे. (म्हणजेच **न म** ही मोजलेली किंमत आहे.)

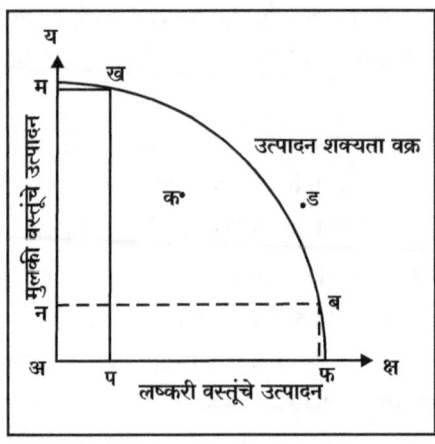

आकृती क्र. 1.1 : निवडीचा प्रश्न

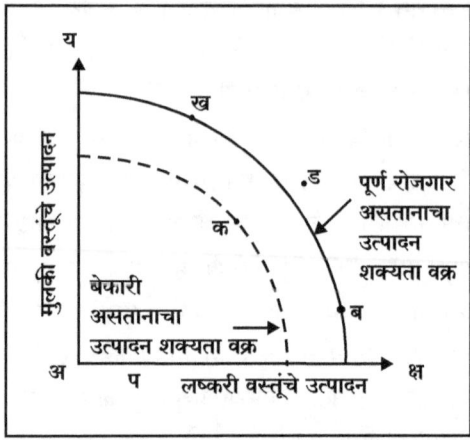

आकृती क्र. 1.2 : अपूर्ण व पूर्ण रोजगार

आकृती क्र. 1.1 मध्ये **क** बिंदूने दर्शविलेले उत्पादन म्हणजे मुलकी व लष्करी दोन्हींचे कमी उत्पादन करणे शक्य असते. उत्पादन शक्यता वक्राच्या आतल्या (**क** सारख्या) बिंदूपाशी एकूण उत्पादन असेल तर याचा अर्थ काही उत्पादक साधने बेकार आहेत. (मूलभूत आर्थिक प्रश्न : 1), किंवा उत्पादक साधनांचा उपयोग कमी कार्यक्षमतेने केला जातो (मूलभूत आर्थिक प्रश्न : 5) असा होतो. ही परिस्थिती आकृती क्र. 1.2 मध्ये दर्शविली आहे. पूर्ण रोजगार असेल तर **ख ब** बिंदूंनी दाखविलेले उत्पादन शक्य आहे. पण काही घटक बेकार असतील तर **क** बिंदू ज्यावर आहे तो उत्पादन शक्यता वक्र मिळेल. बेकारी आहे म्हणजे **क** पासून **ख** पर्यंत उत्पादन वाढविणे शक्य असूनही वाढविले जात नाही.

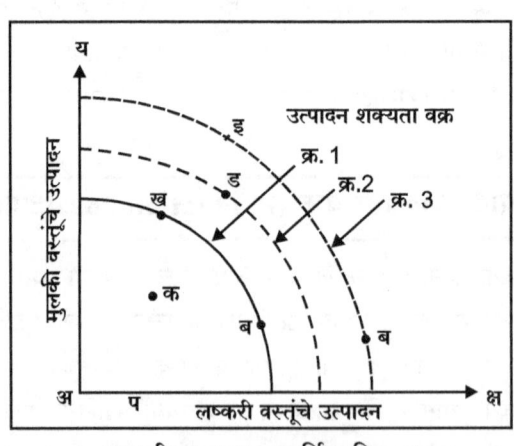

आकृती क्र. 1.3 : आर्थिक विकास

लष्करी वस्तूंचे उत्पादन वाढवायचे असेल तर मुलकी वस्तूंचे उत्पादन कमी करावे लागते हे आकृती क्र. 1.1 वरून लक्षात आले. पण मुलकी वस्तूंचे उत्पादन कमी न करता लष्करी वस्तूंचे उत्पादन वाढवायचे असेल तर ? अथवा दोन्ही वस्तूंचे उत्पादन वाढवायचे असेल तर हा प्रश्न (मूलभूत आर्थिक प्रश्न : 6) आर्थिक विकासाचा प्रश्न होतो. आर्थिक विकास म्हणजे अर्थव्यवस्थेची उत्पादन क्षमता वाढविणे म्हणजे **ख, ब** ऐवजी **ड** व **ड** ऐवजी **इ** हे बिंदू शक्यतेच्या मर्यादेत आणणे. दुसऱ्या शब्दांत, उत्पादन शक्यता वक्र क्र. 1 पासून क्र. 2 या ठिकाणी अथवा क्र. 2 पासून क्र. 3 या ठिकाणी स्थानांतरित होतो तेव्हा हे स्थानांतर आर्थिक विकास दर्शविते.

आता पुन्हा मूलभूत आर्थिक प्रश्नांचा विचार करू. या प्रश्नांच्या अनुषंगाने अर्थशास्त्राचा अभ्यास स्थूलमानाने दोन भागांत विभागला जातो. **अंशलक्षी अर्थशास्त्र** आणि **समग्रलक्षी अर्थशास्त्र** (इंग्रजीतील 'Micro' आणि 'Macro' या दोन संज्ञा ज्या ग्रीक शब्दांपासून तयार झाल्या आहेत त्यांचा मूळ अर्थ अनुक्रमे, 'लहान' आणि 'मोठा' असा आहे) या दोन विभागांतील फरक विवेचन पद्धतीचा असल्यामुळे एकाचे लक्ष्य 'अंश अर्थव्यवस्था' हे आहे तर दुसऱ्याचे लक्ष्य 'समग्र' अर्थव्यवस्था आहे. म्हणून मराठीत त्यांना अनुक्रमे 'अंक्षलक्षी' आणि 'समग्रलक्षी' विवेचन असे शब्दप्रयोग केले जातात. इंग्रजीत या दोन संज्ञा प्रथम 1933 मध्ये ऑस्लो विद्यापीठाचे प्रा. फ्रिश यांनी तयार केल्या. अर्थशास्त्रातील काही समस्या आंशिक पातळीवरील असतात म्हणजेच उपभोगाचे अथवा उत्पादनाचे एखादे एकक याच्याशी निगडित असतात. याउलट, काही समस्या समग्र अर्थव्यवस्थेच्या पातळीवरील असतात. यापैकी कोणत्या समस्यांचा अभ्यास आपल्याला अभिप्रेत आहे यावरून ती समस्या अंशलक्षी पातळीवरील आहे की समग्रलक्षी पातळीवरील आहे हे ठरते. अशा तऱ्हेने, या दोन विवेचन पद्धतीत अर्थशास्त्राची विभागणी केली जाते. अंशलक्षी अर्थशास्त्रात एखादी व्यक्ती, कुटुंब किंवा एखादी व्यवसायसंस्था यांच्या आर्थिक वर्तनाचा अभ्यास केला जातो. याउलट, समग्रलक्षी अर्थशास्त्रात संपूर्ण अर्थव्यवस्थेच्या वर्तनाचा अभ्यास संबध अर्थव्यवस्था मिळून एक एकक आहे असे मानून केला जातो. म्हणून समग्रलक्षी अर्थशास्त्रात एकूण उत्पादन अथवा एकूण रोजगार तसेच एकूण उत्पादन आणि सर्वसामान्य किमतीची पातळी यांच्यातील संबंधाचा अभ्यास केला जातो. अर्थशास्त्राच्या या दोन विवेचन पद्धतींमधील फरक **प्रा. बोल्डिंग** यांनी फार मार्मिकपणे स्पष्ट केला आहे. त्यांच्या मते, अंशलक्षी अर्थशास्त्र हा विशिष्ट व्यवसायसंस्था, वैयक्तिक कुटुंबे अथवा कुटुंबसमूह तसेच वैयक्तिक वस्तूंच्या किमती इत्यादींचा अभ्यास असतो. याउलट, समग्रलक्षी अर्थशास्त्र हा या सर्वांच्या एकत्रितपणे होणाऱ्या परिणामांचा अभ्यास असतो. अर्थात समग्रलक्षी पातळीवर समाजाने वापरलेल्या सर्व वस्तूंच्या किमती, एकूण उत्पादन अथवा सर्व व्यक्ती मिळून होणारा एकूण उपभोग इत्यादींचा अभ्यास केला जातो. एका व्यवसायसंस्थेचे उत्पादन हा अंशलक्षी अर्थशास्त्राचा विषय असतो, तर संपूर्ण अर्थव्यवस्थेतील उत्पादन हा समग्रलक्षी अर्थशास्त्राचा अभ्यासविषय असतो. वैयक्तिक उत्पन्न, एका वस्तूची किंमत, एखाद्या व्यक्तीचा खर्च इत्यादी बाबी अंशलक्षी अर्थशास्त्राच्या कक्षेत येतात. राष्ट्रीय उत्पन्न, सर्वसामान्य किंमतपातळी संपूर्ण समाजाच्या बचतीची आणि गुंतवणुकीची पातळी इत्यादी बाबी मात्र समग्रलक्षी अर्थशास्त्राच्या कक्षेत येतात. या दोहोंचा अधिक तपशीलवार अभ्यास करून आपण या दोन्ही संज्ञा अधिक स्पष्ट करू.

1.3 अंशलक्षी अर्थशास्त्र (Micro Economics)

प्रा. लर्नर यांनी म्हटल्याप्रमाणे, अंशलक्षी अर्थशास्त्रात अर्थव्यवस्थेकडे जणू सूक्ष्मदर्शकातून पाहिले जाते. अर्थव्यवस्थेच्या शरीरातील व्यक्ती अथवा कुटुंबे हे उपभोक्ते आणि एकूण आर्थिक प्रणालीमध्ये त्यांच्याकडून बजावल्या जाणाऱ्या भूमिकांचा अभ्यास केला जातो. प्रा. लर्नर यांनी अर्थव्यवस्थेची तुलना एखाद्या सचेतन शरीराशी केलेली आहे. ''अर्थव्यवस्थारूपी या शरीरात उपभोक्ते आणि उत्पादक म्हणून काम करणाऱ्या लक्षावधी लहान-लहान पेशी आहेत.'' अशी कल्पना केलेली आहे. रक्तातील पेशींचा अभ्यास जसा सूक्ष्मदर्शकातून करता येतो तसाच वैयक्तिक उत्पादन आणि उपभोक्ते यांच्या आर्थिक व्यवहारांचा अभ्यास सूक्ष्म अथवा अंशलक्षी अर्थशास्त्रातून होऊ शकतो. उदाहरणार्थ, आपल्या मर्यादित उत्पन्नात बसू शकतील अशा विविध वस्तूंवर आपले उत्पन्न वाटून देण्याचा प्रश्न प्रत्येक उपभोक्त्यासमोर असतो. स्वतःचे व्यक्तिगत समाधान जास्तीत जास्त म्हणजेच महत्तम करण्याचे उद्दिष्ट डोळ्यांसमोर ठेवून उपभोक्ता आपला उत्पन्न खर्च करीत असतो. हा प्रश्न अंशलक्षी पातळीवरचा असून वैयक्तिक

उपभोक्त्याचा समतोल हा अंशलक्षी अर्थशास्त्रातील सिद्धान्ताचा एक भाग ठरतो. वैयक्तिक उत्पादकालाही अशाच प्रकारच्या प्रश्नांना तोंड द्यावे लागते. बाजारातील मागणीचा आपल्या वाट्याला येणारा भाग लक्षात घेऊन उत्पादन करीत असताना महत्तम नफ्याचे उद्दिष्ट उत्पादकाने डोळ्यांसमोर ठेवलेले असते. एखाद्या उद्योगात अनेक उत्पादनसंस्था असतात. प्रत्येक व्यवसायसंस्था स्वतंत्रपणाने निर्णय घेत असते. मात्र उद्योग एक असल्याने इतर व्यवसायसंस्थांबरोबर तिचा सामाजिक हितसंबंध असतो. अशा व्यवसायसंस्थेचा समतोल अथवा उद्योगाचा समतोल या बाबी अंशलक्षी पातळीवरच्याच आहेत. काही उद्योग मोठे आणि काही लहान असले तरीही विवेचनाच्या दृष्टीने त्यांची पातळी एकच म्हणजे अंशलक्षी पातळीच मानली जाते. अंशलक्षी आर्थिक विवेचन या पलीकडे जाऊ शकत नाही आणि संपूर्ण अर्थव्यवस्थेच्या पातळीवरील सर्व वस्तू आणि सेवा यांच्या पुरवठ्याचा विचार अंशलक्षी अर्थशास्त्र करू शकत नाही.

एकूण साधनसंपत्ती दिलेली आहे असे मानून साधनसंपत्तीच्या संसाधनाची वाटणी स्पष्ट करणे हेही कार्य अंशलक्षी विश्लेषणात केले जाते. विविध वस्तू आणि सेवा यांचे उत्पादन कोणत्या प्रमाणात होईल याचे स्पष्टीकरण देण्याचा प्रयत्न अंशलक्षी अर्थशास्त्रात केला जातो. पूर्ण स्पर्धेच्या परिस्थितीत साधनसंपत्तीच्या वाटणीचे कार्य किंमतयंत्रणेकडून केले जाते. म्हणून पूर्ण स्पर्धेच्या परिस्थितीतच नव्हे तर कमी-अधिक स्पर्धा असलेल्या विविध बाजार रचनांमधून वेगवेगळ्या वस्तू आणि सेवांच्या किमती कशा ठरतात, याचा विचार अंशलक्षी अर्थशास्त्राला करावा लागतो. वस्तू आणि सेवा अशा बाजारात खरीदल्या आणि विकल्या जातात, तशीच उत्पादन साधने (अथवा उत्पादनाचे घटक) देखील बाजारात खरीदली आणि विकली जातात. म्हणून खंड, वेतन, व्याज आणि नफा यांचाही अभ्यास अंशलक्षी अर्थशास्त्रात करावा लागतो.

किंमतनिश्चितीचा अभ्यास करताना वस्तू आणि घटक यांच्या किमती कशा ठरतात एवढाच अभ्यास करणे पुरेसे ठरत नाही. साधनसंपत्तीची वाटणी पर्याप्त (Optimum) होईल याची खात्री करून घेण्याचा प्रश्न हा अधिक महत्त्वाचा असतो. साधनसंपत्तीच्या पर्याप्त उपयोगाची खात्री कोणत्या मार्गाने देता येईल याचा अभ्यास करणे हे अंशलक्षी अर्थशास्त्राचे एक महत्त्वाचे उद्दिष्ट असते. सर्वांत चांगल्या तऱ्हेने होणारे उत्पादन, सर्वांत चांगल्या पद्धतीने उपभोगले जावे अशी रास्त अपेक्षा असते. उत्पादनाचे आणि वाटणीचे हे प्रश्न असून यांचा संबंध उत्पादकाच्या आणि उपभोक्त्याच्या समतोलाशी असतो. उत्पादन आणि उपभोग या दोन प्रक्रिया, त्या नियंत्रित करणारे नियम तसेच या दोन्ही क्षेत्रांत आढळून येणारी परिस्थिती आणि मर्यादा यांचा अभ्यास हा अंशलक्षी अर्थशास्त्राचा विषय आहे.

पूर्वी म्हटल्याप्रमाणे, उत्पादन आणि उपभोग यांतील कार्यक्षमतेचा प्रश्न हा कल्याणाच्या अर्थशास्त्राशी संबंधित प्रश्न आहे. प्रख्यात अमेरिकन अर्थशास्त्रज्ञ **प्रा. ए. पी. लर्नर** यांच्या शब्दांत सांगावयाचे झाल्यास, ''उत्पादनाचे संघटन सर्वांत कार्यक्षम रीतीने न झाल्यामुळे उद्भवणारी अकार्यक्षमता अथवा अपव्यय काढून टाकणे अथवा टाळणे यावर सूक्ष्मलक्षी अर्थशास्त्राचा कटाक्ष असतो. अशा कार्यक्षमतेचा अर्थ वस्तूंचे उत्पादन आणि वस्तूंचा उपभोग ज्या पद्धतीने होतो आहे त्याला पर्यायी अशा आणखीही पद्धती असतात आणि त्या स्वीकारता येतात असा होतो. उपलब्ध आणि दुर्मीळ अशा कोणत्याही वस्तूचा त्याग न करता एखाद्या दुर्मीळ वस्तूचे जादा परिमाण मिळवून देणे हे अशा कार्यक्षमतेचे लक्ष्य असते. सर्व प्रकारची अकार्यक्षमता टाळून कार्यक्षमता निश्चित करण्याच्या अटी विशद करण्याचे आणि त्या कशा प्राप्त होतील हे सूचित करण्याचे कार्य अंशलक्षी अर्थशास्त्र करते. समाजाचे जीवनमान उंचावण्याच्या दृष्टीने या अटींचे मोल फार मोठे आहे.

1.4 समग्रलक्षी अर्थशास्त्र (Macro Economics)

समग्रलक्षी आर्थिक विश्लेषणातदेखील मागणी, पुरवठा आणि समतोल यांच्याशी आपला संबंध येतो. मात्र येथे हा संबंध वेगळ्या पातळ्यांवर येतो. समग्रलक्षी अर्थशास्त्रात आपला संबंध एकूण पुरवठ्याशी म्हणजेच सर्व वस्तू आणि सेवा यांच्या एकूण पुरवठ्याशी येतो. येथे आपण समग्र मागणीची भाषा बोलतो आणि समग्र मागणी ही वैयक्तिक मागणी परिमाणांची बेरीज असते. उदा., समग्रलक्षी अर्थशास्त्रात आपली दूध, अंडी, भाजीपाला, वैद्यकीय सेवा इत्यादी सर्व वस्तू आणि सेवा मिळून होणारी एकूण मागणी किती आहे हे समग्रलक्षी अर्थशास्त्र जाणून घेण्याचा प्रयत्न करते. या सर्व वेगवेगळ्या पद्धतींनी मोजल्या जात असल्यामुळे त्यांची बेरीज करणे शक्य नसते. समग्रलक्षी पातळीवर एकूण मागणी व्यक्त करण्याचे एकमेव साधन म्हणजे या सर्व वस्तू आणि सेवांच्या किमतींवरून सर्वांचे एकत्रित मूल्य शोधून काढणे हे असते. याच पद्धतीने समग्र पुरवठादेखील पैशात व्यक्त करता येतो. अशा तऱ्हेने पैशात व्यक्त केलेल्या मागणी आणि पुरवठ्याची परिमाणे समान नसतील तेव्हा असमतोलाचा प्रश्न उद्‌भवतो. समग्र मागणी जेव्हा कमी असते तेव्हा वस्तू आणि सेवांच्या किमती आणि त्यामुळे संबंधित लोकांचे उत्पन्न यात घट होते. पुरवठा कमी असल्यास किमती वाढून उत्पादन वाढविण्यास उत्पादक उद्युक्त होतात. यामुळे रोजगार पातळी वाढते, उत्पन्न वाढते आणि शेवटी समग्र मागणी आणि समग्र पुरवठा यांच्यातील समतोल पुन्हा प्रस्थापित होतो.

अशा तऱ्हेने समग्रलक्षी अर्थशास्त्र हा अर्थशास्त्राचा दुसऱ्या बाजूने केला जाणारा अभ्यास असतो. तो संपूर्ण आर्थिक प्रणालीचा अभ्यास असतो. एखादी व्यवसायसंस्था असे एखादे एकक घेऊन त्यांचा अभ्यास समग्रलक्षी अर्थशास्त्र करत नाही, तर संपूर्ण अर्थव्यवस्थेचाच अभ्यास करते. म्हणूनच एकूण अथवा समग्र परिमाणांशी त्याचा संबंध येतो. राष्ट्रीय उत्पन्न, समग्र उत्पादन, एकूण रोजगार पातळी, एकूण उपभोग, बचत आणि गुंतवणूक यांच्या पातळ्या आणि अर्थात सर्वसामान्य किंमतपातळी असे शब्दप्रयोग समग्रलक्षी अर्थशास्त्रात येतात ते यामुळेच. म्हणून याला 'साकलिक अर्थशास्त्र' (Aggregative Economics) असेही म्हटले जाते.

बोल्डिंग यांच्या मताप्रमाणे, ''समग्रलक्षी अर्थशास्त्राचा संबंध वैयक्तिक परिमाणांशी नसतो, तर अशा परिमाणांच्या बेरजेशी असतो. वैयक्तिक किमतींशी नसतो तर किंमतपातळीशी असतो. वैयक्तिक उत्पादनांशी नसतो, पण राष्ट्रीय उत्पादनाशी असतो. समग्रलक्षी अर्थशास्त्र हे अर्थशास्त्राच्या त्या भागाचा अभ्यास करते, ज्या भागाचा संबंध आर्थिक प्रणालीतील स्थूल बेरजा आणि सरासरी रकमा यांच्याशी येतो, त्या प्रणालीतील विशिष्ट बाबींशी नव्हे. या स्थूल बेरजा विश्लेषणास उपयोगी पडतील अशा व्याख्या करणे आणि त्यांचे परस्परसंबंध तपासून पाहणे हा समग्रलक्षी अर्थशास्त्राचा प्रयत्न असतो.'' **प्रा. ॲक्ले** यांच्या मते, ''अर्थव्यवस्थेतील समग्र उत्पादन, साधनसंपत्तीच्या वापराचे प्रमाण, राष्ट्रीय उत्पन्नाचे आकारमान आणि सर्वसामान्य किमतीची पातळी यांसारख्या चलांशी समग्रलक्षी अर्थशास्त्राचा संबंध असतो.''

या दोन्ही व्याख्यांचा एकत्रित विचार केला असता समग्रलक्षी अर्थशास्त्र म्हणजे काय हे स्पष्ट होते. सारांशाने, समग्रलक्षी अर्थशास्त्राचा आशय पुढीलप्रमाणे सांगता येतो –

(1) एकूण राष्ट्रीय उत्पन्न, एकूण रोजगार पातळी, समग्र उत्पादन, समग्र खर्च इत्यादी समग्र परिमाणांच्या निश्चितीशी समग्रलक्षी अर्थशास्त्राचा संबंध असतो.

(2) या परिमाणातील वेळोवेळी होणाऱ्या बदलांचा अभ्यासही समग्रलक्षी अर्थशास्त्रात केला जातो. राष्ट्राच्या आर्थिक प्रकृतीत होणारे चढ-उतार अथवा अर्थव्यवस्थेच्या तोंडावळ्यात होणारे बदल हा समग्रलक्षी अर्थशास्त्राचा अभ्यासविषय असतो.

(3) अर्थव्यवस्थेतील उत्पन्न, उपभोग, बचत, गुंतवणूक, रोजगार इत्यादींचा समग्रपणे केला जाणारा अभ्यास हा त्यातील प्रत्येक घटकाच्या अभ्यासाहून स्वतंत्रपणे केला जातो. बोल्डिंग यांनी म्हटल्याप्रमाणे, येथे संपूर्ण जंगलाचे स्वरूप अभ्यासले जाते आणि ज्या झाडांचे मिळून हे जंगल बनलेले असते त्या झाडांच्या अभ्यासाशी या अभ्यासाचा प्रत्यक्ष संबंध नसतो.

(4) समग्र आणि सरासरी परिमाणांचा अभ्यास करूनच समग्रलक्षी अर्थशास्त्र थांबत नाही तर ही परिमाणे उपयोगी कशी ठरतील हे पाहून त्यांच्या व्याख्या करण्याचा आणि ही समग्र परिमाणे निश्चित कशी होतात आणि परस्परांशी संबंधित कशी असतात, हेही तपासून पाहण्याचा समग्रलक्षी अर्थशास्त्राचा प्रयत्न असतो.

(5) अंशलक्षी अर्थशास्त्रात किंमत जशी केंद्रस्थानी असते तसे समग्रलक्षी अर्थशास्त्रात उत्पन्न केंद्रस्थानी असते. निदान अल्पकाळात तरी उत्पन्न, उत्पादन आणि रोजगार एकाच दिशेने बदलतात आणि यातील कोणाही एकाच विश्लेषणावरून इतरांची परिमाणे समजू शकतात, असे समग्रलक्षी अर्थशास्त्राचे गृहीत असते. याचाच अर्थ असा की, राष्ट्रीय उत्पन्न वाढते तेव्हा (निदान अल्पकाळात तरी) रोजगारही वाढतो असे मानले जाते.

(6) उत्पन्न आणि सर्वसामान्य किंमतपातळी यांच्यामधील फेरबदलातील एक महत्त्वाचा संबंध समग्रलक्षी आर्थिक विश्लेषण प्रस्थापित करते. या बाबतीत पैसा आणि व्याजाचा दर यांना ते महत्त्वाचे स्थान बहाल करते.

वरील विवेचनावरून हे स्पष्ट होईल की, समग्रलक्षी आर्थिक विश्लेषण हे उत्पन्न पातळ्यांचा अभ्यास करत असल्यामुळे त्याला, 'उत्पन्न सिद्धान्त' असे म्हटले जाते. त्याचप्रमाणे रोजगार पातळीचा अभ्यास करत असल्याने त्याला 'रोजगार सिद्धान्त' असेही म्हटले जाते आणि समग्रलक्षी सिद्धान्तात पैशाला मध्यवर्ती स्थान दिले जात असल्याने त्याला 'चलन सिद्धान्त' असेही म्हटले जाते.

1.5   अंशलक्षी आणि समग्रलक्षी अर्थशास्त्र यातील फरक (Distinction Between Micro and Macro Economics)

(अ) फरकाची उत्क्रांती (Evolution of Distinction)

Micro (अंशलक्षी) आणि Macro (समग्रलक्षी) अर्थशास्त्र या इंग्रजी संज्ञा प्रा. फ्रिश यांनी 1933 मध्ये प्रथम प्रचलित केल्या असल्या तरी या दोन दृष्टिकोनातील फरक त्याच्या कितीतरी पूर्वीचा आहे. उदाहरणार्थ, विशिष्ट समतोल विश्लेषण आणि सर्वसामान्य विश्लेषण यांची चर्चा अर्थशास्त्र कितीतरी आधीपासून करीत आले आहे.

ऐतिहासिकदृष्ट्या, अर्थशास्त्राची शास्त्र म्हणून वाटचाल समग्रलक्षी मार्गानेच सुरू झाली. व्यापारवादी अर्थशास्त्रज्ञांनी शासनासाठी म्हणून ज्या शिफारशी केल्या त्या संपूर्ण अर्थव्यवस्था विचारात घेऊनच केल्या होत्या. अर्थव्यवस्थेतील साधनसंपत्तीचा पर्याप्त उपयोग व्हावा हा त्यांचा आग्रहदेखील आधुनिक रोजगारविषयक सिद्धान्ताच्या जवळचा आणि समग्रलक्षी अर्थशास्त्राच्या क्षेत्रातीलच होता.

ॲडम स्मिथ आणि त्यांचे अनुयायी यांचे चिंतन आणि लेखनाने अर्थशास्त्रीय अभ्यासाचा लंबक पुन्हा अंशलक्षी अर्थशास्त्राच्या बाजूला गेला. एकूण उत्पादन दिलेले आहे आणि पूर्ण रोजगार पातळी अस्तित्वात आहे असे या अर्थशास्त्रज्ञांनी गृहीत धरूनच आर्थिक विश्लेषणाची उभारणी केली. अर्थव्यवस्थेत पूर्ण रोजगार पातळीचा समतोल बाजारयंत्रणेमार्फत आपोआप प्रस्थापित होतो असे ॲडम स्मिथ यांच्या 'अदृश्य हाताच्या' रूपकाने सुचविले. स्वार्थ प्रेरणा ही माणसाची मूलभूत प्रेरणा असल्याने प्रत्येक मनुष्य जो निर्णय घेतो त्यातून सामाजिक पातळीवरील निर्णय सिद्ध होतात आणि त्यातून उत्पादन कशाचे व किती करावयाचे तसेच ते कसे आणि कोणासाठी करावयाचे या प्रश्नांची उत्तरे मिळतात. उदाहरणार्थ, प्रत्येकाने स्वतःसाठी किती साखर खरेदी करावयाची हे ठरविले की, समाजात एकूण किती साखर लागेल हे ठरते. तसेच मागणी नियमानुसार साखरेचा खप वाढण्यासाठी त्याचे उत्पादन कमी खर्चात होऊन साखरेची किंमत कमी होण्याचीही आवश्यकता स्पष्ट होते. स्वार्थ प्रेरणेने निश्चित होणाऱ्या वैयक्तिक कल्याणांची बेरीज म्हणजेच सामाजिक कल्याण असल्याने अर्थव्यवस्थेत सुसंवाद असतो, असे हे अभिजात अर्थशास्त्रज्ञ मानीत.

अभिजात अर्थशास्त्रज्ञांपैकी माल्थस आणि नंतरच्या लेखकांपैकी सिसमंडी आणि मार्क्स यांनी वैयक्तिक स्वार्थाच्या सुसंवादाच्या या विचारांशी मतभेद व्यक्त केला. सर्वसाधारण उपभोगशून्यता अथवा एकूण मागणीतील अपुरेपणा यांची शक्यता प्रथम व्यक्त करणारे माल्थस यांनी, म्हणूनच आधुनिक समग्रलक्षी अर्थशास्त्राचा पाया घातला असे म्हणता येईल. न्यून उपभोगाची हीच संकल्पना पुढे प्रा. जे. एम. केन्स यांनी विकसित केली. कार्ल मार्क्स यांचे आर्थिक सिद्धान्तही संपूर्ण अर्थव्यवस्था डोळ्यांपुढे ठेवूनच गुंफलेले आहेत.

नवअभिजात अर्थशास्त्रज्ञांच्या काळात अर्थव्यवस्था सुरळीतपणे चालत होत्या आणि म्हणूनच संपूर्ण अर्थव्यवस्था दिलेली आहे असे मानून चालण्याकडे या अर्थशास्त्रज्ञांचा कल होता. म्हणूनच समग्रलक्षी विश्लेषणाकडे दुर्लक्ष होऊन अंशलक्षी आर्थिक विश्लेषणाचीच घोडदौड या काळात होत राहिली. अंशलक्षी आर्थिक विश्लेषणाच्या वास्तुशिल्पावर डॉ. मार्शल यांनी कळस चढविला आणि काही तुरळक उल्लेख वगळता, नवअभिजात अर्थशास्त्रज्ञांनी माल्थस, सिसमंडी आणि मार्क्स यांच्या लेखनाकडे दुर्लक्ष केले. या काळातील आर्थिक मंचावर वैयक्तिक किंमत आणि वैयक्तिक मागणी-पुरवठा परिमाणे यांचाच वरचष्मा राहिला.

अर्थव्यवस्थेची सुरळीत चालणारी गाडी अचानक बंद पडू शकते हे 1929-30 च्या महामंदीने समर्थपणे दाखवून दिले. महामंदीने साऱ्या जगाला दिलेला धक्का म्हणजे जणूकाही समग्रलक्षी विश्लेषणाच्या उपेक्षेबद्दल अर्थशास्त्रज्ञांना दिलेली नोटीसच होती. या नोटीशीचे प्रत्युत्तर म्हणून लॉर्ड केन्स यांनी प्रथम पूर्ण रोजगार समतोलाच्या सिद्धान्तास आव्हान दिले आणि रोजगार सिद्धान्ताच्या स्वरूपात समग्रलक्षी आर्थिक सिद्धान्ताचा सर्वांगीण विकास केला. 'लॉर्ड जॉन मेनार्ड केन्स' यांच्या व्यतिरिक्त लिआँ वॉलरस, नट विकसेल आणि आयर्विंग फिशर या अन्य खंद्या अर्थशास्त्रज्ञांनी आधुनिक समग्रलक्षी आर्थिक विश्लेषणाच्या विकासाला मोलाचा हातभार लावला.

(आ) दोन विश्लेषणातील फरक (Difference Between Two Approaches)

अंशलक्षी आणि समग्रलक्षी विश्लेषणांच्या उत्क्रांतीचा थोडक्यात ऐतिहासिक मागोवा घेतल्यानंतर आता दोन विश्लेषणातील फरक स्पष्ट करता येईल.

(1) वैयक्तिक विरुद्ध समग्र : अंशलक्षी अर्थशास्त्राचा अभ्यासविषय हा उत्पादनाचे वैयक्तिक घटक, वैयक्तिक उत्पादक, वैयक्तिक उपभोक्ते इत्यादींभोवती गुंफलेला असतो, तर समग्रलक्षी आर्थिक विश्लेषण हे समग्र अथवा सरासरी या पातळ्यांवर चर्चा करीत असते. अंशलक्षी पातळीवरील एखादे विधान संपूर्ण अर्थव्यवस्थांच्या पातळ्यांवर खरे ठरेलच असे सांगता येत नाही. उदाहरणार्थ, वैयक्तिक पातळीवर बचत हा एक गुण असतो. परंतु हाच गुण संपूर्ण समाजाने आत्मसात करून बचत वाढवायची ठरविल्यास परिणामकारक मागणी कमी होऊन गुंतवणूक आणि रोजगार पातळ्यांत घट होण्याचा भयानक धोका संभवतो. तसेच मजुरीत कपात केल्याने एखाद्या उद्योजकाला नफ्याला धक्का न लावता आपल्या कारखान्यातील रोजगार पातळी वाढविता येते. परंतु देशातील सर्वच कामगारांच्या मजुरीत कपात केल्यास समाजाच्या उत्पन्नात आणि म्हणून परिणामकारक मागणीत घट होऊन रोजगाराची पातळी खाली येण्याचा धोका संभवतो.

(2) संतुलक प्रेरणा म्हणून किंमत आणि उत्पन्न : अंशलक्षी आणि समग्रलक्षी या दोन्ही विश्लेषणात मागणी-पुरवठ्यातील संतुलनाच्या अटींचा अभ्यास केला जातो. परंतु अंशलक्षी अर्थशास्त्रात बाजाराची मागणी आणि बाजाराचा पुरवठा यांचे संतुलन प्रस्थापित करण्याचे कार्य किंमत ही प्रेरणा करीत असते. याउलट, समग्रलक्षी पातळीवर, समग्र मागणी आणि समग्र पुरवठा यांच्यामधील संतुलनाचा जेव्हा आपण अभ्यास करतो तेव्हा संतुलक प्रेरणा म्हणून समग्र उत्पन्न पातळी (सर्वसामान्य किंमतपातळी नव्हे) काम करीत असते.

(3) वास्तव परिमाणे विरुद्ध पैशात व्यक्त केलेली मूल्ये : अंशलक्षी अर्थशास्त्रात नियम आणि सिद्धान्त यांची चर्चा करताना वास्तव परिमाणांचा विचार करणे शक्य असते. आपण जेव्हा घटत्या सीमांत उपयोगितेचा नियम अथवा बदलत्या प्रमाणांचा नियम अभ्यासतो तेव्हा आपण वास्तव परिमाणेच विचारात घेतो. किंबहुना मागणी-पुरवठ्यातील अंशलक्षी समतोल हाच मुळी वास्तव परिमाणांमधील समतोल असतो. जसे, बाजारात 'क्ष' किंमत असताना बाजारातील मागणी आणि पुरवठा ही दोन्ही 'य' क्विंटल अशी समान होतात असे आपण म्हणतो. समग्रलक्षी

विश्लेषणात असे शक्य नसते. समग्रलक्षी पातळीवर समाजातील सर्व वस्तू आणि सेवांची एकत्रित बेरीज करण्याचा जेव्हा प्रसंग येतो तेव्हा सर्व वस्तू आणि सेवांचे मूल्य आधी पैशात व्यक्त करून मग त्या मूल्यांची बेरीज करणे यापेक्षा दुसरा मार्ग आपल्याला उपलब्ध नसतो. दुसऱ्या शब्दांत, समग्रलक्षी पातळीवर पैशाचा विचार आवश्यक ठरतो. एकदा विश्लेषणात पैशाचा प्रवेश झाला की, पैशाच्या मागणी-पुरवठ्यातून निर्माण होणाऱ्या प्रश्नांना तसेच त्यातून निष्पन्न होणाऱ्या पैशाच्या किमतीतील बदलांना आपल्याला तोंड द्यावे लागते. अशा तऱ्हेने समग्रलक्षी आर्थिक मंचावर घडणाऱ्या नाट्यात पैशाचा वेष घेऊन वावरणाऱ्या वास्तव परिमाणांच्या पात्रांचे मुख्य कथानक आणि चलनी परिमाणांच्या पात्रांचे उपकथानक अशी दोन्ही कथानके आपल्याला पाहावी लागतात.

(4) स्वतंत्रता आणि परस्परावलंबन : अंशलक्षी आर्थिक विश्लेषणात उत्पादक आणि उपभोक्ता यांचा विचार दोन स्वतंत्र वर्ग म्हणून केला जातो. पुरवठ्यातील बदलांचा मागणीवर होणारा परिणाम अथवा मागणीतील बदलांचा पुरवठ्यावरील होणारा परिणाम यांची दखल अंशलक्षी विश्लेषणात घेतली जात नाही, पण समग्रलक्षी आर्थिक विश्लेषणात मात्र ही दखल घ्यावीच लागते. उदाहरणार्थ, उत्पादनात घट झाल्यामुळे पुरवठा कमी होतो तेव्हा रोजगाराची पातळी आणि उत्पन्नाची पातळी यांच्यातही घट होते. समग्रलक्षी विश्लेषणात या बाजूने होणाऱ्या परिणामांची अतिशय गंभीरपणे दखल घेतली जाते.

(5) गतिमानता : अंशलक्षी विश्लेषणात बाजारातील पुरवठा आणि बाजारातील मागणी यांचा विचार पुरेसा ठरतो. समग्रलक्षी पातळीवर मागणी-पुरवठ्याचे स्रोतही विचारात घ्यावे लागतात. कारण त्याशिवाय मागणी आणि पुरवठ्यातील संभाव्य बदलांचा अंदाज घेता येत नाही. अशा रीतीने अंशलक्षी विश्लेषणही बव्हंशी स्थितिशील असते. समग्रलक्षी विवेचनाला मात्र गतिमानतेचा विचार अनिवार्य असतो.

(6) परस्परसंबंध : अंशलक्षी आर्थिक विश्लेषणात अनेक अंतःसंबंध दुर्लक्षिलेले असतात, ज्यांचा समग्रलक्षी विश्लेषणाला विचार करावा लागतो. अंशलक्षी पातळीवर काही लोक उत्पन्नापेक्षा कमी खर्च करतील तर दुसरे काही लोक उत्पन्नापेक्षा जास्त खर्च करतील असे आपण धरून चालतो. पण समग्रलक्षी पातळीवर एकूण खर्च हा एकूण उत्पन्नाएवढाच असतो; कमी किंवा जास्त असू शकत नाही. हा निष्कर्ष 'एकाचा खर्च म्हणजे दुसऱ्याचे उत्पन्न असते' या साध्या अंसंबंधांवर आधारलेला असतो. वैयक्तिक पातळीवर मनुष्य स्वतः केलेल्या बचतीपेक्षा कमी रक्कम गुंतवू शकतो अथवा जास्त गुंतवणूकही करू शकतो. संपूर्ण अर्थव्यवस्थेच्या पातळीवर मात्र एखाद्या विशिष्ट कालखंडातील एकूण बचत ही एकूण गुंतवणुकीबरोबर असते. पूर्ण रोजगाराच्या पातळीलादेखील, अन्यत्र काम करणाऱ्या कामगारांना स्वतःकडे आकृष्ट करून आपल्या कारखान्यातील कामगारांची संख्या वाढविणे एखाद्या उत्पादनसंस्थेला शक्य असते. समग्रलक्षी पातळीवर मात्र पूर्ण रोजगाराची अवस्था असल्यास अर्थव्यवस्थेतील एकूण कामगारांच्या संख्येत वाढ करणे शक्य नसते.

(7) अंकगणिती विरुद्ध बीजगणिती बेरजा : अंशलक्षी अर्थशास्त्र हे अर्थव्यवस्थेच्या विविध घटक भागांच्या अभ्यासातच व्यग्र असते. त्यामुळे संपूर्ण अर्थव्यवस्थेच्या कार्यप्रणालीचे स्पष्ट चित्र रेखाटणे अंशलक्षी विश्लेषणाला शक्य होत नाही. समग्रलक्षी पातळीवर विविध घटकांच्या धोरणात सुसंवाद राहतो असे मानले जाते. दुसऱ्या शब्दांत, उत्पादक अथवा उपभोक्ते अशा कोणत्याही एका वर्गाचे निर्णय म्हणजे त्या वर्गातील व्यक्तींच्या निर्णयांची अंकगणिती बेरीज असते, असे मानले जाते. समग्रलक्षी अर्थशास्त्रात मात्र अशा निर्णयांचे यथार्थ ज्ञान महत्त्वाचे मानले जाते. यासाठी कोणत्याही वर्गातील होकारार्थी निर्णयांबरोबरच नकारार्थी निर्णयही विचारात घेऊन बीजगणिती पद्धतीने बेरीज करणे महत्त्वाचे मानले जाते.

(8) गृहीते : अंशलक्षी विश्लेषणातील निष्कर्ष आणि अंदाज हे सैद्धान्तिक प्रतिमान तयार करण्यासाठी आवश्यक अशा काही गृहीतांवर आधारलेले असतात. पण अशा गृहीतांमुळेच अंशलक्षी आर्थिक सिद्धान्त वास्तवापासून दूर गेलेले

दिसतात. अनेक अंशलक्षी प्रतिमानांचा व्यावहारिक संबंध आणि महत्त्व यांमुळे कमी होताना दिसून येते. उदाहरणार्थ, किंमतनिश्चिती अथवा व्याजाचे दर ठरणे या बाबतीतील निष्कर्ष काढण्यासाठी म्हणून अंशलक्षी अर्थशास्त्रात 'इतर परिस्थिती कायम राहिल्यास' अथवा 'पूर्ण रोजगार' अथवा 'पूर्ण स्पर्धेचे अस्तित्व' इत्यादी गोष्टी गृहीत धरल्या जातात. प्रत्यक्षात आपल्याला काय आढळते ? पूर्ण रोजगाराची पातळी आली तरी टिकत नाही आणि स्पर्धा नेहमीच अपूर्ण असते. म्हणूनच अशा गृहीतांवर हल्ला करताना केन्स यांनी म्हटले होते की, ''पूर्ण रोजगार पातळी गृहीत धरणे म्हणजे आपल्यासमोर काहीच अडचणी नाहीत असे गृहीत धरणे होय.'' समग्रलक्षी विश्लेषणालाही काही बाबी उदा., तंत्रस्थिती कायम आहे. गृहीत धराव्या लागतात, पण विश्लेषणाच्या तपशिलात शिरताना ही गृहीते शिथिल करून वास्तवाच्या जवळ यावे लागते.

(9) वास्तवाशी जवळीक : वर उल्लेखिलेल्या फरकामुळे अंशलक्षी आर्थिक विश्लेषण हे बऱ्याच वेळा केवळ सैद्धान्तिक चर्चेच्या स्वरूपाचे राहते. समग्रलक्षी विश्लेषणात मात्र वास्तव जीवनातील प्रश्नांना हात घातला जातो आणि ते सोडविण्याच्या प्रयत्नांचा ऊहापोह केला जातो.

(10) रचनात्मक विचार : समग्रलक्षी अर्थशास्त्रातील समग्र आणि सरासरी या स्वरूपात येणारे चल सर्वसामान्य प्रवृत्तीचे निदर्शक असतात. परिणामी व्यवहारात महत्त्वाच्या ठरणाऱ्या भेदांकडेदेखील समग्रलक्षी विश्लेषणात दुर्लक्ष होऊ शकते. अंशलक्षी विश्लेषणात या फरकांचा विचार केला जातो आणि प्रश्नांच्या सोडवणुकीसाठी संपूर्ण तपशील उपलब्ध केला जातो. उदाहरणार्थ, सर्वसामान्य किंमतपातळी स्थिर असते तेव्हा समग्रलक्षी विश्लेषण किमती स्थिर आहेत असे मानून चालते. पण प्रत्यक्षात अन्नधान्यांसारख्या संवेदनशील वस्तूंच्या वैयक्तिक किमती वाढत असतील तर ? असे असेल तर आगामी भाववाढीची ही सुरुवातच ठरेल आणि धोक्याचा हा इशारा केवळ अंशलक्षी विश्लेषणाच्याच नजरेला येऊ शकेल. कित्येकदा समग्रलक्षी पातळीवरील संकल्पना फसव्या ठरतात. ''नदीच्या पाण्याची पातळी सरासरीने तीन फूट आहे'' हे विधान असेच धोक्याला आमंत्रण देणारे आहे. पात्राच्या मध्यभागी पाण्याची पातळी किती आहे हे अंशलक्षी पद्धतीने म्हणजे प्रत्यक्ष त्या जागेवर जाऊन पाहिल्याखेरीज पोहता न येणाऱ्या माणसाने पाण्यात न उतरणे शहाणपणाचे ठरते.

(11) दोन्ही दृष्टिकोनाच्या मर्यादा : समग्रलक्षी पातळीवरील निष्कर्ष जसे अंशलक्षी विश्लेषणाशी विसंगत असल्यामुळे अंशलक्षी दृष्टिकोनातून दुर्लक्षिले जातात तसेच काही महत्त्वाचे अंशलक्षी बारकावे समग्रलक्षी विवेचनात उपेक्षिले जातात. पूर्वी पाहिल्याप्रमाणे अंशलक्षी सिद्धान्त हे काही गृहीतांवर आधारलेले असतात. असे असूनही आर्थिक धोरण ठरविण्यासाठी लागणारे बारकावे समजण्यासाठी म्हणून अंशलक्षी विवेचनाची मदत समग्रलक्षी विवेचनाला घ्यावी लागते. उदाहरणार्थ, राष्ट्रीय उत्पन्नात एखाद्या वर्षी दहा टक्क्यांनी वाढ झाली हे विधान सर्वांनाच उत्साहदायी वाटेल हे खरे पण याहून महत्त्वाचे व्यावहारिक संशोधन म्हणजे हे वाढलेले उत्पन्न समाजातील कोणत्या गटाच्या वाट्याला किती प्रमाणात आले हे असते. हे कार्य उत्पन्न घटकांच्या मागणी-पुरवठ्यांच्या लवचीकता आणि घटकांच्या बाजारातील मूल्यनिश्चिती यांच्या मदतीने अंशलक्षी विश्लेषणच करावे लागते. अर्थव्यवस्थेपुढे उभ्या राहणाऱ्या अनेक समस्या अंशलक्षी विश्लेषणाच्या कक्षेबाहेर असतात. सार्वजनिक आय-व्यय, चलननीती अथवा विकासाचे अर्थशास्त्र ही अशी काही अत्यंत महत्त्वाची उदाहरणे असून यांचा सांगोपांग विचार समग्रलक्षी पातळीवरच होऊ शकतो. परंतु समग्रलक्षी विश्लेषणाच्या मर्यादाही लक्षात ठेवाव्या लागतात. उदाहरणार्थ, प्रा. बोल्डिंग यांनी म्हटल्याप्रमाणे सहा सफरचंद + सात सफरचंद = तेरा सफरचंद ही बेरीज अर्थपूर्ण आहे. सहा सफरचंद + सात बोरे + तेरा फळे यालाही काही अर्थ आहे. पण सहा सफरचंद + सात इमारती ही बेरीज सर्वस्वी निरर्थक आहे. अशा वेळी अंशलक्षी विश्लेषण उपयोगी पडू शकते. कारण अशा निरर्थक बेरजाही समग्रलक्षी विश्लेषणाची एक मर्यादा असते.

(इ) अंशलक्षी आणि समग्रलक्षी आर्थिक विश्लेषणांचे परस्परावलंबित्व

(Inter-Dependence of Micro and Macro Economic Analysis)

अंशलक्षी आणि समग्रलक्षी आर्थिक विश्लेषणांची उत्क्रांती आणि विकास तसेच या दोहोंतील फरक पाहता ही दोन वेगळी शास्त्रे आहेत असा समज होण्याची शक्यता आहे. म्हणूनच हे लक्षात ठेवणे आवश्यक आहे की, अंशलक्षी अर्थशास्त्र आणि समग्रलक्षी अर्थशास्त्र हे अर्थशास्त्राच्या अभ्यासाचे खऱ्या अर्थाने दोन भिन्न दृष्टिकोन आहेत. एखाद्या शहराचा अभ्यास करायचा झाला तर त्या शहरातील प्रत्येक पेठेतून आणि वसाहतीतून हिंडून करता येतो. यामुळे शहराच्या विविध भागांतील गर्दीची समस्या, पाण्याचा दाब अथवा कचरा उचलण्याची समस्या इत्यादी प्रश्न समजण्यास या अंशलक्षी पद्धतीने मदत होईल. परंतु जेव्हा आपण त्याच शहराचे समग्रलक्षी पद्धतीने विहंगावलोकन किंवा हवाईपाहणी करू तेव्हा वाहतुकीची कोंडी दूर करण्यासाठी कोठे पूल बांधले पाहिजेत आणि शहराच्या विकासाचा आराखडा कसा तयार केला पाहिजे हे समजेल. शहराच्या अभ्यासासाठी या दोन्ही पद्धती आवश्यक आहेत हे सहज लक्षात येण्याजोगे आहे.

एखाद्या व्यवसायसंस्थेने श्रमाचा मोबदला म्हणून किती वेतन द्यावे ? हा प्रश्न एका उत्पादनसंस्थेचा असल्याने अंशलक्षी विश्लेषणाशी संबंधित आहे. परंतु एखाद्या उत्पादनसंस्थेला द्यावे लागणारे वेतन हे संपूर्ण अर्थव्यवस्थेतील वेतनाच्या पातळीवर अवलंबून असते. एखाद्या वस्तूसाठी असणारी मागणी हा एखाद्या व्यवसायसंस्थेपुढचा अंशलक्षी प्रश्न असतो. परंतु लोकसंख्येचे आकारमान आणि वयोरचना, आर्थिक वृद्धीचा दर इत्यादी घटक हे समग्रलक्षी पातळीवरील चल असतात. अशा तऱ्हेने प्रत्येक अंशलक्षी आर्थिक समस्येचे यथार्थ ज्ञान होण्यासाठी त्या प्रश्नातील समग्रलक्षी भागाचीही उकल आवश्यक ठरते.

व्यक्ती आणि कुटुंबे मिळून समाज बनतो. अनेक व्यवसायसंस्थांचा एक उद्योग बनतो आणि अनेक उद्योगांची मिळून एक अर्थव्यवस्था बनते. व्यक्ती आणि कुटुंबे तसेच व्यवसायसंस्था व उद्योग यांचे आकलन झाल्याखेरीज संपूर्ण समाजाच्या अथवा अर्थव्यवस्थेच्या प्रतिक्रियांचा अंदाज बांधणे अथवा त्यांचे मूल्यमापन करणे अशक्य आहे. वैयक्तिक उपभोक्ते आणि उत्पादक यांच्या अपेक्षा, प्रेरणा, प्रतिसाद आणि प्रतिक्षिप्त क्रिया यातूनच संपूर्ण अर्थव्यवस्थेच्या पातळीवर काय होईल हे ठरते. अशा रीतीने समग्रलक्षी अर्थशास्त्राच्या अभ्यासात अंशलक्षी विश्लेषणाचा अभ्यास अंतर्भूत असतो.

वरील विवेचनावरून हे स्पष्ट होईल की, अंशलक्षी आणि समग्रलक्षी विश्लेषण ही पर्यायी विश्लेषणे नसून परस्परपूरक विश्लेषणे आहेत. या दोहोंमध्ये खूपच परस्परावलंबित्व असून हे दोन्ही दृष्टिकोन एकत्रित केल्यानेच अर्थशास्त्र हे केवळ प्रकाशदायी शास्त्र म्हणूनच नव्हे तर फलदायी शास्त्र म्हणूनही अभ्यासनीय ठरते.

(ई) अंशलक्षी विश्लेषणाचा विरोधाभास अथवा मर्यादा (Paradox of Micro Analysis)

केन्सप्रणीत अर्थशास्त्रीय विचारातील क्रांतीनंतर अंशलक्षी विश्लेषण जणू बदनामच झाले. महामंदीवर इलाज दर्शविण्यास तत्कालीन अंशलक्षी विश्लेषण असमर्थ ठरल्याने लोकांनी या विश्लेषणावर टीकेची झोड उठविली. अंशलक्षी अर्थशास्त्र व्यवहाराला मार्गदर्शन करू शकत नाही असा या टीकेचा रोख होता, पण खरे पाहता अंशलक्षी विश्लेषणाच्या मर्यादा समजून न घेतल्याने यातील बरीचशी अनाठायी टीका झाली असे आज लक्षात येते.

अंशलक्षी आर्थिक विश्लेषणाचे निष्कर्ष नेहमीच समग्रलक्षी पातळीवर लावता येत नाहीत. तसा प्रयत्न केल्यास विरोधाभासाच्या चमत्कारिक परिस्थितीला तोंड द्यावे लागते. अंशलक्षी विश्लेषणाचा विरोधाभास म्हणून अनेक उदाहरणे सांगता येतील.

(1) वैयक्तिक एककाच्या बाबतीत जे खरे असते ते एकूण (समग्र) पातळीवर खरे ठरतेच असे नाही. यातून काही विरोधाभास (Paradoxes) निर्माण होतात. **बचतीचा विरोधाभास** (Paradox of Saving) हे विरोधाभासाचे एक प्रसिद्ध उदाहरण आहे. 'समाजाने जास्त बचत करण्याचा प्रयत्न केल्यास प्रत्यक्षात तो समाज कमी बचत करतो', हे विधान पाहा. हे विधान विसंगत वाटते. जास्त बचत करायला गेल्यास कमी बचत कशी होईल ? पण हे सत्य आहे. म्हणूनच याला विरोधाभास, म्हणजेच मुळात विरोध अथवा विसंगती नसूनही तसा आभास निर्माण होतो असे म्हणतात. एखादी व्यक्ती बचत करते तेव्हा तिची एकूण वैयक्तिक बचत वाढते, हा झाला अंशलक्षी निष्कर्ष. पण समाजातील सर्वच व्यक्ती जेव्हा जास्त बचत करण्याचा प्रयत्न करतात तेव्हा काय होते ? समाजात **अ** चा खर्च हे **ब** चे उत्पन्न असते, **ब** चा खर्च हे **क** चे उत्पन्न असते आणि याच पद्धतीने एकाचा खर्च हे दुसऱ्याचे उत्पन्न असते. जेव्हा **अ** बचत वाढवितो तेव्हा तो खर्च कमी करतो. अर्थात त्यामुळे **ब** चे उत्पन्न घटते. तसेच **ब** ने बचत वाढविली तर सर्वांचाच खर्च कमी होऊन समाजाचे एकूण उत्पन्न घटते. बचत उत्पन्नातून केली जात असल्याने उत्पन्न घटल्यास बचत घटते. म्हणूनच समाज बचत वाढविण्याचा प्रयत्न करतो तेव्हा समाजाची बचत प्रत्यक्षात कमी होते.

दुसरा तेवढाच प्रसिद्ध विरोधाभास पाहू. तुम्ही उद्योजक आहात आणि 10 कामगारांना तुम्ही कामावर घेतले आहे असे समजू. दहावा कामगार तुमच्या दैनिक प्राप्तीत 25 रुपयांची भर घालतो आणि दररोज 25 रुपये मजुरी घेतो असे समजू. अशा परिस्थितीत आणखी एक कामगार तुम्ही कामावर घेतला तर तो समजा, 22 रुपयांचीच भर तुमच्या दैनिक प्राप्तीत घालील. (कारण आता पुरवठा वाढल्याने तुमची वस्तू स्वस्त होऊन प्राप्ती घटेल.) अशा वेळी जो कामगार रोज 25 रुपये घेतो आणि 22 रुपयांचेच उत्पादन करतो त्याला कामावर ठेवण्याचा आतबट्ट्याचा व्यवहार तुम्ही करणार नाही. पण मजुरीच्या दरात कपात करून रोज 20 रुपये असा दर झाला तर ? मग कदाचित 12 मजूरसुद्धा तुम्ही लावाल आणि सीमांत मजुरामुळे होणारी प्राप्ती त्याच्या मजुरीएवढी होईल तेथे थांबाल. थोडक्यात, मजुरीत कपात केल्यामुळे अंशलक्षी पातळीवर रोजगार वाढतो असे दिसून येईल. पण हा निष्कर्ष समग्रलक्षी पातळीवर लागू पडेल काय ? सगळ्यांचे वेतन, पगार, मजुरी इत्यादींत कपात केली तर एकूण उत्पन्न कमी होईल. परिणामी समाजाची एकूण मागणी घटेल आणि मालाला उठाव राहणार नाही. म्हणून प्रत्येक उत्पादक कामगारांची संख्या कमी करील. म्हणजेच रोजगाराची पातळी वाढणार नाही तर कमी होईल. मजुरीतील कपातीचा हा विरोधाभास आहे. अंशलक्षी निष्कर्ष समग्रलक्षी पातळीवर लावता येत नाही असाच याचा अर्थ आहे. यावरून अंशलक्षी विश्लेषणांचे निष्कर्ष समग्रलक्षी पातळीवर लावताना नीट तपासूनच घेतले पाहिजेत, हा धडा आपल्याला या विरोधाभासातून मिळतो.

(2) अंशलक्षी विश्लेषणाची दुसरी मर्यादा म्हणजे हे (अंशलक्षी) विश्लेषण 'पूर्ण रोजगार' आणि 'इतर परिस्थिती कायम' या दोन गृहीतांवर आधारलेले असते. ही दोन गृहीते खरी ठरली तरच पैशाचा पुरवठा वाढल्यास किंमतपातळी वाढते. अन्यथा किंमतपातळी स्थिर राहणे अथवा त्यामध्ये घट होण्याची शक्यता असते. मजुरीत कपात करून रोजगार वाढविण्याचा प्रयत्न करण्याच्या वरील उदाहरणात अंशलक्षी विश्लेषणाची गृहीते समग्रलक्षी पातळीवरील सर्वसामान्य किंमतपातळीच्या प्रश्नाला लावली आहेत. एकाचे निष्कर्ष दुसऱ्याला लावता येत नाहीत, तशीच गृहीतेही एकाचे दुसऱ्याला लावता येत नाहीत. यातून विसंगती निर्माण होते.

(3) तिसरे अंशलक्षी विश्लेषण हे बारीकसारीक प्रश्नात इतके गुंतून पडते की समग्रलक्षी आर्थिक प्रश्नांवर प्रकाश टाकणे त्याला शक्यच होत नाही.

(4) शेवटी अशी अनेक क्षेत्रे आहेत की जेथे अंशलक्षी विश्लेषणामुळेच उपयोगी पडत नाही. सार्वजनिक आय-व्ययाचे उदाहरण घ्या. सरकारला खर्च करावा लागतो. सरकारने किती खर्च करावा ? व्यक्तीच्या बाबतीत आपण म्हणतो की, अंथरूण पाहून पाय पसरावेत, पण सार्वजनिक आय-व्ययाचा नियम उलटा असतो. पाय किती लांब आहेत ते पाहून तेवढे अंथरूण तयार करावे लागते. सार्वजनिक आय-व्यय हा समग्रलक्षी अर्थशास्त्राचा भाग असून तेथे खासगी अथवा वैयक्तिक अर्थव्यवहाराची तत्त्वे लावली की, पुन्हा विरोधाभासाला तोंड द्यावे लागते.

(उ) अंशलक्षी आणि समग्रलक्षी विश्लेषणांचे उपयोग आणि महत्त्व

(Importance and Uses of Micro and Macro Analyses)

या आधीच्या परिच्छेदात अंशलक्षी आणि समग्रलक्षी विश्लेषणांचे परस्परावलंबित्व आपण पाहिले आहे. त्यातून त्या दोहोंचे महत्त्वही स्पष्ट झाले आहे. सारांशाने सांगायचे तर ते पुढीलप्रमाणे सांगता येईल.

(1) अंशलक्षी अर्थशास्त्र : (अ) अनेक समग्रलक्षी अभ्यासविषयांना अंशलक्षी विवेचनाचा आधार घ्यावा लागतो. (आ) अनेक समग्रलक्षी प्रश्नांवर अंशलक्षी अभ्यासाने प्रकाश पडतो. उदाहरणार्थ, उपभोग-फलनाचा समग्रलक्षी अभ्यास घ्या. कुटुंबांच्या म्हणजेच अंशलक्षी अर्थसंकल्पनांचा अभ्यास केल्याखेरीज उपभोग-फलन स्पष्ट होत नाही. (इ) कल्याणाचे अर्थशास्त्र हा संपूर्ण विषय अंशलक्षी विश्लेषणावर आधारलेला आहे. पण अनेक आर्थिक धोरणांची तपासणी त्या अभ्यासाने दिलेल्या निकषांवरून करता येते. (ई) उत्पन्नाची वाटणी हा समग्रलक्षी पातळीवरील एक अतिशय महत्त्वाचा प्रश्न आहे. पण हा बाजारयंत्रणेने ठरणारा अंशलक्षी विवेचनाचा भाग असतो हे आपण पाहिले आहे. (उ) वस्तूंच्या किमती हा बाजारयंत्रणेचा मध्यवर्ती भाग आहे. हा अंशलक्षी विश्लेषणाचा अभ्यासविषय आहे. (ऊ) कोणत्याही आर्थिक प्रणालीच्या दृष्टीने दुर्मीळ संसाधनांची वाटणी हा अतिशय महत्त्वाचा विचार असतो. हे बाजारयंत्रणेचे म्हणजेच अंशलक्षी विश्लेषणाचे कार्य असते.

(2) समग्रलक्षी अर्थशास्त्र : (अ) आधुनिक अर्थव्यवस्थेचे गुंतागुंतीचे कार्य समजण्यास समग्रलक्षी अर्थशास्त्रच उपयोगी ठरते. (आ) अनेक प्रकारची आर्थिक धोरणे समग्रलक्षी अर्थशास्त्रातील चलांच्या अभ्यासावरूनच निश्चित करता येतात. आधुनिक सरकारला संपूर्ण समाज अथवा समाजाचा एखादा मोठा भाग (उदाहरणार्थ, भारतातील दुर्बल घटक) डोळ्यांपुढे ठेवूनच धोरणे आखावी लागतात. हे कार्य समग्रलक्षी वर्तनावरच अवलंबून असते. चलननीती, राज्यकोषीय धोरण, आयात-निर्यात धोरण अथवा औद्योगिक धोरण ही अशा समग्रलक्षी पातळीवरील धोरणाचीच उदाहरणे होत. (इ) आधुनिक अर्थशास्त्रज्ञालाही समग्रलक्षी पातळीवरील प्रश्नांना सामोरे जावे लागते. **प्रा. टिंबरजेन** यांनी म्हटल्याप्रमाणे, एकूण रोजगार व एकूण उत्पादन इत्यादींमध्ये चढ-उतार का होतात हे शोधणे आणि त्यावर इलाज सांगणे यातून अर्थशास्त्रज्ञाला सुटका नसते. असे आणखी कितीतरी समग्रलक्षी प्रश्न सांगता येतील. जी विश्लेषणातच शोधावी लागतात.

1.6 अंशलक्षी अर्थशास्त्राचा अभ्यासविषय

(The Subject Matter of Micro Economics)

अंशलक्षी आणि समग्रलक्षी अर्थशास्त्रातील फरक समजावून घेतल्यानंतर आता आपण अंशलक्षी अर्थशास्त्राची व्याप्ती निश्चित करून त्याचा अभ्यासविषय स्पष्ट करण्याचा प्रयत्न करणार आहोत.

प्रा. बोल्डिंग यांच्या मते, ''अंशलक्षी अर्थशास्त्र हे विशिष्ट व्यवसायसंस्था, विशिष्ट कुटुंब, वैयक्तिक किंमत, वेतन, उत्पन्न, उद्योग आणि विशिष्ट वस्तू यांचा अभ्यास करते.''

लेफ्टविच यांच्या मते, ''अंशलक्षी अर्थशास्त्राचा संबंध उपभोक्ते, उत्पादक घटकांचे मालक आणि व्यवसायसंस्था म्हणून वावरणाऱ्या आर्थिक एककांच्या आर्थिक व्यवहारांशी असतो.''

वरील संकल्पनांवरून स्पष्ट होणाऱ्या अंशलक्षी अर्थशास्त्रात कुटुंबे, व्यवसायसंस्था, उद्योग आणि कृषिक्षेत्र, उद्योगक्षेत्र यांसारख्या अर्थव्यवस्थेच्या विविध लहान-मोठ्या घटकांचा अभ्यास असतो. 'अंशलक्षी' या नावानेच सुचविल्याप्रमाणे याचा रोख सर्वांची गोळाबेरीज करण्याकडे नसतो तर बारकावे टिपण्याकडे असतो. उपभोगाचे सर्वांत लहान एकक म्हणजे कुटुंब आणि उत्पादनाचे सर्वांत लहान एकक म्हणजे व्यवसायसंस्था. यांच्या वर्तनाचे स्पष्टीकरण

देण्याचा या दृष्टिकोनाचा प्रयत्न असतो. हे उत्पादक आणि उपभोक्ते यांनी घेतलेले उत्पादन आणि उपभोगाचे निर्णय एकत्रित केल्यानंतर बाजाराचा पुरवठा आणि बाजाराची मागणी समजते तेव्हा विशिष्ट वस्तूच्या बाजाराच्या कार्यपद्धतीचा अभ्यास अंशलक्षी अर्थशास्त्र करते. जसा वस्तूचा बाजार असतो तसाच प्रत्येक उत्पादन घटकाचाही बाजार असतो. हे दोन बाजार परस्परांहून सर्वस्वी स्वतंत्र असतात असे नाही. उत्पादन घटकांना घटकांच्या बाजारात उत्पन्न मिळते पण ते वस्तूंच्या बाजारात खर्च केले जाते. यामुळे पूर्वी उल्लेखिलेल्या बाजारात कोणताही बदल झाला की त्याचे पडसाद नंतर उल्लेखिलेल्या बाजारात उमटतात. महत्तम समाधान मिळविण्याच्या उपभोक्त्यांच्या उद्दिष्टाच्या गृहीतावर उपभोक्त्यांच्या संतुलनाचा अभ्यास अंशलक्षी अर्थशास्त्रात केला जातो. तसेच महत्तम नफ्याचा उद्दिष्टाच्या आधारे व्यवसायसंस्था आणि उद्योग अशा दोन्ही पातळ्यांवरच्या उत्पादकांच्या समतोलांचे स्पष्टीकरण देण्याचा प्रयत्न अंशलक्षी अर्थशास्त्र करते.

मागणी-पुरवठ्याच्या आंतरक्रियेतून चहा, कॉफी, साखर, कापड, धोब्याची सेवा इत्यादींच्या किमती निश्चित होतात. परिणामी या आंतरक्रियेतून उत्पादन कशाचे करायचे आणि किती करायचे याचे निर्णय घेतले जातात. नफ्याच्या उद्दिष्टाने प्रेरित झालेले उत्पादक कमीत कमी खर्चात उत्पादन करण्याचा प्रयत्न करतात. त्याच वेळी ते उत्पादन विकून जास्तीत जास्त किती प्राप्ती होऊ शकेल हेही पाहिले जाते. खर्च आणि प्राप्ती यांच्यामधील अंतर महत्तम होईल. म्हणजेच नफा महत्तम होईल. ती उत्पादन पातळी निश्चित केली जाते. यातून उत्पादन किती करायचे या प्रश्नाचे उत्तर मिळते. ही संपूर्ण प्रक्रिया हा अंशलक्षी अर्थशास्त्राचा अभ्यासविषय आहे.

वस्तूंच्या बाजाराबरोबर घटकांच्या बाजाराचा विचारही अंशलक्षी अर्थशास्त्रात केला जातो. म्हणूनच खंड, वेतन, नफा आणि व्याज यांचा अभ्यास करतो. तेव्हा उत्पादन कोणासाठी करायचे या प्रश्नाचे उत्तरच आपण देत असतो.

दुर्मीळता या वास्तवामुळे सर्व प्रकारचे अपव्यय टाळून उत्पादक साधनांचा चांगल्यात चांगला उपयोग कसा होईल हे पाहणे महत्त्वाचे ठरते. प्रा. लर्नर यांनी म्हटल्याप्रमाणे, ''अंशलक्षी अर्थशास्त्रात अपव्यय टाळल्यामुळे आणि सर्वांत चांगल्या पद्धतीने उत्पादन संघटित न केल्यामुळे उद्‌भवणारी अकार्यक्षमता नाहीशी करणे याची खबरदारी आपल्याला घ्यावी लागते. अशा प्रकारची अकार्यक्षमता उत्पादन आणि उपभोग यांच्या प्रचलित संरचनेत असते तेव्हा त्या संरचनेत बदल करून आज उत्पादित होत असलेल्या एखाद्या दुर्मीळ वस्तूत घट न करता दुसऱ्या एखाद्या दुर्मीळ वस्तूत वाढ करता येते अथवा आज मिळणाऱ्या वस्तूच्या ऐवजी अधिक चांगली वस्तू मिळेल अशी फेररचना करता येते. अंशलक्षी आर्थिक सिद्धान्त हे अकार्यक्षमता नाहीशी करून कार्यक्षमता साधण्याच्या अटी आणि त्या प्रस्थापित करण्याचे मार्ग स्पष्ट करते. लोकांच्या राहणीमानाचा दर्जा उंचावण्याच्या दृष्टीने या 'पॅरेटो-पर्याप्त' अटी फारच महत्त्वाच्या ठरतात.''

अशा तऱ्हेने, या प्रकरणाच्या प्रारंभी उल्लेखिलेल्या सहा मूलभूत आर्थिक प्रश्नांपैकी, दुसरा म्हणजे कोणत्या वस्तूंचे आणि किती प्रमाणात उत्पादन करावयाचे हा प्रश्न, तिसरा म्हणजे या वस्तूंचे उत्पादन कसे करायचे, चौथा म्हणजे या उत्पादनाची वाटणी कशी करायची हा प्रश्न आणि पाचवा म्हणजे उत्पादन आणि वाटणी या क्रिया सर्वांत कार्यक्षम पद्धतीने केल्या जातात का ? हा प्रश्न, हे सर्व अंशलक्षी अर्थशास्त्राच्या कक्षेतील प्रश्न ठरतात.

अंशलक्षी अर्थशास्त्राच्या मर्यादा स्पष्ट केल्यावरदेखील हे लक्षात ठेवणे आवश्यक आहे की, अंशलक्षी अर्थशास्त्राचा अभ्यासविषयाचा समग्रलक्षी अर्थशास्त्राच्या अभ्यासविषयाशी संबंध राहतोच. या प्रकरणाच्या या आधीच्या विभागात याची चर्चा आलेलीच आहे. उदाहरणार्थ, एखादी व्यवसायसंस्था अथवा उद्योग अथवा कुटुंब यांचा समतोल ढळल्यास त्याचा परिणाम संपूर्ण अर्थव्यवस्थेवर होतो. तसेच पुन्हा समतोल प्रस्थापित होण्याची जी प्रक्रिया सुरू होते तिचेही परिणाम संपूर्ण अर्थव्यवस्थेवर होतात. किंबहुना अर्थव्यवस्थेच्या विविध क्षेत्रांमधील परस्परसंबंध आणि त्यांच्या परस्परांवरील क्रिया-प्रतिक्रिया यांचाच तपशीलवार अभ्यास अंशलक्षी अर्थशास्त्रात केला जातो. म्हणूनच खऱ्या अर्थाने हा अर्थव्यवस्थेचा सूक्ष्म अभ्यास असतो. अंशलक्षी अर्थशास्त्राची व्याप्ती सारांशाने पुढील तक्त्यावरून स्पष्ट होईल.

तक्ता क्र. 1.1 : अंशलक्षी अर्थशास्त्राची व्याप्ती

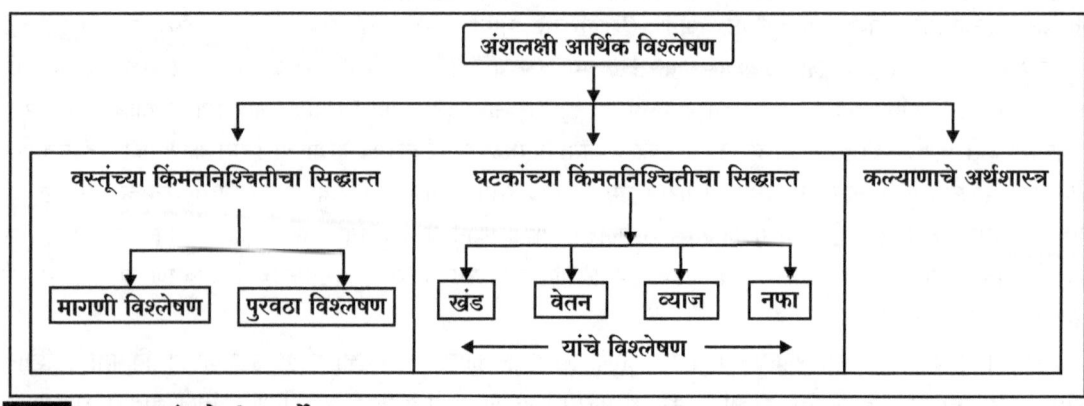

(अ) बाजारयंत्रणेची कार्ये (Functions of Market Mechanism)

अंशलक्षी अर्थशास्त्राच्या वरील तक्त्यात दर्शविलेल्या तीन शाखांपैकी पहिल्या दोन शाखांचा संबंध वस्तूंचा आणि घटकांचा बाजार यांच्याशी असून तिसरीचा संबंध या दोन बाजारांच्या कार्यक्षम कार्यवाहीच्या अटी स्पष्ट करण्याशी आहे. यातील तिसरी शाखा आपल्या अभ्यासक्रमाबाहेरील आहे. कारण 'कल्याणाचे अर्थशास्त्र' या नावाने ओळखल्या जाणाऱ्या या अभ्यासात दोन्ही बाजारांचे प्रगत विश्लेषण अंतर्भूत असते. वस्तू आणि घटक यांच्या बाजारांचा अभ्यास म्हणजे खऱ्या अर्थाने बाजारयंत्रणेचाच अभ्यास असतो. कारण दोन्हीकडे मागणी-पुरवठ्याच्या आंतरक्रिया आणि त्यांच्या लवचीकता यांच्या आधारावरच या बाजारांचे कार्य अभ्यासावे लागते. म्हणूनच बाजारयंत्रणेचा अधिक बारकाईने अभ्यास करणे अगत्याचे आहे.

बाजारयंत्रणेची कार्यपद्धती यथार्थपणे लक्षात येण्यासाठी ही यंत्रणा ज्या चौकटीत काम करते ती चौकट लक्षात घेणे जरुरीचे आहे. बाजारयंत्रणेला लाभलेली ही चौकट खुल्या बाजारावर आधारलेल्या अर्थव्यवस्थेची असते. अशा अर्थव्यवस्थेत पुढील संस्था आणि गृहीते अंतर्भूत असतात.

(1) खासगी मालमत्ता (Private Property) : बाजार अर्थव्यवस्थेत उत्पादनाची साधने म्हणजेच उत्पादनाचे घटक अथवा दुर्मीळ अशी साधनसंपत्ती यांची मालकी खासगी व्यक्ती अथवा संस्था यांच्याकडे असते. मालमत्तेच्या या खासगी हक्कामुळे आणि मालमत्तेचा कायदेशीर विनियोग करण्याच्या व्यक्ती आणि संस्था यांना असणाऱ्या स्वातंत्र्यामुळे दुर्मीळ आर्थिक साधनांचे नियंत्रण करणे, त्यांना कामावर घेणे अथवा त्यांचा हवा तसा खर्च/उपयोग करणे हे खासगी व्यक्ती आणि संस्था यांना शक्य होते. मृत्यूनंतर खासगी मालमत्ता कोणाला मिळावी हे ठरविण्याचा अधिकारही व्यक्तींना असल्याने खासगी मालमत्ता ही संस्था पिढ्यान्‌पिढ्या चालू राहते. अर्थात मालमत्तेच्या या स्वातंत्र्यावर लोकहितार्थ काही मर्यादा घातल्या जातात. तसेच अपवाद म्हणून काही बाबतीत सार्वजनिक मालकीचा अंगीकारही केला जातो. परंतु खासगी मालमत्तेचे अस्तित्व हे बाजार अर्थव्यवस्थेचे एक मूलभूत वैशिष्ट्य म्हणून महत्त्वाचे असते.

(2) उद्योजनाचे स्वातंत्र्य (Freedom of Enterprise) : बाजारयंत्रणेच्या अनिर्बंध कार्यासाठी खासगी मालमत्तेबरोबरच उद्योजनाचे स्वातंत्र्यही आवश्यक असते. उद्योजनाच्या स्वातंत्र्याचा अर्थ असा की, प्रत्येक व्यवसायसंस्थेला उत्पादनाची दुर्मीळ साधने मिळविण्याचे आणि त्यांना संघटित करण्याचे तसेच हवे ते उत्पादन करण्याचे स्वातंत्र्य असते. केलेले उत्पादन आपल्या पसंतीच्या बाजारात नेण्याचे स्वातंत्र्यदेखील व्यवसायसंस्थेला असते, असेही गृहीत धरले जाते. दुसऱ्या शब्दात, एखाद्या उद्योगात प्रवेश करण्याचे अथवा एखाद्या उद्योगातून बाहेर पडण्याचे उत्पादनसंस्थेचे स्वातंत्र्य येथे अभिप्रेत आहे. अन्य उत्पादकांनी यामध्ये अडथळे आणता कामा नयेत अथवा सरकारची कोणतीही बंधने व्यवसायसंस्थेच्या या प्रवेश आणि निर्गमनावर असता कामा नयेत.

(3) निवडीचे स्वातंत्र्य (Freedom of Choice) : उद्योजनाच्या स्वातंत्र्याशी निगडित असलेले आणखी एक गृहीत म्हणजे निवडीचे स्वातंत्र्य हे होय. चलनी भांडवल आणि सर्व प्रकारची मालमत्ता यांच्यासह उत्पादनाच्या घटकांच्या मालकांना त्या-त्या घटकांचा अथवा साधनांचा त्यांना योग्य वाटेल त्या पद्धतीने विनियोग करण्याचे स्वातंत्र्य हे निवडीच्या स्वातंत्र्यात अभिप्रेत असते. शारीरिक आणि मानसिकदृष्ट्या ज्या प्रकारच्या कामासाठी ते पात्र असतील अशा कोणत्याही कामाची निवड करण्याचे स्वातंत्र्य श्रमिकांना असते. उद्योजनाच्या स्वातंत्र्याने उत्पादकांना स्वातंत्र्य बहाल केलेले असतेच. तसेच स्वातंत्र्य उपभोक्त्यांनाही मिळणे आवश्यक असते. म्हणून आपल्या गरजांच्या पूर्तीसाठी सर्वांत चांगला वाटेल असा कोणताही वस्तू आणि सेवा यांचा समुच्चय खरेदी करण्याचे स्वातंत्र्य उपभोक्त्यांना आहे असाही निवडीच्या स्वातंत्र्याचा अर्थ असतो. हे स्वातंत्र्य अर्थातच उपभोक्त्यांच्या उत्पन्नाच्या मर्यादितच उपलब्ध होऊ शकते, जसे उत्पादक घटकांच्या मालकांचे स्वातंत्र्य त्यांच्या साधनसंपत्तीच्या मालकीने म्हणजेच किती साधने त्यांच्या मालकीची आहेत या वस्तुस्थितीने मर्यादित असते. उपभोक्त्यांना मिळणारे स्वातंत्र्य हे बाजार अर्थव्यवस्थेच्या वैशिष्ट्यांपैकी सर्वांत महत्त्वाचे वैशिष्ट्य मानले जाते. कारण स्वतःचे हित सांभाळण्याच्या दृष्टीने उत्पादकांना उपभोक्त्यांच्या इच्छांचा मान राखावा लागतो. या अर्थाने बाजार अर्थव्यवस्थेतील उपभोक्त्यांचे स्थान हे मोक्याचे असते आणि म्हणूनच उपभोक्ता अशा अर्थव्यवस्थेत सार्वभौम असतो असे म्हटले जाते. अर्थव्यवस्थेने करावयाचे उत्पादन आणि उत्पादक साधनांच्या मालकांनी घ्यावयाचे निवडीचे स्वातंत्र्य यांच्या सीमारेषा आखण्याचे काम उपभोक्ता करीत असतो. दुसऱ्या शब्दांत उत्पादक घटकांचे मालक आणि व्यवसायसंस्था यांना उपभोक्त्यांना नको असलेल्या वस्तूंचे उत्पादन करण्याचे स्वातंत्र्य नसते.

(4) स्वार्थ प्रेरणा (Pursuit of Self-interest) : बाजार अर्थव्यवस्था ही स्वभावतः व्यक्तिनिष्ठ असते. व्यक्ती ही या प्रणालीचा केंद्रबिंदू असते. स्वाभाविकपणेच व्यक्तीला कार्यप्रवृत्त करणारी प्रेरक शक्ती म्हणजे व्यक्तीचा स्वार्थ होय. स्वतःच्या स्वार्थाच्या अथवा हिताच्या दृष्टीने सर्वांत चांगल्या वाटणाऱ्या मार्गाचाच अवलंब प्रत्येक आर्थिक एकक करीत असते. उत्पादक अथवा उत्पादनसंस्था आपला जास्तीत जास्त म्हणजेच महत्तम नफा करण्याचा प्रयत्न करतात. जेव्हा एखाद्या विशिष्ट परिस्थितीत तोटा अपरिहार्य होतो तेव्हा तो कमीत कमी म्हणजे किमान कसा होईल हे पाहिले जाते. मालमत्तारूपी साधने विकताना अथवा भाड्याने देताना ती साधने जास्तीत जास्त किमतीला देण्याचा त्या साधनांच्या मालकांचा प्रयत्न असतो. कामाचा शारीरिक आणि मानसिक ताण आणि कामाची प्रियता अथवा अप्रियता दिलेली असताना त्या कामाचा जास्तीत जास्त मोबदला मिळविण्याचा प्रयत्न कामगार करतात. उलटपक्षी, उत्पन्न सारखेच असेल तर सोप्यात सोपे आणि कमीत कमी अप्रिय (किंवा जास्तीत जास्त आनंददायी) असे काम ते निवडतात. त्याचप्रमाणे एखादी वस्तू कमीत कमी किमतीला खरेदी करण्याचा उपभोक्त्यांचा प्रयत्न असतो. आपल्या पैशाच्या विवक्षित खर्चातून महत्तम समाधान मिळविणे हे त्यांचे उद्दिष्ट असल्याने त्यांना असे करावे लागते. सारांश, आपले निवडीचे स्वातंत्र्य व्यक्त करताना सर्व आर्थिक एकके स्वार्थ प्रेरणेतून कार्य करीत असतात. अर्थशास्त्राला मूलभूत असणारे तारतम्याचे गृहीतच मुळी स्वार्थ प्रेरणेच्या गृहीतावर आधारलेले असते. स्वार्थाच्या प्रेरणेने अर्थव्यवस्थेला दिशा आणि तर्कसंगती मिळते. स्वार्थप्रेरणा नसती तर निवडीचे स्वातंत्र्य असणाऱ्या लक्षावधी एककांच्या (उत्पादनसंस्था, उत्पादक साधनांचे मालक आणि कुटुंबे यांच्या) निर्णयांतून गोंधळ आणि अराजक निर्माण झाले असते.

(5) स्पर्धा (Competition) : अर्थशास्त्रज्ञांच्या दृष्टीने स्पर्धा ही पुढील दोन वैशिष्ट्यांनी युक्त असावी लागते.

(अ) ग्राहक आणि विक्रेते यांची प्रचंड संख्या : कोणत्याही वस्तूच्या अथवा घटकाच्या बाजारात स्वतंत्रपणे वावरणाऱ्या आणि निर्णय घेणाऱ्या ग्राहकांची आणि विक्रेत्यांची संख्या जेव्हा प्रचंड असते तेव्हा अर्थव्यवस्थेच्या वैयक्तिक एककांमध्ये आर्थिक सत्ता विभागली जाईल याची हमी मिळते. अर्थव्यवस्था ही व्यवसायसंस्था आणि उपभोगसंस्था (कुटुंबे) यांची मिळून बनलेली असते आणि या दोन्ही प्रकारच्या संस्थांची संख्या जेव्हा फार मोठी असते तेव्हा कोणत्याही वस्तूच्या मागणी-पुरवठ्यात बदल करून बाजारातील किमतीवर प्रभाव पाडणे व्यक्तिशः कोणत्याही एका संस्थेला शक्य होत नाही. म्हणूनच स्वार्थाची प्रेरणा असूनदेखील वैयक्तिक पातळीवर प्रत्येक विक्रेत्याला आणि ग्राहकाला बाजाराचा निर्णय शिरसावंद्य मानावा लागतो. अशा तऱ्हेने स्पर्धा ही बाजारातील नियंत्रकाचे काम करीत असते.

(ब) प्रवेश आणि निर्गमनचे स्वातंत्र्य : बाजार अर्थव्यवस्थेचे मूलभूत गृहीत म्हणून ज्याचा आपण उल्लेख केला ते प्रवेशाचे आणि निर्गमनाचे स्वातंत्र्य स्पर्धेला अभिप्रेत असते. अर्थव्यवस्था कार्यक्षम राहण्यासाठी ती लवचीक असणे आवश्यक असते आणि प्रवेश निर्गमनाच्या स्वातंत्र्यामुळे अर्थव्यवस्थेला अशी लवचीकता प्राप्त होते. उपभोक्त्यांच्या अभिरुचीतील बदल अथवा तंत्र स्थितीतील बदल किंवा उत्पादक घटकांच्या पुरवठ्यातील बदल यांच्याशी अर्थव्यवस्थेला जुळवून घ्यावे लागते आणि त्यासाठी प्रवेश निर्गमनाचे स्वातंत्र्य आवश्यक असते.

(6) बाजार आणि किमती (Market and Prices) : खासगी मालमत्तेचा हक्क, उद्योजनाचे आणि निवडीचे स्वातंत्र्य आणि स्वार्थप्रेरणा ही बाजार अर्थव्यवस्थेची मूलभूत वैशिष्ट्ये आहेत. परंतु अशा अर्थव्यवस्थेतील सुसूत्रीकरणाची यंत्रणा म्हणजे बाजारातील किमतीची प्रणाली ही असते. वस्तू आणि घटक यांच्या बाजारातील किमतीची मिळून एक प्रणालीच सिद्ध होत असते. ही प्रणाली कशातून सिद्ध होते ? वस्तू आणि घटक यांच्या बाजारातील मागणी आणि पुरवठ्याच्या बाजूंना ग्राहक आणि विक्रेते यांच्या निवडी नोंदविल्या जातात. ग्राहकांच्या नोंदी घेऊन येणारी मागणीची बाजू आणि विक्रेत्यांच्या नोंदी घेऊन येणारी पुरवठ्याची बाजू यांच्या आंतरक्रियेतून वस्तू आणि घटक यांच्या किमतींचीही प्रणाली सिद्ध होते. आपापल्या स्वार्थाने प्रेरित झालेल्या उपभोक्त्यांना, उद्योजकांना आणि उत्पादक-घटकांच्या मालकांना निवड करण्यास आणि निवडीत फेरफार करण्यास यात किमतीचे मार्गदर्शन होते. बाजार अर्थव्यवस्थेचा नियंत्रक म्हणून जशी स्पर्धा काम करते तशी संघटक शक्ती म्हणून करावे लागणारे जे कार्य आहे ते बाजार आणि किमती यांच्यामार्फत केले जाते. किंमतयंत्रणा म्हणजे एक अतिशय गुंतागुंतीची अशी संदेशवहन व्यवस्था असते. ही व्यवस्था व्यक्तींनी स्वतंत्रपणे केलेल्या असंख्य निवडी परस्परांशी तोलण्याचे, त्यांचे संकलन करून त्यांचा सारांश काढण्याचे आणि त्याची नोंद करण्याचे कार्य करीत असते. ही व्यवस्था एखाद्या टेलिफोन एक्सचेंजसारखी असते. अर्थव्यवस्थेने कशाचे उत्पादन करावे या संबंधीचा आपला निर्णय समाज या व्यवस्थेतून घोषित करीत असतो. उत्पादन किती आणि कसे करावे, त्याचप्रमाणे उत्पादनाची वाटणी कशी व्हावी हे निर्णयदेखील याच व्यवस्थेतून घोषित होतात. या निर्णयाचे पालन होईल याची हमी पारितोषिक आणि शिक्षा यांच्या व्यवस्थेतून मिळते. बाजारयंत्रणेच्या आदेशांचे जे पालन करतात त्यांना पारितोषिक मिळते आणि या आदेशांच्या जे विरुद्ध वागतात त्यांना शिक्षा होते.

(7) इतर वैशिष्ट्ये (Other Characteristics) : वरील मूलभूत गृहीते आणि संस्था यांच्या व्यतिरिक्त अन्य काही वैशिष्ट्ये पुढीलप्रमाणे सांगता येतील.

(अ) शासनाचा मर्यादित कार्यभाग : बाजार अर्थव्यवस्थेच्या अभिजात संकल्पनेत शासनाचा कार्यभाग हा कमीत कमी गृहीत धरण्यात आलेला होता. हे गृहीत मुख्यत्वे बाजारयंत्रणेच्या स्वयंचलिततेला धरून असल्याने स्वाभाविक होते. आपणही प्रारंभी तरी हे गृहीत मानून चालू आणि पुढे आपले विश्लेषण अधिक वास्तववादी करण्याच्या दृष्टीने या गृहीतात फेरबदल करू.

(ब) प्रगत तंत्रज्ञान आणि भांडवली वस्तूंचे प्राबल्य : स्पर्धा, निवडीचे स्वातंत्र्य आणि स्वार्थप्रेरणा यांच्यामुळे तांत्रिक प्रगती आणि भांडवलप्रधान उत्पादन यांच्या मागे धावण्याची उद्योजकांची प्रवृत्ती दिसून येते. तांत्रिक प्रगती आणि उत्पादनाची भांडवलप्रधानता ही वैशिष्ट्ये यातूनच उदयाला आलेली आहेत.

(क) विशेषीकरण : विशेषीकरणाचा अवलंब केला जातो, कारण - (1) त्यामुळे व्यक्तींमधल्या क्षमता आणि कौशल्ये यांतील भिन्नतेचा लाभ घेता येतो. (2) तेच-तेच काम सातत्याने केल्यामुळे कौशल्यात वाढ घडवून आणता येते. (3) कामाच्या एका ठिकाणाहून दुसऱ्या ठिकाणी जाण्यासाठी खर्च होणारी शक्ती आणि वेळ यांचा अपव्यय टाळता येतो. विशेषीकरण हे जसे वैयक्तिक पातळीवर केले जाते तसेच प्रादेशिक पातळीवरही केले जाते.

(ड) पैशाचा वापर : सर्व अर्थव्यवस्थेत पैशाचा वापर केला जातो. पैशाने बाजारयंत्रणेचे कार्य सोपे होते. कारण पैसा अनेक कार्ये करतो. मुख्यतः विनिमयाचे माध्यम, मूल्यसंचयाचे साधन, मूल्याचा मानदंड आणि विलंबित देणी देण्याचे साधन ही कार्ये या संदर्भात विशेष महत्त्वाची आहेत. वर चर्चिलेली सर्व गृहीते आणि संस्था यांतून बाजारयंत्रणा कोणत्या मंचावर कार्ये करीत असते ते समजते. आता आपण प्रत्यक्ष बाजारयंत्रणेच्या प्रतिमानाचा विचार करणार आहोत.

(आ) आर्थिक व्यवहारांचा चक्राकार प्रवाह (Circular Flow of Economic Activity)

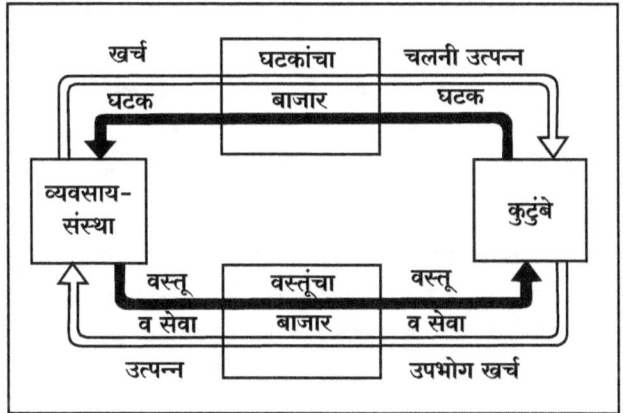

आकृती क्र. 1.4 : घटकांचा आणि वस्तूंचा बाजार

आकृती क्र. 1.4 वरून पैशावर आधारलेल्या अर्थव्यवस्थेतील बाजारयंत्रणेचे कार्य स्पष्ट होईल. घटकांची भूमी, भांडवल, श्रम आणि उद्योजक यांचा पुरवठा करणारी कुटुंबे घटकांच्या बाजारात हा पुरवठा करतात आणि त्याच बाजारात ठरणाऱ्या (खंड, व्याज, वेतन आणि नफा या) किमतीतून व्यवसायसंस्थांकडून चलनी उत्पन्न मिळवितात. घटक बाजारात ठरणाऱ्या किमतींना उत्पादनसंस्था त्यांना हव्या असणाऱ्या घटकांची खरेदी करतात. व्यवसायसंस्थांनी घटकांना दिलेला मोबदला हा त्यांच्या दृष्टीने खर्च असतो तर कुटुंबांच्या दृष्टीने उत्पन्न असते. घटकांच्या बाजारातून कुटुंबाकडे जाणारा चलनी उत्पन्नाचा प्रवाह किती मोठा असेल हे कुटुंबांनी पुरविलेल्या घटकांचे परिमाण आणि त्या घटकांच्या किमती यांवर अवलंबून असते. आकृतीच्या खालील भागात वस्तूंच्या बाजारामार्फत, त्या बाजारात ठरलेल्या किमतींना, व्यवसायसंस्थांकडून कुटुंबांना होणारा वस्तू आणि सेवा यांचा पुरवठा दर्शविला आहे. वस्तूंच्या बाजारातून जाणारा कुटुंबांचा उपभोग खर्च ही उत्पादनसंस्थांची प्राप्ती असते. उपभोगाचा हा प्रवाह किती मोठा असेल हे उपभोक्त्यांनी खरेदी केलेल्या वस्तू आणि सेवांचे परिमाण आणि त्यांच्या किमती यावरूनच ठरते. थोडक्यात, बाजारयंत्रणेचे दोन भाग करता येतात. एक घटकांचा बाजार आणि दुसरा म्हणजे वस्तूंचा बाजार घटकांच्या बाजारात व्यवसायसंस्था मागणीच्या बाजूला असतात तर उत्पादन घटकांचा पुरवठा करणारी कुटुंबे पुरवठ्याच्या बाजूला असतात. वस्तूंच्या बाजारात ही स्थिती उलटी होते. येथे उद्योगसंस्था पुरवठ्याच्या बाजूला असतात. अशा रीतीने दोन्ही आर्थिक एकके ग्राहक आणि विक्रेते अशी दुहेरी भूमिका बजावत असतात. जाता-जाता हेही लक्षात ठेवणे आवश्यक आहे की, कुटुंबे आणि व्यवसायसंस्था या दोहोंनाही दुर्मीळतेच्या मर्यादांमध्ये राहूनच निर्णय घ्यावे लागतात. उत्पन्नाच्या मर्यादा लक्षात घेऊन उपभोक्त्यांना वस्तू आणि सेवांची खरेदी करावी लागते. तसेच साधनांची अथवा घटकांची दुर्मीळता लक्षात घेऊनच व्यवसायसंस्थांना वस्तू आणि सेवांचे उत्पादन करावे लागते.

किंमतयंत्रणेच्या या वर्तुळाकार प्रवाह-प्रतिमानाच्या काही मर्यादा लक्षात ठेवणे आवश्यक आहे. व्यावसायिक क्षेत्रातील अंतर्गत देवाण-घेवाणींची म्हणजेच व्यवसायसंस्थांनी परस्परांमध्ये केलेल्या विनिमय व्यवहारांची नोंद येथे घेतलेली नाही.

उदाहरणार्थ : 1. कापड विणणारी गिरणी ही सूत कातणाऱ्या गिरणीकडून सूत विकत घेते. हा व्यावसायिक क्षेत्रातील अंतर्गत विनिमय व्यवहार आहे, असे व्यवहार वरील प्रतिमानात प्रतिबिंबित झालेले नाहीत.

2. विनिमय व्यवहारांचा तपशिलातील फरक येथे विचारात घेतलेला नाही.

3. बाजाराबाहेरील आणि पैशाशिवाय होणाऱ्या विनिमय व्यवहारांचीही दखल घेण्यात आलेली नाही. उदाहरणार्थ, स्वयंरोजगार असणाऱ्यांनी केलेले श्रम, तसेच वस्तुविनिमयाचे व्यवहार येथे विचारात घेतलेले नाहीत.
4. सरकारचा कार्यभागही येथे विचारात घेतलेला नाही.
5. येथे उत्पन्न आणि खर्च यांची समानता गृहीत धरलेली आहे. याचाच अर्थ उत्पादन आणि रोजगार स्थिर मानलेले आहेत.
6. घटक आणि वस्तू यांच्या किमती दिलेल्या आहेत असे मानण्यात आलेले आहे. या किमती कशा ठरतात यांचा विचार येथे केलेला नाही.

वरील मर्यादा म्हणजे या प्रतिमानाचे दोष आहेत असे मानण्याचे कारण नाही. वस्तुतः अभ्यासाच्या सोईसाठी मुद्दामच साध्या स्वरूपात हे प्रतिमान तयार केलेले असून याच्या आधारे वस्तूंचा बाजार आणि घटकांचा बाजार या दोहोंमधील संबंध स्पष्ट व्हावा. तसेच उत्पन्न खर्च आणि घटक उत्पादन या प्रवाहाची रूपरेषा स्पष्ट व्हावी हा येथे उद्देश आहे. मर्यादा लक्षात ठेवणे महत्त्वाचे आहे. कारण पुढे तपशिलाने अभ्यास करताना एकेक मर्यादा काढून टाकण्याचे काम अंशलक्षी अर्थशास्त्रात आपल्याला करावयाचे आहे.

बाजारयंत्रणेचा या प्रतिमानात उपभोक्ते आणि घटकांचा पुरवठा करणारे या दुहेरी भूमिकेतून कुटुंबापुढे असणाऱ्या निवडपर्यायांचे चित्र उमटले आहे. तसेच उत्पादन घटकांची मागणी करणारे आणि वस्तू आणि सेवांचा पुरवठा करणारे या दुहेरी भूमिकांतून उत्पादनसंस्थांसमोर असणारे पर्यायही येथे स्पष्ट होतील. दोन्ही बाजारात दुर्मीळतेवर आधारलेली आणि पर्यायितेने नियंत्रित झालेली निवड हाच मुख्य गाभा आहे. उत्पादक साधने दुर्मीळ असल्याने त्यांचा उपयोग कसा करावयाचा याची निवड उत्पादकांना करावी लागते आणि परिणामी त्यांनी उत्पादित केलेल्या वस्तूही दुर्मीळ ठरतात. दुर्मीळ साधनांचा पुरवठा करणाऱ्या उपभोक्त्यांचे उत्पन्नही दुर्मीळच ठरते आणि म्हणून त्यांना वस्तू आणि सेवा खरेदी करताना निवड करावी लागते. घटक आणि वस्तू या दोहोंचे अनेक पर्यायी उपभोग संभवतात. उपभोक्त्यांच्या गरजा विविध पर्यायी मार्गांनी तृप्त होऊ शकतात. तसेच उत्पादक साधनांचेही अनेक पर्यायी उपयोग संभवतात. एखादी वस्तू तुलनेने अधिक दुर्मीळ होते तेव्हा दुर्मीळतेचा निदर्शक म्हणून काम करणारी त्या वस्तूची किंमत वाढते. आता महाग झालेल्या या वस्तूंच्या ऐवजी इतर स्वस्त वस्तूंचा पर्याय ग्राहकांनी स्वीकारावा या दृष्टीने दिलेला हा एक इशाराच असतो. अधिक दुर्मीळ (आणि किमती) वस्तूऐवजी कमी दुर्मीळ (आणि स्वस्त) वस्तू पर्याय म्हणून स्वीकारल्यामुळे दुर्मीळतेची तीव्रता कमी होते. उत्पादक घटकांच्या बाबतीतही दुर्मीळतेचे बंध कमी करण्याचे काम पर्यायिता करीत असते.

(इ) संसाधनांची वाटणी (Allocation of Resources)

संसाधनांची अथवा उत्पादक घटकांची वाटणी हे बाजारयंत्रणेचे एक प्रमुख कार्य असते. संसाधने दुर्मीळ असतात आणि त्यांचे अनेक पर्यायी उपयोगही संभवतात. म्हणून त्यांचा विनियोग शहाणपणाने आणि काटकसरीने करावा लागतो. उपलब्ध साधनांचा योग्य उपयोग करणे हा शहाणपणाचा भाग आहे तर त्यांचा सर्वाधिक कार्यक्षमतेने विनियोग करणे हे काटकसरीच्या दृष्टीने आवश्यक असते. वस्तूंच्या उत्पादनासाठी कराव्या लागणाऱ्या संसाधनांच्या वाटणीची ही गुरुकिल्ली आहे.

संसाधनांच्या वाटणीचा प्रश्न म्हणजेच उत्पादन कशाचे करावयाचे हे ठरविण्याचा प्रश्न असतो. अर्थव्यवस्थेने वस्तू आणि सेवांचा योग्य समुच्चय उत्पादनासाठी निवडावा अशी अपेक्षा असते. उत्पादन कशाचे करावयाचे ? गहू, तांदूळ इत्यादी आवश्यक वस्तूंचे की रंगीत दूरदर्शन-संचांचे ? दूध, भाजीपाला आणि प्राणरक्षक औषधे यांच्याबरोबरच तंबाखू, दारू आणि पोटॅशियम सायनाइड यांचेही उत्पादन अर्थव्यवस्थेने करावे काय ? कशाचे उत्पादन घ्यावे ? या प्रश्नाबरोबरच किती प्रमाणात उत्पादन घ्यावे हा प्रश्नही संसाधनांच्या वाटणीच्या संदर्भात महत्त्वाचा असतो. आपली अर्थव्यवस्था ज्या वस्तूंचे उत्पादन करणार त्या वस्तूंमध्ये प्रत्येक वस्तूचे परिमाण किती असावे ? अन्नधान्यांचे उत्पादन किती असावे ? आणि दारूगोळ्याचे उत्पादन किती असावे ?

वस्तू आणि घटक यांच्या किमती निर्धारित करण्याचे काम बाजारयंत्रणा करते. उत्पादक महत्तम नफा मिळविण्यासाठी उत्पादन करीत असतात. ज्या वस्तू नफा मिळवून देतील अशा वस्तूंचेच उत्पादन ते करतात आणि ज्यांच्यामुळे तोटा होईल असे उत्पादन करण्याचे ते टाळतात. आपल्या एकूण प्राप्तीचा हिशेब मांडण्यासाठी लागणारी किमतींची आकडेवारी बाजारयंत्रणेतून उत्पादकांना उपलब्ध होते. घटकांच्या किमतींवरून खर्चाचा अंदाज बांधण्यासाठी लागणारी आकडेवारी उपलब्ध होते. प्राप्ती आणि खर्च यांतील फरक म्हणजे नफा असल्याने खर्च दिलेला असल्यास प्राप्ती जितकी जास्त तितके त्या वस्तूचे उत्पादन वाढते. उत्पादन वाढविण्यासाठी संसाधनांचे स्थानांतर आवश्यक ठरते. कमी किफायतशीर अथवा तोट्यात चालणाऱ्या व्यवसायसंस्थांमधून उत्पादक घटक किफायतशीर अथवा नफ्यात चालणाऱ्या व्यवसायसंस्थांकडे स्थानांतरित होतात. अशा रीतीने नफ्यामुळे उद्योगाचा विस्तार होतो तर तोट्यामुळे संबंधित उद्योगाचा ऱ्हास होतो. या प्रक्रियेतूनच वस्तू आणि सेवा यांचा योग्य समुच्चय आपल्याला मिळतो.

कोणता समुच्चय योग्य आहे हे कोणी ठरवायचे ? योग्य त्याच वस्तू आणि सेवांचे आणि योग्य त्या प्रमाणात उत्पादन होईल हे ठरविण्याचे कार्य उपभोक्ते करीत असतात. निवडीचे स्वातंत्र्य असल्याने उपभोक्त्यांना ज्या वस्तूंची गरज असते त्याच वस्तूंची ते मागणी करतात. स्वतःजवळची संसाधने विकून त्यांना उत्पन्न मिळालेले असते आणि ते खर्च करण्याचे स्वातंत्र्य त्यांना असते. उपभोक्त्याने खर्च केलेला प्रत्येक रुपया म्हणजे त्याने निवडलेल्या वस्तूला दिलेले मतच असते. अशा सर्व मतांची नोंद वस्तूंच्या बाजारातील मागणीच्या बाजूला होते. एखाद्या वस्तूच्या बाजूने पडणारी मते जितकी जास्त तितकी त्या वस्तूची किंमत जास्त आणि तितकाच नफा मिळण्याचा संभवही जास्त. म्हणूनच उत्पादनासाठी ती वस्तू निवडली जाते. याउलट, कमी मते असलेली दुसरी एखादी वस्तू उत्पादकांना तोट्यात घालणारी ठरते आणि म्हणून या निवडणुकीत ती पराभूत होते. संसाधनांची वाटणी आणि उत्पादन करावयाच्या वस्तूंची निवड यात उपभोक्त्यांच्या रुपयाच्या रूपातील मतांचे स्थान हे असे महत्त्वाचे असते. याचसाठी बाजार अर्थव्यवस्थेतील उपभोक्ता हा राजा असतो असे म्हटले जाते.

पूर्वी म्हटल्याप्रमाणे उत्पादनसंस्थांना मिळणारे स्वातंत्र्य हे अनिर्बंध असते. वरील विवेचनावरून हे स्पष्ट होते की, उत्पादकांचे स्वातंत्र्य हे उपभोक्त्यांच्या निवडींनी सीमित केलेले असते. उपभोक्त्यांच्या निवडींशी जुळतील अशाच उत्पादनाच्या निवडी व्यवसायसंस्थांना पत्कराव्या लागतात. ज्या व्यवसायसंस्था हे करतात त्यांना नफा होतो. ज्या व्यवसायसंस्था उपभोक्त्यांचा हा निवाडा जुमानत नाहीत त्यांना तोटा होतो. संसाधनांचा पुरवठा करणारे म्हणून कुटुंबांना असणारे स्वातंत्र्यही असेच सीमित असते. संसाधनांची मागणी ही अप्रत्यक्ष असते. म्हणजेच या संसाधनातून ज्या वस्तू आणि सेवांची निर्मिती होते त्यांच्या मागणीवरून या संसाधनांची मागणी ठरत असते. वैद्यकीय सेवांची मागणी असते तेव्हा डॉक्टर आणि परिचारिका, दवाखाने आणि औषधीद्रव्ये यांनाही मागणी असते. किंमतयंत्रणेच्या मार्गदर्शनाखाली उपभोक्त्यांना ज्या वस्तू हव्या असतात त्यांचे उत्पादन करण्याचे काम व्यवसायसंस्था करतात आणि त्यासाठी त्या संसाधनांची मागणी करतात. संसाधनांना पुरवठा करणाऱ्या भूमिकेतून कुटुंबांना असणारे स्वातंत्र्यही कसे मर्यादित असते हे आता स्पष्ट होईल. उपभोक्त्यांना नको असलेल्या वस्तूंचे उत्पादन जे उत्पादन करतात त्यांनाच आम्ही आमचे उत्पादक घटक पुरवू असे कुटुंबांना म्हणता येत नाही. कारण असे उत्पादक बाजारात टिकूच शकत नाहीत.

सारांश, उपलब्ध संसाधनांचा योग्य उपयोग होईल अशी व्यवस्था पुढील प्रकारे केली जाते. वस्तूच्या बाजारातील मागणीच्या बाजूला उपभोक्ते आपली निवड नोंदवितात. आपापल्या स्वार्थाने प्रेरित झालेले उत्पादक आणि संसाधनांचा पुरवठा करणारे, उपभोक्त्यांच्या इच्छांना अनुकूल प्रतिसाद देतात. उपभोक्त्यांच्या निवडी उत्पादक आणि संसाधनांचा पुरवठा करणारे म्हणजेच व्यवसायसंस्था आणि कुटुंबे यांच्यापर्यंत पोहोचविण्याचे आणि त्यांच्याकडून योग्य तो प्रतिसाद मिळविण्याचे कार्य किंमतप्रणाली करते. अशा तऱ्हेने किंमतप्रणालीचे सुकाणू हाती असलेली बाजारयंत्रणा उपभोक्त्यांना हव्या असलेल्या वस्तूंचे उत्पादन करणाऱ्या उद्योगात संसाधने वाहून नेण्याचे कार्य करते. त्याचबरोबर उपभोक्त्यांना नको असणाऱ्या वस्तूंचे उत्पादन करणाऱ्या आणि म्हणून तोटा होणाऱ्या आणि ऱ्हास पावणाऱ्या उद्योगांतून दुर्मीळ संसाधने काढून घेण्याचे कार्यही किंमतयंत्रणाच करत असते.

संसाधनांचा सर्वाधिक कार्यक्षमतेने उपयोग होईल हे पाहणे ही या कार्याची दुसरी महत्त्वाची बाजू असते असे आपण म्हटले. संसाधनांचा उपयोग काटकसरीने होण्यासाठी हे आवश्यक असते. हे कार्य कसे होते ? याचे उत्तर दोन पातळ्यांवर द्यावे लागते -

(अ) उत्पादनाची संधी सर्वांत कार्यक्षम व्यवसायसंस्थांना दिली जावी, आणि

(ब) उत्पादनासाठी सर्वांत कार्यक्षम म्हणून निवडलेल्या अशा व्यवसायसंस्थांनी उत्पादक साधनांच्या सर्वांत योग्य अशा संयोगाचीच निवड करावी. म्हणजेच सर्वांत कार्यक्षम तंत्राची निवड अशा व्यवसायसंस्थांनी करावी.

व्यवसायसंस्थांना उपलब्ध असणाऱ्या उत्पादन तंत्रावर आर्थिक कार्यक्षमता अवलंबून असते. उपलब्ध उत्पादन तंत्र याचा अर्थ इष्ट उत्पादन मिळवून देणारे घटकांचे अथवा संसाधनांचे विविध पर्यायी संयोग असा होतो. घटकांच्या अथवा संसाधनांच्या किमतींचाही प्रभाव आर्थिक कार्यक्षमतेवर पडत असतो. दिलेल्या दर्जाच्या वस्तू कमीत कमी खर्चात देऊ शकणाऱ्या व्यवसायसंस्थांचीच निवड उत्पादनासाठी होते. स्पर्धेमुळे हे कार्य होते. कमीत कमी खर्चात उत्पादन करणे ज्या व्यवसायसंस्थांना शक्य नसते त्यांना तोटा होऊन दीर्घकाळात त्या नष्ट होतात. आपण उपस्थित केलेल्या प्रश्नाच्या (अ) या भागाचे उत्तर अशा तऱ्हेने मिळते.

आर्थिकदृष्ट्या सर्वाधिक कार्यक्षम अशा संयोगाची निवड म्हणजेच आपल्या उत्तराचा भाग (आ) हा तांत्रिक आणि आर्थिक माहितीवर अवलंबून असतो. कोणत्याही 'क्ष' वस्तूचे उत्पादन करण्यासाठी श्रमाच्या तीन आणि भांडवलाची एक मात्रा एकत्र करावी लागेल अथवा श्रमाची एक आणि भांडवलाच्या दोन मात्रा एकत्र कराव्या लागतील ही तांत्रिक माहिती होय. या दोन संयोगांपैकी कोणता श्रेयस्कर आहे हे ठरविण्यासाठी आर्थिक माहितीची म्हणजेच घटकांच्या किमतीच्या माहितीची आवश्यकता असते. तक्ता क्र. 1.2 वरून हा मुद्दा स्पष्ट होईल.

तक्ता क्र 1.2 : 280 ₹ किमतीच्या 'क्ष' वस्तूचे उत्पादन करण्यासाठी उपलब्ध पर्यायी उत्पादन तंत्रे

संसाधन	संसाधनाची दर मात्रेस किंमत (रुपये)	उत्पादन तंत्र 1		उत्पादन तंत्र 2		उत्पादन तंत्र 3	
		मात्रा	खर्च (मात्रा × किंमत)	मात्रा	खर्च (मात्रा × किंमत)	मात्रा	खर्च (मात्रा × किंमत)
भूमी	25	2	50	4	100	6	150
श्रम	20	8	160	4	80	2	40
भांडवल	40	1	40	2	80	2	80
उद्योजन	10	1	10	1	10	1	10
280 ₹ किमतीचे 'क्ष' वस्तूचे उत्पादन करण्यासाठी येणारा एकूण खर्च			**260**		**270**		**280**

विशिष्ट प्रमाणात उत्पादन केली जाणारी 'क्ष' वस्तू बाजारात 280 रुपयांना विकली जाते असे समजू. 'क्ष' वस्तूचे हे प्रमाण उत्पादित करण्यासाठी उत्पादन तंत्र 1 (दोन मात्रा भूमी + 8 मात्रा श्रम + 1 मात्रा भांडवल + 1 मात्रा उद्योजन), अथवा उत्पादन तंत्र 2 (4 मात्रा भूमी + 4 मात्रा श्रम + 2 मात्रा भांडवल + 1 मात्रा उद्योजन) अथवा उत्पादन

तंत्र 3 (6 मात्रा भूमी + 2 मात्रा श्रम + 2 मात्रा भांडवल + 1 मात्रा उद्योजन) अशी तीन पर्यायी तंत्रे उपलब्ध असतात. संसाधनांच्या अथवा घटकांच्या किमती दिलेल्या असल्याने प्रत्येक उत्पादन तंत्रांचा अवलंब केल्यास एकूण खर्च किती येईल हे तक्त्याच्या शेवटच्या ओळीत दाखविलेले आहे. उत्पादन तंत्र 1 स्वीकारल्यास 260 ₹, तंत्र 2 स्वीकारल्यास 270 ₹ आणि तंत्र 3 स्वीकारल्यास 280 ₹ असा उत्पादन खर्च आहे. सर्वांत कार्यक्षम तंत्र कोणते ? अर्थात उत्पादन तंत्र 1 का ? तर 280 रुपये किमतीची वस्तू या तंत्राने 260 रुपयांत उत्पादित करता येते. ज्या उत्पादनसंस्था तंत्र 2 आणि 3 वापरतात त्याही तूर्त उत्पादन क्षेत्रात राहतील, कारण त्यांनाही तोटा होत नाही. परंतु दीर्घकाळात नव्या उत्पादनसंस्था या उद्योगाकडे आकृष्ट होतील. कारण या उद्योगात नफा होतो आहे. यामुळे 'क्ष' वस्तूचे उत्पादन वाढून पुरवठा वाढेल आणि किंमत घटून 260 रुपये होईल. सर्वांत कार्यक्षम तंत्राच्या वापरामुळे समाजाला अशा रीतीने 'क्ष' वस्तू कमी किमतीत मिळून समाजाचा फायदा होतो. थोडक्यात, स्पर्धा आणि प्रवेश निर्गमनाचे स्वातंत्र्य यांच्या द्वारा बाजारयंत्रणा संसाधनांच्या सर्वांत कार्यक्षम विनियोगाची शाश्वती देते. अशा तऱ्हेने दुर्मीळ संसाधनांची अथवा साधनसंपत्तीची विविध पर्यायी उपयोगांमध्ये सर्वांत कार्यक्षम रीतीने वाटणी करण्याचे कार्य बाजारयंत्रणा करते.

(ई) उत्पन्नाची वाटणी (Distribution of Income)

अर्थव्यवस्था ज्याचे उत्पादन करते ते समाजात वाटून द्यावे लागते. ही वाटणी कशी होते ? अर्थव्यवस्थेने ज्या वस्तू आणि सेवांचे उत्पादन केलेले असते त्यातून प्रत्येक उपभोक्ता त्याला हव्या असणाऱ्या वस्तू आणि सेवांची निवड करतो, हे स्वातंत्र्य त्याला असते. पण त्याच्या स्वातंत्र्यावरील त्याच्या उत्पन्नाची मर्यादा विसरता कामा नये. दुसऱ्या शब्दांत, अर्थव्यवस्थेने केलेल्या उत्पादनातून प्रत्येकाच्या वाट्याला काय येईल हे जसे त्याच्या इच्छेवर अवलंबून असते तसेच त्याच्या उत्पन्नावर म्हणजे खरेदीशक्तीवरही अवलंबून असते.

वस्तू आणि सेवा खरेदी करण्यासाठी किंमत मोजावी लागत असल्याने उपभोक्त्याचे चलनी उत्पन्न या संदर्भात महत्त्वाचे ठरते. हे चलनी उत्पन्न मिळविणाऱ्याने उत्पादकाला पुरविलेल्या उत्पादक घटकांचा प्रकार आणि परिणाम तसेच घटकांच्या बाजारात ठरणाऱ्या त्यांच्या किमती यावरून ठरते. अशा रीतीने अर्थव्यवस्थेतील एकूण उत्पादनातील प्रत्येक कुटुंबाचा वाटा हा उत्पादक घटकांच्या किमतींनी नियंत्रित केला जातो.

वरील विवेचनाचा तपशील पाहिल्यानंतर उत्पन्नाच्या वाटणीचे हे कार्य अधिक स्पष्ट होईल. लोकांना उत्पन्न का मिळते ? ते उत्पादनाच्या प्रक्रियेत सहभागी होतात अथवा उत्पादनाला हातभार लावतात म्हणून. उत्पादनाच्या प्रक्रियेत सहभागी कसे होता येते ? उत्पादनाचे घटक अथवा संसाधने उत्पादनासाठी उपलब्ध करून जमिनीचे मालक आपली जमीन उत्पादनासाठी देतात. ज्यांच्याजवळ अंगमेहनतीशिवाय देण्यासारखे काहीच नाही ते आपल्या शारीरिक श्रमाचा पुरवठा करतात, म्हणजेच ते श्रमिक म्हणून काम करतात. कोणी भांडवलाचा पुरवठा करते तर कोणी आपले उद्योजन-कौशल्य उपलब्ध करून देते. यापैकी प्रत्येक घटकावर किमतीचे लेबल असते. या किमती घटकांच्या बाजारात ठरतात. जो घटक दुर्मीळ असेल त्याची किंमत जास्त ठरते. जो घटक विपुल प्रमाणात मिळतो म्हणजेच मागणीच्या मानाने ज्याचा पुरवठा जास्त असतो त्याची किंमत कमी ठरते. म्हणूनच श्रमाचा उदंड पुरवठा आणि भांडवलाची टंचाई असलेल्या भारतासारख्या देशात व्याजाचा दर भरमसाट असतो तर वेतन अथवा मजुरीचे दर फार कमी असतात. घटक बाजारात प्रत्येक घटकाच्या मागणी-पुरवठ्याच्या संतुलनाने प्रत्येक घटकाची किंमत ठरते. घटकांच्या किमती उत्पादनसंस्थांना मार्गदर्शक ठरतात. कारण या किमतीवरूनच कोणता घटक किती प्रमाणात खरेदी करावयाचा हे उत्पादनसंस्था ठरवितात. त्यांना खर्च किमान करावयाचा असतो आणि महत्तम नफा मिळवायचा असतो. उत्पादन घटकाची किंमत × त्या घटकाचे त्याच्या मालकाने बुडविलेले परिमाण म्हणजेच घटक पुरविण्याचे उत्पन्न ठरते. उत्पन्नाची वाटणी बाजारयंत्रणा ठरविते ती अशा प्रकारे.

येथे लक्षात ठेवण्यासाठी महत्त्वाची गोष्ट अशी की, बाजारयंत्रणा ही अखेर एक यंत्रणा असते. म्हणजेच ती यंत्रवत काम करते. या यंत्रणेला मन नसते, ती विचार करू शकत नाही आणि चांगल्या-वाईटाचा विधिनिषेध तिच्याजवळ नसतो. जमीन, इमारती, दुकाने, यंत्रे, टुरिस्ट, टॅक्सी, मालमोटारी इत्यादींसारखी मालमत्तारूप संसाधने खूप मोठ्या प्रमाणात जमा करणे ज्यांना शक्य होते त्यांना उत्पन्नही जास्त मिळते. यातील काही लोकांना अशी मालमत्ता वारसाहक्काने मिळालेली असू शकते किंवा काहीजण कठोर परिश्रम आणि साधी राहणी यातून ती जमा करतात अथवा काही जणांजवळ व्यवसायात यशस्वी होण्यासाठी असणारे असामान्य गुण असतात. म्हणून ते अशी मालमत्ता जमा करू शकतात. या सर्वांबरोबरच चोरटी आयात-निर्यात करण्यात तरबेज असणारे तस्कर अथवा भ्रष्ट नोकरशहा अथवा काळा बाजारवाले अथवा इतर अनेक बेकायदा आणि अनैतिक व्यवहारात गुंतलेले लोक हे देखील मोठ्या मालमत्तेचे धनी बनतात आणि मोठे उत्पन्न मिळवितात.

या व्यतिरिक्त इतर अनेक लोक असे असतात की ज्यांच्याजवळ स्वतःच्या कौशल्यरहित श्रमाशिवाय विकण्यासारखे काहीच नसते आणि अशा श्रमांची घटकांच्या बाजारातील किंमत फार कमी असते. म्हणून त्यांना मिळणारे उत्पन्नही तोकडे असते. ही परिस्थिती तुम्हाला उद्विग्न करणारी वाटेल, पण बाजारयंत्रणेला याचे काही वाटत नाही. कारण ती अमानवी असते.

(उ) बाजारयंत्रणेच्या मर्यादा (Limitations of Market Mechanism)

बाजारयंत्रणेची कार्यपद्धती तपशिलाने विचारात घेतल्यानंतर सारांशाने का होईना, बाजारयंत्रणेच्या मर्यादा लक्षात घेणे इष्ट ठरेल. बाजारयंत्रणेच्या समर्थनार्थ आजवर पुष्कळच लिहिले गेले आहे. परंतु थोडा खोलवर विचार केला असता लक्षात येते की, बाजारयंत्रणेच्या बाजूने करता येण्यासारखा मूलभूत आर्थिक युक्तिवाद म्हणजे बाजारयंत्रणा संसाधनांची कार्यक्षम वाटणी करते हाच आहे. दुसरा आर्थिकेतर पण महत्त्वाचा युक्तिवाद म्हणजे बाजारयंत्रणेमध्ये उत्पादकांना आणि उपभोक्त्यांना अनुक्रमे उद्योजनाचे आणि निवडीचे स्वातंत्र्य मिळते हा आहे. श्रमिकांनादेखील आपण कुठे काम करावे हे ठरविण्याचे स्वातंत्र्य असते. याउलट, बाजारयंत्रणेच्या काही मर्यादाही आहेत.

(1) स्पर्धेचा ऱ्हास : उद्योजकांना मिळणाऱ्या स्वातंत्र्याचा परिणाम असाही होतो की स्पर्धेतून सुटून मक्तेदारी संघटना स्थापन करण्याचे स्वातंत्र्य उद्योजक घेतात. तसेच काही वेळा इतरांशी संगनमत करण्याचे अथवा गळेकापू स्पर्धा करण्याचे स्वातंत्र्यही ते घेऊ शकतात; अथवा प्रत्येकाला आपापली कार्यक्षमता वाढविण्याचे स्वातंत्र्य असल्याने काहीजण आपली कार्यक्षमता इतक्या झपाट्याने वाढवितात की इतर त्यामानाने खूपच मागे पडतात. बाजारयंत्रणा तांत्रिक प्रगतीला उत्तेजन देते. पण त्यामुळेच स्पर्धेचा ऱ्हासही होतो. कारण-

(i) तांत्रिक प्रगतीला मोठ्या प्रमाणात भांडवल लागते. (ii) त्यासाठी बाजाराचा विस्तार अपरिहार्य ठरतो. (iii) गुंतागुंतीच्या आणि केंद्रीकृत व्यवस्थापनाची आवश्यकता निर्माण होते आणि (iv) कच्च्या मालाच्या पुरवठ्यावर ताबा मिळविणे अधिक किफायतशीर ठरते. या सर्व घटकांमुळे व्यवसायसंस्था वाढत राहतात आणि शेवटी पूर्ण स्पर्धेला अभिप्रेत असणारी लहान व्यवसायसंस्थांची मोठी संख्या ही स्थिती बदलून मोठ्या व्यवसायसंस्थांची लहान संख्या ही म्हणजेच मक्तेदारीयुक्त स्पर्धेची अथवा अल्पाधिकाराची स्थिती निर्माण होते. स्पर्धेचा असा ऱ्हास होतो तेव्हा बाजारयंत्रणेतील नियंत्रण व्यवस्थाच कोलमडून पडते.

(2) संसाधनांची वाटणी सर्वांत चांगली असेलच असे नाही : समाजाला ज्या वस्तू सर्वांत महत्त्वाच्या वाटतात त्याचे उत्पादन करण्याची व्यवस्था बाजारयंत्रणा करते असे आपण म्हटले. खुद्द हे विधानदेखील अनेक मर्यादांनी जखडलेले आहे.

(अ) उपभोक्त्यांच्या सार्वभौमत्वाचा नाश : स्पर्धेचा ऱ्हास होतो तेव्हा उपभोक्त्याचे सार्वभौमत्व लयास जाते आणि उपभोक्त्यांना हव्या असलेल्या वस्तूंचे उत्पादन उत्पादकांनी करण्याऐवजी उत्पादक जे विकायला जातात तेच उपभोक्ते कसे खरेदी करतील हे पाहिले जाते.

(ब) उत्पन्नाची विषम वाटणी : बाजारयंत्रणा मालमत्ता गोळा करण्याचे स्वातंत्र्य केवळ कार्यक्षम उद्योजकांनाच देते असे नाही तर लबाड आणि बनेल व्यावसायिकांनाही ही मोकळीक दिली जाते. भल्याबुऱ्या मार्गांनी मिळविलेली मालमत्ता पुढच्या पिढीत हस्तांतर करण्याचीही सोय असते; शिवाय पैशाकडे पैसा जात असल्यामुळे ही संपत्ती वाढत जाते. शेवटी कुटुंबांकडून पुरविल्या जाणाऱ्या श्रमाच्या परिमाणात आणि दर्जात भिन्नता असते. या सर्वांचा एकत्रित परिणाम होऊन उत्पन्नाच्या वाटणीत खूप मोठी तफावत अथवा विषमता निर्माण होते.

(क) आवश्यकता आणि गरजा (Needs and Wants) : लोकांच्या गरजांची पूर्तता करण्याचे काम बाजारयंत्रणा करते, समाजाच्या आवश्यकता पूर्ण करण्याचे नव्हे. ज्या वस्तूचे उत्पादन करावयाचे त्यांची निवड उपभोक्त्याच्या रुपया-मतांनी होते. पण उत्पन्न विषमतेमुळे गरिबांच्या हातात जेवढी मते असतात त्याहून कितीतरी जास्त मते श्रीमंतांच्या हातात असतात. परिणामी गरिबांच्या मूलभूत गरजा भागविल्या जाण्यापूर्वीच श्रीमंतांच्या चैनीच्या गरजा पुरविल्या जातात. विख्यात ब्रिटिश नाटककार आणि तत्त्वचिंतक **जॉर्ज बर्नार्ड शॉ** यांनी म्हटल्याप्रमाणे, ''आपल्या लहान मुलांना पुरेसे दूध मिळवून देण्यापूर्वीच शँपेनच्या उत्पादनावर पैसा खर्च करणारा (देश) हा दुर्व्यवस्थित, मूर्ख, ढोंगी, मतिमंद आणि अडाणी असतो. अशा देशांनी स्वतःला समृद्ध आणि संपन्न करण्याचा एकच मार्ग आहे, गरजांच्या तीव्रतेप्रमाणे त्यांची पूर्तता करणे आणि आवश्यक गरजा पूर्णतः तृप्त झाल्याखेरीज चैनबाजी आणि ऐषआराम यांच्यावर पैशाची उधळपट्टी होऊ न देणे.''

(ड) सामाजिक खर्च आणि लाभ : बाजारयंत्रणेतून होणारे संसाधनांचे वाटप हे वैयक्तिक खर्च आणि लाभ यांच्या आधारावर होत असते आणि सामाजिक खर्च आणि लाभ यांची उपेक्षा केली जाते. बाजारयंत्रणेच्या निकषावर सर्वांत कार्यक्षम ठरणाऱ्या उत्पादन पद्धतीमुळे बेकारी आणि प्रदूषण उद्भवतात तेव्हा समाजावरील बोजा वाढतो. त्याचप्रमाणे एखादी व्यवसायसंस्था 'क्ष' किरणाची फिल्म अथवा पोलिओचे डोस यांचे उत्पादन करून अल्प किमतीत विकते तेव्हा तिला होणारा तोटा हा बाजारयंत्रणेच्या दृष्टीने दोषास्पद ठरत असला तरी समाजाच्या दृष्टीने हा लाभच असतो. सारांश, सामाजिक हानी आणि लाभ यांची नोंद करण्याची सोय बाजारयंत्रणेत नसते.

(इ) सामाजिक गरजांची उपेक्षा : बाजारयंत्रणा केवळ वैयक्तिक गरजांचीच नोंद घेते. संरक्षण, सार्वत्रिक शिक्षण, पिण्याच्या पाण्याचा पुरवठा अथवा सार्वजनिक उद्याने यांसारख्या सामाजिक अथवा सामूहिक गरजांची बाजारयंत्रणेत नोंदच होत नाही.

(3) चटकन जुळवून घेण्यातील अपयश : उपभोक्त्यांच्या अभिरुचीतील आणि संसाधनांच्या वाटणीत उपलब्धतेतील बदलांना अनुसरून संसाधनांच्या वाटणीत जुळणी आणि फेरजुळणी करण्याचे कार्य बाजारयंत्रणेकडून अपेक्षित असते. यासाठी संसाधनांचा पुरवठा लवचीक असावा लागतो. म्हणजेच कामगारांनी चटकन नव्या जागी काम पत्करले पाहिजे अथवा एखाद्या जमिनीत प्रचलित पिकापेक्षा वेगळे पीक चटकन घेता आले पाहिजे असे उदाहरणादाखल म्हणता येईल. व्यवहारात असे होत नाही. कारण उत्पादन-घटकांची गतिशीलता ही पूर्णत्वास पोहोचलेली नसते. त्यामुळे बाजारयंत्रणेमार्फत होणाऱ्या संसाधनांच्या वाटणीतील कार्यक्षमता कमी होते.

(4) संसाधनांची बेकारी : उपभोक्त्यांच्या जास्तीत जास्त गरजा तृप्त व्हाव्यात, संसाधनांचा पुरवठा करणाऱ्यांना उत्पादन प्रक्रियेत सहभागी होण्याच्या अधिक संधी उपलब्ध व्हाव्यात आणि आपले जीवनमान सुधारण्याची संधीही त्यांना मिळावी यासाठी सर्व प्रकारची संसाधने पूर्णपणे कामाला लावणे आवश्यक असते. बाजारयंत्रणेच्या तथाकथित स्वयंचलिततेमार्फत हे उद्दिष्ट पूर्ण केले जात नाही.

बाजारयंत्रणेच्या या मर्यादा जाणून घेणे यासाठी आवश्यक आहे की, त्यांच्यावर योग्य ते उपाय योजून बाजारयंत्रणा अधिक कार्यक्षम कशी करता येईल याचा विचार आपण करू शकू.

❋ सारांश ❋

अर्थशास्त्राचा संबंध आर्थिक प्रश्नाशी म्हणजेच अमर्यादित गरजा आणि मर्यादित परंतु पर्यायी उपयोगाची साधने यांचा मेळ घालण्याच्या प्रश्नाशी असतो. साधने मर्यादित असल्यामुळे त्यांचा जास्तीत जास्त चांगला उपयोग करून माणसाच्या जास्तीत जास्त गरजा तृप्त करणे अगत्याचे ठरते आणि यातून सहा मूलभूत प्रश्न उद्‌भवतात.

1. उत्पादन कशाचे आणि किती प्रमाणात करायचे ?
2. उत्पादन कसे - म्हणजे कोणत्या तंत्राच्या साहाय्याने करावयाचे ?
3. उत्पादित वस्तूंची वाटणी लोकांमध्ये कशी केली जाते ?
4. उत्पादन आणि वाटणी या क्रिया जास्तीत जास्त कार्यक्षम पद्धतीने केल्या जातात का ?
5. उत्पादनाच्या प्रक्रियेत उपलब्ध साधनांचा पुरेपूर वापर केला जातो का ?
6. अर्थव्यवस्थेची उत्पादन क्षमता वाढते आहे का ?

या सहा प्रश्नांची खरेतर 'अर्थशास्त्र' या विषयाची व्याप्ती स्पष्ट केली जाते. या सहा प्रश्नांचा अभ्यास अनुक्रमे मूल्य सिद्धान्त, उत्पादन सिद्धान्त, विभाजन सिद्धान्त, कल्याणाचे अर्थशास्त्र, आर्थिक तेजी-मंदी आणि रोजगारविषयक सिद्धान्त तसेच विकासाचे अर्थशास्त्र या अर्थशास्त्राच्या विभागातून केला जातो. अभ्यासाचे हे विविध विभाग हा अर्थशास्त्राचा अभ्यासविषय आहे. मात्र विचाराची स्पष्टता आणि वैज्ञानिक आणि तर्कसंगत पद्धतीने विश्लेषण यांच्या सोईसाठी अर्थशास्त्राचे अंशलक्षी विश्लेषण आणि समग्रलक्षी विश्लेषण असे दोन भाग करण्यात येतात.

1.1 (अ) अंशलक्षी आर्थिक विश्लेषण

प्रा. मॅक्कॉनेल यांच्या शब्दांत, ''अंशलक्षी अर्थशास्त्राचा संबंध विवक्षित आर्थिक एककांशी असतो आणि या वैयक्तिक एककांच्या वर्तनाचा तपशीलवार विचार केला जातो. विश्लेषणाच्या या पातळीवर, अलंकारिक भाषेत सांगायचे तर, अर्थशास्त्रज्ञ अर्थव्यवस्थेच्या अगदी लहान-लहान भागांची जणू सूक्ष्मदर्शिकेतून पाहून तपासणी करतो आणि त्या भागांच्या व्यवहारांच्या तपशिलाचे निरीक्षण करतो.'' अंशलक्षी आर्थिक विश्लेषणात झाडांचा अभ्यास केला जातो; जंगलाचा नव्हे.'' थोडक्यात, अंशलक्षी अर्थशास्त्रात राष्ट्रीय अर्थव्यवस्थेच्या विविध लहान क्षेत्रांचा बारकाईने अभ्यास केला जातो पण संपूर्ण राष्ट्रीय अर्थव्यवस्थेचा अभ्यास अंशलक्षी अर्थशास्त्राच्या कक्षेबाहेर असतो. या विश्लेषणात पुढील क्षेत्रांचा समावेश होतो -

(अ) वस्तू-मूल्य सिद्धान्तात बाजारात वस्तूंचे मूल्य कसे ठरते याचा अभ्यास केला जातो. यासाठी मागणी विश्लेषणात उपभोक्त्याचे वर्तन आणि पुरवठा विश्लेषणात उत्पादकाचे वर्तन तसेच खर्च-विश्लेषण आणि उत्पादन फलन यांचा अभ्यास केला जातो.

(ब) घटक-मूल्य सिद्धान्तात म्हणजेच विभाजन सिद्धान्तात वैयक्तिक उत्पादक घटकांच्या बाजारांचा अभ्यास करून खंड, वेतन, व्याज आणि नफा हे घटकांचे मोबदले कसे ठरतात यांचा अभ्यास यात समाविष्ट असतो.

(क) कल्याणाच्या अर्थशास्त्राचा रोख दुर्मीळ साधनांचा चांगल्यात चांगला उपयोग होण्याच्या दृष्टीने योग्य ते निकष निर्धारित करण्यावर असतो.

(ब) अंशलक्षी आणि समग्रलक्षी आर्थिक विश्लेषणातील भेद

ऑस्लो विद्यापीठातील प्रा. फ्रिश यांनी 1933 मध्ये अंशलक्षी (Micro) आणि समग्रलक्षी (Macro) या संज्ञा प्रथम वापरल्या. 'Micro' व 'Macro' या शब्दांचा उगम 'Micros' व 'Macros' या ग्रीक शब्दांपासून झाला आहे. 'Micros' म्हणजे लहान व 'Macros' म्हणजे मोठा.

(1) **व्यक्तिगत विरुद्ध एकूण** : अंशलक्षी अर्थशास्त्राचा अभ्यासविषय उत्पादनाचे वैयक्तिक घटक, वैयक्तिक उत्पादनसंस्था अथवा वैयक्तिक उद्योग तसेच व्यक्तिगत उपभोक्ते इत्यादी स्वरूपाचा असतो. याउलट, समग्रलक्षी विवेचनात एकूण उत्पादन सरासरी (अथवा दरडोई) उत्पन्न, सरासरी जीवन खर्च, एकूण गुंतवणूक इत्यादींचा अभ्यास केला जातो.

(2) **संतुलक प्रेरणा-किंमत व उत्पन्न** : अंशलक्षी आणि समग्रलक्षी या दोन्ही अभ्यासविषयक दृष्टिकोनात मागणी-पुरवठ्यातील संतुलन साधणाऱ्या अटींचा अभ्यास केला जातो. परंतु अंशलक्षी विश्लेषणात समतोल प्रस्थापित करण्याचे काम, किंमत हा चल करीत असतो तर समग्रलक्षी विश्लेषणात हे काम एकूण उत्पन्न (सर्वसामान्य किंमतपातळी नव्हे) हा चल करतो.

(3) **भौतिक परिमाणे विरुद्ध चलने, मूल्ये** : अंशलक्षी विश्लेषणात वैयक्तिक एककांचा अभ्यास केला असल्याने भौतिक परिमाणात मूल्ये सांगणे शक्य होते. जसे अमुक इतके दूरचित्रवाणी संच अथवा अमुक हजार स्कूटर्स इत्यादी. समग्रलक्षी विश्लेषणात मात्र दूरचित्रवाणी संच अधिक (+) स्कूटर्स, अधिक (+) कापड, अधिक (+) गहू, (+) दूध अशी सर्व प्रकारच्या वस्तूंची बेरीज करावी लागत असल्याने या सर्व वस्तूंचे मूल्य पैशात व्यक्त करावे लागते.

(4) **वेगळेपणा आणि परस्परावलंबित्व** : अंशलक्षी अर्थशास्त्र एखाद्या एककाचा अभ्यास तुकड्या-तुकड्यांनी करते. त्यामुळे एखादे एकक वेगळे काढून त्या एककावर परिस्थितीतील बदलांचे होणारे परिणाम तपासून पाहता येतात. समग्रलक्षी विश्लेषणात मात्र परस्परावलंबित्व या तथ्याकडे दुर्लक्ष करून चालत नाही. शेतमालाच्या उत्पादनात घट झाल्यास शेतकऱ्यांचे उत्पादन घटून कारखानदारी क्षेत्रातील वस्तूंची मागणी घटते हे वास्तव दुर्लक्षून चालत नाही.

(5) **गतिमानतेचा अंश** : अभ्यासाच्या सोईसाठी अंशलक्षी विवेचनात इतर परिस्थिती स्थिर मानून विविध चलांमधील संबंध तपासून पाहिले जातात आणि या गृहीतामुळे फारसे बिघडत नाही. समग्रलक्षी विश्लेषणात मात्र मागणी-पुरवठ्यातील बदलांबरोबरच या बदलांचे स्रोत कसे बदलले हेही विचारात घ्यावे लागते. उदा., समग्रलक्षी समतोल बिघडल्यास तो उत्पन्नातील बदलामुळे बिघडला का विदेश व्यापारातील चढ-उतारांमुळे बिघडला याचा शोध घेणे महत्त्वाचे असते.

(6) **परस्परसंबंध** : विविध चलांमधील परस्परसंबंध अंशलक्षी आणि समग्रलक्षी पातळीवर वेगवेगळे स्वरूप धारण करतात. अंशलक्षी पातळीवर एखादी व्यक्ती तिच्या उत्पन्नापेक्षा कमी किंवा जास्त खर्च करू शकते. समग्रलक्षी पातळीवर मात्र संपूर्ण समाज जे उत्पन्न मिळवितो तेवढेच बरोबर खर्च करतो.

(7) **अंकगणिती विरुद्ध बीजगणिती बेरजा** : अंशलक्षी विश्लेषणात वैयक्तिक निर्णय हे एका वर्गाचे प्रतिनिधित्व निर्णय मानले जातात. एखाद्या उद्योगातील विविध उत्पादनसंस्थांमधील कामगार कपातीचे आकडे एकत्र केले की, त्या उद्योगात एकूण किती कामगार कमी केले गेले हे समजते. समग्रलक्षी पातळीवर मात्र एका उद्योगात झालेली कामगार कपात दुसऱ्या एखाद्या उद्योगातील रोजगारवाढीशी तोलून पाहिली जाते. अर्थात काही उद्योगातील बेकारी ऋण चिन्हांकित आणि दुसऱ्या काही उद्योगातील रोजगारवाढ धन चिन्हांकित घेऊन त्यांची बीजगणिती पद्धतीने बेरीज केल्यावर रोजगार पातळीवरील अंतिम परिणाम समजून येतो.

(8) **गृहीते** : अंशलक्षी विश्लेषणाचा भर प्रतिमानांच्या साहाय्याने विवेचन करण्याच्या पद्धतीवर असतो. प्रतिमानांच्या उभारणीसाठी काही गृहीते आवश्यक ठरतात. उदा., पूर्ण स्पर्धा, पूर्ण रोजगार इत्यादी समग्रलक्षी विश्लेषणातही प्रारंभी स्थिर तंत्रज्ञानासारखी काही गृहीते मानली जातात, पण विश्लेषणाच्या ओघात पुढे जाऊन ही गृहीते शिथिल करून एकूण विश्लेषण वास्तवाच्या जास्तीत जास्त जवळ आणले जाते.

(9) वास्तवाशी जवळीक : वर उल्लेखिलेल्या फरकामुळे अंशलक्षी अर्थशास्त्र हे अभ्यासकांच्या दृष्टिकोनातून अधिक महत्त्वाचे वाटते, तर समग्रलक्षी विश्लेषणातील परिस्थिती वास्तव जीवनाच्या जवळची असते आणि धोरणांच्या दृष्टीने अनेक महत्त्वाचे निष्कर्ष समग्रलक्षी विश्लेषणातून निष्पन्न होऊ शकतात.

(10) समरचनात्मक विचार : अनेक वेळा समग्रलक्षी पातळीवरील निष्कर्ष खरे असूनही दिशाभूल करणारे ठरू शकतात. उदा., आर्थिक वृद्धीचा उच्च दर अर्थव्यवस्थेचा निरोगीपणा दर्शवितो असे मानले जाते. पण अंशलक्षी पातळीवर बारकाईने पृथक्करण करून पाहिल्यास कदाचित असे आढळेल की आर्थिक वृद्धीचा दर कायम आहे. कारण एक दोन क्षेत्रांनी चांगली प्रगती केलेली आहे. पण त्याच वेळी दारिद्र्यरेषेखालील लोकांची संख्या वाढली आहे अथवा शेती, लघुउद्योग इत्यादी क्षेत्रांची पिछेहाट झाली आहे असे पृथक्करण अंशलक्षी पातळीवरच शक्य असते.

(11) दोन्हींच्या मर्यादा : दोन्ही दृष्टिकोनांच्या मर्यादा आहेत आणि त्या वेगवेगळ्या आहेत. यावरून दोन्ही विश्लेषणांचा अभ्यास करणे आवश्यक असते हेच स्पष्ट होते.

1.2 (अ) अंशलक्षी अर्थशास्त्राचे महत्त्व

(1) समग्रलक्षी पातळीवरील अनेक प्रकारच्या अभ्यासासाठी अंशलक्षी विश्लेषणांची मदत घेतली जाते. श्रमांची सीमांत उत्पादकता आणि वेतन दर, किंमतवाढीला प्रतिसाद म्हणून उपभोक्त्याचे वर्तन, करारोपणाचा एखाद्या वस्तूच्या किमतीवर होणारा परिणाम, उत्पादनसंस्थेची उद्दिष्टे, एखाद्या वस्तूच्या मागणीत होणारे बदल इत्यादी मुद्दे हे अंशलक्षी विश्लेषणाच्या कक्षेतील आहेत. पण संपूर्ण अर्थव्यवस्थेच्या पातळीवर धोरणात्मक निर्णय घेण्याच्या दृष्टीने या सर्वांचे मोल फार मोठे आहे.

(2) अंशलक्षी पातळीवरील अनेक प्रकारच्या अभ्यासामुळे समग्रलक्षी पातळीवरील समस्यांवर प्रकाश पडतो. उदा. चलनविस्ताराच्या दरातील फरक नेमका कशामुळे झालेला आहे याचा शोध घेण्यासाठी शेवटी अन्नधान्यांच्या किमती, कच्च्या मालाच्या किमती इत्यादी अंशलक्षी पातळींवरील घटनांचाच मागोवा घ्यावा लागतो.

(3) कल्याणाचे अर्थशास्त्र हे संपूर्णपणे अंशलक्षी विश्लेषणाच्या कक्षेतील आहे. पण याच विवेचनाच्या आधाराने दारिद्र्यनिर्मूलन अथवा दुष्काळ निवारण यांसारख्या प्रश्नांबाबत प्रा. अमर्त्य सेन यांनी ज्या सूचना केल्या त्यांचे महत्त्व आज जगभर मान्य झाले आहे.

(4) किंमतयंत्रणा हा अंशलक्षी विश्लेषणाचा गाभाच आहे. परंतु या अंशलक्षी पातळीवरील यंत्रणेचे महत्त्व अनन्यसाधारण मानावे लागते. खुल्या अर्थव्यवस्थेचे व्यवहार किंमतयंत्रणेतूनच नियंत्रित केले जातात.

(5) वस्तूंच्या किमती हा अंशलक्षी अर्थशास्त्राचा विषय आहे. धोरणात्मक निर्णयाच्या अनेक क्षेत्रांत या किमतीचा अभ्यास फार महत्त्वाचा ठरतो. बँकांचे व्यवहार, वित्त मंत्रालयातील चर्चा, विदेश व्यापार, औद्योगिक धोरण, उत्पन्नविषयक धोरण आणि श्रमविषयक धोरण अशा कितीतरी धोरणात्मक निर्णय प्रक्रियेमध्ये वस्तूंच्या किमतीचा विचार करावा लागतो.

(6) प्रत्येक आर्थिक प्रणालीच्या दृष्टीने मध्यवर्ती असणारा संसाधनांच्या वाटणीचा प्रश्न हा केवळ अंशलक्षी विश्लेषणाचाच अभ्यासविषय आहे.

(ब) अंशलक्षी अर्थशास्त्राच्या मर्यादा

(1) वैयक्तिक एककाच्या बाबतीत जे खरे असते ते समग्रलक्षी एककाच्या पातळीवर खरे ठरतेच असे नाही. यातूनच अंशलक्षी विवेचनाचे पुढे चर्चिलेले विरोधाभास उद्भवतात.

(2) 'इतर परिस्थिती कायम राहिल्यास', अथवा 'पूर्ण रोजगार' अथवा 'पूर्ण स्पर्धा' अशा वास्तवात न आढळणाऱ्या पण प्रतिमाननिर्मितीसाठी उपयोगी पडणाऱ्या गृहीतांचा अवलंब या विश्लेषणात केला जातो. प्रत्यक्षात ही गृहीते कधीच आढळत नाहीत.

(3) तपशिलात जाऊन बारकावे शोधण्याच्या नादात अंशलक्षी विश्लेषण संपूर्ण अर्थव्यवस्थेच्या गुंतागुंतीच्या कार्यपद्धतीची दृष्टी ठरवून बसते.

(4) सार्वजनिक वित्त व्यवहार अथवा चलननीती यांसारख्या व्यवहारात अतिशय महत्त्वाच्या असलेल्या विषयातील समस्यांचा विचारच अंशलक्षी विश्लेषण करू शकत नाही. कारण हे विषय अंशलक्षी विश्लेषणाच्या कक्षेबाहेरचे असतात.

1.3 अंशलक्षी अर्थशास्त्राचा अभ्यासविषय

(1) मागणी आणि पुरवठा यांचे विश्लेषण असलेला वस्तुमूल्य सिद्धान्त हा अंशलक्षी अर्थशास्त्राचा मुख्य अभ्यास विषय आहे. उपभोक्त्याच्या वर्तनाचा अभ्यास करताना मागणीचा आधार, मागणीची लवचीकता आणि मागणीतील बदल तसेच मागणीचा पूर्वअंदाज यांचा अभ्यास या विश्लेषणात केला जातो. उत्पादन खर्चावर परिणाम करणारे घटक म्हणून प्रतिफलाचे नियम, तसेच बदलत्या प्रमाणांचा नियम यांचाही अभ्यास केला जातो. बाजाराचे वर्गीकरण आणि किंमतनिश्चिती हा अंशलक्षी विश्लेषणाचा सर्वांत महत्त्वाचा भाग मानावा लागेल.

(2) उत्पादक घटकांच्या किमतीचा अभ्यास हा अंशलक्षी अर्थशास्त्राचा दुसरा महत्त्वाचा भाग असतो. यात घटकांच्या मागणी-पुरवठ्याचा आणि त्यांचा मोबदला निर्धारित करण्याचा अभ्यास केला जातो.

(3) कल्याणाच्या अर्थशास्त्रामार्फत अंशलक्षी अर्थशास्त्र कार्यक्षमतेच्या अटी स्पष्ट करून त्या कशा पूर्ण करता येतील याचे मार्गदर्शन करते.

1.4 बाजारयंत्रणा

बाजारयंत्रणेच्या सुरळीत कार्यवाहीसाठी काही गृहीते अथवा अटी आवश्यक असतात - (1) खासगी मालमत्ता, (2) उद्योजनाचे स्वातंत्र्य, (3) निवडीचे स्वातंत्र्य, (4) स्वार्थ प्रेरणा, (5) स्पर्धा, (6) बाजार आणि किमती यांचे अस्तित्व, (7) शासनाची मर्यादित भूमिका, (8) पैशाचा वापर, (9) मागणीच्या अपेक्षेने उत्पादन, (10) विशेषीकरण आणि श्रमविभागणी इत्यादी. अन्य वैशिष्ट्ये कुटुंबे आणि उत्पादनसंस्था या दोन एककांमधील देवाण-घेवाण दाखविणाऱ्या प्रवाहदर्शक आकृतीच्या साहाय्याने, यांच्या आधारभूत गृहीतांच्या साहाय्याने स्पष्ट करता येते. येथे कुटुंबे हे वस्तूंच्या बाजारात ग्राहकांची पण घटकांच्या बाजारात विक्रेत्यांची भूमिका पार पाडत असतात. त्याचप्रमाणे उत्पादनसंस्था या घटकांच्या बाजारात ग्राहकांची आणि वस्तूंच्या बाजारात विक्रेत्यांची भूमिका पार पाडत असतात. ग्राहक आणि विक्रेते यांच्यामध्ये क्रिया-प्रतिक्रियांवरून दोन्ही बाजारातील किमती आणि पुरवठ्याची परिमाणे तसेच समतोल यांची निश्चिती होत असते. कामकाजातील स्वयंचलितता आणि निर्णयांच्या अंमलबजावणीतील स्वयंनियमनाची व्यवस्था हे बाजारयंत्रणेचे महत्त्वाचे गुण आहेत.

1.5 बाजारयंत्रणेची कार्ये

(1) संसाधनांची वाटणी हे बाजारयंत्रणेचे महत्त्वाचे कार्य असते. मागणीतून व्यक्त होणाऱ्या उपभोक्त्यांच्या इच्छेला प्रतिसाद म्हणून कोणत्या वस्तूचे किती प्रमाणात उत्पादन करायचे याचा निर्णय जेव्हा उत्पादक घेतात तेव्हाच संसाधनाच्या उपयोगाचा आकृतिबंधही ते निर्धारित करीत असतात. उदा., उपलब्ध जमिनीपैकी किती जमीन गव्हाच्या लागवडीखाली आणि किती उसाच्या लागवडीखाली ठेवावी हा शेतजमीन या संसाधनाच्या वाटणीचा प्रश्न आहे. उपभोक्त्यांकडून येणाऱ्या मागणीवरून उत्पादक जेव्हा कोणत्या वस्तूचे किती उत्पादन करायचे हे ठरवितात तेव्हाच त्यासाठी लागणाऱ्या जमिनीचे वाटपही निश्चित होते.

(2) उत्पन्नाची वाटणी हे बाजारयंत्रणेचे दुसरे कार्य आहे. मागणी-पुरवठ्याच्या आंतरक्रियेतून घटकांच्या बाजारात याबाबतचा निर्णय होतो.

❉ आकलन चाचणी (Test Your Understanding) ❉

(1) पुढील विधाने काळजीपूर्वक वाचून त्यांतून व्यक्त होणाऱ्या समस्या अंशलक्षी पातळीवरील आहेत की समग्रलक्षी पातळीवरील आहेत ते सांगा.

    (अ) एका नागरी बँकेला तिने दिलेली कर्जे का थकली आहेत त्याची कारणे शोधून काढायची आहेत.

    (ब) महाराष्ट्रातील साखर कारखाने संयुक्तपणे एक प्रकल्प हाती घेऊन साखरेच्या वाढत्या उत्पादन-खर्चाची कारणमीमांसा करू इच्छितात.

    (क) आयात जकातीच्या वसुलीवर चोरट्या आयातीचा परिणाम भारत सरकारच्या वित्त मंत्रालयाला शोधून काढावयाचा आहे.

(2) 500 रु. किमतीची 'य' वस्तू तयार करण्यासाठी उपलब्ध असणाऱ्या तीन पर्यायी तंत्रांचा तक्ता तयार करा. त्यातील कोणते तंत्र सर्वांत चांगले आहे ?

(3) भारतातील पुढील वस्तू आणि सेवा यात गेल्या वीस वर्षांत झालेल्या वाढीची आकडेवारी मिळवा : (1) अन्नधान्य, (2) इस्पितळातील खाटांची संख्या, (3) साक्षरतेचे प्रमाण, (4) दुचाकी स्वयंचलित वाहने, (5) रेफ्रिजरेटर्स, (6) मोटार-गाड्या या आकडेवारीवरून भारताच्या संमिश्र अर्थव्यवस्थेने लोकांच्या आवश्यकता आणि गरजा यांची पूर्तता कशी केल्याचे दिसून येईल.

प्रकरण 2

सैद्धान्तिक विश्लेषण : संकल्पना, साधने व पद्धती

(THEORETICAL ANALYSIS : CONCEPTS, TOOLS AND METHODOLOGY)

2.1 कुटुंब : उपभोगाचे एकक

(अ) निगमन पद्धती

(आ) विगमन पद्धती

(अ) स्थितिक विश्लेषण

(आ) गतिक विश्लेषण

2.1 कुटुंब : उपभोगाचे एकक (Household as a Consuming Unit)

एकदा बाजारयंत्रणेकडे वळून पहिल्या प्रकरणातील आकृती क्र. 1.1 मध्ये चित्रित केलेली बाजारयंत्रणेची कार्यपद्धती आपण पाहू. अंशलक्षी आर्थिक विश्लेषणात व्यक्ती अथवा गट यांनी घेतलेल्या निर्णयांशी आपला संबंध असतो. आकृती क्र. 1.1 मध्ये दाखविल्याप्रमाणे कुटुंब आणि उत्पादनसंस्था ज्या दोन बाजूंचे प्रतिनिधित्व करतात त्या दोन बाजू बाजार विश्लेषणात महत्त्वाच्या असतात. म्हणून कुटुंब आणि उत्पादनसंस्था यांचा सर्वप्रथम विचार करायला हवा.

प्रा. लिप्से यांच्या शब्दांत, **"कुटुंब या संज्ञेने एका छपराखाली राहणारे आणि स्वतः अथवा इतरांकरवी संयुक्त आर्थिक निर्णय घेणारे सर्व लोक असा बोध होतो."** अशा तऱ्हेने मागणीच्या बाजूला कुटुंब हे मूलभूत एकक म्हणून घेतले जाते. कुटुंबातील व्यक्ती आपसात कसा निर्णय घेतात याचा विचार आपण करत नाही. उपलब्ध असणाऱ्या सर्व निवड पर्यायांचा विचार करून तर्कसंगत पद्धतीने निर्णय घेण्याचे काम कुटुंब करते असे आपण मानतो. कुटुंबातील अंतर्गत संबंधांशी आपला संबंध नसतो. असे संबंध हा समाजशास्त्र आणि मानसशास्त्र यांचा अभ्यासविषय असतो. म्हणून आपण जेव्हा अर्थशास्त्रात उपभोक्ता अथवा मागणी करणारी व्यक्ती असा उल्लेख करतो तेव्हा खऱ्या अर्थाने आपल्याला कुटुंब अभिप्रेत असते आणि कुटुंबातील व्यक्तींचा गट एकत्रितपणे आपल्या डोळ्यांसमोर असतो. उपभोक्त्याचे सार्वभौमत्व याचा अर्थदेखील कुटुंबाचे सार्वभौमत्व असा असतो.

बाजार अर्थव्यवस्थेमध्ये निवडीचे स्वातंत्र्य गृहीत असते आणि प्रत्येक व्यक्तीला या स्वातंत्र्याच्या आधारे स्वतःच्या इच्छेप्रमाणे निवड करता येते असे मानले जाते. निवडीच्या वैयक्तिक स्वातंत्र्याचा अर्थ कुटुंबाला निवडीचे स्वातंत्र्य असते असाच घ्यावा लागतो. कुटुंबातील व्यक्ती लोकशाही पद्धतीने पर्याय तपासून हा निर्णय घेत असतील अथवा पितृसत्ताक हुकूमशाहीनेच निर्णय घेतला जात असेल. या तपशिलाशी अर्थशास्त्राचा संबंध नसतो. कुटुंबाच्या पातळीवर घेतला जाणारा निर्णय हा उपयोगिता, अथवा समाधान अथवा कल्याण महत्तम कसे होईल हे पाहून घेतला जातो असे मानले जाते.

येथे हे लक्षात ठेवले पाहिजे की, कुटुंबातील व्यक्ती या नातेसंबंधानेच बांधलेल्या असल्या पाहिजेत असे नाही. 'कुटुंब' या संज्ञेस पात्र होण्यासाठी अर्थशास्त्राची कसोटी एकच आहे ती म्हणजे त्या गटाच्या पातळीवर एकत्रित आणि एकच निर्णय घेतला जाणे. म्हणून व्यवहारात सामान्यपणे आढळणाऱ्या कुटुंबांव्यतिरिक्त शाळा-महाविद्यालयांची वसतिगृहे किंवा काम करणाऱ्या महिला एकत्र राहतात असे महिला निवास (वर्किंग वुमेन होस्टेल) यामध्ये किंवा 2-4 मित्रांनी मिळून भाड्याने घेतलेली एखादी खोली यांचाही समावेश 'कुटुंब' या संज्ञेत करता येईल. अर्थात, यामध्ये केवळ एकत्र राहणे एवढेच पुरेसे नसून उपभोगाचे निर्णय एकत्र घेणे आणि एकत्रित खर्च करणेही आवश्यक आहे.

उपभोगाच्या बाजूचे निर्णय घेणारे सर्वांत लहान एकक म्हणजे कुटुंब असे म्हटले जाते. पण या कुटुंबाने म्हणजेच उपभोक्त्याने कोणते आर्थिक निर्णय घ्यावयाचे असतात ? आर्थिक प्रश्न हा निवडीचा प्रश्न असतो असे म्हटले जाते ते योग्यच आहे आणि अशी निवड सर्वच आर्थिक व्यवहारात करावी लागते. आर्थिक व्यवहार म्हणून उपभोग या क्रियेला-देखील निवडीच्या प्रश्नाला सामोरे जावे लागते. समजा, बाजारात द्राक्षे आणि संत्री उपलब्ध आहेत आणि त्यांच्या किमती दिलेल्या आहेत. आपल्या उत्पन्नाचा विशिष्ट भाग उत्पादक या दोन फळांवर खर्च करू इच्छितो. मुळात ही देखील एक निवडच ठरते. त्याहीपुढे जाऊन द्राक्षे किंवा संत्री किंवा काही प्रमाणात द्राक्षे काही प्रमाणात संत्री खरेदी करण्याचा निर्णय त्याला घ्यावा लागतो. म्हणजेच त्याला निवड करावी लागते. निर्णय घेतल्यानंतर आपल्या पसंतीप्रमाणे तो त्या फळांची खरेदी करतो. अशा तऱ्हेने निवडीची अंमलबजावणी होते तेव्हा आर्थिक निर्णय घेतला जातो.

कुटुंबाकडून घेतल्या जाणाऱ्या आर्थिक निर्णयांच्या प्रक्रियेचा थोड्या तपशिलाने आता विचार करू.

(1) चलनी उत्पन्नाची विशिष्ट रक्कम दिलेली असताना या उत्पन्नापैकी किती भाग वर्तमान उपभोगावर खर्च करावयाचा आणि किती भाग भविष्यकालीन उपयोगासाठी बचत म्हणून बाजूला काढावयाचा याचा निर्णय प्रत्येक उपभोक्त्याला (म्हणजेच उपभोगाचे एकक म्हणून कुटुंबाला) घ्यावा लागतो. ही निवड उपभोग आणि बचत याबाबतचा निर्णय म्हणून व्यक्त होते.

(2) उपभोग आणि बचत यांतील निवड निश्चित झाल्यावर पुढील निर्णय कोणत्या गरजांची पूर्तता करावयाची याचा निर्णय घ्यावा लागतो. आपल्या असंख्य गरजांपैकी काही गरजांची निवड कुटुंबाला करावी लागते, असे का ? अर्थातच कुटुंबाला उपलब्ध असणाऱ्या उत्पन्नातून सर्व गरजा तृप्त करणे शक्य नसते. म्हणून किंबहुना गरजा अमर्याद असल्यामुळे सर्व गरजा तृप्त करणे कोणालाच शक्य नसते. म्हणून काही गरजांची निवड करणे क्रमप्राप्त असते.

(3) उपभोगविषयक निर्णयात अग्रक्रम ठरविणे (किंवा क्रमवारी ठरविणे) आवश्यक असते. ही क्रमवारी कशी ठरविली जाते याचे स्पष्टीकरण उपभोगविषयक सिद्धान्तात दिले जाते.

(4) विविध वस्तूंच्या खरेदीवर उपलब्ध उत्पन्न कसे वाटून द्यावयाचे हा एक अतिशय महत्त्वपूर्ण निर्णय असतो. हा निर्णय महत्त्वपूर्ण मानण्याचे कारण उपभोक्त्याचा समतोल या निर्णयातून व्यक्त होतो आणि हा समतोल उपभोग सिद्धान्तात मध्यवर्ती असतो. उपभोक्त्याच्या वर्तनाची संगती लावणारे स्पष्टीकरण उपभोग सिद्धान्तात महत्त्वाचे आहे.

अंशलक्षी अर्थशास्त्रात उत्पादन आणि उपभोग अथवा पुरवठा आणि मागणी यांच्यामधील समांतरता लक्षात घेण्यासारखी असते. या दोन प्रेरणांच्या आंतरक्रियेतूनच बाजारयंत्रणेचे कार्य चालते. कुटुंबाने घेतलेला उपभोगविषयक निर्णय मागणीच्या रूपात बाजारात व्यक्त होतो. बाजारातील मागणी उत्पादकांच्या प्रतिसादाची अपेक्षा असते आणि त्याला अनुरूप असा पुरवठा करणे अशी उत्पादकांची प्रतिक्रिया असते. म्हणूनच उत्पादनाचे निर्णयदेखील उपभोक्त्याच्या आदेशानुसार होतात असे म्हटले जाते.

कुटुंबाचे वर्तन तर्कसंगत का ? तर्कसंगतता अथवा सारासार विचार करून निर्णय घेणे हे सर्व आर्थिक सिद्धान्ताचे एक मूलभूत गृहीत असते. परंतु तर्कसंगत रीतीने निर्णय घेण्याच्या कुटुंबाच्या क्षमतेवरील काही मर्यादा लक्षात घेणे आवश्यक ठरते. या मर्यादा पुढीलप्रमाणे सांगता येतील –

(1) **अर्थव्यवस्थेची उत्पादन क्षमता :** कमी विकसित अर्थव्यवस्थेची उत्पादन क्षमताही कमी असते आणि त्यामुळे उपभोक्त्याला निवडण्याजोगे फारसे पर्याय अशी अर्थव्यवस्था देऊ शकत नाही.

(2) **तांत्रिक ज्ञान :** आपल्याला कोणकोणते पर्याय उपलब्ध आहेत याचे ज्ञान उपभोक्त्याला असतेच असे नाही. त्याचप्रमाणे वस्तूचा दर्जा तपासून पाहण्यासाठी लागणारे तांत्रिक ज्ञानही प्रत्येक उपभोक्त्याजवळ असते असे नाही.

(3) **शासकीय निर्बंध :** उपभोगाचे स्वातंत्र्य हे शासनाने लोकहितार्थ घातलेल्या निर्बंधांनी मर्यादित असते. उपभोगाचे अमर्याद स्वातंत्र्य दिल्यास इतर उपभोक्त्यांच्या उपभोग स्वातंत्र्यावर गदा येऊ शकते.

(4) **जाहिरातबाजी :** विक्रय प्रवर्तन आणि जाहिरातबाजीचा हेतू मागणी निर्माण करणे हा असतो. अशा प्रकारच्या जाहिरातबाजीमुळे दुसऱ्या कोणाचा तरी उपभोगविषयक निर्णय उपभोक्ता आपलाच निर्णय म्हणून परत रेटतो.

(5) **करारोपण :** उत्पन्नावर तसेच वस्तूंवर सरकारकडून कर बसविले जातात तेव्हा उपभोक्त्यांच्या निवड स्वातंत्र्यावर स्वाभाविकपणे मर्यादा पडते.

(6) **प्रमाणित उत्पादने :** भांडवलशाही अर्थव्यवस्थेमध्ये बहुतेक उत्पादने प्रमाणित साचेबंद स्वरूपाची असतात. त्यामुळे प्रत्येक व्यक्तीला आपल्या पसंतीप्रमाणे वस्तू मागण्याच्या स्वातंत्र्यावर मर्यादा पडते. आपल्याला हवी ती वस्तू मागण्याऐवजी उपलब्ध पर्यायातून त्यातल्या त्यात आपल्या पसंतीला उतरणारा पर्याय निवडणे एवढेच उपभोक्त्याच्या पसंतीला राहते.

(7) **रूढी आणि फॅशन्स :** सामाजिक रूढी, परंपरा आणि प्रचलित फॅशन्स यांच्यामुळे काही निर्णय उपभोक्त्याच्या माथी मारले जातात. काटेकोरपणाने तर्कसंगततेच्या निकषानुसार कदाचित उपभोक्त्याने हे निर्णय एरव्ही घेतलेही नसते.

2.2 उत्पादनसंस्था : उत्पादनाचे एकक (Firm as Producing Unit)

मागणीच्या बाजूला कुटुंब हे मूलभूत एकक असते. तशी पुरवठ्याच्या बाजूला उत्पादनसंस्था ही मूलभूत एकक म्हणून विचारात घेतली जाते. उत्पादनाच्या बाजूला निर्णयाचे लहानात लहान एकक म्हणजे उत्पादनसंस्था. **प्रा. लिप्से** यांच्या शब्दांत ''उत्पादनसंस्था म्हणजे उत्पादन घटकांचा वापर करून वस्तूंचे उत्पादन करणारे आणि पुढे त्याच वस्तू इतर उत्पादनसंस्थांना, कुटुंबांना अथवा मध्यवर्ती अधिकार संस्थांना (म्हणजे सरकार अथवा अन्य सार्वजनिक संस्थांना) विकणारे एकक.'' अशा रीतीने उत्पादनाच्या घटकांना कामावर घेण्यासंबंधीचे आणि वस्तूंचे उत्पादन करण्यासंबंधीचे निर्णय घेणारे उत्पादनसंस्था हे एकक असते. पूर्वी आपण पाहिल्याप्रमाणे खरेदी किती करावयाची हे कुटुंब ठरविते. कुटुंबांच्या निवडींचा विचार करून किती आणि कसे उत्पादन करायचे हे निर्णय उत्पादनसंस्था घेतात. जाहिरातींसारख्या प्रयत्नातून आपली विक्री वाढविण्याचा प्रयत्न उत्पादनसंस्था करतात, पण खरेदी करण्याचा निर्णय हा शेवटी ग्राहकांचाच असतो. उत्पादनसंस्थांचा निर्णय हा उत्पादनापुरताच असतो. म्हणजेच उत्पादनाचे तंत्र कोणते वापरावयाचे आणि वस्तूचे किती परिमाण तयार करायचे हे उत्पादनसंस्था ठरवितात. उत्पादनसंस्थेसमोरही अनेक पर्याय उपलब्ध असतात आणि तर्कसंगत पद्धतीनेच उत्पादनसंस्था निर्णय घेते असे गृहीत धरले जाते. येथेही निर्णय घेण्यातील अंतर्गत प्रश्न म्हणजे निर्णय कोण घेते आणि ते कसे घेतले जातात इत्यादी प्रश्न आपण विचारात घेत नाही. आपल्या दृष्टीने उत्पादनसंस्था हे उत्पादनाच्या बाजूचे लहानात लहान एकक असते. पदार्थाचा लहानात लहान परिपूर्ण भाग म्हणजे अणू. तसेच पुरवठ्याचा बाजूचा मानवी वर्तनाचा अणू म्हणजेच उत्पादनसंस्था आणि मागणीच्या बाजूचा मानवी वर्तनाचा अणू म्हणजेच कुटुंब असे म्हणता येईल.

महत्तम समाधान मिळविणे हे जसे कुटुंबाचे उद्दिष्ट आपण मानतो तसेच महत्तम नफा मिळविणे हे उत्पादनसंस्थेचे उद्दिष्ट मानले जाते.

उत्पादनसंस्था ही लहान असेल अथवा मोठी असेल, तसेच ती एकस्वामित्व पद्धती या प्रकारात मोडणारी असेल, भागीदारी असेल अथवा प्रचंड आकाराची बहुराष्ट्रीय संयुक्त भांडवली कंपनी असेल. आपल्या दृष्टीने निर्णय घेणारे एकक ही कसोटी महत्त्वाची आहे. वर उत्पादनसंस्थेचा उल्लेख आपण अणू असा केलेला असल्याने ती लहानच असली पाहिजे असा गैरसमज होण्याची शक्यता आहे. म्हणून हे स्पष्ट केले पाहिजे की, आपली कसोटी आकारमान ही नसून निर्णयाचे एकक ही आहे. म्हणून अर्थशास्त्राच्या दृष्टीने टेल्को, भारत हेवी इलेक्ट्रिकल्स लिमिटेड (B.H.E.L.) किंवा कोपऱ्यावरचा रामभरोसे भेळपुरीवाला या सर्व उत्पादनसंस्थाच आहेत. तसेच उत्पादनसंस्थेचे अंतर्गत संघटन कसे आहे आणि निर्णय घेण्यासाठी कोणती यंत्रणा स्वीकारलेली आहे हा उत्पादन संघटन आणि व्यवस्थापन शास्त्र यांचा विषय आहे. अर्थशास्त्र उत्पादनसंस्था ही निर्णय घेण्यास समर्थ आणि तिचे अंतर्गत संघटन योग्य तऱ्हेने झालेले आहे असे गृहीत धरते.

2.3 उत्पादनसंस्था आणि उद्योग यांतील फरक (Distinction Between Firm and Industry)

उत्पादनसंस्था आणि उद्योग या दोहोंतील फरक स्पष्ट होण्यासाठी स्पर्धात्मक उद्योगाचे स्वरूप समजून घेणे इष्ट ठरेल. स्पर्धात्मक उद्योगाची तीन मूलभूत वैशिष्ट्ये असतात - (1) उत्पादनसंस्थांची फार मोठी संख्या, (2) उत्पादनाचा एकजिनसीपणा, (3) प्रवेशाचे स्वातंत्र्य.

स्पर्धात्मक उद्योगात उत्पादनसंस्थांची संख्या प्रचंड असल्याने एका उत्पादनसंस्थेच्या कृतीचा परिणाम सबंध उद्योगाच्या उत्पादनावर आणि किमतीवर काहीही होत नाही. म्हणूनच किंमत दिलेली आहे असे मानून एखाद्या वस्तूचे आपले उत्पादन हवे तेवढे कमी किंवा जास्त करण्याचे स्वातंत्र्य प्रत्येक उत्पादनसंस्थेला मिळते. दुसरे, पूर्ण स्पर्धात्मक उद्योगातील प्रत्येक उत्पादनसंस्थेने केलेली वस्तू ही सर्वस्वी एकसारखी असणे आवश्यक आहे. एकजिनसीपणाची अट म्हणून ही अट ओळखली जाते. यामुळे सर्व उत्पादनसंस्था एकच किंमत आकारतील याची शाश्वती मिळते. अर्थात सर्व उत्पादनसंस्थांची वस्तू एकच आहे हे ग्राहकांना जाणवणे महत्त्वाचे आहे. कोणत्याही दोन उत्पादनसंस्थांच्या वस्तूंमध्ये ग्राहकांना कोणताही खरा अथवा काल्पनिक भेद जाणवता कामा नये. शेवटी, नव्या उत्पादनसंस्थांच्या उद्योगातील प्रवेशावर अथवा जुन्या उत्पादनसंस्थांच्या निर्गमनावर कोणतीही बंधने अथवा प्रवेश निर्गमनाच्या मार्गात कोणतेही अडथळे असता कामा नयेत.

स्पर्धात्मक उद्योग ही कल्पना स्पष्ट करण्यामागील हेतू मक्तेदारी उद्योगापेक्षा अशा उद्योगाचे असणारे वेगळेपण स्पष्ट करणे हा आहे. मक्तेदारीच्या परिस्थितीत एखाद्या वस्तूचे उत्पादन करणारी एकच उत्पादनसंस्था असते. अर्थात उद्योगातील प्रवेशाचे स्वातंत्र्य नसते, कारण नवीन उत्पादनसंस्था ज्या क्षणी त्या उद्योगात प्रवेश करते त्या क्षणी मक्तेदारी संपते. अशा रीतीने मक्तेदारीमध्ये उत्पादनसंस्था आणि उद्योग या दोन्ही एकच असतात, त्या दोहोंमध्ये भेद नसतो.

पूर्ण स्पर्धा आणि मक्तेदारी या दोन टोकांच्या दरम्यान बाजाराच्या अनेक रचना व्यवहारात आपल्याला दिसतात आणि एकाहून अधिक उत्पादनसंस्था एखाद्या वस्तूचे उत्पादन करीत असतात. काटेकोरपणे बोलायचे झाल्यास एकाच (म्हणजे सर्वस्वी एकजिनसी) वस्तूचे उत्पादन करणाऱ्या सर्व उत्पादनसंस्थांचा मिळून उद्योग बनतो आणि या सर्व उत्पादनसंस्था मिळून जो काही पुरवठा करतात तो त्या उद्योगाचा पुरवठा ठरतो. व्यवहारात मात्र सर्व कापडगिरण्या एकाच प्रकारचे कापड तयार करीत नसल्या तरीही आपण कापडउद्योग असा एकत्रितपणे उल्लेख करतो. साखरेचा रंग, साखरेच्या स्फटिकांचा आकार आणि दर्जा यांत भिन्नता असूनही सर्व साखर कारखाने मिळून साखर उद्योग बनतो असे आपण मानतो. याच प्रकारे आपण पोलाद उद्योग, सिमेंट उद्योग, ताग उद्योग असे शब्दप्रयोग करतो. सारांश विशिष्ट वस्तूचे उत्पादन करणाऱ्या सर्व संस्थांचा मिळून एक उद्योग बनतो हे स्पष्ट होईल.

2.4 उत्पादनसंस्था आणि यंत्रकुल यांतील फरक (Distinction Between Firm and Plant)

यंत्रकुल अथवा संयंत्र (Plant) हे उत्पादनाची विवक्षित क्षमता असणारे एक तांत्रिक एकक असते. उदाहरणार्थ, आपण साखर उत्पादनाचे यंत्रकुल विचारात घेऊ. हे यंत्रकुल म्हणजे काय असते तर एकत्र जोडलेल्या अनेक यंत्रांचा तो एक समुच्चय असतो अथवा ते एक संकुल असते आणि दररोज विशिष्ट प्रमाणात साखरेचे उत्पादन करण्याची त्याची क्षमता असते. येथे जोडलेल्या याचा अर्थ प्रत्यक्ष तारेने अथवा साखळीने जोडलेले असा अर्थ नाही. उदाहरणार्थ, एका साखर यंत्रकुलात (म्हणजे साखर कारखान्यात) उसाचे वजन करायचा काटा, ऊस वाहून नेणारा पट्टा, उसाचा रस काढणारी यंत्रणा, रसाचे शुद्धीकरण करणारी यंत्रणा आणि शेवटी साखर पोत्यात भरणारी यंत्रणा येथपर्यंत अनेक प्रकारची यंत्रे आणि

यंत्रणा असतात. या सर्वांना एकत्रितपणे 'यंत्रकुल' असे म्हटले जाते आणि असे एकत्रित यंत्रकुलच एखाद्या वस्तूचे उत्पादन करू शकते. इतर घटकांच्या सहकार्याने यंत्रकुल कोणत्याही एका वस्तूचे उत्पादन करू शकते. व्यवस्थापक, तंत्रज्ञ आणि कामगार यांच्या मदतीने आणि कच्चा माल, इंधन आणि इतर रसायने पुरविल्यावर साखर संयंत्र साखरेचे उत्पादन करते.

उत्पादनसंस्था ही मात्र निर्णयाच्या दृष्टीने एक एकक म्हणून काम करते. उत्पादनसंस्था ही अशा प्रकारे आर्थिक एकक असते. उसाचा रस काढणे आणि त्याचे साखरेत रूपांतर करणे हे यंत्रकुलाचे अथवा तांत्रिक एककाचे काम असते. याउलट, कोणत्या प्रतीची साखर किती प्रमाणात उत्पादित करावयाची आणि कोणत्या बाजारात पाठवायची तसेच कोणत्या शेतकऱ्यांचा ऊस गळितासाठी स्वीकारायचा इत्यादी निर्णय हे आर्थिक निर्णय असून ते उत्पादनसंस्थेने घ्यावयाचे असतात.

एका उत्पादनसंस्थेत एकच यंत्रकुल असेल असे नाही. साखरेचे उत्पादन करणाऱ्या एखाद्या उत्पादनसंस्थेकडे म्हणजेच एकाच व्यवस्थापनाच्या छत्राखाली साखर यंत्रकुलाबरोबर मद्यार्क यंत्रकुल, पशुखाद्य, कागद यंत्रकुल इत्यादी अनेक यंत्रकुले असू शकतात. तसेच एक यंत्रकुल अनेक उत्पादनसंस्थांना वस्तू पुरविणेही शक्य आहे. यंत्रकुल आणि उत्पादनसंस्था यांतील फरक हा मूलतः तांत्रिक एकक आणि आर्थिक एकक असा आहे.

उत्पादनसंस्थेबद्दल शेवटी एकच गोष्ट सांगितली पाहिजे. आपण अनेकदा 'उत्पादक' अथवा 'उद्योजक' असे शब्दप्रयोग करतो. जेव्हा-जेव्हा आपण उत्पादक/उद्योजक म्हणतो तेव्हा-तेव्हा आपल्याला उत्पादनसंस्था असेच म्हणावयाचे असते. अंतर्गत पातळीवर संचालक मंडळ अथवा व्यवस्थापक यांपैकी कोणीही निर्णय घेत असले अथवा वेगवेगळे निर्णय वेगवेगळ्या पातळ्यांवर घेतले जात असले तरी आपल्यापुरते हे सर्व निर्णय उत्पादनसंस्थेच्या पातळीवरचे आणि उत्पादनसंस्थेने घेतलेले निर्णय असतात.

2.5 विश्लेषणाची साधने म्हणून आणखी काही संकल्पना (Some More Concepts as Tools of Analysis)

इतर कोणत्याही शास्त्राप्रमाणे अर्थशास्त्रातही व्याख्या आणि सिद्धान्त यांचा समावेश होतो. तसेच माणसाचे आर्थिक वर्तन नियंत्रित करणारी तत्त्वे आणि नियम यांचाही अभ्यास केला जातो. या सिद्धान्त-कल्पना आणि हे नियम यातून सूचित होणारे अर्थ शोधून काढण्याचा सैद्धान्तिक विश्लेषणाचा प्रयत्न असतो. कोणतीही सिद्धान्त-कल्पना अथवा कोणताही नियम शब्दांनी वर्णन करून विधानाच्या स्वरूपात सांगता येतो अथवा गणिती चिन्हांच्या साहाय्याने सूत्राच्या स्वरूपात मांडता येतो किंवा आलेखाच्या साहाय्याने व्यक्त करता येतो. खरेतर सूत्र किंवा आलेख यांच्या मदतीने एखादा नियम थोडक्यात आणि चटकन स्पष्ट करता येतो. आपला युक्तिवाद तर्कसंगत आहे की नाही हेही या गणिती पद्धतीने तपासून पाहता येते. म्हणूनच अंशलक्षी अर्थशास्त्राच्या अभ्यासाला प्रारंभ करण्यापूर्वी विश्लेषणाच्या या गणिती साधनांचा परिचय करून घेणे हिताचे ठरेल.

(अ) फलन संबंध (Functional Relationship)

संबंधाचा अभ्यास सर्वच शास्त्रांना करावा लागतो आणि संबंध शोधून काढताना अथवा प्रस्थापित करताना एक गोष्ट दुसरीवर अवलंबून असते असे म्हणावे लागते. प्रा. लिप्से यांनी पदार्थ विज्ञानातील उदाहरण दिले आहे. कोणत्याही दोन वस्तूंमधील गुरुत्वाकर्षण हे त्या वस्तूचे वस्तुमान आणि त्या दोहोंमधील अंतर यांवर अवलंबून असते. वस्तुमान वाढेल तसे गुरुत्वाकर्षण वाढते आणि अंतर वाढेल तसे गुरुत्वाकर्षण कमी होते. अर्थशास्त्रात आपण असे म्हणतो की, एखाद्या वस्तूचे किती परिमाण लोक विकत घेतात हे इतर बाबींबरोबरच, त्या वस्तूच्या किमतीवर अवलंबून असते. हेच संबंध गणिती भाषेत असे सांगता येतात - गुरुत्वाकर्षण हे दोन वस्तूंचे वस्तुमान आणि त्या दोहोंतील अंतर यांचे फलन असते किंवा वस्तूचे मागणी परिमाण हे त्या वस्तूच्या किमतीचे फलन असते.

फलन संबंध व्यक्त करण्यासाठी : प्रत्येक संकल्पनेला अथवा घटकाला एक चिन्ह (अक्षर) दिले जाते आणि एका घटकाचे दुसऱ्या घटकावर अवलंबून असणे व्यक्त करण्यासाठी दुसरे चिन्ह दिले जाते. उदाहरणार्थ, किंमत-मागणी संबंध आपण पुढीलप्रमाणे लिहू शकतो.

$$q^d = f(p)$$

येथे q^d (Quantity Demanded) मागणी परिमाण, p (Price) किंमत असून f (Function) हे अक्षर फलन संबंधाचे प्रतीक आहे. हे समीकरण कोणत्याही वस्तूचे मागणी परिमाण हे त्या वस्तूच्या किमतीचे फलन असते. म्हणजे किमतीवर अवलंबून असते. या विधानाचे अथवा या मागणी-नियमाचे प्रतिनिधित्व करते.

आपण आणखी एक उदाहरण घेऊ. समजा C हे अक्षर उपभोग खर्च (Consumption Expenditure) दर्शविते आणि Y हे अक्षर त्या कुटुंबाचे उत्पन्न दर्शविते. आता आपण असे म्हणू शकतो की,

$$C = f(Y)$$

या समीकरणाने कुटुंबाचा उपभोग खर्च त्या कुटुंबाच्या उत्पन्नावर अवलंबून असतो ही सिद्धान्त कल्पना व्यक्त केली जाते.

सर्वसामान्यपणे सांगायचे तर जेव्हा आपण Y = f (x) असे लिहितो तेव्हा Y हे X चे फलन आहे असे आपण म्हणत असतो आणि याचा अर्थ Y हा X वर अवलंबून आहे किंवा X प्रमाणे Y बदलतो असा होतो. या समीकरणातील X आणि Y ही फलन संबंधाने एकत्रित आलेली जी दोन परिमाणे आहेत त्यांना चल (Variables) असे म्हणतात. यातील एका परिमाणात बदल झाल्यास दुसऱ्यातही बदल होतो. जेव्हा Y = f (X) असे आपण म्हणतो तेव्हा X बदलेल त्याप्रमाणे Y मध्ये बदल होतो एवढाच स्थूल संबंध आपण व्यक्त करीत असतो. हा संबंध विशिष्ट समीकरणाने अधिक नेमका करूनही सांगता येतो, जसे Y = 2 X अथवा $Y = 4X^2$ इत्यादी.

ज्या वेळी X मध्ये वाढ होते त्या वेळी Y मध्ये वाढ होते. असा संबंध सांगायचा असतो तेव्हा Y हे X चे वाढते फलन आहे. अथवा Y आणि X त्यांच्यामध्ये सरळ संबंध आहे असे म्हणता येते. उदाहरणार्थ, Y = 25 + 3X हे X चे वाढते फलन आहे. दुसऱ्या शब्दांत Y आणि X हे दोन्ही चल एकाच दिशेने बदलतात. याउलट, X मध्ये वाढ झाली असताना Y मध्ये घट होत असेल (अथवा X मध्ये घट झाली असता Y मध्ये वाढ होत असेल) तर Y हे X चे घटते फलन आहे. अथवा Y आणि X यांच्यामध्ये परस्पर विरुद्ध संबंध आहे असे आपण म्हणतो. उदाहरणार्थ, Y = 25 – 3X या समीकरणात Y आणि X हे एकमेकांच्या विरुद्ध दिशेने जातात.

फलन संबंध कोणत्याही दोन चलांमधील संबंध दर्शविणारी गणिती अभिव्यक्ती असल्याने अर्थशास्त्रीय सिद्धान्तात तिचा आपल्याला खूपच उपयोग होतो. कारण अर्थशास्त्रात किंमत आणि पुरवठा, उपभोग आणि उत्पन्न, व्याजाचा दर आणि पैशाचा पुरवठा इत्यादी प्रकारे अनेक चलांमधील संबंध आपल्याला अभ्यासावे लागतात.

येथे फलन संबंधाबाबत सावधानतेची एक सूचना देऊन ठेवणे इष्ट ठरेल. फलनसंबंध म्हणून आपण जेव्हा एखादे सूत्र देतो तेव्हा एका चलाचे मूल्य दिल्यास दुसऱ्या चलाचे मूल्य नेमके समजले असा अर्थ ध्वनित होतो. आर्थिक फलन-संबंधात अशा नेमकेपणाची अपेक्षा धरता येत नाही आणि प्रत्यक्षातील फलन परिमाणे थोडीफार मागे-पुढे होतील हे गृहीत धरावे लागते. असे होण्याची दोन कारणे असतात. एक, आर्थिक चलांचे नेमके मोजमाप करता येत नाही आणि दोन, एखादाच चल इतर काही चलांनीही प्रभावित होत असतो. (उदाहरणार्थ, मागणी किमतीप्रमाणे बदलते तशीच उत्पन्न, अभिरुची इत्यादी घटकांप्रमाणेही बदलते.)

दोन अथवा अधिक चलांमधील संबंध फलन संबंधाने व्यक्त होतो. असा फलन संबंध तीन प्रकारांनी व्यक्त करता येतो. (1) शब्दांत, (2) आलेखाने (3) गणिती सूत्राने. एकच संबंध व्यक्त करण्याच्या या तीन पर्यायी पद्धती आहेत. एका साध्या उदाहरणाने या तीनही पर्यायी पद्धती आपण तपासून पाहू. उपभोगाचे सर्वांत लहान एकक कुटुंब हे असते असे

आपण पाहिले. एका वर्षातील एका कुटुंबाचा सर्व वस्तू आणि सेवांवर होणारा खर्च म्हणजेच उपभोग खर्च आणि कुटुंबाचे (करोत्तर) वार्षिक उत्पन्न या दोन चलांमधील संबंध आपण पाहू. हा संबंध पुढील तीन प्रकारांनी व्यक्त करता येतो.

(1) शाब्दिक अभिव्यक्ती : उत्पन्नाच्या शून्य पातळीला कुटुंबाचा उपभोग खर्च तीन हजार रुपये आहे (ही रक्कम कर्जाऊ घेतली जाते अथवा पूर्वी साठविलेल्या पैशातून खर्च केली जाते.) आणि त्यापुढे उत्पन्न म्हणून कुटुंबास मिळणाऱ्या प्रत्येक रुपयातील 80 पैसे उपभोगावर खर्च होतात.

(2) गणिती (बीजगणिती) अभिव्यक्ती : वार्षिक उपभोग खर्च C या अक्षराने आणि वार्षिक करोत्तर उत्पन्न Y या अक्षराने दाखविल्यास, C = 3000 + 0.8Y

(3) आलेखात्मक अभिव्यक्ती : आपण जो संबंध पाहत आहोत तो उपभोग आणि उत्पन्न यांच्यामधील असल्याने या संबंधाला आपण उपभोग फलन असेही म्हणू शकतो. वर (2) मध्ये आपण गणिती पद्धतीने जो संबंध सांगितला आहे त्याच्या आधारे पुढील तक्ता क्र. 2.1 तयार करता येतो. या तक्त्यात कुटुंबाच्या करोत्तर वार्षिक उत्पन्नाचे काल्पनिक आकडे पहिल्या रकान्यात घेतले असून वरील (2) मधील समीकरणाच्या आधारे प्रत्येक उत्पन्नाच्या आकड्याशी सुसंगत असे उपभोग खर्चाचे आकडे शोधून काढून तक्त्यातील दुसरा रकाना तयार करण्यात आला आहे.

तक्ता क्र. 2.1 : C = 3000 + 0.8Y या उपभोग फलनाच्या किमती

Y ₹	C ₹
0	3,000
6,000	7,800
12,000	12,600
18,000	17,400
24,000	22,200

या तक्त्यातील किमतींच्या प्रत्येक जोडीने मिळणारा बिंदू आलेखावर काढून हे सर्व बिंदू जोडल्यास आकृती क्र. 2.1 मध्ये दाखविल्याप्रमाणे उपभोग वक्र मिळतो. या आलेखातील आडव्या अक्षावर उत्पन्न मोजले आहे तर उभ्या अक्षावर उपभोग खर्च मोजलेला आहे. आलेखातील C = 3000 + 0.8Y सरळ रेषा ही त्याच विधानाची आलेखात्मक अभिव्यक्ती आहे.

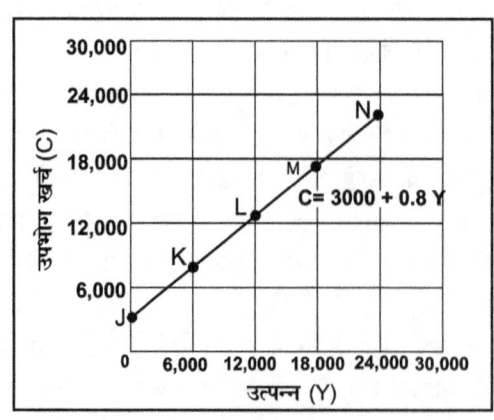

आकृती क्र. 2.1 : उपभोग फलनाचा आलेख

आकृती क्र. 2.1 मध्ये आरंभबिंदूपासूनचे उभे अंतर उपभोग खर्च मोजते आणि आडव्या अंतराने उत्पन्न मोजले जाते. उत्पन्न जेव्हा शून्य (0) असते तेव्हा उपभोग खर्च 3,000 ₹ असतो. म्हणून हे दर्शविणारा J हा बिंदू उभ्या अक्षावरच येतो. उत्पन्न 6,000 ₹ असताना उपभोग खर्च ₹ 7,800 असतो. यावरून आपल्याला K हा बिंदू मिळतो. याच पद्धतीने उत्पन्न आणि उपभोगाच्या प्रत्येक जोडीतून आपल्याला L, M आणि N हे बिंदू मिळतात. हे बिंदू जोडून होणारी JN ही रेषा उत्पन्न आणि उपभोग या दोहोंमधील संबंध दर्शविते. हा संबंध भूमितीच्या भाषेत व्यक्त करायचा झाल्यास चलांना अंकात्मक किंमत देण्याऐवजी अक्षररूपी चिन्हे दिली की काम भागते. अर्थात C = 3000 + 0.8Y याऐवजी C = b+ a Y असे म्हणता येते.

फलनसंबंधीची संकल्पना अनेक प्रकारांनी उपयोगी पडते. एक साधे उदाहरण घेऊ. तक्ता क्र. 2.1 पाहा. उत्पन्न उपभोगाच्या पहिल्या तीन जोड्यांच्या बाबतीत कुटुंबाला पूर्वी साठविलेल्या पैशावर अथवा कर्जावर अवलंबून राहावे लागते. चौथ्या आणि पाचव्या जोडीवरून मात्र ते कुटुंब बचत करत आहे. म्हणजेच उत्पन्नापेक्षा खर्च कमी करत आहे असे स्पष्ट होते. यावरून असे दिसते की, उत्पन्न वाढत गेल्यास उत्पन्न आणि उपभोग खर्च या दोहोंमधील अंतर प्रथम कमी-कमी होत जाते. नंतर उपभोग खर्च उत्पन्नाच्या बरोबरीला येतो आणि नंतर पुन्हा उत्पन्नापेक्षा उपभोग खर्च कमी पडत जाऊन त्या दोहोंमधील अंतर वाढत जाते. उत्पन्न आणि उपभोग खर्च या दोहोंचा संतुलन बिंदू कोणता म्हणजेच C = Y हे समीकरण कोणत्या बिंदूपाशी मिळेल या प्रश्नाचे उत्तर आपल्या उदाहरणातील फलन संबंधाच्या आधारे बीजगणिती पद्धतीने तसेच भूमितीच्या पद्धतीनेही शोधून काढता येते.

प्रथम बीजगणिती पद्धतीने हे उत्तर शोधून काढू. यासाठी आपल्याला दोन युगपद समीकरणे सोडवावी लागतील.

$$C = 3000 + 0.8\,Y \qquad \ldots\ldots\ldots \text{(i)}$$

आणि
$$C = Y \qquad \ldots\ldots\ldots \text{(ii)}$$

$$0.8Y = C - 3000 \qquad \ldots\ldots\ldots \text{(iii)}$$

$$Y = C \qquad \ldots\ldots\ldots \text{(iv)}$$

समीकरण (iv) मधून समीकरण (iii) वजा केल्यास

$$\therefore \qquad 0.2\,Y = 3000 \qquad \ldots\ldots\ldots \text{(v)}$$

$$\therefore \qquad Y = 15000 \qquad \ldots\ldots\ldots \text{(vi)}$$

आता या उत्तराचा ताळा पाहू.

$$C = 3000 + 0.8Y$$

आणि आपल्या उत्तरातील Y म्हणजे 15,000 रुपये म्हणून

$$C = 3000 + 0.8\,(15000)$$

$$\therefore \qquad C = 3000 + 12000 = 15000$$

अशा तऱ्हेने उत्पन्नाची पातळी जेव्हा 15000 रुपये दरसाल असते तेव्हा उत्पन्न आणि उपभोग खर्च समान (C = Y) असतात.

आता आकृती क्र. 2.2 पाहा. आकृती क्र. 2.2 म्हणजे प्रत्यक्षात आकृती क्र. 2.2 मध्ये C = Y ही एक नवीन रेषा काढून तयार झालेली आहे. ही नवीन रेषा आरंभबिंदूशी 45° चा कोन करून काढलेली आहे.

या रेषेवरील प्रत्येक बिंदू उपभोग खर्च (C) आणि उत्पन्न (Y) या दोहोंमधील समानता दर्शवितो. आकृतीतील C = Y ही रेषा आणि C = 3000 + 0.8Y ही रेषा P या बिंदूत एकमेकीस छेदतात. या बिंदूवरूनही उत्पन्न आणि उपभोग खर्च समान असण्याची पातळी 15,000 ₹ हीच येते.

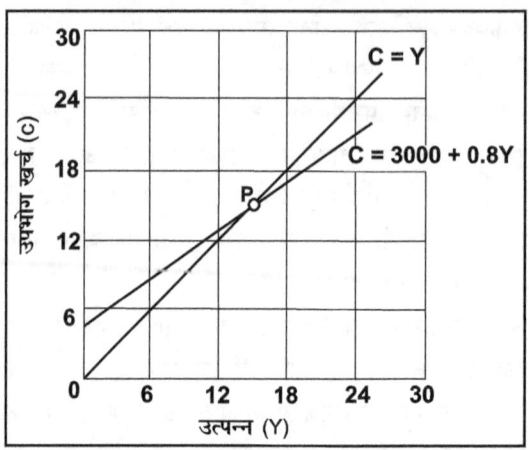

आकृती क्र. 2.2 : आलेखात्मक फलन संबंध

(आ) चल : परतंत्र आणि स्वतंत्र (Variables : Dependent and Independent)

अर्थशास्त्रीय विश्लेषणात विविध चलांशी आपला संबंध येतो. म्हणून चल ही संकल्पना काय आहे ते आता पाहू.

अंकगणित शास्त्रातील अंकप्रणालीमध्ये शून्य हा तटस्थ आणि वास्तव अंक म्हणून ओळखल्या जाणाऱ्या सर्व धन आणि ऋण अंकांचा समावेश होतो. मूलभूत असणाऱ्या या अंकप्रणालीला लवचीकता देण्यासाठी चिन्हांचा उपयोग केला जातो. अंकगणित आणि बीजगणित यांच्यातील उघड फरक म्हणजे अंकगणितात विशिष्ट अंक वापरलेले असतात तर बीजगणितात चिन्हस्वरूप अक्षरे ही बदलत्या अंकांचे कार्य करीत असतात.

वास्तव अंकांच्या विवक्षित संचातील कोणतेही अविशिष्ट आणि नेहमीच क्ष, य किंवा र अशा अक्षराने निर्दिष्ट होणारा अंक म्हणजेच चल अंक होय. ज्या अंकांचे प्रतिनिधित्व करण्यासाठी चल अक्षर आलेले असते त्या अंकाला त्या 'चलाचे मूल्य' म्हणतात. एका चलाची जेवढी मूल्ये शक्य असतात त्या सर्वांना मिळून त्या चलाची मर्यादा म्हटले जाते. चल म्हणून जेव्हा आपण एखादे अक्षर वापरतो तेव्हा या मर्यादितील कोणताही अंक त्या चलाचे मूल्य म्हणून घेता यावा असाच हेतू चलाच्या वापरात अभिप्रेत असतो.

फलन संबंधाचा विचार करताना आपण चलांचा वापर केलेला आहे. उदाहरणार्थ, $C = b + aY$ या समीकरणातील C, Y, a आणि b हे सर्व चल आहेत. आपण जेव्हा $C = 3000 + 0.8Y$ असे म्हटले तेव्हा आपण b या चलाचे 3000 हे मूल्य घेतले तसेच a या चलाचे 0.8 हे मूल्य घेतले. आपल्या अभ्यासात चलांची मूल्ये घेण्याचे असे प्रसंग अनेक वेळा येणार आहेत. उदाहरणार्थ, 'मागणीची लवचीकता' ही संकल्पना जेव्हा आपण शिकू (प्रकरण 3 पाहावे) तेव्हा मागणीच्या लवचीकतेचे अनेक प्रकार आपल्यासमोर येतील. उदाहरणार्थ, अलवचीक मागणी हा त्या प्रकरणातील मागणीच्या लवचीकतेच्या प्रकारातील चौथा प्रकार पाहा. या प्रकारातील मागणीची किंमत लवचीकता (e_p) ही शून्याहून जास्त आणि एकाहून कमी आहे. सूत्ररूपाने हेच आपण असे सांगू शकतो $0 < e_p < 1$. याचा अर्थ e_p हा चल शून्य आणि एक यांच्या दरम्यान कमी-जास्त होऊ शकतो. म्हणजेच शून्य आणि एक या मर्यादितील कोणतेही मूल्य त्या चलाचे असू शकते. उदाहरणार्थ, त्याचे मूल्य 0.01 अथवा 0.1 अथवा 0.5 अथवा 0.99 या प्रकारे 0 आणि 1 या मर्यादितील कोणत्याही अपूर्णांकाने दर्शविता येईल असे असू शकते.

आता Y आणि X या दोन चलांचा विचार करू. समजा Y हा चल X चलाच्या नेहमी तिप्पट असतो. हा संबंध आपण पुढील दोन प्रकारांनी लिहू शकतो.

$$Y = 3X \qquad \text{.......... (i)}$$

किंवा

$$X = \frac{1}{3} Y \qquad \text{.......... (ii)}$$

ही दोन्ही फलने अशीही लिहिता येतील.

आणि

$$Y = f(X) \qquad \text{.......... (iii)}$$

$$X = g(Y) \qquad \text{.......... (iv)}$$

वरील (iii) आणि (iv) मधील डावीकडील चलाला परतंत्र चल (Dependent Variable) आणि उजवीकडील चलाला स्वतंत्र चल (Independent Variable) असे म्हणतात. गणिताच्या दृष्टीने विचार करता स्वतंत्र आणि परतंत्र चल यात महत्त्वाचा फरक नसतो. कारण $Y = f(X)$ याचाच अर्थ $X = g(Y)$ असाही होतो. जेव्हा आपण $Y = f(X)$ असे लिहितो तेव्हा Y हा परतंत्र चल असतो, तर जेव्हा आपण $X = g(Y)$ असे लिहितो तेव्हा X हा परतंत्र चल ठरतो. परतंत्र आणि स्वतंत्र चलाची अशी उलटापालट केली तरी गणिताच्या दृष्टीने त्यात विसंगती येत नाही. परंतु परतंत्र चल डाव्या बाजूला लिहिण्याच्या गणितातील संकेताचा उपयोग करून दोन चलांमधील कार्यकारणसंबंध व्यक्त करणे शक्य असते. उदाहरणार्थ, पिकाचा हंगाम (यासाठी आपण H हे अक्षर वापरू) हा पावसावर (पावसाला आपण R म्हणू) अवलंबून असतो. म्हणून आपण $H = f(R)$ असे लिहू शकतो. याचा अर्थ पिकाचा हंगाम हा परतंत्र चल म्हणून पाऊस या स्वतंत्र चलावर अवलंबून असतो. गणिताच्या दृष्टीने $R = g(H)$ असे लिहिण्यात काहीही चूक होत नाही. पण समीकरणातील अक्षरे काय दर्शवितात आणि त्यांच्यामधील कार्यकारणभाव काय आहे हे माहीत असल्याने $R = g(H)$ असे लिहिणे आपल्या दृष्टीने नुसते निरर्थकच नव्हे तर हास्यास्पद ठरेल. कारण त्याचा अर्थ पिकांच्या हंगामावर पाऊस अवलंबून असतो असा होईल. अशाच प्रकारे जेव्हा आपण $C = f(Y)$ असे लिहितो तेव्हा त्याचा अर्थ उपभोग खर्च हे उत्पन्नाचे फलन आहे असा होतो. येथे C हा परतंत्र चल असून Y हा स्वतंत्र चल आहे. अशा प्रकारे गणितातील संकेताचा कार्यकारणभाव व्यक्त करण्यासाठी आपण उपयोग करून घेऊ शकतो.

(इ) बहिर्जात आणि अंतर्जात चल (Exogenous and Endogenous Variables)

अशाच प्रकारे बहिर्जात (Exogeneous) आणि अंतर्जात (Endogenous) चलांमध्येही फरक करतो. अंतर्जात चलांचे स्पष्टीकरण आपल्याच अभ्यासविषयातील घटनांनी अथवा नियमांनी देता येते. याउलट, बहिर्जात चल हे आपल्या अभ्यासविषयातील एखाद्या घटनेवर अथवा चलावर परिणाम करणारे घटक म्हणून मान्य केले जातात. पण ते स्वतः आपल्याविषयाबाहेरील घटकांनी निर्धारित केलेले असतात. उदाहरणार्थ, उसाचा पुरवठा हा उसाची किंमत आणि जलसिंचनाच्या सोई यांच्यावर अवलंबून असतो, असे म्हटल्यास या विधानातील उसाची किंमत हा अर्थशास्त्राच्या दृष्टीने अंतर्जात चल ठरतो तर जलसिंचनाच्या सोई हा बहिर्जात चल ठरतो.

(ई) वक्राचा चढ (Slope of Curve)

कोणत्याही दोन चलांमधील संबंध समजण्याच्या दृष्टीने वक्राचा चढ एक महत्त्वाचे साधन ठरते. उदाहरणादाखल आपण पुढील तीन फलन संबंध घेऊ.

$$Y = 0.5X \qquad \text{.......... (i)}$$

$$Y = X \qquad \text{.......... (ii)}$$

$$Y = X \qquad \text{.......... (iii)}$$

आकृती क्र. 2.3 मध्ये ही तिन्ही फलने दाखविलेली आहेत. OCA ही सरळ रेषा पहिला फलन संबंध दर्शविते. OTR ही रेषा दुसरा फलन संबंध दर्शविते आणि ONL ही रेषा तिसरा फलन संबंध दर्शविते.

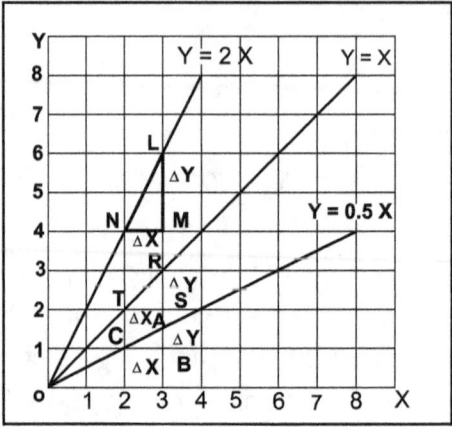

आकृती क्र. 2.3 : वक्राचा चढ

याच आकृतीच्या साहाय्याने आता आपण चलांमधील बदलांचाच विचार करू. प्रथम पहिला फलन संबंध पाहू. OCA या रेषेवरील C हा बिंदू X च्या दोन मात्रा आणि Y ची एक मात्रा दर्शवितो. त्याच रेषेवर जेव्हा आपण A बिंदूपाशी जातो तेव्हा X च्या तीन मात्रा आणि Y च्या दीड मात्रा आपल्याला मिळतात. येथे Y आणि X या दोन चलांमध्ये काय बदल झालेला दिसतो ? जेव्हा X मध्ये एका मात्रेने वाढ होते तेव्हा Y मध्ये अर्ध्या (0.5) मात्रेने वाढ झालेली असते. येथे चलांमधील बदल दर्शविणाऱ्या Δ (डेल्टा) या चिन्हाचा अवलंब करू. आपल्या आताच्या उदाहरणात $\Delta Y = 0.5$ आणि $\Delta X = 1$ असल्याचे आपल्याला आढळून आले आहे. याचप्रमाणे दुसऱ्या समीकरणात T बिंदूपासून R बिंदूपर्यंत होणारे स्थानांतर हे X मध्ये एकाची आणि Y मध्येही एकाची वाढ दर्शविते. दुसऱ्या शब्दांत Δ Y आणि ΔX या दोहोंचेही मूल्य एक एवढे आहे. तिसऱ्या समीकरणात N बिंदू Y च्या चार मात्रा आणि X च्या दोन मात्रा दर्शवितो. N पासून L पर्यंत गेल्यास Y च्या सहा मात्रा आणि X च्या तीन मात्रा मिळतात. या तिसऱ्या समीकरणाच्या निमित्ताने आता आणखी एक पाऊल पुढे जाऊ. येथे Y चे नवे मूल्य सहा आणि जुने मूल्य चार आहे. म्हणून आपण असे म्हणू शकतो की, $Y_2 = 6$, आणि $Y_1 = 4$ याच प्रकारे $X_2 = 3$ आणि $X_1 = 2$ असेही म्हणता येईल. पहिल्या दोन समीकरणांप्रमाणे तिसऱ्या समीकरणाबाबत बोलायचे झाल्यास आपण असे बोलू शकतो की, $\Delta Y = 2$ आणि $\Delta X = 1$ तसेच या तीनपैकी कोणत्याही अथवा अशाच प्रकारच्या इतर कोणत्याही समीकरणाबद्दल सर्वसामान्य विधान म्हणून आपणास असे म्हणता येईल की, $Y_2 - Y_1 = \Delta Y$ आणि $X_2 - X_1 = \Delta X$. आता $\frac{\Delta Y}{\Delta X}$ या गुणोत्तराचा विचार करू. पहिल्या समीकरणात $\frac{\Delta Y}{\Delta X}$ चे मूल्य 0.5 आहे या फलन संबंधातील X मधील कोणताही बदल घेऊन त्याला अनुरूप म्हणून येणारा Y मधील बदल पाहिल्यास तुमच्या असे लक्षात येईल की, या पहिल्या फलन संबंधात $\frac{\Delta Y}{\Delta X}$चे मूल्य 0.5 एवढेच येईल. त्याचप्रमाणे दुसऱ्या समीकरणात $\frac{\Delta Y}{\Delta X} = 1$ आणि तिसऱ्यात $\frac{\Delta Y}{\Delta X} = 2$ असल्याचे दिसून येईल. येथे आपण जे शिकलो ते सूत्ररूपाने सांगायचे झाल्यास.

जर	$Y = 5X$	तर	$\Delta Y/\Delta X = 0.5$	.... (i)
जर	$Y = X$	तर	$\Delta Y/\Delta X = 1$	.... (ii)
जर	$Y = 2X$	तर	$\Delta T/\Delta X = 2$	.... (iii)

याचप्रमाणे सर्वसामान्य स्वरूपात सांगायचे तर

जर	$Y = bX$	तर	$\Delta Y/\Delta X = b$	.... (iv)

हे सर्व बंधन समजून घेतल्यानंतर सरळ रेषेचा चढ ही संकल्पना स्पष्ट करणे सोपे आहे. कोणत्याही सरळ रेषेचा चढ (Slope) म्हणजे Y अक्षाच्या दिशेने वाढलेल्या अंतराचे 'X' अक्षाच्या दिशेने वाढलेल्या अंतराशी येणारे गुणोत्तर होय. आकृती क्र. 2.3 पाहा. आपण जेव्हा C बिंदूपासून A बिंदूपाशी जातो तेव्हा 'Y' अक्षाच्या दिशेने वाढलेले अंतर BA असून X अक्षाच्या दिशेने वाढलेले अंतर CB असे आहे. अर्थात या दोहोंचे गुणोत्तर BA/CB हे येते. म्हणजेच OCA या सरळ रेषेचा चढ BA/CB हा येतो. परंतु BA म्हणजेच ΔY आणि CB म्हणजे ΔX आहे. हे लक्षात घेता OCA या सरळ रेषेचा चढ $\Delta Y/\Delta X$ या गुणोत्तराने मिळतो असे म्हणता येईल. याच पद्धतीने आकृती क्र. 2.3 मधील तिन्ही सरळ रेषांचे चढ शोधून काढता येतात. उदाहरणार्थ Y = X या रेषेचा चढ RS/ST असा येईल तर Y = 2X (म्हणजेच ONL ही रेषा) या सरळ रेषेचा चढ LM/NM असा येईल. या तीन बाबतीत AB, RS आणि LM या सर्व अंशस्थानच्या संख्या असून त्या ΔY दर्शवितात तर CB, TS आणि NM या सर्व छेदस्थानच्या संख्या असून त्या ΔX चे प्रतिनिधित्व करतात. म्हणूनच सर्वसामान्यपणे असे म्हणता येते की सरळ रेषेचा चढ हा $\Delta Y/\Delta X$ एवढा असतो. आपल्या उदाहरणातील पहिल्या समीकरणातील चढ $\frac{1}{2}$ एवढा आहे. त्याचप्रमाणे आकृती क्र. 2.3 मधील OCA या सरळ रेषेचा चढही 1/2 आहे. तसेच Y = X या फलन संबंधातील सरळ रेषेचा चढ 1 आहे आणि Y = 2X या समीकरणाने समजणाऱ्या सरळ रेषेचा चढ 2 एवढा आहे. अशा तऱ्हेने X मधील दिलेल्या बदलाला अनुसरून Y मधील बदल जितका जास्त म्हणजेच ΔY च्या विवक्षित मूल्याला अनुसरून ΔY चे मूल्य जितके जास्त तितका त्या सरळ रेषेचा चढ जास्त. दुसऱ्या शब्दात $\Delta Y/\Delta Y$ हे गुणोत्तर जेवढे मोठे तेवढा त्या दोन चलांमधील फलन संबंधाचा आलेख अधिक चढा होताना दिसेल.

येथे ज्या मूलभूत संकल्पना आपण पाहिल्या त्या समजून घेऊन लक्षात ठेवणे आवश्यक आहे. त्यांचा उपयोग अंशलक्षी आणि समग्रलक्षी अशा दोन्ही विश्लेषणात होतो. त्यांच्या मदतीने अनेक आर्थिक संकल्पना व नियम स्पष्ट होण्यास मदत होते.

(उ) रेखीय आणि अरेखीय फलन संबंध (Linear and Non-Linear Functions)

वक्राच्या चढाची चर्चा करताना आपण रेखीय फलनाचीच चर्चा केली आहे. विवेचन सोपे व्हावे हा यामागचा हेतू होता. आता पुढील समीकरणे पाहा.

$$Y = X \qquad\qquad Y = 20 + X \qquad\qquad Y = -10 + X$$

$$Y_1 = a + b X_1 \qquad\qquad\qquad \text{.......... (i)}$$

आणि $$Y_2 = a + b X_2 \qquad\qquad\qquad \text{.......... (ii)}$$

पण $\quad Y_2 - Y_1 = \Delta Y$ आणि $X_2 - X_1 = \Delta X$ हे आपण पूर्वीच पाहिले आहे. म्हणून ΔY म्हणजे वरील समीकरण (ii) उणे समीकरण (i) पुढीलप्रमाणे

$$\Delta Y = Y_2 - Y_1$$
$$= (a + b X_2) - (a + b X_1)$$
$$= b X_2 - b X_1$$
$$= b (X_2 - X_1)$$

परंतु $\qquad X_2 - X_1 = \Delta X$

म्हणून $\qquad \Delta Y = b \Delta X$

म्हणजेच $\qquad \dfrac{\Delta Y}{\Delta X} = b$

आकृती क्र. 2.4 मध्ये ही तिन्ही समीकरणे दाखविली आहेत. आकृतीतील तिन्ही सरळ रेषा समांतर असल्याचे तुम्हाला दिसेल. दुसऱ्या शब्दात, या तिन्ही रेषांचा चढ (Slope) एकच आहे. या तिन्ही फलनात $\Delta Y/\Delta X$ ची किंमत 1 आहे. याचा अर्थ असा होतो की, (धन अथवा ऋण) अशा स्थिर घटकाची भर समीकरणात घातल्याने चढ बदलत नाही. आकृती क्र. 2.4 ची आकृती क्र. 2.3 बरोबर तुलना केल्यास तुमच्या लक्षात येईल की X या चलाबरोबर येणारी संख्या बदलली तरच रेषेचा चढ बदलतो. म्हणून रेखीय फलनाचे समीकरण Y = a + bX असे लिहिता येते. उदाहरणादाखल आपण X या चलाची X_1 आणि X_2 दोन मूल्ये घेऊन पाहू. त्यामुळे Y या अवलंबी अथवा परतंत्र चलाचीही Y_1 आणि Y_2 अशी दोन मूल्ये येतील. यातून पुढील दोन समीकरणे मिळतील.

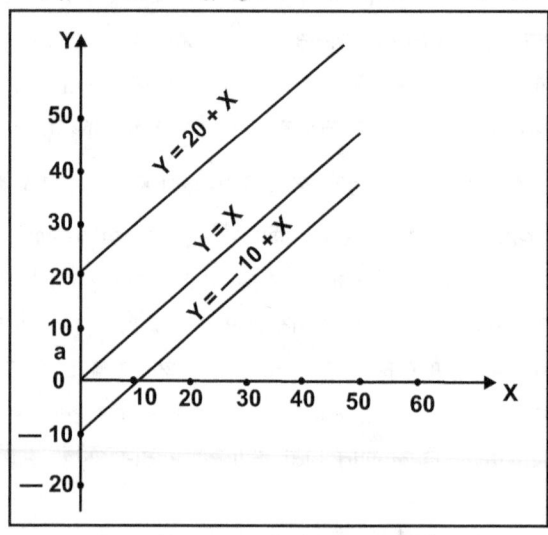

आकृती क्र. 2.4 : रेखीय फलन संबंध

अशा तऱ्हेने स्थिर घटक a हा नाहीसा होतो आणि रेषेच्या चढावर त्याचा परिणाम होत नाही. आकृती क्र. 2.4 मध्ये दाखविल्याप्रमाणे, स्थिर घटक 'a' चे मूल्य बदलल्यामुळे सरळ रेषेचे स्थान बदलते. त्याचा परिणाम रेषेचे स्थान बदलावरून दिसतो. पण स्थान बदललेल्या या रेषा घटकाच्या मूल्यात झालेला बदल दाखवीत असल्या तरी त्यांचा चढ बदलत नसल्याने त्या परस्परांना समांतर असलेल्या दिसतील.

येथे वर आपण जी उदाहरणे पाहिली ती सर्व दोन चलांमधील **रेखीय फलन संबंधाची होती. रेखीय फलन म्हणजे आलेखावर सरळ रेषेने दाखविता येईल असे फलन. बीजगणिती समीकरणात हा फलन संबंध Y = a + bX या प्रकारे दाखविता येतो.** रेखीय संबंधात X आणि Y या दोन चलांच्या कोणत्याही मूल्यांपासून आपण सुरुवात केली तरी X मध्ये दिलेल्या बदलाचा Y वर होणारा परिणाम सारखाच असतो. आलेखाच्या भाषेत, याचाच अर्थ असा की सरळ रेषेचा चढ संपूर्ण रेषेवर सारखाच असतो.

अर्थशास्त्रात अनेक वेळा अरेखीय संबंधाचाही विचार आपल्यासमोर येतो. आलेखावर वक्र रेषेने दाखविल्या जाणाऱ्या संबंधाला **अरेखीय फलन संबंध** (Non-Linear Function) असे म्हणतात. रेखीय संबंधाच्या तुलनेने अरेखीय संबंधाची बीजगणिती समीकरणे अधिक गुंतागुंतीची असतात. वारंवार आढळणाऱ्या अरेखीय संबंधाची दोन उदाहरणे येथे दिली आहेत.

उदाहरण 1. $Y = a + bX + cX^2$

उदाहरण 2. $Y = \dfrac{a}{X^b}$

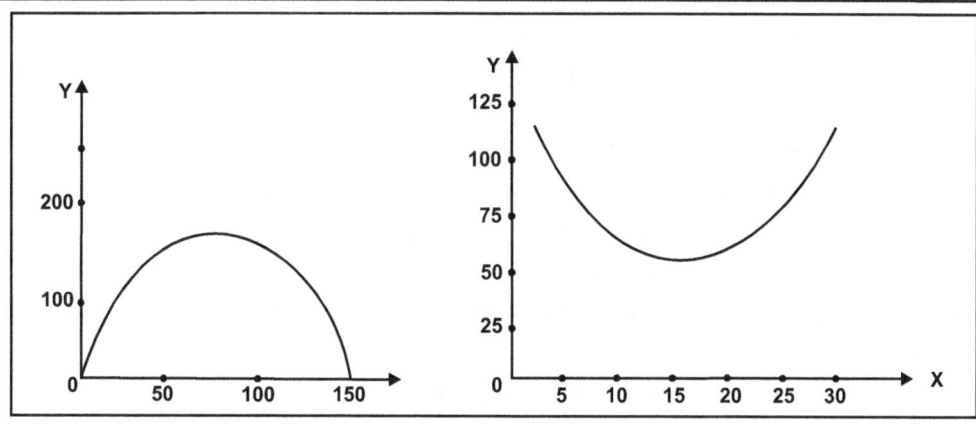

आकृती क्र. 2.5 (अ) आणि (आ) 'पॅराबोला' या प्रकाराचे वक्र

वरील उदाहरणात 1 हे 'पॅराबोला' या नावाने ओळखल्या जाणाऱ्या वक्र रेषेचे उदाहरण असून या रेषेचे स्थान आणि आकार अनेकविध असू शकतात. नेमका आकार आणि नेमके स्थान हे (अधिक अथवा उणे) चिन्ह आणि a, b आणि c यांची मूल्ये यांच्यावर अवलंबून असते. अशा दोन प्रकारचे वक्र उदाहरणादाखल आकृती क्र. 2.5 मध्ये दाखविले आहेत.

आता उदाहरण 2 पाहा. या उदाहरणातील b चे मूल्य 1 (एक) घेतले तर हे समीकरण म्हणजे 'रेक्टँग्युलर हायपरबोला' चे उदाहरण ठरते. अशा वक्राच्या X आणि Y निर्देशांकाचा गुणाकार कायम असतो. याच पुस्तकाच्या तिसऱ्या प्रकरणातील आकृती क्र. 3.30 (अ) मध्ये दाखविलेला मागणीवक्र या प्रकारचा आहे. या आकृतीचे वर्णन संबंधित परिच्छेदात वाचून पहा.

अशाच प्रकारची अनेक अरेखीय फलनासंबंधीची उदाहरणे देता येतील. अशा प्रकारचे संबंध वक्रांनी व समीकरणांनी दाखविता येतात.

(ऊ) साठा आणि प्रवाह (Stock and Flow)

विश्लेषणाच्या स्पष्टतेच्या दृष्टीने साठा आणि प्रवाह या संकल्पना महत्त्वाच्या आहेत. या दोहोंतील फरक लक्षात न घेतल्यामुळे विश्लेषणात अनेक वेळा घोटाळे होऊ शकतात. दरवर्षी पावसाळ्यात कोणते धरण किती भरले याचे आकडे वर्तमानपत्रात येतात. तसेच उन्हाळ्यात कोणत्या धरणातील पाण्याचा साठा किती शिल्लक आहे याची आकडेवारीही येते. ही माहिती धरणातील पाण्याचा साठा (Stock) दर्शविते. एकूण संचयक्षमतेच्या किती टक्के साठा झाला आहे हेही सांगितले जाते आणि पाण्याची पातळी मोजणारी मोजपट्टीही धरणात असते. अशा प्रकारे पाण्याचा साठा किती घनमीटर आहे अथवा किती लीटर (पाण्याची टाकी असल्यास) आहे हे सांगता येते. याउलट, नदीतून वाहत येणारे पाणी धरणात 'साठते' तेव्हा साठा वाढतो. हा वाढविण्याचे कार्य नदीचा प्रवाह करतो. त्याचप्रमाणे धरणातून कालव्यात सोडलेले पाणी कालव्यातून वाहते. हे दोन्ही प्रवाह (Flows) आहेत. इमारतीच्या गच्चीवर बसविलेल्या टाकीत पाणी पडते तेव्हा तो प्रवाह असतो आणि न्हाणीघरात आंघोळ करताना अंगावर पडलेले पाणी निःसारिकेतून (Drainage) वाहून जाते तोही प्रवाहच असतो.

'साठा' (Stock) ही संकल्पना काळाशी संबंधित नसते. पाणी नदीतून धरणात आले नाही आणि कालव्यातून बाहेर सोडले नाही तर पाण्याचा साठा स्थिर राहील. (प्रत्यक्षात जमिनीत मुरणारे पाणी आणि बाष्पीभवन यांचा परिणाम धरणाच्या बाबतीत होतो. पण संकल्पना स्थिरतेची आहे.) हौदातील पाणी हे कायम राहते. हौदात जर बाहेरून पाणी सोडले नाही आणि हौदाचा नळ सोडला नाही तर प्रवाहाची संकल्पना (Flow Concept) मात्र कालसापेक्षच असते. कालव्यातून दररोज किती क्युसेस पाणी सोडले जाते हे सांगितले जाते. नळातून दर मिनिटाला किती लीटर पाणी येते हे मोजता येते. थोडक्यात, साठा हा नुसताच इतके लीटर, इतके मीटर, इतके टन, इतके घनफूट, इतके ब्रास अशा प्रकारे

सांगता येतो. पण प्रवाह मोजण्यासाठी दर मिनिटाला, दररोज, दरमहा, दरसाल इतके मीटर, इतके लीटर, इतके टन असाच सांगावा लागतो. कापडगिरणीत दररोज अमुक मीटर कापडाचे उत्पादन होते. ही प्रवाह संकल्पना आहे तर गिरणीच्या गोडाऊनमध्ये किती मीटर कापड आहे ही साठा संकल्पना आहे. दरसाल 20 कोटी टन एवढे अन्नधान्याचे उत्पादन भारतात होते, हे विधान प्रवाहवाचक आहे, सरकारजवळ 5 कोटी टन अन्नधान्य संग्रहित केलेले आहे हे विधान संग्रहवाचक (अथवा साठावाचक) आहे.

संपत्तीचा साठा असतो. उत्पन्न हा प्रवाह असतो. उत्पन्नातून केलेल्या बचतीच्या प्रवाहामुळे संपत्तीचा साठा अथवा संचय वाढतो. उत्पन्नाचा प्रवाह क्षीण झाला आणि खर्चाचा प्रवाह कायम राहिला तर संपत्तीत घट होईल म्हणजे साठा कमी होईल. चलनपुरवठा (Money Supply) हा साठा असतो; तर चलन प्रवेग (Velocity of Circulation) हा प्रवाह असतो. लोकसंख्या हा साठा आहे. जन्मदर आणि मृत्युदर या प्रवाह संकल्पना आहेत. भांडवल हा साठा आहे. भांडवलनिर्मितीचा दर हा प्रवाह आहे. विदेशी चलनाचा साठा असतो. पण आयात-निर्यातीच्या उलटसुलट प्रवाहांमुळे होणाऱ्या खर्च आणि प्राप्ती यांच्यामुळे हा साठा कमी-जास्त होऊ शकतो. कराची प्राप्ती आणि सार्वजनिक खर्च हे प्रवाह असतात. पण सरकारने घेतलेले एकूण कर्ज (Public Debt Outstanding) हा साठा असतो.

साठा आणि प्रवाह या दोन्ही संकल्पना अर्थशास्त्रात वापरल्या जातात.

2.6 निगमन आणि विगमन पद्धती (Deductive And Inductive Methods)

प्रत्येक शास्त्र आपले नियम, सिद्धान्त आणि तत्त्वे तयार करण्यासाठी विशिष्ट विवरण पद्धतीचा अवलंब करीत असते. ही पद्धत अर्थातच शास्त्रशुद्ध, शास्त्रसंमत आणि तर्कसंगतीवर आधारलेली असावी लागते. म्हणजेच ही विवेचन पद्धती अथवा मांडणी शास्त्रीय किंवा वैज्ञानिक असावी लागते. ती तशी असते, तेव्हाच ती वापरणारे शास्त्र हे 'शास्त्र' अथवा 'विज्ञान' या संज्ञेस पात्र होते.

अर्थशास्त्राच्या मांडणीत ज्या दोन शास्त्रीय पद्धतींचा अवलंब केला जातो त्या (1) निगमन पद्धती (Deductive Method) आणि (2) विगमन पद्धती (Inductive Method) या नावांनी ओळखल्या जातात. पहिल्या पद्धतीमध्ये सर्वसामान्य नियमाच्या स्वीकृत झालेल्या नियमाच्या आधारे विशिष्ट व्यक्ती अथवा स्थितीबद्दल निष्कर्ष काढला जातो. तर्कशास्त्रातील या पद्धतीचे उदाहरण प्रसिद्ध आहे - सर्व माणसे मर्त्य असतात, केशव हा माणूस आहे, म्हणून केशव मर्त्य आहे. दुसऱ्या पद्धतीत (विगमन) विशिष्ट व्यक्ती अथवा स्थिती यांचे निरीक्षण करून सर्वसामान्य नियम तयार केला जातो. उदाहरणार्थ, 'किती एक ते जन्मले आणि मेले' या शब्दांत समर्थ रामदासांनी अनेकांचा अनुभव एकत्र करून 'सर्व माणसे मर्त्य असतात' हा सर्वसामान्य नियम लोकांच्या नजरेला आणून दिला. ही विगमन पद्धती होय.

(अ) निगमन पद्धती (Deductive Method)

निगमन पद्धती ही विशुद्ध आणि विश्लेषणात्मक असते आणि अर्थशास्त्रात अनेक ठिकाणी आणि सिद्धान्ताच्या उपयोजनात तिचा उपयोग केला जातो. उदाहरणार्थ, अंशलक्षी विश्लेषणातील घटत्या उपयोगितेचा नियम. या नियमात कोणत्याही वस्तूच्या व्यक्तीजवळील साठा वाढत जातो तेव्हा प्रत्येक वाढीबरोबर एकूण उपयोगितेत पडणारी भर (म्हणजेच सीमांत उपयोगिता) घटत जाते असे सांगितलेले आहे. या नियमाच्या आधारे निगमन पद्धतीने अनेक निष्कर्ष काढले जातात. उदाहरणार्थ, श्रीमंत व्यक्तीजवळचा पैशाचा साठा जास्त असल्यामुळे प्रत्येक रुपयाची सीमांत उपयोगिता एखाद्या गरीब व्यक्तीच्या तुलनेने कितीतरी कमी असते. म्हणून श्रीमंत व्यक्तीवर प्रगतिशील पद्धतीने कर बसवावा, (म्हणजेच ज्या प्रमाणात उत्पन्न वाढेल त्यापेक्षा जास्त प्रमाणात कराचा दर वाढवीत न्यावा) असे अनुमान काढता येते. त्याचप्रमाणे समग्रलक्षी अर्थशास्त्रातील केन्स यांने आधारभूत मानलेला उपभोगासंबंधीचा मानसशास्त्रीय नियम हा देखील सर्वसामान्य नियम अथवा स्वतः सिद्ध नियम म्हणून मान्य केलेला आहे आणि त्याच्या आधारे उत्पन्नाच्या उच्च पातळीला समाजाची बचतक्षमता जास्त असते. म्हणून भांडवलनिर्मितीचा दरही जास्त असतो असा निष्कर्ष काढला जातो.

निगमन पद्धती ही केवळ अथवा विशुद्ध पद्धती असल्याने विशिष्ट गृहीतांच्या चौकटीत सैद्धान्तिक प्रतिमान अथवा सिद्धान्त कल्पना तयार करून निष्कर्ष काढणे शक्य होते. अशा प्रकारची संकल्पना ही प्रत्यक्ष आर्थिक जीवनाचे प्रतिबिंब असत नाही, तर **प्रा. बोल्डिंग** यांनी म्हटल्याप्रमाणे, आर्थिक जीवनाचा नकाशा असतो. नकाशात असे प्रत्येक झाड आणि गवताचे प्रत्येक पाते दाखविता येत नाही, तसेच येथेही आर्थिक जीवनातील प्रत्येक बारीकसारीक घटनेची दखल घेता येत नाही. पण नियम स्पष्ट झाला की प्रत्यक्षातील स्थितीला अनुसरून त्या नियमाचा कसा व कोणत्या मर्यादांमध्ये अनुभव येईल ते सांगता येते. पूर्ण स्पर्धा असताना वस्तूची किंमत कशी ठरते हे समजले की त्यावरून कितीही अपूर्णता असली तरी मूळ निष्कर्षाला कोणते वळण द्यावे लागेल हे सांगता येते. यावरून निगमन रीतीचे आणखी एक वैशिष्ट्य लक्षात येईल. ते म्हणजे, या पद्धतीत प्रारंभी सर्वसामान्य नियमाच्या आधारे सोपे आणि सरळ निष्कर्ष काढले जातात आणि मग प्रत्यक्ष जीवनातील गुंतागुंत एकेक करून त्या सिद्धान्तात समाविष्ट करून निष्कर्षात कोणते बदल होतील हे तपासून पाहिले जाते.

निगमन पद्धतीचे गुण (Merits of the Deductive Method) : अर्थशास्त्रीय विवेचनात निगमन पद्धतीचा अवलंब व्यापक प्रमाणात केला जातो. या पद्धतीचे अनेक गुण सांगता येतील :

(1) सरलता : निगमन पद्धतीचा सर्वांत महत्त्वाचा गुण म्हणजे सरलता (Simplicity) हा होय. मनुष्य स्वभावाला धरून असलेल्या एखाद्या स्वतः सिद्ध सर्वसामान्य नियमावरून तर्कसंगत निष्कर्ष काढून माणसाच्या आर्थिक वर्तनाबद्दलचे अथवा क्रिया-प्रतिक्रियांबद्दलचे अनेक निष्कर्ष काढता येतात. अर्थात, येथे कार्यकारण संगतीची अथवा तर्कसंगत विवेचनाची शिस्त पाळावी लागते. पण माहिती गोळा करा, ती वर्गीकृत करा इत्यादी खटाटोप करावे लागत नाहीत, या खटाटोपात जाणारा भरपूर वेळ वाचविता येतो आणि नियम वा सिद्धान्त तयार करण्यासाठी खर्चही करावा लागत नाही.

(2) प्रयोगक्षमतेचा पर्याय : अर्थशास्त्राचा अभ्यासविषय हा मानवी वर्तनाशी आणि जीवनाशी संबंधित असल्याने अर्थशास्त्रात पदार्थविज्ञान अथवा रसायनशास्त्रात त्याप्रमाणे प्रयोगशाळेत प्रयोग करणे शक्य नसते. बाजारातील प्रायोगिक चाचण्यांसारखे मर्यादित प्रयोग करता येतात, पण माणसांवर प्रयोग शक्य नसतात. त्यामुळे प्रयोगक्षमतेला पर्यायी पद्धती म्हणून निगमन पद्धतीचा उपयोग होतो.

(3) अचूकपणा : तर्कशास्त्र आणि गणित यांच्या मदतीने निगमन पद्धती चालते. त्यामुळे या पद्धतीच्या अनुमानात आणि निष्कर्षात एक स्वाभाविक नेमकेपणा आणि अचूकपणा येतो. गणितात प्रत्येक पायरी काळजीपूर्वक सोडवीत गेल्यास शेवटी येणारे उत्तर बरोबर येते. तसेच या पद्धतीत असते. भूमितीतील कोणतेही प्रमेय डोळ्यांपुढे आणि ते कसे सिद्ध केले जाते याचा विचार करा. तीच निगमन रीती होय. अर्थात अचूकपणा हा या पद्धतीचा गुण ठरतो.

निगमन पद्धतीच्या मर्यादा (Limitations of the Deductive Method) : निगमन पद्धती तर्ककठोर आणि शास्त्रशुद्ध आहे तशीच ती सोपी व सरळही आहे परंतु या पद्धतीच्या काही मर्यादा लक्षात घेतल्या नाहीत तर या पद्धतीच्या अचूकपणाला बाधा येऊ शकते. म्हणूनच निगमन पद्धतीच्या मर्यादा पाहणे आवश्यक आहे.

(1) गृहीतांच्या मर्यादा : निगमन पद्धतीने काढलेले निष्कर्ष आणि सिद्धान्त अथवा नियम हे विशिष्ट गृहीत गोष्टींच्या मर्यादेतच सत्य ठरतात. म्हणूनच अर्थशास्त्रातील अनेक नियमांच्या विधानांच्या प्रारंभी 'इतर परिस्थिती कायम असता' असा उल्लेख केलेला असतो आणि 'इतर परिस्थिती' या समुच्चयात कोणकोणती परिस्थिती गृहीत आहे हे स्पष्ट केलेले असते. ही गृहीत परिस्थिती प्रत्यक्षात क्वचितच आढळते. अशा वेळी संबंधित नियम खोटा ठरतो. म्हणून एक प्रतिमान निर्माण करण्यासाठी हा नियम आहे हे लक्षात घेऊन त्यातील एकेक गृहीत काढून टाकून निष्कर्ष कसा बदलेल हे तपासून पाहिले जाते.

(2) बौद्धिक कसरत : सर्वस्वी निगमन पद्धतीचा अवलंब करून संपूर्ण अर्थशास्त्राची उभारणी केल्यास तात्त्विकदृष्ट्या परिपूर्ण पण व्यावहारिक पातळीवर अर्थशून्य असे अर्थशास्त्र तयार होईल. अशा अर्थशास्त्रातील सिद्धान्तांना मग 'केवळ एक बौद्धिक कसरत' एवढेच महत्त्व राहील. दुसऱ्या शब्दांत, अर्थशास्त्रासारख्या सामाजिक शास्त्राला समाजाचा प्रत्यक्ष व्यवहार बाजूला ठेवून तर्ककठोर शास्त्राची उभारणी केवळ अथवा विशुद्ध शास्त्र म्हणून करता आली तरी आर्थिक व्यवहारासाठी त्याचे मार्गदर्शन मिळणार नाही.

(3) धोरणनिश्चितीसाठी मर्यादित उपयोग : अर्थशास्त्र हे सामाजिक शास्त्र असून प्रत्यक्ष व्यवहारातील अनेक धोरणांच्या निर्धारणासाठी आर्थिक सिद्धान्ताचे मार्गदर्शन लाभावे अशी अपेक्षा असते. अर्थव्यवस्थेतील बिघाडाचे निदान अर्थशास्त्रज्ञाला करावे लागते तसेच उपचारही सुचवावे लागतात. केवळ निगमन पद्धतीवर विसंबून केलेले मार्गदर्शन म्हणजे प्रा. लर्नर म्हणतात तसे 'आरामखुर्चीतील विश्लेषण' ठरते, म्हणून ही निगमन पद्धतीची एक मर्यादा ठरते.

(आ) विगमन पद्धती (Inductive Method)

विगमन पद्धती ही इतिहासावर आधारलेली अथवा अनुभवसिद्ध असते आणि विशिष्टाकडून सामान्यीकरणाकडे जाणारी असते. पूर्वी पाहिलेल्या सोप्या उदाहरणावरून हे लक्षात येईल. विगमन पद्धतीचा वापर दोन प्रकारे केला जातो- (1) प्रयोगाभिमुखता आणि (2) संख्याशास्त्राभिमुखता.

(1) प्रयोगाभिमुखता (Experimentation Approach) : या विगमनाच्या प्रकारात एखादी सिद्धान्त कल्पना तपासून पाहता येते. येथे निगमनाला पूरक असे विगमनाचे स्वरूप दिसून येते. निगमन पद्धतीने एखादी सिद्धान्त कल्पना तयार झाल्यावर तिची सत्यासत्यता पडताळून पाहण्यासाठी प्रयोग केले जातात. अमुक एका औषधाने अमका रोग बरा होतो ही सिद्धान्त कल्पना तपासून पाहण्यासाठी प्रयोग करून त्या औषधाने त्या रोगाचे जंतू मरतात का हे पाहिले जाते. अर्थात विगमन पद्धतीने अनुभवाधिष्ठित म्हणून सांगितलेला नियमही त्याच पद्धतीने प्रयोग करून पडताळून पाहता येतो.

भौतिक अथवा नैसर्गिक शास्त्रातील नियमांच्या पडताळणीसाठी प्रयोग केले जातात आणि प्रयोगांचा सर्रास उपयोग केला जातो. पण अर्थशास्त्रात प्रयोगांचा असा व्यापक उपयोग करता येत नाही. एक तर भौतिकशास्त्रांना उपलब्ध असलेल्या प्रयोगशाळा अर्थशास्त्राला उपलब्ध नसतात. दुसरे, पदार्थविज्ञान, रसायनशास्त्र इत्यादींचा अभ्यासविषय असलेल्या वस्तू जड असतात. अर्थशास्त्राचा अभ्यासविषय असलेला माणूस हा चैतन्यमय असतो, त्याला भावना असतात, विचार असतात. त्याच्यावर प्रयोग करता येईल का ? प्रयोगशाळेतील उंदरांसारखा आपला उपयोग करू देणे कोणत्या माणसाला आवडेल ? तिसरा लक्षात घेण्यायोग्य मुद्दा असा आहे की, आर्थिक जग हे गुंतागुंतीचे आणि व्यामिश्र असते की त्यांची उकल करून प्रयोग करणे शक्य नसते. उदाहरणार्थ, सोने महागणार अशी अफवा उठल्यामुळे सोन्याची खरेदी वाढून सोन्याचा भाव वाढला, तर या भाववाढीत या अफवेला वाटा किती आणि जागतिक परिस्थितीत किंवा पुरवठ्यातील घटीचा वाटा किती हे कसे शोधून काढणार ?

अर्थात, याचा अर्थ प्रयोगक्षमता मुळीच नसते असा नाही. मागणीची लवचीकता मोजून मर्यादित क्षेत्रात भाववाढीचा परिणाम तपासणे, ठरावीक क्षेत्रांसाठी सेवा-कर आकारणे, किंमत कमी करून मागणी किती वाढते हे पाहणे, हे अगदी अलीकडच्या काळात सरकारने आणि टेलिफोन कंपन्यांनी व इतर उत्पादकांनी केलेले प्रयोग आपण सर्वांनी पाहिले आहेत. म्हणजेच मर्यादित प्रयोगाभिमुखता हे अर्थशास्त्रीय विवेचनात विगमन पद्धतीचे वैशिष्ट्य मानावे लागते.

(2) संख्याशास्त्राभिमुखता (Statistical Approach) : अर्थशास्त्रीय अभ्यासात संख्याशास्त्रीय पद्धतींचा विगमन निष्कर्ष काढण्यासाठी तसेच सिद्धान्त-कल्पनांची (Hypotheses) सत्यासत्यता पडताळून पाहण्यासाठी खूपच व्यापक प्रमाणावर उपयोग करता येतो. आज विविध क्षेत्रांतील सांख्यिक माहिती एवढ्या मोठ्या प्रमाणावर उपलब्ध आहे की, तिच्यावर प्रक्रिया करून, संकलन करून आणि वर्गीकरण करून निघणाऱ्या निष्कर्षांच्या मदतीने संशोधनाचे फलित स्पष्ट करता येते. आर्थिक धोरणास मार्गदर्शक ठरतील असे नियम अशा संशोधनातून शोधून काढता येतात. सर्वंकष आर्थिक नियोजनापासून ते बँकव्यवसाय, विदेश व्यापार, सार्वजनिक आय-व्यय, उद्योग, कृषी आणि व्यापार अशा वैयक्तिक आर्थिक क्षेत्रांपर्यंतच सर्वत्र संख्याशास्त्रीय विगमन पद्धती आज वापरली जाते.

विगमन पद्धतीचे गुण (Merits of Inductive Method) : वर उल्लेखिलेल्या दोन्ही प्रकारांनी आणि विशेषतः संख्याशास्त्राभिमुख प्रकारे विगमन पद्धतीच्या मंद गतीने अर्थशास्त्रीय घटनांचा अभ्यास व संशोधन करून सर्वसामान्य नियम व प्रवृत्ती शोधल्या जातात. माहितीचा काळजीपूर्वक वापर करून केलेल्या अशा अभ्यासातून उपयुक्त, नेमके आणि मोजता येतील असे निष्कर्ष काढता येतात. म्हणून या पद्धतीचे गुण पाहणे उद्बोधक ठरेल.

(1) वास्तवावर आधारित : निगमन पद्धतीप्रमाणे 'बौद्धिक कसरत' हे विगमन पद्धतीचे स्वरूप नसते, तर प्रत्यक्ष वस्तुस्थिती तपासून पाहून निष्कर्ष काढले जातात. ही तपासणी प्रयोगातून करता येते किंवा संख्याशास्त्रीय पाहणी पद्धतीने केली जाते. वास्तवाच्या भक्कम आधारावर उभारलेले नियम आणि निष्कर्ष म्हणूनच संशयातीत ठरतात. त्यांना कोणी आव्हान देऊ शकत नाही. शिवाय नेमकेपणा आणि अचूकपणा हे गुणही या निष्कर्षात असतात.

(2) महत्त्वपूर्ण सिद्धान्तांचा आणि प्रवृत्तींचा आधार : अनेक महत्त्वाच्या सिद्धान्तांना आणि प्रवृत्तींना या पद्धतीने जन्म दिला आहे आणि अर्थशास्त्राच्या विकासाला हातभार लावला आहे. विकासाच्या अर्थशास्त्रातील अनेक प्रमेये, घटत्या प्रतिफलाचा सिद्धान्त, मागणीच्या पूर्वअंदाजासाठी उपयोगी पडणाऱ्या प्रवृत्ती, प्रदर्शन परिणाम आणि मागणीचे सामाजिक विश्लेषण अशा कितीतरी नियमांचा उगम विगमन पद्धतीतून झाला आहे.

(3) नियमांची सापेक्षता : विशेषतः सामाजिक शास्त्रातील नियम हे स्थितिसापेक्ष, कालसापेक्ष आणि स्थानसापेक्ष असतात हे सत्य विगमन पद्धतीनेच सिद्ध होते. सामूहिक शेतीचा प्रयोग रशियात यशस्वी झाला म्हणून भारतात तो होईलच असे नाही. सहकारी समाजवाद ही कल्पना स्वीडनमध्ये यशस्वी झाली; तर बाजाराधिष्ठित समाजवादाचा (Market Socialism) प्रयोग आज चीनमध्ये चालू आहे. भारतात हे प्रयोग यशस्वी होतील की नाही, हे प्रयोग करून अथवा पाहणी करून म्हणजेच विगमन पद्धतीने पडताळून पाहावे लागेल. अर्थशास्त्रीय निष्कर्ष सापेक्ष असतात हे विगमन पद्धतीच दाखवून देऊ शकते.

विगमन पद्धतीच्या मर्यादा (Limitations of Inductive Method) : शास्त्रीय विवेचनाची पद्धती सैद्धान्तिक आणि व्यावहारिक पातळ्यांवर अशी महत्त्वाची असली तरी तिच्याही काही मर्यादा आहेत.

(1) अशास्त्रीय निष्कर्ष : प्रयोग अथवा सांख्यिक पाहणी यांचा काटेकोर आणि शास्त्रशुद्ध वापर न करता घाईघाईने अथवा अपुऱ्या माहितीच्या आधारे निष्कर्ष काढला तर तो अशास्त्रीय आणि म्हणून अस्वीकार्य ठरतो. उदाहरणार्थ, आणीबाणीच्या काळात (1975-77) भारतात कुटुंबनियोजनाच्या शस्त्रक्रियांच्या स्वीकृतीचे प्रमाण वाढले व म्हणून छोट्या कुटुंबाचे तत्त्व स्वीकारणाऱ्यांचे प्रमाण वाढले असा निष्कर्ष काढला गेला. परंतु नंतर असे लक्षात आले की, अशा प्रकारच्या अनेक शस्त्रक्रिया सक्तीने केल्या गेल्या होत्या तर ज्यांच्यावर शस्त्रक्रिया केल्या गेल्या होत्या त्यातील अनेक पुरुष अविवाहित होते अथवा विधुर किंवा सत्तरीच्या पुढचे होते. अर्थात अपुऱ्या माहितीच्या आधारे काढला गेलेला निष्कर्ष खोटा ठरला.

(2) माहिती गोळा करण्याच्या मर्यादा : माहिती गोळा करणे, तिची सत्यता पडताळून पाहणे आणि आर्थिक माहिती आर्थिकेतर माहितीपासून वेगळी करणे हे काम कमालीचे अवघड आणि किचकट असते. त्यातच माहिती गोळा करणाऱ्याचे आणि माहिती देणाऱ्याचे पूर्वग्रह, गैरसमज, सामाजिक अथवा सांस्कृतिक अडथळे यांचाही विचार करावा लागतो. कुटुंबाचे उत्पन्न, व्यवसायासाठी होणारा खर्च, लग्नाच्या वेळेचे मुलीचे वय, उद्योगसंस्थेला होणारा नफा, सावकाराने आकारलेले व्याज, कुटुंबाने काढलेले कर्ज आणि अस्थानी केलेला खर्च याची माहिती गोळा करण्याचा प्रयत्न करून पाहा. निदान कल्पना करून पाहा, म्हणजे या पद्धतीच्या मर्यादा लक्षात येतील.

(3) निगमन पद्धतीचे साहाय्य आवश्यक : केवळ विगमन पद्धतीने नियम सिद्ध करण्याचा प्रयत्न करणे अवघड असते. वस्तुस्थिती आणि आकडेवारी स्वतःच नियम सांगू शकत नाही. त्यासाठी त्या सर्व माहितीचे विश्लेषण करावे लागते, तुलनात्मक अभ्यास करावा लागतो, सिद्धान्तक कल्पना साकार करावी लागते आणि भाकीत करावे लागते. जे-जे 'करावे लागते' असे येथे म्हटले आहे ते-ते निगमन पद्धतीने केले जाते. म्हणजेच निगमनाच्या तार्किक संगतीचा आधार न घेता एकत्र केलेली माहिती ही शास्त्रीय सिद्धान्ताचे अथवा नियमांचे स्वरूप धारण करू शकत नाही.

ब्रिटिश अभिजात संप्रदायातील अर्थशास्त्रज्ञांना विशुद्ध सिद्धान्ताचा ध्यास होता आणि त्यांना निगमन पद्धती हीच खरी शास्त्रीय पद्धती आहे असे वाटे. याउलट, जर्मन ऐतिहासिक संप्रदायातील अर्थशास्त्रज्ञांना वास्तवाशी निगडित आणि अनुभवाधिष्ठित अशी विगमन पद्धती महत्त्वाची वाटे आणि विशुद्ध अनुमान पद्धतीला सामाजिक शास्त्रात स्थान नाही असा त्यांचा दावा होता. **डॉ. आल्फ्रेड मार्शल** यांनी प्रथम या दोन्ही कशा आवश्यक आहेत हे सांगण्यासाठी आपल्या 'प्रिन्सिपल्स ऑफ इकॉनॉमिक्स' या पुस्तकामधील "Economic Generalizations or Laws" या प्रकरणाच्या प्रारंभीच **श्मॉलर** यांचे एक वचन उद्धृत केले आहे. तेच वचन या पद्धतींचा योग्य परामर्श घेणारे म्हणून शेवटी सांगता येईल.

श्मॉलर म्हणतात, विगमन आणि निगमन या दोन्हींची शास्त्रशुद्ध विचारासाठी गरज असते. जसे चालण्यासाठी डावा आणि उजवा पाय या दोन्हींची आवश्यकता असते.

2.7 स्थितिक आणि गतिक आर्थिक विश्लेषण (Static and Dynamic Economic Analysis)

अर्थशास्त्र हे माणसाच्या दैनंदिन व्यवहारांशी निगडित असल्याने मानवी व्यवहारांच्या नित्य बदलत जाणाऱ्या स्वरूपाची दखल या शास्त्राला घ्यावी लागते. त्याचबरोबर काही मानवी प्रवृत्ती, प्रेरणा आणि आर्थिक जीवनातील प्रेरकांमधील व चलांमधील सहसंबंध हे स्थायी स्वरूपाचे असतात. अशा परिस्थितीत आर्थिक विश्लेषण स्थितिशील प्रमेयांवर आधारावे की गतिमान सामान्यीकरणावरून निष्कर्ष काढावेत हा प्रश्न महत्त्वाचा होऊन बसतो. हा प्रश्न विश्लेषणाच्या पद्धतीचाच प्रश्न असतो. कारण विश्लेषणाच्या स्थितिक (Static) आणि गतिक (Dynamic) अशा दोन पद्धती मानता येतात. एकोणिसाव्या शतकाच्या मध्यापर्यंत स्थितिकी आणि गतिकी यांच्यातील अर्थशास्त्रीय विश्लेषणाच्या संदर्भातील फरक स्पष्ट झालेला नव्हता. बहुतेक सर्व विश्लेषण स्थितिक (Static) स्वरूपाचे होते. **जॉन स्टुअर्ट मिल** यांनी 'Statics' आणि 'Dynamics' या संज्ञा अर्थशास्त्रात प्रथम वापरल्या. विसाव्या शतकात मात्र हा भेद जाणीवपूर्वक लक्षात ठेवून या दोन्ही पद्धतींनी आणि विशेषतः गतिकीचा अवलंब करून आर्थिक विश्लेषण विकसित करण्याचे कार्य टिन्बरजेन, फ्रिश (Frisch), सॅम्युअल्सन, हॅबर्लर इत्यादी अनेक नामवंत अर्थशास्त्रज्ञांनी केले.

(अ) स्थितिक विश्लेषण (Static Analysis)

एकाच वेळेशी (Point of Time) अथवा कालखंडाशी (Period to Time) संबंधित मूल्ये धारण करणाऱ्या दोन चलांमधील फलन संबंध प्रस्थापित करणारे आर्थिक विश्लेषण म्हणजे स्थितिक विश्लेषण होय. दुसऱ्या शब्दात, दोन चलांमधील स्थितिशील संबंधाचा अभ्यास स्थितिक आर्थिक विश्लेषणात केला जातो. उदाहरणार्थ, एका विशिष्ट वेळी बाजारात असलेला एक वस्तूचा पुरवठा आणि त्या वस्तूसाठी असणारी मागणी यांच्या परस्पर क्रिया-प्रतिक्रियेतून त्या वस्तूची किंमत ठरते, हा किंमत सिद्धान्त स्थितिक विश्लेषणाचा नमुना आहे. मागणी, पुरवठा आणि किंमत हे तिन्ही चल एकाच वेळेशी संबंधित आहेत. कालच्या मागणी-पुरवठ्यावर आजची किंमत ठरत नाही. स्थितिक विश्लेषणाचे हे वैशिष्ट्य आहे की एकाही चलाचा काळ बदलला तर तेथे स्थितिकी थांबते. पुढे बाजारातील किंमत कशी ठरते हे स्पष्ट करणारी आकृती (प्रकरण 5 आकृती क्र. 5.4) दिली आहे ती पाहा. मागणी-पुरवठ्याच्या संतुलनाने ठरणारी किंमत हे उदाहरण व ते स्पष्ट करणारी आकृती ही स्थितिक विश्लेषणाच्या स्पष्टीकरणार्थ देता येईल.

एकाच वेळेचा/कालखंडाचा विचार करून स्थिर परिस्थितीत काही परस्परसंबंध लक्षात घेता येतात. उदाहरणार्थ, पुरवठा स्थिर मानून मागणीतील बदलांचा किमतीवरील परिणाम शोधून काढता येतो. क्रमाक्रमाने इतर बदलत्या घटकांचाही विचार केला जातो. म्हणून प्रथम 'इतर परिस्थिती स्थिर असताना' असे म्हणून दोन चलांमधील संबंध सांगितला जातो. उदाहरणार्थ, 'इतर परिस्थिती स्थिर असताना किंमत वाढल्यास मागणी परिणाम घटते', असे मागणीचा नियम सांगतो. येथे स्थिरता अथवा स्थितिशीलता गृहीत धरण्यामागील हेतू विश्लेषण सोपे, सरळ व स्पष्ट व्हावे हा असतो. सोप्या प्रतिमानातून नियम स्पष्ट झाला की मग अवघड आणि गुंतागुंतीच्या परिस्थितीचे विश्लेषण करता येते. सोप्याकडून अवघडाकडे जाणारा हा शास्त्रीय मार्ग सर्वच शास्त्रे अवलंबितात. उदाहरणार्थ, पदार्थविज्ञानात सूचिछिद्र (Pin-hole) कॅमेऱ्यावरून फोटोग्राफीचे तत्त्व सांगितले जाते. प्रत्यक्षातील गुंतागुंती नंतर शिकता येतात. शेवटी गतिशीलता ही अनेक स्थिर स्थितींच्या क्रमवार मालिकेतूनच सिद्ध होत असते. गतिमान चित्रपट हा अनेक स्थिर चित्रांच्या क्रमवार दर्शनातूनच स्पष्ट होतो, तसेच हे आहे. मात्र एक, दोन अथवा तीन स्थिर चित्रांची तुलना म्हणजे तुलनात्मक स्थितिकी होते तर चित्रपट ही गतिकी ठरते.

स्थितिशील विश्लेषण म्हणजे गोठविलेले चित्र नसते, हे स्पष्ट करण्यासाठी प्रा. पिगू यांनी दिलेले उदाहरण चपखल आहे. एखादा धबधबा आहे तेथेच असतो आणि तो स्थितिशील मानून आपण चालतो. पण त्यातील पाण्याचे वैयक्तिक थेंब क्षणाक्षणाला बदलत असतात. मग स्थिर काय असते ? दर मिनिटाला किती क्यूसेस पाणी पडते ते स्थिर असते. अर्थशास्त्रातील स्थितिक विश्लेषणही तसेच असते. एखाद्या बाजारातील साखरेची मागणी (दिलेल्या किमतीला) स्थिर

आहे, याचा अर्थ साखर खरेदी करण्यासाठी बाजारात आलेले ग्राहक हातातील पिशव्या साखर तोलणाऱ्यासमोर धरून 'स्टेडी प्लीज' या पोझमध्ये स्थिर उभे आहेत असा नसतो. पहिले ग्राहक जातात, दुसरे येतात, पण त्या दिवसभरात जेवढी साखर खपली तेवढीच आदल्या दिवशीही खपली होती, (दिवसाच्या ऐवजी आठवडा, महिनाही घेता येतो) आणि दुसऱ्या दिवशीही खपणार आहे, असा स्थितिकीचा अर्थ आहे.

आर्थिक स्थितिकीतील काही अभ्यासविषय : अर्थशास्त्रीय विश्लेषणात, विशेषतः समतोलाच्या स्पष्टीकरणात असे काही अभ्यासविषय आहेत, ज्यांच्या स्पष्टीकरणासाठी स्थितिक विश्लेषण पद्धतीचा म्हणजेच विशिष्ट काळातील स्थितिशील संबंधांवर आधारलेल्या विवेचनाचा अवलंब केला जातो. पुढील अभ्यासविषय या प्रकारात मोडतात.

(1) किंमत-मागणी संबंध : बाजारातील किंमत आणि त्या किमतीला असलेली बाजारातील मागणी (म्हणजेच संबंधित वस्तूच्या मागणीचे परिणाम) हे सर्वसामान्य परिस्थितीत बराच काळ स्थिर राहते. म्हणून ते स्थिर मानून चालता येते.

(2) घटती सीमांत उपयोगिता : विशिष्ट कालखंडात एखाद्या वस्तूच्या मात्रांचा एकामागून एक उपभोग घेत गेल्यास त्या वस्तूची सीमांत उपयोगिता घटत जाते हे एक सार्वकालिक सत्य आहे. म्हणून येथे स्थितिक विश्लेषण योग्य ठरते.

(3) राष्ट्रीय उत्पन्नाची वाटणी : कोणत्याही अर्थव्यवस्थेतील राष्ट्रीय उत्पन्नाची वाटणी, म्हणजे सर्वांत तळाच्या उत्पन्नगटात किती टक्के लोक आहेत, त्यावरील उत्पन्नगटात किती टक्के इत्यादी गटवार विभागणी, एकदम बदलत नाही तर बराच काळ स्थिर राहते.

(4) मक्तेदारीच्या परिस्थितीतील किंमतनिश्चिती : मक्तेदारी आहे, म्हणजेच दुसरा कोणीही उत्पादक त्या वस्तूचे उत्पादन करीत नाही आणि असा कोणी पुढे आलाच तर ती मक्तेदारी राहणार नाही. म्हणून मक्तेदारीतील किंमतविचार हा स्थितिक विश्लेषणाचा योग्य अभ्यासविषय ठरतो.

(5) तुलनात्मक खर्च सिद्धान्त : विदेश व्यापाराचा तुलनात्मक खर्च सिद्धान्त हा स्थितिक अर्थशास्त्राचा महत्त्वाचा अभ्यासविषय आहे. देशा-देशांत उपलब्ध असणाऱ्या उत्पादन घटकात बदल होण्यासाठी फार मोठा काळ जावा लागतो. भारताजवळ श्रम हा घटक विपुल प्रमाणात उपलब्ध आहे तर अमेरिकेकडे भांडवलाचे वैफल्य आहे. ही परिस्थिती उलटी होणे (भारताकडे खूप भांडवल व अमेरिकेकडे भरपूर लोकसंख्या) शक्य आहे का ? काही शतकांनंतर कदाचित तसे होईल. म्हणून उत्पादक घटकांच्या उपलब्धतेवर आधारलेला तुलनात्मक खर्चाचा सिद्धान्त स्थितिक विश्लेषणाचा अभ्यासविषय ठरतो.

(6) खंड सिद्धान्त : जमिनीच्या वापराबद्दल दिला जाणारा मोबदला म्हणून खंड मिळतो. जमिनीचा पुरवठा पूर्णपणे स्थिर असल्याने तो तसा मानून खंड सिद्धान्ताची मांडणी करण्यात गैर काहीच नाही. म्हणून हाही आर्थिक स्थितिकीचा अभ्यासविषय मानला जातो.

स्थितिक-आर्थिक विश्लेषणाचे लाभ : (1) यापूर्वी स्पष्ट केल्याप्रमाणे, स्थितिक विश्लेषणामुळे विवेचन सोपे, सरळ आणि आकलनीय होते, यासाठी इतर परिस्थिती अथवा इतर घटक स्थिर मानले जातात. म्हणजेच स्थितिशीलता गृहीत धरली जाते.

(2) आर्थिक गतिमानता समजण्यासाठी आधी स्थितिशील अथवा स्थिर परिस्थिती लक्षात घ्यावी लागते. सामान्य परिस्थितीत आंब्यांचा भाव काय राहील हे निश्चित केल्याशिवाय आखाती युद्धाचा परिणाम म्हणून निर्यात थांबविल्यास किंवा कमी झाल्यास आंब्यांचे भाव किती कमी होतील हे शोधून काढता येत नाही.

स्थितिक-आर्थिक विश्लेषणाच्या मर्यादा : या विश्लेषणावर टीका करणारे या पद्धतीच्या काही दोषांवर बोट ठेवतात. हे दोष म्हणजे या विश्लेषण पद्धतीच्या मर्यादा आहेत हे येथे लक्षात ठेवणे आवश्यक आहे.

(1) अवास्तव गृहीते : प्रत्यक्षात कधीच आढळत नाहीत अशी गृहीते मानून स्थितिक विश्लेषण केले जात असल्याने व्यवहाराला मार्गदर्शक म्हणून त्याचा काहीही उपयोग होत नाही, अशी टीका अनेकांनी केली आहे. वस्तुतः

अशी गृहीते या विश्लेषणात अंगभूत नसतात आणि धोरणात्मक शिफारशींचे निष्कर्ष काढण्याच्या आडही ही गृहीते येत नाहीत. पूर्वी म्हटल्याप्रमाणे सोप्याकडून अवघडाकडे जाण्याचा या विश्लेषणाचा शिरस्ता असल्याने काही गृहीते मानून नियम तयार करावा लागतो. पुढे एकेक गृहीत बाजूला करून काय परिणाम होईल ते पाहता येते. अर्थात, सर्वच गृहीते उलटीपालटी झाली तर तो नियम कोसळेल, म्हणून ही मर्यादा आहे असे म्हणायचे.

(2) मर्यादित व्यावहारिक प्रयोज्यता : व्यावहारिक प्रयोज्यता म्हणजे व्यवहारातील प्रश्नांवर तोडगा काढण्यासाठी नियम लागू पडण्याची शक्यता. **प्रा. हिक्स** सारख्या ज्येष्ठ अर्थशास्त्रज्ञांच्या मते, आर्थिक व्यवहाराचा फारच थोडा भाग स्थितिक विश्लेषण कवेत घेऊ शकते. अर्थात आर्थिक तत्त्वजिज्ञासेच्या प्रारंभी हे विश्लेषण उपयोगी असते याबद्दल वाद नाही. मूलतत्त्वांचा शोध घेण्यापुरते हे विश्लेषण उपयोगी ठरले तरी त्याचे योगदान मोठे ठरते.

(3) महत्त्वाच्या अभ्यासविषयास उपयुक्त नाही : विकासाचे अर्थशास्त्र, तेजी-मंदी चक्रे (व्यापारचक्रे) इत्यादी वर्तमानयुगातील महत्त्वाच्या प्रश्नांना तोंड देण्यासाठी लागणाऱ्या धोरणात्मक उपाययोजना सुचविणे अर्थशास्त्राकडून अपेक्षित आहे. या बाबतीत स्थितिक विश्लेषणाला काहीही सांगता येत नाही.

(4) ठरावीक बदल अपेक्षित : ठरावीक प्रमाणात बदल होतो जसे ठरावीक लीटर पाणीच रोज सोडले जाते. तेथेच हे विश्लेषण उपयोगी पडते. यात चढ-उतार होत असतील आणि ते अनियमित असतील तर ही पद्धती वापरता येत नाही.

तुलनात्मक स्थितिकी (Comparative Statics) : स्थितिक विश्लेषणाच्या मर्यादा लक्षात घेऊन 'तुलनात्मक स्थितिकी' चा अवलंब करण्यात आला. बदलत्या प्रक्रियेचा अभ्यास करण्यासाठी स्थितिकीचा वापर करायचा झाल्यास त्या स्थितिक विश्लेषणाला 'तुलनात्मक स्थितिकी' असे म्हणतात. पूर्वी म्हटल्याप्रमाणे एक स्थिर चित्र आणि दुसरे स्थिर चित्र यांची तुलना करून निष्कर्ष काढता येतात. विश्लेषणाची ही पद्धत 'स्थितिक' विश्लेषणाचीच असते. मात्र बदलाचा परिणाम पाहण्यासाठी दोन समतोलांची तुलना केली जाते.

अर्थशास्त्रातील मागणी-पुरवठ्याच्या संतुलनाने ठरणाऱ्या किमतीच्या उदाहरणावरून हे स्पष्ट करता येईल. मागणीवर परिणाम करणारे अनेक घटक असतात. त्यात किंमत या घटकाव्यतिरिक्त उत्पन्न, उपभोक्त्याची अभिरुची, पर्यायी वस्तूंच्या किमती इत्यादी अन्य घटक स्थिर राहतात असे मानून मागणी-वक्र तयार केला जातो आणि दिलेल्या पुरवठा-वक्राशी मागणी-वक्राचा छेदनबिंदू शोधून काढून समतोल दर्शविला जातो आणि समतोल किंमतही समजते. पूर्वी उल्लेख केल्याप्रमाणे, परिस्थितीतील बदलाची दखल घेण्यासाठी एकेक गृहीत काढून घेता येते. आपल्या या उदाहरणात उत्पन्न वाढले तर काय होईल हे पाहण्यासाठी मागणी-वक्र उजवीकडे वर सरकला तर उत्पन्नवाढीचा मागणीवरील परिणाम समजला असे होते. नवीन मागणी-वक्र (मागणीतील वृद्धी दर्शविणारा) आणि पूर्वीचा पुरवठा-वक्र यांचा नवीन संतुलनबिंदू येतो तो नवा समतोल दाखवितो. पहिल्या समतोलाशी तुलना केल्यास नवीन समतोलातील किंमत वाढलेली दिसते. यावरून उत्पन्नवाढीचा परिणाम समजतो. अशा प्रकारे परिस्थितीतील बदल पाहून मागणी अथवा पुरवठा-वक्रावर होणारे परिणाम त्या वक्रांच्या स्थानांतराने दाखविता येतात. पुढे किंमतनिश्चितीच्या प्रकरणात आपण हे परिणाम पाहणार आहोत. त्याच आकृत्या येथे काढल्या तर तुलनात्मक स्थितिकी म्हणजे काय हे स्पष्ट करता येईल. (या आकृत्या पाचव्या प्रकरणात आकृती क्र. 5.9 ते आकृती क्र. 5.13 पाहा.)

तुलनात्मक स्थितिकीच्या दोन मर्यादा मात्र येथे लक्षात घेतल्या पाहिजेत : (1) दोन समतोलावस्थांमधील संक्रमणाचा मार्ग कोणता वा कसा असेल हे तुलनात्मक स्थितिकी दर्शवू शकत नाही आणि (2) दुसरी नवीन समतोलावस्था प्रत्यक्षात गाठली जाईल किंवा नाही याचे भाकीत या विश्लेषणाला करता येत नाही.

असे असले तरी - (1) आर्थिक प्रणालींच्या ठळक तुलनेसाठी, (2) गणिती विश्लेषण साधनांचा वापर न करता स्पष्टीकरण देण्यासाठी आणि (3) मक्तेदारी, पूर्ण स्पर्धा इत्यादी बाजारस्थितीतील किंमत-निर्धारणाची प्रक्रिया समजावून सांगण्यासाठी तुलनात्मक स्थितिक विश्लेषण महत्त्वाचे असते आणि स्थितिशील व गतिशील विवेचनाबरोबरच या विश्लेषण पद्धतीचाही अवलंब अर्थशास्त्रात केला जातो.

(आ) गतिक विश्लेषण (Dynamic Analysis)

स्थितिक विश्लेषण ज्याचा विचार करू शकत नाही त्याचा म्हणजेच गतिमान पद्धतीने गतिशील प्रक्रियेचा विचार गतिक विश्लेषणात केला जातो. या पद्धतीत 'इतर परिस्थिती कायम' मानली जात नाही. उलट सर्व बदल, कार्यकारण मालिका, वाढत्या संख्या, एवढेच नव्हे तर अपेक्षांचादेखील विचार आर्थिक गतिकीमध्ये (Economic Dynamics) केला जातो. एक समतोल बिघडल्यानंतर दुसरा समतोल प्रस्थापित होईपर्यंतच्या सर्व घटनांची अथवा क्रिया-प्रतिक्रियांची साखळी स्पष्ट करण्याचे कार्य ही विश्लेषण पद्धती करते. ही विश्लेषण पद्धती समावेशक आणि वास्तववादी असल्याने महत्त्वपूर्ण ठरते, पण तितकीच गुंतागुंतीचीही ठरते.

भिन्न काळातील दोन आर्थिक चलांचा संबंध जोडला जातो तेव्हा तो संबंध गतिमान समजावा, असे **प्रा. शुम्पीटर** यांचे मत आहे. उदाहरणार्थ, 2004 मध्ये होणारा उसाचा पुरवठा 2003 या वर्षीच्या उसाला मिळालेल्या प्रति टन किमतीवरून ठरला आहे असे म्हटले तर हे विधान गतिक विश्लेषणाचे निष्कर्ष स्वरूप ठरते. आधीच्या आणि नंतरच्या घटनांशी संबंध जोडून केलेले एखाद्या आर्थिक घटनेचे स्पष्टीकरण म्हणजे गतिक विश्लेषण असे **प्रा. बाऊमोल** यांचे मत आहे. थोडक्यात, काळाचा प्रवाह लक्षात घेऊन बदलत्या काळानुरूप झालेल्या आर्थिक बदलांचा मागोवा घेऊन केलेले कोणत्याही आर्थिक घटनेचे विश्लेषण आर्थिक गतिकी करते.

गतिक विश्लेषणाचे स्वरूप अंशलक्षी आणि समग्रलक्षी अशा दोन्ही विवेचनातील उदाहरणांवरून स्पष्ट करता येते. मागणी विश्लेषण हा अंशलक्षी अर्थशास्त्रातील भाग घ्या. मागणीचे परिमाण 'D' या अक्षराने आणि त्या मागणीचा कालखंड 't' या अक्षराने दाखवू. उपभोक्त्यांच्या अपेक्षा या मागणीवर परिणाम करणारा एक घटक असतो असे आपण म्हणतो. म्हणून कोणत्याही एका वस्तूची आजची मागणी ही त्या वस्तूच्या उद्याच्या अपेक्षित किमतीचे (Function) फलन आहे असे यातून सूचित होते. हा मागणी-किंमत संबंध पुढील समीकरणाने दाखविता येतो –

$$Dt = f\,(Pt + 1)$$

येथे t हा एक (समजा आजचा) कालखंड आहे आणि $t + 1$ हा त्यापुढील (समजा उद्याचा) कालखंड आहे.

याचप्रमाणे समग्रलक्षी अर्थशास्त्रामधील गतिकीची अनेक उदाहरणे देता येतील. उदाहरणार्थ, आज उपलब्ध असणारी बचत ही कालच्या उत्पन्नाचे फलन आहे (म्हणजेच वर्तमानकालीन बचत ही भूतकालीन उत्पन्नावर अवलंबून असते) असे मानल्यास, $St = f\,(Yt - 1)$ असे समीकरण मांडता येते. येथे S म्हणजे बचत, t म्हणजे वर्तमान कालखंड, $t - 1$ म्हणजे आधीचा कालखंड (गत कालखंड) f म्हणजे फलन आणि Y म्हणजे उत्पन्न होय. समग्रलक्षी विश्लेषणातील हे समीकरण असल्याने S आणि Y ही एकूण राष्ट्रीय परिमाणे आहेत. म्हणजे एकूण बचत आणि एकूण राष्ट्रीय उत्पन्न दर्शविणाऱ्या या संख्या आहेत.

आर्थिक गतिकीचे अभ्यासविषय : बदलत्या काळाचा अथवा दोन कालखंडांदरम्यान घडणाऱ्या घटनाक्रमाचा संबंध जेथे-जेथे येतो तेथे-तेथे गतिक आर्थिक विश्लेषणाचा अवलंब केला जातो.

(1) व्यापारचक्रांच्या अभ्यासासाठी कमी-जास्त अंतरांचे कालखंड विचारात घेतले जातात. म्हणून व्यापारचक्रे हा गतिक विश्लेषणाचा अभ्यासविषय ठरतो.

(2) व्याजाचा संबंध विशिष्ट मुदतीसाठी दिलेल्या कर्जाशी अथवा ठेवलेल्या ठेवींशी असतो. म्हणून गतिकीचा आश्रय व्याज सिद्धान्ताला घ्यावा लागतो.

(3) लोकसंख्यावाढीचा अभ्यास आणि लोकसंख्येतील विविध प्रवृत्ती व कल (Trends) यांचा अभ्यास हाही गतिकीचा अभ्यास विषय ठरतो.

(4) नफ्यासंबंधीचा **प्रा. जे. बी. क्लार्क** यांचा सिद्धान्त तर नफ्याचा गतिमानाचा सिद्धान्त या नावानेच ओळखला जातो. आर्थिक गतिमानता हे नफा उद्भवण्याचे एक कारण असल्याने नफ्याचे विवेचन गतिकीमध्ये करावे लागते.

(5) गुंतवणुकीचे विश्लेषण हेही सर्वस्वी आर्थिक गतिकीच्या क्षेत्रात येते. परतावा किंवा प्रतिफलाचा दर, खर्च-लाभ विवेचन इत्यादी अनेक बाबी या गुंतवणूक विश्लेषणात अंतर्भूत होतात आणि त्या सर्वांना भिन्न कालखंडांचा संदर्भ असतो.

(6) डॉ. मार्शल यांनी तर बाजारभावाच्या संदर्भात कालविचार कसा महत्त्वाचा असतो हे आग्रहाने सांगितले आहे. आभासखंड अथवा बाजारातील किंमत या डॉ. मार्शल यांच्या संकल्पनांना गतिक विश्लेषणाचाच संदर्भ आहे.

(7) आर्थिक अभिवृद्धी आणि आर्थिक विकास यांच्याबाबतचे सिद्धान्त (Theorisation) गतिकीच्या आधाराशिवाय अशक्य आहे. विकासाचे सर्व कारक कालपरत्वे बदलत असल्याने हे अपरिहार्य आहे.

गतिक-आर्थिक विश्लेषणाचे लाभ : गतिक विश्लेषणाचे गुण अथवा लाभ पुढीलप्रमाणे सांगता येतील.

(1) वास्तवदर्शिता : स्थितिक विश्लेषणाची मर्यादा म्हणून वास्तवाशी संबंध नसणे या वैशिष्ट्याचा आपण उल्लेख केला. हे वैगुण्य दूर करण्याचे सामर्थ्य गतिक विश्लेषणात आहे. अवास्तव गृहीतांचा आधार येथे घ्यावा लागत नाही. बाजाराचे परिपूर्ण ज्ञान, उपभोक्त्यांच्या अभिरुची स्थिर, तंत्रज्ञानात बदल नाही इत्यादी गृहीते त्या-त्या सिद्धान्तांच्या मांडणीसाठी स्थितिक विश्लेषणात आवश्यक ठरतात. गतिक विश्लेषणात मात्र ही सर्व अवास्तव गृहीते काढून टाकून सर्व प्रकारचे बदल गृहीत धरले जातात. त्यामुळे गतिमान अर्थव्यवस्थेचा वास्तववादी अभ्यास करणे शक्य होते.

(2) प्रक्रिया तपासण्याची क्षमता : स्थितिक विश्लेषणात विशेषतः तुलनात्मक स्थितिकीमध्ये दोन समतोलावस्था पाहून त्यांचे वेगळेपण तपासून पाहता येते. परंतु त्या दोन समतोलावस्थांमधील बदलांची प्रक्रिया स्पष्ट होत नाही. गतिक विश्लेषणात मात्र ही प्रक्रिया तपासून पाहता येते आणि कार्यकारण परंपरांची संपूर्ण शृंखला अभ्यासता येते. प्रत्यक्ष आर्थिक जीवनातील चढ-उतार, फेरफार आणि इष्टानिष्ट घटनांचे शास्त्रशुद्ध विवेचन करण्यासाठी गतिक विश्लेषणाचाच आधार घ्यावा लागतो.

(3) लवचीकता : ही विश्लेषण पद्धती लवचीक असल्याने एखाद्या आर्थिक समस्येशी संबंधित सर्व शक्यता तपासून पाहण्यासाठी तिचा उपयोग होतो. संकलित केलेल्या माहितीत सतत बदल होत असतो. किमती बदलतात, व्याजदर बदलतात, रोजगाराच्या संधी कमी-जास्त होतात, शेतीतील पिकांचा आकृतिबंध बदलतो, उद्योगांची निर्यात रचना व दिशा बदलते इत्यादी, अशा बदलत्या माहितीचा आणि आकडेवारीचा आधार घेऊन जेथे धोरण ठरवावे लागते अथवा धोरणाला मार्गदर्शन करावे लागते तेथे-तेथे गतिक विश्लेषणच उपयोगी पडते. आर्थिक नियोजन, सार्वजनिक आय-व्यय, चलननीती, आयात-निर्यात धोरण, वित्तीय संस्थांवरील नियंत्रणे इत्यादी क्षेत्रांत याच विश्लेषण पद्धतीचा आधार घेतला जातो.

गतिक-आर्थिक विश्लेषणाच्या मर्यादा : वर उल्लेखिलेले अनेक गुण गतिक विश्लेषणामध्ये असले आणि हे विश्लेषण समावेशक व वास्तवास उपयुक्त असले तरी त्याच्याही काही मर्यादा आहेत.

(1) चिकित्सा अवघड : एखाद्या समस्येची तपासणी करणे हे डॉक्टरांनी रोग्याला तपासण्यासारखे असते. नुसता रक्तदाब तपासण्यासाठी रुग्णाला टेबलावर थोडा वेळ निश्चल पडून राहावे लागते. अशी निश्चलता कोणत्याच आर्थिक प्रश्नात नसल्याने, म्हणजेच 'इतर परिस्थिती स्थिर' मानून तपासणी करणे शक्य नसल्याने निदान निश्चित करणे अवघड होते.

(2) कालविचार : काळाचा विचार करून संपूर्ण प्रक्रिया समजून घ्यावी लागते. पण त्यामुळेच मर्यादाही पडते. दिलेल्या कालखंडात काही चल वेगाने बदलतात, काही मागे पडतात आणि प्रत्येक चलाला बदलासाठी लागणारा कालखंड वेगवेगळा असतो. एकाच प्रक्रियेत अशी विविधता असेल तर विश्लेषणाच्या अचूकतेवर मर्यादा पडते.

(3) क्लिष्टता : प्रत्यक्षातील प्रश्न गुंतागुंतीचे असल्याने त्यांची उकल करण्यासाठी वापरावयाची पद्धतीही गुंतागुंतीची होते. त्यामुळेच विविध गणिती पद्धतींचा अवलंब करावा लागतो. त्यामुळे अर्थातच या विश्लेषणाची क्लिष्टता वाढते. इतके करून प्रत्यक्ष जीवनातील संपूर्ण तर नाहीच पण बव्हंशी गुंतागुंतीचे विश्लेषण करणे हे देखील मानवी शक्तीच्या पलीकडचे ठरते.

(4) निश्चित भाकीत अशक्य : वरील मर्यादांमुळे आर्थिक विश्लेषणाच्या आधारे अचूक भाकीत करणे अशक्य होते. ग्रहणाचे अचूक भाकीत खगोलशास्त्रज्ञ करू शकतात पण आर्थिक मंदीसारख्या अरिष्टाचे अचूक भाकीत करता येत नाही. मानवी शरीराचे प्लॅस्टर ऑफ पॅरिसचे मॉडेल तयार करून शरीरशास्त्र शिकविता येते, पण या मॉडेलच्या आधारे उजव्या हाताचा स्नायू कसा हलतो किंवा डोळ्यांसमोर एखादे वाद्य दिसल्यावर कोणकोणत्या अवयवांचे स्नायू कोणाचे कसे हलतील हे त्या मॉडेलमध्ये दाखविता येत नाही, तसेच हे आहे.

स्थितिकीच्या जशा मर्यादा आहेत तशाच मर्यादा गतिकीच्याही आहेत. म्हणूनच अभ्यासविषय आणि मीमांसेची गरज लक्षात घेऊन या दोन्हींपैकी एक अथवा दोन्हींचा परस्परपूरक म्हणून अवलंब केला जातो. अर्थात या दोन्ही विश्लेषण पद्धती अर्थशास्त्रात पर्यायी म्हणून नव्हे तर परस्परपूरक म्हणून वापरल्या जातात.

❖ सारांश ❖

2.1 उपभोगाचे एकक म्हणून कुटुंब

मागणीच्या बाजूला कुटुंब हे मूलभूत एकक म्हणून विचारात घेतले जाते. अर्थशास्त्रात 'कुटुंब' याचा अर्थ वित्तीय निर्णय एकत्र घेतले जाणाऱ्या, एकाच घरात राहणाऱ्या व्यक्तींचा समुच्चय. उपभोगविषयक निर्णय घेण्याचे कुटुंब हे सर्वांत लहान एकक आहे. म्हणूनच उपभोक्ता याचा अर्थ कुटुंब हे एकक असा होतो. कुटुंब याचा अर्थ एकटी राहणारी एकच व्यक्ती अथवा पती-पत्नी आणि मुलांचे विभक्त कुटुंब अथवा संयुक्त कुटुंब अथवा वसतिगृह यांतील कोणताही होऊ शकतो.

2.2 उत्पादनाचे एकक म्हणून उत्पादनसंस्था

इतर उत्पादनसंस्था अथवा कुटुंबे अथवा अन्य केंद्रीय अधिसत्ता यांना विकण्यासाठी वस्तूंचे उत्पादन करण्याच्या उद्देशाने उत्पादक घटकांचा उपयोग करून घेणारे एकक म्हणजे उत्पादनसंस्था. दुसऱ्या शब्दात, उत्पादक घटकांना कामाला लावणे आणि वस्तूंचे व सेवांचे उत्पादन करणे याबाबत निर्णय घेणारे एकक म्हणजे उत्पादनसंस्था.

उत्पादनविषयक निर्णय घेणारे सर्वांत लहान एकक म्हणून कोणतीही उत्पादनसंस्था कशाचे, किती प्रमाणात आणि कोणते तंत्र वापरून उत्पादन करायचे याचा निर्णय घेत असते. महत्तम समाधान मिळविणे हे कुटुंबाचे उद्दिष्ट मानले जाते. त्याचप्रमाणे महत्तम नफा मिळविणे हे उत्पादनसंस्थेचे उद्दिष्ट मानले जाते. उत्पादनसंस्थेचा आकार छोट्या एकस्वामित्व व्यवसायसंस्थेपासून महाकाय बहुराष्ट्रीय महामंडळापर्यंत लहान-मोठा असू शकतो.

2.3 (अ) उत्पादनसंस्था आणि उद्योग यांतील फरक

उत्पादनसंस्था म्हणजे अंतर्गत दृष्टीने सुसंघटित असे आर्थिक एकक असते. याउलट उद्योग हा विवक्षित वस्तूंचे उत्पादन करणाऱ्या अनेक संस्थांचा मिळून बनतो. तथापि, हे साधे वर्णन पुरेसे ठरत नाही. कारण काटेकोरपणे बोलायचे तर एकजिनसी वस्तूंचे उत्पादन करणाऱ्या संस्थांचाच उद्योग बनू शकतो. अशी परिस्थिती स्पर्धात्मक बाजारातच असू शकते. जेथे (1) असंख्य उत्पादनसंस्था असतात. (2) सर्व उत्पादनसंस्था एकजिनसी अशा एकाच वस्तूचे उत्पादन करीत असतात. (3) प्रवेश आणि निर्गमन यांचे पुरेपूर स्वातंत्र्य उत्पादनसंस्थांना असते. याउलट मक्तेदारीमध्ये एका वस्तूचे उत्पादन करणारी एकच उत्पादनसंस्था असल्याने आणि उद्योग यांच्यामधील भेद नाहीसा झालेला असतो. प्रत्यक्षात उद्योग या संज्ञेची व्याख्या सैलपणाने केली जाते. या व्याख्येत एकमेकांचे जवळचे पर्याय असलेल्या वस्तूंचे उत्पादन करणाऱ्या विविध उत्पादनसंस्थांचा मिळून उद्योग बनतो असे मानले जाते. उदा., कापडाचे उत्पादन करणाऱ्या सर्व गिरण्यांचा मिळून कापड उद्योग बनतो. तसेच सर्व प्रकारच्या स्वयंचलित वाहनांचे उत्पादन करणाऱ्या कारखान्यांचा मिळून स्वयंचलित वाहन उद्योग बनतो.

(ब) उत्पादनसंस्था आणि यंत्रकुल यांतील फरक

उत्पादनाची विशिष्ट क्षमता असलेले तांत्रिक एकक म्हणजे यंत्रकुल होय. उदा., साखर उत्पादन करणारे यंत्रकुल म्हणजे विविध यंत्रांची/प्रक्रियांची जुळणी केलेली आणि दररोज विशिष्ट साखरेचे उत्पादन करण्याची क्षमता असलेले यंत्रकुल. याउलट, उत्पादनसंस्था हे आर्थिक एकक असते आणि येथे निर्णय घेतले जातात. उत्पादनसंस्थेच्या पातळीवर जमा-खर्च ठेवला जातो तसेच खरेदी-विक्री मागणीचा पूर्वअंदाज, जाहिरात करणे इत्यादी जबाबदाऱ्या उत्पन्नसंस्थेला पूर्ण कराव्या लागतात. यंत्रकुलाचा संबंध हा यंत्रांच्या देखभाल, दुरुस्ती किंवा सुसूत्रीकरण यांच्यापुरता मर्यादित असतो. उत्पादनाचा दर्जा राखणे आणि नेमून दिलेल्या योजनेप्रमाणे उत्पादन करणे हे यंत्रकुलाचे काम असते. निर्णय घेण्याचे काम मात्र उत्पादनसंस्थेकडून केले जाते.

2.4 निगमन व विगमन पद्धती

निगमन पद्धती ही निशुद्ध आणि विश्लेषणात्मक असते. सरल आणि प्रयोगशीलतेची पर्यायी ही अशी अचूक पद्धती असते. परंतु गृहीतांच्या आणि धोरणनिश्चितीच्या मर्यादांमुळे ही पद्धत बौद्धिक कसरत ठरते अशी टीका केली जाते.

विगमन पद्धती ही इतिहासावर आधारलेली आणि अनुभवसिद्ध असल्याने विशिष्टाकडून सामान्यीकरणाकडे जाणारी असते. ही पद्धती प्रयोगाभिमुख आणि संख्याशास्त्रभिमुख अशी दोन प्रकारे व्यक्त होते. ही पद्धती वास्तवावर आधारलेली, महत्त्वपूर्ण सिद्धान्तांना आधार देणारी आणि सापेक्ष असल्याने वास्तवाच्या जवळची असते. परंतु अशास्त्रीय निष्कर्ष काढले जाणे, माहिती गोळा करण्यात गफलत होणे अशा मर्यादा या पद्धतीवरही पडतात.

2.5 स्थितिक आणि गतिक विश्लेषण

आर्थिक विश्लेषणाच्या स्थितिक आणि गतिक अशा दोन पद्धती मानल्या जातात. एकाच कालखंडाशी संबंधित मूल्ये धारण करणाऱ्या दोन चलांमधील फलन संबंध प्रस्थापित करणे हे स्थितिक विश्लेषणाचे कार्य असते. किंमत-मागणी संबंध, घटती सीमांत उपयोगिता, राष्ट्रीय उत्पन्नाची मागणी, मक्तेदारी किंमत, तुलनात्मक खर्च सिद्धान्त आणि खंड सिद्धान्त हे स्थितिक विश्लेषणाचे अभ्यासविषय आहेत. स्थितिक विश्लेषणाला थोडी गतिमानता देऊन वास्तवाच्या जवळ आणण्याचे कार्य तुलनात्मक स्थितिकीमार्फत केले जाते.

गतिक विश्लेषण भिन्न काळातील दोन आर्थिक चलांचा संबंध जोडून निष्कर्ष काढते.

$$Dt = f(P\,t+1)$$

आणि

$$St = f(Y\,t-1)$$

ही दोन अंशलक्षी आणि समग्रलक्षी विश्लेषणाची उदाहरणे गतिक स्वरूप दर्शवितात. व्यापारचक्रे, व्याज सिद्धान्त, गुंतवणूक विश्लेषण, डॉ. मार्शल यांनी केलेले बाजारभावाचे विश्लेषण आणि आर्थिक विकासाचा सिद्धान्त हे आर्थिक गतिकेचे अभ्यासविषय आहेत.

❈ आकलन चाचणी (Test Your Understanding) ❈

(1) पूर्ण स्पर्धेच्या परिस्थितीत मागणी-पुरवठ्यात बदल झाले असता किमतीत होणारे बदल आकृत्यांच्या साहाय्याने दाखवून तुलनात्मक स्थितिकी ही संकल्पना स्पष्ट करा.

(2) विगमन पद्धती तुमच्या अभ्यासक्रमात कोठे व कशी वापरली गेली आहे हे दाखवून द्या.

(3) फरक स्पष्ट करा.

(अ) उत्पादनसंस्था आणि उद्योग

(ब) उत्पादनसंस्था आणि यंत्रकुल

(क) परतंत्र आणि स्वतंत्र चल

(ड) बहिर्जात आणि अंतर्जात चल

प्रकरण 3

उपभोक्ता वर्तन सिद्धान्त
(THEORY OF CONSUMER BEHAVIOUR)

3.7 मागणीची लवचीकता

   (अ)   लवचीकतेची संकल्पना

   (आ)   किंमत, उत्पन्न व अन्योन्य लवचीकता यांतील फरक

3.8 मागणीच्या लवचीकतेचे प्रकार

   (अ)   किंमत लवचीकता

   (आ)   किंमत लवचीकतेचे प्रकार

   (इ)   किंमत लवचीकता मोजण्याच्या पद्धती

   (ई)   मागणीच्या किंमत लवचीकतेवर परिणाम करणारे घटक

   (उ)   किंमत लवचीकतेचे उपयोग अथवा महत्त्व

   (ऊ)   मागणीची उत्पन्न लवचीकता

   (ए)   मागणीची अन्योन्य अथवा पारस्परिक लवचीकता

3.9 मागणीचा पूर्वअंदाज

3.10 मागणीचा पूर्वअंदाज : गरज व हेतू

   (अ)   मागणीच्या पूर्वअंदाजाची आवश्यकता

   (आ)   मागणीच्या पूर्वअंदाजाचा हेतू

   (इ)   मागणीच्या पूर्वअंदाजाचे व्याप्ती व स्वरूप

3.11 पूर्वअंदाज करण्याच्या पद्धती

   (अ)   मुलाखती आणि पाहणी दृष्टिकोन

   (आ)   पूर्वानुभवाच्या प्रक्षेपणाचे पूर्वअंदाज करणे

   (इ)   पूर्वअंदाजाच्या इतर पद्धती

3.12 नव्या वस्तूंच्या मागणीचा पूर्वअंदाज

3.13 चांगल्या अंदाज पद्धतीच्या कसोट्या

3.14 निरीक्षणावर आधारलेल्या मागणीसंबंधी निश्चितीतील अडचणी

    ✹ सारांश   ✹ आकलन चाचणी

मानवाच्या विविध गरजा पूर्ण करण्यासाठी वस्तू आणि सेवा यांची निर्मिती होणे आवश्यक असते. हे उत्पादन विविध व्यवसायसंस्थांकडून केले जाते. उत्पादन करण्यापूर्वी प्रत्येक व्यवसायसंस्थेला जे मूलभूत प्रश्न विचारात घ्यावे लागतात, त्यांपैकी एखाद्या वस्तूचे किती प्रमाणावर उत्पादन करावे हा महत्त्वाचा प्रश्न सोडवावा लागतो, त्यासाठी अशा व्यवसायसंस्थेने उत्पादित केलेल्या वस्तूला किती मागणी येईल, याचा अंदाज करावा लागतो. त्यामुळेच मागणी विश्लेषणाला महत्त्व प्राप्त होते.

मागणीवर परिणाम करणारे घटक, त्यांचा मागणीवर पडणारा प्रभाव, मागणीतील बदल इत्यादी बाबींचा समावेश मागणी विश्लेषणात करता येईल.

मागणीविषयीचे विश्लेषण ज्या अनेक दृष्टिकोनातून केले जाते त्यावरून मागणी विश्लेषणाचे अनेक प्रकार संभवतात. उपभोक्त्याचे वर्तन मागणीतून व्यक्त होते. त्याचे विवेचन येथे करावयाचे आहे.

3.1 मागणीची संकल्पना (The Concept of Demand)

सर्वसाधारणतः व्यवहारात इच्छा आणि मागणी हे दोन्हीही शब्द एकाच अर्थाने वापरले जातात. परंतु अर्थशास्त्रामध्ये इच्छा आणि मागणी या दोन शब्दांमध्ये फरक केला जातो. त्यामुळेच अर्थशास्त्रीय दृष्टिकोनातून केवळ इच्छा मागणी ठरू शकत नाही. मागणीच्या पुढील व्याख्येवरून हा फरक स्पष्ट होण्यास मदत होईल.

'आर्थिक शक्तीचे पाठबळ लाभलेली इच्छा' म्हणजे मागणी होय.

मागणी = मानवी इच्छा + आर्थिक शक्ती

उदाहरणार्थ, भिकाऱ्याची मारुती मोटार खरेदी करण्याची इच्छा आहे, परंतु मोटार खरेदी करण्यासाठी लागणारा पैसा (आर्थिक शक्तीचे पाठबळ) त्याच्याकडे नाही. त्यामुळे त्याची ही इच्छा मागणी ठरू शकत नाही. याउलट, एखाद्या कंजूष माणसाजवळ भरपूर पैसा आहे, तेव्हा तो पैसा खर्चून वस्तू खरेदी करण्याची त्याची इच्छा नाही. अशा वेळेस आर्थिक शक्ती असूनही इच्छेअभावी ती मागणी या संकल्पनेला प्राप्त होणार नाही. अर्थात, आर्थिक शक्तीचे पाठबळ आहे. एवढ्यावरून ती इच्छा मागणीत रूपांतरित होईलच असेही नाही. त्यासाठी वस्तूची किंमत आणि विशिष्ट वेळ या आणखी दोन बाबी दिल्या जाणे आवश्यक आहे. आज उपभोक्ता ज्या किमतीला एखादी वस्तू खरेदी करण्यास तयार आहे त्याच किमतीला उद्या ती वस्तू तो खरेदी करीलच असे सांगता येत नाही. तसेच किंमत बदलल्यास मागणी बदलते म्हणूनच **'विशिष्ट वेळी विशिष्ट किमतीला वस्तूचे जितके नग खरीदले जातात ती त्या वस्तूची मागणी होय'**. अशी मागणीची व्याख्या करता येईल. या व्याख्येवरून एका उपभोक्त्याची मागणी स्पष्ट होते तरीच व्यवसायसंस्थेच्या दृष्टीने तिच्या वस्तूला असणारी मागणी म्हणजे काय हेही स्पष्ट होते.

मागणीच्या विश्लेषणाचे हेतू : विविध व्यवसायसंस्थांना बाजारपेठेतील आपली स्थिती नेमकी कोणती आहे याचा वेळोवेळी अंदाज करावा लागतो. हा हेतू समोर ठेवून व्यवसायसंस्था मागणीचे विश्लेषण करू शकतात. सरकारने आकारलेल्या करांचे वस्तूच्या मागणीवर कोणते परिणाम होतील याची चाचपणी करण्यासाठीही मागणीच्या विश्लेषणाचा विचार केला जातो. अशा प्रकारे अनेक हेतू समोर ठेवून मागणीचे विश्लेषण केले जाते. असे असले तरी सैद्धान्तिक आणि व्यावसायिक दृष्टीने केल्या जाणाऱ्या मागणी विश्लेषणाचा विचार या प्रकरणात केला आहे. या दोन दृष्टिकोनातील भिन्नता पुढीलप्रमाणे समजावून घेता येईल.

(अ) सैद्धान्तिक हेतू : हा मागणीच्या विश्लेषणाचा परंपरागत किंवा रूढ दृष्टिकोन आहे. बाजारातील विविध वस्तूंच्या किमती कशा ठरतात आणि त्यात बदल कसा होतो याचे स्पष्टीकरण देणे, साधनसामग्रीच्या विविध क्षेत्रांत होणाऱ्या वाटपाचे स्पष्टीकरण देणे, उत्पन्नाची वाटणी स्पष्ट करणे इत्यादी हेतूंनी हे विश्लेषण केले जाते. एवढेच नाही तर विश्लेषण सोपे व्हावे म्हणून फक्त वस्तूची किंमत आणि तिची मागणी या घटकांतील संबंध स्पष्ट करताना बाकीचे घटक स्थिर आहेत असे गृहीत मानले जाते. उदाहरणार्थ, डॉ. मार्शल यांचे मागणीविषयीचे परंपरागत विश्लेषण.

(ब) व्यावसायिक हेतू : जास्तीत जास्त नफा मिळविणे हा कोणत्याही व्यवसायसंस्थेचा हेतू असतो. व्यवसायसंस्थेला किती नफा मिळेल हे एका बाजूने उत्पादन खर्चावर तर दुसऱ्या बाजूने वस्तूंची विक्री करून येणाऱ्या उत्पन्नावर अवलंबून असते. परंतु विक्री किती होईल हे त्या व्यवसायसंस्थेने उत्पादित केलेल्या वस्तूला बाजारात किती मागणी आहे यावरून निश्चित करता येते. त्यासाठी व्यवसायसंस्थेत प्रत्यक्ष निर्णय घेणाऱ्या व्यवस्थापक किंवा व्यावसायिक यांनी मागणीविषयीचा अंदाज करणे आवश्यक असते. त्यामुळेच मागणी-विश्लेषण हा व्यावसायिक नियोजनाचा अविभाज्य घटक बनला आहे. व्यावसायिक मागणी-विश्लेषण पुढील दोन उद्देशांनी केले जाते.

(1) भविष्यकालीन मागणीविषयीचा पूर्वअंदाज करणे : उत्पादनाविषयीचा निर्णय भविष्यकाळावर विश्वास ठेवूनच घ्यावा लागतो. त्यामुळे मागणीविषयीचा पूर्वअंदाज हा व्यवसायसंस्थेच्या सर्व व्यवसायांचा पाया ठरतो. उत्पादन किती करावयाचे याविषयीचा निर्णय मागणीच्या अंदाजावर अवलंबून असतो. उत्पादन करण्यासाठी कच्च्या मालाची गरज असते. त्यामुळे कच्चा माल किती खरेदी करावयाचा ? त्याच्या साठवणुकीची आणि वाहतुकीची व्यवस्था काय आहे ? इत्यादीविषयी पूर्वनियोजन करावे लागते. त्याचबरोबर उत्पादनासाठी लागणारे भांडवल आणि उत्पादित मालाची विक्रीव्यवस्था यांचेही नियोजन करावे लागते. हे सर्व पूर्वनियोजन वस्तूच्या मागणीच्या अपेक्षित अंदाजावर अवलंबून असते.

(2) मागणीत इष्ट बदल घडवून आणणे : मागणीच्या पूर्वअंदाजावरून व्यवसायसंस्थेला मागणीत इष्ट ते बदल घडवून आणणे शक्य होते. अशी व्यवसायसंस्था तिची उत्पादन क्षमता आणि त्या अनुषंगाने असणारी सर्वोत्कृष्ट उत्पादन पातळी इत्यादींचा विचार करून अपेक्षित मागणीत योग्य ते बदल घडवून आणते. मागणीत अपेक्षित बदल घडवून येण्यासाठी व्यवसायसंस्थेकडून जाहिरात करणे, योग्य किंमतविषयक धोरणाची आखणी, वस्तुभिन्नता इत्यादी उपाय योजले जातात. साहजिकच त्यामुळे पूर्वीच्या विक्रीविषयक धोरणात परिवर्तन घडून येते. अशा प्रकारे मागणी-विश्लेषणाचा किंवा मागणीच्या पूर्वअंदाजाचा उपयोग मागणीत अपेक्षित बदल घडवून आणण्यासाठी केला जातो.

मागणीच्या पातळ्या : मागणीच्या परंपरागत किंवा सैद्धान्तिक दृष्टिकोनात वस्तूची किंमत आणि तिची मागणी या दोहोंतील संबंध स्पष्ट केला जातो. या दृष्टिकोनाप्रमाणे विशिष्ट किमतीला एखाद्या वस्तूचे जेवढे नग खरेदी केले जातात तेवढी त्या वस्तूची मागणी ठरते. विविध पातळींच्या संदर्भात मागणीचा विचार केला जातो. जेव्हा वस्तूची मागणी एका कुटुंबाच्या अथवा उपभोक्त्याच्या पातळीवर विचारात घेतली जाते तेव्हा तिला 'वैयक्तिक मागणी' असे म्हणतात.

एका विशिष्ट कालखंडात (उदा., एक वर्ष) एखादी व्यवसायसंस्था वेगवेगळ्या किमतींना तिने उत्पादित केलेल्या उत्पादनाचे किती नग विकू शकते यावरून व्यवसायसंस्थेची मागणी काढता येते.

एखाद्या वस्तूचे उत्पादन करणाऱ्या सर्व व्यवसायसंस्था मिळून त्या वस्तूचा उद्योग होतो. उदा., साखर उद्योग वेगवेगळ्या किमती असताना अशा उद्योगातील उत्पादित वस्तूंचे किती नग विकले जातात यावरून त्या उद्योगाची मागणी समजते. तसेच एखाद्या वस्तूला त्या वस्तूच्या बाजारात येणाऱ्या मागणीवरून तिची बाजारातील मागणी निश्चित केली जाते.

3.2 मागणीचा नियम (The Law of Demand)

'मागणीचा नियम' या नावाने ओळखला जाणारा नियम किंमत-मागणी संबंधावर आधारित असतो. मागणीवर अनेक घटकांचा परिणाम होत असतो. मागणी हा परतंत्र चल मानून इतर अनेक स्वतंत्र चल विचारात घेता येतात. मात्र त्यापैकी किंमत हा स्वतंत्र चल वेगळा काढता येतो. त्यापूर्वी मागणीवर परिणाम करणारे कोणकोणते स्वतंत्र चल असतात ते पाहू.

(अ) मागणीचे निर्धारक घटक (Factors Determining Demand)

एखाद्या वस्तूची मागणी किती जास्त अथवा कमी केली जाईल हे अनेक घटकांवर अवलंबून असते. या घटकांनाच **'मागणीचे निर्धारक घटक'** असे म्हणतात. हे निर्धारिक घटक पुढीलप्रमाणे स्पष्ट करता येतील.

(1) वस्तूची किंमत : वस्तूच्या मागणीवर परिणाम करणारे इतर घटक स्थिर असतील किंवा त्यांच्यात बदल होत नसेल तर वस्तूची किंमत आणि त्या वस्तूची मागणी यांचा परस्परविरोधी संबंध असतो. वस्तूची किंमत कमी झाली की, तिची मागणी वाढते, याउलट परिस्थितीत मागणी कमी होते.

(2) उपभोक्त्याचे उत्पन्न आणि उत्पन्नाची वाटणी : एखाद्या वस्तूसाठी असणारी मागणी ही त्या वस्तूचा उपभोग घेणाऱ्या उपभोक्त्यांच्या उत्पन्नावर अवलंबून असते. सामान्यपणे उत्पन्न वाढले की, उपभोक्ता सर्व वस्तूंची मागणी वाढवितो. परंतु निकृष्ट वस्तू (उदा., मका) याला अपवाद आहेत. कारण उत्पन्नात वाढ झाली की, उपभोक्ता निकृष्ट अन्नधान्याऐवजी सकस अन्नधान्याचा वापर आपल्या आहारात वाढवितो.

उत्पन्नाचा मागणीवर होणारा परिणाम पुढील दोन घटकांवर अवलंबून असतो -

(अ) उत्पन्नातील बदलाचे स्वरूप : उत्पन्नातील कायमस्वरूपी बदलाचाच मागणीवर परिणाम होतो. उत्पन्नातील तात्पुरत्या बदलामुळे मागणीत बदल होत नाही.

(ब) उपभोग प्रवृत्ती : व्यक्तीच्या उत्पन्नापैकी किती भाग उपभोगावर खर्च केला जातो त्यावरून उपभोग प्रवृत्ती निश्चित करता येते. उत्पन्नातील वाढीमुळे उपभोग प्रवृत्ती वाढली तर मागणी वाढेल. याउलट, परिस्थितीत मागणी घटेल.

उत्पन्नाचे विभाजन कसे झाले आहे (सम/विषम) यावरही उपभोग प्रवृत्ती अवलंबून असते. सर्वसामान्यपणे श्रीमंतांकडून तलम आणि उंची कापडाला मागणी येते तर गरिबांकडून जाड्याभरड्या कापडाला अधिक मागणी येते. उत्पन्नाचे विषम वाटप झाले असेल तर उंची कापडाला मागणी थोडी राहील. याउलट जाड्याभरड्या कापडाला अधिक मागणी राहील. याउलट, उत्पन्नाचे वाटप सम प्रमाणात झालेले असेल तर वरील दोन्ही प्रकारच्या कापडांची मागणी कमी होऊन मध्यम प्रतीच्या कपड्यांची मागणी वाढेल.

(3) पर्यायी वस्तूंची संख्या आणि त्याच्या किमती : जेव्हा एखादी विशिष्ट गरज भागविण्यासाठी एका वस्तूऐवजी तशाच दुसऱ्या प्रकारच्या वस्तूचा वापर होतो तेव्हा त्या दोन वस्तू एकमेकांना पर्यायी ठरतात. उदा., थंड पेय पिण्याची गरज लिम्का किंवा थम्सअप यांपैकी कोणतेही एक पेय पिल्यावर पूर्ण करता येऊ शकते. त्यामुळे ही दोन थंड पेये एकमेकांना पर्यायी ठरतात. पर्यायी वस्तूंची संख्या जेवढी जास्त तेवढी अशा वस्तूसाठीच्या मागणीची लवचीकता अधिक. कारण उपभोक्त्याची मागणी त्या सर्व वस्तूंमध्ये विभागली जाते. पर्यायी वस्तूंची संख्या कमी असेल तर एका वस्तूच्या किमतीत बदल झाला की, दुसऱ्या पर्यायी वस्तूची मागणी खूप वाढते. साखरेला गूळ हा एकच पर्याय उपलब्ध असल्याने साखरेच्या किमतीत वाढ झाली की, गुळाचा खप मोठ्या प्रमाणावर वाढतो.

(4) उपभोक्त्यांची गरज, पसंती, अभिरुची आणि त्यातील बदल : वस्तूमध्ये माणसाची गरज पूर्ण करण्याची जी शक्ती असते (उपयोगिता) त्यामुळेच त्या वस्तूची मागणी उपभोक्त्यांकडून केली जाते. आवश्यक वाटणाऱ्या वस्तूंची मागणी अलवचीक किंवा ताठर असते. गरजेची तीव्रता व्यक्तिपरत्वे बदलते शिवाय इतर वस्तूंच्या मानाने उपभोक्ता प्रस्तुत वस्तूला कितपत पसंती अथवा प्राधान्य देतो तसेच त्याची आवड कशा प्रकारची आहे यावरही वस्तूची मागणी अवलंबून असते. गरज, पसंती, अभिरुची इत्यादींमध्ये बदल झाला की मागणीतही बदल होतो. उदाहरणार्थ, ध्वनिमुद्रित चित्रपट गीतांची आवड ज्यांना आहे त्यांच्याकडून अशा ध्वनिफितीची (कॅसेटची) मोठ्या प्रमाणात मागणी केली जाईल. परंतु अभिरुचीत बदल होऊन नाट्यगीतांची आवड निर्माण झाली तर चित्रपटगीतांच्या ध्वनिफितींची मागणी कमी होईल.

(5) उपभोक्त्यांची संख्या : एखाद्या वस्तूचा उपभोग घेणाऱ्या उपभोक्त्यांच्या संख्येत बदल झाला की, त्या वस्तूची मागणीही बदलते. उदाहरणार्थ, गुळाचा वापर करणाऱ्या उपभोक्त्यांची संख्या कमी झाली की गुळाचा वापरही (मागणी) कमी होईल.

उपभोक्त्यांच्या संख्येत खालील तीन कारणांनी बदल होतो : (अ) लोकसंख्या बदल : लोकसंख्येत वाढ झाली की उपभोक्त्यांची संख्या वाढते. याउलट लोकसंख्या घटली तर उपभोक्त्यांची संख्याही कमी होते.

(ब) लोकसंख्येच्या रचनेतील बदल : लोकसंख्या कायम राहूनही लोकसंख्येच्या रचनेतील बदलांमुळे उपभोक्त्यांची संख्या बदलते. उदाहरणार्थ, देशाची एकूण लोकसंख्या कायम असूनही एकूण लोकसंख्येतील प्रौढांचे व वृद्धांचे प्रमाण वाढले आणि बालकांचे प्रमाण कमी झाले तर खेळण्यांची मागणीही घटेल.

(क) वाहतूक आणि दळणवळणाची साधने : एखाद्या विशिष्ट बाजारपेठेत येणाऱ्या उपभोक्त्यांची संख्या वाहतुकीच्या आणि दळणवळणाच्या साधनांनी मर्यादित होते. त्या सुविधा वाढल्या की त्या बाजारातील उपभोक्त्यांची संख्या वाढते.

(6) उपभोक्त्यांच्या अपेक्षा : या अपेक्षा वस्तूची किंमत, वस्तूंचे पर्याय, पर्यायी वस्तूंच्या किमती, वस्तूंची संभाव्य उपलब्धता इत्यादींविषयीच्या आणि भविष्यकालीन असतात. उदाहरणार्थ, भविष्यात साखरेच्या किमती आणखी वाढतील या अपेक्षेने साखरेची चालू काळातील मागणी मोठ्या प्रमाणात वाढते.

(7) जाहिरात : जाहिरातीमुळे वस्तूमधील उपयोगिता काल्पनिकपणे वाढविली जाते तसेच ग्राहकांना त्या वस्तूकडे आकर्षित केले जाते, त्यामुळे वस्तूच्या मागणीत वाढ होते. परिणामी मागणीत बदल घडवून आणण्यात जाहिरात हा प्रभावी घटक ठरतो.

(8) इतर : वस्तू हप्त्यांनी विकल्या तर त्या अधिक लोकांना खरेदी करणे शक्य होते. त्यामुळे अशा वस्तूंची मागणी वाढते. वस्तूची गुणवत्ता चांगली असेल आणि किंमत वाजवी असेल तर अशा वस्तू अधिक लोकांकडून खरेदी केल्या जातात. म्हणजेच त्यांची मागणी वाढते.

(आ) मागणीचा नियम (The Law of Demand)

किमतीबरोबरच मागणीवर इतरही अनेक घटकांचा प्रभाव पडत असतो. उदाहरणार्थ, व्यक्तीचे उत्पन्न, पर्यायी वस्तूंची संख्या व किमती इत्यादी. तथापि, या सर्व घटकांचा संबंध गृहीत मानून सिद्धान्त मांडला तर अत्यंत गुंतागुंतीचा होईल. त्यामुळे मागणी-नियमामध्ये 'बाकीचे घटक स्थिर आहेत' असे मानून वस्तूची किंमत आणि त्या वस्तूची मागणी यांचाच संबंध स्पष्ट केला आहे.

किंमत आणि मागणी यांचा संबंध मागणी नियमाने पुढीलप्रमाणे स्पष्ट होतो -

मागणीचा नियम : इतर परिस्थिती कायम असताना किंमत वाढल्यास मागणी घटते आणि किंमत घटल्यास मागणी वाढते. मागणीचा नियम मागणीपत्रक आणि मागणी वक्राच्या साहाय्याने स्पष्ट करता येतो.

(इ) मागणीपत्रक आणि मागणी वक्र (Demand Schedule and Demand Curve)

मागणीपत्रकाद्वारे मागणीच्या नियमात व्यक्त केल्याप्रमाणे किंमत आणि मागणी यांचा संबंध अंकगणिती पद्धतीने स्पष्ट करता येतो. मागणीपत्रकालाच 'मागणीचे कोष्टक' किंवा 'तक्ता' असेही म्हणतात.

काल्पनिक उदाहरणाच्या साहाय्याने मागणीपत्रक पुढीलप्रमाणे तयार करता येते. खालील मागणीपत्रकात वेगवेगळी किंमत असताना उपभोक्ता त्या वस्तूची किती मागणी करतो हे दाखविले आहे.

साखरेची किंमत प्रति किलो 18 ₹ असताना 1 किलो साखर खरेदी केली जाते. साखरेची किंमत जसजशी 15, 12, 9 आणि 3 ₹ याप्रकारे घटते तसतशी साखरेची मागणी अनुक्रमे 2, 3, 4 आणि 8 किलो अशी वाढत जाते. हेच मागणीपत्रक खालून वर वाचत गेल्यास किंमत वाढल्यास मागणीत कशी घट होते हे समजते.

तक्ता क्र. 3.1 : वैयक्तिक मागणीपत्रक

साखरेची किंमत (₹)	साखरेची मागणी (किलो ग्रॅम)
18 - 00	1.0
15-00	2.0
12 - 00	3.0
9 - 00	4.0
3 - 00	8.0

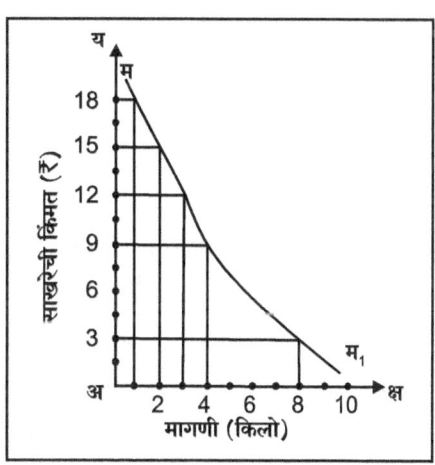

आकृती क्र. 3.1 : मागणी वक्र

वरील वैयक्तिक मागणीपत्रकाच्या आधारे मागणी वक्र तयार केलेला आहे. आकृती क्र. 3.1 मध्ये असा मागणी वक्र दर्शविलेला आहे. मागणी वक्राद्वारे भूमिती पद्धतीने किंमत आणि मागणी यांचा संबंध दर्शविला जातो.

आकृतीत 'क्ष' अक्षावर साखरेची मागणी आणि 'य' अक्षावर साखरेची किंमत दर्शविलेली आहे. दर्शविल्याप्रमाणे साखरेची किंमत प्रति किलोला बारा ₹ असताना तीन किलो साखर खरेदी (मागणी) केली जाते. साखरेच्या किमतीतील घटीबरोबरच साखरेचा खप (मागणी) वाढतो. किंमत आणि मागणी यांच्यातील परस्परविरोधी संबंध आकृती क्र. 3.1 मधील म म₁ या मागणी वक्राने स्पष्ट होतो. हा मागणी वक्र डावीकडून उजवीकडे उतरत जाणारा आहे. किमतीतील वाढीबरोबर मागणीत घट होते. कारण कोणत्याही वस्तूपासून मिळणारी (दुर्मीळ वस्तू अपवाद आहेत.) सीमांत उपयोगिता उत्तरोत्तर क्रमाक्रमाने घटत जाते. सर्वसामान्यपणे उपभोक्ता त्याला मिळणाऱ्या उपयोगितेएवढी किंमत द्यावयास तयार असतो. किंमत वाढत असताना उपयोगितेपेक्षा ती जास्त होत जाते. त्यामुळे मागणीत घट होते. मागणीतील वाढीचेही याच्या उलट दिशेने विश्लेषण करता येते.

इतर परिस्थिती कायम : मागणीच्या नियमाची सुरुवातच 'इतर परिस्थिती कायम असताना' अशी केली जाते. इतर परिस्थिती किंवा घटक यामध्ये मागणीत बदल घडवून आणणाऱ्या इतर घटकांचा उदा., व्यक्तीचे उत्पन्न, परस्पर पर्यायी वस्तूंच्या किमती इत्यादींचा समावेश केला जातो. या इतर घटकांमध्ये बदल होत नाही. असे गृहीत मानूनच किंमत आणि मागणी या दोन बदलत्या घटकांतील संबंध स्पष्ट केला जातो. हे घटक स्थिर आहेत असे गृहीत मानले नाही तर मागणीचा नियम अनुभवाला येणार नाही. उदाहरणार्थ, किमतीत बदल न होताही व्यक्तीच्या उत्पन्नातील बदलामुळे मागणीत बदल होईल.

(ई) मागणीचा नियम अनुभवास का येतो ?

(Why does the Law of Demand Come into Operation ?)

(1) घटत्या उपयोगितेचा नियम : वस्तूमध्ये मानवी गरज पूर्ण करण्याची जी शक्ती असते तिला 'उपयोगिता' असे म्हणतात. वस्तूमध्ये असणाऱ्या उपयोगितेमुळेच उपभोक्ता वस्तूची किंमत आणि त्या वस्तूपासून मिळणारी उपयोगिता यांची तुलना करतो. एखाद्या वस्तूपासून मिळणाऱ्या उपयोगितेपेक्षा त्या वस्तूची किंमत जास्त असेल तर तिची मागणी कमी प्रमाणावर केली जाते. याउलट परिस्थितीत मागणीत वाढ केली जाते. जरी उपयोगितेचे काटेकोर मोजमाप करता येत नसले तरी एखाद्या वस्तूपासून किती समाधान मिळते हे ढोबळ मानाने ठरविता येते.

तक्ता क्र. 3.1 मधील मागणीपत्रक पुन्हा पाहा. समजा, उपयोगिता न मोजता केवळ तुलना करायची असे आपण ठरविले. एक किलो साखरेपासून मिळणारी उपयोगिता 18 रुपयांच्या उपयोगितेएवढीच असेल तर उपभोक्ता एकच किलो साखर घेईल. किंमत कमी होते तेव्हा किमतीमुळे करावा लागणारा त्याग कमी होतो आणि साखरेची उपयोगिता कमी झालेल्या त्यागाबरोबर करण्यासाठी मागणी वाढवावी लागते. घटत्या सीमांत उपयोगितेच्या नियमानुसार साखरेची उपयोगिता घटत जाते, पण त्यासाठी साखरेची खरेदी आणि उपभोग वाढविणे आवश्यक असते. अर्थात कमी झालेल्या किमतीबरोबर साखरेची सीमांत उपयोगिता होण्यासाठी जास्त साखर घेणे आवश्यक आहे.

(2) उत्पन्न परिणाम (Income Effect) : मागणीचा नियम अनुभवास येण्याचे दुसरे कारण 'उत्पन्न परिणाम' हे असते. उत्पन्नाचा मागणीवर परिणाम होतो हे आपण पाहिलेच आहे. उत्पन्नाचा मागणीवर स्वतंत्रपणे होणारा परिणाम वेगळा. तो येथे आपण विचारात घेत नाही. मात्र किंमत बदलते तेव्हा त्या बदलाचा उपभोक्त्याच्या उत्पन्नावर परिणाम होऊन त्या मार्फत मागणीवर परिणाम होतो. हा परिणाम आपण येथे विचारात घेऊ. जेव्हा एखाद्या वस्तूची किंमत कमी होते तेव्हा त्या वस्तूवरील खर्चात बचत होऊन तेवढ्या प्रमाणात उपभोक्त्याचे उत्पन्न वाढल्यासारखेच असते. जेव्हा उत्पन्न वाढते तेव्हा या वस्तूंसह सर्वच वस्तूंची मागणी वाढते. उदा., साखर स्वस्त झाल्यास साखरेवरील खर्च घटतो. आपल्या उदाहरणातील, 12 ₹ प्रति किलो साखरेची किंमत असताना उपभोक्ता 3 किलो साखर खरेदी करतो. याचा अर्थ तो 36 ₹ साखरेवर खर्च करतो. हीच किंमत जेव्हा 9 ₹ प्रति किलो होते तेव्हा 3 किलो साखरेला 27 ₹ खर्च होतात. येथे 9 ₹ एवढी बचत झाली म्हणजेच 9 रुपयांनी त्याचे उत्पन्न वाढल्यासारखे झाले. हे 9 ₹ तो साखरेसह अनेक वस्तूंवर खर्च करू शकतो. उत्पन्न वाढले म्हणून साखरेची मागणी वाढते ती या अर्थाने. यालाच 'उत्पन्न परिणाम' (Income Effect) असे म्हणतात.

(3) पर्यायिता परिणाम (Substitution Effect) : पर्यायिता परिणाम याचा अर्थ महाग वस्तूऐवजी स्वस्त वस्तू वापरण्यामुळे होणारा परिणाम. उदाहरणार्थ, साखरेची किंमत कमी होते आणि बाकी सर्व किमती कायम असतात तेव्हा पर्यायी वस्तूच्या (उदाहरणार्थ, गुळाच्या) मानाने साखरेची किंमत कमी झाल्याने गुळाऐवजी साखरेचा वापर करण्यासाठी साखरेची मागणी उपभोक्ता वाढवितो.

(4) उपभोक्त्यांचा प्रवेश आणि निर्गमन (Entry and Exit of Consumers) : बाजारातील मागणीच्या दृष्टीने उपभोक्त्यांची संख्या महत्त्वाची असते. साखर स्वस्त होते तेव्हा पूर्वी साखर न घेणारे अनेक ग्राहक आता बाजारात प्रवेश करतात आणि साखरेची मागणी करतात. किंमत कमी होताच मागणी वाढण्याचे हे एक कारण होय. उलटपक्षी जेव्हा साखर महाग होते तेव्हा ज्यांना ही किंमत परवडत नाही ते बाजारातून बाहेर पडतात आणि मागणीत त्यामुळे घट होते.

(उ) मागणी नियमाचे अपवाद (Exceptions to the Law of Demand)

मागणी नियमाने व्यक्त होणारी किंमत आणि मागणी यांतील परस्परविरोधी संबंध सर्वसामान्यपणे व्यवहारात अनुभवाला येतो. परंतु काही वेळेस उपभोक्ता या नियमाला विसंगत असे वर्तन करतो. मागणी नियमाला विसंगत ठरणाऱ्या बाबींवरून मागणी नियमाच्या मर्यादा शोधून काढता येतात. अशा मर्यादा सर्वसाधारणपणे पुढीलप्रमाणे सांगता येतील -

(1) अपेक्षांचा परिणाम : या अपेक्षा किमतीविषयक आहेत. वस्तूची किंमत भविष्यकाळात आणखी वाढेल या अपेक्षेने किंमत वाढत असताना अधिक मागणी केली जाते. उदाहरणार्थ, साखरेच्या किमती भविष्यात आणखी वाढतील या अपेक्षेने किंमत वाढत असतानाही साखरेचा खप वाढतच जातो. याउलट, भविष्यकाळात आणखी किंमत कमी होईल या अपेक्षेमुळे किमतीत घट होत असतानाही मागणी घटत जाते.

(2) दिखाऊ वस्तू : दिखाऊ वस्तूंच्या बाबतीत 'प्रदर्शन-परिणाम' प्रभावी असतो. 'आपण इतरांपेक्षा श्रीमंत आहोत' हे दाखविण्याची इच्छा या अर्थाने येथे प्रदर्शन-परिणाम हा शब्द वापरला आहे. अशा वस्तूंच्या किमती वाढत असतानाही आपण इतरांपेक्षा श्रीमंत आहोत हे दाखविण्यासाठी त्यांची मोठ्या प्रमाणावर खरेदी केली जाते. उपभोक्त्यांचे हे वर्तन अविवेकी असले तरी त्यामुळे मागणी नियमाला अपवाद निर्माण होतो.

(3) गिफेनचा विरोधाभास : हे तत्त्व सर रॉबर्ट गिफेन या अर्थशास्त्रज्ञाच्या नावाने प्रसिद्ध आहे. निकृष्ट वस्तूंच्या बाबतीत हे तत्त्व मांडलेले आहे. हे तत्त्व पुढील काल्पनिक उदाहरणाच्या साहाय्याने स्पष्ट करता येईल. कमी उत्पन्न गटातील उपभोक्त्यांचा एक वर्ग मका आणि बाजरी ही दोन अन्नधान्ये वापरतो असे मानू. बाजरीशी तुलना करता मका निकृष्ट प्रतीचा ठरतो. अशा वेळी मका स्वस्त झाला तर त्याच्यावर होणाऱ्या खर्चात बचत होते. त्यामुळे उपभोक्त्याचे उत्पन्न वाढले आहे असे त्याला वाटते. त्यामुळे तो मका कमी आणि बाजरी जास्त खाऊ लागेल. म्हणून मक्याची मागणी तिची किंमत घटूनही कमी होईल. याउलट बाजरीची किंमत वाढूनही तिची मागणी वाढेल. अशा प्रकारे निकृष्ट वस्तूच्या बाबतीत असे परिणाम दिसून येईल, यालाच 'ऋण उत्पन्न परिणाम' असेही म्हणतात. त्यामुळे गिफेनच्या विरोधाभासातील या ऋण उत्पन्न परिणामामुळे मागणीच्या नियमाला मर्यादा निर्माण होते.

(4) इतर मर्यादा : या मर्यादा पुढीलप्रमाणे -

(अ) मागणीचा नियम मांडताना मागणीवर प्रभाव करणाऱ्या किमतीव्यतिरिक्त इतर बदलते घटक स्थिर आहेत असे गृहीत मानल्याने मागणीचा नियम प्रत्यक्ष व्यवहारात अनुभवास येताना मर्यादा पडतात.

(ब) मागणीचा नियम मांडताना उपभोक्ता नेहमीच वस्तूची किंमत आणि तिच्यापासून मिळणारी उपयोगिता यांच्यात तुलना करतो असे मानले आहे. प्रत्यक्ष व्यवहारात असा 'विवेकी उपभोक्ता' नेहमीच दिसून येईल असे नाही.

(क) वस्तूच्या मागणीवर नेहमी फक्त उपयोगितेचाच प्रभाव पडतो असे नाही तर इतर सामाजिक, सांस्कृतिक इत्यादी घटकही प्रभाव पाडीत असतात.

(ऊ) मागणीचा विस्तार आणि संकोच (Extension and Contraction of Demand)

इतर परिस्थिती कायम असताना वस्तूची किंमत कमी झाल्यामुळे त्या वस्तूची मागणी वाढते तेव्हा त्याला 'मागणीचा विस्तार' (Extension of Demand) असे म्हणतात. याउलट, किंमत वाढल्यामुळे मागणी कमी होते तेव्हा त्यास 'मागणीतील संकोच' (Contraction of Demand) असे म्हणतात.

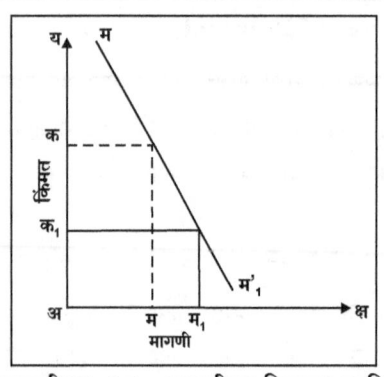

आकृती क्र. 3.2 : मागणीचा विस्तार आणि संकोच

इतर स्थिर घटकांमध्ये वस्तूच्या मागणीवर प्रभाव पाडणाऱ्या किमतीव्यतिरिक्त इतर घटकांचा समावेश होतो. उदा., व्यक्तीचे उत्पन्न, परस्पर पर्यायी वस्तूंच्या किमती इत्यादी. मागणीतील विस्तार आणि संकोच एकाच मागणी वक्रावर दर्शविता येतात. आकृतीत **म $म_1$** या मागणी वक्रावर मागणीतील विस्तार आणि संकोच दर्शविलेला आहे. **अ $क_1$** एवढी वस्तूची किंमत असताना **अ म** एवढी मागणी येते. वस्तूची किंमत घटून ती **अ $क_1$** एवढी झाल्याने मागणीत विस्तार होऊन मागणी **अ $म_1$** एवढी होते. याच आकृतीचे उलट दिशेने वाचन केल्यास मागणीतील संकोच लक्षात येतो.

(ए) मागणीतील बदल (Changes in Demand)

''जेव्हा वस्तूची किंमत तीच राहूनही इतर घटकांमुळे मागणीत वाढ होते तेव्हा त्या वाढीला मागणीतील वृद्धी असे म्हणतात. याउलट जेव्हा वस्तूची किंमत स्थिर असूनही इतर घटकांमुळे मागणी घटते तेव्हा मागणीचा ऱ्हास किंवा घट (Decrease in Demand) होते.''

इतर घटक म्हणजे उपभोक्त्याचे उत्पन्न, त्यांच्या आवडी-निवडी इत्यादी घटकांमध्ये होणारा बदल होय. उदा., वस्तूच्या किमतीत बदल झाला नाही तर उपभोक्त्याच्या उत्पन्नातील बदलामुळे वस्तूच्या मागणीत बदल होतो. फॅशनमधील बदलामुळे पूर्वीच्या वस्तूची मागणी कमी होऊन नवीन वस्तूंची मागणी वाढते.

मागणीतील विस्तार आणि संकोच एकाच मागणी वक्रावर दर्शविता येतात हे आपण पाहिले. परंतु मागणीतील वृद्धी आणि घट स्वतंत्र मागणी वक्रांवर दर्शविली जाते.

मागणीतील बदल आकृती क्र. 3.3 च्या साहाय्याने स्पष्ट करता येते.

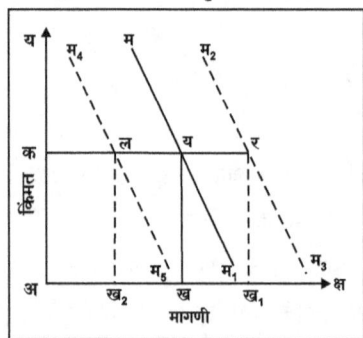

आकृती क्र. 3.3 : मागणीतील वृद्धी आणि घट

आकृतीत दर्शविल्याप्रमाणे नवीन मागणी वक्र **$म_2$ $म_3$** हा मागणी वक्राच्या **(म $म_1$)** उजव्या अंगाला स्थानांतरित झालेला दिसतो. म्हणजेच मागणीतील वाढीमुळे नवीन मागणी वक्र मूळ मागणी वक्राच्या उजव्या अंगाला स्थानांतरित होतो. याउलट किंमत पूर्वीइतकीच असताना जेव्हा मागणीत घट होते (**अ ख** वरून **अ $ख_2$** एवढी) तेव्हा मागणी वक्र **$म_4$ $म_5$** हा मूळ मागणी वक्राच्या डाव्या अंगाला स्थानांतरित होतो. मागणीतील घट **$म_4$ $म_5$** या नवीन मागणी वक्रावरील **'ल'** या बिंदूने दर्शविलेली आहे. अशा प्रकारे मागणीतील वाढ आणि घट दर्शविण्यासाठी स्वतंत्र मागणी वक्र काढावा लागतो.

आकृती क्र. 3.3 मध्ये दर्शविल्याप्रमाणे **म $म_1$** हा मूळ मागणी वक्र आहे. **अ क** एवढी किंमत असताना **अ ख** एवढी मागणी येते. किंमत **अ क** एवढीच असताना मागणी वाढून ती **अ $ख_1$** एवढी होते. मागणीतील ही वाढ **$म_2$ $म_3$** या नवीन मागणी वक्रावर **'र'** या बिंदूने दर्शविली आहे.

अशा प्रकारे एकाच मागणी वक्रावर डावीकडून उतरत गेल्यास मागणीचा विस्तार आणि उजवीकडून डावीकडे वर चढत गेल्यास मागणीचा संकोच दाखविता येतो. याउलट, मागणी वक्राच्या आरंभबिंदूपासून दूर उजवीकडे होणारे स्थानांतर मागणीची वृद्धी आणि मागणी वक्राचे डावीकडे आरंभबिंदूच्या दिशेने होणारे स्थानांतर मागणीतील घट दर्शविते.

3.3 मागणीचे उपयोगिता विश्लेषण (मूलांक दृष्टिकोन) (Utility Analysis of Demand : Cardinal Approach)

किंमत बदलल्यास मागणी कशी बदलते हे मागणीचा नियम सांगतो, पण ती का बदलते याचे उत्तर अजून आपण दिले नाही. कोणत्याही विशिष्ट वेळी दिलेल्या किमतीत उपभोक्ता एखाद्या वस्तूचे ठरावीक नगच का खरेदी करतो ? किंमत घटली की उपभोक्ता मागणी का वाढवितो ? किंमत वाढली की मागणी कमी का करतो ? अनेक वस्तू खरेदी करताना कोणत्या वस्तूची किती मागणी करावी हे तो कसे ठरवितो ? मागणीच्या या स्वरूपाची कारणमीमांसा अभिजात अर्थशास्त्रज्ञांनी उपयोगितेच्या साहाय्याने केली तर अलीकडच्या अर्थशास्त्रज्ञांनी समवृत्ती रेषांच्या साहाय्याने केली. उपयोगिता आणि समवृत्ती ही मागणी विश्लेषणाची दोन साधने आहेत आणि म्हणून या दोहोंचाही विचार होणे आवश्यक आहे.

(अ) उपयोगितेची संकल्पना (Concept of Utility)

उपयोगिता याचा अर्थ वस्तूच्या अंगी असणारी गरज पूर्ण करण्याची शक्ती. उपयोगितेसंबंधी काही गोष्टी स्पष्ट होणे आवश्यक आहेत. एक, एखादी वस्तू माणसाची एखादी गरज पूर्ण करीत असेल तर तिच्यात उपयोगिता (Utility) आहे असे म्हणता येईल, पण म्हणून ती वस्तू उपयुक्त (Useful) आहे असे म्हणता येणार नाही. उदाहरणार्थ, कडाक्याच्या थंडीत मिनिस्कर्ट उपयुक्त आहे असे म्हणता येणार नाही, परंतु असा स्कर्ट एखाद्या युवतीने परिधान केला असेल तर तिच्या दृष्टीने त्यात उपयोगिता आहे हे उघड होते. दुसरे, एखादी वस्तू चांगली की वाईट हा विचार उपयोगिता ठरविताना गैरलागू असतो. तिसरे, उपयोगिता व्यक्तिसापेक्ष असते. अर्थात एका व्यक्तीला जी वस्तू आवश्यक वाटेल ती दुसऱ्या व्यक्तीला वाटणार नाही. शेवटी, उपयोगिता ही कालसापेक्ष असते ती सर्वकालीन नसते. म्हणूनच कोणत्याही वस्तूला अंगभूत उपयोगिता असत नाही.

घटती सीमांत उपयोगिता (Diminishing Marginal Utility) : मागणीचे स्वरूप समजण्यासाठी सीमांत उपयोगिता समजणे आवश्यक आहे. एखाद्या वस्तूच्या साठ्यात अत्यल्प संख्येने वाढ केली असता त्या वस्तूपासून मिळणाऱ्या एकूण उपयोगितेत होणारी वाढ अथवा त्या वस्तूच्या साठ्यात अत्यल्प संख्येने घट केली असता त्या वस्तूपासून मिळणाऱ्या एकूण उपयोगितेत होणारी घट म्हणजे त्या वस्तूंची सीमांत उपयोगिता. ही सीमांत उपयोगिता घटत जाते, असे घटत्या सीमांत उपयोगितेचा सिद्धान्त सांगतो. हा सिद्धान्त दोन घटकांवर आधारलेला आहे. कोणतीही एक गरज काही काळापुरती पूर्ण होऊ शकते आणि उपलब्ध असणाऱ्या वस्तू परस्परांना पूर्णपणे पर्यायी नसतात. यामुळे कोणत्याही एका वस्तूचा उपभोक्त्याजवळचा साठा वाढत गेल्यास त्या वस्तूची सीमांत उपयोगिता घटत जाते.

मागणीचे स्पष्टीकरण आणि उपभोक्त्याचे संतुलन (Explanation of Demand and Consumer's Equilibrium) : घटत्या सीमांत उपयोगितेच्या आधारे मागणीचा नियम चटकन समजण्यासारखा आहे. उपयोगिता मोजता येत नसल्यामुळे ती समजण्याचा डॉ. मार्शल यांनी सांगितलेला मार्ग असा एखाद्या वस्तूसाठी उपभोक्ता जास्तीत जास्त किती किंमत देण्यास तयार होईल ? तर त्या वस्तूपासून मिळणाऱ्या सीमांत उपयोगितेएवढी. समजा एखाद्या उपभोक्त्याजवळ एकही संत्रे नाही. पहिल्या संत्र्याला तो 7 रुपये द्यायला तयार आहे. दुसऱ्या संत्र्याला काहीतरी कमी किंमत देण्यास तो तयार होईल. याप्रमाणे एकेक संत्रे वाढवीत गेल्यास उपभोक्ता किती किंमत द्यायला तयार होईल हे तक्ता क्र. 3.2 च्या स्वरूपात मांडता येईल.

तक्ता क्र. 3.2 : उपयोगिता व मागणी

किंमत (₹)	संत्री (नग)	किंमत (₹)	संत्री (नग)
7.00	1	2.50	6
6.00	2	1.50	7
5.00	3	1.00	8
4.00	4	0.50	9
3.00	5		

पहिल्या संत्र्याची उपयोगिता 7.00, दुसऱ्याची 6.00 याप्रमाणे उपयोगिता घटत जाते. याच तक्त्यातील किमतीचे आकडे बाजारातील प्रत्यक्ष किमतीचे आकडे आहेत असे मानल्यास 7 ₹ किंमत असताना उपभोक्ता 1 संत्रे विकत घेतो, 6 ₹ किमतीला 2, 5 ₹ किमतीला 3 याप्रमाणे किंमत कमी होईल तशी मागणी वाढेल. म्हणजेच हेच कोष्टक मागणीपत्रक ठरेल. मागणीपत्रक मागणीचा नियम दर्शविते. याप्रमाणे घटत्या उपयोगितेचा नियम मागणीच्या नियमाचा आधार ठरतो.

वरील उदाहरणात उपभोक्ता देण्यास तयार असलेली किंमत घेतली आहे. जेव्हा बाजारात संत्र्याची किंमत 2.50 ₹ असेल तेव्हा उपभोक्ता किती संत्री खरेदी करील ? अर्थात सहा.

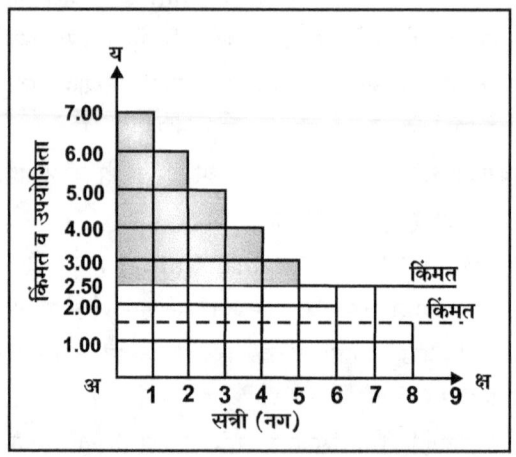

आकृती क्र. 3.4 : सीमांत उपयोगिता व किंमत

सहाव्या संत्र्याला उपभोक्ता जेवढी किंमत देण्यास तयार असतो ती किंमत बाजारातील संत्र्याच्या किमतीबरोबर आहे. हे आकृती क्र. 3.4 वरून हे स्पष्ट होईल.

संत्र्यांची किंमत दर नगास ₹ 2.50 असेल तर पाचव्या नगापर्यंत उपभोक्त्याला संतोषाधिक्य मिळेल. सहाव्या नगाशी जेवढी किंमत तेवढीच उपयोगिता म्हणून संतोषाधिक्य शून्य. सातवा नग घेतल्यास किमतीहून उपयोगिता कमी म्हणून टिंबांनी दाखविलेल्या क्षेत्राइतकी हानी होईल. म्हणून उपभोक्ता **सहाच** नग खरेदी करील. आकृती क्र. 3.4 या एकाच आकृतीवर **'उपभोक्त्याचे आधिक्य'** आणि **'उपभोक्त्याचे संतुलन'** या दोन्ही गोष्टी समजतात. आता समजा, संत्री 1.5 ₹ मिळू लागली, तर उपभोक्ता 7 वी संत्री खरेदी करील आणि सहाव्यासकट सर्व सीमांतर्गत नगांवरील संतोषाधिक्य उभ्या रेषांनी दर्शविलेल्या क्षेत्रफळाने वाढेल. किंमत बदलल्यामुळे संतुलन बिंदू बदलला. किमतीएवढी सीमांत उपयोगिता करण्यासाठी मागणी वाढवावी लागली. किंमत वाढते तेव्हा किमतीशी उपयोगितेची समानता प्रस्थापित करण्यासाठी सीमांत उपयोगिता वाढवावी लागते आणि सीमांत उपयोगिता वाढविण्यासाठी वस्तूचा साठा कमी

करावा लागतो, म्हणून उपभोक्ता मागणी कमी करतो. याउलट, किंमत घटली की ती सीमांत उपयोगितेबरोबर करण्यासाठी वस्तूचा साठा वाढवावा लागतो. म्हणून वस्तूची मागणी वाढते.

एकाहून अधिक वस्तूंच्या बाबतीत उपभोक्त्याचे संतुलन सम-सीमांत उपयोगिता नियमाच्या साहाय्याने स्पष्ट करता येते. उदाहरणार्थ, समजा, एखाद्या उपभोक्त्याजवळ साडेबारा रुपये आहेत आणि संत्री व मोसंबी या दोन वस्तू प्रत्येकी ₹ 2.50 किमतीला मिळतात. प्रत्येक वस्तूची सीमांत उपयोगिता पुढीलप्रमाणे मिळते असे समजू.

तक्ता क्र. 3.3 : सम-सीमांत उपयोगिता व किंमत

खर्च	संत्र्यापासून मिळणारी सीमांत उपयोगिता	मोसंबीपासून मिळणारी सीमांत उपयोगिता
पहिले 2.50 रुपये	10	9
दुसरे 2.50 रुपये	8	6
तिसरे 2.50 रुपये	6	3
चौथे 2.50 रुपये	4	2
पाचवे 2.50 रुपये	2	1
एकूण	**30**	**21**

दर वेळी 2.50 ₹ एकामागोमाग एक खर्च केला असे मानल्यास सर्व संत्र्यांवर खर्च केले तर 30 मात्रा व सर्व मोसंबीवर खर्च केल्यास 21 मात्रा उपयोगिता मिळेल, पण सम-सीमांत उपयोगितेच्या सिद्धान्ताच्या आधारे आपण हे चटकन सांगू शकतो की, एकूण साडेबारा रुपये जवळ असल्याने 3 संत्री आणि 2 मोसंबी अशी उपभोक्ता खर्चाची वाटणी करील. कारण असे केल्याने संत्र्यांची एकूण उपयोगिता 24 + मोसंब्यांची एकूण 15 = 39 मात्रा ही महत्तम उपयोगिता मिळेल. समजा, संत्रे कमी केले व त्याऐवजी मोसंब्यांची खरेदी केली तर संत्र्यांची 6 मात्रा उपयोगिता कमी होईल. त्याचप्रमाणे कितीही फेरफार केले तरी 39 हेच महत्तम समाधान आहे. जेथे दोन वस्तूंची सीमांत उपयोगिता समान आहे.

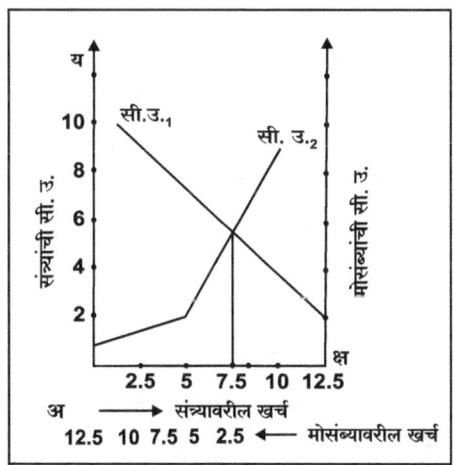

आकृती क्र. 3.5 : सम-सीमांत उपयोगितेवरून उपभोक्त्याचा समतोल

म्हणून समान सीमांत उपयोगिता उपभोक्त्याचे संतुलन ठरविते. 3 संत्री आणि 2 मोसंबी ही मागणी किंमत आणि अन्य परिस्थिती स्थिर असेपर्यंत उपभोक्ता बदलणार नाही. म्हणून ही समतोलावस्था (Equilibrium Position) आहे, असे म्हटले जाते. तीच गोष्ट आकृती क्र. 3.5 वरून स्पष्ट होते.

तुलना शक्य व्हावी म्हणून आकृतीत संत्र्यांची सीमांत उपयोगिता नेहमीप्रमाणे डाव्या अक्षरावर दाखविली आहे तर मोसंब्यांची सीमांत उपयोगिता उजवीकडच्या अक्षरावर दर्शविली आहे. संतुलन बिंदूवरून 3 संत्री 2 मोसंबी ही मागणी समजते.

निष्कर्ष : मागणीच्या उपयोगिता विश्लेषणाचे निष्कर्ष असे :

1. उपभोगासाठी खरेदी केलेल्या वस्तू आणि सेवा यांच्यापासून महत्तम समाधान मिळविणे हे उपभोक्त्याचे उद्दिष्ट असते.
2. हे उद्दिष्ट साध्य करण्यासाठी एका वस्तूच्या बाबतीत उपभोक्ता त्या वस्तूची मागणी अशा बेताने करतो की, त्या वस्तूची सीमांत उपयोगिता ही त्या वस्तूच्या किमतीबरोबर होईल.
3. दोन किंवा अधिक वस्तूंवर आपला खर्च विभागताना त्या वस्तूंची सीमांत उपयोगिता (किमतीच्या प्रमाणात) समान होते तेव्हा उपभोक्ता महत्तम समाधान मिळवू शकतो.

उपभोक्त्याच्या वर्तनाचे विश्लेषण करणाऱ्या उपयोगिता दृष्टिकोनाचा विचार आपण येथवर केला. 'सीमांत' या कल्पनेचा शोध **जेव्हन्स, वॉलरस** आणि **मेंगर** या तीन अर्थशास्त्रज्ञांनी स्वतंत्रपणे लावला पण **मार्शल** यांचा ग्रंथ प्रसिद्ध झाल्यानंतर (1890) हा दृष्टिकोन खऱ्या अर्थाने लोकप्रिय झाला. मागणीचे स्पष्टीकरण करण्याचे एक साधन म्हणून सीमांत उपयोगिता विश्लेषणाचा उपयोग अर्थशास्त्रात रूढ झाला. परंतु कालांतराने अनेक अर्थशास्त्रज्ञांनी या विश्लेषणाचे दोष नजरेस आणले.

(आ) सीमांत उपयोगिता विश्लेषणाच्या मर्यादा

(Limitations of Marginal Utility Analysis)

उपयोगिता विश्लेषणाच्या प्रमुख मर्यादा पुढीलप्रमाणे -

(1) मोजमापाची शक्यता : उपयोगिता मोजता येत नाही हा उपयोगिता विश्लेषणाचा सर्वांत महत्त्वाचा दोष आहे, उपयोगिता ही गरज पूर्ण करण्याची शक्ती आहे. या बाबतीत ती उष्णता, विद्युत यांच्यासारखीच आहे, पण इतर शक्ती त्यांच्या परिणामांवरून मोजता येतात. उदा., उष्णतेच्या पाऱ्यावरील परिणामावरून उष्णता मोजता येते. उपयोगितेचा परिणाम उपभोक्त्याच्या मनावर होत असल्याने ती मोजता येणे अशक्य आहे.

(2) वाढ आणि घट मोजणेही अशक्य : उपयोगिता विश्लेषणात उपयोगिता मोजता येते असे मानल्यामुळे त्यात नवीन उपयोगिता मिळविता येते. अथवा त्यामधून उपयोगिता वजा करता येते असे मानले जाते. या गृहीतावरही आक्षेप घेतला जातो. तो असा की, एक वेळ **क्ष** पासून मिळणाऱ्या उपयोगितेपेक्षा यापासून मिळणारी उपयोगिता वरच्या अथवा खालच्या पातळीवरची (Oridinal) आहे अशी तुलना करता येईल, पण अंकात (Cardinal) ती मोजता येणार नाही.

(3) पैशाची सीमांत उपयोगिता : उपयोगितेच्या मोजमापातील अडचणींवर मात करण्यासाठी डॉ. मार्शल यांनी ती पैशात व्यक्त करण्याचा मार्ग सुचविला, पण असे करताना पैशाची सीमांत उपयोगिता कायम मानली जाते, हे अयोग्य आहे. उपभोक्त्याचे संतुलन अथवा उपभोक्त्याचे संतोषाधिक्य सांगताना किंमत दर्शविणारी रेषा **क्ष** अक्षाला समांतर दाखविली जाते. याचा अर्थ पैशाची सीमांत उपयोगिता स्थिर आहे असा होतो. प्रत्यक्षात मात्र पैशाची सीमांत उपयोगिता घटत जाणारी असते.

(4) निरपेक्ष उपयोगिता : कोणत्याही वस्तूची सीमांत उपयोगिता शोधून काढताना इतर सर्व परिस्थिती स्थिर आहे आणि या एकाच वस्तूचा उपयोग क्रमाक्रमाने वाढतो आहे असे मानले आहे. याचा अर्थ प्रत्येक वस्तूची उपयोगिता ही इतर वस्तूंच्या निरपेक्षपणे जाणवते असा होतो, हेही गृहीत वास्तवाशी विसंगत आहे.

(5) उत्पन्न आणि पर्यायिता परिणाम : किंमत कमी झाल्यामुळे मागणी वाढते, यातील काही वाढ उत्पन्न परिणाम म्हणून होते आणि काही वाढ पर्यायिता परिणाम म्हणून होते, एवढीच स्थूल दिग्दर्शन उपयोगिता विश्लेषणाने मिळते परंतु मागणीत झालेल्या वाढीपैकी उत्पन्न परिणाम म्हणून किती वाढ झाली आणि पर्यायिता परिणाम म्हणून किती वाढ झाली याची निश्चित संख्यात्मक माहिती उपयोगिता विश्लेषणाने मिळत नाही.

(6) अविभाज्य वस्तूंची उपयोगिता : अविभाज्य वस्तूंच्या बाबतीत उपयोगिता विश्लेषण मागणीचे स्पष्टीकरण करण्यास असमर्थ ठरते. वस्तूंच्या साठ्यात अत्यल्प संख्येने वाढ अथवा घट करणे हा सीमांत उपयोगिता शोधून काढण्याचा मार्ग आहे; पण घर, मोटारकार यांसारख्या अविभाज्य वस्तूंत थोडी वाढ अथवा थोडी घट कशी करणार ? शिवाय, अनेक विभाज्य वस्तू अशा असतात की, त्यांची मागणी एका नगाचीच असते. उपयोगिता विश्लेषण अशी मागणी स्पष्ट करू शकत नाही. उदाहरणार्थ, एक उपभोक्ता पहिल्या टी. व्ही. सेटला 5,000 ₹ द्यायला तयार आहे, दुसऱ्या टी. व्ही. सेटला 4,000 ₹, तिसऱ्या टी. व्ही. सेटला 3,000 ₹ तर चौथ्या टी. व्ही. सेटला 2,000 ₹ देण्यास तयार आहे असे म्हणणे हास्यास्पद आहे.

(7) वैचित्र्याची आवड आणि उपयोगिता : 'कोणत्याही वस्तूची किंमत कमी झाली की सीमांत उपयोगिता किमतीशी सामना करण्यासाठी उपभोक्ता त्या वस्तूची मागणी वाढवितो', असे मागणीच्या नियमाचे स्पष्टीकरण केले जाते. परंतु अनेक वस्तू अशा असतात की, ज्यांची किंमत कमी झाल्यास मागणी वाढत नाही अथवा ज्यांची किंमत कमी झाली म्हणून त्यांची मागणी वाढेल असे होत नाही. त्याऐवजी किंमत कमी झाल्याने वाचलेला पैसा इतर वस्तूंवर खर्च करावा या दृष्टीने इतर वस्तूंची मागणी वाढणे शक्य असते. उदाहरणार्थ, हिरे, दागदागिने आणि इतर अनेक मूल्यवान वस्तू अशा असतात की त्या प्रतिष्ठेसाठी वापरल्या जातात. त्यांची किंमत कमी झाली तर मागणी कमी होण्याचा संभव असतो. शिवाय अनेक वस्तू (उदा., शोभेच्या वस्तू, कपडे इ.) अशा असतात की त्या स्वस्त झाल्या तरी वैचित्र्य आणि विविधता असावी म्हणून उपभोक्ता तीच वस्तू आणखी घेण्याऐवजी दुसरी वस्तू घेतो. रंग, पोत, दर्जा इत्यादींपैकी काहीही बदलले तरी अर्थशास्त्राच्या दृष्टीने ती नवीन वस्तू मानली जाते. उदा., निळ्या रंगाच्या डेक्रॉनच्या साड्या स्वस्त झाल्या म्हणून एकाऐवजी दोन-तीन साड्या घेतल्या जातील असे होत नाही. उलट, ही साडी स्वस्त झाली तर दुसऱ्या प्रकारच्या साडीची मागणी केली जाईल.

उपयोगिता विश्लेषणाचे वरील दोष व मर्यादा लक्षात घेऊन त्या पर्याय म्हणून समवृत्ती विश्लेषणाचा विकास करण्यात आला.

3.4 मागणीचे समवृत्ती विश्लेषण (क्रमांक दृष्टिकोन)
(Indifference curve Analysis of Demand : Ordinal Approach)

मागणीचे स्पष्टीकरण उपयोगिता विश्लेषणाच्या आधारे करण्यामागील मर्यादा लक्षात आल्यावर या शतकाच्या प्रारंभी **पॅरेटो** या इटालियन अर्थशास्त्रज्ञाच्या असे लक्षात आले की, उपभोक्त्याचे वर्तन समजण्यासाठी उपयोगितेच्या संख्यावाचक (Cardinal) मोजमापावर अवलंबून राहण्याऐवजी उपयोगितेच्या तौलनिक क्रमवाचक (Ordinal) पातळ्यांच्या आधारे हे स्पष्टीकरण शक्य आहे. प्रत्येक उपभोक्त्याची अग्रक्रम यादी (Scale of Preferences) च्या साहाय्याने ही तुलना शक्य होते असे पॅरेटोने सांगितले. **स्लट्स्की** या रशियन अर्थशास्त्रज्ञाने ही कल्पना आणखी विकसित केली. **जे. आर. हिक्स** आणि **आर. जी. डी. ॲलन** या दोन इंग्लिश अर्थशास्त्रज्ञांनी समवृत्ती विश्लेषणाच्या शास्त्रशुद्ध अभ्यासाचे एक साधन म्हणून प्रथमच उपयोग करून दाखविला.

समवृत्ती विश्लेषण हे उपभोक्त्याच्या अग्रक्रम यादीवर आधारलेले आहे, याचा अर्थ असा की, **प्रत्येक उपभोक्त्याला दोन किंवा अधिक वस्तूंच्या बाबतीत आपली पसंती ठाऊक असते आणि ती सांगता येते. या गृहीतावर समवृत्ती विश्लेषण आधारलेले आहे.**

उपभोगापासून मिळणारे समाधान मोजता येत नाही, पण ते कमी आहे का जास्त आहे हे तुलनेने सांगता येते. उदाहरणार्थ, चार केळी आणि पाव लीटर दूध या दोन वस्तूंपैकी कशापासून जास्त समाधान मिळेल हे उपभोक्ता सांगू शकेल आणि दोन पर्याय म्हणून या दोन वस्तू त्याच्यासमोर ठेवल्या तर त्याला अधिक समाधान देणारी वस्तू तो पसंत करील. वर ज्या पसंतींना समवृत्ती विश्लेषणाचा आकार म्हणून उल्लेख केला ती हीच पसंती होय.

(अ) समवृत्ती पत्रक (Indifference Map)

कोणत्याही दोन वस्तूंच्या वेगवेगळ्या संयोगापासून उपभोक्त्याला भिन्न समाधान मिळत असेल तर ज्या संयोगापासून जास्त समाधान मिळेल तो संयोग उपभोक्ता पसंत करील. उदाहरणार्थ, 10 आंबे आणि 1 संत्रे असा एक संयोग आहे. 12 आंबे आणि 5 संत्री असा दुसरा संयोग आहे आणि 5 आंबे आणि 0 संत्री असा तिसरा संयोग आहे असे समजू. अशा वेळी उपभोक्त्याला त्याची पसंती विचारल्यास दुसरा संयोग तो प्रथम क्रमांकाने पसंत करील. पहिल्याचा क्रम दुसरा लागेल आणि तिसऱ्याचा क्रम तिसरा लागेल. परंतु संयोग तयार करतानाच ते जर असे केले की त्या सर्व संयोगांपासून सारखेच समाधान मिळेल, तर ? उपभोक्त्याला त्यातला कोणताही एक संयोग दुसऱ्याहून अधिक चांगला अथवा कमी प्रतीचा मानण्याचे कारण नाही. दुसऱ्या शब्दांत, या सर्व संयोगांच्या बाबतीत त्याची वृत्ती समान असेल. सर्व संयोगापासून मिळणारे समाधान (ते कितीही असो – समजा, 'क्ष' आहे) समान आहे असे मानून पुढील समवृत्ती पत्रक, तयार केले आहे.

तक्ता क्र. 3.4 : समवृत्ती पत्रक

संयोग	आंबे		संत्री	समाधान	सीमांत पर्यायिता दर (1 संत्री = किती आंबे)
1.	15	+	0	क्ष	–
2.	14	+	1	क्ष	1
3.	13	+	3	क्ष	$\frac{1}{2}$
4.	12	+	6	क्ष	$\frac{1}{3}$
5.	11	+	10	क्ष	$\frac{1}{4}$
6.	10	+	15	क्ष	$\frac{1}{5}$
7.	9	+	21	क्ष	$\frac{1}{6}$
8.	8	+	28	क्ष	$\frac{1}{7}$

या पत्रकात आठ वेगवेगळे संयोग तयार केले असून या आठपैकी कोणत्याही एका संयोगापासून उपभोक्त्याला 'क्ष' एवढे समाधान मिळते असे गृहीत धरले आहे. म्हणून या सर्व संयोगांच्या बाबतीत उपभोक्त्याची वृत्ती समान आहे, अर्थात त्याला पहिला, चौथा, सहावा याप्रमाणे कोणताही एक संयोग दिला अथवा एक काढून त्याऐवजी दुसरा दिला तरी त्याची त्याला हरकत असणार नाही.

(आ) घटता सीमांत पर्यायिता दर (Diminishing Marginal Rate of Substitution)

वरील पत्रकावरून एक गोष्ट लक्षात येईल की, जेव्हा उपभोक्त्याजवळ 15 आंबेच होते (आणि संत्री नव्हती) तेव्हा एका संत्र्यासाठी 1 आंबा देण्यास तो तयार झाला. संत्रे हा आंब्याला पर्याय म्हणून तो स्वीकारतो. संत्र्यामध्ये पर्यायिता (म्हणजे पर्याय म्हणून उपयोगी पडण्याची क्षमता) किती आहे ? ती आंब्यात मोजावी लागेल. दुसऱ्या संयोगाशी ती 1 आहे. पुढच्या संयोगात मात्र 13 आंबे व 3 संत्री आहेत. म्हणजे 1 आंबा कमी झाल्यामुळे झालेली हानी भरून काढण्यासाठी आणखी 2 संत्री घ्यावी लागली. तेथे संत्र्यांची पर्यायिता $\frac{1}{2}$ आंबा (2 संत्री = 1 आंबा. ∴ 1 संत्री = $\frac{1}{2}$ आंबा) इतकी झाली. चौथ्या संयोगात 1 आंबा आणखी कमी केला आणि झालेली हानी भरून काढण्यासाठी 3 संत्री (6 – 3) वाढविली. पर्यायिता दर 1 संत्री = $\frac{1}{3}$ आंबा असा झाला. याप्रमाणे 1 ते 8 संयोग पाहिल्यास सीमांत पर्यायिता दर घटत गेलेला दिसेल. एकूण समाधानाच्या पातळीत वाढ अथवा घट होऊ न देता एका वस्तूच्या किमान आवश्यक परिमाणाचा दुसऱ्या वस्तूच्या किमान आवश्यक परिमाणाशी ज्या दराने उपभोक्ता विनिमय करू शकतो तो दर म्हणजे पर्यायिता दर अशी पर्यायिता दराची व्याख्या करता येईल.

कोणत्याही दोन वस्तूंच्या भिन्न संयोगापासून मिळणारे समाधान कायम असते तेव्हा त्या दोहोंमधील पर्यायिता दर घटत जातो. त्याला **प्रो. हिक्स** 'घटत्या सीमांत पर्यायितेचा दर' असे म्हणतात. सीमांत पर्यायिता दर का घटत जातो याचे उत्तर पुढीलप्रमाणे देता येईल.

(अ) एकूण समाधान कायम ठेवायचे (आणि हे आपले गृहीत आहे.) तर एका वस्तूच्या साठ्यात वाढ केल्यावर दुसऱ्या वस्तूच्या साठ्यात घट केली पाहिजे हे उघड आहे. एका वस्तूच्या साठ्यात वाढ करून दुसऱ्या वस्तूचा साठा कमी करणे, वाढविणे अथवा कायम ठेवणे अशा तीन शक्यता असतात. उदाहरणार्थ, पहिले संत्रे घेतले तेव्हा आंब्यातील एक आंबा कमी करणे, आंबे पंधराच ठेवणे अथवा एक वाढवून सोळा करणे अशा या तीन शक्यता होत. एकही संत्री नसताना पंधरा आंबे होते तेव्हा समाधान **'क्ष'** होते, आंबे कायम ठेवून शिवाय एक संत्रे दिले तर समाधान **'क्ष'** पेक्षा जास्त होईल असे उघड आहे. एक संत्रे देऊन एक आंबाही जास्त दिला तर समाधान आणखी वाढेल. म्हणून या दोन्ही बाबतीत समाधान कायम ठेवण्याची अट पूर्ण होऊ शकत नाही. अर्थात, एक संत्रे वाढले तर आंबा कमी करणे ही तिसरी शक्यता उरते आणि एकच शक्यता अशी आहे की जी समाधान कायम ठेवण्याची अट पूर्ण करू शकते. म्हणून एक वस्तू वाढविली की दुसरी कमी करावी लागते.

(ब) ज्या वस्तूचा साठा वाढत जातो त्या वस्तूची सीमांत उपयोगिता घटत जाते असे उपयोगिता विश्लेषणात आपण पाहतो. येथे उपयोगिता हा शब्द न वापरता महत्त्व (Significance) हा शब्द वापरला जातो. वस्तूचा साठा जसजसा वाढत जाईल तसतसे त्या वस्तूचे उपभोक्त्याला वाटणारे सीमांत महत्त्व (Marginal Significance) कमी-कमी होत जाते. आपल्या उदाहरणात संत्र्यांचा साठा वाढत गेलेला दिसतो. म्हणून संत्र्यांचे महत्त्व उत्तरोत्तर कमी होत जाते. म्हणूनच जो उपभोक्ता पहिल्या संत्र्यासाठी 1 आंबा द्यायला तयार असतो तो दुसऱ्या संत्र्यांसाठी $\frac{1}{2}$ आंबा देऊ करतो आणि चौथ्या संत्र्यांसाठी $\frac{1}{3}$ आंबा देण्याची तयारी दाखवितो.

(क) संत्र्याशी विनिमय होणाऱ्या आंब्याचा दर घटतो. याला संत्र्यांचे घटते महत्त्व जेवढे जबाबदार आहे तेवढेच आंब्याचे वाढते महत्त्वही जबाबदार आहे. जसजसा एखाद्या वस्तूचा साठा घटत जाईल तसतसे त्या वस्तूचे सीमांत महत्त्व उत्तरोत्तर वाढत जाईल. (अथवा सीमांत उपयोगिता वाढत जाते. हा घटत्या सीमांत उपयोगिता सिद्धान्ताचा व्यत्यास आहे.) आपल्या उदाहरणात आंब्यांचा साठा कमी होत गेला आहे, म्हणून आंब्यांचे महत्त्व उपभोक्त्याच्या दृष्टीने उत्तरोत्तर

वाढत जाते आणि म्हणूनच त्याला कमी केलेल्या पहिल्या आंब्याचे महत्त्व एका संत्र्याइतके वाटते पण दुसऱ्याचे महत्त्व दोन संत्र्यांइतके व तिसऱ्याचे तीन संत्र्यांइतके वाटते.

वरील तिन्हींचा विचार केल्यास घटत्या सीमांत पर्यायिता दराची कारणमीमांसा लक्षात येते.

(इ) आलेखात्मक स्पष्टीकरण (Graphical Explanation)

समाधानाची पातळी समजावून घेणे हा समवृत्ती विश्लेषणाचा गाभा आहे. समाधानाची पातळी कोणत्या उंचीची आहे, हा प्रश्न भूगोलातील डोंगरांच्या उंचीची तुलना करण्याच्या प्रश्नासारखा आहे. येथे उंची हे तिसरे माप आले.

हे आलेखात दाखविण्याचा भूगोलातील उपाय म्हणजे समोच्चतादर्शक रेषा (Contour Lines) काढणे. अर्थशास्त्रात त्याच तत्त्वावर समवृत्ती रेषा काढल्या जातात. भूगोलात जसा समोच्चता नकाशा (Contour Map) असतो तसाच येथेही समवृत्ती नकाशा (Indifference Map) काढता येतो.

सुरुवातीला तयार केलेल्या समवृत्ती पत्रकाच्या आधारे समवृत्ती वक्र तयार करणे सोपे आहे. 'क्ष' अक्षावर आंबे आणि 'य' अक्षावर संत्री मोजून आंबे आणि संत्री यांचे भिन्न संयोग दाखविणारे बिंदू आलेखात निश्चित करावयाचे व हे सर्व बिंदू जोडावयाचे म्हणजे समवृत्ती वक्र तयार होतो. (आकृती क्र. 3.6 पाहा.)

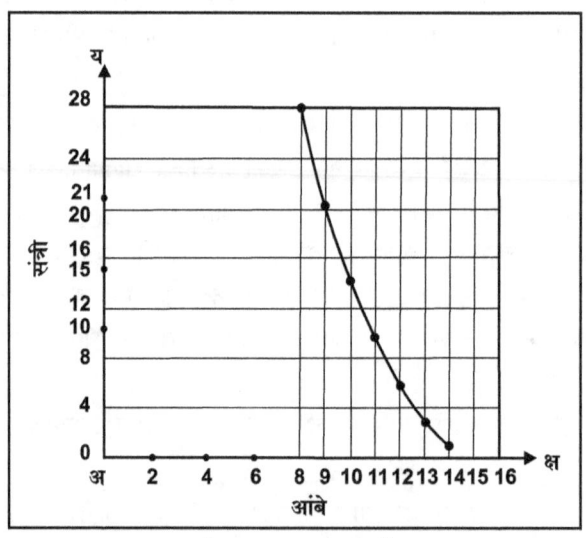

आकृती क्र. 3.6 : समवृत्ती वक्र

(ई) अपवादात्मक समवृत्ती वक्र (Exceptional Indifference Curve)

(1) **पूर्ण पर्याय :** समवृत्ती वक्र हा उजवीकडून डावीकडे उतरत जाणारा आणि आरंभबिंदूशी बहिर्गोल असतो, याची कारणे एक तर एक वस्तू वाढविली की दुसरी कमी करावी लागते आणि दुसरे, सीमांत पर्यायिता दर घटत असतो ही आहेत. पण काही वस्तू पूर्ण पर्याय असतात तेव्हा सीमांत पर्यायिता दर कायम राहतो. उदा., चहा आणि कॉफी यांच्यामध्ये एक कप चहा कमी केला तर एक कप कॉफी जास्त घ्यावी लागेल आणि हा एकास एक हा विनिमय दर कायम राहील. अशा वेळी समवृत्ती वक्र सरळ रेषेच्या स्वरूपाचा असतो. आकृती 3.7 मध्ये दाखविल्यानुसार, 4 कप चहा व एक कप कॉफी अथवा 3 कप चहा व 2 कप कॉफी अथवा 2 कप चहा व 3 कप कॉफी इत्यादी संयोगांपासून मिळणारे समाधान सारखे आहे. येथे समवृत्ती वक्र म्हणजे सरळ रेषा येईल. मात्र कॉफी वाढेल तसा चहा कमी होतो म्हणून ही रेषा उजवीकडे उतरत जाणारी असेल.

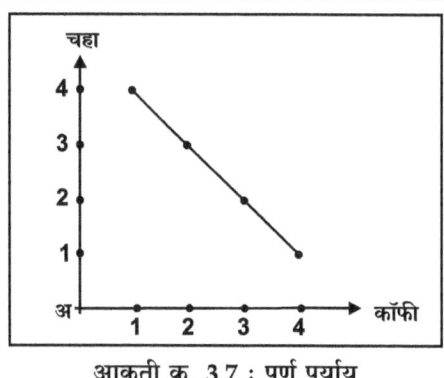

आकृती क्र. 3.7 : पूर्ण पर्याय

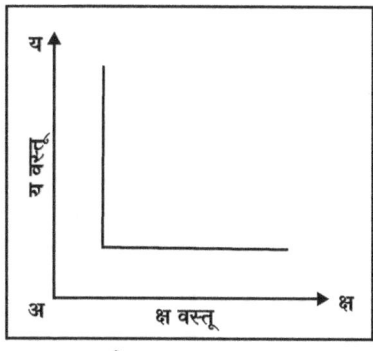

आकृती क. 3.8 : पूरक वस्तू

(2) **पूरक वस्तू :** जेव्हा दोन वस्तू एकमेकांना पूरक असतात तेव्हा दोन्ही मिळून उपभोक्त्याला समाधान मिळवून देतात. अशा बाबतीत सीमांत पर्यायिता दर मानला जातो. म्हणजेच एका मात्रेने **'क्ष'** मध्ये वाढ केली की **'य'** च्या अनंत मात्रा कमी कराव्या लागतील. तरच समाधान कायम राहील. असा समवृत्ती वक्र आकृती क्र. 3.8 मध्ये दाखविल्याप्रमाणे काटकोन स्वरूपाचा असतो.

3.5 समवृत्ती वक्राची गृहीते अथवा वैशिष्ट्ये (Assumptions Or Properties Of Indifference Curve)

समवृत्ती वक्राचा आकार हा समवृत्ती वक्रासंबंधीच्या काही गृहीतांवर आधारलेला असतो. समवृत्ती वक्राची हीच गृहीते त्याचे वैशिष्ट्य अथवा गुणधर्म (Properties) या नावानेही ओळखली जातात. ही वैशिष्ट्ये पुढीलप्रमाणे आहेत –

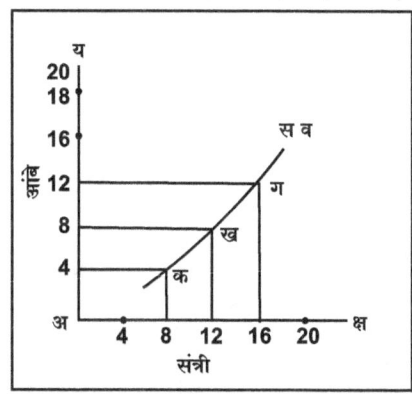

आकृती क्र. 3.9 : उजवीकडे चढता वक्र

(1) समवृत्ती वक्र नेहमी डावीकडून उजवीकडे उतरत जाणारे असतात (Indifference Curves always Slope Downwards to the Right) : उजवीकडे उतरत जाणारा समवृत्ती वक्र असे दर्शवितो की, एका वस्तूचा साठा कमी केला की दुसरीचा वाढविला पाहिजे. समाधान कायम ठेवण्यासाठी हे आवश्यक आहे.

दोन वस्तूंचे वेगवेगळे संयोग तयार केले जातात की एकूण समाधान कायम राहील, हे गृहीत स्वीकारल्यावर समवृत्ती वक्राचा आकार उजवीकडे उतरत जाणाराच का हे सिद्ध करणे सोपे आहे.

समवृत्ती वक्र उजवीकडे उतरत जाणारा नसेल तर एक शक्यता म्हणजे तो उजवीकडे वर चढत जाणारा असला पाहिजे असा समवृत्ती वक्र आकृती क्र. 3.9 मध्ये काढला आहे. **क, ख** आणि **ग** हे तीन बिंदू **स व** या समवृत्ती वक्रावर आहेत, त्या अर्थी हे तिन्ही बिंदू समाधानाची एकच पातळी दाखवित असले पाहिजेत. परंतु **क** बिंदू 4 आंबे + 8 संत्री हा संयोग दाखवितो. **ख** बिंदू 8 आंबे + 12 संत्री हा संयोग दाखवितो तर **ग** बिंदूशी मिळणारे समाधान 12 आंबे + 16 संत्री यांचे आहे. **क** पेक्षा **ख** पाशी आणि **ख** पेक्षा **ग** पाशी आंबे आणि संत्री दोन्ही जास्त आहेत. दोन्ही वस्तूंचा साठा वाढल्यास एकूण समाधान वाढेल. कायम राहणार नाही. म्हणून समाधान कायम राहून या प्रकारचा समवृत्ती वक्र असणे शक्य नाही.

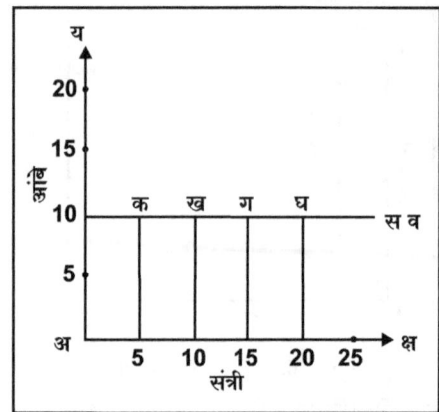

आकृती क्र. 3.10 : 'क्ष' अक्षाला समांतर

दुसरी शक्यता अशी आहे की समवृत्ती वक्र **क्ष** अक्षाला समांतर असेल असा समवृत्ती वक्र आकृती 3.10 मध्ये काढला आहे. **क, ख, ग, घ** हे बिंदू 10 आंबे + 5 संत्री, 10 आंबे + 10 संत्री, 10 आंबे + 15 संत्री आणि 10 आंबे + 20 संत्री असे संयोग दाखवितात. आंबे कायम ठेवून संत्र्यांची संख्या वाढवीत गेल्यास समाधान वाढत जाईल, ते कायम राहणे शक्य नाही पण समाधान कायम असते हे आपले गृहीत आहे. म्हणून समवृत्ती वक्र **क्ष** अक्षाला समांतर असणार नाही. म्हणजेच समवृत्ती वक्र उजवीकडे वर चढत जाणाराही असणार नाही आणि **क्ष** अक्षाला समांतरही असणार नाही. अर्थात तो उजवीकडे उतरत जाणारा असला पाहिजे.

(2) समवृत्ती वक्र आरंभबिंदूशी (अ-बिंदू) बहिर्वक्र असतात (Indifference Curves are Convex to the Origin) : आरंभबिंदूशी बहिर्वक्र असणे हा समवृत्ती वक्राचा दुसरा गुणधर्म आहे. हा गुणधर्म घटत्या सीमांत पर्यायिता दराच्या गृहीतावर आधारलेला आहे. आकृती क्र. 3.11 मध्ये दाखविल्याप्रमाणे, **ख ग = घ ट = त प** अशी समान संत्री घेतलेली आहेत पण **ख ग** संत्री मिळविण्यासाठी उपभोक्ता **क ख** आंबे देतो. **घ ट** संत्र्यासाठी **ग घ** आंबे देतो आणि **त प** संत्र्यांसाठी **ट त** आंबे देतो. **क ख > ग घ > ट त** हे सहज लक्षात येण्यासारखे आहे. म्हणजे तेवढ्याच संख्येच्या संत्र्यांच्या मोबदल्यात दिल्या जाणाऱ्या आंब्यांची संख्या मात्र कमी-कमी होत गेली आहे. कारण आंबे घटत गेल्याने त्यांचे महत्त्व वाढते व संत्री वाढत गेल्याने त्यांचे महत्त्व घटते हेच तत्त्व घटत्या सीमांत पर्यायिता दराचा नियम म्हणून आपण वर पाहिले आहे.

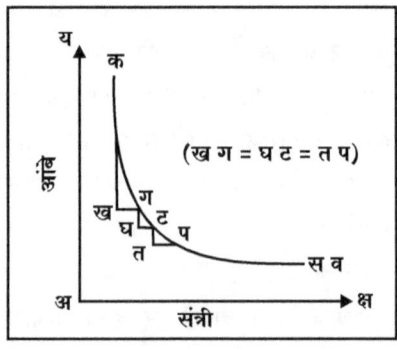

आकृती क्र. 3.11 बहिर्वक्रता

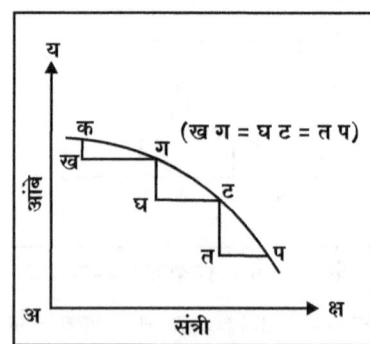

आकृती क्र. 3.12 : अंतर्वक्रता

समवृत्ती वक्राचे आणखी दोन आकार संभवतात. एक सरळ रेषात्मक व दुसरा आरंभबिंदूशी अंतर्गोल. आकृती क्र. 3.12 मध्ये दाखविल्याप्रमाणे अंतर्गोल समवृत्ती वक्र घेतलेला आहे. **ख ग = घ ट = त प** हे संत्र्यांचे समान नग घेतले आहेत. पण **क ख < ग घ < ट त** म्हणजे उत्तरोत्तर तेवढ्याच संत्र्यांसाठी जास्त आंबे उपभोक्ता देतो. अर्थात, सीमांत पर्यायिता दर वाढत जातो असा याचा अर्थ आहे. म्हणून ही स्थिती अशक्य आहे.

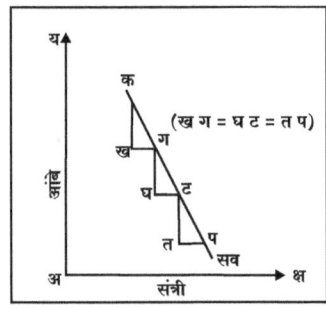

आकृती क्र. 3.13 : सरळ रेषा

समवृत्ती वक्र ही सरळ रेषा असेल तर काय होईल हे आकृती क्र. 3.13 वरून लक्षात येते. **ख ग = घ ट = त प** ही समान संत्री घेतली आहे, पण येथे **क ख = ग घ = ट त** असल्याचे दिसेल. म्हणजेच तेवढ्याच संत्र्यांसाठी दर वेळी ठरावीक आंबे दिले जातात. अर्थात, सीमांत पर्यायिता दर कायम आहे हेही अशक्य आहे. म्हणून सीमांत पर्यायिता दर घटता असतो या गृहीताशी सुसंगत असा समवृत्ती वक्राचा एकच आकार शक्य आहे आणि तो म्हणजे आरंभबिंदूशी बहिर्गोल असणे.

(3) कोणतेही दोन समवृत्ती वक्र परस्परांना छेदीत नाहीत (No Two Indifference Curves can Ever Cut Each Other) : समवृत्ती नकाशामध्ये (समवृत्ती नकाशाचे अधिक स्पष्टीकरण पुढे येईलच.) आरंभबिंदूपासून दूरचा समवृत्ती वक्र जवळच्या वक्राहून उच्चतर समाधान पातळी दाखवितो. मात्र एकाच वक्रावरील सर्व बिंदू समाधानाची एकच पातळी दाखवितात. आता जर 1 आणि 2 क्रमांकांचे समवृत्ती वक्र एकमेकांस छेदतात असे आकृती क्र. 3.14 मध्ये दाखविल्याप्रमाणे मानले तर **अ** बिंदू **ब** पेक्षा वरची समाधानाची पातळी दाखवितो. कारण तो वरच्या समवृत्ती वक्रावर आहे.

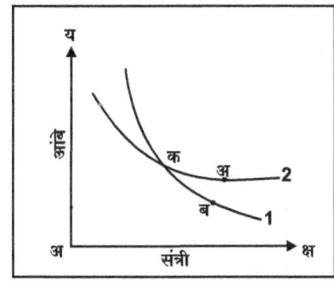

आकृती क्र. 3.14 : परस्परांना छेदल्यास

म्हणून **अ > ब**, पण **अ** आणि **क** हे दुसऱ्या समवृत्ती वक्रावरील बिंदू आहेत. म्हणून ते समाधानाची एकच पातळी दाखवितात (**अ = क**) तसेच 1 क्रमांकाच्या वक्रावरील दोन बिंदू **क** आणि **ब** सारखेच समाधान दाखवितात (**क = ब**) **अ = क** आणि **क = ब** म्हणून **अ = ब**, परंतु **अ > ब** हे वर पाहिले आहे. म्हणून **अ** एकाच वेळी **ब** एवढा आणि **ब** हून मोठा असणे शक्य नाही. म्हणून समवृत्ती वक्र परस्परांना छेदीत नाहीत.

(4) समवृत्ती वक्र परस्परांना समांतर असतीलच असे नाही (Indifference Curves are not Necessarily Parallel) : अनेक समवृत्ती वक्र काढल्यावर प्रत्येक जोडीच्या मधले अंतर सर्वत्र सारखेच असेल असे नाही. याची दोन कारणे आहेत. एक समवृत्ती वक्रांचा आधार संख्यात्मक नसून क्रमात्मक आहे. दुसरे, एक वक्र एका समवृत्ती पत्रकावर आधारलेला असतो. सर्व समवृत्ती पत्रकातील सीमांत पर्यायिता दर सारख्याच वेगाने घटत जाईल असे नाही. त्यामुळे समवृत्ती वक्र परस्परांशी समांतर असणे शक्य असले तरी ते तसे असलेच पाहिजेत असे नाही.

(5) उजवीकडचा आणि वरचा प्रत्येक समवृत्ती वक्र समाधानाची उच्चतर पातळी दाखवितो (Every I.C. Above and to the Right of the Original Indicates a Higher Level of Satisfaction) : उपभोक्त्याजवळ स्वतःची पसंती व्यक्त करणारी एक अग्रक्रम यादी (Scale of Preferences) असते हे आपले एक गृहीत आहे. त्यामुळे समाधानाची एक पातळी दाखविणारा एक वक्र याप्रमाणे अनेक पातळ्या दाखविणाऱ्या अनेक समवृत्ती वक्रांचा एक नकाशाच आपल्याला तयार करता येतो. याला 'समवृत्ती नकाशा' (Indifference Map) असे म्हणतात.

समाधानाची उच्च-नीचता दाखविणारा हा नकाशा भूगोलातील समोच्चता नकाशा (Contour Map) सारखाच असतो.

अशा नकाशात उत्तरोत्तर वरचा आणि उजवीकडचा समवृत्ती वक्र समाधानाची अधिक **व** ची पातळी दाखवितो.

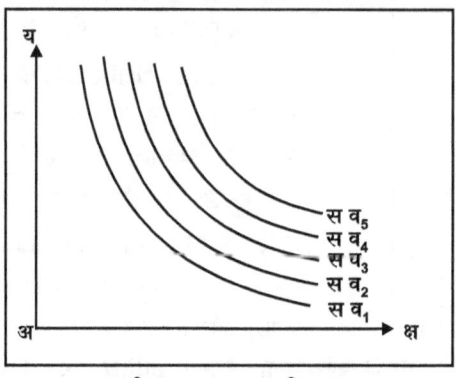

आकृती 3.15 : समवृत्ती नकाशा

आकृती क्र. 3.15 मध्ये दाखविल्याप्रमाणे, **स व₁** पेक्षा **स व₂** अधिक समाधान दर्शवितो तर **स व₂** पेक्षा **स व₃** ही पातळी आणखी जास्त समाधान दाखविते. **स व₅** हा या नकाशातील सर्वोच्च समाधानाची पातळी दाखवितो.

3.6   समवृत्ती विश्लेषणाच्या आधारे उपभोक्त्याचा समतोल (Consumer's Equilibrium By I-C Technique)

उपयोगिता विश्लेषणाच्या आधारे सम सीमांत उपयोगिता नियम उपभोक्त्याचा समतोल (Consumer's Equilibrium) स्पष्ट करतो असे आपण यापूर्वी पाहिले आहे. या नियमाप्रमाणे **अ, ब, क** इत्यादी अनेक वस्तूंवर उपभोक्ता आपला खर्च अशा तऱ्हेने विभागतो की,

$$\frac{\text{अ ची सीमांत उपयोगिता}}{\text{अ ची किंमत}} = \frac{\text{ब ची सीमांत उपयोगिता}}{\text{ब ची किंमत}} = \frac{\text{क ची सीमांत उपयोगिता}}{\text{क ची किंमत}}$$

असे समीकरण प्रस्थापित होते. असे झाले की, उपभोक्त्याला समतोलावस्था प्राप्त झाली असे म्हणता येते. कारण या समीकरणाने उपभोक्त्याचे समाधान महत्तम होते आणि महत्तम समाधान मिळविणे हेच उपभोक्त्याचे उद्दिष्ट असते. म्हणून ही स्थिती उपभोक्ता कायम ठेवण्याचा प्रयत्न करील. यात बदल करणार नाही आणि म्हणून ही समतोलावस्था होय.

समवृत्ती विश्लेषणाच्या आधारे उपभोक्त्याची समतोलावस्था कशी दाखविता येते हे आता पाहू, त्यापूर्वी या स्पष्टीकरणाची गृहीते आपणास निश्चितपणे माहीत असली पाहिजेत.

(अ)   विश्लेषणाची गृहीते (Assumptions)

(1) कोणत्याही दोन वस्तूंच्या भिन्न संयोगाच्या संदर्भातील उपभोक्त्याची पसंती व्यक्त करणारी एक अग्रक्रम (Scale of Preferences) यादी उपभोक्त्यासमोर असते आणि या पसंतीच्या आधारेच समवृत्ती नकाशा तयार केला जातो. उपभोक्त्याची ही अग्रक्रम यादी म्हणजेच समवृत्ती नकाशात व्यक्त झालेली त्याची अभिरुची कायम राहते हे पहिले गृहीत होय.

(2) उपभोक्त्याजवळ विशिष्ट रक्कम आहे आणि ही रक्कम तो या दोनपैकी एक अथवा दोन्ही वस्तूंवर खर्च करतो, परंतु तो बचत करीत नाही हे या विश्लेषणाचे दुसरे गृहीत आहे.

(3) उदाहरणातील दोन वस्तूंच्या किमती बाजारात ठरलेल्या असतात आणि त्या कायम राहतात असे मानले आहे.

(4) उपभोक्ता विवेकी (Rational) आहे आणि महत्तम समाधान मिळविणे हे त्याचे उद्दिष्ट आहे, हे या विश्लेषणाचे आणखी एक गृहीत आहे.

(आ) किंमत रेषा (The Price Line)

वरील गृहीतांच्या अनुरोधाने आपण असे समजू की, **क्ष** या उपभोक्त्याजवळ एकूण 40 ₹ आहेत. तो ही सर्व रक्कम खर्च करणार असून आंबे आणि संत्री या दोनच वस्तूंवर ती खर्च करायची आहे. त्या वस्तूंची किंमत बाजारात ठरलेली आहे आणि समजा, ती 1 आंबा = 5 ₹ आणि एक संत्रे = 2.00 ₹ अशी आहे.

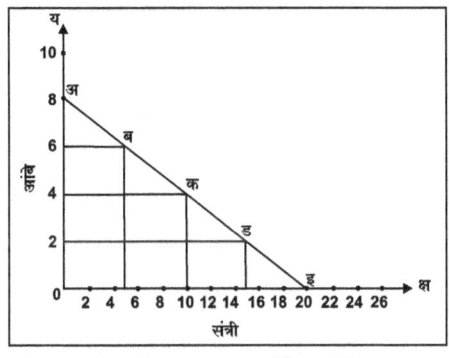

आता **क्ष** समोर पुढील तीन पर्याय येतात एक, तो चाळीस रुपये आंब्यांवर खर्च करू शकतो. दोन, तो चाळीस रुपये संत्र्यांवर खर्च करू शकतो अथवा तीन, तो काही रक्कम आंब्यावर आणि काही रक्कम संत्र्यांवर याप्रमाणे चाळीस रुपयांची विभागणी तो करू शकतो. आकृती क्र. 3.16 मध्ये दाखविल्याप्रमाणे, तो आठ आंबे (अ बिंदू) अथवा वीस संत्री (इ बिंदू) अथवा सहा आंबे आणि पाच संत्री (ब बिंदू), अथवा चार आंबे आणि दहा संत्री (क बिंदू) अथवा दोन आंबे आणि पंधरा संत्री (ड बिंदू) असे अनेक संयोग करू शकतो, हे सर्व संयोग बाजारातील किंमत आणि त्याचे उत्पन्न यात बसणारे आहेत.

आकृती क्र. 3.16 : किंमत रेषा

उदा., **क** बिंदू पाहा. चार आंबे म्हणजे 20 ₹ अधिक दहा संत्री म्हणजे 20 ₹, एकूण चाळीस रुपयांत हे शक्य आहे. **अ इ** ही रेषा **किंमत रेषा** (Price Line) म्हणून ओळखली जाते. अशा किंमत रेषेवरील ब, क, ड इत्यादी सर्व बिंदू उपभोक्त्याला घेणे शक्य असलेले भिन्न संयोग दाखवितात आणि या सर्व शक्यता उपभोक्त्याचे उत्पन्न आणि बाजारातील किंमत या दोन वस्तुनिष्ठ (Objective) घटकांनी ठरतात.

(इ) समवृत्ती नकाशा (Indifference Map)

समवृत्ती नकाशा हा उपभोक्त्याच्या अभिरुचीचा आरसा असतो. तो कसा तयार करतात हे आपण पूर्वी पाहिलेच आहे. आकृती क्र. 3.17 मध्ये दर्शविल्याप्रमाणे **क, ख** इत्यादी अनेक बिंदू दाखविले आहेत. समवृत्ती वक्रावरील कोणताही बिंदू आंबे आणि संत्री यांचे भिन्न संयोग दर्शवितो. **क** आणि **ख** या बिंदूंनी दाखविलेल्या दोन्ही संयोगांच्या बाबतीत उपभोक्ता समवृत्त आहे. त्याच्या लेखी दोन्ही सारखेच आहेत पण **क** आणि **ख** पेक्षा **ग** ला तो प्राधान्य देईल. कारण **ग** समाधानाची वरची पातळी दर्शवितो. **ग** पेक्षा **घ** आणि **घ** पेक्षा **च** बिंदू अधिक श्रेयस्कर संयोग दाखवितात. थोडक्यात, **क, ख, ग, घ, च** इत्यादी बिंदू उपभोक्त्याला कोणता संयोग अधिक आवडेल हे दर्शवितात. उपभोक्त्याला आवडणारे संयोग त्याच्या अभिरुचीवरून म्हणजेच व्यक्तिनिष्ठ (Subjective) घटकांवरून ठरतात.

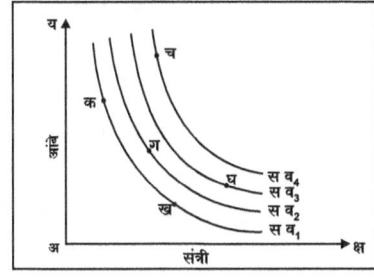

आकृती क्र. 3.17 : समवृत्ती नकाशा

वरील विवेचनावरून उपभोक्त्याच्या निर्णयाच्या दृष्टीने महत्त्वाची असलेली एक गोष्ट स्पष्ट झाली आहे. जेव्हा **अ, ब, क, ड, इ** इत्यादी किंमत रेषेवरील बिंदू (आकृती क्र. 3.16) आंबे आणि संत्री या दोन वस्तूंचे संयोग दर्शवितात तेव्हा कोणते संयोग **शक्य** आहेत हे समजते. **क, ख, ग, घ, च** इत्यादी समवृत्ती वक्रांवरील बिंदूदेखील (आकृती क्र. 3.17) आंबे आणि संत्री यांचे वेगवेगळे संयोगच दर्शवितात. पण कोणता संयोग उपभोक्त्याला **आवडेल** हे त्या बिंदूच्या तुलनेने समजते.

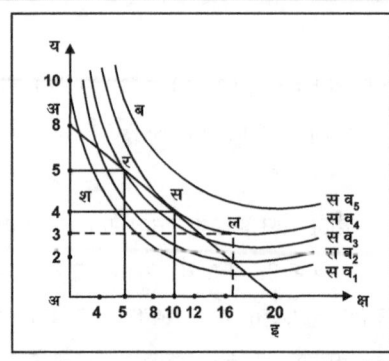

आकृती क्र. 3.18 : उपभोक्त्याचा समतोल

उपभोक्त्याचा निर्णय प्रत्यक्षात येण्यासाठी तो संयोग शक्यही असला पाहिजे आणि उपभोक्त्याला आवडलाही पाहिजे. असा संयोग शोधून काढण्यासाठी समवृत्ती नकाशा आणि किंमत रेषा या दोन्हींचा एकत्र विचार केला पाहिजे. तसा विचार आकृती क्र. 3.18 मध्ये केला आहे. **अ इ** की किंमत रेषा असून **स व$_1$**, **स व$_2$** इत्यादी समवृत्ती वक्र आहेत.

अ, र, स इत्यादी बिंदूंनी दाखविलेले संयोग उपभोक्त्याला **शक्य** आहेत. चाळीस रुपयांत 8 आंबे, आणि शून्य संत्री, 6 आंबे + 5 संत्री अथवा 4 आंबे + 10 संत्री घेणे शक्य आहे. पण **अ** बिंदूपेक्षा **र** श्रेयस्कर. कारण **अ** हा **स व$_1$** वर आहे तर **र** हा **स व$_3$** वर आहे. **र** पेक्षा **स** बिंदू श्रेयस्कर. कारण तो आणखी वरच्या समवृत्ती वक्रावर आहे व त्याच्यामुळे समाधान वाढविता येईल. **ल** बिंदूशी मिळणारा संयोग किंमत रेषेच्या बाहेर आहे. म्हणून हा संयोग परवडणार नाही. (**ल** संयोग म्हणजे 3 आंबे + 17 संत्री म्हणजे एकूण खर्च 15 ₹ + 34 ₹ = 49 ₹; पण आपल्याकडे आहेत फक्त 40 ₹) तथापि **ल** आणि **स** हे सारखेच समाधान देतात आणि **स** संयोग (4 आंबे + 10 संत्री) शक्यही आहे. **ब** बिंदू **स** हून अधिक आवडणारा संयोग दाखवितो, पण तो परवडणारा नाही. कारण तो किंमत रेषेबाहेर आहे. किंमत रेषेवरचे आणि किमतीत रेषेच्या आतले (**अ, र, स, श** इत्यादी) सर्व बिंदू परवडणारे असतात. पण ते सर्वच उपभोक्त्याला सारखेच आवडणारे नसतात. याउलट व सारखे वरच्या **स व** वक्रावरील बिंदू आवडणारे पण न परवडणारे असतात. म्हणून दिलेल्या उत्पादनात **स** हा एकमेव बिंदू आहे की जो जास्तीत जास्त समाधान मिळवून देईल. **स** बिंदूशी म्हणजे 4 आंबे आणि 10 संत्री या संयोगाशी **उपभोक्त्याचा समतोल** प्रस्थापित होतो. आंबे आणि संत्री यांच्या किमती, उपभोक्त्याचे उत्पन्न आणि त्याची आवड (वगैरे) कायम आहेत. तोवर हा समतोल स्थिर राहील आणि 4 आंबे व 10 संत्री अशी या दोन वस्तूंची खरेदी उपभोक्ता करील.

स बिंदूचे वैशिष्ट्य कोणते ?

स व$_4$ हा समवृत्ती वक्र **स** बिंदूत किंमत रेषेला स्पर्श करतो. म्हणून उपभोक्त्याच्या समतोलाविषयी आपला निष्कर्ष असा **समवृत्ती नकाशातील एक समवृत्ती वक्र किंमत रेषेला ज्या बिंदूत स्पर्श करतो तो बिंदू उपभोक्त्याचा समतोल दाखवितो.**

(ई) उत्पन्न परिणाम (Income Effect)

उपभोक्त्याचा समतोल इतर परिस्थिती राहण्यावर अवलंबून असतो. इतर परिस्थिती बदलली तर समतोलही बदलेल. इतर परिस्थितीपैकी उत्पन्न हा एक महत्त्वाचा घटक आहे. उत्पन्न वाढले की मागणी वाढेल. मात्र येथे किंमत कायम मानली पाहिजे. उत्पन्न बदलल्यामुळे मागणीत होणारा बदल **उत्पन्न परिणाम** (Income Effect) या नावाने ओळखला जातो. किमती कायम राहून उत्पन्न वाढले की उपभोक्ता अधिक वरच्या किंमत रेषेवर आणि अधिक वरच्या समवृत्ती वक्रावर जाऊ शकतो. आकृती क्र. 3.19 वरून ही गोष्ट स्पष्ट होईल.

उत्पन्न 40 रुपये होते तेव्हा **अ इ** या किंमत रेषेने उपभोक्त्याची मागणी मर्यादित केलेली होती. उत्पन्न 50 रुपये झाल्यास 10 आंबे अथवा 25 संत्री घेणे उपभोक्त्याला शक्य होईल. म्हणून **अ$_1$ इ$_1$** ही किंमत रेषा होईल. उत्पन्न 60 रु. झाले तर ? सर्व पैसे आंब्यांवर खर्च केले तर 12 आंबे मिळतील. येथे **अ$_2$** बिंदू समजतो. सर्व उत्पन्न संत्र्यांवर खर्च केले तर 30 संत्री येतील. म्हणजे **इ$_2$** बिंदू कळेल. **अ$_2$ इ$_2$** हे बिंदू जोडून आणखी वरची किंमत रेषा मिळेल. याउलट, उत्पन्न घटेल. उत्पन्न घटून 30 रुपये झाले तर **अ$_3$ इ$_3$** ही किंमत रेषा मिळेल. या सर्व किंमत रेषा आणि समवृत्ती नकाशा यांच्या साहाय्याने **स$_1$, स$_2$, स$_3$** हे समतोल दर्शविणारे बिंदू समजतात.

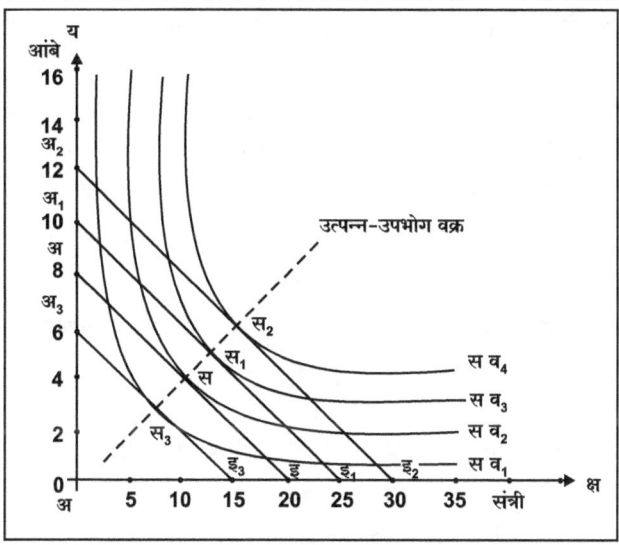

आकृती क्र. 3.19 : उत्पन्न-उपभोग वक्र

हे सर्व बिंदू जोडून तयार होणाऱ्या रेषेला उत्पन्न-उपभोग वक्र (Income Consumption Curve) असे म्हणतात. हा उत्पन्न-उपभोग वक्र उत्पन्नाचा उपभोगावर होणारा परिणाम दर्शवितो. हा वक्र कसा तयार होतो हे समजल्यावर नुसताच उत्पन्न-उपभोग वक्र दिलेला असला की उपभोक्त्याची मागणी उत्पन्नाचा परिणाम म्हणून कशी बदलेल हे समजेल.

क्ष आणि **य** अक्षावर दोन वस्तू घेण्याऐवजी एका अक्षावर वस्तू आणि दुसऱ्यावर इतर सर्व वस्तूंचे प्रतिनिधित्व करणारे चलनी उत्पन्न घेतले तरी वरील विवेचनात फरक पडत नाही. उलट एका विवक्षित वस्तूच्या मागणीचे स्वरूप समजण्यास उपयोगी ठरते.

उत्पन्न परिणामाची जी आकृती आपण पाहिली त्यात उत्पन्न-उपभोग रेषेचा एक आकार समजला. हा आकार असे दाखवितो की, उत्पन्न वाढले की दोन्ही वस्तूंची मागणी वाढेल, असे नेहमीच होईल असे नाही. उदाहरणार्थ, आकृती क्र. 3.20 पाहा. येथे **य** अक्षावर चलनी उत्पन्न व **क्ष** अक्षावर चहा या वस्तू घेतलेल्या आहेत. उत्पन्न वाढत गेले तरी चहाची मागणी तेवढीच राहत असल्याने उत्पन्न उपभोग रेषा **य** अक्षाला समांतर आहे.

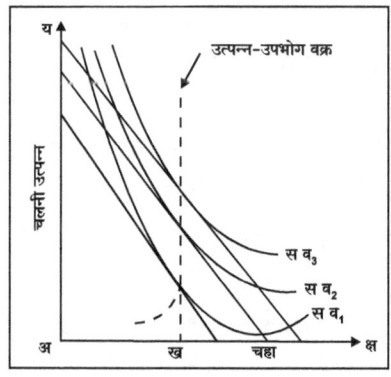

आकृती क्र. 3.20 : य-अक्षाला समांतर उत्पन्न-उपभोग वक्र

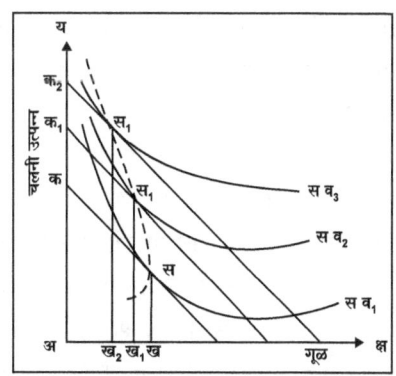

आकृती क्र. 3.21 : ऋण उत्पन्न परिणाम

उत्पन्न वाढले अथवा घटले तरी **अ ख** ही चहाची मागणी कायम राहते असा याचा अर्थ आहे. आकृती क्र. 3.20 मध्ये उत्पन्न परिणाम **धन** (Positive) होतो, तर या आकृतीत तो **शून्य** आहे. चहाच्या मागणीवर उत्पन्नाचा परिणाम होत नाही. उत्पन्न परिणामाचा तिसरा प्रकार म्हणजे **ऋण** (Negative) उत्पन्न परिणाम होय. हा परिणाम आकृती क्र. 3.21 मध्ये दाखविला आहे. गुळाची मागणी उत्पन्न वाढेल तसतशी कमी होत गेलेली दिसेल. **अ क** उत्पन्न असताना गुळाची मागणी **अ ख** एवढी होती. उत्पन्न **अ क₁** झाल्यावर मागणी **अ ख₁** म्हणजे कमी झाली. उत्पन्न आणखी वाढल्यावर मागणी **अ ख₂** एवढी म्हणजे आणखी कमी होईल. हे ऋण उत्पन्न परिणाम होय.

(उ) पर्यायिता परिणाम (Substitution Effect)

उपभोक्त्याचा समतोल बदलण्यास भाग पाडणारा एक घटक म्हणून उत्पन्नाचा विचार केला आणि उत्पन्न बदलाचा मागणीवर काय परिणाम होईल ते पाहिले. दुसरी शक्यता अशी आहे की उत्पन्न कायम आहे, पण वस्तूंच्या किमती बदलल्या आहेत. एक वस्तू स्वस्त व दुसरी महाग झाली आहे. अशा वेळी महाग वस्तूच्या ऐवजी स्वस्त वस्तू वापरली जाईल, यालाच **पर्यायिता परिणाम** असे म्हणतात. आकृती 3.22 वरून हा परिणाम स्पष्ट होईल.

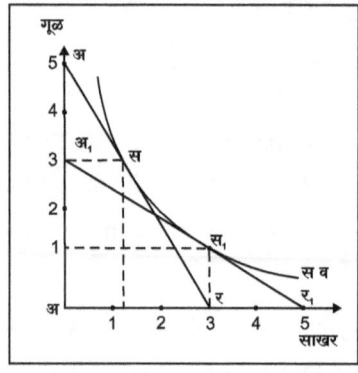

आकृती क्र. 3.22 : पर्यायिता परिणाम

येथे गृहीत मानले आहे की उत्पन्न कायम आहे आणि गूळ व साखर यांच्या किमती अशा तऱ्हेने बदलल्या आहेत की उपभोक्ताच समाधानाच्या पातळीवर राहतो. समजा, उपभोक्त्याचे उत्पन्न ₹ 75 आहे. गुळाची किंमत 15 ₹ किलो आहे आणि साखरेची किंमत 25 ₹ किलो आहे. सर्व उत्पन्न गुळावर खर्च केल्यास 5 किलो गूळ मिळेल व सर्व उत्पन्न साखरेवर खर्च केल्यास 3 किलो साखर मिळेल. **अ र** ही किंमत रेषा आणि **स** हा समतोल बिंदू मिळतो. या स्थितीत उपभोक्ता 3 किलो गूळ आणि 1 किलो 200 ग्रॅम साखर खरेदी करतो. आता गूळ 25 ₹ किलो आणि साखर 15 ₹ किलो झाली तर **अ₁ र₁** ही नवीन किंमत रेषा तयार होईल. **स₁** हा नवा समतोल बिंदू मिळेल. उपभोक्ता आता गूळ 1 किलो 200 ग्रॅम व साखर 3 किलो

असा मागणीत फरक करील. येथे गूळ महागला आणि साखर स्वस्त झाली म्हणून गुळाऐवजी साखरेचा वापर केला जाऊ लागला. साखर हा गुळाचा पर्याय आहे. हा परिणाम 'पर्यायिता परिणाम' या नावाने ओळखला जातो. **समवृत्ती वक्र न बदलता किंमत रेषा बदलल्यामुळे समतोल बिंदू बदलणे हे या परिणामाचे वैशिष्ट्य आहे.**

(ऊ) किंमत परिणाम (Price Effect)

उपभोक्त्याचा समतोल बदलणारा तिसरा परिणाम म्हणजे किंमत परिणाम. हा परिणाम आपल्या दृष्टीने विशेष महत्त्वाचा आहे. कारण किंमत बदलल्यामुळे मागणी कशी आणि का बदलते याचे स्पष्टीकरण देणे हा उपयोगिता विश्लेषणाप्रमाणेच समवृत्ती विश्लेषणाचाही प्रधान हेतू आहे. मागणीवरील किंमत परिणाम स्पष्ट करताना पुढील गृहीते लक्षात ठेवली पाहिजेत.

(1) एकाच वस्तूची किंमत घटली आहे.

(2) बाकीच्या वस्तूंच्या किमती कायम आहेत.

(3) उपभोक्त्याचे उत्पन्न कायम आहे.

(4) उपभोक्त्याची अभिरुची कायम आहे.

हीच गृहीते मार्शलप्रणीत मागणी मीमांसेत मानली जातात हे आपण पूर्वी पाहिलेच आहे.

आकृती क्र 3.23 वरून किंमत परिणाम स्पष्ट होईल.

उपभोक्त्याचे उत्पन्न कायम आहे आणि **य** वस्तूची किंमतही कायम आहे. हे सर्व उत्पन्न **य** वस्तूवर खर्च केल्यास **अ ड** एवढे **य** वस्तूचे नग खरेदी करता येतील. **क्ष** वस्तूवर सर्व उत्पन्न खर्च केल्यास **अ ब** एवढे नग खरेदी करता येतात. **क्ष** वस्तूची किंमत घटते.

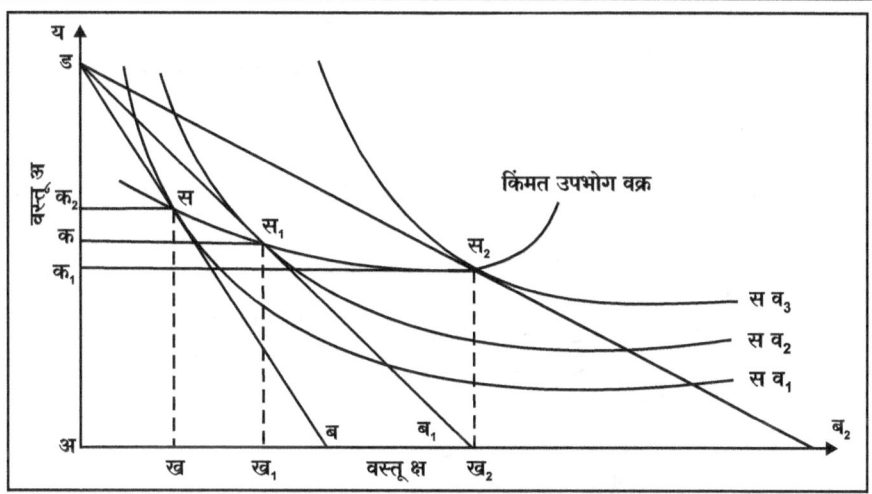

आकृती क्र. 3.23 : किंमत उपभोग वक्र

म्हणून तेवढ्याच उत्पन्नात आता **अ ब₁** एवढे नग घेता येतील. किंमत आणखी घटली तर **अ ब₂** एवढे नग उपभोक्ता खरेदी करू शकेल. जसजशी **क्ष** वस्तूची किंमत घटत जाईल तसतसा उपभोक्ता अधिकाधिक वरच्या समवृत्ती वक्रावर जाऊ शकतो. प्रारंभी **अ क** एवढी **य** वस्तू व **अ ख** एवढी **क्ष** वस्तू तो घेत होता. **क्ष** वस्तू स्वस्त झाल्यामुळे तिचा उपभोग **अ ख₁, अ ख₂** असा वाढविला गेला आणि **य** वस्तूचा उपभोग **अ क₁** मग **अ क₂** असा कमी केला गेला. **स, स₁ स₂** हे समतोल बिंदू जोडले असता तयार होणाऱ्या रेषेला 'किंमत उपभोग वक्र' (Price Concumption Curve) असे म्हणतात.

किंमत बदलाची चिकित्सा : ज्या वस्तूची किंमत घटते त्या वस्तूची मागणी वाढते. या मागणी नियमाने दिलेला निर्वाळा आकृती क्र. 3.23 वरून दिसतो. पण किंमत बदलल्यावर मागणी का बदलते याची चिकित्सा समवृत्ती विश्लेषणाच्या आधारे स्पष्ट करता येते हा या विश्लेषणाचा विशेष आहे.

किंमत घटली असता उपभोक्त्याचे वास्तव उत्पन्न वाढते. समजा, साखरेची किंमत घटली तर उपभोक्ता आता जास्त साखर खरेदी करू शकेल आणि साखरेचा उपभोग वाढवूनही साखरेवर होणारा खर्च पूर्वीपेक्षा कमी झाल्यामुळे उरलेले पैसे तो अन्य वस्तूंवर खर्च करू शकेल. साखरेची किंमत 20 ₹ किलो असताना **क्ष** हा 3 किलो साखर घेतो असे मानू. साखर 10 ₹ किलो झाली की तो 5 किलो साखर घेईल आणि शिवाय पूर्वीच्या 60 ₹ खर्चापैकी 50 ₹ साखरेवर खर्च झाल्याने उरलेल्या 10 रुपयांनी इतर वस्तूंची मागणीही तो वाढवील. हा उत्पन्न परिणाम होय.

वस्तूची किंमत घटल्यास मागणी वाढते याचे दुसरे कारण पर्यायिता परिणाम हे आहे. साखरेची किंमत घटली तर गुळाऐवजी उपभोक्ता साखर घेईल आणि साखरेची मागणी वाढेल.

किंमत परिणाम हा उत्पन्न परिणाम आणि पर्यायिता परिणाम या दोहोंचा संमिश्र परिणाम असतो हे आकृती क्र. 3.24 वरून स्पष्ट होईल.

य आणि **क्ष** या वस्तूंपैकी **क्ष** वस्तूची किंमत घटल्यामुळे **स** हा समतोल बिंदू बदलून **ह** हा नवा समतोल बिंदू झाला. **अ प** ही पूर्वीची **क्ष** वस्तूची मागणी होती. ती आता **अ ल** झाली. हा किंमत परिणाम होय. **क्ष** वस्तू स्वस्त झाल्यामुळे प्रथम उत्पन्न परिणाम होतो. **क्ष** वस्तू स्वस्त झाल्याने वाढलेल्या उत्पन्नातून **य** चाही उपभोग वाढविणे शक्य असते. उत्पन्न परिणाम दाखविण्याचा मार्ग म्हणजे मूळ किंमत रेषेला समांतर रेषा काढणे. **क₁ ड** ही समांतर रेषा **स व₂** या वक्राला **श** बिंदूत स्पर्श करते.

उत्पन्न परिणाम म्हणून उपभोक्ता 'स' पासून 'श' पर्यंत जातो. 'श' बिंदू ज्या किंमत रेषेवर आहे ती वास्तवातील रेषा नाही.

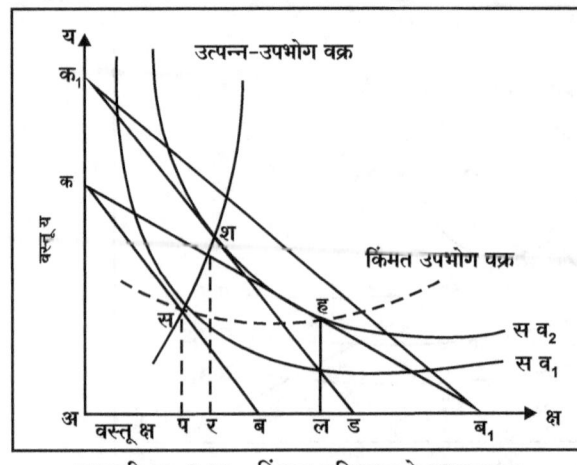

आकृती क्र. 3.24 : किंमत परिणामाचे पृथक्करण

या ठिकाणी **य** च्या मानाने **क्ष** स्वस्त आहे हे लक्षात घेऊन **य** ऐवजी **क्ष** वस्तूची मागणी वाढवून म्हणजे **पर्यायिता परिणाम म्हणून उपभोक्ता 'ह' बिंदूशी येतो. क ब$_1$** ही रेषा किंमत बदलामुळे प्रत्यक्ष अस्तित्वात असलेली रेषा आहे. त्यामुळे तो **ह** बिंदूशी समतोल साधू शकतो. **श** बिंदू हा या आकृतीतील अस्थिर समतोल बिंदू (Unstable Equilibrium) मानला पाहिजे. अशा रीतीने स्वस्त झालेल्या **क्ष** वस्तूच्या मागणीतील **प ल** एवढी जी वाढ झाली आहे त्या वाढीपैकी **प र** एवढी वाढ उत्पन्न परिणाम आहे, तर **र ल** ही वाढ पर्यायिता परिणाम आहे हे स्पष्ट होते.

निकृष्ट वस्तू (Inferior Goods) : सामान्यपणे उत्पन्न परिणाम आणि पर्यायिता परिणाम धन असल्याने किंमत उतरली की मागणी वाढते असे दिसते. पर्यायिता परिणाम हा नेहमीच असा असतो की, जी वस्तू स्वस्त होते तिचा वापर दुसऱ्या वस्तूच्या ऐवजी केला जातो. समवृत्ती वक्र आरंभबिंदूशी बहिर्वक्र असल्यामुळे पर्यायिता परिणाम नेहमीच धन असतो. उत्पन्न परिणाम मात्र ऋण असणे शक्य असते.

उत्पन्न वाढले तर निकृष्ट वस्तूची मागणी घटते हे साधे सत्य आहे. आकृती क्र. 3.25 वर **क्ष** अक्षावर गूळ आणि **य** अक्षावर साखर अशा दोन वस्तू घेतलेल्या आहेत. गूळ स्वस्त झाल्याने उत्पन्न परिणाम म्हणून उपभोक्त्याचा समतोल बिंदू **स** ऐवजी **श** होतो आणि उत्पन्न वाढल्याने गुळाची मागणी **अ ख** ऐवजी **अ ख$_1$** म्हणजे कमी होते.

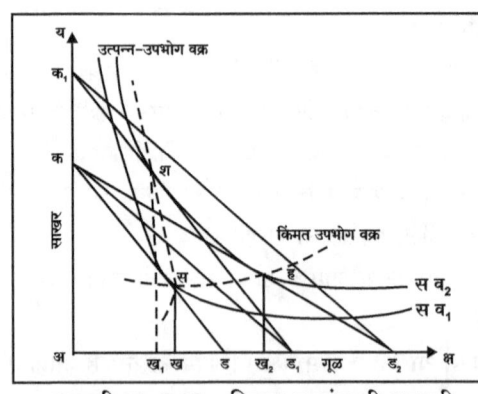

आकृती क्र. 3.25 : निकृष्ट वस्तूंसाठी मागणी

पर्यायिता परिणाम म्हणून उपभोक्ता **श** पासून **ह** पाशी येतो आणि मागणी **ख$_1$ ख$_2$** एवढी वाढते. कारण साखरेऐवजी गुळाचा उपयोग उपभोक्ता करू लागतो. म्हणून मूळ मागणी **अ ख - ख ख$_1$** (उत्पन्न परिणाम) **+ ख$_1$ ख$_2$** (पर्यायिता परिणाम) = **अ ख$_2$** ही नवीन मागणी येते. उत्पन्न परिणाम ऋण असूनही पर्यायिता परिणाम मोठा असल्याने मागणी वाढते. प्रत्यक्षात म्हणूनच असे आढळून येते की अनेक वस्तू निकृष्ट असूनही स्वस्त झाल्या तर त्यांची मागणी वाढते.

गिफेनचा विरोधाभास (Giffen's Paradox) : सामान्यपणे निकृष्ट बाबतीतही किंमत घटल्यावर मागणी वाढते हा अनुभव येत असला तरी काही निकृष्ट वस्तूंच्या बाबतीत हे शक्य आहे की, उत्पन्न परिणाम इतका ऋण आहे की, पर्यायिता परिणाम हे अंतर भरून काढू शकत नाही. असे झाल्यास वस्तूची किंमत कमी झाली की मागणी कमी होते असा अनुभव येईल. एकोणिसाव्या शतकात सर रॉबर्ट गिफेन यांनी असा दावा केला की ब्रेड महाग झाल्यास गरीब कामगार वर्गाचे वास्तव उत्पन्न इतके घटते की मांस आणि इतर भारी अन्नपदार्थ घेणे त्यांना परवडत नाही म्हणून असे कामगार ब्रेडची मागणी वाढवितात आणि उलट ब्रेड स्वस्त झाल्यास वास्तव उत्पन्न वाढून पर्यायी अन्नपदार्थ घेणे परवडल्याने ब्रेडची मागणी घटते.

मागणी नियमाच्या विरुद्ध हे वर्तन आहे असे वरकरणी वाटते, पण किंमत परिणामाचे विश्लेषण करून उत्पन्न परिणाम आणि पर्यायिता परिणाम जाणून घेतल्यास या वर्तनाची संगती समजते, म्हणून हा विरोध नसून विरोधाभास आहे या अर्थाने आणि सर गिफेन यांनी हा निदर्शनाला आणला. म्हणून याला 'गिफेनचा विरोधाभास' अथवा 'गिफेनचा वदतोव्याघात' (Giffen's Paradox) असे म्हणतात.

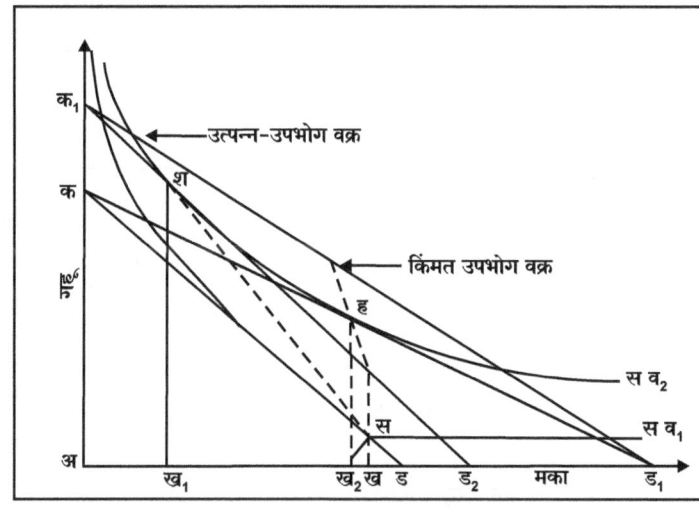

आकृती क्र. 3.26 मध्ये गहू आणि मका या दोन वस्तू घेतलेल्या आहेत. मका स्वस्त झाल्यामुळे होणारा उत्पन्न परिणाम ऋण आहे. मक्याची मागणी **अ ख** वरून **अ ख₁** वर येते. धन पर्यायिता परिणाम म्हणून **अ ख₁** ही मागणी **अ ख₂** पर्यंत वाढते. परंतु **ख ख₁** ही घट **ख₁ ख₂** या वाढीतून जास्त असल्याने एकत्रित परिणाम म्हणून (म्हणजेच किंमत परिणाम म्हणून) मक्याची मागणी **अ ख₁** ऐवजी **अ ख₂** होते.

आकृती क्र. 3.26 : गिफेनचा विरोधाभास अथवा वदतोव्याघात

म्हणजेच किंमत कमी झाल्यावर मागणी कमी झालेली दिसते. किंमत कमी झाल्यास ज्यांची मागणी कमी होते अशा असाधारणपणे निकृष्ट असणाऱ्या वस्तू **'गिफेन वस्तू'** या नावाने ओळखल्या जातात. येथे मका हे निकृष्ट वस्तूचे उदाहरण म्हणून घेतले आहे.

समवृत्ती विश्लेषणाच्या आधारे मागणी वक्र तयार करणे (Derivation of Demand Curve by I.C. Technique) : किंमत उपभोग वक्र किंमत घटल्याचा मागणीवरील परिणाम दर्शवितो आणि किंमत उपभोग वक्राची गृहीते ही मार्शलप्रणीत पारंपरिक मागणी वक्राची गृहीते असतात, परंतु हे साम्य असूनही किंमत उपभोग-वक्र हा मागणी वक्र होऊ शकत नाही, हे दोन वक्र वेगळे असतात. या दोन वक्रांमधील फरक असा आहे.

(1) किंमत उपभोग-वक्र काढताना दोन अक्षांवर दोन वस्तू अथवा चलनी उत्पन्न आणि एक वस्तू घेतलेली असते. मागणी वक्र काढताना मात्र **य** अक्षावर किंमत (उत्पन्न नव्हे) आणि **क्ष** अक्षावर वस्तूची मागणी घेतलेली असते.

(2) किंमत उपभोग-वक्राच्या बाबतीत प्रत्यक्ष किंमत सांगितलेली नसते तर दोन वस्तूंच्या किमतीचे गुणोत्तर दाखविणारी किंमत रेषा दिलेली असते. मागणी वक्रात प्रत्यक्ष किंमत दिलेली असते.

(3) किंमत उपभोग-वक्राच्या साहाय्याने उत्पन्न व पर्यायिता हे परिणाम वेगळे दाखविता येतात, ती सोय मागणी वक्रात असते.

किंमत उपभोग-वक्र दिलेला असल्यावर मागणी वक्र काढणे शक्य आहे. असा मागणी वक्र शोधून काढण्याच्या दोन पद्धती पुढे दिल्या आहेत.

(1) अंकगणिती पद्धत : उपभोक्त्याजवळ 30 ₹ आहेत. **य** अक्षावर चलनी उत्पन्न म्हणून 30 ₹ दाखविले आहेत. **क्ष** अक्षावर संत्री मोजली आहेत. प्रथम 30 ₹ दाखविले आहेत. **क्ष** अक्षावर संत्री मोजली आहेत.

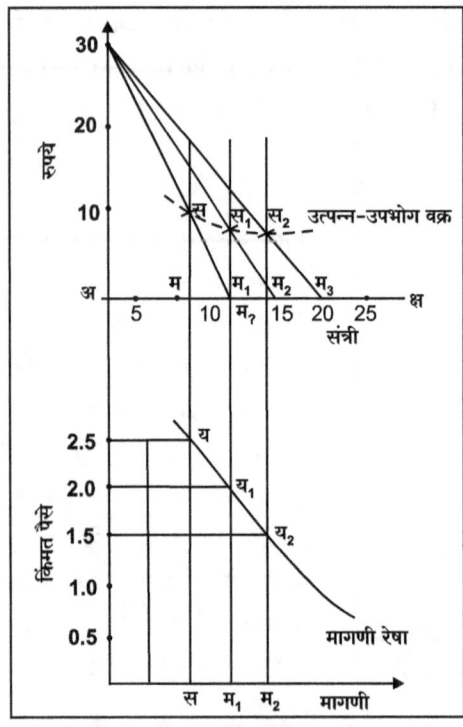

आकृती क्र. 3.27 : अंकगणिती पद्धत

प्रथम 30 रु. खर्चून 12 नंतर 15, नंतर 20 संत्री घेता येतात. यावरून किंमत रेषा काढल्या. **स, $स_1$** व **$स_2$** जोडणारी रेषा म्हणजे किंमत उपभोग-वक्र. या वक्राच्या आधारे संत्र्यांची मागणी **अ म, अ $म_1$ व अ $म_2$** जोडणारी रेषा म्हणजे किंमत उपभोग वक्र. या वक्राच्या आधारे संत्र्यांची मागणी **अ म, अ $म_1$, अ $म_2$** अशी बदललेली दिसते. **स म, $स_1$ $म_1$** व **$स_2$ $म_2$** हे लंब आकृतीच्या खालच्या भागातील **क्ष** अक्षाला मिळेपर्यंत वाढविले. मागणी किमती होते हे समजले. किंमत समजणे हे अंकगणिती पद्धतीने शक्य आहे. प्रथम 30 रुपयांना 12 संत्री म्हणजे एका संत्र्याची किंमत ₹ 2.50 असली पाहिजे. खालच्या भागातील **य** अक्षावरील 2.5 या आकड्यापासून आडवी आणि **क्ष** अक्षाला समांतर रेषा काढली. दुसऱ्या वेळी 30 रुपयांना 15 संत्री म्हणजे किंमत ₹ 2 होते. 2 ₹ च्या अंकापासून दुसरी रेषा काढली. या पद्धतीने **य, $य_1$** व **$य_2$** हे छेदनबिंदू मिळाले. ते जोडून मागणी-रेषा मिळते. कोणत्या किमतीला किती मागणी असेल हे या रेषेवरून कळते. (आकृती 3.27 पाहा.)

(2) भूमिती पद्धत : मागणी वक्र शोधून काढण्याची भूमितीवर आधारलेली पद्धत थोडीशी गुंतागुंतीची असली तरी कठीण नाही. आकृती क्र. 3.28 मध्ये या पद्धतीने मागणी वक्र शोधून काढला आहे.

स $व_1$, स $व_2$ इत्यादी समवृत्ती वक्र आणि **क ड, क $ड_1$, क $ड_2$** आणि **क $ड_3$** या किंमत रेषा यांच्या साहाय्याने किंमत उपभोग-वक्र काढलेला आहे. **अ श, अ $श_1$** व **अ $श_3$** ही **क्ष** वस्तूची बदलत गेलेली मागणी किंमत शोधून काढणे येथे महत्त्वाचे काम आहे. **अ क** हे चलनी उत्पन्न आहे. **स** बिंदू काय दर्शवितो ? उपभोक्ता **अ ल** रुपये आणि **अ श** वस्तू हा संयोग पसंत करतो. अर्थात, **क ल** एवढा खर्च **अ श** वस्तू विकत घेतो. म्हणून $\frac{\text{क ल}}{\text{अ श}}$ म्हणजेच $\frac{\text{क ल}}{\text{ल स}}$ ही किंमत झाली. पण $\frac{\text{क ल}}{\text{ल स}}$ म्हणजे **क स** या रेषेचा उतार (Slope) आणि **क स** चा उतार म्हणजेच **क ड** चा उतार. याच न्यायाने **क $ड_1$, क $ड_2$, क $ड_3$**, इत्यादींचा उतार म्हणजेच त्या-त्या मागणीजवळच्या किमती. आता **श $क्ष_1$** म्हणजे **क्ष** वस्तूचा एक नग, तसेच **$श_1$ $क्ष_2$** व **$श_2$ $क्ष_3$** असे एकेक नग एवढे अंतर घेतले आणि **$क्ष_1$ प ॥ ड क, $क्ष_2$ $प_1$ ॥ $ड_1$ क, $क्ष_3$ $प_2$ ॥ $ड_2$ क** आणि **$क्ष_4$ $प_3$ ॥ $ड_3$ क** अशा रेषा काढल्या तर $\frac{\text{प श}}{\text{श क्ष}_1}$ ही किंमत असताना **अ श** मागणी कळते. पण **श $क्ष_1$ = 1** नग असे आपण म्हटले आहे. म्हणून $\frac{\text{प श}}{1}$ म्हणजेच **प श** ही किंमत. याप्रमाणे **प श, प $श_1$** इत्यादी किमती समजतात. **प, $प_1$, $प_2$ $प_3$** हे बिंदू जोडून मागणी-रेषा (म्हणजेच मागणी वक्र) तयार होते.

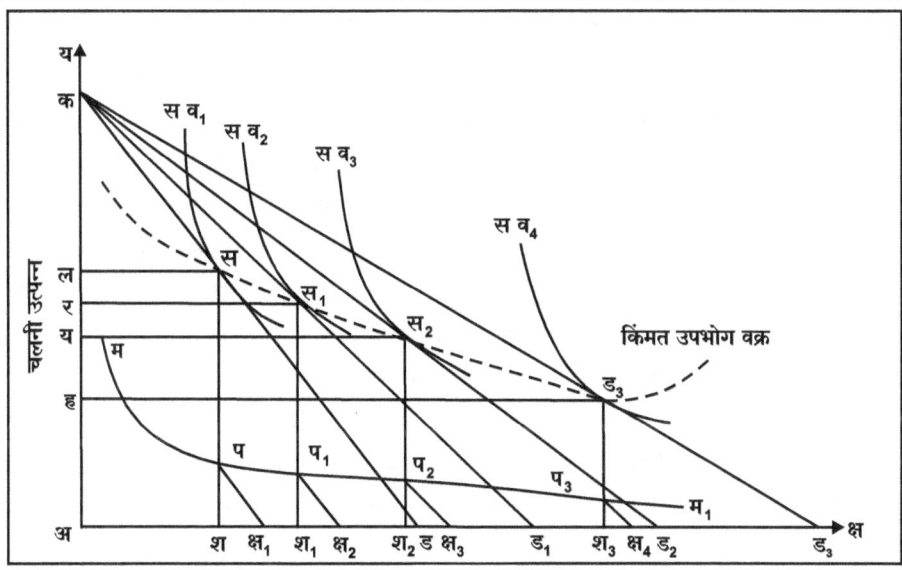

आकृती क्र. 3.28 : भूमितीय पद्धत

(ए) समवृत्ती वक्रांचे उपयोग (Uses of Indifference Curves)

आर्थिक विवेचनाचे एक साधन म्हणून समवृत्ती विश्लेषणाचा विकास केला गेला आहे. त्या वृष्टीने समवृत्ती वक्रांचा कोठे-कोठे उपयोग होतो हे पाहणे महत्त्वाचे ठरेल.

(1) किमती वाढल्याचा परिणाम दाखविणे : **य** अक्षावर चलनी उत्पन्न आणि **क्ष** अक्षावर सर्व वस्तू दाखविल्यास सर्व वस्तूंच्या किमती वाढल्या आहेत हे अधिक चढी किंमत रेषा काढून (पूर्वीच्या आकृतीतील किंमत परिणाम उलटा दाखवून) उपभोक्ते खालच्या समवृत्ती वक्रावर येतात, म्हणजे त्यांचे समाधान घटते हे दाखविता येते.

(2) उत्पन्न घटल्याचा परिणाम दाखविणे : उत्पन्न परिणामाच्या वेळी दाखवितो त्याच्या उलट दिशेने होणारा हा परिणाम आहे. याही बाबतीत समाधानात होणारी घट दाखविता येते.

(3) रेशनिंगचा परिणाम दाखविणे : कोणत्याही वस्तूचे (समजा, साखरेचे) वाटप जेव्हा रेशनिंगच्या यंत्रणेमार्फत केले जाते तेव्हा काय होते हे आकृती क्र. 3.29 वरून समजेल.

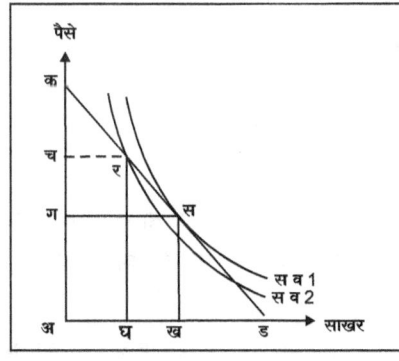

आकृती क्र. 3.29 : रेशनिंगचा परिणाम

अ क एवढा पैसा अथवा **अ ड** एवढी साखर यातून उपभोक्ता **अ ग** पैसा आणि **अ ख** साखर अशी निवड करतो, म्हणजेच **क ग** ₹ खर्च करतो. रेशनिंगमध्ये **अ घ** एवढीच साखर दिली जाते. यासाठी तो **क च** एवढा खर्च करतो. पूर्वीपेक्षा **च ग** एवढा त्याचा खर्च कमी होतो. पण **घ ख** एवढी साखरेच्या उपभोगात घट झाल्याने त्याचे समाधान कमी होते. कारण **र** हा नवा समतोल बिंदू **स** पेक्षा खालच्या समवृत्ती वक्रावर आहे.

(4) चलनविस्ताराचा परिणाम दाखविणे : फक्त चलनी उत्पन्न वाढले आणि वास्तव उत्पन्न कायम राहिले तर सक्तीची बचत (Force Saving) होऊन उपभोक्त्याचे समाधान कमी होणे शक्य असते हे दाखविता येते.

उपयोगिता विश्लेषण आणि समवृत्ती विश्लेषण यांची तुलना (A Comparison of Utility and Indifference Analyses) : समवृत्ती विश्लेषण उपयोगिता विश्लेषणाहून श्रेयस्कर आहे का ? उपयोगिता विश्लेषणाचे दोष आधीच सांगितले आहेत. या दोन्ही पद्धतींची तुलना केल्यास काय श्रेयस्कर आहे ते कळेल.

(1) उपयोगिता विश्लेषणात उपयोगिता, पैशाच्या साह्याय्याने मोजता येते असे मानले जाते आणि हे चूक आहे. कारण उपयोगिता ही मनाला जाणवणारी गोष्ट होय. समवृत्ती विश्लेषणात उपयोगिता न मोजता त्यांची तुलना करता येते असे मानले आहे, हे गृहीत आक्षेपार्ह नाही. उदाहरणार्थ, दोन आंब्यांची तुलना करण्यासाठी एकाची गोडी 10 मात्रा व दुसऱ्याची 15 मात्रा आहे हे विधान निराधार ठरेल. पण दुसरा पहिल्याहून अधिक गोड हे सांगता येते इतपतच आपला दावा असेल तर तो ग्राह्य ठरेल.

(2) कोणत्याही वस्तूची उपयोगिता निरपेक्ष असत नाही, तर सापेक्ष असते. समवृत्ती विश्लेषणात इतर वस्तूंचा प्रातिनिधिक असलेला पैसा एका अक्षावर व संबंधित वस्तू दुसऱ्या अक्षावर घेतल्याने त्या वस्तूची उपयोगिता सापेक्षतेने समजू शकते.

(3) उपयोगिता विश्लेषणात पैशाची सीमांत उपयोगिता स्थिर मानली आहे. तो दोष समवृत्ती विश्लेषणात नाही. येथे दुसऱ्या वस्तूप्रमाणेच पैसाही एका अक्षावर घेता येतो. पैशाची क्रयशक्ती बदलली तर त्याचीही दखल घेता येते.

(4) समवृत्ती विश्लेषणाचा अत्यंत महत्त्वाचा गुण म्हणजे किंमत बदलल्यास मागणीवर होणारा जो परिणाम आहे तो उत्पन्न परिणाम आणि पर्यायिता परिणाम या दोहोंचा मिळून (आणि कोणता किती प्रमाणात आहे येथपर्यंत) बनला आहे हे समजते.

(5) सीमांत उपयोगितेत होणाऱ्या ऱ्हासांच्या भाषेतील स्पष्टीकरणांहून घटत्या सीमांत पर्यायिता दराच्या संकल्पनेवर आधारलेले समवृत्ती विश्लेषण वास्तवाशी अधिक जुळणारे आहे. एकेका नगाने साठा वाढविल्यास उपयोगिता किती घटते हे सांगण्याहून एखाद्या वस्तूच्या प्रत्येक नव्या नगासाठी आपल्या जवळच्या वस्तूचे किती नग आपण देऊ शकतो हे सांगणे सोपे आहे.

समवृत्ती विश्लेषणावरील टीका (Criticism of I. C.) : समवृत्ती विश्लेषणावर करण्यात येणाऱ्या टीका पुढील-प्रमाणे -

(1) काही अर्थशास्त्रज्ञांनी या विश्लेषणावर अशी टीका केली आहे की, हे विश्लेषण उपयोगिता विश्लेषणाचाच नवा अवतार आहे. संख्येऐवजी क्रम, उपक्रम उपयोगितेऐवजी 'समाधान', घटत्या उपयोगिताऐवजी 'घटते महत्त्व', सीमांत उपयोगितेऐवजी 'सीमांत पर्यायिता दर' अशा प्रकारे जुन्याच कल्पनांचे पोशाख बदलून नव्या कल्पना म्हणून त्या उभ्या करण्यापलीकडे समवृत्ती विश्लेषणाने काय साधले ?

(2) उपभोक्त्याला आपल्या आवडीप्रमाणे अग्रक्रम यादी तयार करण्यासाठी आवश्यक ते ज्ञान असते हे या विश्लेषणाचे गृहीत अवास्तव आहे अशी दुसरी टीका केली जाते.

(3) हे विश्लेषण नको एवढे साधे करण्यात आले आहे. दोन वस्तूंचाच विचार येथे करता येतो. तीन वस्तू घेतल्या तर त्रिमिती आकृत्या काढाव्या लागतील आणि तीनाहून अधिक वस्तूंचा विचार करण्यास भूमिती असमर्थ आहे. मग वास्तवात असंख्य वस्तू आणि सेवा यांची निवड करून ठरणाऱ्या समतोलाचे स्पष्टीकरण कसे देता येईल ?

(4) उपभोक्त्याची अभिरुची निरपेक्ष आणि कायम मानली जाते. प्रत्यक्षात इतरांच्या अभिरुचीचा प्रभाव उपभोक्त्याच्या अभिरुचीवर पडत असतो आणि अभिरुची स्थिरही राहत नाही.

(5) समवृत्ती विश्लेषणाचा आधार म्हणजे अनेक वस्तू गटांबाबत उपभोक्त्याची असलेली समान वृत्ती. टीकाकारांच्या मते, जेव्हा उपभोक्ता अशी समान वृत्ती दर्शवितो तेव्हा त्याला मिळणारे समाधान सारखे असते. यापेक्षा त्या दोन (अथवा जास्त) गटांमधला निश्चित फरक त्याच्या लक्षात आलेला नसतो हे अधिक बरोबर आहे.

(6) उपयोगिता विश्लेषणाप्रमाणेच येथेही उपभोक्ता विवेकनिष्ठ आणि बुद्धिप्रामाण्यवादी असतो असे मानले जाते. व्यवहारात असा उपभोक्ता मिळणार नाही.

समवृत्ती विश्लेषणावर वरीलप्रमाणे टीका केली जात असली तरी उपयोगिता मीमांसेच्या तुलनेने हे विश्लेषण कमी दोषास्पद म्हणून श्रेयस्कर आहे. सामान्यीकरण करताना काही गृहीते मानावीच लागतात, पण समवृत्ती मीमांसा वास्तवाशी अधिक जवळची, अधिक शास्त्रीय आहे हे निःसंशय । आधुनिक अर्थशास्त्रीय विवेचनात समवृत्ती विश्लेषण हे आज स्थिरप्रद झाले असून अर्थशास्त्रातील अनेक घटनांचे स्पष्टीकरण देण्याचे एक साधन म्हणून ते मान्यता पावले आहे.

3.7 मागणीची लवचीकता (Elasticity of Demand)

यापूर्वी आपण मागणीचा विस्तार आणि संकोच या संकल्पनांमध्ये किंमत आणि मागणी यांचा संबंध विचारात घेतला. त्याचप्रमाणे मागणीतील वाढ आणि घट या संकल्पनेत किमतीशिवाय इतर घटकांचा मागणीवर काय परिणाम होतो याचा विचार केला. परंतु केवळ हा संबंध पाहणे महत्त्वाचे नसते तर या घटकांचा मागणीवर निश्चित किती परिणाम होईल याचे मोजमाप करता आले पाहिजे. हे मोजमाप मागणीच्या लवचीकतेच्या आधारे करता येते. त्यामुळेच विविध व्यवसायसंस्था आणि इतर घटक यांच्या दृष्टिकोनातून मागणीच्या लवचीकतेचे महत्त्व वाढत्या प्रमाणावर आहे. उदाहरणार्थ, उपभोक्त्याच्या उत्पन्नात वाढ झाली असता धुलाई यंत्र आणि दूरदर्शन संच यांची मागणी वाढते. एवढे ज्ञान त्या वस्तूंचे उत्पादन करणाऱ्या व्यवसायसंस्थांच्या दृष्टीने महत्त्वाचे नसते, तर उत्पन्नात किती प्रमाणात वाढ झाली असता अशा वस्तूंच्या मागणीत किती प्रमाणात वाढ होते हे समजणे महत्त्वाचे असते. त्यामुळे उत्पादन किती वाढविले जावे याची योजना तयार करणे शक्य होते. एवढेच नाही तर नफाविषयक धोरण ठरवितानाही मागणीची लवचीकता ही संकल्पना उपयोगी ठरते. नफ्यात वाढ घडवून आणण्यासाठी एक तर वस्तूची किंमत कमी करून विक्री वाढवावी लागते किंवा वस्तूची किंमत वाढवून प्राप्तीत वाढ घडवून आणली जाते. परंतु यामुळे वस्तूंचा खप घटण्याची भीती असते. वस्तूची किंमत किती कमी केली असता मागणीत किती वाढ होईल. तसेच किमतीतील वाढीमुळे विक्रीत किती घटक होईल हे मागणीच्या लवचीकतेवरून समजते.

व्यवहारातही नेहमी सर्वसामान्य लोकांकडून 'लवचीकता' हा शब्द वापरला जातो. रबर ताणले जाते म्हणून रबर लवचीक आहे असे आपण म्हणतो. लाकूड ताणले जात नाही त्यामुळे लाकूड अलवचीक अथवा ताठर आहे असे आपण म्हणतो. वरील दोन्हीही वस्तूंचे आकारमान बदलण्यासाठी आपण शारीरिक शक्तींचा वापर करतो. त्याचप्रमाणे मागणीवरही अनेक घटकांचा उदा., किंमत, उपभोक्त्याचे उत्पन्न इत्यादी प्रभाव पडून मागणीत बदल होत असतो. या घटकांमुळे मागणीत बदल कितपत होतो किंवा नाही यावरच मागणी किती लवचीक आहे हे अवलंबून असते. उदाहरणार्थ, किमतीतील बदलापेक्षा मागणीत मोठ्या प्रमाणावर बदल होत असेल तर मागणी लवचीक आहे असे म्हणता येते. याउलट, किमतीतील बदल होऊनही मागणीत पुरेसा बदल होत नसेल तर मागणी ताठर आहे असे म्हणता येते. मिठाची मागणी, प्रत्यक्षात किमतीबरोबरच इतर अनेक घटकांचाही मागणीवर प्रभाव पडत असतो. प्रत्येक घटकाचा मागणीवर वेगवेगळा प्रभाव पडत असतो. त्यामुळे मागणीच्या लवचीकतेचे विविध प्रकार संभवतात. उदा., किंमत लवचीकता, उत्पन्न लवचीकता इत्यादी.

(अ) लवचीकतेची संकल्पना (The Concept of Elasticity)

डॉ. मार्शल यांनी विकसित केलेली लवचीकतेची संकल्पना किंमत लवचीकतेपुरतीच मर्यादित होती. कालांतराने ती अधिक समावेशक होत गेली. मागणीची लवचीकता ही मागणीचा प्रतिसाद जाणून घेण्यासंबंधीची संकल्पना आहे. पूर्वी पाहिल्याप्रमाणे, कोणत्याही वस्तूच्या मागणीवर अनेक घटकांचा परिणाम होत असतो. अर्थातच यातील प्रत्येक घटकाला मागणीचा प्रतिसाद मिळत जाणार. दुसऱ्या शब्दात यातील कोणताही घटक बदलला तरी मागणीत अनुरूप बदल होणार हे स्वाभाविक आहे. पण सिद्धान्ताच्या अथवा व्यवहाराच्या दृष्टीने हे सर्वच घटक सारखेच महत्त्वाचे नसतात. उपभोक्त्याची अभिरुची हा घटक उदाहरणादाखल पाहा. एक तर बाह्य अथवा बहिर्जात (Exogenous) घटक आहे. शिवाय अनिश्चितही आहे. म्हणून व्यवसायाच्या दृष्टीने तो महत्त्वाचा असूनही मागणीची अभिरुची बदलानुरूप परिणाम मोजण्याचा प्रयत्न केला जात नाही. म्हणूनच मागणी निर्धारित करणाऱ्या घटकांपैकी काही मोजक्या व महत्त्वाच्या घटकात होणाऱ्या बदलाला अनुरूप असा मागणीत कोणता बदल होतो हे जाणून घेण्याचा प्रयत्न लवचीकतेच्या संकल्पनेमार्फत केला जातो. वस्तूची किंमत, संबंधित अशा दुसऱ्या वस्तूची किंमत, उपभोक्त्याचे उत्पन्न, जाहिरात आणि विक्रय प्रोत्साहन इत्यादी घटकांच्या बाबतीत मागणीचा प्रतिसाद मोजण्याचा प्रयत्न केला जातो.

लवचीकतेची संकल्पना समजून घेण्यासाठी किंमत हा घटक प्रथम विचारात घेऊ. किमतीचा मागणीवर काय परिणाम होतो ते मागणी नियमावरून समजते. पण त्याच्याही पुढे जाऊन आपण पुढीलप्रमाणे एखादे विधान करण्याचा विचार अनेकदा करीत असतो. 'वीस वर्षांपूर्वी साखरेच्या किमतीचा साखरेच्या मागणीवर जेवढा परिणाम होत होता तेवढा आज होत नाही.' किंवा 'किंमत बदलाला चहाच्या मागणीचा फारसा प्रतिसाद मिळत नाही, पण दुधाच्या मागणीचा त्या मानाने जास्त प्रतिसाद मिळतो.' थोडक्यात किंमत बदलास अनुसरून मागणीत होणारा बदल वस्तुपरत्वे वेगवेगळा असतो. बाजारातील किंमत बदलाला अनुसरून वस्तूच्या मागणी परिमाणात होणारा बदल हा या उदाहरणात आपण पाहिला. या प्रकाराला 'मागणीची किंमत लवचीकता' असे म्हणतात. अशीच उत्पन्न लवचीकता आणि अन्योन्य लवचीकताही सांगता येते.

(आ) किंमत, उत्पन्न आणि अन्योन्य लवचीकता यांतील फरक

(Distinguishing Price, Income and Cross Elasticity of Demand)

वस्तूची किंमत उतरल्यास त्या वस्तूची खरेदी उपभोक्ता वाढवितो. उपभोक्त्याचा हा प्रतिसाद मागणी नियमावरूनच समजतो. पण या प्रतिसादाची तीव्रता सर्व वस्तूंच्या बाबतीत सारखीच नसते. किंमत बदलाला उपभोक्ता कितपत संवेदनशील आहे अथवा कितपत प्रतिसाद तो देईल हे मोजण्यासाठी अर्थशास्त्रज्ञ 'किंमत लवचीकता' ही संकल्पना वापरतात. किमतीत थोडा बदल झाला तरी मागणीत पुष्कळ बदल होतो तेव्हा ती मागणी लवचीक आहे असे म्हटले जाते.

वस्तूच्या मागणीवर प्रभाव पाडणारा 'उत्पन्न' हा दुसरा महत्त्वाचा घटक आहे. याचा अर्थ असा की, बाजारातील सर्व वस्तूंच्या किमती दिलेल्या (म्हणजे स्थिर) असताना उपभोक्त्याचे उत्पन्न वाढले तर अनेक वस्तूंची खरेदी उपभोक्ता वाढवितो. हाही परिणाम सर्व वस्तूंच्या बाबतीत सारखा होत नाही. उदाहरणार्थ, पाच टक्क्यांनी पगारवाढ झाली की लगेच आपण पाच टक्के जास्त चहा पिऊ किंवा आहारात पाच टक्के भाताचे अथवा माश्यांचे प्रमाण वाढवू असे होत नाही. उत्पन्नवाढीचा परिणाम कोणत्या वस्तूच्या मागणीवर किती होतो हे नेमकेपणाने सांगण्याचा प्रयत्न मागणीची उत्पन्न लवचीकता ही संकल्पना करते. उपभोक्त्याच्या उत्पन्नात झालेल्या बदलाचा परिणाम म्हणून, इतर सर्व परिस्थिती कायम असताना, एखाद्या वस्तूच्या मागणी परिमाणात होणारा बदल मोजण्याचे कार्य मागणीची उत्पन्न लवचीकता ही संकल्पना करते. दुसऱ्या शब्दात, उत्पन्न बदलास मागणीचा प्रतिसाद कितपत आहे हे मोजण्याचे कार्य उत्पन्न लवचीकता करते.

उपभोक्त्याच्या उत्पन्नातील बदलाला प्रतिसाद म्हणून मागणीत होणारा बदल **उत्पन्न लवचीकता** तपासून पाहते आणि एखाद्या वस्तूच्या किमतीत बदल झाल्यामुळे त्याच वस्तूंच्या मागणीत किती बदल होतो याचे मोजमाप **किंमत**

लवचीकता करते. तर एका **वस्तूच्या किमतीत** झालेल्या बदलामुळे **दुसऱ्या वस्तूची** मागणी किती बदलते याचे मोजमाप करण्याचे कार्य मागणीची अन्योन्य लवचीकता (Cross Elasticity) करते. वस्तूची किंमत बदलल्यामुळे **य** वस्तूची मागणी किती बदलते हे अन्योन्य लवचीकतेवरून कळते.

अशा रीतीने,

(1) **य** वस्तूच्या किमतीत झालेल्या बदलामुळे **य** वस्तूच्या मागणी परिमाणात होणारा बदल मोजण्याचे कार्य मागणीची **किंमत लवचीकता** (Price Elasticity of Demand) करते.

(2) **य** वस्तूच्या किमतीत झालेल्या बदलामुळे **क्ष** वस्तूच्या मागणी परिमाणात होणारा बदल मोजण्याचे कार्य मागणीची **अन्योन्य लवचीकता** (Cross Elasticity of Demand) करते; तर

(3) उपभोक्त्यांच्या उत्पन्नात झालेल्या बदलामुळे **य, क्ष, र, ल** अथवा अन्य कोणत्याही एखाद्या वस्तूच्या मागणी परिमाणात होणारा बदल मोजण्याचे कार्य मागणीची **उत्पन्न लवचीकता** (Income Elasticity of Demand) करते. त्या-त्या ठिकाणी तेवढा एक घटक बदलता ठेवून बाकी सर्व परिस्थिती कायम आहे असे गृहीत धरलेले असते.

3.8 मागणीच्या लवचीकतेचे प्रकार (Types of Elasticity of Demand)

वस्तूची किंमत, व्यक्तीचे उत्पन्न, पर्यायी वस्तूच्या किमती इत्यादी घटकांचा मागणीवर प्रभाव पडतो. त्यामुळे मागणीच्या लवचीकतेचे पुढील प्रकार पडतात.

(अ) किंमत लवचीकता (Price Elasticity)

किंमत लवचीकतेद्वारे वस्तूची किंमत आणि तिची मागणी यांचा संबंध व्यक्त होतो. किमतीत बदल झाला असता मागणीत किती बदल होईल हे समजण्यासाठी मागणीवर प्रभाव पाडणारे इतर घटक स्थिर आहेत असे गृहीत मानले जाते. मागणीच्या किंमत लवचीकतेची व्याख्या पुढीलप्रमाणे करता येईल -

> ➜ ''किंमत बदलल्यावर खरेदी केलेल्या वस्तूच्या परिमाणात ज्या दराने बदल होतो तो दर म्हणजे मागणीची किंमत लवचीकता होय.''
>
> **- प्रा. केर्नक्रॉस**

मागणीची किंमत लवचीकता मोजण्यासाठी पुढील सूत्रांचा वापर केला जातो. $\textbf{ल}_{\text{क}}$ म्हणजे मागणीची किंमत लवचीकता होय.

1. $$\text{ल}_{\text{क}} = \frac{\textbf{मागणीतील शेकडा बदल}}{\textbf{किमतीतील शेकडा बदल}}$$

उदा., किमतीत 2 टक्क्यांनी घट झाल्याने मागणीत 5 टक्क्यांनी वाढ झाली तर मागणीची किंमत लवचीकता दोन येईल.

2. $$\text{ल}_{\text{क}} = \frac{\textbf{मागणीतील प्रमाणशीर बदल}}{\textbf{किमतीतील प्रमाणशीर बदल}}$$

उदा., साबणाची किंमत दर वडीला 4 ₹ असताना 2,000 साबणाच्या वड्यांची मागणी केली जात होती. साबणाची किंमत वाढून ती प्रत्येक साबणाच्या वडीला 6 ₹ झाल्याने साबणाची मागणी घटून 1,800 वड्या एवढी झाली तर मागणीची किंमत लवचीकता किती ?

$$\text{सूत्र :} \frac{\textbf{मागणीतील प्रमाणशीर बदल}}{\textbf{किमतीतील प्रमाणशीर बदल}}$$

येथे, म = मूळ मागणी, $म_1$ = नवीन मागणी, क = मूळ किंमत, $क_1$ = नवीन किंमत.

$$ल_क = \frac{\dfrac{म_1 - म}{म_1 + म}}{\dfrac{क_1 - क}{क_1 + क}} = \frac{\dfrac{1800 - 2000}{1800 + 2000}}{\dfrac{6 - 4}{6 + 4}} = \frac{\dfrac{-200}{3800}}{\dfrac{2}{10}}$$

$$= \frac{-200}{3800} \times \frac{10}{2} = \frac{-5}{19}$$ किंवा – 0.27 ∴ मागणीची किंमत लवचीकता – 0.27 येते.

(आ) किंमत लवचीकतेचे प्रकार (Types of Price Elasticity)

किमतीतील बदलाचा मागणीवर किती प्रभाव पडतो यावरून मागणीच्या किंमत लवचीकतेचे प्रकार पुढीलप्रमाणे पाडले जातात.

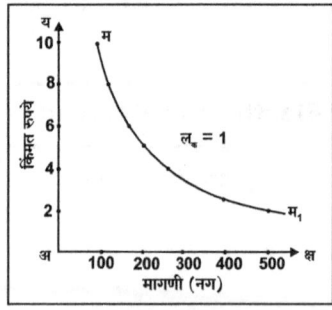

आकृती क्र. 3.30 (अ)

(1) एक /एकक लवचीकता (Unit Elasticity) : किमतीत जेवढा बदल होतो तेवढाच बदल मागणीत होत असेल तर मागणीची किंमत लवचीकता एक एवढी येते. अशा मागणीला केवळ लवचीक मागणी असे म्हणतात. उदाहरणार्थ, किमतीत 10% वाढ झाल्याने मागणीत 10% घट झाली तर मागणीची किंमत लवचीकता $\frac{10\%}{10\%} = 1$ एवढी येईल. आकृती क्र. 3.30 (अ) मध्ये असा मागणी वक्र दाखविला आहे.

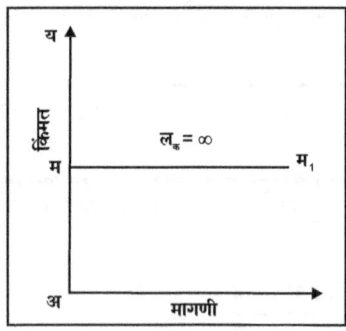

आकृती क्र. 3.30 (ब)

(2) पूर्ण अथवा अनंत लवचीकता (Perfectly Elastic Demand) : किमतीत बदल न होताही जेव्हा मागणीत बदल होतो तेव्हा मागणी पूर्णपणे लवचीक असते. अनंत मागणी ∞ या चिन्हाने दर्शविली जाते. उदा., किमतीत बदल (घट) न होताही मागणीत 10% वाढ झाली तर मागणीची किंमत लवचीकता $\frac{10}{0} = \infty$ (अनंत) एवढी येईल. अशा वेळेस मागणीचा वक्र डावीकडून उजवीकडे उतरता होत न जाता तो **क्ष** अक्षाला समांतर राहतो. (आकृती क्र. 3.30 (ब) पाहा.)

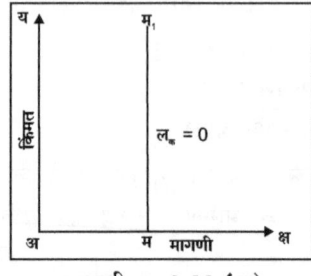

आकृती क्र. 3.30 (क)

(3) पूर्णपणे अलवचीक मागणी (Perfectly Inelastic Demand) : किमतीत कितीही बदल झाला तरी मागणीत बदल होत नसेल तर त्या मागणीला पूर्णपणे अलवचीक मागणी असे म्हणतात. त्यामुळे मागणीचा वक्र **क्ष** अक्षावर लंबरूप किंवा **य** अक्षाला समांतर राहतो. उदा., किमतीत 20% ने वाढ झाली असतानाही मागणीत कसलीही घट होत नाही तेव्हा मागणीची किंमत लवचीकता $\frac{00}{50} = 0$ एवढी येईल. (आकृती क्र. 3.30 (क) पाहा.)

(4) फार लवचीक मागणी (Highly Elastic Demand) : जेव्हा मागणीची लवचीकता एकापेक्षा जास्त आणि अनंतापेक्षा कमी असते तेव्हा तिला फार लवचीक मागणी म्हणतात. उदा., किमतीत 20% ने बदल झाला असता मागणीत 30% ने बदल झाला तर मागणीची लवचीकता $\frac{30}{20} = 1.5$ एवढी येईल. (आकृती क्र. 3.30 (ड) पाहा.)

(5) अलवचीक/कमी लवचीक मागणी (Inelastic Demand) : जेव्हा मागणीची लवचीकता एकापेक्षा कमी असते तेव्हा तिला अलवचीक मागणी असे म्हणतात. उदा., किमतीत 10% बदल झाला असता मागणीत पाच टक्केच बदल होतो. तेव्हा मागणीची लवचीकता $\frac{5\%}{10\%} = \frac{1}{2}$ म्हणजेच एकापेक्षा कमी येते. (आकृती क्र. 3.30 (ड)) वस्तूची किंमत आणि मागणी यांच्यात व्यस्त संबंध असल्याने मागणीची लवचीकता नेहमीच उणे येते. आकृतीच्या साहाय्याने मागणीच्या किंमत लवचीकतेचे हे प्रकार पुढीलप्रमाणे दर्शविलेले आहेत.

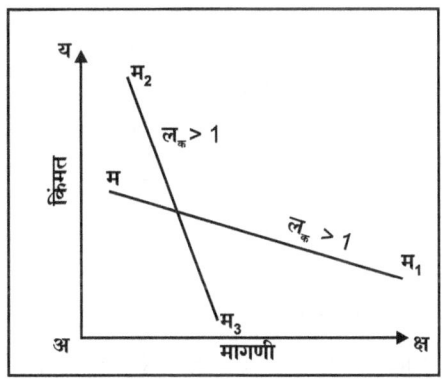

आकृती क्र. 3.30 (ड) फार लवचीक मागणी

(इ) किंमत लवचीकता मोजण्याच्या पद्धती (Methods of Measuring Price Elasticity)

(1) बिंदूपद्धती : मागणीची लवचीकता मोजण्याची ही पहिली पद्धत आहे. येथे $ल_क$ = मागणीची किंमत लवचीकता, Δ क = किमतीतील अत्यल्प बदल, ख = खरेदी केले जाणारे नग किंवा मागणी आणि Δ ख = मागणीत होणारा बदल, असे मानल्यास पुढील सूत्रावरून मागणीची किंमत लवचीकता काढता येते.

सूत्र : $$ल_क = \frac{\frac{\Delta ख}{ख}}{\frac{\Delta क}{क}}$$

उदा., वस्तूची किंमत दर नगास 50 पैसे होती तेव्हा मागणी 100 नग होती. वस्तूची किंमत वाढून ती 100 पैसे झाली तेव्हा मागणी घटून ती 50 नग झाली. तर मागणीची किंमत लवचीकता किती ? तिचा प्रकार कोणता ?

$$ल_क = \frac{\frac{-50}{100}}{\frac{50}{100}}$$

म्हणजेच मागणीची किंमत लवचीकता एकक प्रकारची आहे. किंमत आणि मागणीत परस्परविरोधी संबंध असल्याने लवचीकता उणे येते.

(2) **वक्रांश पद्धती (Arc Method) :** Δ ख आणि Δ क ही बोधचिन्हे पहिल्या प्रकारातील अर्थानेच वापरली आहेत. तसेच $क_1$ मूळ किंमत, $क_2$ नवीन किंमत, $ख_1$ मूळ मागणी-परिमाण आणि $ख_2$ किंमत बदलानंतरचे मागणी- परिमाण दर्शवितात. वक्रांश पद्धतीनुसार मागणीची लवचीकता मोजण्यासाठी पुढील सूत्र वापरले जाते.

$$ल_क = \frac{ख_1 - ख_2}{\dfrac{ख_1 + ख_2}{2}} \div \frac{क_1 - क_2}{\dfrac{क_1 + क_2}{2}}$$

$$= \frac{\dfrac{ख_1 - ख_2}{ख_1 + ख_2}}{\dfrac{क_1 - क_2}{क_1 + क_2}}$$

उदाहरण : किंमत 10 रुपयांवरून 5 रुपयांपर्यंत कमी झाल्याने वस्तूची मागणी 20 नगांवरून 30 नग एवढी वाढली तर मागणीची लवचीकता किती ? लवचीकतेचा प्रकार कोणता ?

$$= \frac{\dfrac{20 - 30}{20 + 30}}{\dfrac{10 - 05}{10 + 05}} = \frac{\dfrac{-1}{5}}{\dfrac{+1}{3}} = \frac{\dfrac{-10}{50}}{\dfrac{+5}{15}} = \frac{-1}{5} \times \frac{3}{1} = \frac{-3}{5}$$

म्हणजेच एकापेक्षा कमी (अलवचीक मागणी).

(3) **एकूण प्राप्ती पद्धती (Total Revenues Method) :** या पद्धतीत व्यवसायसंस्थेला होणाऱ्या एकूण प्राप्तीतील बदलावरून मागणीची लवचीकता काढली जाते. उपभोक्त्यांनी केलेल्या खर्चामुळे व्यवसायसंस्थेला प्राप्ती मिळत असल्याने व्यवसायसंस्थेची प्राप्ती आणि उपभोक्त्यांचा एकूण खर्च यामध्ये समानता निर्माण होते. या पद्धतीनुसार मागणीच्या लवचीकतेचे तीन प्रकार संभवतात.

(अ) फार लवचीक मागणी : किंमत कमी केल्यावर एकूण प्राप्ती वाढत असेल तर मागणी फार लवचीक असते.

(ब) एकक लवचीकता : किंमत कमी होत असताना प्राप्ती कायम राहत असेल तर.

(क) अलवचीक मागणी : किंमत कमी होत असताना प्राप्तीसुद्धा कमी होत असेल तर.

तक्ता क्र. 3.5 वरून प्राप्तीतील बदलावरून लवचीकतेचे मोजमाप आणखी स्पष्ट होईल.

तक्ता क्र. 3.5 एकूण प्राप्ती व किंमत लवचीकता

किंमत	मागणी	व्यवसायसंस्थेची एकूण प्राप्ती (रुपये)	मागणीच्या लवचीकतेचा प्रकार
9	50	450	फार लवचीक
8	100	1200	$ल_क < 1$
7	200	1400	
6	300	1800	लवचीक
5	360	1800	$ल_क = 1$
4	450	1800	
3	550	1650	अलवचीक
2	700	1400	$ल_क < 1$
1	900	900	

(ई) मागणीच्या किंमत लवचीकतेवर परिणाम करणारे घटक

(Determinants of Price Elasticity of Demand)

मागणीच्या किंमत लवचीकतेवर पुढील घटक परिणाम करतात.

(1) **पर्यायी वस्तूंची उपलब्धता :** वस्तूला जवळच्या पर्यायी वस्तू उपलब्ध असतील तर त्या वस्तूऐवजी इतर पर्यायी वस्तू वापरता येतात. त्यामुळे अशा वस्तूंची मागणी लवचीक बनते.

(2) **जीवनावश्यक किंवा चैनीच्या वस्तू :** जीवनावश्यक वस्तूंची मागणी ताठर किंवा अलवचीक असते. उदा., मीठ. याउलट, चैनीच्या वस्तूंची मागणी अधिक लवचीक असते.

(3) **उपभोक्त्याचे उत्पन्न :** सर्वांत खालच्या (गरीब) आणि सर्वांत वरच्या (श्रीमंत) वर्गातील लोकांची मागणी अलवचीक असते. कारण गरीब त्याच वस्तू घेतात ज्यांचा त्यांच्याकडे पर्याय नसतो तर श्रीमंतांना कितीही जास्त किंमत देणे परवडते.

(4) **स्वस्त वस्तू :** स्वस्त वस्तूंवर एकूण उत्पन्नाचा (व्यक्तीच्या) फारच कमी भाग खर्च केला जातो. त्यामुळे अशा वस्तूंची मागणी कमी लवचीक असते. उदा., आगपेटी.

(5) **सवयीच्या वस्तू :** सवयीच्या झालेल्या वस्तूंची मागणी अलवचीक असते. कारण अशा वस्तूंची किंमत कितीही वाढली तरी त्या खरेदी केल्या जातातच. उदा., धूम्रपानाची सवय जडलेल्या व्यक्तीला सिगारेटची किंमत कितीही वाढली तरी तिची खरेदी करावीच लागते.

(6) **विविधोपयोगी वस्तू :** अशा वस्तूंचा विविध कारणांसाठी उपयोग होत असल्याने त्यांची मागणी लवचीक असते. कारण किंमत वाढल्यास कमी महत्त्वाच्या कारणांसाठी होणारा उपयोग कमी करून मागणी कमी करता येते. उदाहरणार्थ, कोळसा.

(7) **टिकाऊ वस्तू :** टिकाऊ वस्तूंची मागणी पुढे ढकलता येते, किंवा वाढविता येते. म्हणून अशा वस्तूंची मागणीची लवचीकता अधिक असते. किंमत वाढल्यास अशा वस्तूंचा उपभोग पुढे ढकलला जातो. त्यामुळे त्यांची मागणी कमी होते. याउलट किंमत कमी झाल्यास अशा वस्तूंची खरेदी वाढविली जाते. उदा., कपाट, रेफ्रिजरेटर इत्यादी.

(8) **परस्परपूरक वस्तू :** अशा वस्तूंच्या बाबतीत किंमतवाढीमुळे एका वस्तूची किंमत वाढली की, इतर वस्तूंची मागणी कमी होते. उदा., दुचाकी वाहनांची किंमत वाढल्यामुळे त्यांची मागणी कमी झाली तर पेट्रोल आणि डिझेलचा खप कमी होतो (त्यांच्या किमतीत बदल न होताही).

(9) **कालावधीचा परिणाम :** किमतीत बदल झाल्यामुळे मागणीत बदल होतो; परंतु हा बदल त्वरित होत नाही. त्यासाठी मध्यंतरी काही कालावधी जावा लागतो. हा कालावधी लोटण्यासाठी पुढील कारणे सर्वसामान्यपणे जबाबदार असतात.

(अ) किमतीत झालेला बदल उपभोक्त्यांना समजेपर्यंत मध्यंतरी काही कालावधी लोटतो.

(ब) बऱ्याच वेळेस किमतीत आणखी बदल (घट किंवा वाढ) होईल अशी आशा उपभोक्त्यांना असते. साहजिकच, त्यामुळे उपभोक्ते खरेदीत बदल करण्याचा निर्णय लगेच घेत नाहीत, त्यामुळे कालापव्यय वाढतो.

(क) उपभोक्त्यांना पूर्वी असलेल्या सवयीत बदल होण्यास बराच वेळ जावा लागतो.

(ड) वस्तूंच्या खरेदीमध्ये फेरजुळणी करण्यामध्ये बराच कालावधी जातो. हे परस्परपूरक आणि पर्यायी वस्तूंच्या बाबतीत घडते. पूरक वस्तूंच्या बाबतीत एका वस्तूची किंमत वाढली तरी दुसरी वस्तू महागच राहते. त्यामुळे इतर वस्तूंची मागणी कमी करून पूरक वस्तूंची खरेदी करावी लागते. यालाच वस्तूंच्या खरेदीच्या बाबतीत फेरजुळणी करणे असे म्हणतात. अशा फेरजुळणीचा निर्णय घेण्यास बऱ्याचदा विलंब होतो.

(उ) किंमत लवचीकतेचे उपयोग अथवा महत्त्व

(Uses of Significance of Price Elasticity of Demand)

मागणीच्या किंमत लवचीकतेचा उल्लेख मागणीची लवचीकता असाही केला जातो. अनेक क्षेत्रांत विविध प्रकारचे निर्णय घेण्यासाठी मागणीची लवचीकता मार्गदर्शक ठरते.

(1) व्यवसायसंस्थेचे किंमतविषयक धोरण आखण्यासाठी : जास्तीत जास्त नफा मिळविणे हे व्यवसायसंस्थेचे उद्दिष्ट असते. हे उद्दिष्ट दोन मार्गांनी साध्य करता येते. एक तर वस्तूची किंमत वाढवून प्राप्तीत वाढ घडवून आणणे किंवा किंमत कमी करून विक्री आणि नफा वाढविणे. यापैकी कोणता उपाय योजावयाचा हे ठरविण्यासाठी मागणीची लवचीकता उपयुक्त ठरते.

(2) उत्पादन घटकांचा मोबदला : अलवचीक मागणी असणाऱ्या उत्पादन घटकांना आपला मोबदला वाढवून घेता येतो. उदा., शेती, जमीन. उत्पादनाचा कोणता घटक अलवचीक आहे, हे ठरविण्यासाठी त्या उत्पादन घटकाच्या मागणीची लवचीकता माहीत असणे आवश्यक असते. तसेच जेव्हा एका उत्पादन घटकाऐवजी दुसऱ्या उत्पादन घटकाचा वापर उत्पादनासाठी करावयाचा असतो तेव्हा त्या उत्पादन घटकाची मागणीची लवचीकता माहीत असावी लागते.

(3) कामगार संघटनांना उपयोग : आपल्या सदस्यांचे वेतन वाढवून घेता येईल किंवा नाही हे ठरविण्यासाठी कामगार संघटनांना अशा श्रमिकांच्या मागणीच्या लवचीकतेचा अभ्यास करावा लागतो. तसेच असे कामगार ज्या व्यवसायसंस्थेत काम करतात त्या व्यवसायसंस्थेच्या उत्पादनाच्या मागणीची लवचीकतासुद्धा विचारात घ्यावी लागते. उदा., दूरदर्शन संचाची मागणी लवचीक असेल तर अशा दूरदर्शन संचाची किंमत कमी करून मागणीत वाढ घडवून आणता येईल असा युक्तिवाद कामगार संघटना करू शकतात. त्यामुळे वेतन आणि रोजगार या दोन्हीतही वाढ करणे शक्य होते.

त्याचप्रमाणे वाजवीकरणाच्या वस्तूची किंमत आणि लवचीकता यावर कोणता परिणाम होईल याचाही अभ्यास मागणीच्या लवचीकतेवरून करता येतो. उदाहरणार्थ, व्यवसायसंस्था उत्पादित करीत असलेल्या वस्तूंची मागणी लवचीक असेल तर वाजवीकरणामुळे किमतीत घट होऊन मागणी आणि रोजगार वाढू शकतो.

(4) सरकारने किंमत व उत्पन्न धोरण ठरविण्यासाठी : सरकारला किंमतविषयक धोरण आखताना मागणीच्या लवचीकतेचा विचार करावाच लागतो. उदा., अलवचीक मागणी असणाऱ्या वस्तूंच्या उदा., रॉकेल, पेट्रोल इत्यादी वस्तूंच्या किमती वाढण्याचा धोका असतो. त्यामुळे सरकार त्यांचा पुरवठा वाढवून किंवा वितरण व्यवस्थेत सुधारणा घडवून आणून किंमत नियंत्रित करते. अशा वस्तूंची मागणी अलवचीक असल्याने त्यांच्या मागणीत घट घडवून आणणे अशक्य असते.

किंमत लवचीकतेचा परिणाम उत्पन्नावरही होतो. उदाहरणार्थ, कांद्याची मागणी अलवचीक असते. त्यामुळे जेव्हा कांद्याचे उत्पादन प्रचंड प्रमाणात होते तेव्हा कांद्याचे भाव वेगाने घटून कांदा उत्पादकांच्या उत्पन्नातही वेगाने घट होते. कांदा उत्पादकांचे उत्पन्न मर्यादेपेक्षाही कमी होऊ नये म्हणून सरकारला कांद्याचे भाव बांधून द्यावे लागतात. प्रसंगी आधारभूत किमतीला सरकारलाच मोठ्या प्रमाणावर कांदा खरेदी करावा लागतो हे अनुभवाला येते.

(5) कर आकारणी : मिठासारख्या अलवचीक मागणी असणाऱ्या वस्तूवर कर आकारला तर कर उत्पन्नात वाढ होते. कारण करामुळे किंमत वाढली तर मागणी घटत नाही. तथापि लवचीक मागणी असणाऱ्या वस्तूवर कर आकारले तर त्यांची मागणी घटून उत्पन्नात घट होते. तेव्हा कोणत्या वस्तूवर कर आकारावेत हे ठरविण्यासाठी सरकारला त्या वस्तूच्या मागणीच्या लवचीकतेचा विचार करावा लागतो. तसेच कराचा भार (कर देण्याची अंतिम जबाबदारी) कोणावर पडेल (उत्पादकांवर की उपभोक्त्यांवर) हे ठरविण्यासाठी ही मागणीची लवचीकता उपयुक्त ठरते. मागणीच्या लवचीकतेवरून कराचा भार कोणावर पडेल हे सरकारला ठरविता येते. उदाहरणार्थ, ज्या वस्तूंची मागणी अलवचीक असते तिच्या कराचा भार उपभोक्त्यांना सहन करावा लागतो. याउलट, लवचीक मागणी असणाऱ्या वस्तूंवरील कराचा भार उत्पादकांवर पडतो.

(6) **आंतरराष्ट्रीय व्यापार :** आंतरराष्ट्रीय व्यापारात व्यवहारतोलाचा समतोल महत्त्वाचा असतो. तेजी-मंदी चक्रामुळे ज्या वस्तूंची मागणी लवचीक असते त्या वस्तूंच्या मागणीत बदल होऊन हा समतोल बिघडू शकतो. हा समतोल प्रस्थापित करण्यासाठीच्या उपाययोजना करताना त्या-त्या वस्तूंची मागणीची लवचीकता विचारात घ्यावीच लागते. उदाहरणार्थ, चहा आणि ताग या वस्तूंची मागणी अलवचीक असते. तेव्हा अशा वस्तूंची किंमत कमी करून निर्यात वाढविण्याचा प्रयत्न केला तर त्यामुळे निर्यातीपासून मिळणारे उत्पन्न घटण्याची भीती असते.

(7) **सार्वजनिक क्षेत्रातील उत्पादन :** कोणत्या वस्तूचे उत्पादन सार्वजनिक क्षेत्रात करावे याचा सरकार निर्णय घेते. अलवचीक वस्तू मागणी असणाऱ्या वस्तूंच्या भरमसाट किमती वाढवून उत्पादकांकडून उपभोक्त्यांचे शोषण केले जाण्याची शक्यता असते. अशा वस्तू आणि सेवा (उदाहरणार्थ, पोस्टाच्या सेवा, वीजपुरवठा इ.) यांचे उत्पादन सरकारकडून सार्वजनिक क्षेत्रात होणे हितावह असते.

(8) **आर्थिक परिणामांचे अंदाज :** वस्तूंच्या आणि सेवांच्या किमती, उत्पादन, सरकारचे चलन आणि वित्तीय धोरण यांमधील बदलांचे अर्थव्यवस्थेवर कोणते परिणाम होतील, याचा अंदाज घेताना मागणीच्या लवचीकतेचा सरकारला विचार करावा लागतो.

अशा प्रकारे प्रत्यक्ष व्यवहारात अनेक महत्त्वाचे निर्णय घेण्यासाठी आणि विविध आर्थिक उपायांच्या परिणामांचा अंदाज घेण्यासाठी मागणीची लवचीकता मार्गदर्शक ठरते. परंतु त्यासाठी मागणीची लवचीकता अचूकपणे मोजली जाणे आवश्यक असते. कारण लवचीकतेची मोजणी करताना विश्वसनीय किमतीविषयी माहिती उपलब्ध असण्याचा अभाव, मागणीविषयीची विश्वसनीय आकडेवारी मिळण्याचा अभाव इत्यादी अडचणी निर्माण होतात.

(ऊ) मागणीची उत्पन्न लवचीकता (Income Elasticity of Demand)

(1) **उत्पन्न मागणी संबंध :** व्यवसायसंस्थेच्या दृष्टिकोनातून उत्पन्न आणि मागणी यांच्यात कशा प्रकारचा संबंध आहे याचा विचार करणे आवश्यक असते. कारण व्यवसायसंस्थेला आपल्या मालाची विक्री, वाटप, किती उत्पादन करावे इत्यादींविषयीचे आगाऊ नियोजन करताना आपल्या उपभोक्त्यांचे उत्पन्न आणि त्यांची मागणी यांचा विचार करावा लागतो. उपभोक्त्याचे उत्पन्न आणि त्याची मागणी यांचा असणारा संबंध पुढीलप्रमाणे स्पष्ट केला जातो.

(अ) **उपभोग प्रवृत्ती :** उत्पन्नाची विभागणी बचत आणि उपभोग खर्च अशी होते. एखादी व्यक्ती उपभोगावर खर्च किती करील हे उपभोग प्रवृत्तीवर अवलंबून असते. उपभोग खर्चावरच मागणी अवलंबून असते. उत्पन्नात होणाऱ्या बदलाबरोबर उपभोग प्रवृत्तीमध्येही बदल होतो. उत्पन्नातील वाढीबरोबर उपभोग प्रवृत्ती वाढत असली तरी उपभोग प्रवृत्तीत बचत प्रवृत्तीपेक्षा कमी वेगाने वाढ होते. त्यामुळे उपभोग खर्च आणि मागणी यांच्यात घट झालेली दिसते.

दीर्घकाळात सर्वसामान्यपणे उपभोग प्रवृत्ती स्थिर असते. याउलट, अल्प कालखंडात ती स्थिर असते. तेजीच्या कालखंडात मागणीत वाढ होत असल्याने उपभोग खर्चही वाढतो. परंतु उत्पन्नातील वाढीपेक्षा उपभोग खर्चात कमी वेगाने वाढ होते. याउलट, आर्थिक मंदीत मागणी आणि उपभोग खर्च या दोन्हीतही घट होते. परंतु उत्पन्नात वेगाने घट होत असल्याने आर्थिक तेजीपेक्षा आर्थिक मंदीत उपभोग खर्चाचे उत्पन्नाशी असणारे प्रमाण अधिक राहते. त्याचप्रमाणे उत्पन्नात वाढ होत असताना जीवनमान सुधारत असल्याने मागणीत ताबडतोब वाढ होते. त्यामानाने उत्पन्न घटते तेव्हा खर्चात मंद वेगाने घट होते.

(ब) **वस्तू उपभोग संबंध :** उपभोग प्रवृत्तीवरून एकूण उत्पन्नात बदल झाला असता एकूण खर्चात कसा बदल होईल हे समजते. एकूण उपभोग खर्च अनेक वस्तूंवर विभागला जातो. तथापि तो सारख्या प्रमाणात विभागला जात नाही. त्यामुळे उपभोक्त्यांच्या उत्पन्नात वाढ झाली असता नेमकी कोणत्या वस्तूची मागणी वाढेल हे समजण्यासाठी व्यवसायसंस्थेला वस्तू उपभोग संबंधाचा विचार करावाच लागतो. एखादी व्यवसायसंस्था उत्पादित करीत असलेल्या

वस्तूची मागणी आणि उपभोक्त्याचे त्या वस्तूवर खर्च होणारे उत्पन्न यांचा नेमका कोणता संबंध आहे याचा शोध त्या व्यवसायसंस्थेला घ्यावा लागतो. त्यामुळे उत्पन्नात किती वाढ झाली असता आपल्या वस्तूंच्या मागणीत किती वाढ होईल हे व्यवसायसंस्थेला समजते. उत्पन्न आणि विविध वस्तूंवर होणारा खर्च यामध्ये निश्चित संबंध असतो असे अमेरिकेतील मागणीच्या प्रत्यक्ष पाहणीवरून दिसून आले आहे.

(क) उत्पन्नातील प्रादेशिक भिन्नता : अर्थव्यवस्थेत प्रादेशिक विषमता असेल तर काही प्रदेशांचे उत्पन्न अधिक असते तर काही प्रदेशांचे उत्पन्न कमी असते. त्यामुळे राष्ट्रीय उत्पन्नात वाढ झाली तर सर्व प्रदेशांचे उत्पन्न सारख्याच प्रमाणात वाढत नाही. त्यामुळे व्यवसायसंस्थेला कोणत्या प्रदेशातील उत्पन्नात किती वाढ झाली आहे याचे ज्ञान अवगत करावे लागते. त्यावरून कोणत्या प्रदेशात मागणी वाढेल याचा अंदाज बांधता येतो.

(2) उत्पन्न लवचीकता (Income Elasticity) : मागणीच्या किंमत लवचीकतेत किंमत आणि मागणी यांच्या संबंधाचा अभ्यास केला जातो तर मागणीच्या उत्पन्न लवचीकतेमध्ये उत्पन्न आणि मागणी यांचा संबंध विचारात घेतला जातो. उत्पन्नात बदल झाला असता मागणीत निश्चित किती बदल होईल हे उत्पन्न लवचीकतेवरून समजते.

व्याख्या :

> ➔ ''किमती आणि तत्सम इतर घटक यात बदल झालेला नाही अशा स्थितीत शेकडा 1 ने उत्पन्न वाढल्यास मागणी परिमाणात होणारी शेकडा वाढ म्हणजे मागणीची उत्पन्न लवचीकता होय.'' **– प्रा. बोल्डिंग**

वरील व्याख्येत किंमत आणि मागणीवर प्रभाव पाडणारे इतर घटक स्थिर आहेत असे मानून उत्पन्न आणि मागणी यांच्यातील संबंधाचा विचार केलेला आहे.

''उत्पन्नातील बदलाचे मागणीतील बदलाशी असणारे प्रमाण म्हणजे मागणीची उत्पन्न लवचीकता होय.'' अशीही उत्पन्न लवचीकतेची व्याख्या करता येते. हा बदल शेकडा किंवा प्रमाण या परिमाणामध्ये व्यक्त करता येतो. पुढील सूत्रामध्ये बदलाचे शेकडा प्रमाण विचारात घेतले आहे. **$ल_उ$** म्हणजे उत्पन्न लवचीकता होय.

सूत्र : 1 $$ल_उ = \frac{\text{वस्तूच्या मागणीतील शेकडा बदल}}{\text{उत्पन्नातील शेकडा बदल}}$$

उदाहरण : उत्पन्नात शेकडा 10 टक्क्यांनी वाढ झाल्यावर मागणीत 15 टक्क्यांनी वाढ झाली तर $\frac{15\%}{10\%} = 1.5$ ही मागणीची उत्पन्न लवचीकता येते.

सूत्र 2 : या सूत्रामध्ये उत्पन्न आणि मागणी यांच्यातील प्रमाणशीर बदल विचारात घेतला आहे. त्यामुळे सूत्र क्र. 1 पेक्षा सूत्र क्र. 2 तार्किकदृष्ट्या श्रेयस्कर ठरते. या सूत्रात $ख_1$ मूळ मागणी, $ख_2$ नवीन मागणी, $उ_1$ मूळ मागणी आणि $उ_2$ नवीन उत्पन्न दर्शविते.

सूत्र : 2 $$ल = \frac{\text{मागणीतील प्रमाणशीर बदल}}{\text{उत्पन्नातील प्रमाणशीर बदल}} \qquad ल_उ = \frac{\dfrac{ख_2 - ख_1}{ख_2 + ख_1}}{\dfrac{उ_2 - उ_1}{उ_2 + उ_1}}$$

उदाहरण : एका उपभोक्त्याचे उत्पन्न दरमहा 2000 ₹ असताना तो दरमहा साखरेवर 80 ₹ खर्च करतो. त्याचे उत्पन्न 2,400 ₹ झाले असता तो साखरेवर दरमहा 112 ₹ खर्च करतो तर उपभोक्त्याच्या मागणीची उत्पन्न लवचीकता किती ?

$$= \frac{\dfrac{112-80}{112+80}}{\dfrac{2400-2000}{2400+2000}} = \frac{\dfrac{32}{192}}{\dfrac{400}{4400}}$$

$= \dfrac{32}{192} \times \dfrac{4400}{400} = \dfrac{11}{6}$ किंवा 1.83 मागणीतील उत्पन्न लवचीकता येते.

(3) उत्पन्न लवचीकतेचे प्रकार (Types of Income Elasticity) : उत्पन्न लवचीकतेचे तिच्या अंकात्मक किमतीवरून पुढील पाच प्रकार करता येतात.

(अ) ऋण किंवा उणे उत्पन्न लवचीकता : उत्पन्न वाढले असताना जेव्हा मागणीत घट होते तेव्हा मागणीची उत्पन्न लवचीकता उणे (Negative) येते. उत्पन्न वाढल्यावर लोकांडून निकृष्ट वस्तूंचा उपभोग कमी प्रमाणावर घेतला जातो. उदा., उत्पन्नातील वाढीबरोबर लाल ज्वारीऐवजी (निकृष्ट प्रतीचे अन्नधान्य) गहू अधिक प्रमाणात खाण्यासाठी वापरले जातात.

(ब) शून्य उत्पन्न लवचीकता : उत्पन्नात वाढ होऊनही जेव्हा मागणीत वाढ होत नाही तेव्हा मागणीची उत्पन्न लवचीकता शून्य येते. उदा., उत्पन्नात वाढ झाली तरी मिठाची मागणी वाढत नाही. त्यामुळे मिठाची उत्पन्न लवचीकता शून्य येते.

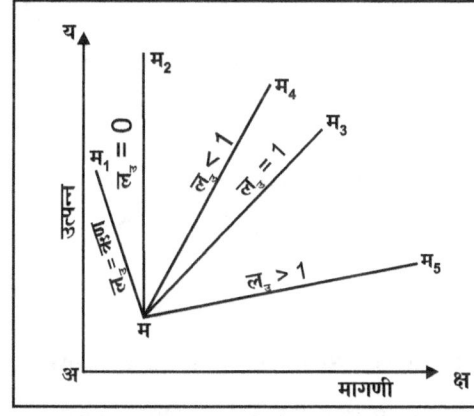

आकृती क्र. 3.31 : मागणीची उत्पन्न लवचीकता

(क) एक उत्पन्न लवचीकता : जेव्हा उत्पन्नातील वाढीचे प्रमाण (20%) आणि मागणीतील वाढीचे प्रमाण (20%) सारखेच असते, तेव्हा मागणीची उत्पन्न लवचीकता एक एवढी येते.

(ड) धन (Positive) परंतु एकापेक्षा कमी उत्पन्न लवचीकता : अशा वेळेस मागणीची उत्पन्न लवचीकता शून्यापेक्षा जास्त आणि एकापेक्षा कमी असते तेव्हा उत्पन्नातील बदलापेक्षा (30%) मागणीत कमी प्रमाणावर बदल (20%) होतात. तेव्हा मागणीची उत्पन्न लवचीकता एकापेक्षा कमी येते.

प्रसिद्ध अर्थशास्त्रज्ञ **एंजेल** यांच्या मते, उत्पन्न वाढते तेव्हा आवश्यक वस्तूवरील खर्चाचे एकूण खर्चाशी असणारे प्रमाण घटते. म्हणजेच उत्पन्नात होणाऱ्या वाढीपेक्षा आवश्यक वस्तूंची मागणी कमी वेगाने वाढते.

(इ) एकाहून जास्त उत्पन्न लवचीकता : जेव्हा उत्पन्नातील वाढीपेक्षा (20% ने वाढ) मागणीत अधिक वेगाने (30% ने वाढ) होते तेव्हा मागणीची उत्पन्न लवचीकता एकापेक्षा जास्त येते. उदाहरणार्थ, सुख-सोयीच्या आणि चैनीच्या वस्तूंची मागणीची उत्पन्न लवचीकता एकापेक्षा जास्त असते.

(4) उत्पन्न लवचीकतेच्या संकल्पनेचा उपयोग (Uses of the Concept of Income Elasticity) : उत्पन्न लवचीकतेच्या संकल्पनेचे महत्त्व पुढील मुद्द्यांच्या साहाय्याने स्पष्ट करता येते.

(अ) उत्पादकांच्या दृष्टीने : उत्पन्नात वाढ झाली असता त्या उत्पादकाच्या वस्तूला येणारी मागणी किती वाढेल हे त्या वस्तूच्या मागणीच्या लवचीकतेवरून समजते.

(ब) उपभोग प्रवृत्तीतील बदल समजण्यासाठी : इतर घटकांप्रमाणे उपभोग प्रवृत्तीत बदल झाला की प्रभाव पडत असतो. उपभोग प्रवृत्तीत बदल झाला की त्यामुळे मागणीतही बदल होतो.

(क) व्यापारचक्रांच्या कालावधीतील मागणीतील बदल समजण्यासाठी : व्यापारचक्रांमध्ये आर्थिक तेजी आणि आर्थिक मंदी यांचा समावेश होतो. या काळात उत्पन्नाचाच (उत्पादक घटकांच्या) बदलामुळे वस्तूच्या मागणीत बदल होत असतो. उत्पन्नातील बदलामुळे मागणीने निश्चित किती बदल होईल हे मागणीच्या उत्पन्न लवचीकतेवरून समजते.

(ड) विकसनशील देशात : विकसनशील (आणि इतरही देशात) उत्पन्नात वाढ झाली असता मागणीला किती वाढ होईल हे मागणीच्या उत्पन्न लवचीकतेवरून काढता येते. विकसनशील देशात मागणीची उत्पन्न लवचीकता शून्यापेक्षा जास्त आणि एकापेक्षा कमी असते.

(इ) नियोजनात : नियोजित अर्थव्यवस्थेत विविध उद्योगांसाठी उत्पादनाचे इष्टांक नियोजन समिती निश्चित करते. हे इष्टांक निश्चित करण्यासाठी उत्पन्न लवचीकतेचा उपयोग होतो.

मर्यादा : मागणीच्या उत्पन्न लवचीकतेवरून वस्तूच्या मागणीचा अंदाज अचूकपणे करता येईलच असे नाही. कारण उत्पन्न लवचीकतेच्या उपयोगावर अनेक मर्यादा येतात. या मर्यादा पुढीलप्रमाणे सांगता येतील.

(i) उत्पन्नाच्या कोणत्या संकल्पनेचा विचार करावा.

(ii) उत्पन्नातील बदल कायम आहेत की तात्पुरते आहेत ? कारण उत्पन्नातील बदल कायम आहे की, तात्पुरता आहे याचा विचार करूनच उपभोक्ता मागणीत बदल करण्याचा निर्णय घेतो.

(iii) उत्पन्नाची लवचीकता मोजताना मागणीवर फक्त उत्पन्नाचाच प्रभाव पडतो असे मानले जाते. मागणीवर प्रभाव पाडणारे इतर घटक स्थिर आहेत असे गृहीत धरले जाते. उदाहरणार्थ, पर्यायी वस्तूंच्या किमती, आवड-निवड इत्यादी परंतु प्रत्यक्षात व्यवहारात हे घटक स्थिर नसतात. बऱ्याचदा उत्पन्नात बदल होऊनही लोकांच्या सवयीत बदल न झाल्याने मागणीत बदल संभवत नाही.

(iv) वस्तूच्या किमती विश्वसनीय असतीलच असे नाही. वस्तूंच्या किमतीचे घाऊक-किरकोळ, उपभोग्य वस्तूंच्या-भांडवली वस्तूंच्या किमती असे अनेक प्रकार संभवतात. यापैकी कोणत्या प्रकारच्या किमतीची निवड करावी हा प्रश्न असतो.

वरील मर्यादांमुळे मागणीच्या उत्पन्न लवचीकतेच्या उपयोगावर किंवा महत्त्वावर मर्यादा पडतात.

(ए) मागणीची अन्योन्य अथवा पारस्परिक लवचीकता (Cross Elasticity of Demand)

एका वस्तूच्या किमतीतील बदलाचा दुसऱ्या वस्तूवर पारस्परिक परिणाम होतो तेव्हा हा परिणाम अन्योन्य अथवा पारस्परिक लवचीकतेच्या संकल्पनेने समजू शकतो. उदाहरणार्थ, साखरेची किंमत बदलते तेव्हा गुळाच्या मागणीवर परिणाम होतो ही बाब परिचयाची आहे. प्रा. फर्ग्युसन यांच्या शब्दात, **''य वस्तूच्या किमतीत तुलनेने बदल होतो. तेव्हा 'क्ष' वस्तूच्या मागणीत होणाऱ्या बदलाचे प्रमाण मागणी अन्योन्य लवचीकता दर्शविते.''**

(1) अन्योन्य लवचीकतेचे मापन : **'य'** वस्तूऐवजी **'क्ष'** वस्तूची मागणी किती प्रमाणात वाढेल ('य' ची किंमत बदलली हे दिलेले असल्यास) हे पुढील सूत्राने शोधून काढता येते –

चिन्हांच्या साहाय्याने सांगायचे तर,

$$\text{ल}_{\text{क्षय}} = \frac{\text{क्ष च्या मागणीतील प्रमाणशीर बदल}}{\text{य च्या किमतीतील प्रमाणशीर बदल}}$$

चिन्हांच्या साहाय्याने सांगायचे तर –

$$\text{ल}_{\text{क्षय}} = \frac{\Delta \text{ख}_{\text{क्ष}}}{\text{ख}_{\text{क्ष}}} \div \frac{\Delta \text{क}_{\text{य}}}{\text{क}_{\text{य}}} = \frac{\Delta \text{ख}_{\text{क्ष}}}{\text{ख}_{\text{क्ष}}} \times \frac{\text{क}_{\text{य}}}{\Delta \text{क}_{\text{य}}} = \frac{\Delta \text{ख}_{\text{क्ष}}}{\Delta \text{क}_{\text{य}}} \times \frac{\Delta \text{क}_{\text{य}}}{\text{ख}_{\text{क्ष}}}$$

उदाहरणार्थ : कॉफीच्या 50 ग्रॅमच्या सॅशेच्या (पुडीची) किंमत 10 रुपयांवरून 12 रुपयांपर्यंत वाढल्यामुळे एका विक्रेत्याचा चहाचा खप (दर आठवड्यास) 70 किलोवरून 100 किलोपर्यंत वाढला तर कॉफीऐवजी चहाच्या मागणीची अन्योन्य लवचीकता किती ?

Δ ख क्ष = चहाच्या मागणीतील वाढ, ख क्ष = चहाची मूळ मागणी. Δ क य = कॉफीच्या किमतीतील वाढ आणि क य = कॉफीची मूळ किमती, अशी नावे देऊन सूत्र मांडल्यास –

$$ल_{क्षय} = \frac{\Delta ख_{क्ष}}{\Delta क_{य}} \times \frac{ख_{य}}{ख_{क्ष}} = \frac{30}{2} \times \frac{10}{70} = 2.14 \text{ ही अन्योन्य लवचीकता येते.}$$

(2) अन्योन्य लवचीकतेचे प्रकार : मागणीची अन्योन्य लवचीकता ही संकल्पना दोन वस्तूंमधील संबंध शोधून काढण्यास महत्त्वाची ठरते. म्हणूनच या लवचीकतेचे विविध प्रकार पाडणे महत्त्वाचे ठरते.

(अ) अनंत लवचीकता : **य** वस्तूच्या मागणीत एका पैशाने वाढ झाली तर सर्व ग्राहक **क्ष** वस्तूची मागणी करतील आणि **य** वस्तूचा खप शून्यावर येईल. याउलट या वस्तूची किंमत एका पैशाने घटली तर **क्ष** ची मागणी शून्यावर येईल. असे असेल तर अन्योन्य लवचीकता अनंत येईल. अनंत लवचीकता असते तेव्हा त्या दोन वस्तू परस्परांचे पूर्ण पर्याय असतात. व्यवहारात असे उदाहरण सापडत नाही. कारण पूर्ण पर्याय ठरण्यासाठी दोन वस्तू रंग, रूप, आकार, वजन, गंध इत्यादी सर्व बाबतीत तंतोतंत सारख्या असाव्या लागतात. असे असते तेव्हा त्या दोन वस्तू वेगळ्या राहतच नाहीत.

(ब) शून्य लवचीकता : एका वस्तूची किंमत कितीही कमी अथवा जास्त झाली तरी दुसऱ्या वस्तूच्या मागणीवर काहीच परिणाम होत नाही तेव्हा त्या दोन वस्तूंमध्ये पर्यायिता मुळीच नाही असा अर्थ होतो.

(क) धन लवचीकता : वरील दोन प्रकारांवरून एक गोष्ट स्पष्ट होईल की, दोन पर्यायी वस्तूंमधील मागणीची अन्योन्य लवचीकता शून्य आणि अनंत या दोहोंच्या दरम्यान असेल आणि ती धन (+) संख्या असेल. दुसऱ्या शब्दांत, कोणत्याही दोन वस्तूंमध्ये धन अन्योन्य लवचीकता असेल तर, ती जितकी जास्त तितक्या त्या दोन वस्तू परस्परांच्या अधिक जवळच्या पर्याय ठरतील. याउलट, ती जितकी शून्याच्या जवळ जाणारी (पण धन) असेल तितकी त्या दोहोंतील पर्यायिता कमी असेल.

(ड) ऋण लवचीकता : अन्योन्य लवचीकतेच्या बाबतीत ऋण लवचीकता हा प्रकारही संभवतो आणि तो महत्त्वाचा असतो. जेव्हा दोन वस्तू परस्परपूरक असतात तेव्हा असे चित्र दिसते. **य** ची किंमत वाढल्यावर **क्ष** ची मागणी वाढते असे आपण येथवरच्या उदाहरणात पाहिले. पण **य** ची किंमत वाढल्याने **क्ष** ची मागणी कमी होते असे शक्य आहे. उदाहरणार्थ, बॉलपेन्सची किंमत वाढल्यास (बॉलपेन्सची मागणी कमी झाल्यामुळे) रिफिलची मागणी कमी होईल हे उघड आहे. अशा तऱ्हेने ऋण अन्योन्य लवचीकता ही दोन वस्तूंमधील पूरकता (Complementarity) दर्शविते.

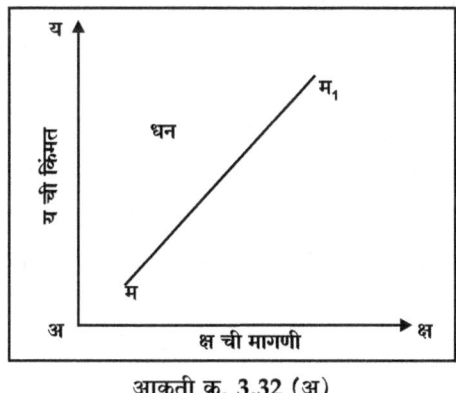

आकृती क्र. 3.32 (अ)

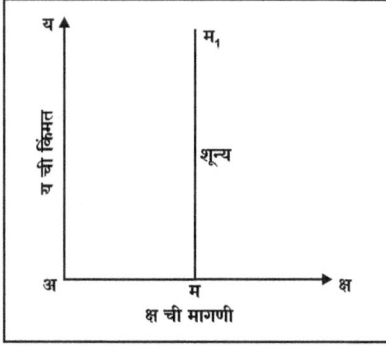

आकृती क्र. 3.32 (ब)

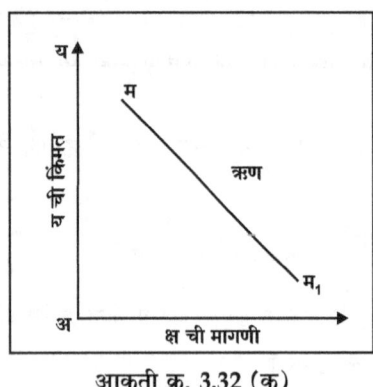

आकृती क्र. 3.32 (क)

आकृती 3.32 : (अ), (ब) आणि (क) मध्ये अन्योन्य लवचीकतेचे तीन प्रमुख प्रकार दाखविले आहेत.

(3) अन्योन्य लवचीकतेचे महत्त्व : व्यवहारात अन्योन्य लवचीकता ही संकल्पना अनेक क्षेत्रांत महत्त्वाची ठरते.

(अ) वस्तूंमधील संबंध : कोणत्याही दोन वस्तूंमध्ये पर्यायितेचा अथवा परस्परपूरकतेचा संबंध आहे का आणि असल्यास तो किती प्रमाणात आहे हे या संकल्पनेवरून समजते. उत्पादकाला किंमतधोरण ठरविताना याचा उपयोग होतो तसेच सरकारला कर बसवितानाही या संबंधाचे ज्ञान असणे महत्त्वाचे असते.

(ब) बाजाराचा प्रकार : बाजारात पूर्ण स्पर्धा असते तेव्हा वेगवेगळ्या उत्पादकांनी विक्रीस आणलेल्या वस्तू परस्परांच्या पूर्ण पर्याय असतात. अनंत अन्योन्य लवचीकतेवरून हे समजते. अन्योन्य लवचीकता शून्य असते तेव्हा मक्तेदारी असते. या दोहोंच्या दरम्यान अन्योन्य लवचीकता जितकी जास्त तितकी स्पर्धा जास्त हे उघड आहे. उलट ही शून्याच्या जवळ जाईल तेवढा मक्तेदारीचा अंश वाढत गेल्याचे लक्षात येईल.

3.9 मागणीचा पूर्वअंदाज (Demand Forecasting)

अर्थशास्त्रात मागणी-विश्लेषणात मागणीच्या सर्व निर्धारक घटकांचा विचार केला जातो. निरपेक्ष पातळीवर केल्या जाणाऱ्या या सर्वसामान्य मागणी विश्लेषणाने सर्वच वस्तूंच्या मागणीच्या स्वरूपाबद्दल मार्गदर्शन मिळते हे खरे आहे. परंतु विविध वस्तूंचे उत्पादन करणाऱ्या उत्पादनसंस्थांना भावी काळासाठी आपल्या उत्पादनाचे धोरण आणि योजना निश्चित करण्याचा प्रश्न येतो तेव्हा आपल्या वस्तूला उद्या काय मागणी असेल, याचा आज अंदाज करावा लागतो. भावी मागणीसंबंधी केलेल्या अशा अंदाजाला मागणीचा पूर्वअंदाज (Demand Forecast) असे म्हणतात.

3.10 मागणीचा पूर्वअंदाज : गरज व हेतू (Demand Forecasting : Need and Purposes)

आपल्या उत्पादनाच्या संदर्भात मागणीचे जे महत्त्वाचे निर्धारक घटक असतील तेवढ्याच घटकांचा विचार व्यवहारात उत्पादनसंस्थेला करावा लागतो. हे सोईचेही असते आणि असे केल्याने मागणीचा पूर्वअंदाज बरोबर येण्याची शक्यता असते. उदाहरणार्थ, अल्पकालीन मागणी विचारात घेतल्यास लोकसंख्येतील रचना बदल या घटकाला फारसे महत्त्व नसते. जर अनेक उत्पादनसंस्थांच्या वस्तू परस्परांहून विशेष भिन्न नसतील तर अभिरुची हा घटक फारसा महत्त्वाचा ठरत नाही.

व्यावहारिक बाजूने मागणीचा विचार करताना दुसरा फरक करावा लागतो तो म्हणजे घटकांच्या स्वतंत्रपणाचा सैद्धान्तिकदृष्ट्या तर्कसंगतीसाठी आपण असे मानून चालतो की, मागणीच्या निर्धारक घटकांपैकी इतर सर्व घटक स्थिर असून ज्याचा मागणीशी संबंध आपण पाहतो आहोत तेवढा एकच घटक बदलतो आहे. या गृहीतात प्रत्येक घटक स्वतंत्र आहे असे आपण मानतो. व्यवहारात प्रत्येक घटक स्वतंत्र मानता येत नाही, तर सर्व घटकांचे परस्परावलंबित्व लक्षात घ्यावे लागते.

याशिवाय, आपल्या वस्तूच्या मागणीचा विचार करताना उत्पादनसंस्थेला इतर उत्पादनसंस्थांची संभाव्य धोरणे, सरकारचे संभाव्य धोरण, इतर वस्तूंची उपलब्धता इत्यादी गोष्टींचाही विचार करावा लागतो.

(अ) मागणीच्या पूर्वअंदाजाची आवश्यकता (Necessity of Forecasting Demand)

उत्पादनसंस्थेच्या व्यवस्थापनाच्या दृष्टीने पूर्वअंदाजांचे फार महत्त्व आहे. मागणीचे पूर्वअंदाज पुढील कारणांसाठी आवश्यक ठरतात.

(1) नियोजन : कोणत्याही उत्पादनसंस्थेला पुढील तीन-पाच-सात वर्षांची योजना तयार करावी लागते. योजनेचा कालखंड कमी असो वा जास्त, योजना लागते हे महत्त्वाचे. अशी योजना अर्थपूर्ण होण्यासाठी भविष्यात एकूण अर्थव्यवस्थेबाबत काही अंदाज बांधावे लागतात. तसेच स्वत:च्या प्राप्तीबद्दलही अंदाज बांधावे लागतात. यासाठी आपल्या वस्तूंची मागणी काय राहील याचा अंदाज घेणे आवश्यक असते.

(2) अर्थसंकल्प : भावी कालखंड निदान एक वर्षाचा घेऊन आगामी वर्षाचा अर्थसंकल्प सर्वत्र तयार केला जातो. अशा अर्थसंकल्पात खर्च आणि प्राप्ती यांचे आकडे हाताशी असल्याशिवाय कसे चालेल ? हे आकडे मिळविण्यासाठी पूर्वअंदाज आवश्यक ठरतात. असा अर्थसंकल्प तयार करणे महत्त्वाचे असते. कारण त्यामुळे टाळता येण्याजोगे खर्च व धोके टाळून व्यवसाय नियंत्रित ठेवता येतो.

(3) उत्पादन आणि रोजगार यांचे स्थिरीकरण : बाजारातील मागणीत चढ-उतार होत असतात. हे व्यापारचक्रामुळे, हंगाम-बदलामुळे अथवा अन्य कारणांनी होऊ शकतात, पण उत्पादनाची पातळी स्थिर ठेवावी लागते. उदाहरणार्थ, या आठवड्यात मागणी कमी होऊन उत्पादन कमी केले, पुढच्या आठवड्यात मागणी वाढली म्हणून उत्पादन वाढविले असे चालत नाही. कच्चा माल, वीजपुरवठा, यंत्राचा वापर इत्यादी गोष्टी लक्षात घेऊन स्थिर उत्पादन ठेवणे हिताचे असते. तसेच आपल्या मर्जीप्रमाणे मजूर कामावर ठेवणे व काढून टाकणे शक्य नसते. यावर उपाय म्हणजे संपूर्ण वर्षाची मागणी किती राहील याचा अंदाज घेऊन उत्पादन व रोजगार (म्हणजे किती मजुरांना कामावर घ्यायचे ते) स्थिर ठेवणे हा असतो. मागणीचा पूर्वअंदाज केल्याखेरीज हे शक्य नसते.

(4) विस्तारयोजना : उत्पादनसंस्थेचा विस्तार करणे हे जवळजवळ प्रत्येक उत्पादनसंस्थेचे उद्दिष्ट असते. यासाठी प्रथम मागणीचा पूर्वअंदाज पाहून मगच ती मागणी वाढविण्याच्या योजना आखता येतात. उदाहरणार्थ, अमुक प्रकारे जाहिरात केली तर मागणी किती वाढेल याचाही अंदाज त्या आधारावर करता येतो आणि मगच विस्तार योजना आखता येते.

(5) दीर्घकालीन गुंतवणूक योजना : वरील प्रकारच्या योजनेच्या आधारे दीर्घकालीन गुंतवणुकीची योजना आखता येते. किती जादा भांडवल लागेल ? ते कसे उभारता येईल ? त्यासाठी शेअर्स विकावेत की बॉण्डस् ? की लोकांकडून ठेवी घ्याव्यात ? इत्यादी अनेक प्रश्न विचारात घेऊन दीर्घकालीन वित्तीय योजना तयार करावी लागते. यासाठीही मागणीचा पूर्वअंदाज आवश्यक ठरतो.

(6) विक्रीचे अंदाजपत्रक : विक्रीचे अंदाजपत्रक करण्याची प्रथा हल्ली सर्व मोठ्या कंपन्यांत रूढ झाली आहे. असे अंदाजपत्रक केल्यामुळे उत्पादन व साठवण यांचे अंदाजपत्रक करता येते. त्याचप्रमाणे उत्पादन खर्च व रोजगार यांची निश्चित कल्पना येते. विक्री अंदाजपत्रकाच्या साहाय्याने प्रमाण खर्चाचा हिशेब करता येतो. नफ्याची उद्दिष्टे ठरविता येतात, भावी रोकड-प्रवाहांचा अंदाज येतो आणि भांडवली खर्च व भांडवल उभारणीच्या गरजा स्पष्ट होतात. हे सर्व झाल्यामुळे कारखान्याच्या सर्व व्यवहारांवर नियंत्रण राखता येते आणि कार्यक्षमता वाढते. अर्थात या सर्वांचा पाया मागणीचा पूर्वअंदाज हा असतो.

(7) साठवण नियंत्रण (Inventory Control) : कच्चा माल, अर्धवट तयार माल, तयार माल, सुटा माल इत्यादींची साठवण करावी लागते. ही नको तेवढी झाल्यास साठवणीचा खर्च वाढून एकूण खर्चात वाढ होतेच शिवाय जोखीम वाढते. फार कमी साठवण केलेली असल्यास ऐन वेळी उत्पादन व पुरवठा खंडित होण्याचा धोका असतो. म्हणून साठवण नियंत्रणाला विशेष महत्त्व आहे. अर्थात, यासाठी मागणीचा पूर्वअंदाज हाताशी असावा लागतो.

(आ) मागणीच्या पूर्वअंदाजाचा हेतू (Purposes of Demand Forecasting)

मागणीचा पूर्वअंदाज कशासाठी करायचा ? पूर्वअंदाजांचे हेतू अल्पकाळासाठी वेगळे आणि दीर्घकाळासाठी वेगळे असतात. यातील काही हेतू वरील पूर्वअंदाजाची आवश्यकता या भागात उल्लेखिलेले आढळतील.

अल्पकालीन पूर्वअंदाजाचे हेतू : (1) उत्पादन धोरणांची आखणी : मागणीचा आगाऊ अंदाज आल्यास आवश्यक तेवढे उत्पादन करण्याची योजना आखता येते, नको इतके उत्पादन झाले आणि माल खपला नाही, पडून राहिला असेही होऊ नये, तसेच ऐन वेळी माल कमी पडला असेही होऊ नये. मागणी वाढणार आहे असे अंदाजावरून दिसून आल्यास उत्पादन वाढविण्यासाठी योग्य त्या उपाययोजना करता येतात. अशा प्रकारे योग्य ते उत्पादन धोरण आखणे हा पूर्वअंदाजाचा हेतू असतो हे लक्षात येईल.

(2) किंमत-धोरणाची आखणी : अगोदरच बाजारातील मागणी कमी होत आहे आणि तशात किमती वाढविल्या तर मागणी आणखी कमी होईल. मागणीत (इतर कारणांनी) वाढ झाली आणि किंमत वाढविली असती तर नफा वाढू शकला असता असे नंतर लक्षात आले तर उपयोग काय ? या दृष्टीने योग्य त्या किंमत धोरणाची आखणी आवश्यक आहे, हे शक्य व्हावे हा पूर्वअंदाजाचा हेतू असतो.

(3) वितरणाची आखणी : वितरण व्यवस्था निश्चित करून घाऊक व्यापाऱ्याकडे अथवा विक्रेत्याकडे किती माल द्यायचा याचे इष्टांक ठरवून देणे हितावह असते. हे करण्यासाठी मागणीचे पूर्वअंदाज करावे लागतात. विक्रीव्यवस्था चोख ठेवणे हा पूर्वअंदाजाचा हेतू असतो.

(4) खर्चात बचत : मागणीत घट झाल्यास माल पडून राहतो. तेव्हा गुदामातील जागा अडून राहते, भाडे वाया जाते, शिवाय त्या मालासाठी वापरलेल्या कच्च्या मालावर व्यर्थ खर्च केला असा अर्थ होतो. हा सर्व खर्च टाळण्याचा मार्ग म्हणजे शक्य तेवढा अचूक पूर्वअंदाज करणे. खर्चात बचत करणे हा अशा अर्थाने पूर्वअंदाजाचा हेतू असतो.

(5) अल्प मुदतीची कर्जे : अल्प मुदतीची कर्जे किती प्रमाणात व केव्हा लागतील याचा अंदाज करता आल्यास वाजवी दराने व वेळच्या वेळी कर्जे मिळविण्याची सोय करून ठेवता येते. हा अंदाज मागणीच्या अंदाजावर अवलंबून असतो.

दीर्घकालीन पूर्वअंदाजाचे हेतू : उत्पादनसंस्थेच्या दीर्घकालीन नियोजनाच्या दृष्टीने दीर्घकालीन पूर्वअंदाज आवश्यक ठरतात. अशा पूर्वअंदाजाचे हेतू पुढीलप्रमाणे सांगता येतील.

(1) विस्तार योजना : दीर्घकाळात यंत्रकुलाचा विस्तार शक्य असतो; तसेच वस्तूंच्या संख्येत वाढ करणेही शक्य असते. पण त्यासाठी भावी मागणीचे स्वरूप आणि आकारमान यांचा आगाऊ अंदाज करणे आवश्यक ठरते. मागणीच्या पूर्वअंदाजावरून अशा विस्तार योजना आखता येतात.

(2) भांडवलउभारणी : दीर्घोत्तर काळासाठी आणि मोठ्या प्रमाणावर नव्याने भांडवल उभारावयाचे असेल तेव्हा दीर्घोत्तरकालीन (15 ते 20 वर्षांपर्यंत किंवा अधिक काळासाठी) कर्जे घेणे, दीर्घ मुदतीच्या ठेवी स्वीकारणे, नवीन भाग (Shares) विक्रीस काढणे अशा मार्गांचा अवलंब करावा लागतो. दीर्घोत्तरकालीन मागणीसंबंधी आगाऊ अंदाज केल्याखेरीज अशी भांडवलउभारणीची तरतूद करता येत नाही. भांडवलउभारणीचे महत्त्व पाहून हा हेतू महत्त्वाचा ठरतो.

(3) श्रमशक्तीचे नियोजन : भावी काळात केव्हा, कोणत्या प्रकारचे व किती कामगार लागणार आहेत याचा अंदाज घेऊन त्याप्रमाणे शिकाऊ उमेदवार योजना (Apprenticeship) आखावी लागते अथवा प्रशिक्षण आणि बढती यासंबंधीचे धोरण तयार करावे लागते. याला बराच कालावधी मिळणे आवश्यक असल्याने दीर्घकालीन अथवा दीर्घोत्तरकालीन मागणीचा पूर्वअंदाज आल्याखेरीज श्रमशक्तीचे हे नियोजन शक्य होत नाही.

(इ) मागणीच्या पूर्वअंदाजाचे स्वरूप व व्याप्ती

(Nature and Scope of Demand Forecasting)

सॅव्हेज आणि स्मॉल यांनी मागणीच्या पूर्वअंदाजाबद्दल इशारा देताना असे म्हटले आहे की, या संकल्पनेचा अनेक प्रकारांनी अर्थ लावला जाणे शक्य आहे. तसेच अनेक प्रकारांनी तिचा उपयोग केला जाणेही शक्य आहे. म्हणून पूर्वअंदाजाचे स्वरूप आणि व्यापकता यांच्या संदर्भात, सॅव्हेज आणि स्मॉल यांच्या मते पुढील घटकांचा विचार आवश्यक ठरतो -

(1) भावी काळाची मर्यादा : भावी मागणीचा आगाऊ अंदाज करताना पुढचा किती काळ डोळ्यांसमोर ठेवावा हे आधी निश्चित करावे लागते. या संदर्भात अमुकच एक काळ महत्त्वाचा आहे असे नसते. कालनिर्णयाचे स्वातंत्र्य उद्योजकाला जरूरी असते, पण उद्योजक कोणता काल निवडतो यावरून पूर्वअंदाजाच्या सोई-गैरसोई ठरणार असल्याने या कालमर्यादा विचारात घेणे अगत्याचे असते. कालदृष्ट्या पुढील तीन प्रकार महत्त्वाचे ठरतात -

(अ) अल्पकालीन पूर्वअंदाज : सामान्यपणे एक वर्षापर्यंतचा काळ हा पूर्वअंदाजाच्या दृष्टीने अल्पकाळ मानला जातो. विक्री वाढविण्यासाठी जाहिरातीसारखी अंतर्गत धोरणे अथवा सरकारच्या करविषयक धोरणासाठी बाह्य धोरणे यांच्या बाबतीत, वर्षाच्या आत प्रचलित धोरणे बदलणार नसल्याने, रास्त अंदाज करता येतात. अल्पकालीन पूर्वअंदाजासाठी मुख्यत्वे अनुभवी आणि माहीतगार लोकांच्या मताला आणि अदमासालाच पूर्वअंदाज म्हणून महत्त्व प्राप्त होते.

(ब) दीर्घकालीन पूर्वअंदाज : नवीन कारखाना उभारणे, यंत्रकुलाचा विस्तार करणे इत्यादी विस्तार योजनांचा निर्णय घेण्यासाठी पाच ते दहा वर्षांपर्यंतचा काळ उत्पादनसंस्थेला विचारात घ्यावा लागतो. अशा पूर्वअंदाजात अंदाज करण्याच्या संख्याशास्त्रीय (Statistical) पद्धतींना महत्त्व प्राप्त होते. अर्थात अंतर्गत बाबींच्या संदर्भात येथेही अनुभवी व माहीतगार मताला आणि अदमासाला महत्त्व असतेच. पण अल्पकाळात संख्याशास्त्रीय पद्धती वापरताच येत नाहीत; तसे येथे नसते.

(क) दीर्घोत्तरकालीन पूर्वअंदाज : दीर्घकाळाहून थोडा लांबचा काल मागणीच्या पूर्वअंदाजासाठी घेतला असेल तर इतर अनेक घटकांचाही विचार करावा लागतो. अशा रीतीने मागणीच्या पूर्वअंदाजात काळाचा विचार करून कालमर्यादा ठरवावी लागते.

(2) पूर्वअंदाजाची पातळी : मागणीचे पूर्वअंदाज अनेक पातळ्यांवर करता येतात.

(अ) संपूर्ण अर्थव्यवस्थेच्या पातळीवर औद्योगिक उत्पादन, राष्ट्रीय उत्पन्न या संबंधींच्या निर्देशांकांच्या आधारावर उद्योजकांना आपापले पूर्वअंदाज करता येतात. यासाठी संपूर्ण अर्थव्यवस्थेच्या स्थितीचा अंदाज करावा लागतो.

(ब) उद्योगाच्या पातळीवर मागणीचे पूर्वअंदाज करण्याचे कार्य बहुधा उद्योजकांच्या संघटना (उदाहरणार्थ, चेंबर ऑफ कॉमर्स ॲण्ड इंडस्ट्रीज) करीत असतात. या पूर्वअंदाजांची माहिती या संघटनांकडून सदस्य उत्पादनसंस्थांना पुरवली जाते. बाजाराची पाहणी, मागणीची प्रवृत्ती आणि राष्ट्रीय उत्पादनसंस्थांना मागणीचे साहचर्य इत्यादींसंबंधी माहिती एकत्र करून विशिष्ट उद्योगाच्या (Industry) भवितव्याबद्दल आणि भावी मागणीबद्दल पूर्वअंदाज केले जातात. उद्योगांच्या स्थितीशी आपली स्थिती ताडून पाहणे प्रत्येक उद्योगसंस्थेला शक्य होते.

(क) उत्पादनसंस्थेच्या पातळीवरील पूर्वअंदाजात एका उत्पादनसंस्थेच्या (Firm) दृष्टीने मागणीचा विचार केला जातो. याचे मुख्यत्वे आपण येथून पुढे विवेचन करणार आहोत.

(3) पूर्वअंदाज सर्वसामान्य की विशिष्ट ? : सर्वसामान्यपणे, आपल्या मालाला कितपत मागणी येईल याचा बहुतेक वेळा अंदाज केला जातो व तो उपयोगीही पडतो. पण स्थूलपणे कोणत्या प्रदेशात किती मागणी येईल, तसेच अनेक वस्तूंपैकी कोणत्या वस्तूला किती मागणी येईल, हा तपशील उत्पादनसंस्थेला महत्त्वाचा वाटतो व विशिष्ट पूर्वअंदाज केले जातात. तपशील मुळीच नसेल तर स्थूल अंदाजाचा फारसा उपयोग होत नाही. याउलट फार तपशिलात गेल्यास मुख्य अंदाजाचे स्पष्ट चित्र उमटत नाही.

(4) प्रस्थापित वस्तू आणि नव्या वस्तू : प्रस्थापित वस्तूंच्या मागणीची वर्तमान प्रवृत्ती माहीत असते, तसेच त्या वस्तूंना असलेल्या स्पर्धेचे स्वरूपही माहीत असते. यावरून प्रस्थापित वस्तूंबद्दलचा भावी अंदाज संख्याशास्त्रीय पद्धतीने करता येतो. नव्याने ज्या वस्तूंचे उत्पादन सुरू करायचे आहे त्या वस्तूंच्या पूर्वअंदाजाच्या बाबतीत या सोई नसतात. म्हणून या दोन प्रकारच्या वस्तूंसाठी वेगवेगळ्या पद्धतींचा अवलंब करावा लागतो. तसेच त्यांच्या पूर्वअंदाजांच्या समस्याही वेगळ्या असतात.

(5) वस्तूंचे वर्गीकरण : भांडवली वस्तू, उपभोग्य वस्तू आणि टिकाऊ उपभोग्य वस्तू अशा वस्तूंचा वेगवेगळा विचार करणे इष्ट ठरते. या तीनपैकी प्रत्येक प्रकारच्या वस्तूंच्या मागणीचे स्वरूप वेगवेगळे असते. भांडवली वस्तूंची मागणी त्यांच्यातून निर्माण होणाऱ्या उपभोग्य वस्तूंच्या मागणीवरून अप्रत्यक्षपणे ठरत असते. या मागणीत तीव्र चढ-उतार होतात. टिकाऊ उपभोग्य वस्तूंची मागणी स्थगित करण्यासारखी असल्याने मंदीत मागणी एकदम कमी होते. उपभोग्य वस्तू व सेवा यांचा संबंध लोकांच्या उत्पन्नाशी असतो. उत्पन्न वाढते तेव्हा उपभोग्य वस्तूंची मागणी वाढते; मात्र उत्पन्न घटते तेव्हा उपभोग्य खर्च लगेच घटत नाही; त्यासाठी काही काळ जावा लागतो.

(6) विशेष घटक : प्रत्येक पूर्वअंदाजात वस्तू आणि वस्तूची बाजारपेठ यांचे वेगळेपण व्यक्त करणारे 'विशेष घटक' विचारात घ्यावे लागतात. बाजारातील स्पर्धेचे स्वरूप अनिश्चितीचे प्रमाण आगाऊ अंदाज न करता येणारे धोके, पूर्वअंदाज चुकण्याच्या शक्यता या सर्व घटकांचा गंभीरपणे विचार करावा लागतो. या आणि अशाच इतर अनेक विशेष घटकांचे महत्त्व वस्तुपरत्वे, स्थलपरत्वे आणि स्पर्धेच्या तीव्रतेप्रमाणे बदलते. काही वस्तूंच्या बाबतीत अभिरुचीसारखे घटक महत्त्वाचे ठरतात. उदाहरणार्थ, तयार कपड्यांच्या बाजारात बदलत्या फॅशन्सचा प्रभाव जास्त असतो. त्यामुळे उपभोक्त्यांच्या अभिरुचीत वेगाने आणि खूप मोठे बदल होतात.

3.11 पूर्वअंदाज करण्याच्या पद्धती (Methods of Forecasting)

पूर्वअंदाजांचे मूलतः दोन प्रकार मानता येतात – (1) बाजार संशोधन पाहणी, आर्थिक आकडेवारी आणि माहिती इत्यादींच्या मदतीने ग्राहकांचा मागणी करण्याचा विचार कितपत आहे याची म्हणजेच ग्राहकांच्या हेतूंची माहिती मिळविणे; आणि (2) भावी मागणीच्या पातळीचा अंदाज यावा यासाठी गतकाळातील प्रवृत्तींच्या साहाय्याने पूर्वानुभवाचे मार्गदर्शन घेणे. पहिला प्रकार अल्पकाळासाठी अधिक उपयुक्त मानला जातो; तर दुसऱ्या प्रकारातील पद्धती दीर्घकाळासाठी श्रेयस्कर ठरतात. दोन्ही प्रकारातील पूर्वअंदाज व्यक्त करण्याच्या पद्धतींचा विचार आपण येथे करणार आहोत.

(अ) मुलाखती आणि पाहणी दृष्टिकोन (The Interview and Survey Approach)

मागणीच्या पूर्वअंदाजाचा सर्वांत सरळ मार्ग म्हणजे उपभोक्त्यांच्या भावी मागणी योजनांचे ज्ञान ज्यांना आहे त्यांच्याकडून माहिती मिळविणे. उपभोक्त्यांना ही माहिती विचारून घेणे हा त्यातील अधिक महत्त्वाचा मार्ग. ग्राहकांचे हेतू अजमावण्याच्या या पहिल्या प्रकारात पुढील पद्धतींचा समावेश करता येतो –

(1) ग्राहकांच्या मुलाखती अथवा हेतूंची पाहणी (Buyer's Interviews or Survey of Buyer's Intentions) : 'येत्या काळात सुमारे वर्षभरात तुम्ही काय आणि किती खरेदी करण्याच्या विचारात आहात' असा प्रश्न ग्राहकांनाच विचारून माहिती मिळविता येते. या पद्धतीला 'मत अजमावण्याची पद्धती' (Opinion Polling Approach) असेही म्हणतात. ग्राहक आणि उत्पादक यांचा प्रत्यक्ष संबंध येत असेल आणि संबंधित वस्तूंच्या आकाराने मोठ्या पण संख्येने थोड्या ग्राहकांचे एकूण ग्राहकातील प्रमाण कमी असेल तर ही पद्धती उपयोगी पडते. उदाहरणार्थ, एकूण उत्पादनाच्या 85 टक्के उत्पादन वीस मोठे ग्राहक खरेदी करतात आणि उरलेले 15 टक्के उत्पादन 500 लहान ग्राहक

खरेदी करतात असे समजू. येथे वीस बड्या ग्राहकांशी संपर्क साधून त्यांच्या हेतूंची तपशीलवार पाहणी करणे शक्य आहे. उरलेल्या 500 ग्राहकांच्या मागणीचा अंदाज पूर्वानुभवावरून करता येईल. अशा रीतीने जेथे मर्यादित ग्राहक बहुतेक उत्पादन खरेदी करतात तेथे ही पद्धती उपयोगी पडते.

मर्यादा : कच्चा माल, सुटे भाग, मुख्य उत्पादनास पूरक वस्तू इत्यादींच्या बाबतीत इतर उत्पादनसंस्था जेव्हा एका व्यवसायसंस्थेकडून वस्तू खरेदी करीत असतात तेव्हा अशी 'औद्योगिक खरेदी' मोठ्या प्रमाणावर आणि नियमितपणे केली जाते. अशा बाबतीत ही पद्धती उपयोगी पडते. पण किरकोळ ग्राहकांना उपभोग्य वस्तू विकणाऱ्या उत्पादनसंस्थेला या पद्धतीचा अवलंब करता येत नाही. किरकोळ ग्राहकांच्या बाबतीत या पद्धतीवर अनेक मर्यादा येतात.

(अ) ग्राहक आपल्या भावी मागणीबद्दल निश्चित सांगू शकतातच असे नाही.

(ब) जेव्हा ते अशा मागणीबद्दल सांगतात तेव्हा ती त्यांची खरेदीची 'योजना' नसून केवळ 'इच्छा'ही असू शकते.

(क) शिवाय, ग्राहकांची संख्या मोठी असल्याने ही पद्धत खर्चीकही ठरते.

(2) विक्रेत्यांचे मत अजमावणे (Sales Force Polling) : ज्या उत्पादनसंस्थेकडे विक्रेत्या प्रतिनिधींचा (Sales Representatives) ताफा असतो त्या संस्थांना त्या प्रतिनिधींमार्फत अथवा तसे स्वतंत्र प्रतिनिधी नसल्यास विक्रेत्यांमार्फत त्या-त्या विभागातील भावी मागणीचे अंदाज मागवून घेता येतात. हे अंदाज एकत्रित केले की एकूण मागणीचा पूर्वअंदाज मिळतो. या अंदाजावर संस्कार करून काही विक्रेत्यांचा आशावाद व इतरांचा निराशावाद किती; उत्पन्न बदल, सरकारी धोरणातील बदल, स्पर्धा इत्यादींचा परिणाम किती; तसेच आपल्या वस्तूंची किंमत, स्वरूप इत्यादींमध्ये बदल झाल्यास त्याचा परिणाम कोणता व किती हे सर्व तपासून पाहिले जाते. हे संस्कार करताना व्यवसाय व्यवस्थापक, विक्री व्यवस्थापक इत्यादींचीही मदत घेतली जाते. म्हणून या पद्धतीला **'सामूहिक मतपद्धती'** (Collective Opinion Method) असेही म्हणतात. या पद्धतीचे फायदे असे -

(अ) ही पद्धती सोपी असून त्यासाठी संख्याशास्त्रीय पद्धतींचा अवलंब करावा लागत नाही.

(ब) विक्रेते आणि विक्री प्रत्यक्ष यांच्याशी संबंधित अशा व्यक्तींच्या साहाय्याने हे अंदाज केले जातात, म्हणून ते अधिक वास्तववादी असतात.

(क) नव्या वस्तूंच्या बाबतीत ही पद्धती वापरता येते.

मर्यादा : (अ) ही पद्धती संपूर्णपणे व्यक्तिनिष्ठ असल्याने पूर्वग्रहदूषित होण्याची शक्यता असते. याचा अर्थ विक्रेत्यांची वैयक्तिक बरी-वाईट मते त्यांच्या अंदाजात प्रतिबिंबित होण्याची शक्यता असते.

(ब) या पद्धतीचा उपयोग फक्त अल्पकाळापुरताच होतो.

(क) विक्रेत्यांचे काम विक्री करण्याचे असते. सर्वसामान्य आर्थिक परिस्थिती, भविष्यकाळात आर्थिक परिस्थितीत होणारे बदल इत्यादी घटकांचा विचार करून अंदाज व्यक्त करण्याइतकी क्षमता आणि प्रशिक्षण त्यांच्याजवळ बहुधा नसते.

(3) उपभोक्त्यांची प्रत्यक्ष पाहणी (Consumer Field Surveys) : साचेबंद (Standardised) वस्तूंच्या विस्तृत बाजारपेठातील किरकोळ ग्राहकांची संख्या फार मोठी असते तेव्हा नमुना पाहणीचा (Sample Surveys) अवलंब केला जातो. लक्षावधी उपभोक्त्यांच्या मुलाखती घेणे अशक्य असते. शिवाय उपभोक्त्यांची संपूर्ण गणना करण्यासाठी फार वेळ लागेल आणि खर्चही खूप येईल. म्हणून नमुना पाहणी केली जाते. संख्याशास्त्रातील नमुना पाहणी पद्धतीने ही गैरसोय दूर होते आणि कमी वेळात व कमी खर्चात हवी ती माहिती मिळू शकते. एकूण उपभोक्त्यांकडून प्रातिनिधिक उपभोक्त्यांची ठरलेल्या शास्त्रीय पद्धतीने निवड केली जाते आणि त्या निवडक

उपभोक्त्यांची तपशीलवार पाहणी केली जाते. दोन-तीन हजार प्रातिनिधिक उपभोक्त्यांच्या मागणीविषयक हेतूबद्दल निष्कर्ष काढता येतात. संख्याशास्त्राची प्रगती आणि संभाव्य विश्लेषणाचा (Probability Theory) विकास यांच्यामुळे नमुना पाहणीचा पुष्कळच अचूकपणे उपयोग करून घेणे शक्य होते. प्रगत देशांमध्ये नमुना-पाहणी करणाऱ्या स्वतंत्र संस्था आहेत. सरकारही अशा काही पाहण्या करते.

मर्यादा : नमुना पाहणीचे तंत्र कितीही प्रगत झालेले असले तरी या पद्धतीच्या काही समस्या निर्माण होतात. या समस्यांच्या मर्यादा अशा नमुना पाहणीवर पडतात.

(अ) माहिती गोळा करण्यातील उणिवा : नमुना पाहणीच्या यशात माहिती देणाऱ्यांचा प्रतिसाद महत्त्वाचा असतो. त्याने मनमोकळेपणाने आणि खरीखुरी माहिती दिली पाहिजे. मुलाखत घेणाऱ्याच्या कौशल्यावर हे बरेचसे अवलंबून असते. योग्य माहिती न मिळाल्यास पाहणी सदोष होते. प्रश्नावली काळजीपूर्वक तयार करणे हा यावर एक उपाय असतो. माहितीचा खरेपणा निश्चित करण्यासाठी ताळा पाहण्याची सोय करणे, गैरसोईचे प्रश्न आडमार्गाने विचारून माहिती काढणे इत्यादी प्रकारांनी प्रश्नावली परिपूर्ण करता येते. तसेच मुलाखतीच्या तंत्रात सुधारणा करूनही हा दोष दूर करण्यास मदत होते.

(ब) पाहणीतील चुका : पाहणीत दोन प्रकारच्या चुका संभवतात.

(1) नमुना निवडीतील दोष : नमुन्याची निवड निर्हेतुक (Random) असावी लागते. म्हणजेच प्रत्येक पाहणी घटकाला निवड होण्याची सारखीच शक्यता असावी लागते. हे अनेकदा होत नाही, म्हणून निष्कर्ष प्रातिनिधिक येत नाहीत.

(2) नमुना पद्धतीच्या चुका : नमुना कितीही निर्हेतुकपणे निवडलेला असला तरी तो पूर्ण गणनेसारखा अचूक अथवा तंतोतंतपणे प्रातिनिधिक होऊ शकत नाही. नमुना विस्तृत केला तरी ही चूक कमी होते; पण पाहणीचा खर्च वाढतो. म्हणून पाहणीतील चूक बरीच राहिली तर व्यवसायाचे होणारे नुकसान आणि नमुना विस्तृत केल्याने खर्चात होणारी वाढ ही दोन्ही तोलून पाहून निर्णय घ्यावा लागतो. नमुना निवड आणि पद्धती यातील चुका किमान करण्याचा मार्ग म्हणजे **'रँडम नंबर्स'** च्या तक्त्यांचा वापर करून निर्हेतुक (Random) नमुना निवडणे. काही वेळा **'स्तरनिविष्ट निर्हेतुक पाहणी पद्धती'**चा (Stratified Random Sampling) अवलंब करणे श्रेयस्कर असते. या पद्धतीत उत्पन्न गटानुसार अथवा भौगोलिकदृष्ट्या अथवा अन्य आधारावर लोकसंख्येचे विविध थर कल्पून प्रत्येक थरातून नमुने निवडले जातात.

(3) नसलेली माहिती निर्माण होणे : पद्धतीत सुधारणा करून चुका टाळण्याचा कितीही प्रयत्न केला तरी मूळ अडचण तशीच राहते. माहिती देणाऱ्याने प्रश्नांना काहीतरी उत्तरे दिली पाहिजेत. म्हणून काहीही उत्तरे दिली तर मुळात ग्राहकाच्या मनात नसलेला हेतू माहितीत व्यक्त होऊन मागणीचा पूर्वअंदाज चुकण्याची शक्यता असते. नवीन वस्तू अथवा अनुभव न घेतल्यावर अथवा इतरांच्या शिफारशीवरून उपभोक्ता त्या वस्तूची मागणी करण्याची शक्यता असते.

(4) तज्ज्ञ समिती (Panel of Experts) चे साहाय्य घेणे : मागणीचे पूर्वअंदाज करू शकणाऱ्या विशेष तज्ज्ञांची एखादी छोटी समिती नेमून तिच्या मदतीने पूर्वअंदाज केले जातात. असे तज्ज्ञ उत्पादनसंस्थेतील असू शकतील अथवा बाहेरच्या एखाद्या सल्ला संस्थेचे प्रतिनिधी असू शकतील.

तज्ज्ञ समिती आपले अंदाज कसे तयार करते, यावर या पद्धतीचे यश अवलंबून राहील. शास्त्रशुद्ध विश्लेषण करून अंदाज केले असतील तर ते जास्त उपयोगी ठरतील. याउलट तज्ज्ञांच्या, केवळ सामान्य ज्ञानावर वा तर्कावर हे अंदाज आधारलेले असतील तर ते पूर्वग्रहदूषित असण्याची शक्यता असते. या पद्धतीची उपयुक्तता ठरविण्यापूर्वी तज्ज्ञ समितीने कोणती गृहीते मानलेली आहेत, कोणती वस्तुस्थिती विचारात घेतली आहे आणि समितीची अनुमाने कितपत सयुक्तिक आहेत का हे पाहावे लागते. अन्यथा, उद्योगक्षेत्रातील कोणत्याही सामान्य माणसाचे जे मत असेल तेच तज्ज्ञ समितीचेही मत आहे एवढाच या 'तज्ज्ञ मता'चा लाभ होईल !

(5) संयुक्त व्यवस्थापकीय मतावर आधारलेले पूर्वअंदाज (Forecasts Based on Composite Management Opinion) : ज्येष्ठ व्यवस्थापकांची मते अजमावून त्या आधारे पूर्वअंदाज करण्याची पद्धती काही ठिकाणी वापरतात, अशा वेळी वेगवेगळ्या व्यवस्थापकांचे अंदाज तपासून पाहण्याचे काम एखादी छोटी समिती अथवा सरव्यवस्थापक यांच्याकडे सोपविले जाते.

वेळेत व खर्चात बचत आणि संख्याशास्त्रीय पद्धतींच्या अवलंबाची अनावश्यकता हे या पद्धतीचे फायदे आहेत. परंतु अनुभवी व्यवस्थापकांचे मत मोलाचे असले तरी वस्तुनिष्ठ विश्लेषणाचा निर्दोषपणा व्यक्तिनिष्ठ मताला येत नाही. म्हणून व्यक्तिनिष्ठतेची मर्यादा या पद्धतीवर आहे हे लक्षात ठेवले पाहिजे.

(आ) पूर्वानुभवाच्या प्रक्षेपणाचे पूर्वअंदाज करणे
(Projecting Past Experiences as a Method of Forecasting)

आपण मागणीच्या पूर्वअंदाजाचे दोन प्रकार केले होते. पहिल्या प्रकारात ग्राहकांचे खरेदीविषयक हेतू जाणून घेऊन त्यांच्या मागणीचा पूर्वअंदाज करण्याच्या विविध पद्धतींचा विचार आपण केला. दुसऱ्या प्रकारात, उत्पादनसंस्थेच्या मागील अनुभवाच्या साहाय्याने भावी मागणीसंबंधी अंदाज करण्याच्या पद्धतींचा समावेश होतो.

(1) साहचर्य विश्लेषणाच्या (Correlation Analysis) साहाय्याने पूर्वअंदाज करणे : कोणताही बदलता घटक (उदाहरणार्थ, मागणी अथवा किंमत) 'चल' (Variable) या नावाने ओळखला जातो. जो चल दुसऱ्या चलावर अवलंबून असतो त्याला 'अवलंबी' अथवा 'परतंत्र चल' (Dependent Variable) असे म्हणतात, तर जो अन्य चलावर अवलंबून नसतो त्याला 'स्वतंत्र चल' (Independent Variable) असे म्हणतात हे आपण पाहिले आहे. साहचर्य-विश्लेषणाच्या साहाय्याने एक स्वतंत्र चल, (उदाहरणार्थ, उत्पन्न) आणि एक अवलंबी चल (उदाहरणार्थ, मागणी) यांचा संबंध शोधून काढता येतो. भूतकाळातील आकडेवारीवरून उत्पन्न आणि मागणी, जाहिरात आणि मागणी इत्यादी चलांमधील साहचर्य प्रस्थापित करता येते. समजा, आपण पूर्वीच्या आकडेवारीवरून उत्पन्न आणि मागणी यांचा साहचर्य गुणक (Correlation Coefficient) शोधून काढला, तर उत्पन्नवाढीच्या अंदाजावरून उत्पन्न व मागणी यातील पूर्वीचेच साहचर्य कायम राहील असे मानून मागणी किती वाढेल हे सांगता येते.

मर्यादा : (अ) भूतकाळात दोन चलांमध्ये आढळून आलेले साहचर्य भविष्यकाळातही आढळून येईल असे या पद्धतीत मानले जाते. याचा अर्थ असा होतो की, साहचर्य ज्या प्रेरणांमुळे भूतकाळात निर्माण झाले त्याच प्रेरणा भावी काळातही टिकून राहतील असे आपण मानतो. उदाहरणार्थ, विद्यार्थी-संख्या आणि बाकांची मागणी यांतील साहचर्य गृहीत धरता येईल. लोकसंख्यावाढीचा दर, शिक्षणाचा प्रसार इत्यादी माहितीवरून विद्यार्थ्यांची संख्या दरसाल किती टक्क्यांनी वाढत जाईल हे शोधून काढता येते. एकूण विद्यार्थी-संख्या आणि आपल्या बाकांना असणारी मागणी यांचे साहचर्य करणाऱ्या उत्पादनसंस्थेला काढता येते. यावरून भावी मागणीचा अंदाज करता येईल, पण येथे गृहीत असे आहे की, पूर्वी विद्यार्थी बाकावर बसत तसेच पुढेही बसतील. वर्गातील जागा, विद्यार्थी-संख्या, शैक्षणिक संस्थांची आर्थिक परिस्थिती, आकारली जाणारी फी इत्यादींमुळे आजवर विद्यार्थी बाकावर बसत आले. उद्या या परिस्थितीत बदल झाला आणि एका वर्गात वीसच विद्यार्थी एका टेबलाभोवती खुर्च्यांवर बसतील व यासाठी जास्त फी द्यायची त्यांची तयारी आहे असे झाल्यास फर्निचर उत्पादकांचा अंदाज चुकेल.

(ब) दोन चलांमध्ये साहचर्य असते म्हणजे त्या दोहोंमध्ये कार्यकारणसंबंध असतो असे नव्हे. एखाद्या वर्षी उत्पन्न वाढले आणि ध्वनिफितींचा खपही वाढला तर त्या दोहोंमध्ये साहचर्य आहे असे उत्तर गणिताने येईल, पण उत्पन्न वाढते म्हणून ध्वनिमुद्रिकांचा खप वाढला का ? ध्वनिफितीचा खप वाढण्याचे वेगळेच कारण असू शकेल. तसे असल्यास पुढच्या वर्षी उत्पन्न इतके वाढेल या अंदाजावर ध्वनिफितींचा खप अमुक इतका होईल असा अंदाज साहचर्य गुणकाच्या मदतीने केला तर चुकेल.

(क) दोन चलांमध्ये कार्यकारणसंबंध असला तरी तोच संबंध पुढेही राहील असे म्हणता येत नाही.

तात्पर्य, साहचर्य-विश्लेषणाने केलेले अंदाज हे साहचर्यामागील प्रेरणा, कार्यकारणसंबंध आणि इतर परिस्थिती या सर्व गोष्टी विचारात घेऊन संख्यात्मक अंदाजात योग्य ते फेरफार केले तरच ते पूर्वअंदाज विश्वसनीय ठरतात.

(2) भूतकालीन प्रवृत्तींचे भविष्यात प्रक्षेपण (Projection of Past Trends into Future) : भूतकाळात एका चलाचा दुसऱ्यावर प्रभाव पडला तसाच भावी काळातही पडेल आणि तो प्रभाव तेवढाच असेल असे मानून भूतकालीन आकडेवारीवरून भविष्याबद्दल अंदाज केला जातो.

चटकन ओळखता येणाऱ्या प्रवृत्तींचे प्रक्षेपण करणे सोपे असते. व्यवहारात अशा सरळ प्रवृत्ती क्वचितच आढळतात; पण ही पद्धती समजावून घेण्यासाठी त्या उपयोगी पडतील. उदाहरणादाखल अशी काही मालिका पाहू. वर्षानुवर्षे मागणी स्थिर असेल तर पुढेही स्थिर राहील असे मानता येईल. मागील आकडेवारीवरून दरवर्षी मागणी 90, 100, 110, 120 अशी बदलत असेल तर त्यापुढे ही 130, 140 अशी बदलेल हे सांगता येते. 20, 40, 80, 160, 320 या मालिकेतील पुढील टप्पा 640 येतो म्हणजेच प्रत्येक टप्प्यावर संख्या दुप्पट झालेली आहे.

अनेक वेळा पूर्वीच्या आकडेवारीवरून मिळणाऱ्या मालिकेचे स्वरूप चक्रीय असते. हे चक्र नियमित असेल तर काम सोपे असते. उदाहरणार्थ, 12, 15, 20, 12, 15, 20, 12 येथवर गेल्या वर्षापर्यंत मालिका आली तर चालू वर्षी 15 व पुढील वर्षी 20 नगांची मागणी येईल हे सांगणे सोपे आहे.

वरील उदाहरणात अंकांचा क्रम चटकन ओळखू येण्यासारखा असल्याने प्रक्षेपण करणे सोपे होते. पण हा क्रम जेव्हा इतका साधा सरळ नसतो तेव्हा गुंतागुंतीच्या पद्धतींचा अवलंब करावा लागतो.

तक्ता क्र. 3.6 : फिरती सरासरी

महिना	मासिक विक्री (नग)	त्रैमासिक (सरासरी)
जानेवारी	36	-
फेब्रुवारी	64	60
मार्च	80	84
एप्रिल	108	90
मे	82	100
जून	110	-

प्रवृत्तीच्या प्रक्षेपणासाठी 'फिरती सरासरी' (Moving Average) ही पद्धती काही वेळा वापरली जाते. उदाहरणार्थ, दैनंदिन विक्रीवरून मासिक विक्रीची सरासरी वाढली, तर त्या सरासरीवरून जानेवारी, फेब्रुवारी, मार्च या तीन महिन्यांची सरासरी फेब्रुवारीसमोर व फेब्रुवारी, मार्च, एप्रिल या तीन महिन्यांची सरासरी मार्चसमोर याप्रमाणे सरासरीचे आकडे मांडले तर 'त्रैमासिक फिरती सरासरी' तयार होते. चढ-उतार नाहीसे करून प्रवृत्ती समजण्यास या पद्धतीची मदत होते. (तक्ता क्र. 3.6 पाहा.)

'काल-मालिका विश्लेषण' (Time-Series Analysis) चा उपयोगही केला जातो. कालानुक्रमे एखाद्या चलाच्या किमतीत होणारे बदल लक्षात घेऊन काल-मालिका तयार होते. उदाहरणार्थ **य** अक्षावर सरासरी मागणी व **क्ष** अक्षावर जानेवारी, फेब्रुवारी असे महिने घेतले की काल-मालिका दाखविणारा आलेख होतो. अशा काल-मालिकेत मूळ प्रवृत्ती, तसेच त्यात होणारे चक्रीय बदल, हंगामी बदल आणि अनियमित बदल यांचा विचार करायचा ठरविला तर ही गुंतागुंत वाढते. व्यवहारात या सर्व गोष्टींचा परिणाम होत असतो म्हणून तो विचारात घ्यावा लागतो.

मर्यादा : या पद्धतीने मूळ प्रवृत्ती जाणून घेता येते. फारतर हंगामी बदलही जाणून घेता येतात. पण चक्रीय आणि अनियमित बदल यांचे अंदाज करता येत नाहीत. उदाहरणार्थ, मागणी कोणत्या दराने वाढते आहे आणि वर्षातील हंगामानुसार मागणीत कसे बदल होतात हे सांगता येते. पण तेजी-मंदीचे चक्र केव्हा सुरू होईल, त्याची तीव्रता किती असेल हे सांगता येत नाही. तसेच युद्ध, दुष्काळ इत्यादींचा परिणाम काय व किती होईल हे सांगता येत नाही. यामुळे या पद्धतीने केलेल्या पूर्वअंदाजावर मर्यादा पडतात.

(इ) पूर्वअंदाजाच्या इतर पद्धती (Some Other Methods of Forecasting)

(1) निदर्शक तंत्र (Barometric Techniques) : तापमापक तापमानातील बदल दर्शवितो अथवा वायुभारमापक हवेच्या दाबातील बदल दर्शवितो. त्याप्रमाणे मागणीत, विक्रीत (अथवा नफ्यात) होणारा बदल दर्शविणारे निदर्शक (Indicators) शोधून त्यांचा वापर संभाव्य बदल जाणून घेण्यासाठी करणे याला **निदर्शक तंत्र** असे म्हणतात. भविष्यकालीन मागणी अथवा नफा यांत काय बदल होतील, हे उत्पादनसंस्थेला जाणून घ्यावयाचे असते. मागणी अथवा नफ्यातील चढ-उतारांची पूर्वसूचना देणारे निदर्शक कोणते हे समजले तर त्या निदर्शकांमधील बदलावरून मागणी अथवा नफ्यामध्ये किती, केव्हा आणि कोणत्या दिशेने बदल होतील याचे भाकीत करता येईल.

उदाहरणार्थ, नव्या इमारती बांधण्याच्या कंत्राटदारांबरोबर झालेल्या करारांच्या संख्येतील चढ-उतार हे सिमेंटच्या मागणीतील चढ-उतारांसाठी निदर्शक म्हणून वापरणे शक्य आहे. अर्थात तसा तो वापरता येतो असा अनुभव असला पाहिजे. पूर्वानुभव आणि संशोधन यांच्यावरून असे निदर्शक निश्चित करता येतात. निवडलेल्या निदर्शकाचा आणि आपल्या उत्पादनाचा प्रत्यक्ष संबंध असलाच पाहिजे असे नाही. शेअर्सच्या किमतीतील चढ-उतार, अन्नधान्यांच्या किमतीतील चढ-उतार, कापड व्यवसायातील तेजी-मंदी इत्यादींवरून सर्वसामान्य तेजी-मंदीबद्दल अंदाज येतो. त्या सर्वसामान्य तेजी-मंदीच्या अंदाजाचे आपल्या उत्पादनाच्या मागणीवर होणारे परिणाम अजमावण्यासाठी निदर्शक म्हणून वापर करता येतो. निदर्शक व आपल्या वस्तूची मागणी यातील बदलाचा संबंध एकदा निश्चित केला म्हणजे अंदाज करणे सोपे होते.

कापडाची किरकोळ विक्री, सिमेंटची मागणी अथवा दरडोई उत्पन्न इत्यादींपैकी कोणताही एक योग्य निदर्शक **'क्ष'** आहे असे मानू. आपल्या वस्तूची मागणी **'य'** आहे असे मानू. **'क्ष'** आणि **'य'** यांच्यातील बदल कसे होतात ते पाहणे पुढचे काम आहे. **'क्ष'** हा निदर्शक पुरोगामी (Leading Indicator) असेल तर **'क्ष'** वाढल्यास एक महिन्याने, तीन महिन्यांनी अथवा सहा आठवड्यांनी **'य'** मध्ये वाढ होते असे दिसेल. **'क्ष'** हा सहगामी (Coincident) निदर्शक असेल तर '**क्ष** आणि **'य'** मध्ये बरोबर वाढ अथवा घट होईल. याउलट **'क्ष'** हा अनुगामी (Lagging) निदर्शक असेल तर **'य'** मध्ये आधी वाढ होईल व कालांतराने '**क्ष** मध्ये वाढ होईल. निदर्शकांच्या वाढीच्या किती टक्के वाढ आपल्या 'चलात' होते; (**क्ष'** मध्ये 50 टक्के वाढ झाली तर **'य'** मध्ये किती होईल ?) हे शोधून काढता येते. वरील तीन प्रकारांपैकी फक्त पुरोगामी निदर्शकांचाच उपयोग पूर्वअंदाजासाठी होईल हे उघड आहे. **'क्ष'** घटला त्या अर्थी महिन्याभरात (अथवा दोन-तीन-चार महिन्यांत) **'य'** घटेल हे सांगता येते. **'य'** बरोबरच **'क्ष'** घटेल (सहगामी) अथवा **'य'** नंतर **'क्ष'** घटेल (अनुगामी) या संबंधांना पूर्वअंदाजासाठी उपयोग नाही.

मर्यादा : निदर्शक पुरोगामी असला पाहिजे आणि त्यामागोमाग पुरेशा कालांतराने आपला चल (आपली मागणी अथवा नफा) बदलत असला पाहिजे. तरच योग्य ती कारवाई करण्यास सवड मिळते. अनेक वेळा एकच निदर्शक वापरण्याऐवजी चार-पाच निदर्शक वापरून त्यातील निम्म्याहून अधिक निदर्शक विशिष्ट दिशेने जात असतील तर आपल्या वस्तूची मागणी त्या दिशेने जाईल असे अधिक खात्रीलायकपणे सांगता येते. या पद्धतीवर मुख्यत्वे तीन मर्यादा पडतात -

(अ) पुरेसे पुरोगामी निदर्शक मिळाले तरच या पद्धतीचा वापर करता येतो.

(ब) अल्पकालीन पूर्वअंदाजापुरतीच ही पद्धती उपयोगी पडते.

(क) तेजी, पिछेहाट, मंदी अथवा सुधारणा या अवस्था केव्हा सुरू होतील यांचेच फक्त मार्गदर्शन मिळते; मागणीशी कार्यकारणभावाने संबंधित असलेल्या घटकातील बदल आणि त्यांना आपल्या वस्तूच्या मागणीवरील परिणाम यांचे मार्गदर्शन मिळत नाही. उदाहरणार्थ, स्टील फर्निचरच्या मागणीसाठी राष्ट्रीय उत्पन्नाचा निदर्शक म्हणून वापर केला तर स्टील फर्निचरच्या मागणीत घट केव्हा होईल हे ढोबळमानाने सांगता येईल; परंतु स्टील फर्निचरची मागणी कोणकोणत्या घटकांवर अवलंबून असते, त्या घटकात कसे बदल होतात, त्यांच्या फर्निचरच्या मागणीवर काय परिणाम होईल याचे तपशीलवार मार्गदर्शन मिळू शकत नाही.

(2) नियंत्रित प्रयोग (Controlled Experiments) : मागणीच्या निर्धारकांपैकी ज्या निर्धारक घटकांवर (उदाहरणार्थ, किंमत, जाहिरात इत्यादी) उत्पादनसंस्थेचे नियंत्रण असते. त्या घटकांपैकी एकेका घटकात आळीपाळीने बदल करून मागणी कशी बदलते हे तपासून पाहण्यासाठी मर्यादित प्रमाणात प्रयोग करता येतात. इतर घटक स्थिर मानून आणि उत्पन्न, अभिरुची इत्यादी बाबतीत बाजाराचे वेगवेगळे विभाग सारखेच आहेत असे मानून हे प्रयोग केले जातात. बाजाराच्या वेगवेगळ्या भागात वेगवेगळे प्रयोग करून अथवा एकाच भागात वेगवेगळ्या वेळी वेगवेगळे प्रयोग करून या घटकांच्या मागणीवरील परिणाम अजमावता येतात. या पद्धतीने किंमत, जाहिरात, वेष्टन इत्यादींपैकी एकेका घटकाचा मागणीशी संबंध स्पष्ट झाला की या घटकांविषयींचे भावी धोरण ठरवून मागणीचा अंदाज करता येतो.

मर्यादा : (अ) ही पद्धत वेळ खाणारी आणि खर्चीक असते.

(ब) असे प्रयोग धोक्याचे ठरण्याचा संभव असतो. उदाहरणार्थ, प्रयोग म्हणून किंमत वाढवली आणि ग्राहकांनी उत्पादनसंस्थेचा हेतू ओळखून आपली मागणी पर्यायी वस्तूकडे वळवली असता स्पर्धकांनी याचा फायदा उठविला तर ?

(क) मागणीचे निर्धारक परस्परांहून वेगळे करणे आणि स्वतंत्रपणे त्यांची तपासणी करणे सोपे नसते.

(ड) एका बाजाराचे सर्व भाग सारखेच नसतात. या सर्व कारणांमुळे मागणी व इतर घटक यांचा संबंध स्थूलमानाने स्पष्ट होऊन सर्वसामान्य मार्गदर्शक मिळविण्यासाठी या पद्धतीचा उपयोग होतो.

मागणीच्या पूर्वअंदाजाच्या पद्धती

अ. क्र.	पद्धती	कार्यपद्धती	गुण	मर्यादा
(अ)	**मुलाखती आणि पाहणी दृष्टिकोन**			
1.	ग्राहकांच्या मुलाखती अथवा हेतूंची पाहणी	भविष्यकालीन ग्राहकांच्या मतांची अजमावणी केली जाते. काही वेळा निवडक मोठ्या ग्राहकांशी संपर्क साधला जातो, पोस्टाने मते मागविली जातात किंवा नमुना पद्धतीने पाहणी केली जाते.	1. प्रत्यक्ष संपर्क 2. संख्या लहान असते तेव्हा उपयुक्त. 3. ग्राहकांची पसंती समजावून घेऊन वस्तूत योग्य बदल शक्य.	1. भविष्यकालीन योजनांबद्दल सांगण्यास ग्राहक असमर्थ. 2. अशा योजना सांगितल्या तरी ती त्यांची इच्छा असते; मागणी नसते. 3. ग्राहकांची संख्या मोठी असल्यास खर्चीक.
2.	विक्रेत्यांचे मत अजमावणे	विक्रेते पाहणी करतात. ते प्रशिक्षित असतात आणि त्यांना तांत्रिकदृष्ट्या परिपूर्ण ज्ञान दिलेले असते. दुकानदार/ वितरक त्यांना मदत करतात. त्याला 'सामूहिक मदत अजमावणी' असेही म्हणतात.	1. सोपी पद्धत. 2. विक्रेत्यांकडून माहिती मिळाल्याने पूर्वअंदाज वास्तववादी. 3. नव्या उत्पादनासाठीही उपयुक्त.	1. व्यक्तिनिष्ठ म्हणून पूर्वग्रह प्रविष्ट. 2. अल्पकाळातच उपयोगी 3. समग्रलक्षी बदलांचा अंदाज करण्याचे प्रशिक्षण विक्रेत्यांना नसते.
3.	उपभोक्त्यांची प्रत्यक्ष पाहणी	उपभोक्त्यांची संख्या मोठी असते आणि वस्तू साचेबंद असते तेव्हा नमुना पाहणी या संख्याशास्त्रीय तंत्राने पाहणी केली जाते.	1. शास्त्रशुद्ध पद्धत. 2. प्रशिक्षित कार्यकर्ते म्हणून पाहणी केली जाते. 3. पूर्वअंदाज बरेचसे अचूक.	1. माहिती देण्याच्या प्रतिसादावर यश. 2. नमुना निवडीतील चुका आणि संख्याशास्त्रीय मर्यादा. 3. नसलेली माहिती निर्माण होण्याचा धोका.

(क्रमश:)

अ. क्र.	पद्धती	कार्यपद्धती	गुण	मर्यादा
4.	तज्ज्ञ समितीचे साहाय्य घेणे	अंतर्गत अथवा बाह्य तज्ज्ञांचा अभ्यासगट नेमून पूर्वअंदाज योग्य पद्धतीची निवड ते करतात.	1. पूर्वअंदाज विशेष गटांच्या मदतीने. 2. तांत्रिकदृष्ट्या अचूकपणा.	1. पूर्वअंदाजाची गृहीते आणि तर्कसंगती तपासून पाहणे आवश्यक आहे. 2. नियंत्रण नसल्यास खर्च वाढण्याची शक्यता.
5.	संयुक्त व्यवस्थापकीय मतावर आधारित पूर्वअंदाज	वरिष्ठ व्यवस्थापन अधिकाऱ्यांकडून मते मागविली जातात.	1. सहभागी पद्धती 2. संपूर्णतः अंतर्गत 3. वेळेची बचत 4. सुटसुटीत.	1. व्यक्तिनिष्ठ 2. अल्पावधीसाठीच उपयुक्त.
(ब)	पूर्वानुभवाच्या प्रक्षेपणाने पूर्वअंदाज करणे.			
1.	साहचर्य विश्लेषण	मागणी हा अवलंबी चल आणि उत्पन्न किंवा किंमत हा स्वतंत्र चल घेऊन उपलब्ध आकडेवारीच्या साहाय्याने पूर्वअंदाज करणे.	1. शास्त्रशुद्ध पद्धत. 2. थोडे संख्याशास्त्रीय प्रशिक्षण पुरते.	1. आजचे साहचर्य उद्या राहीलच असे नाही. 2. साहचर्य कार्यकारणभाव दाखवित नाही. 3. कार्यकारणसंबंध असला तरी तो पुढे राहीलच असे नाही.
2.	पूर्वानुभवाचे प्रक्षेपण	परस्परावलंबित्व गृहीत धरून भविष्यकालीन प्रवृत्ती प्रस्थापित करणे. फिरत्या सरासरीचाही अवलंब केला जातो.	1. साधेपणा. 2. संख्याशास्त्रीय तंत्रावर आधारित म्हणून शास्त्रशुद्ध	1. चक्रीय बदलांचे अंदाज अवघड. 2. आकस्मिक परिस्थितीत अंदाज करणे अवघड.
(क)	काही अन्य पद्धती			
1.	निदर्शक तंत्र	काही निदर्शक निवडून त्यांचा पुरोगामी म्हणून उपयोग करून अनुगामी चलांचा मागोवा घेतला जातो.	1. साधेपणा 2. मर्यादित खर्च	1. पुरोगामी निदर्शक सापडणे कठीण. 2. अल्पकाळातच उपयुक्त. 3. निदर्शक दिशा दाखवितात. परिमाण नाही. 4. कार्यकारणसंबंध नसतो.
2.	नियंत्रित प्रयोग	मागणीचे काही निर्धारक नियंत्रित करून प्रत्येक निर्धारक बदलून परिणाम पाहिला जातो.	1. सैद्धान्तिकदृष्ट्या निर्दोष. 2. मर्यादित क्षेत्रातील बदल मोजण्यास उपयुक्त.	1. एकेक घटक वेगळा करणे प्रत्यक्षात कठीण. 2. वेळखाऊ पद्धत. 3. प्रयोग जोखमीचा ठरू शकतो. 4. बाजाराची सर्व क्षेत्रे सारखी नसतात.

3.12 नव्या वस्तूंच्या मागणीचा पूर्वअंदाज (Forecasting of the Demand for New Products)

पूर्वअंदाजांच्या पद्धतीचा आतापर्यंतचा विचार मुख्यत्वे प्रस्थापित वस्तू डोळ्यांसमोर ठेवून आपण केला. ज्या वस्तू बाजारात अनेक वर्षांपासून आहेत अशा प्रस्थापित वस्तूंपेक्षा नव्या वस्तूंच्या मागणीचे पूर्वअंदाज करण्याच्या समस्या वेगळ्या असतात. वस्तू नवीन असल्यामुळे तिच्याबद्दल मतप्रदर्शन करणे उपभोक्त्याला कठीण असते. तर मागील अनुभव नसल्यामुळे त्या अनुभवाचे प्रक्षेपण करणे शक्य नसते. अशा तऱ्हेने पूर्वअंदाजांचे दोन्ही मूलभूत प्रकार नव्या वस्तूच्या बाबतीत जवळजवळ बाद ठरतात. पण नव्या वस्तूंचे उत्पादन सुरू करताना मागणीचा पूर्वअंदाज तर उत्पादकाला विशेष महत्त्वाचा वाटतो. मग हा अंदाज कसा करावा ? जोएल डीन यांनी नव्या वस्तूंच्या संदर्भात उपयोगी पडण्यासारख्या पुढील सहा पद्धती सुचविल्या आहेत –

(1) उत्क्रांती दृष्टिकोन (Evolutionary Approach) : नवी वस्तू ही जुन्या वस्तूची उत्क्रांत अवस्था आहे असे मानून तिची मागणी जुन्या वस्तूंच्या मागणीवरून प्रक्षेपित करणे हा एक मार्ग आहे. उदाहरणार्थ, रंगीत टी. व्ही. हा कृष्णधवल टी. व्ही. ची उत्क्रांत अवस्था मानून कृष्णधवल टी. व्ही. च्या मागणीवरून रंगीत टी. व्ही. ची मागणी प्रक्षेपित करता येईल. अशाच प्रकारे ऑईलबाउंड-डिस्टेम्परवरून ॲक्रिलिक पेंटची मागणी प्रक्षेपित करता येईल.

मर्यादा : नवीन वस्तू जुन्या वस्तूतील सुधारणा वाटण्याइतकी जुन्या वस्तूच्या जवळची असेल तेथेच ही पद्धती वापरता येते. तसेच जुन्या मागणीपेक्षा नवीन मागणी किती कमी/जास्त असेल हे सांगणे कठीण आहे.

(2) पर्यायी दृष्टिकोन (Substitute Approach) : अस्तित्वातील वस्तूंना पर्याय म्हणून नव्या वस्तूच्या मागणीचा विचार करणे हा दुसरा मार्ग आहे. उदाहरणार्थ, स्टील फर्निचर हा लाकडी फर्निचरचा पर्याय मानून लाकडी फर्निचरच्या मागणीवरून स्टील फर्निचरच्या मागणीचा पूर्वअंदाज करता येतो.

बहुतेक नव्या वस्तू जुन्या वस्तूंना पर्याय म्हणून निघत असल्याने या पद्धतीचा पुष्कळ उपयोग होण्यासारखा आहे. जुन्या वस्तूंच्या एकूण मागणीवरून नव्या वस्तूची मागणी जास्तीत जास्त किती वाढू शकेल (नव्या वस्तूने जुन्या वस्तूची हकालपट्टी केली तर) हे समजू शकते. क्वचित नव्या वस्तूंची मागणी, जुन्या वस्तूची मागणीची मर्यादा ओलांडूनही जाते. तुलनात्मक किमती आणि ग्राहकांचा प्रतिसाद या मर्यादा या पद्धतीला पडतात.

(3) विकास-वक्र दृष्टिकोन (Growth Curve Approach) : प्रस्थापित वस्तूंच्या विकासाची प्रवृत्ती आणि टप्पे लक्षात घेऊन, त्या आकृतिबंधावरून, त्याच प्रकारच्या नव्या वस्तूंची मागणी कशी वाढत जाईल हे सांगता येते. उदाहरणार्थ, प्रस्थापित सौंदर्यप्रसाधनांच्या मागणीच्या विकासावरून एखाद्या नव्या सौंदर्यप्रसाधनांच्या मागणीची संभाव्य वाटचाल कशी होईल याचा पूर्वअंदाज करता येतो.

मर्यादा : या पद्धतीचा फारसा उपयोग शक्य नसतो. कारण त्याच प्रकारच्या अनेक जुन्या वस्तूंच्या विकासाचा अभ्यास करणे किचकट आणि वेळ खाणारे काम असते.

(4) मत अजमावणे दृष्टिकोन (Opinion Polling Approach) : ग्राहकांच्या प्रत्यक्ष पाहणीचा हा मार्ग आहे. आपल्या वस्तूचे स्वरूप, उपयुक्तता इत्यादींसंबंधी माहिती प्रत्यक्ष ग्राहकाला पुरविणे आणि मग मागणीचा पूर्वअंदाज करणे असे या पद्धतीचे स्वरूप आहे. उदाहरणार्थ, डॉक्टर आणि औषध-विक्रेते यांच्याशी चर्चा करून औषध कंपन्यांचे प्रतिनिधी एखाद्या नव्या औषधांच्या मागणीसंबंधी अंदाज करण्यास लागणारी माहिती पुरवू शकतील. फिरत्या प्रतिनिधीमार्फत ग्राहकांच्या भेटी घेऊन, नमुने वाटून आणि आवश्यक ती चर्चा ग्राहकांशी करून त्यांचे मत अजमावता येते. मत अजमावण्यातील पूर्वी उल्लेखिलेल्या मर्यादा नव्या वस्तूंच्या बाबतीतही येतातच.

प्रत्यक्षात अनेक वेळा नव्या वस्तूंची मागणी ठरविण्यासाठी या पद्धतीचा अवलंब केला जातो. बाजाराचा विस्तार मोठा असेल तर मात्र अडचणी येतातच.

(5) विक्री-अनुभव दृष्टिकोन (Sales Experience Approach) : नमुन्यासाठी एखाद्या निवडक बाजारात नवी वस्तू विक्रीस ठेवणे आणि तेथील अनुभवावरून सर्व बाजारातील एकूण मागणीचा अंदाज करणे हा या पद्धतीचा इत्यर्थ आहे. वर उल्लेखिलेल्या नियंत्रित प्रयोग पद्धतीचाच हा एक प्रकार असल्याने बाजाराच्या वित्तीय भागातील भिन्नता इत्यादी मर्यादा या पद्धतीवर पडतात. काळजीपूर्वक आणि सारासार विवेकाने ही पद्धती वापरली तर व्यवहारात पुष्कळच उपयोगी पडते अथवा नुकसान होते.

(6) त्रयस्थ दृष्टिकोन (Vicarious Approach) : उपभोक्त्यांच्या गरजा आणि त्या पूर्ण करण्यासाठी उपलब्ध असलेल्या विविध पर्यायी वस्तू यांचे सम्यक् ज्ञान ज्यांना आहे असे मानता येते. अशा निवडक विक्रेत्यांच्या दृष्टिकोनांतून नव्या वस्तूंबाबतच्या ग्राहकांच्या प्रतिक्रियांची अप्रत्यक्ष पाहणी करून या पद्धतीने मागणीचा पूर्वअंदाज करता येतो. ही पद्धती सोपी आणि स्वस्त असली तरी फारशी विश्वासार्ह मानता येणार नाही. विक्रेत्यांचा अनुभव आणि दूरदर्शित्व यांच्यावर या पद्धतीचे यश अवलंबून असते. विक्रेता, अनुभवी, दूरदर्शी आणि त्रयस्थपणे विचार करणारा असला तरी त्याचे पूर्वग्रह अंदाजात डोकावण्याची शक्यता असतेच. उदाहरणार्थ, अनुभवी आणि विश्वासार्ह अशा औषध विक्रेत्याला नव्या ॲलोपॅथिक औषधाला असलेला त्याचा वैयक्तिक विरोध त्याच्या प्रतिक्रियेत डोकावल्यावाचून राहणार नाही, ही या पद्धतीची मर्यादा आहे.

3.13 चांगल्या अंदाज पद्धतीच्या कसोट्या (Criteria of a Good Forecasting Method)

प्रस्थापित तसेच नव्या वस्तूंच्या बाबतीत मागणीचे पूर्वअंदाज करण्याच्या अनेक पद्धतींची चर्चा आपण केली आहे. या पद्धतींपैकी कोणत्या पद्धती स्वीकाराव्यात हे योग्यायोग्याता आणि त्या पद्धतीची कार्यक्षमता यांच्यावरून तर ठरेलच; पण त्याशिवाय सर्वसामान्यपणे चांगल्या पूर्वअंदाज पद्धतीने पुढील कसोट्यांना उतरले पाहिजे अशी अपेक्षा **जोएल डीन** यांनी व्यक्त केली आहे.

(अ) अचूकपणा (Accuracy) : पूर्वअंदाज अचूक असले पाहिजे म्हणजेच उद्याची प्रत्यक्ष मागणी आज केलेल्या अंदाजाच्या जास्तीत जास्त जवळ आली पाहिजे. अर्थात हे साधण्यासाठी खर्चाचाही विचार करावा लागतो. अचूक अंदाज करण्यासाठी हजारो रुपये खर्च होणार असतील व तर्कावर अवलंबून राहिल्याने होणारे नुकसान त्याहून कमी असेल तर असा महागडा अंदाज न करणेच परवडेल.

(ब) व्यवहार्यता (Plausibility) : पूर्वअंदाजांचा उपयोग जे करणार असतात त्या अधिकाऱ्यांनी ते अंदाज कसे केले आहेत हे तपासून पाहणे आवश्यक असते. अंदाज करणारे तज्ज्ञ गणिती समीकरणे मांडतील पण प्रत्यक्षात ते अंदाज उतरू शकतील काय, हे त्या अंदाजावरून अनुभवी अधिकाऱ्यांचा हात फिरल्यावरच ठरते. कंपनीच्या अनुभवी पदाधिकाऱ्यांना बाजाराची नाडी माहीत असते. त्यामुळे केवळ गणिती दृष्टिकोनाला व्यवहार्यतेची जोड हे पदाधिकारी देऊ शकतात.

(क) अढळपणा (Durability) : एखादा अंदाज किती काळ अढळ राहतो यावरून त्याचा बरे-वाईटपणा ठरतो. अनेकदा भूतकाळातील आकडेवारीवरून काढलेली मागणीची प्रवृत्ती भूतकाळाशी तंतोतंत जुळते; पण भविष्यात कोसळून पडते. पूर्वअंदाज अढळ राहतील का हे मुख्यत: भूतकाळातील मागणीचे जे निर्धारक आधारभूत मानले होते ते निर्धारक स्वत: स्थिर आहेत का यावर अवलंबून असते. त्या निर्धारकांचे स्थैर्य विचारात घेऊन शिवाय आणखी कोणकोणत्या घटकांचा विचार करणे रास्त ठरेल हे पाहून अंदाज केले तर ते टिकाऊ अथवा अढळ होण्याची शक्यता जास्त असते.

(ड) लवचीकता (Flexibility) : माणसाच्या नैसर्गिक प्रेरणा आणि हेतू यांचे मोजमाप करता आले असते तर चिरस्थायी पूर्वअंदाज करता आले असते. पण तसे मोजमाप करता येत नसल्याने परिस्थिती बदलेल त्याप्रमाणे जुळवून घेता येण्यासारखे लवचीक पूर्वअंदाज इष्ट ठरतात.

(इ) आकडेवारीची उपलब्धता (Availability of Data) : पूर्वअंदाज करताना आवश्यक आणि योग्य ती आकडेवारी उपलब्ध व्हावी लागते. संबंधित आणि अद्ययावत आकडेवारी उपलब्ध झाली तर तिच्यावर आधारलेले पूर्वअंदाज अधिक विश्वासार्ह मानता येतील.

3.14 निरीक्षणावर आधारलेल्या मागणीसंबंधी निश्चितीतील अडचणी (Problems of Empirical Determination of Demand Relationships)

मागणीचे पूर्वअंदाज करताना विशेषत: पूर्वानुभवावरून, आकडेवारीच्या साहाय्याने आणि संख्याशास्त्रीय पद्धतींनी मागणीचा अंदाज केला जातो. तेव्हा प्रत्यक्षातील मागणी आणि मागणीचे निर्धारक घटक यांच्या बदलांचे निरीक्षण करून ते घटक आणि मागणी यांचा संबंध प्रस्थापित करण्याचा प्रसंग येतो. उदाहरणार्थ, उत्पन्न, किंमत, जाहिरात इत्यादी निर्धारक घटकांचा मागणीशी संबंध असतो. प्रत्यक्ष व्यवहारातील ह्या संबंध शोधायचा तर गेल्या दोन वर्षांत उत्पन्नात कसा बदल झाला असता, मागणी कशी बदलली, किंमत बदलली तेव्हा मागणी कशी बदलली इत्यादी आकडेवारी एकत्र करून एकेका घटकाचा मागणीशी संबंध जोडून दाखवावा लागतो. असे केल्यास विक्रय धोरणासाठी आणि पूर्वअंदाजासाठी उत्पादनसंस्थेला मार्गदर्शन मिळते. पण निरीक्षणावरून असे मागणी संबंध निश्चित करण्यात अनेक अडचणी असतात. या व्यावहारिक अडचणींचा विचार येथे करावयाचा आहे. पूर्वअंदाजातील या आणखी काही मर्यादा ठरतात.

समजा, एखाद्या उत्पादनसंस्थेजवळ गेल्या पाच वर्षांतील जाहिरात खर्च आणि वस्तूंचा खप (म्हणजेच मागणी) यांची आकडेवारी उपलब्ध आहे. ही आकडेवारी अशी –

तक्ता क्र. 3.7 : जाहिरात खर्च व मागणी

वर्ष	1986	1987	1988	1989	1990
मागणी (लक्ष रुपये)	4.5	5.3	6.0	6.8	8.0
जाहिरात खर्च (लक्ष रुपये)	0.9	1.2	1.4	1.5	1.7

तक्ता क्र. 3.7 मधील आकड्यांवरून, **क्ष** अक्षावर जाहिरात खर्च आणि **य** अक्षावर मागणी घेऊन जाहिरात मागणी वक्र काढता येईल. हा वक्र उजवीकडे वर चढत जाणारा येईल. यावरून असा निष्कर्ष काढता येईल की जाहिरात खर्चाच्या विशिष्ट पातळीला मागणीची विशिष्ट पातळी असते. म्हणून जाहिरात-खर्चात अमुक इतकी वाढ केली की मागणी किती वाढेल हे जाहिरात मागणी वक्रावरून शोधून काढता येईल. पण व्यवहारात असा निष्कर्ष काढणे अयोग्य ठरेल; कारण यात अनेक धोके आहेत. हे धोके अथवा अडचणी अशा –

(1) इतर घटकांचा प्रभाव : उत्पादनसंस्थेच्या जाहिरात-खर्चाव्यतिरिक्त मागणीवर परिणाम करणारे उपभोक्त्यांचे उत्पन्न, वस्तूची किंमत, स्पर्धकांच्या वस्तूंच्या किमती, त्यांचे जाहिरातीचे धोरण व खर्च, उपभोक्त्यांची अभिरुची इत्यादी अनेक घटक असतात. या सर्व घटकांची उपेक्षा करून केवळ जाहिरात-खर्च वाढला म्हणून मागणी वाढली असे म्हणता येणार नाही हे उघड आहे. अशा वेळी सर्वच घटक एकदम विचारात घेऊन ही अडचण दूर करता यावी म्हणून संख्याशास्त्रातील 'लीस्ट स्क्वेअर्स मल्टिपल रिग्रेशन' या तंत्राचा अवलंब केला तरीही ही अडचण सर्वस्वी दूर होत नाही. एक तर, असे घटक अनेक असतात आणि वर्षानुवर्षे या घटकांची संख्या कायम राहील असे नसते. दुसरे, या सर्व घटकांच्या बदलाची आकडेवारी मिळेल अशी शाश्वती नसते.

(2) घटकांचे परस्परावलंबित्व : मागणी ही अवलंबी चल आणि उत्पादन आणि शिक्षण हे दोन स्वतंत्र चल घेतले तर (या दोहोंच्या मागणीवर परिणाम होतो) अडचण अशी उद्‌भवते की, हे चल परस्परांवर अवलंबून असतात. म्हणजे खऱ्या अर्थाने ते स्वतंत्र नसतात. शिक्षण वाढेल तसे उत्पन्न वाढते. उत्पन्न वाढेल तसे शिक्षण वाढते आणि हे दोन्ही वाढतील तशी मागणीही बदलते. उत्पन्न आणि किंमत यातही असेच साहचर्य असते. ही गुंतागुंत सोडविता आली नाही तर येणारा निष्कर्ष भलताच असतो. असे परस्परावलंबी घटक वगळावेत तर विश्लेषण अपुरे ठरते.

(3) संबंध जाणून घेण्याचा प्रश्न (Identification Problem) : जेव्हा अनेक चल परस्परांवर परिणाम करीत असतात आणि एकाच वेळी निश्चित होत असतात तेव्हा परतंत्र व स्वतंत्र चलातील संबंध वेगळे काढणे अवघड असते. उदाहरणार्थ, विविध किमतींना किती माल विकला गेला, याची आकडेवारी असेल तर विकलेला माल म्हणजे मागणी असते तसाच पुरवठाही असतो. अशा वेळी मागणी स्थिर मानून किंमत-बदलाचा पुरवठा-बदलाशी संबंध दाखवायचा की पुरवठा कायम मानून किंमत बदलली तेव्हा मागणी बदलत गेली असे मानायचे, की किंमत बदलल्यावर मागणी व पुरवठा

दोन्ही बदलली असे मानायचे ? दोन्ही मानल्यास आलेखावर आलेल्या बिंदूंपैकी पुरवठा-वक्रावरील कोणता व मागणी वक्रावरील कोणता हे कसे कळणार ? मग मागणीवर परिणाम करणारे इतर घटक बदलले की नाही हेही पाहावे लागेल. अशा तऱ्हेने गुंतागुंत वाढत जाते आणि अडचणीही वाढत जातात.

निरीक्षणावर आधारलेल्या मागणी संबंध निश्चितीतील अडचणींची ही फक्त तोंडओळख आहे. या अडचणी सोडविण्यासाठी प्रगत तंत्रांचा अवलंब करावा लागतो व तज्ज्ञांचा सल्ला घ्यावा लागतो. फक्त अशा अडचणी असतात हे लक्षात येण्यापुरतीच त्यांची चर्चा येथे केली आहे; या अडचणींमुळे दुर्लक्ष होऊ नये याची जाणीव करून देणे एवढाच हेतू आहे.

शेवटी, पूर्वअंदाज करण्याच्या पद्धती गणित आणि संख्याशास्त्रीय मदतीने कितीही परिपूर्ण करण्याचा प्रयत्न केला तरी माणसाचे वर्तन गणिताच्या सूत्रात बसवता येत नाही ! अनेक घटना (युद्धे, भूकंप, राजकीय घडामोडी) अशा असतात की ज्यांचा मागणीवर परिणाम होतो पण त्यांचा पूर्वअंदाज करता येत नाही. अशा अनिश्चिततेमुळे मागणी संबंध निश्चित आणखी कठीण होते. म्हणून थोडीशी निश्चिती आणि सामान्यज्ञान काही सारासार विवेक यांचा स्वीकार करावाच लागतो.

❉ सारांश ❉

3.1 (अ) मागणी : संकल्पना आणि अर्थ

(1) उपभोक्त्याला हव्या असणाऱ्या वस्तू प्राप्त करून घेण्याचा मार्ग मागणीतून जातो. एखाद्या विवक्षित बाजारात, विशिष्ट कालखंडात वेगवेगळ्या किमतींना एखाद्या वस्तूची जी विविध परिमाणे खरीदली जातात ती परिमाणे म्हणजे मागणी.

(2) दिलेल्या कालखंडात, दिलेल्या किमतीला कोणत्याही वस्तूचे जे परिमाण खरीदले जाते त्याला मागणी म्हणावे, अशी मागणीची व्याख्या करता येते.

(3) अर्थशास्त्रामध्ये 'मागणी' या संज्ञेस पात्र होण्यासाठी तीन बाबींची आवश्यकता असते - (अ) वस्तूची किंमत, (ब) विशिष्ट कालखंड आणि (क) उपभोक्ता खरेदी करण्यास तयार असलेले त्या वस्तूचे परिमाण. किमतीचा स्पष्ट निर्देश असल्याखेरीज मागणी व्यक्त करता येत नाही हीच गोष्ट विशिष्ट कालखंडाच्या बाबतीतही खरी आहे. शेवटी मागणीतून उपभोक्त्याची खरेदीची इच्छा स्पष्ट होत असते. म्हणून मागणी म्हणजे खरेदीच्या क्षमतेचे पाठबळ लाभलेली इच्छा असे म्हटले जाते.

(ब) मागणीचा नियम आणि मागणीचे निर्धारक घटक

(1) मागणीचा नियम असा : इतर परिस्थिती कायम असताना, किंमत वाढल्यास मागणी घटते आणि किंमत घटल्यास मागणी वाढते. दुसऱ्या शब्दात, मागणी परिमाण हे किमतीच्या विरुद्ध दिशेने बदलते, म्हणून किंमत-मागणी संबंध हा व्यस्त स्वरूपाचा असतो.

मागणी नियमांचे स्पष्टीकरण देताना - (अ) नियमांची गृहीते, (ब) मागणीपत्रकाच्या स्वरूपातील अंकात्मक उदाहरण, (क) मागणी वक्राचा आलेख, (ड) मागणी नियम अनुभवास का येतो याचे विवेचन, (इ) नियमास अपवाद (तपासून पाहणे.) याप्रमाणे संपूर्ण स्पष्टीकरण द्यावे लागते.

(2) कोणत्याही वस्तूची किंमत निर्धारित करणाऱ्या घटकांमध्ये - (1) वस्तूची किंमत (2) उपभोक्त्याचे उत्पन्न आणि उत्पन्नाची वाटणी (3) पर्यायी वस्तूंची संख्या आणि त्यांच्या किमती (4) उपभोक्त्यांची गरज, पसंती, अभिरुची आणि त्यातील बदल, (5) उपभोक्त्यांची संख्या, (6) उपभोक्त्यांच्या अपेक्षा, (7) जाहिरात आणि (8) वस्तूंच्या विक्रीबरोबर येणाऱ्या अन्य सेवा यांचा समावेश होतो.

(3) मागणीतील बदल (Variations) आणि स्थित्यंतरे (Changes) : (अ) मागणी हे सतत स्थिर राहणारे परिमाण नसून तिच्यात सतत चढ-उतार होत असतात आणि या चढ-उतारांचे स्पष्टीकरण द्यावे लागते.

मागणी अनेक घटकांवर अवलंबून असली तरी बाजारयंत्रणेच्या अभ्यासाच्या दृष्टीने किंमत-मागणी संबंध महत्त्वाचा असल्याने मागणीवर होणारा परिणाम पाहण्यासाठी किंमत-बदल हा घटक वेगळा काढला जातो आणि इतर सर्व घटकांचा मागणीवर होणारा परिणाम एकत्रितपणे विचारात घेतला जातो. मागणीचा नियम हा किंमत-मागणी संबंधाचेच विधान करतो.

(ब) किमतीतील बदलांना प्रतिसाद म्हणून मागणीत जे बदल होतात त्या बदलांना **मागणीतील बदल** (Variations in Demand) असे म्हणतात. हे बदल मागणीचा विस्तार आणि संकोच या स्वरूपात दर्शविले जातात.

(क) याउलट उत्पन्न अथवा, लोकसंख्या अथवा उपभोक्त्याची अभिरुची यांसारख्या अन्य घटकांतील बदलांना अनुसरून मागणीत जे बदल होतात त्यांना मागणीतील स्थित्यंतरे असे म्हणता येईल आणि ही स्थित्यंतरे मागणीतील वृद्धी आणि घट या स्वरूपात दाखविली जातात. अशा स्थित्यंतराच्या बाबतीत किंमत स्थिर मानलेली असते. (आकृत्यांच्या साहाय्याने मागणीतील वृद्धी आणि घट कसे दाखवितात हे प्रत्यक्ष आकृत्या काढून पाहा.)

3.2 मागणीचे उपयोगिता विश्लेषण (मूलांक दृष्टिकोन)

उपयोगिता याचा अर्थ वस्तूच्या अंगी असणारी मानवी गरज पूर्ण करण्याची शक्ती. ही उपयोगिता व्यक्तिसापेक्ष असते त्याचप्रमाणे कालसापेक्षही असते. घटत्या सीमांत उपयोगितेच्या आधारावर मागणीचे विश्लेषण करून उपभोक्त्याच्या वर्तनाचे स्पष्टीकरण देता येते. ही उपयोगिता अंकगणिती पद्धतीने मोजता येते असे मानून मूलांक पद्धतीने उपयोगितेचे मापन करण्याचा प्रयत्न अभिजात अर्थशास्त्रज्ञांनी केला.

3.3 मागणीचे समवृत्ती विश्लेषण (क्रमांक दृष्टिकोन)

मूलांक पद्धतीने उपयोगिता अथवा समाधान मोजता येत नाही हे लक्षात घेऊन म्हणजेच संख्यावाचक मोजमापावर अवलंबून राहण्याऐवजी क्रमवाचक अथवा क्रमांक पद्धतीने समाधानाच्या पातळ्यांची क्रमवारी लावणे हा पर्याय हिक्स व एलन इत्यादी अर्थशास्त्रज्ञांनी स्वीकारला. या विश्लेषणात सीमांत उपयोगितेऐवजी सीमांत पर्यायिता दराच्या आधारे स्पष्टीकरण दिले जाते.

3.4 समवृत्ती वक्राची गृहीते अथवा वैशिष्ट्ये

समवृत्ती वक्राच्या वैशिष्ट्यांमध्ये अथवा गुणधर्मांमध्ये प्रमुख गुणधर्म पुढीलप्रमाणे :

(1) समवृत्ती वक्र नेहमी डावीकडून उजवीकडे उतरते असतात. (2) ते आरंभबिंदूशी बहिर्वक्र असतात. (3) कोणतेही दोन समवृत्ती वक्र परस्परांना छेदत नाहीत आणि (4) उजवीकडचा आणि वरचा प्रत्येक समवृत्ती वक्र समाधानाची उच्चतर पातळी दर्शवितो.

3.5 समवृत्ती विश्लेषणाच्या आधारे उपभोक्त्याचा समतोल

क्रमांक पद्धतीने समवृत्ती नकाशा काढता येतो आणि दोन वस्तूंमध्ये दिलेले उत्पन्न पसंतीच्या आधारावर विभागून देता येते, या गृहीतांवर समवृत्ती विश्लेषणाच्या आधारे उपभोक्त्याचा समतोल दाखविता येतो. दिलेल्या उत्पन्नाची मर्यादा दाखविणारी किंमत रेषा आणि समवृत्ती नकाशा यांच्या आधारे किंमत रेषेला स्पर्श करणाऱ्या समवृत्ती वक्राच्या स्पर्श-बिंदूमध्ये उपभोक्त्याचा समतोल होतो. कारण तीच महत्तम समाधानाची पातळी असते.

3.6 मागणीची लवचीकता

(अ) संकल्पना : (1) मागणी निर्धारित करणाऱ्या घटकांपैकी कोणत्याही एका घटकात बदल झाल्यास त्याला अनुसरून मागणीच्या परिमाणात जो बदल होतो ती मागणीची लवचीकता होय.

(2) किंमत बदलास अनुसरून होणारा मागणीतील बदल हा मागणीची किंमत लवचीकता म्हणून ओळखला जातो. अशा तऱ्हेने **य** वस्तूच्या मागणीवर **य** वस्तूच्या किमतीतील बदलाचा परिमाण किंमत लवचीकतेच्या साहाय्याने समजतो. मागणीच्या अन्योन्य लवचीकतेचा परिणाम हा **य** वस्तूच्या किमतीतील बदलाचा **क्ष** वस्तूच्या मागणीतील बदलावरून समजतो, तर उत्पन्न लवचीकतेमुळे उत्पन्नातील बदलाचा **क्ष य ज्ञ** अशा अनेक वस्तूंच्या मागणीत होणाऱ्या बदलांचे मापन केले जाते.

(ब) **लवचीकतेचे मोजमाप :** (1) मागणीची किंमत लवचीकता मोजण्याच्या प्रमुख पद्धती अशा आहेत –

(1) बिंदूपद्धती :	(2) वक्रांशपद्धती :
$$ल_{क} = \dfrac{\dfrac{\Delta\,ख}{ख}}{\dfrac{\Delta\,क}{क}}$$	$$ल_{क} = ल_{क} = \dfrac{\dfrac{ख_1 - ख_2}{ख_1 + ख_2}}{2} \div \dfrac{\dfrac{क_1 - क_2}{क_1 + क_2}}{2} = \dfrac{\dfrac{ख_1 - ख_2}{ख_1 + ख_2}}{\dfrac{क_1 - क_2}{क_1 + क_2}}$$

(क) **एकूण प्राप्तीपद्धती :**

(1) ए. प्रा. वाढत असेल तर फार लवचीक, ए. प्रा. स्थिर असेल तर लवचीक आणि ए. प्रा. घटत असेल तर कमी लवचीक. (2) मागणीची उत्पन्न लवचीकता मोजण्यासाठी वक्रांश पद्धतीचा वापर करता येतो. फक्त येथे किंमत 'क' याऐवजी उत्पन्न 'उ' हा चल वापरला जातो. मागणीतील प्रमाणशीर बदलाला उत्पन्नातील प्रमाणशीर बदलाने भागले असता उत्पन्न लवचीकता समजते. म्हणजेच –

$$ल_{उ} = \dfrac{\dfrac{ख_2 - ख_1}{ख_2 + ख_1}}{\dfrac{उ_2 - उ_1}{उ_2 + उ_1}}$$

3.7 मागणीच्या किंमत लवचीकतेचे निर्धारक घटक आणि किंमत लवचीकतेचे महत्त्व

(अ) कोणत्याही वस्तूची मागणी किंमतदृष्ट्या कमी लवचीक आहे की जास्त, हे अनेक घटकांवर अवलंबून असते – (1) पर्यायी वस्तूंची उपलब्धता, (2) वस्तूचा प्रकार (आवश्यक, चैनीच्या इ.), (3) उपभोक्त्याचे उत्पन्न, (4) स्वस्त वस्तू. (5) सवयीच्या वस्तू (6) विविधोपयोगी वस्तू, (7) टिकाऊ वस्तू, (8) परस्परपूरक वस्तू, (9) बदलासाठी उपलब्ध कालावधी हे घटक आहेत.

(ब) मागणीची लवचीकता (किंमत लवचीकता) ही अनेक क्षेत्रांतील निर्णय प्रक्रियेच्या दृष्टीने अतिशय महत्त्वाची ठरते. (1) व्यवसायसंस्थेचे किंमतविषयक धोरण आखण्यासाठी, (2) उत्पादक घटकांचा मोबदला ठरविण्यासाठी, (3) कामगार संघटनांचा मार्ग ठरविण्यासाठी, (4) सरकारच्या किंमत आणि उत्पन्न धोरणासाठी, (5) कर आकारण्यासाठी, (6) आंतरराष्ट्रीय व्यापारातील निर्णयांसाठी, (7) सार्वजनिक क्षेत्रातील उत्पादनविषयक धोरणासाठी, (8) आर्थिक परिणामांचे अंदाज घेण्यासाठी मागणीची किंमत लवचीकता ही संकल्पना मोलाची ठरते.

3.8 मागणीचा पूर्वअंदाज

(अ) उत्पादनसंस्थेच्या व्यवस्थापनाच्या दृष्टीने मागणीचे पूर्वअंदाज पुढील बाबींसाठी आवश्यक असतात – (1) नियोजन, (2) अर्थसंकल्प तयार करणे, (3) उत्पादन आणि रोजगार यांचे स्थिरीकरण, (4) व्यवसायाच्या विस्ताराची योजना, (5) दीर्घकालीन गुंतवणूक योजना, (6) विक्रीचे अंदाजपत्रक तयार करणे, (7) साठवण नियंत्रण.

(ब) **मागणीच्या पूर्वअंदाजाच्या पद्धती :** (1) मुलाखती आणि पाहणी दृष्टिकोन, (2) पूर्वानुभवाच्या प्रक्षेपणाचा दृष्टिकोन. अशा दोन प्रमुख दृष्टिकोनांवर आधारलेल्या आहेत. त्यांपैकी –

(अ) (1) ग्राहकाच्या मुलाखती अथवा हेतूंची पाहणी; (2) विक्रेत्यांचे मत अजमावणे; (3) विक्रेत्यांची प्रत्यक्ष पाहणी; (4) तज्ज्ञ समितीचे साहाय्य घेणे; (5) संयुक्त व्यवस्थापकीय मतांवर आधारलेले पूर्वअंदाज या पद्धती समाविष्ट होतात. प्रत्येक पद्धतीच्या मर्यादा, खर्चीकपणा आणि गतिमानतेची जुळवून घेण्याची क्षमता या मर्यादा प्रामुख्याने अनुभवाला येतात.

(ब) या वर्गात साहचर्य विश्लेषणाच्या मदतीने पूर्वअंदाज करणे. तसेच भूतकालीन प्रवृत्तींचे भविष्यात प्रक्षेपण करणे. या पद्धतींचा समावेश होतो. या पद्धतीवरही प्रत्येक चल स्वतंत्रपणे विचारात घेता न येणे अथवा गतिमान जीवनात चलांचे संदर्भ बदलणे अशा मर्यादा पडतात.

इतर पद्धतींमध्ये (क) आणखी दोन पद्धतींचा म्हणजेच निदर्शक तंत्र आणि नियंत्रित प्रयोग या दोन पद्धतींचा समावेश होतो.

(क) नव्या वस्तूंच्या मागणीचेही पूर्वअंदाज करावे लागतात आणि त्यासाठी (1) उत्क्रांती दृष्टिकोन, (2) पर्याय दृष्टिकोन, (3) विकास वक्र दृष्टिकोन, (4) मत अजमावणे दृष्टिकोन, (5) विक्री अनुभव दृष्टिकोन, (6) त्रयस्थ दृष्टिकोन यांचा समावेश होतो. या सर्व पद्धतींवरही मर्यादा आहेत.

3.9 चांगल्या अंदाजपद्धतीच्या कसोट्या

यामध्ये – (1) अचूकपणा (2) व्यवहार्यता (3) अढळपणा (4) लवचीकता (5) आकडेवारीची उपलब्धता या सर्वांचा समावेश होतो.

❖ आकलन चाचणी (Test Your Understanding) ❖

(1) खालील प्रश्न सोडवा.

(अ) इन्स्टंट कॉफी तयार करणारी एक कंपनी दर 500 ग्रॅमच्या कॉफीच्या पुडीबरोबर 6 मग देऊ करते. या नव्या योजनेमुळे ज्यांच्या मागणीवर परिणाम होईल अशा वस्तूंची नावे सांगा. येथे वस्तूंच्या मागणीवर परिणाम करणारा कोणता घटक कार्यान्वित झाला आहे ? कसा ?

(ब) उन्हाळ्याची सुट्टी सुरू झाल्यावर उसाच्या रसाची मागणी वाढली, परंतु पटकी आणि विषमज्वर या आजारांच्या साथी पसरू लागल्याचे वृत्त वर्तमानपत्रातून छापून येताच रसाची मागणी नेहमीपेक्षा कमी झाली. उसाच्या रसाच्या किमतीत बदल झालेला नसताना या घटना घडल्या आहेत. यांचे स्पष्टीकरण तुम्ही कसे द्याल ?

(क) दूरदर्शनवरील एका मुलाखतीत एका वैद्याने असे विधान केले की लसूण खाल्ल्याने हृदयरोगाला प्रतिबंध होतो. या विधानाचा लसणाच्या मागणीवर काय परिणाम होईल ? हा परिणाम कोणत्या घटकाचा मानावा लागेल ? हा परिणाम तुम्ही आलेखावर कसा दाखवाल ?

(ड) दुधाची किंमत नेहमीपेक्षा वाढलेली असूनही रमजान ईदच्या दिवशी दुधाची मागणी वाढलेली आढळते. दूध हे मागणीच्या नियमाला अपवाद असते काय ? तुम्ही या घटनेचे स्पष्टीकरण कसे द्याल ?

(2) पुढील तक्ता पूर्ण करा.

उत्पादन (नग)	एकूण प्राप्ती (ए. प्रा.)	सरासरी प्राप्ती (स. प्रा.)	सीमांत प्राप्ती (सी. प्रा.)
1	12		
2	22		
3	30		
4	36		
5	40		
6	42		
7	42		

तुम्ही पूर्ण केलेल्या तक्त्याच्या आधारे पुढील प्रश्नांची उत्तरे द्या.

(अ) तीन नगांची विक्री होत असल्यास केवळ **सी. प्रा.** स्तंभाच्या आधारे तुम्ही ए. प्रा. चे आकडे कसे शोधून काढाल ? तसेच केवळ **स. प्रा.** हा स्तंभ दिलेला असेल तर इतर दोन स्तंभ तुम्ही कसे पूर्ण कराल ?

(ब) सातवा नग विकला असता **ए. प्रा.** का बदलत नाही.

(क) एकूण प्राप्तीमध्ये घट केव्हा सुरू होईल अशी तुमची अपेक्षा आहे ?

(3) पुढील वस्तूंच्या बाबतीत मागणी (1) फार कमी लवचीक, (2) अलवचीक, (3) फार लवचीक असेल तर ते सकारण सांगा.

(अ) स्वयंपाकाचा गॅस   (ब) सिगारेट   (क) व्हॅनिशिंग क्रीम

(ड) व्ही. सी. आर.   (इ) धुलाई यंत्रे   (फ) हिरे.

(4) सफरचंदाची किंमत 25 ₹ किलोवरून 20 ₹ किलोपर्यंत खाली आली असल्यामुळे बाजारातील त्याचा खप दररोज 100 किलोवरून 150 किलोपर्यंत वाढला तर सफरचंदाच्या मागणीची लवचीकता किती ? ही मागणी कोणत्या प्रकारात बसते ? लवचीकता मोजण्यासाठी तुम्ही कोणती पद्धती वापराल ?

(5) पुढील तक्ता पूर्ण करून मागणीची लवचीकता एकपेक्षा जास्त, एक आणि एकपेक्षा कमी कोठे आहे ते दाखवा.

किंमत रुपये	मागणी परिमाण (नग)	एकूण प्राप्ती (रुपये)	मागणीची लवचीकता
10	50		
9	65		
8	75		
6	100		
5	120		
4	130		
3	150		

(6) खालील आलेखामध्ये दिलेल्या मागणी वक्राचा नीट अभ्यास करून पुढील प्रश्नांची उत्तरे द्या.

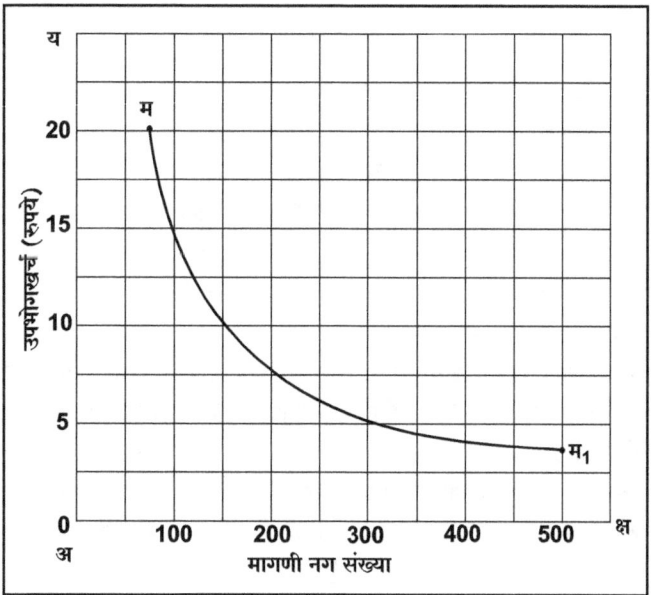

(अ) या वक्राने मागणीची लवचीकता किती असल्याचे दाखविले आहे ?

(ब) या मागणी वक्राच्या आधारावर (1) किंमत (2) बाजारातील मागणीचे परिमाण (3) व्यवसायसंस्थेला होणारी एकूण प्राप्ती असे तीन रकाने असणारा तक्ता तयार करा. वरील 'अ' या प्रश्नाच्या संदर्भात कोणता रकाना निर्णायक आहे ?

(क) आलेखातील **म म₁** या मागणी वक्राला तुम्ही काय नाव द्याल ? आणि का ?

(7) एक उपभोक्ता, त्याचे मासिक उत्पन्न 2000 ₹ असताना चहावर दरमहा 65 ₹ खर्च करतो. त्याचे मासिक उत्पन्न 3000 ₹ झाले असताना चहावरील त्याचा मासिक खर्च 75 ₹ होतो तर चहाच्या मागणीची उत्पन्न लवचीकता किती ? हे उत्तर काय दर्शविते ?

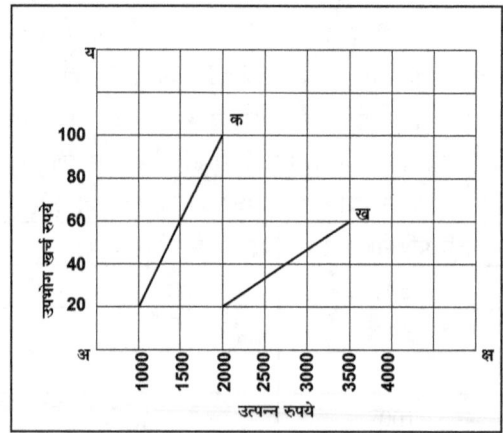

(8) वर एक आलेख दिलेला आहे. त्या आलेखात '**क्ष**' अक्षावर उत्पन्न आणि '**य**' अक्षावर उपभोग खर्च (मागणी) मोजलेला आहे. आलेखातील '**क**' हा '**क**' वस्तूचा आणि '**ख**' हा '**ख**' वस्तूचा उत्पन्न मागणी वक्र आहे. या दोहोंतील कोणता मागणी वक्र उत्पन्नदृष्ट्या अधिक लवचीकता आहे ? का ? या दोनपैकी आवश्यक वस्तू कोणती

ठरेल ? का ?

(9) खालील विधाने पूर्ण करा.

(अ) '**य**' ची किंमत थोडीशी घटली असता '**य**' च्या मागणीत जेव्हा प्रचंड वाढ होते तेव्हा '**क्ष**' आणि '**य**' या वस्तू .... असतात.

(ब) चहा आणि कॉफी यांच्यामधील अन्योन्य लवचीकता .... आणि .... यांच्या दरम्यान असते.

(क) '**य**' च्या किमतीत कितीही बदल झाले तरी '**क्ष**' च्या मागणीत मुळीच बदल होत नसेल तर '**क्ष**' व '**य**' वस्तू .... असतील.

(ड) '**क्ष**' आणि '**य**' या दोन वस्तूंच्या मागणीची अन्योन्य लवचीकता ऋण असेल तर त्या दोन वस्तू .... असल्या पाहिजेत.

(10) (अ) खालील प्रस्थापित वस्तूंच्या संदर्भात मागणीच्या पूर्वअंदाजाच्या कोणत्या पद्धतीचा अवलंब कराल ? का ? (1) रिक्षाचे मीटर्स, (2) सर्दीवरील औषध, (3) आइस्क्रीमचे कोन, (4) रिफाईंड खाद्य तेल, (5) परिवर्तनीय बॉन्ड.

(ब) खालील नव्या वस्तूंच्या मागणीच्या पूर्वअंदाजासाठी तुम्ही कोणत्या पद्धतीचा अवलंब कराल ? (1) सौर वॉटर हीटर, (2) कमी इंधन खाणारी गाडी (3) नवे वेदनाशामक औषध (4) नवीन प्रकारचा टूथब्रश.

❀ ❀ ❀

उत्पादन आणि खर्चविषयक सिद्धान्त

(THEORY OF PRODUCTION AND COSTS)

4.7 उत्पादन फलन

4.9 बदलत्या प्रमाणांचा नियम

(अ) घटत्या प्रतिफलाचा नियम या स्वरूपात

(आ) आधुनिक दृष्टिकोन

(इ) सरासरी-सीमांत संबंध

(ई) नियमाच्या तीन अवस्था

(उ) तीन अवस्थांचे स्पष्टीकरण

(ऊ) या नियमाची गृहीते

4.10 उत्पादनाचे प्रतिफल

(अ) प्रतिफलाविषयक नियम आणि उत्पादनमानाचे प्रतिफल

(आ) उत्पादनमानाच्या प्रतिफलाचे सोदाहरण स्पष्टीकरण

4.11 खर्चविषयक संकल्पना

(अ) वैकल्पिक खर्च आणि प्रत्यक्ष खर्च

(आ) अल्पकालीन आणि दीर्घकालीन खर्च

(इ) स्थिर आणि बदलते खर्च

(ई) सरासरी आणि सीमांत खर्च

(उ) बदलत्या प्रमाणांचा नियम आणि खर्च-वक्र

(ऊ) सरासरी व सीमांत खर्च-वक्र

4.12 खर्चाचे आर्थिक व लेखांतर्गत वर्गीकरण

(अ) खर्चाचे आर्थिक वर्गीकरण

(आ) खर्चाचे लेखांतर्गत वर्गीकरण

(इ) आर्थिक विरुद्ध लेखांतर्गत संकल्पना

4.13 उत्पादनसंस्थेचे अल्पकालीन आणि दीर्घकालीन खर्च-वक्र

(अ) अल्पकालीन खर्च-वक्र

(आ) दीर्घकालीन सरासरी खर्च-वक्र

4.14 प्राप्तीची संकल्पना

(अ) सीमांत प्राप्ती

(आ) सरासरी प्राप्ती

(इ) सरासरी आणि सीमांत प्राप्ती यांचा संबंध

✸ **सारांश**   ✸ **आकलन चाचणी**

किंमत ठरण्याच्या प्रक्रियेत (Pricing Process) मागणी व पुरवठ्याच्या विश्लेषणांना सारखेच महत्त्व असते. डॉ. मार्शल यांनी मागणी–पुरवठ्याला कात्रीच्या दोन पात्यांची उपमा दिलेली आहे. ज्याप्रमाणे कापण्याचे काम कात्रीची दोन्ही पाती एकसाथ करीत असतात त्याप्रमाणे मागणी आणि पुरवठा दोन्ही मिळून किंमत ठरवित असतात. या दोन्ही विश्लेषणात एक प्रकारे साम्य आहे. मागणी व पुरवठा या दोहोंवरही परिणाम करणारे अनेक घटक असतात. त्यापैकी किंमत हा घटक महत्त्वाचा मानून इतर घटक 'इतर परिस्थिती कायम राहिल्यास' या गृहीताने गोठविले जातात. मागणी नियमासारखाच किंमत पुरवठा संबंध सांगणारा पुरवठा नियम असतो. महत्तम समाधान हे उपभोक्त्याचे उद्दिष्ट असते, तर महत्तम नफा हे उत्पादकाचे उद्दिष्ट असते. उपयोगिता अथवा समाधान हा मागणीचा आधार असतो तर उत्पादन खर्च हा पुरवठ्याचा आधार असतो. यावरून हे साम्य स्पष्ट होईल.

मागील प्रकरणात आपण मागणी विश्लेषण अभ्यासले, या प्रकरणात पुरवठा विश्लेषणाचा अभ्यास करावयाचा आहे.

4.1 | पुरवठ्याची संकल्पना (The Concept of Supply)

(अ) पुरवठ्याचा अर्थ (Meaning of Supply)

सर्वसामान्य व्यवहारात 'पुरवठा' या शब्दाचे अनेक अर्थ संभवतात. काही काळापर्यंत एखाद्या वस्तूचा साठा वाढण्याची शक्यता नसते. तेव्हा पुरवठा हा शब्द 'अस्तित्वात असलेला साठा' या अर्थाने व्यवहारात वापरला जातो. उदाहरणार्थ, सोन्याचा पुरवठा याचा अर्थ सोन्याचे 'नवीन उत्पादन' नव्हे. कारण सोन्याचे नवीन उत्पादन जगातील एकूण साठ्याच्या 3 टक्केसुद्धा नसते. भारतात तर हे प्रमाण 0.67% इतके आहे. म्हणजेच येथे 'अस्तित्वात असलेला साठा' हा अर्थ असतो. पुरवठा याचा व्यवहारातील दुसरा अर्थ 'विशिष्ट काळातील सर्वसाधारण उत्पादन' असा होतो. उदाहरणार्थ, भारतातील अन्नधान्यांचा पुरवठा 17 कोटी टन आहे. याचा अर्थ दरवर्षी सर्वसामान्य परिस्थितीत अन्नधान्यांचे उत्पादन 17 कोटी टन एवढे होते. पुरवठा याचा तिसरा अर्थ 'विशिष्ट काळात विक्रीसाठी आणलेले एखाद्या वस्तूचे परिमाण' असा होतो. हाच अर्थ अर्थशास्त्रात महत्त्वाचा आहे.

पुरवठ्याच्या या व्याख्येत दिलेल्या कालावधीतील 'उत्पादन' विचारात घेतले नाही, तर 'विक्रीसाठी उपलब्ध होणारे वस्तूचे परिमाण' विचारात घेतले आहे. पुरवठ्याचा हाच अर्थ किंमतनिश्चितीत महत्त्वाचा असतो. उत्पादन आणि वर उल्लेखिलेल्या अर्थाने ठरणारा पुरवठा या दोहोंत फरक आहे हे लक्षात घेतले पाहिजे. उत्पादन केलेल्या वस्तूच्या एकूण साठ्यांपैकी काही भागच विक्रीला आणला जाईल आणि उरलेला भाग किंमतवाढीच्या अपेक्षेने तसाच ठेवला जाईल हे शक्य असते. उलट, किंमत चांगली आहे असे उत्पादकाला वाटले तर चालू कालखंडातील उत्पादन अधिक (+) पूर्वी केलेल्या उत्पादनातील शिलकी साठा मिळून उत्पादनापेक्षा जास्त पुरवठा तो करील असेही शक्य असते. म्हणून या एका कारणाने पुरवठा आणि उत्पादन यात तफावत पडते. अशी तफावत पडण्याचे दुसरेही कारण असू शकते. ते म्हणजे केलेल्या उत्पादनातून काही भाग उत्पादक स्वतःच्या उपभोगासाठी ठेवतो आणि त्यामुळे उत्पादनापेक्षा पुरवठा कमी होतो. शेतमालाचे उत्पादन म्हणजे बाजारातील शेतमालाचा पुरवठा नव्हे. तिसरी शक्यता विनाशी वस्तूंच्या बाबतीत लक्षात घ्यावी लागते. भाजीपाला, दूध, फळे इत्यादी वस्तूंच्या एकूण उत्पादनापैकी काही भाग बाजारात येण्यापूर्वी अथवा विकण्यापूर्वी खराब होतो व म्हणून उत्पादनापेक्षा पुरवठा कमी होतो.

(आ) पुरवठ्याचे निर्धारक घटक (Determinants of Supply)

(1) **व्यवसायसंस्थेचे उद्दिष्ट :** एखादी वस्तू बाजारात आणणाऱ्या व्यवसायसंस्थेचे उद्दिष्ट काय आहे, यावर त्या वस्तूचा पुरवठा अवलंबून असतो. नफा कमी झाला तरी चालेल, पण बाजारातील विक्री जास्तीत जास्त झाली पाहिजे

अशा उद्देशाने केलेला जो पुरवठा होईल त्यापेक्षा महत्तम नफा मिळविण्याच्या हेतूने केलेला पुरवठा कमी होईल. कमीत कमी धोका पत्करण्याच्या उद्देशाने केलेल्या पुरवठ्यापेक्षा जोखीम पत्करून केलेला पुरवठा जास्त असेल, हे सहज लक्षात येईल.

(2) वस्तूची किंमत : वस्तूचा पुरवठा त्या वस्तूच्या किमतीवर अवलंबून असतो. इतर परिस्थिती स्थिर असताना वस्तूची किंमत जितकी जास्त तितके त्या वस्तूचे उत्पादन अधिक फायद्याचे होते. म्हणून किंमत वाढली की पुरवठा वाढतो व किंमत कमी झाली की पुरवठा घटतो. हाच पुरवठ्याचा नियम म्हणून पुढे चर्चिला जाणार आहे.

(3) इतर वस्तूंच्या किमती : कोणत्याही एका वस्तूचा पुरवठा इतर वस्तूंच्या किमतीवरही अवलंबून असतो. या 'इतर' वस्तू आपल्या वस्तूच्या उत्पादनात तरी समाविष्ट होत असतील किंवा आपल्या वस्तूला पर्यायी असतील. उदाहरणार्थ, कागद, शाई यांच्या किमती आणि मुद्रणाचे दर यात वाढ झाल्यास पाठ्यपुस्तकांचा पुरवठा कमी होईल. तसेच रहस्यकथा, बालसाहित्य, ललितसाहित्य या वर्गातील पुस्तकांच्या किमती वाढल्या तर त्यांचे प्रकाशन उत्पादकांच्या दृष्टीने अधिक आकर्षक होऊन पाठ्यपुस्तकांचा पुरवठा कमी होईल.

(4) उत्पादन घटकांच्या किमती : उत्पादन घटकांची किंमत हा उत्पादकांच्या दृष्टीने खर्च असतो. खर्च वाढला की नफा कमी होतो. म्हणून घटकांच्या किमतींचा परिणाम संबंधित वस्तूच्या पुरवठ्यावर होत असतो. उदाहरणार्थ, जमिनीचा खंड वाढला की शेतमालाचा पुरवठा कमी होईल आणि जेथे जमीन हा घटक कमी महत्त्वाचा आहे अशा वस्तूंचा पुरवठा वाढेल. प्लॉट्सच्या किमती भरमसाट वाढतात तेव्हा स्वतंत्र बंगल्यांचा पुरवठा कमी होतो आणि अपार्टमेंट्सचा पुरवठा वाढतो. ही गोष्ट आपल्या परिचयाची आहे.

(5) तंत्रस्थिती : तांत्रिक ज्ञानाच्या स्थितीवरही वस्तूंचा पुरवठा अवलंबून असतो. विज्ञानाच्या प्रगतीमुळे अनेक वस्तूंचे नवीन उपयोग माहिती होतात तसेच संपूर्णपणे नवीन वस्तूंचेही शोध लागतात. अशा संशोधनाचा परिणाम होऊन पुरवठ्यात बदल होतात. रसायनशास्त्राच्या प्रगतीमुळे प्लॅस्टिकच्या असंख्य प्रकारच्या वस्तूंचे उत्पादन तसेच कृत्रिम धान्याच्या कापडाचे उत्पादन होऊ लागले. इलेक्ट्रॉनिक्सच्या प्रगतीमुळे टेलिव्हिजनपासून गणकयंत्रापर्यंत अनेक वस्तूंच्या पुरवठ्याची नवीन दालने खुली झाली.

4.2 पुरवठ्याचा नियम (The Law of Supply)

पुरवठ्यावर परिणाम करणाऱ्या अनेक घटकांपैकी वस्तूची किंमत हा घटक किंमतनिश्चितीच्या संदर्भात महत्त्वाचा असल्याने तो घटक वेगळा काढून किंमत पुरवठा संबंध स्पष्ट केला जातो. याचा अर्थ असा नव्हे की, किंमत हाच घटक सर्वांत महत्त्वाचा आहे. दीर्घकाळात तर तांत्रिक-वैज्ञानिक प्रगती हाच घटक पुरवठ्याच्या दृष्टीने सर्वांत महत्त्वाचा ठरण्याची शक्यता असते. पण किंमत ठरण्याच्या प्रक्रियेचा अभ्यास करताना किंमत आणि पुरवठा यांतील संबंध महत्त्वाचा असल्याने इतर घटक स्थिर मानून पुरवठा नियमाच्या स्वरूपात हा संबंध स्पष्ट केला जातो. किंमत वाढली असता पुरवठा वाढतो आणि किंमत घटली असता पुरवठा कमी होतो. हा पुरवठ्याचा नियम होय.

(अ) पुरवठा पत्रक आणि पुरवठा वक्र (Supply Schedule and Supply Curve)

किमतीत बदल झाला असता बाजाराच्या पुरवठ्यात काय बदल होतो हे पाहून पुरवठा पत्रक (Supply Schedule) तयार करता येते. तक्ता क्र. 4.1 मध्ये 'क्ष' वस्तूच्या बाजाराचे असे एक काल्पनिक पुरवठा पत्रक तयार केले आहे. किंमत दर नगास 100 ₹ असताना वस्तूचा पुरवठा 2,000 नग होतो. किंमत वाढून 150 ₹ अशी झाल्यास पुरवठा 3,000 नग होतो. अशा प्रकारे किंमत वाढेल तसा पुरवठा वाढत जातो.

तक्ता क्र. 4.1 : पुरवठा पत्रक

किंमत (₹ दर नगास)	पुरवठा (नग)	किंमत (₹ दर नगास)	पुरवठा (नग)
100	2,000	150	3,000
200	4,000	250	4,500
300	5,000	400	5,500

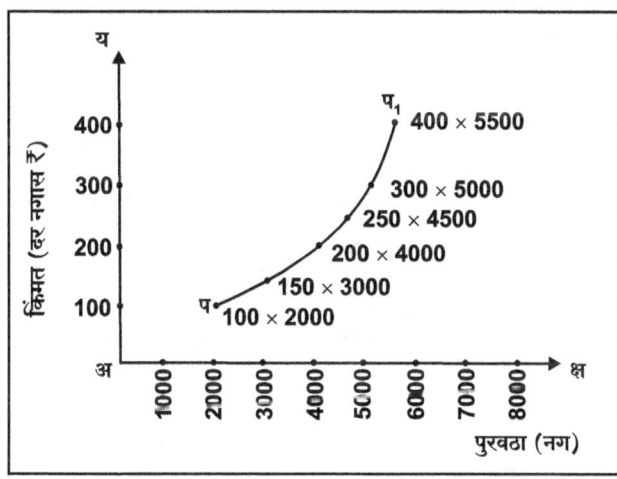

अशाच प्रकारच्या पुरवठा पत्रकावरून पुरवठा वक्र तयार करता येतो. आकृती क्र. 4.1 मध्ये दर्शविलेला **प $प_1$** हा पुरवठा वक्र आहे. किंमत 100 ₹ असते तेव्हा पुरवठा 2,000 नग असतो. किंमत 150 ₹ पर्यंत वाढते. तेव्हा पुरवठा 3,000 पर्यंत वाढतो. किंमत 250 ₹ झाली तर पुरवठा 4,500 होतो, हे या आकृतीवरून स्पष्ट होईल. वस्तूची किंमत आणि त्या किमतीला त्या वस्तूचे जे परिमाण विकण्यास विक्रेते तयार आहेत ते परिमाण म्हणजेच पुरवठा यांचा संबंध पुरवठा वक्रावरून स्पष्ट होतो. किमतीव्यतिरिक्त पुरवठ्यावर परिणाम करणारे इतर घटक कायम आहेत या गृहीतावर पुरवठा वक्र आधारलेला असतो. उजवीकडे वर चढत जाणारा पुरवठा वक्राचा आकार किंमत वाढल्यास पुरवठा वाढतो असे दर्शविते. पुरवठा वक्राच्या आकारावरून तसेच पुरवठा पत्रकावरूनही हाच नियम स्पष्ट होतो.

आकृती क्र. 4.1 : पुरवठा वक्र

(आ) पुरवठा वक्र कसा तयार होतो ? (Derivation of Supply Curve)

पुरवठा वक्राचे स्थान आणि आकार कसा समजतो ? पुरवठ्यावर परिणाम करणाऱ्या विविध घटकांचा विचार आपण यापूर्वी केलेला आहे. या सर्व घटकांचा पुरवठ्यावर परिणाम होतो तो उत्पादन खर्चाच्या मार्फत. उदाहरणार्थ, तंत्रस्थिती हा घटक घ्या. तांत्रिक प्रगतीमुळे उत्पादन खर्च घटतो आणि त्यामुळे पुरवठा वक्राचे स्थान बदलते. उत्पादन खर्चात मजुरी, कच्च्या मालावरील खर्च, व्याजाचा खर्च इत्यादींचा समावेश होतो. अल्पकाळात उत्पादनाचे काही घटक स्थिर राहत असल्याने वाढत्या खर्चाच्या परिस्थितीला तोंड देणे व्यवसायसंस्थेला भाग पडते. बदलत्या प्रमाणांचा नियम याच प्रकरणात पुढे आपण चर्चेला घेणार आहोत. त्यावरून असे लक्षात येईल की, अल्पकाळात सरासरी व सीमांत खर्च वाढत जातात आणि खर्चही वाढत असतात तेव्हा सीमांत खर्च सरासरी खर्चाहून जास्त असतात. याच प्रकरणातील आकृती क्र. 4.8 पाहा.

किंमतवाढीबरोबर पुरवठा कसा वाढत जातो हे सीमांत खर्चाच्या वर्तनावरून समजण्यासारखे आहे. एका नगाने पुरवठा वाढविल्यामुळे समजा खर्चात 10 रुपयांनी भर पडत असेल तर त्या नगाची किंमत निदान 10 ₹ आल्याखेरीज उत्पादक तो नग विकणार नाही. बाजारातील किंमत 12 ₹ असेल तर तो एकच काय पण आणखीही दोन नग विकायला तयार होईल. समजा, असे झाले की किंमत 12 ₹ झाली आणि 1, 2, 3 अशा क्रमाने नगांचा पुरवठा वाढविल्यामुळे सीमांत खर्च (म्हणजे एकूण खर्चात पडणारी भर) 10, 11, 12 ₹ अशी वाढत गेली, तर 3 नगांनी पुरवठा वाढेल. किंमत आणखी वाढून 15 ₹ झाली असे समजू. सीमांत खर्च आणखी पुढे समजा 13, 14 आणि 15 ₹ असा वाढत जातो. आता आणखी तीन नगांनी पुरवठा वाढविणे परवडते. म्हणजेच किंमत 10 ₹ असताना ‘क्ष’ नगांचा

पुरवठा होता. तो 12 ₹ किमतीला क्ष + 3 झाला आणि 15 ₹ किमतीला क्ष + 6 (क्ष + 3 + 3) असा झाला. अशा रीतीने किंमत वाढेल तसा पुरवठा वाढतो. म्हणजेच अल्पकाळातील व्यवसायसंस्थेच्या सीमांत खर्च-वक्रावरून पुरवठा वक्र तयार करता येतो.

(इ) पुरवठ्यातील वृद्धी व घट (Increase and Decrease in Supply)

पुरवठा पत्रकातील प्रत्येक किमतीला पूर्वीपेक्षा जास्त अथवा कमी पुरवठा होईल अशीही शक्यता असते. उदाहरणार्थ, पूर्वीचे पुरवठा पत्रक आधारभूत मानून तयार केलेला पुढील तक्ता क्र. 4.2 पाहा.

तक्ता क्र. 4.2 : पुरवठ्यातील वृद्धी व घट

किंमत (₹ प्रति क्विंटल)	मूळ पुरवठा-1 (क्विंटल)	पुरवठा-2 (क्विंटल)	पुरवठा-3 (क्विंटल)
100	2,000	3,000	1,000
150	3,000	4,500	2,000
200	4,000	6,000	2,500
250	4,500	7,500	3,000
300	5,000	8,500	4,000
400	5,500	10,000	4,500

पुरवठा-1 या रकान्यात मूळ पुरवठा दिलेला असून पुरवठा-2 या रकान्यातील आकडे किमतीला जास्त पुरवठा होत असल्याचे दर्शवितात.

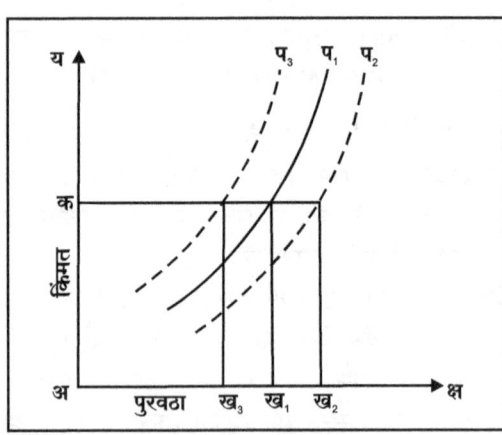

आकृती क्र. 4.2 : पुरवठ्यातील वृद्धी व घट

उदाहरणार्थ, 100 ₹ किमतीला पूर्वी 2,000 नग वस्तूंचा पुरवठा होत असे; तो आता 3,000 नग होऊ लागला आहे. याचप्रमाणे 150, 200 इत्यादी सर्व किमतींना पूर्वीपेक्षा जास्त पुरवठा होतो असे दिसेल. हा परिस्थितीबदल पुरवठ्याची वृद्धी (Increase in Supply) या नावाने ओळखला जातो. याउलट, पुरवठा-3 हा रकाना जी परिस्थिती दर्शवितो त्या परिस्थितीत प्रत्येक किमतीला पुरवठा कमी झालेला आहे. पुरवठा-3 हा रकाना पुरवठ्याचा ऱ्हास अथवा पुरवठ्यातील घट (Decrease in Supply) दाखवितो. पुरवठ्यातील वृद्धी व ऱ्हास, मागणीतील वृद्धी व ऱ्हास यांच्याप्रमाणेच पुरवठा वक्राच्या स्थानांतराने दाखविले जातात. (आकृती क्र. 4.2 पाहा.)

प$_1$ हा पुरवठा वक्र मूळचा पुरवठा वक्र आहे. पुरवठा वक्र उजवीकडे, मूळ पुरवठा वक्राच्या खालच्या बाजूला स्थानांतरित होतो तेव्हा (प$_2$) तो पुरवठ्यातील वृद्धी दाखवितो. उदाहरणार्थ, आकृतीतील प$_1$ हा पुरवठा वक्र असताना अ क किमतीला अ ख$_1$ एवढा पुरवठा होतो. तोच प$_2$ या स्थानांतरित पुरवठा वक्राच्या आधारे, त्याच किमतीला, अ ख$_2$ पर्यंत वाढलेला दिसतो. प$_2$ हा पुरवठ्याची वृद्धी दाखविणारा पुरवठा वक्र आहे. याउलट, डावीकडे आणि मूळ पुरवठा वक्राच्या वरच्या बाजूस स्थानांतरित झालेला पुरवठा वक्र (प$_3$) पुरवठ्याचा ऱ्हास दाखवितो, कारण अ क या किमतीला अ ख$_3$ एवढा म्हणजे अ ख$_1$ पेक्षा कमी पुरवठा होत असल्याचे हा पुरवठा वक्र दाखवितो.

किमतीव्यतिरिक्त इतर घटकांतील बदलांचा परिणाम पुरवठा वक्राच्या स्थानांतराने दाखविण्याची प्रथा आहे. किंमत कायम असून तांत्रिक सुधारणा झाली, इतर वस्तू अथवा कच्चा माल इत्यादी स्वस्त झाला, उत्पादनाच्या घटकांच्या किमती कमी झाल्या तर पुरवठ्यात वृद्धी होईल. याउलट, बदल झाल्यास पुरवठ्याचा ऱ्हास होईल. उदाहरणार्थ, मजुरी वाढली अथवा यंत्र जुने झाले तर पुरवठ्यात घट होते.

4.3   पुरवठ्याची लवचीकता (Elasticity of Supply)

'किंमत वाढली की पुरवठा वाढतो' हे विधान स्थूल स्वरूपाचे आहे. किंमत किती वाढली असता पुरवठा किती वाढतो हे समजणे महत्त्वाचे आहे. पुरवठ्याच्या लवचीकतेच्या साहाय्याने हे समजते. किंमत बदलास प्रतिसाद म्हणून होणारा पुरवठा बदल म्हणजे पुरवठ्याची लवचीकता.

वस्तूंच्या किमतीत थोडा बदल झाला असता वस्तूंच्या पुरवठ्यात किती बदल होतो यावरून पुरवठ्याची लवचीकता समजते. वस्तूच्या पुरवठ्यात होणाऱ्या बदलाचे प्रमाण भागिले (÷) किंमत बदलाचे प्रमाण म्हणजे पुरवठ्याची लवचीकता होय.

(अ) पुरवठ्याच्या लवचीकतेचे मापन (Measurement of Elasticity of Supply)

उदाहरणार्थ, समजा, 60 पैसे किंमत असताना बाजारात 32,000 अंडी विकायला येतात आणि किंमत 72 पैसे झाली तर अंड्यांचा पुरवठा 40,000 होतो. 12 पैशांनी किंमत वाढली व 8,000 नगांनी पुरवठा वाढला तर –

$$\text{पुरवठ्याची लवचीकता} = \frac{\text{पुरवठ्यातील बदलांचे प्रमाण}}{\text{किमतीतील बदलाचे प्रमाण}}$$

(प = पुरवठा, Δप = पुरवठ्यातील बदल, क = किंमत व Δ क = किमतीतील बदल मानू.)

$$\text{पुरवठ्याची लवचीकता} = \frac{\frac{Δप}{प}}{\frac{Δक}{क}}$$

$$= \frac{8000}{32000} \div \frac{12}{60}$$

$$= \frac{1}{4} \div \frac{1}{5} = \frac{5}{4} = 1.25$$

ही पुरवठ्याची लवचीकता येते. वरील सूत्राऐवजी पुरवठ्यातील शेकडा बदल भागिले (÷) किमतीतील शेकडा बदल अशीही लवचीकता काढता येते. वरील उदाहरणात पुरवठ्यात (32,000 नगात 8,000) 25 टक्क्यांनी वाढ झाली आहे व किमतीत (60 पैशात 12 पैसे) 20 टक्क्यांनी वाढ झाली आहे. $\frac{25}{20} = \frac{5}{4} = 1.25$ हीच पुरवठ्याची लवचीकता येते.

(आ) पुरवठ्याच्या लवचीकतेचे प्रकार (Types of Elasticity of Supply)

दोन एकांतिक प्रकार : आर्थिक विवेचनात ज्याला विशेष अर्थ आहे असे पुरवठ्याच्या लवचीकतेचे दोन एकांतिक अथवा टोकाचे प्रकार संभवतात.

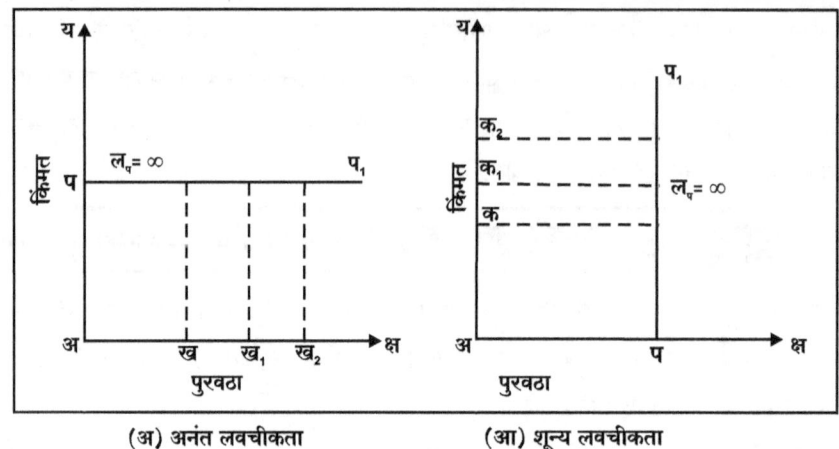

(अ) अनंत लवचीकता   (आ) शून्य लवचीकता

आकृती क्र. 4.3 : पुरवठ्याची लवचीकता

(1) **पुरवठ्याची अनंत लवचीकता :** आकृती क्र. 4.3 (अ) मध्ये ही शक्यता दाखविली आहे. दिलेल्या किमतीला वाटेल तेवढा म्हणजेच अनंत पुरवठा होतो असा याचा अर्थ होतो. उदाहरणार्थ, **अ प** या किमतीला **अ ख** व **अ ख₁** इत्यादी वाटेल तेवढा पुरवठा होतो. पुरवठा वक्र (**प प₁**) क्ष अक्षाला समांतर आहे. अशी शक्यता दोन बाबतीत संभवते – एक, जेव्हा घटकांच्या बाजारात पूर्ण स्पर्धा असते तेव्हा (उदाहरणार्थ, विशिष्ट मजुरीच्या दराला वाटेल तेवढे मजूर काम करण्यास मिळत असतील तर) आणि दुसरी, उत्पादन खर्च स्थिर असेल तेव्हा.

(2) **पुरवठ्याची शून्य लवचीकता :** अनंत लवचीकता हे एक टोक तर शून्य लवचीकता हे दुसरे टोक आहे. किंमत कितीही वाढली तरी पुरवठा वाढत नाही. तसेच तो किंमत कमी झाल्यास कमी होत नाही. पुरवठा पूर्णपणे अलवचीक आहे असा याचा अर्थ होतो. आकृती क्र. 4.3 (आ) मध्ये **य** अक्षाला समांतर असणारा पुरवठा वक्र काढलेला आहे. **अ क, अ क₁, अ क₂,** अशी कितीही जास्त अथवा कमी किंमत झाली तरी पुरवठा **अ प** एवढाच कायम राहतो.

पुस्तकाची पहिली आवृत्ती, जुनी दुर्मीळ पुस्तके, ऐतिहासिक वस्तू आणि अल्पकाळात पुरवठा स्थिर असणारे घटक यांच्या बाबतीत पुरवठा वक्र या प्रकारचा असतो.

मागणीची लवचीकतेच्या संदर्भात जशी एकक लवचीकता (Unit Elasticity) ही संकल्पना महत्त्वाची असते तशी पुरवठ्याच्या बाबतीत नसते. याचा अर्थ ती कल्पनाच करता येत नाही असा नाही. किमतीमध्ये ज्या प्रमाणात वाढ होते त्याच प्रमाणात पुरवठ्यात वाढ झाली तर पुरवठ्याची लवचीकता एक येईल हे उघड आहे. आरंभबिंदूशी 45° चा कोन करून रेषा काढली तर ती एक लवचीकता दाखविणारी पुरवठा रेषा ठरेल. या संकल्पनेचा एकच उपयोग आपल्या दृष्टीने आहे. पुरवठा कमी लवचीक आहे की जास्त लवचीक आहे हे या एकक लवचीकतेच्या मोजमापावरून ठरविता येते.

पुरवठ्याच्या लवचीकतेचे आणखी दोन प्रकार पुढे दिले आहेत.

(3) **अलवचीक किंवा कमी लवचीक पुरवठा :** पुरवठ्याची लवचीकता एकाहून कमी असते तेव्हा त्याला अलवचीक किंवा कमी लवचीक पुरवठा (Unelastic or Less Elastic Supply) असे म्हणतात.

आलेख काढताना प्रमाण (Scale) बदलले की, सरळ रेषेचा चढ बदलतो. म्हणून नुसत्या चढावरून लवचीकतेबद्दल काही विधान करणे अचूक ठरत नाही. मात्र एकाच आकृतीत, एकाच प्रमाणाने, एकाच बिंदूतून दोन रेषा काढल्यास त्यांचे चढ वेगवेगळे असतात. 'रेषेचा चढ' ही संकल्पना पाहताना आपण पहिल्या प्रकरणात अशा आकृत्या पाहिल्या आहेत.

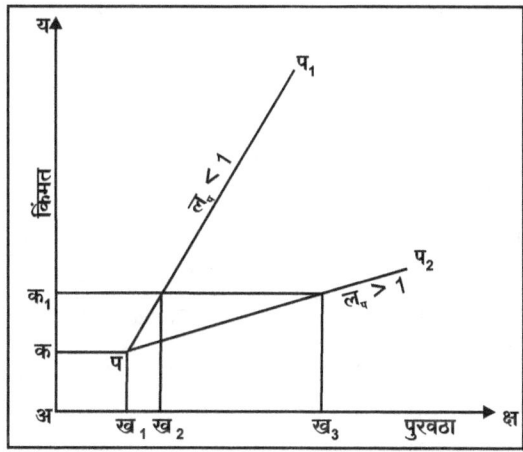

आकृती क्र. 4.4 : अलवचीक व फार लवचीक पुरवठा

आकृती क्र. 4.4 मध्ये **प $प_1$** ही पुरवठा रेषा काय दर्शविते ? किमतीतील **क $क_1$** एवढा बदल होतो तेव्हा पुरवठ्यात **$ख_1$ $ख_2$** एवढा बदल होतो. म्हणजे हा पुरवठा अलवचीक आहे किंवा पुरवठ्याची लवचीकता 1 पेक्षा कमी आहे.

(4) फार लवचीक पुरवठा : पुरवठ्याची लवचीकता एकापेक्षा जास्त असते तेव्हा त्याला फार लवचीक पुरवठा (Highly Elastic Supply) असे म्हणतात. आकृती क्र. 4.4 मधील **प $प_2$** हा पुरवठा वक्र या प्रकारचा आहे.

दोन्ही प्रकारांचा तुलनात्मक विचार केल्यास फरक स्पष्ट होईल. **क्ष** अक्षावर दोन वेगळ्या वस्तूंचा पुरवठा दोन वक्रांनी दाखविला आहे. पण दोहोंच्या किमती मुळात सारख्याच होत्या आणि नंतर सारख्याच वाढल्या असे समजू. किंमत **अ क** असताना दोन्ही वस्तूंचा पुरवठा सारखाच **अ $ख_1$** एवढा होता. किंमत वाढून **अ $क_1$** झाली तेव्हा एका वस्तूचा पुरवठा **अ $ख_2$** झाला (म्हणजे फक्त **$ख_1$ $ख_2$** ने वाढला); पण दुसऱ्या वस्तूचा पुरवठा **अ $ख_3$** झाला (म्हणजे फक्त **$ख_1$ $ख_2$** ने वाढला.) अर्थात पहिल्या वस्तूचा पुरवठा अलवचीक **($ल_प < 1$)** आहे, तर दुसऱ्या वस्तूचा पुरवठा फार लवचीक **($ल_प > 1$)** आहे. लवचीकतेचे हे दोन प्रकार किंमत ठरण्याच्या प्रक्रियेत किंवा कारभाराच्या विश्लेषणात आपल्या दृष्टीने महत्त्वाचे ठरणार आहेत. म्हणून ते नीट समजून घेणे आवश्यक आहे.

पुरवठ्याच्या लवचीकतेचा 'एकक लवचीकता' हा पाचवा प्रकार सांगता येईल. त्याचा उपयोग कमी व जास्त लवचीक पुरवठा यातील रेषा आखण्यापुरताच होतो, हे आपण पाहिलेच आहे.

(इ) पुरवठ्याची लवचीकता ठरविणारे घटक

(Factors Influencing Elasticity of Supply)

(1) काल (Time) : डॉ. मार्शल यांनी पुरवठ्याच्या विश्लेषणात कालावधीचा विचार महत्त्वाचा मानला आहे. त्यांच्या मते, कालावधीचे तीन प्रकारे वर्गीकरण आवश्यक आहे.

(अ) अत्यल्प काळ : अत्यल्प काळात मागणी-पुरवठ्याचा समतोल होतो तेव्हा पुरवठ्याची लवचीकता शून्य असते किंवा फार कमी असते. विनाशी वस्तूंचा पुरवठा मुळीच वाढविता येत नाही. काही वस्तूंच्या बाबतीत जुन्या साठ्यातून पुरवठा करून अत्यल्प काळात पुरवठा वाढविता येतो. अनेक वस्तूंचे उत्पादन ज्या उद्योगसंस्थेत होते तेथे एकाच वस्तूचे उत्पादन कमी करून दुसऱ्या वस्तूचे उत्पादन वाढविता येते. असे झाल्यास अत्यल्प काळातही पुरवठा काहीसा बदलता येतो. पण ही शक्यता एकंदरीने कमीच असते.

(ब) अल्पकाळ : पुरवठा बदलायचा तर उत्पादन घटक बदलणे आवश्यक असते. अल्पकाळात ज्यांना बदलते घटक (Variable Factors) म्हणतात, असे घटक बदलणे शक्य असते. श्रम, कच्चा माल इत्यादी घटक बदलता येतात, पण स्थिर घटक (उदाहरणार्थ, यंत्रकुल अथवा जमीन/इमारत) बदलणे शक्य नसते. म्हणून अल्पकाळात पुरवठा फारसा लवचीक नसतो. अर्थात अत्यल्प काळाच्या तुलनेने अल्पकालीन पुरवठा अधिक लवचीक असतो.

(क) दीर्घकाळ : दीर्घकाळात यंत्रकुल, जमीन इत्यादी सर्वच घटक बदलणे शक्य असते. म्हणून दीर्घकालीन पुरवठ्याची लवचीकता जास्तीत जास्त असते.

(2) व्यवसायसंस्थांचा प्रवेश व निर्गमन : उद्योगाचा पुरवठा हा अनेक व्यवसायसंस्थांनी मिळून केलेला असतो. किंमत थोडीशी वाढली की अनेक व्यवसायसंस्था उद्योगात प्रवेश करतात आणि किंमत थोडीशी घटली की अनेक व्यवसायसंस्था बाहेर पडतात. असे झाले तर उद्योगाचा पुरवठा लवचीक राहील. म्हणून प्रवेश आणि निर्गमन या गोष्टी व्यवसायसंस्थांना सहज साध्य असणे ही गोष्ट पुरवठ्याच्या लवचीकतेच्या दृष्टीने महत्त्वाची असते. पूर्ण स्पर्धायुक्त बाजारात व्यवसायसंस्थांचा प्रवेश आणि निर्गमन सहज साध्य असल्याने पुरवठा लवचीक असतो.

(3) उत्पादनाचे घटक आकृष्ट करण्याचा खर्च : आपल्या व्यवसायसंस्थेतील उत्पादन वाढविण्यासाठी उत्पादनाचे जादा घटक कामाला लावावे लागतात. पूर्ण रोजगाराची अवस्था असेल म्हणजे जमीन, श्रमिक इत्यादी घटक बेकार नसतील तर त्यांना इतर उद्योगातून आपल्या उद्योगात आकृष्ट करावे लागेल. उदाहरणार्थ, शेतात काम करण्यासाठी जादा मजूर आपल्याला हवे आहेत. घरबांधणी, रस्तेबांधणी इत्यादी क्षेत्रांतून त्यांना आकृष्ट करावे लागेल. त्यांची मजुरी वाढवून दिली तर ते आकृष्ट होतील का ? श्रमाच्या पुरवठ्याच्या लवचीकतेवर अवलंबून राहील. पुरवठा लवचीक असेल तर थोडी मजुरी वाढविली तरी खूप मजूर यायला तयार होतील. पण आज ते जेथे काम करीत आहेत तेथेच त्यांना मजुरी वाढवून देण्यात आली तर ? ते उद्योजक तेथेच मजुरी वाढवून देतील की नाही हे पुढील दोन गोष्टींवर अवलंबून राहील.

(अ) घटकांची पर्यायिता : मजुरांऐवजी भांडवल वापरणे शक्य आहे का ? तसे असेल तर घरबांधणी, रस्तेबांधणी इत्यादी क्षेत्रांत यंत्रांचा वापर वाढविला जाईल. तेथून मुक्त झालेले श्रमिक शेतीक्षेत्रात येतील व शेतमालाचा पुरवठा लवचीक होईल.

(ब) मागणीची लवचीकता : इमारती व रस्ते यांची मागणी लवचीक आहे की अलवचीक ? अलवचीक असेल तर किंमत वाढवून मजुरांना मजुरी वाढवून देता येईल. शेतीक्षेत्रात मजूर येणार नाहीत. शेतमालाचा पुरवठा कमी लवचीक राहील.

(ई) पुरवठ्याच्या लवचीकतेचे व्यावहारिक महत्त्व

(Practal Importance of the Concept of Elasticity of Supply)

(1) एखाद्या वस्तूची मागणी बदलल्यास किंमत किती बदलेल हे त्या वस्तूचा पुरवठा कितपत लवचीक आहे यावरून समजते. व्यवहारात सर्व वस्तूंची मागणी वाढली तरी सर्व वस्तूंच्या किमतीत सारखीच वाढ होत नाही. ज्या वस्तूंचा पुरवठा अलवचीक असतो त्यांच्या किमती जास्त प्रमाणात वाढतात. उलट, ज्यांचा पुरवठा लवचीक असतो; म्हणजे थोडी किंमत वाढली की पुरवठा बराच वाढतो. अशा वस्तूंची भाववाढ मर्यादित प्रमाणात होते. उदाहरणार्थ, अन्नधान्यांचा पुरवठा अलवचीक असल्याने किमती वाढतात तेव्हा अन्नधान्यांचे भाव सर्वांत जास्त वाढतात. अल्पकाळापेक्षा दीर्घकाळात पुरवठ्याची लवचीकता वाढते. म्हणून अनेक वेळा भाववाढ हंगामी ठरते आणि कालांतराने किमती कमी होतात.

(2) करआकारणीत पुरवठ्याच्या लवचीकतेचा विचार महत्त्वाचा असतो. पुरवठा लवचीक असेल तर कर बसविल्यावर पुरवठा कमी होईल. उलट पुरवठा अलवचीक असेल तर कर बसविल्याने पुरवठा फारसा बदलणार नाही व सरकारला कराच्या उत्पन्नाची निश्चिती राहील. कराचा भार उत्पादकावर किती पडतो व उपभोक्त्यावर किती पडतो हे मागणी आणि पुरवठा या दोहोंची लवचीकता पाहून समजते. पुरवठा अलवचीक असून मागणी लवचीक असेल तर उत्पादकावरच कराचा भार मुख्यत्वे पडेल.

4.4 उत्पादनाचे प्रमाण (Scale of Production)

अंशलक्षी आर्थिक विश्लेषणाची चर्चा करताना आपण उत्पादन सिद्धान्ताचा उल्लेख केला होता. आपल्या अभ्यासात उत्पादन सिद्धान्ताच्या दोन विशेष महत्त्वाच्या बाजू विचारात घ्याव्या लागणार आहेत. या दोन बाजू अशा - (1) उत्पादनाचे परिमाण आणि उत्पादन खर्च यांच्यामधील संबंधाचे विश्लेषण (2) उत्पादन घटकांची मागणी व्यवसायसंस्था ज्यांच्या आधारावर ठरवितात त्या घटकांची तपासणी. दुसऱ्या शब्दांत, आपल्या अभ्यासक्रमात आपण ज्या मागणी-पुरवठ्याच्या क्रिया-प्रतिक्रिया शिकणार आहोत आणि पुढे जाऊन या दोहोंमधून ठरणाऱ्या बाजारातील किमतीचा विचार करणार आहोत, त्यासाठी उत्पादकाच्या बाजूने लक्षात घेण्याजोग्या या दोन गोष्टी आहेत. एक तर उत्पादन वाढवीत गेल्यास उत्पादनाचा सरासरी खर्च कमी होतो; कायम राहतो की वाढत जातो याचा विचार उद्योजकांच्या दृष्टीने महत्त्वाचा असतो. त्याचप्रमाणे ज्यांच्या मदतीने उत्पादन करायचे त्या उत्पादन घटकांची मागणी किती प्रमाणात करावयाची हे कसे ठरते हेही पाहिले पाहिजे.

(अ) व्यावसायिक निर्णय (Business Decisions)

व्यावसायिक निर्णय जेथे घेतले जातात असे सर्वांत लहान एकक म्हणजे व्यवसायसंस्था असते हे आपण पाहिले. ज्या निर्णयांचा आपण उल्लेख केला ते निर्णय नेमके कोणते असतात ते आता विचारात घेऊ.

(1) **उत्पादनविषयक निर्णय :** उत्पादन कशाचे करावयाचे हे उत्पादनसंस्थेला प्रथम ठरवावे लागते. म्हणजेच कोणती वस्तू अथवा सेवा अथवा कोणत्या नावाने अथवा बोधचिन्हाखाली एखाद्या वस्तूचे उत्पादन करायचे हे ठरवावे लागते. ही वस्तू जुनी आणि प्रस्थापित असेल तर ग्राहकांच्या परिचयाची असते. याउलट, ही वस्तू सर्वस्वी नवीनही असू शकते. नवी वस्तू बाजारात आणण्याची गरज ग्राहकांच्या अभिरूचीतील बदल अथवा फॅशनमधील बदल यातून निर्माण होऊ शकते. तशीच तांत्रिक परिस्थिती बदलल्यामुळेही अशी गरज निर्माण होत असते. थोडक्यात, आपण ज्या वस्तूचे उत्पादन करायचे ती वस्तू प्रस्थापित वस्तूशी स्पर्धा करणारी असावी की संपूर्णपणे नवी असावी, तसेच त्या वस्तूंचे रंग, रूप, गंध, वजन, वेष्टन आणि आकारमान काय असावे या सर्वांचा निर्णय म्हणजे वस्तूविषयक निर्णय होय. व्यवसायसंस्थेचा भावी उत्कर्षच नव्हे तर तिचे अस्तित्वच या निर्णयावर अवलंबून असल्याने हा निर्णय महत्त्वाचा असतो. महत्तम नफ्याच्या उद्दिष्टाने व्यवसायसंस्था प्रेरित झालेली असल्याने ती योग्य तोच निर्णय घेईल अशी अपेक्षा असते. हा निर्णय समग्रलक्षी पातळीवरदेखील महत्त्वाचा असतो. म्हणजेच या निर्णयाचे बरे-वाईट परिणाम एखाद्या व्यवसायसंस्थेपुरतेच मर्यादित नसतात. कारण व्यवसायसंस्थेने एखादा जरी चुकीचा निर्णय घेतला तरी दुर्मीळ अशा राष्ट्रीय साधनसंपत्तीची हानी होत असते.

(2) **किंमतविषयक निर्णय :** ज्या वस्तूचे उत्पादन केले जाते ती वस्तू उपभोक्त्यांच्या दारात पोहोचते तेव्हाच उत्पादनाची प्रक्रिया पूर्ण होते. म्हणूनच ती वस्तू कोणत्या किमतीला विकण्यास उत्पादक तयार आहे ती किंमत निश्चित करणे महत्त्वाचे असते. वस्तूच्या किमतीची किमान मर्यादा तिच्या उत्पादन खर्चाने निश्चित केली जाते. तरीही असे प्रसंग उद्भवतात जेव्हा केवळ बदलता खर्च भरून निघाला तरी पुरे आहे असा विचार उत्पादकाला करावा लागतो. म्हणजेच तोटा सोसूनही उत्पादन करीत राहावे लागते. किमतीला कमाल मर्यादा अशी नसते. कारण जास्तीत जास्त नफा मिळविणे हे व्यवसायसंस्थेचे उद्दिष्टच असते. पण व्यवसायसंस्थेच्या बाजूने अशी मर्यादा नसली तरी बाजारातील स्पर्धा अशी मर्यादा निर्माण करते आणि ही स्पर्धा पूर्ण असेल तर दीर्घकाळात व्यवसायसंस्थेला फक्त सर्वसाधारण नफाच मिळू शकतो. अशा रीतीने एका बाजूला उत्पादन खर्चाची परिस्थिती आणि दुसऱ्या बाजूला बाजारातील स्पर्धेचे स्वरूप या दोन्ही बाजू विचारात घेऊन व्यवसायसंस्था आपली स्वतःची उत्पादन पातळी निश्चित करते तेव्हा किमतीविषयक निर्णय घेते. अर्थव्यवस्थेच्या दृष्टीनेही हा निर्णय महत्त्वाचा असतो. याची कारणे पुढीलप्रमाणे -

(1) बाजारावर आधारलेल्या अर्थव्यवस्थेत उत्पादकांचे मनोगत उपभोक्त्यांपर्यंत पोहोचविणारी संदेशवाहिनी म्हणून किंमत कार्य करीत असते आणि (2) उत्पादक घटकांमध्ये उत्पादन कसे वाटून दिले जाईल हे त्या वस्तूंची किंमत ठरते यावर अवलंबून असते.

(3) परिमाणविषयक निर्णय : उत्पादन कशाचे करावयाचे याबरोबरच ते किती प्रमाणात करावयाचे म्हणजेच उत्पादनाचे परिमाण काय असावे हा निर्णयही व्यवसायसंस्थेला घ्यावा लागतो. यासाठी मागणीचे पूर्वअंदाज महत्त्वाचे असतात. तसेच मागणी काय राहील हे व्यवसायसंस्थेने त्या वस्तूची किंमत काय ठरविली आहे यावरही अवलंबून असते. परिणामविषयक निर्णय व्यवसायसंस्थेच्या दृष्टीने महत्त्वाचा असतो. कारण या निर्णयावरच व्यवसायसंस्था ही लहान प्रमाणावर उत्पादन करणार की मोठ्या प्रमाणावर हे ठरणार असते आणि यावरून पुढे उत्पादन खर्चाचे वर्तन कसे राहील हे निश्चित होणार असते.

(4) तांत्रिक निर्णय : पूर्वी पाहिल्याप्रमाणे व्यवसायसंस्थेने घ्यावयाचा आणखी एक महत्त्वाचा निर्णय अथवा मूलभूत निर्णय म्हणजे उत्पादन कशा प्रकारे करावयाचे हा असतो. प्रत्येक व्यवसायसंस्थेला स्वतःच्या पातळीवर या निर्णयाला सामोरे जावे लागते. उत्पादन तंत्राची निवड करणे या स्वरूपाचा हा निर्णय असतो. हा निर्णय घ्यावा लागतो याचे कारण, आपण पहिल्या प्रकरणात पाहिल्याप्रमाणे उत्पादनाचे घटक काही प्रमाणात परस्परांना पर्यायी असतात. उत्पादन घटकांची तुलनात्मक दुर्मीळता विचारात घेऊन आणि महत्तम नफ्याचे उद्दिष्ट डोळ्यांसमोर ठेवून हा निर्णय व्यवसायसंस्था कसा घेते हे पहिल्या प्रकरणातच आपण अंकात्मक उदाहरणाने तपशीलवार पाहिले आहे.

(5) संघटनात्मक निर्णय : परस्परांशी निगडित असलेले वरील सर्व निर्णय घेतल्यानंतर व्यवसायसंस्थेला संघटनविषयक निर्णय घ्यावा लागतो. उत्पादनाचे संघटन हे भागीदारी संस्था म्हणून करावे की संयुक्त भांडवली संस्था म्हणून करावे ? अशा प्रकारचे निर्णय हे संघटनात्मक निर्णय असून हे निर्णय घेताना कायद्याची बाजू विचारात घ्यावी लागते. तसेच कोणत्या प्रमाणावर उत्पादन करावयाचे आहे ? त्यासाठी भांडवल किती लागणार आहे ? बाजारपेठेचा विस्तार काय आहे ? इत्यादी बाबींचा विचार करून संघटन प्रकार ठरविला जातो.

(6) स्थाननिर्णय : यंत्रकुलाच्या उभारणीसाठी कोणते स्थान निवडावे म्हणजेच कारखाना कोठे काढावा याचा निर्णयही व्यवसायसंस्थेला घ्यावा लागतो. काही वस्तूंचे कारखाने कच्च्या मालाच्या सान्निध्यात काढणे हिताचे असते तर काही वस्तूंचे उत्पादन ग्राहकांपासून अगदी जवळच्या ठिकाणी करणे इष्ट ठरते. वस्तूचे प्रकार, उत्पादन घटकांची उपलब्धता, वाहतुकीचा खर्च इत्यादी अनेक बाजू विचारात घेऊन व्यवसायसंस्थेला स्थानविषयक निर्णय घेता येतो.

इथपर्यंत आपण ज्या व्यावसायिक निर्णयांची चर्चा केली त्या सर्वांचे परस्परावलंबित्व तुमच्या लक्षात आलेच असेल. उदा., वस्तूच्या परिमाणाचा निर्णय हा एका बाजूला मागणीच्या अंदाजावर अवलंबून असतो तर दुसऱ्या बाजूला पुरवठ्याच्या नियमाने सूचित होणाऱ्या किमतीशी तो जोडलेला असतो. म्हणूनच हे सर्व निर्णय एकाच वेळी घ्यावे लागतात. येथे व्यावसायिक निर्णयांचा थोडक्यात आढावा घेण्याचे कारण असे की, उत्पादनाचे प्रमाण अथवा मागणीचे पूर्वअंदाज तसेच व्यवसायसंस्थेचा समतोल आणि उत्पादन खर्चातील बदल यांचा अभ्यास अंशलक्षी अर्थशास्त्रात आपल्याला करावयाचा आहे. या दृष्टीने मूलभूत व्यावसायिक निर्णय आणि त्यांचे परस्परावलंबित्व प्रारंभी घेणे महत्त्वाचे आहे.

(आ) मोठ्या प्रमाणावरील उत्पादन (Large-scale Production)

परिमाणविषयक निर्णय हा व्यवसायसंस्थेने घ्यावयाच्या निर्णयातील एक महत्त्वाचा निर्णय असतो असे आपण पाहिले. एखाद्या वस्तूचे किती उत्पादन करावयाचे याचा निर्णय म्हणजेच परिमाणविषयक निर्णय होय. उत्पादनात वाढ करायची झाल्यास उत्पादनाचे प्रमाण (Scale) वाढवावे लागते. उदाहरणार्थ, दररोज दहा शर्ट शिवणाऱ्या एखाद्या

शिंप्याने उत्पादनाचे परिमाण वाढवून ते दररोज शंभर शर्टपर्यंत न्यायचे ठरविले तर अर्थातच त्याला आणखी शिलाई यंत्रे विकत घ्यावी लागतील. जास्त कारागीर कामावर ठेवावे लागतील. थोडक्यात, त्याच्या कार्याचे प्रमाणच वाढेल. मोठ्या प्रमाणावरील उत्पादन याचा अर्थ या उदाहरणावरून लक्षात येण्यासारखा आहे. उत्पादनाची पातळी वाढवायची असेल तर त्यासाठी भांडवल, श्रम, कच्चा माल इत्यादी सर्व घटकांचे प्रमाण वाढवावे लागते. याचाच अर्थ उत्पादन अधिक मोठ्या प्रमाणात करावे लागते.

गेल्या दोन शतकात उत्पादनाच्या प्रमाणात सातत्याने वाढ होत गेल्याचे दिसून येते. प्रमाणाच्या वाढीच्या या प्रवृत्तीला अनेक घटक जबाबदार आहेत. विज्ञान आणि तंत्रज्ञानाच्या प्रगतीमुळे नवीन यंत्रे आणि तंत्रे निर्माण झाली. ही नवीन यंत्रे आणि तंत्रे स्वीकारण्यात आली. कारण त्यांच्यामुळे उत्पादन खर्च कमी होत गेला. पण त्याचबरोबर उत्पादनाचे प्रमाण वाढत गेले. विशेषीकरणाचा वाढता प्रसार हेही उत्पादनाचे प्रमाण वाढण्याचे आणखी एक कारण आहे. वाहतूक आणि दळणवळणाच्या साधनात झालेल्या वाढीमुळे बाजाराचा जो विस्तार झाला त्यामुळेही मोठ्या प्रमाणावरील उत्पादनात चालना मिळाली. बँका आणि विमा कंपन्यांचा प्रसार हाही अशा वाढीला प्रेरकच ठरला. उत्पादनाचे प्रमाण जसजसे वाढत गेले तसतसे अनेक प्रकारचे लाभ उत्पादकांना मिळत गेले आणि त्यातून आणखी मोठ्या प्रमाणावर उत्पादन करण्याची ऊर्मी त्यांच्या मनात निर्माण झाली. अशा तऱ्हेने आज मोठ्या प्रमाणावरील उत्पादन हे देशपरत्वे, आर्थिक क्षेत्रपरत्वे आणि वस्तुपरत्वेही सार्वत्रिक झाले आहे.

(इ) उत्पादनाचे प्रमाण आणि अविभाज्यता (Scale of Production and Indivisibilites)

मोठ्या प्रमाणावरील उत्पादनाचे लाभ म्हणून आपण ज्यांचा विचार लवकरच करणार आहोत त्यातील बरेच फायदे अविभाज्यतेतून उद्भवलेले असतात. अविभाज्यतेची संकल्पना समजण्यास तशी सोपी आहे. एखादी गाय दररोज वीस लीटर दूध देत असेल आणि एखाद्या कुटुंबाची दुधाची गरज दररोज 5 लीटर एवढीच असेल तर पाव गाय विकत घेऊन हा प्रश्न सुटण्यासारखा नाही. येथे गाय अविभाज्य असल्याने उत्पादनाची किमान पातळी दररोज वीस लीटर ही ठरते. याच प्रकारे एखादे यंत्र रोज शंभर वस्तूंचे उत्पादन करू शकत असेल तर त्याहून कमी उत्पादनाची आवश्यकता असल्यास त्या यंत्राच्या अविभाज्यतेच्या समस्येला सामोरे जावेच लागते.

एखाद्या घटकाच्या अविभाज्यतेमुळे उत्पादन खर्चावर कसा परिणाम होतो हे एका साध्या उदाहरणाने स्पष्ट करता येईल. एखाद्या झेरॉक्स मशीनची किंमत दीड लाख रुपये असून ही रक्कम द. सा. द. शे. 15% व्याजाने बँकेकडून आपण कर्जाऊ घेतली आहे असे समजू. अर्थात दरवर्षी 22,500 ₹ म्हणजेच दररोज सुमारे 62 ₹ एवढे व्याज येईल. अशा परिस्थितीत या यंत्रावर आपण दररोज 60 प्रती काढल्या तर नुसता व्याजाचाच खर्च दर प्रतीला 1 ₹ येतो. 120 प्रती काढल्यास हा खर्च 50 पैशांपर्यंत खाली येतो आणि 1200 प्रती काढल्यास व्याजापोटी येणारा खर्च फक्त 5 पैसे प्रतीस एवढा खाली येतो.

वर विचारात घेतलेल्या यंत्राच्या अविभाज्यतेव्यतिरिक्त **प्रा. स्टिग्लर** यांनी पुढील इतर प्रकारच्या अविभाज्यतांचाही विचार महत्त्वाचा मानलेला आहे - (1) बाजारविषयक अविभाज्यता (Marketing Indivisibilities) (2) वित्तीय अविभाज्यता (Financial Indivisibilities) आणि (3) संशोधनविषयक अविभाज्यता (Research Indivisibilities). विक्रेत्यांचा ताफा, जाहिरातविषयक धोरण आणि प्रमाण, वितरणाची यंत्रणा इत्यादींच्या साहाय्याने जी बाजारव्यवस्था उभी करावी लागते ती अविभाज्य असते. अर्थात विक्रीच्या मालाची एक किमान पातळी असल्याशिवाय ही व्यवस्था उभी करणे परवडत नाही. कर्ज उभारण्याचा खर्च अथवा भागभांडवल गोळा करण्याचा खर्च इत्यादींमधून साकार होणारे वित्तीय व्यवस्थापन हेही किमान वित्तीय पातळी गृहीत धरूनच करावे लागते. संशोधनासाठीही उत्पादनाची विशिष्ट पातळी आवश्यक असते. कारण त्याशिवाय दर नगामागे येणारा संशोधन खर्च हा उत्पादनाला पेलवत नाही.

4.5 मोठ्या प्रमाणावरील उत्पादनाच्या बचती (Economies of Large Scale Production)

उत्पादनाचे प्रमाण जसजसे वाढत जाईल तसतसे व्यवसायसंस्थेला अनेकविध फायदे मिळत जातात. मोठ्या प्रमाणावर उत्पादन करणे उत्पादनाच्या यांत्रिकीकरणामुळे शक्य होते. जेव्हा यंत्रशक्तीचा वापर करून उत्पादन करीत नसत तेव्हा कोणत्याही प्रकारचे उत्पादन वाढवावयाचे असेल तर उत्पादनाच्या सर्व घटकांत आवश्यक त्या प्रमाणात वाढ करावी लागत असे; परंतु उत्पादनाचे यांत्रिकीकरण झाल्यामुळे उत्पादनात वाढ करावयाची असेल तर ज्याची उत्पादनक्षमता जास्त आहे अशी यंत्रसामग्री घ्यावी लागते. मोठ्या प्रमाणावर उत्पादनवाढ करावयाची असेल तर कच्चा माल व भांडवल पूर्वीपेक्षा जास्त लागते; पण श्रम व जागा यामध्ये बचत करता येते. त्यामुळे जसजसे उत्पादन अधिकाधिक मोठ्या प्रमाणावर करण्यात येते, तसतसा सरासरी उत्पादन खर्च कमी होत जातो. म्हणून उत्पादनाचे प्रमाण जितके मोठे तितका सरासरी उत्पादन खर्च कमी आणि त्यामुळे एकूण नफा जास्त अशी परिस्थिती होते. म्हणूनच मोठ्या प्रमाणावर उत्पादन करण्यापासून उत्पादन खर्चात अधिकाधिक बचत किंवा कपात होत जाते असे म्हणतात.

मोठ्या प्रमाणावरील उत्पादनामुळे होणाऱ्या बचतीचे मुख्यतः दोन प्रकार करण्यात येतात. (1) अंतर्गत बचती व (2) बाह्य बचती. दोन्ही प्रकारच्या बचती म्हणजे काय, त्या कशामुळे होतात हे आपण पाहू.

(अ) अंतर्गत बचती (Internal Economies)

उत्पादनाची पातळी वाढविल्यामुळे अथवा उत्पादनाचे प्रमाण मोठे केल्यामुळे एखाद्या व्यवसायसंस्थेला स्वतःलाच उत्पादन खर्चातील बचतीच्या स्वरूपात जो लाभ होतो त्याला 'अंतर्गत बचत' असे म्हणतात. उत्पादनाच्या प्रमाणातील वाढीबरोबर उत्पादनाचे तंत्र अथवा व्यवस्थापन अथवा विक्रीव्यवस्था यांसारख्या व्यवसायसंस्थेच्या अंतर्गत बाबतीत फेरबदल होतात. या फेरबदलांमुळे उत्पादन खर्चात जी काटकसर उद्‌भवते तिला 'अंतर्गत बचती' म्हटले जाते. या अंतर्गत बचती पुढीलप्रमाणे सांगितल्या जातात.

(1) तांत्रिक बचती (Technical Economies) : व्यवसायसंस्था मोठी झाल्यामुळे अधिक चांगल्या उत्पादन तंत्राचा वापर करता येतो आणि त्यातून तांत्रिक बचती उपलब्ध होतात. या बचती चार वेगवेगळ्या प्रकारच्या असतात.

(अ) वाढीव परिमितीच्या बचती : एखाद्या यंत्राचा अथवा यंत्रकुलाचा अथवा दुसऱ्या कोणत्याही मालमत्ता प्रकारचा आकार वाढतो तेव्हा या बचती उपलब्ध होतात. उदाहरणार्थ, दोन बसगाड्या वापरण्यापेक्षा एक डबलडेकर बस वापरणे काटकसरीचे ठरते. जहाजाचे आकारमान ज्या प्रमाणात वाढवावे त्याच्या घन प्रमाणात त्या जहाजाची वाहतूकक्षमता वाढते. याचा अर्थ असा की, एक हजार टन माल वाहून नेण्याची क्षमता असलेल्या जहाजाचे आकारमान दुप्पट केल्यास दोनचा घन आठ होतो. म्हणजेच ते जहाज आठ हजार टन माल वाहून नेऊ शकते. दुसरे उदाहरण घ्यायचे झाल्यास एखाद्या पाण्याची टाकीची लांबी, रुंदी आणि खोली दुप्पट केल्यास पाणी साठविण्याची त्या टाकीची क्षमता आठ पट होते. या दोन्ही उदाहरणात दुप्पट खर्चात आठ पट क्षमता वाढविणे शक्य झाले आहे. यालाच वाढीव 'परिमितीच्या बचती' असे म्हणतात.

(ब) प्रक्रिया जोडण्याच्या बचती (Economies of Linking Processes) : प्रत्येक उत्पादनात अनेक प्रक्रिया अंतर्भूत असतात आणि या प्रक्रिया एकत्र जोडल्यामुळे बचत होऊ शकते. उदाहरणार्थ, एखाद्या मोठ्या दैनिक वृत्तपत्राच्या छापखान्यात टाईपजुळणी, छपाई, ब्लॉक करणे, छायाचित्रे डेव्हलप करणे इत्यादींपासून वर्तमानपत्राच्या घड्या घालेपर्यंत अनेक प्रक्रिया एकत्र जोडून एकाच व्यवस्थापनाखाली आणता येतात. कागद कारखान्यात कागदाचा लगदा तयार करणे आणि त्यापासून कागद तयार करणे या दोन वेगवेगळ्या प्रक्रिया असतात आणि त्या एकत्र जोडणे

शक्य असते. दुग्ध उत्पादनात चाऱ्याचे उत्पादन करणे, दुधाचे उत्पादन करणे आणि दुधापासून होणाऱ्या अन्य पदार्थांचे उत्पादन करणे अशा तीन प्रक्रिया एकत्रित करणे शक्य असते.

(क) सुधारित तंत्राच्या बचती (Economies of Superior Techniques) : मोठ्या प्रमाणावर उत्पादन केल्यामुळे व्यवसायसंस्थेला अधिक प्रगत आणि अधिक कार्यक्षम यंत्रे वापरणे शक्य होते. लाकडी नांगराऐवजी ट्रॅक्टरचा वापर करणे हे मोठ्या प्रमाणावर शेती केल्यावरच शक्य होते. उत्पादन तंत्रातील अशा प्रकारच्या सुधारणा प्रत्येक उद्योगात सातत्याने घडत आलेल्या आहेत आणि त्यातून उत्पादन खर्चात बचतही सातत्याने झालेली आहे.

(ड) विशेषीकरण आणि श्रमविभागणीच्या बचती (Economies of Specialization and Division of Labour) : अवघड आणि जोखमीच्या कामाचे यांत्रिकीकरण करून जेथे वैयक्तिक कसब आवश्यक असेल तेवढाच कामाचा भाग कामगाराकडे सोपविता येतो. श्रमविभागणीसाठी प्रत्येक काम असे विभागता येते. यामुळे वेळ, श्रम आणि खर्च या सर्वांचीच बचत होते. याचबरोबर विशेषीकरण केल्यास कार्यक्षमता वाढते आणि खर्चात बचत होते.

(2) व्यवस्थापकीय बचती (Managerial Economies) : व्यवसायसंस्थेतील वेगवेगळ्या विभागावर कामांसाठी व्यवस्थापकीय पातळीवर प्रशिक्षित तज्ज्ञांची नेमणूक करणे मोठ्या व्यवसायसंस्थांना शक्य होते. मोठ्या कंपन्यांतून 'मार्केटिंग मॅनेजर' किंवा 'प्रॉडक्शन मॅनेजर' अशा पदांवरील अधिकाऱ्यांची नावे तुम्ही ऐकली असतील. दैनंदिन साचेबंद कामे आणि बारीकसारीक कामे कनिष्ठ नोकरांवर सोपवून महत्त्वाच्या कामांवर लक्ष केंद्रित करणे तज्ज्ञ व्यवस्थापकांना शक्य होते. अशा प्रकारच्या व्यवस्थेला 'ऊर्ध्व श्रमविभागणी' असे म्हणतात. विविध विभागांचे प्रमुख म्हणून वेगवेगळे व्यवस्थापक नेमणे या क्रियेला 'सम श्रमविभागणी' असे म्हणतात. लहान प्रमाणावरील उत्पादनात एकच माणूस व्यवस्थापक म्हणूनही काम करतो. तसेच अकाउंटंट, फोरमन आणि फिरता विक्रेता म्हणूनही काम करीत असतो. व्यवस्थापकाच्या बुद्धीचा आणि श्रमाचा हा अपव्यय असतो. म्हणूनच असा अपव्यय मोठ्या व्यवसायसंस्थेत टाळला गेल्याने व्यवस्थापकीय बचती होतात.

(3) खरेदी-विक्रीविषयक बचती (Marketing Economies) : मोठ्या प्रमाणावर खरेदी-विक्री केल्याने अनेक प्रकारच्या बचती निर्माण होतात. एक तर मोठ्या व्यवसायसंस्थेची सौदाशक्तीही मोठी असते. त्यामुळे कमी भावाने खरेदी करता येते. विकताना मात्र योग्य भाव न मिळाल्यास विकणार नाही अशी भूमिका घेणे 'मोठेपणा'मुळे शक्य होते. दुसरे मोठ्या व्यवसायसंस्थांना आधी माल विकण्यास सर्वजण उत्सुक असल्याने प्राधान्याने खरेदीचा फायदा होतो. तिसरे कच्चा व पक्का माल यांची ने-आण करण्यासाठी वाहतुकीच्या बाबतीतही असेच प्राधान्य आणि सवलतीचे दर मिळतात. चौथा, लाभ वेळेवर आणि वाजवी व्याजाने खरेदी-विक्रीसाठी बँकांकडून कर्ज मिळाल्याने होतो. पाचवे, आपल्या मालाची प्रतवारी करणे, दर्जा सांभाळणे, नमुना पाठवून ऑर्डर नोंदविणे इत्यादी गोष्टी मोठ्या प्रमाणावरील व्यवसायसंस्थांना शक्य होतात, यामुळेही बचत होते. शेवटी, मोठ्या व्यवसायसंस्थांचे वितरणाचे जाळे असते. त्यामुळे अनेक वस्तूंसाठी आणि मोठ्या प्रमाणावरील विक्रीसाठी तीच वितरण व्यवस्था वापरता येऊन वितरण खर्चात कपात होते.

(4) वित्तीय बचती (Financial Economies) : मोठ्या प्रमाणावर उत्पादन होत असेल तर वित्तीय क्षेत्रातही अनेक लाभ होतात. एक तर अशा संस्था ख्यातनाम होण्यास वेळ लागत नाही. परिणामी शेअर भांडवल उभारणे, विस्तृत बाजारात बॉण्ड व डिबेंचर्स विकणे इत्यादी प्रकारे खूप मोठे भांडवल उभारता येते. अलीकडे भारतातील मोठ्या कंपन्यांचे सार्वजनिक भागविक्री कार्यक्षम अनेक पटींनी अतिपूरित (Over-subscribe) झाल्याचे तुम्ही वाचले असेल. दुसरे, बँकांकडून कर्जे व अन्य सवलती मिळविणे त्यांना सहज शक्य असते. शेवटी, लोकांकडून ठेवी स्वीकारण्यापासून अनेक मार्गांनी पैसा उभारणे मोठ्या व्यवसायसंस्थांना शक्य होते. यामुळे भांडवलउभारणी आणि सातत्याने लागणारा विक्री-पुरवठा या बाबतीत अशा मोठ्या संस्थांना समतोल साधता येतो आणि पैशाचा चांगल्यात चांगला उपयोग करून घेता येतो.

(5) जोखीम किंवा धोका पत्करण्यातील बचती (Risk Bearing Economies) : कोणत्याही प्रकारचे उत्पादन असो, त्यामध्ये उत्पादकाला काही प्रमाणात धोका हा पत्करावाच लागतो. यामध्ये ज्यांचा विमा उतरविता येतो असे धोके व ज्यांचा विमा उतरविता येत नाही अशा प्रकारचे धोके असतात. यापैकी ज्यांचा विमा उतरविता येतो अशा प्रकारचे धोके स्वीकारणे किंवा न स्वीकारणे हे उत्पादकाच्या मर्जीवर अवलंबून असते. कारण त्याला धोका पत्करावयाचा नसेल तर तो त्याचा विमा उतरवू शकतो. परंतु ज्यांचा विमा उतरविता येत नाही अशा धोक्यांचे काय ? तर ते स्वीकारावेच लागते.

अशा प्रकारे आपल्याला कमीत कमी धोके स्वीकारावे लागावेत यासाठी प्रत्येक उत्पादक आपल्या उत्पादनाचे विविधीकरण करतो. म्हणजे अनेक वस्तूंचे उत्पादन करतो. असे केल्याने एका प्रकारच्या उत्पादनात तोटा आला तरी दुसऱ्या प्रकारच्या उत्पादनात फायदा होण्याची शक्यता असते. तसेच आपले उत्पादन विकण्यासाठी तो एकाच बाजारपेठेवर अवलंबून राहत नाही. तर शक्यतो अधिकाधिक बाजारपेठांमधून आपला माल विकण्याचा प्रयत्न करतो; म्हणजेच बाजारपेठांचे विविधीकरण करतो. हेच तंत्र तो कच्चा माल विकत घेणे, आपल्याला लागणारे कुशल व अकुशल कारागीर मिळविणे वगैरेंच्या बाबतीत वापरतो. असे केल्यामुळे उत्पादनातील धोका कमी होतो व तितक्या प्रमाणात उत्पादन खर्चात बचत होते.

प्रा. ई. ए. जी. रॉबिन्सन यांनी उल्लेखिलेल्या अंतर्गत बचतींचे आतापर्यंत वर्णन केले. या सर्व बचतींचे बारकाईने निरीक्षण केल्यास असे दिसून येईल की, या सर्व बचती उत्पादनाचे प्रमाण वाढल्यामुळे निर्माण होतात. मोठ्या प्रमाणावर उत्पादन केल्यामुळे निर्माण होणारे फायदे या बचतीमुळेच निर्माण होतात हे सहज दिसून येईल.

(आ) बाह्य बचती (External Economies)

कोणत्याही उद्योगातील (Industry) किंवा उद्योगसमूहातील (Group of Industries) उत्पादनाचे प्रमाण वाढल्यामुळे त्या उद्योगाच्या कक्षेत येणाऱ्या खर्च व्यवसायसंस्थांना काही बचती आपोआप उपलब्ध होतात. अशा बचतींना 'बाह्य बचती' (External Economies) असे म्हणतात. यांना 'बाह्य बचती' असे म्हणण्याचे प्रमुख कारण म्हणजे या सर्व बचती कोणत्याही व्यवसायसंस्थेच्या कार्यक्षमतेमुळे किंवा अन्य अंतर्गत अशा कोणत्याही कारणांमुळे उपलब्ध होत नाहीत. त्या केवळ संपूर्ण उद्योगाचेच उत्पादन वाढल्यामुळे त्या उत्पादनात भाग घेणाऱ्या सर्व व्यवसायसंस्थांना उपलब्ध होतात. व्यवसायसंस्थांच्या कार्यक्षमतेशी किंवा अकार्यक्षमतेशी त्यांचा काहीही संबंध नसतो. पुष्कळदा एक व्यवसायसंस्था वाढल्यामुळे त्याच प्रकारचे उत्पादन करणाऱ्या दुसऱ्या व्यवसायसंस्थेचा आपोआप फायदा होतो. म्हणूनच त्यांना 'बाह्य बचती' असे म्हणतात. बाह्य बचतीचे निरीक्षण केल्यास असे आढळून येते की, या बचती मुख्यतः पुढील कारणांमुळे निर्माण होतात –

(1) केंद्रीकरणामुळे निर्माण होणाऱ्या बचती (Economies of Concentration) : पुष्कळदा मोठ्या प्रमाणावर उत्पादन करणारे, विशेषतः एकाच प्रकारचे उत्पादन करणारे कारखाने एकाच भागात स्थिरावतात. उदाहरणार्थ, तागाच्या गिरण्या हुगळी नदीच्या काठी, कोलकाता बंदरापासून 60-70 मैलांच्या परिसरात केंद्रित झाल्या आहेत. कापडउद्योग मुंबई, अहमदाबाद, सोलापूर, चेन्नई वगैरे काही शहरांतच स्थिरावला आहे. यामुळे त्या-त्या शहरांतून त्याच प्रकारचे उत्पादन करणाऱ्या व्यवसायसंस्थांना आपोआपच पुढील प्रकारचे फायदे मिळतात.

(अ) प्रशिक्षित कामगार आपोआपच मिळतात. कारण एक तर अशा प्रकारच्या उत्पादन केंद्रातून तांत्रिक शिक्षणाच्या सोयी करण्यात येतात किंवा उत्पादन केंद्रात अशा प्रकारच्या खास सोयी उपलब्ध नसल्यास प्रत्येक कामगार आपापल्या मुलांना त्याला अवगत असलेले तांत्रिक ज्ञान शिकवितो. त्यामुळे प्रशिक्षित कामगार आपोआपच उपलब्ध होतात.

(ब) दळणवळणाच्या व वाहतुकीच्या सोयी नागरी जीवनासाठी आवश्यक अशा गोष्टी जसे - पिण्याचे पाणी, शाळा, दवाखाने, रस्ते इत्यादी अन्य सोयी उपलब्ध होतात.

(क) वेगवेगळ्या आकारांच्या पण एकाच प्रकारच्या उत्पादन करणाऱ्या व्यवसायसंस्थांना लागणारा कच्चा माल विकत घेणाऱ्या आणि पक्का माल विकण्याची व्यवस्था करणाऱ्या सामाजिक हिताच्या संघटना निर्माण होऊ शकतात.

(ड) विशिष्ट प्रकारच्या उत्पादनासाठी विशिष्ट स्थानाचे बाजारपेठेत नाव होते. उदाहरणार्थ, सोलापुरी चादरी, इंदुरी पातळे, नगर आणि मालेगाव येथील हातमागाचे कापड इत्यादी.

(इ) शिक्षणाच्या व इतर सोयी निर्माण होतात.

(ई) एकाच प्रकारचे उत्पादन करणाऱ्या वेगवेगळ्या व्यवसायसंस्थांना लागणारी यंत्रसामग्री, त्याचे सुटे भाग, दुरुस्तीसाठी लागणारे तंत्रकौशल्य वगैरे अनेक गोष्टी सुलभतेने उपलब्ध होऊ शकतात.

(उ) याशिवाय पूरक व्यवसायसंस्थांचा विकास सुधारणांना उत्तेजन, जोड उत्पादनाचा वापर करणाऱ्या अन्य व्यवसायसंस्था निघणे वगैरे असे अनेक फायदे होतात.

(2) ज्ञान व माहिती यामुळे निर्माण होणाऱ्या बचती (Economies of Information) : मोठ्या प्रमाणावर उत्पादन सुरू झाले म्हणजे उत्पादन आणि त्यांच्या अनुषंगाने संशोधन, आधुनिक माहिती गोळा करणे, त्याचे प्रकाशन करणे वगैरे गोष्टी करणे शक्य होतात. त्यामुळे त्या उत्पादनाबद्दलच्या ज्ञानात भर पडते. ती प्रसिद्ध केल्यामुळे त्या प्रकारचे उत्पादन करणाऱ्या सर्वच उत्पादकांना त्या माहितीचा उपयोग होतो. मोठ्या प्रमाणावर उत्पादन केल्यामुळेच ते शक्य होते. उत्पादन लहान प्रमाणावर असेल तर उत्पादकाला हे सर्व करता येणे शक्य नसते. या प्रकारच्या संशोधनासाठी करावा लागणारा खर्च लघुउद्योजकाच्या आवाक्याबाहेरचा असतो, परवडण्याजोगा नसतो.

(3) विघटनामुळे निर्माण होणाऱ्या बचती (Economies of Disintegration) : एखाद्या उद्योगाचा पसारा वाढला म्हणजे त्या उद्योगातील वेगवेगळ्या प्रक्रियांचे विघटन करणे शक्य होते. उदाहरणार्थ, कापड उद्योगामध्ये सूत तयार करणे, ते रंगविणे, त्यापासून वेगवेगळ्या प्रकारचे कापड तयार करणे वगैरे अनेक प्रक्रिया कराव्या लागतात. या सर्व प्रक्रिया वेगवेगळ्या व्यवसायसंस्थांकडे सोपविता येतात. मात्र हे मोठ्या प्रमाणावर उत्पादन असेल तरच शक्य होते.

अशा विघटनाचे दोन प्रकार संभवतात. (अ) ऊर्ध्व विघटन (Vertical Disintegration) आणि (ब) सम विघटन (Lateral Disintegration).

ऊर्ध्व विघटन म्हणजे एकाच प्रकारच्या उत्पादनातील वेगवेगळ्या प्रक्रिया वेगवेगळ्या व्यवसायसंस्थांकडून करवून घेणे. उदाहरणार्थ, मोटार तयार करणारा कारखाना असेल तर एखाद्या व्यवसायसंस्थेकडे मोटारला लागणारे सर्व रबराचे भाग तयार करणे, दुसऱ्या एखाद्या व्यवसायसंस्थेकडे काचसामान तयार करणे, एखाद्या तिसऱ्या व्यवसायसंस्थेकडे विक्रीव्यवस्था, आणखी एखाद्या व्यवसायसंस्थेकडे आणखी काही असे प्रत्येक प्रकारचे काम स्वतंत्र व्यवसायसंस्थेकडे सोपविता येते. याला 'ऊर्ध्व विघटन' असे म्हणतात.

'सम विघटन' म्हणजे एकाच प्रकारचे उत्पादन ज्या वेगवेगळ्या व्यवसायसंस्थांना लागते त्या सर्वांना ते पुरविणे. उदा., मोटारीला लागणारी बॅटरी ही जेथे-जेथे मोटार उद्योग आहे तेथे-तेथे पुरविणे. मात्र त्याचे उत्पादन एकाच ठिकाणी आणि खूप मोठ्या प्रमाणावर करण्यात येते. अनेक वेळा वेगवेगळ्या बाजारात विकला जाणारा एकाच प्रकारचा माल एकाच ठिकाणी खूप मोठ्या प्रमाणावर तयार करून तो पुरविणे यालासुद्धा 'सम विघटन' असे म्हणता येईल.

आतापर्यंत आपण बाह्य बचती म्हणजे काय व त्या कोणत्या कारणांमुळे निर्माण होतात व त्या कोणकोणत्या प्रकारच्या असतात हे पाहिले. या सर्व बाह्य बचतींचा एकत्रित विचार केला तर असे दिसते की, काही बाह्य बचती या अंतर्गत बचतींहून पूर्णपणे वेगळ्या करणे अतिशय कठीण आहे. उदाहरणार्थ, अनेक साखर कारखाने जर एकाच ठिकाणी असतील तर या साखर कारखान्यांतून साखर तयार करीत असताना निर्माण होणारी मळी मद्यार्क (Alcohol) तयार करण्यासाठी वापरता येईल. म्हणजे ही बाह्य बचत झाली. पण समजा, एकच साखर कारखाना एवढा मोठा असेल की, त्याच कारखान्यात निर्माण होणारी मळी वापरून पुरेशा प्रमाणावर मद्यार्क तयार करता येईल, असे झाले तर ती अंतर्गत बचत ठरेल. सारांश, अंतर्गत बचती आणि बाह्य बचती यांचे स्वरूप समजणे महत्त्वाचे आहे. त्यांच्यातील काटेकोर भेद नव्हे.

औद्योगिक विकासात उत्पादनातील दोन्ही प्रकारच्या बचती महत्त्वाच्या असतात. परंतु बाह्य बचती उद्योगांना उपलब्ध व्हाव्यात यासाठी आवर्जून प्रयत्न करणे शक्य असते. औद्योगिक वसाहती (Industrial Estates) स्थापन केल्यामुळे सर्व लहान-मोठे उद्योग एकाच परिसरात स्थिरावतात आणि त्यामुळे बाह्य बचती या उद्योगांना उपलब्ध होऊ शकतात. भारतातही अशा प्रकारच्या औद्योगिक वसाहती स्थापन करण्याचे धोरण सरकारने स्वीकारले आहे. त्यामागे या औद्योगिक वसाहतीतील उद्योगांना सर्व बाह्य बचती उपलब्ध व्हाव्यात हाच हेतू आहे.

4.6 मोठ्या प्रमाणावरील उत्पादनाचे अपव्यय (Diseconomies of Large Scale Production)

मोठ्या प्रमाणावरील उत्पादनाचे काही तोटेही असतात. व्यवसायसंस्था वाढत जात असताना एक व्यवस्था अशी येते की, ती संस्था नको तेवढी मोठी झाल्याचे लक्षात यायला लागते. केवळ आकार प्रचंड झाल्याने अनेक समस्या उभ्या राहतात. या सर्व बाबींचा आता विचार करू.

एका विशिष्ट मर्यादेपेक्षा व्यवसायसंस्था मोठी झाली की ती अवघड आणि व्यवस्थापनदृष्ट्या अवघड होऊन बसते. वेगवेगळ्या विभागांच्या कामकाजाकडे ढोबळमानाने लक्ष देणेही सरव्यवस्थापकाला अशक्य होते. जबाबदाऱ्या वाटून देणे आणि निर्णयांचे विकेंद्रीकरण करणे या बाबी फार ताणणे शक्य नसतात. वेगवेगळ्या कामांचे एकसूत्रीकरण कठीण होते. कामगारांची संख्या फार मोठी होते तेव्हा त्यांच्यात गटबाजी निर्माण होते. अशा वेळी निकोप सहकार्याचे वातावरण न राहता बेशिस्त, भांडणे, ईर्षा आणि कारस्थाने यांना ऊत येतो. हजारो कामगार असतात तेथे काम यंत्रवत होते आणि मालक-नोकर संबंध औपचारिक होतात. औद्योगिक संबंधांवर यामुळे ताण निर्माण होतो. पगारी व्यवस्थापन आणि विक्री-प्रतिनिधी यांच्यामुळे ग्राहक आणि घाऊक व्यापारी यांच्याशी जिव्हाळ्याचे संबंध राहत नाहीत. पगारी नोकरांना नफ्या-तोट्याशी संबंध नसल्याने संस्थेच्या हिताचे सोयरसुतक राहत नाही. परिणामी कार्यक्षमता, तळमळ, नियमितपणा, सचोटी आणि संशोधक वृत्ती लोप पावून त्यांची जागा आळशीपणा, उदासीनता, नियमाप्रमाणे काम आणि पाट्या टाकणे अशा प्रवृत्तीत होते. ही सर्व अंतर्गत अपव्ययाची उदाहरणे होत.

साररूपाने अंतर्गत अपव्यय (Internal Economies) असे सांगता येतील -

(1) व्यवस्थापन आणि देखरेख अवघड होऊन वेळ आणि माल या दोहोंचाही अपव्यय होतो.

(2) वैयक्तिक आणि जिव्हाळ्याच्या संबंधांच्या अभावी संप, टाळेबंदी इत्यादी प्रकार वारंवार उद्भवून कामाची खोटी होते.

(3) ग्राहकांशी संपर्क न राहिल्याने त्यांच्या आवडी-निवडीतील बदल जाणवत नाहीत. साचेबंद वस्तू विकल्या जातात आणि ग्राहकाला विशेष सेवा पुरविल्या जात नाहीत. वैयक्तिक मालकीचे किरकोळ कापड दुकान आणि मिलचे 'रिटेल शॉप' यांतील फरक पाहा.

(4) मोठ्या प्रमाणावरील उत्पादनाचे पर्यवसान अतिरिक्त उत्पादनात होते तेव्हा प्रचंड नुकसानही संभवते.

(5) बाजार काबीज करण्यासाठी लढणे अपरिहार्य होते तेव्हा व्यवसायसंस्था स्पर्धेच्या धर्मयुद्धाचे नियम धाब्यावर बसवून एकमेकींच्या जिवावर उठतात.

(6) व्यवसायातील चढ-उतारांशी चटकन जुळवून घेणे महाकाय व्यवसायसंस्थांना शक्य होत नाही. 'महापुरे झाडे जाती तेथे लव्हाळी वाचती' याचा प्रत्यय अशा वेळी येतो.

(7) मोठ्या प्रमाणावरील व्यवसायसंस्थांना अनेक वेळा कच्च्या मालासाठी आयातीवर आणि पक्क्या मालाच्या बाजारासाठी निर्यातीवर अवलंबून राहावे लागते. युद्धे, परराष्ट्र संबंध इत्यादी अनेक बाबींचा आयात-निर्यातीवर परिणाम होत असल्याने अशा बाबतीत जोखीम वाढते.

एकाच प्रदेशात एखाद्या उद्योगाचे (अथवा अनेक उद्योगांचे) केंद्रीकरण पराकोटीला पोहोचते तेव्हा बाह्य अपव्ययही दिसू लागतात. आपल्यालाच कच्चा माल मिळावा म्हणून अनेक संस्था धडपडू लागतात तेव्हा कच्चा माल महाग होतो. उत्पादनाच्या घटकांची मागणी वाढून निकृष्ट प्रतीच्या घटकांची निवड करावी लागते, यामुळे खर्च वाढतो. उदाहरणार्थ, मुलाखती घेऊन सर्वांत चांगले कामगार आधी निवडले जातात. पण कामगारांची मागणी वाढत जाते तेव्हा जे मिळतील त्यांना कामावर घ्यावे लागते, त्याच वेळी मजुरीचे दर मात्र वाढतात. म्हणजे कमी दर्जाचे श्रम जास्त दराने घ्यावे लागतात. हाच न्याय इतर घटकांनाही लागू पडतो. जमीन, कच्चा माल, वितरक म्हणून नेमावयाची माणसे या सर्वांच्या बाबतीत हाच प्रकार होऊन खर्च वाढतो आणि उत्पादकता घटते.

काही प्रदेशात उद्योगांची भाऊगर्दी झाल्याने अनेक समस्या उभ्या राहतात. वाहतुकीची कोंडी, हवा-पाण्याचे प्रदूषण, पिण्याच्या पाण्यासारख्या नागरी सुविधांवरील ताण, सार्वजनिक आरोग्य आणि निवासी घरे यांचा अपुरेपणा, शाळा-कॉलेजांतून प्रवेश न मिळणे, कायदा व सुव्यवस्था विस्कळीत होणे यांसारख्या ठळक समस्या निर्माण होतात. या सर्वांचा परिणाम श्रमाची कार्यक्षमता घटते. जलद वाहतूक अशक्य झाल्याने अडथळे वाढून खर्च वाढतो. पक्का माल वेळेवर बाजारात पोहोचत नाही आणि एकंदर उद्योगव्यवस्थेवरच ताण येतो.

4.7 उत्पादन फलन (Production Function)

पुरवठ्याची संकल्पना पाहताना पूर्वी आपण असे म्हटले होते की, पुरवठा आणि उत्पादन यांत फरक असतो. पुरवठा उत्पादनापेक्षा कमी किंवा जास्त असू शकतो, हे खरेच आहे. पण शेवटी पुरवठा हा उत्पादनातूनच होत असतो. संकल्पनांचा वेगळेपणा समजण्यापुरता आपण फरक केला. पुरवठा विश्लेषणात उत्पादनविषयक सिद्धान्ताचा विचार अपरिहार्य ठरतो, याचे कारण बाजारातील पुरवठा हा शेवटी उत्पादनाच्या पातळीवर अवलंबून असतो हे आहे. परिस्थिती बदलेल त्याप्रमाणे उत्पादनाची पातळी बदलून पुरवठा कमी-जास्त करण्याचा उद्योजकाचा प्रयत्न असतो.

उत्पादनसंस्थेतून जे निष्पन्न होते त्याला उत्पादन (Output) म्हटले आहे. हे निष्पन्न होण्यासाठी उत्पादनाच्या प्रक्रियेत निविष्ट होणाऱ्या वस्तूंना 'निविष्टी' (Input) असे म्हणतात. उदाहरणार्थ, ऊस, उसाचा रस काढणारे यंत्र, मानवी श्रम, वीज इत्यादी निविष्टी एकत्र केल्यामुळे साखर हे 'उत्पादन' होते. कोणत्याही उत्पादनसंस्थेच्या वास्तव निविष्टी आणि वास्तव उत्पादन यांच्यामधील संबंधाला 'उत्पादन फलन' (Production Function) असे म्हणतात. उत्पादन तंत्र आणि व्यवस्थापन कौशल्य दिलेले असताना उत्पादनात निविष्ट होणाऱ्या घटकांच्या विविध संभाव्य संयोगातून किती उत्पादन मिळेल हे उत्पादन फलावरून समजते. दुसऱ्या शब्दात, दिलेल्या तांत्रिक आणि व्यवस्थापकीय परिस्थिती, उपलब्ध संसाधनांपासून उत्पादनाच्या किती शक्यता आहेत हे उत्पादन फलाने समजते.

फलसंबंध गणिती पद्धतीने पुढीलप्रमाणे सांगता येते.:

$$P = f(a, b, c, ...n)$$

येथे P म्हणजे उत्पादन असून a b c इत्यादी निविष्टी अथवा उत्पादन संसाधने म्हणजेच उत्पादनाचे घटक आहेत. अर्थशास्त्रात उत्पादनाच्या घटकांचे भूमी, भांडवल, श्रम आणि उद्योजन असे चार गटांत वर्गीकरण केले जाते, हे प्राथमिक अर्थशास्त्रातून तुम्हाला ठाऊक झाले आहेच. अलीकडे भूमी आणि भांडवल यांना 'मालमत्ता संसाधने' (Property Resources) आणि श्रम व उद्योजन यांना 'मानवी संसाधने' (Human Resources) असे संबोधण्यात येते.

उत्पादनाचे घटक व त्यांची वैशिष्ट्ये : उद्योजक कार्यांमध्ये एक महत्त्वाचे कार्य उत्पादनाचे घटक एकत्र करून उत्पादन करण्याचे असते. त्या दृष्टीने भूमी, भांडवल आणि श्रम हे घटक एकत्र करून त्यांच्याकडून योग्य ती कामे तो करूनच घेत असतो. उत्पादनाचे संघटन करीत असताना या घटकांचे वेगळेपण त्याला लक्षात घ्यावे लागते. विशेषतः किंमतविषयक विश्लेषणात स्थिर आणि बदलते घटक अथवा लवचीक आणि अलवचीक पुरवठा असणारे घटक यांतील फरक महत्त्वाचा असतो. उत्पादनाच्या विशिष्ट पातळीपर्यंत ज्यांचा खर्च स्थिर राहतो अथवा जे घटक वाढवावे लागत नाहीत त्यांना स्थिर घटक (Fixed Factors) असे म्हणतात. उदाहरणार्थ, एखाद्या यंत्राची किंमत दररोज 5,000 नगांचे उत्पादन करण्याची असेल तर शून्यापासून पाच हजारांपर्यंत रोजचे उत्पादन कितीही कमी अथवा जास्त झाले तरी हे एकच यंत्र पुरेल. येथे यंत्र हा घटक आणि त्यासाठी होणारा खर्च स्थिर राहील. याउलट, बदलत्या घटकाच्या मात्रा उत्पादन बदलेल तशा बदलाव्या लागतात. श्रम अथवा कच्चा माल ही बदलत्या घटकाची उदाहरणे होत.

सर्व उत्पादन घटकांचा विचार करता या घटकांची म्हणून काही वैशिष्ट्ये नजरेस येतात. ही वैशिष्ट्ये उत्पादनाच्या प्रक्रियेत महत्त्वाची असतात.

(1) पर्यायिता : उत्पादनाचे घटक परस्परांत पर्यायी असतात. या पुस्तकाच्या पहिल्या प्रकरणात आपण याचा विचार केला आहे. शेतीचे उत्पादन वाढवायचे असेल तर लागवडीखालील जमिनीत वाढ करावी लागते किंवा सुधारित बियाणे, खते, पाणी इत्यादींचा वापर करून म्हणजे जादा भांडवल घालून उत्पादन वाढविणे शक्य असते. श्रमिक वाढवून उत्पादन वाढते किंवा श्रमिकांच्या ऐवजी यंत्राचा वापर करूनही हे उद्दिष्ट साधता येते. सारांश, कमी-अधिक प्रमाणात भूमी, भांडवल व श्रम यांचा परस्परांऐवजी वापर करता येतो. ही शक्यता कितपत आहे हे उत्पादनाच्या प्रकारावर अवलंबून असते.

(2) परस्परपूरकता : उत्पादनाचे घटक परस्परपूरक असतात, ही गोष्ट तर उत्पादनाचे मूलभूत वैशिष्ट्यच असते. सर्व घटकांच्या सहकार्यातूनच उत्पादन होत असल्याने हे वैशिष्ट्य मूलभूत मानावे लागते. एक यंत्र आणि एक मजूर मिळून रोज 10 नगांचे उत्पादन करीत असतील तर वीस नगांसाठी दोन यंत्रे आणि दोन मजूर आवश्यक ठरतील असा या पूरकतेचा अर्थ आहे.

(3) वस्तुविशिष्टता : उत्पादनाचे घटक वस्तुविशिष्ट (Specific) असतात किंवा अनेकोपयोगी (Versatile) असतात. एकाच वस्तूच्या उत्पादनासाठी ज्या घटकाचा उपयोग होतो त्या घटकाला वस्तुविशिष्ट घटक असे म्हणतात. याउलट, कोणत्याही वस्तूच्या उत्पादनासाठी उपयोगी पडणारा घटक अनेकोपयोगी किंवा सार्वत्रिक ठरतो. प्रत्यक्षात या दोन टोकांच्या दरम्यान घटक आढळतात. इलेक्ट्रिक मोटर ही अनेकोपयोगी असते तर शिलाई यंत्र वस्तुविशिष्ट असते.

बाजारयंत्रणेच्या अभ्यासात आपण उद्योजकाच्या निवडीच्या स्वातंत्र्याचा विचार करताना अनेक पर्यायी तंत्रे त्याला उपलब्ध असतात असे म्हटले होते. या त्याच्या स्वातंत्र्यावर घटकांच्या वरील वैशिष्ट्यामुळे मर्यादा पडतात. ही गोष्ट लक्षात ठेवूनच पुढे जावे लागेल. कारण उत्पादन खर्चाचे वर्तन अथवा उत्पादनमानाचे प्रतिफल यांच्या विश्लेषणात या वैशिष्ट्यांचे परिणाम आपल्याला जाणवणार आहेत.

4.8   सम उत्पादन वक्र आणि सम-खर्च रेषा (ISO-Quants and ISO-costs)

उपभोक्त्याच्या वर्तनाचे स्पष्टीकरण देताना ज्याप्रमाणे समवृत्ती वक्रांचा उपयोग केला जातो त्याप्रमाणे तेच तंत्र उत्पादकाच्या वर्तनाला लावल्यास सम उत्पादन वक्राच्या भाषेत स्पष्टीकरण देता येते. इंग्रजीमध्ये 'ISO-Quants' अथवा 'ISO-Product Curve' किंवा 'Equal Product Curves' या नावांनी ओळखल्या जाणाऱ्या या वक्रांनी एकच एक उत्पादनाची पातळी दाखविली जाते. म्हणून त्यांना मराठीत आपण सम उत्पादन वक्र असा एकच प्रतिशब्द वापरू.

समवृत्ती वक्र (Indifference Curve) आणि सम उत्पादन वक्र (ISO-Quants) या समांतर संकल्पना असून विश्लेषणाचे साधन म्हणून जे कार्य उपभोग सिद्धान्तात समवृत्ती वक्र करतो तेच कार्य उत्पादन सिद्धान्तात सम उत्पादन वक्र करतो. समवृत्ती विश्लेषणात सीमांत पर्यायिता दराचा विचार केला जातो तसा येथे (उत्पादन सिद्धान्तात) सीमांत तांत्रिक पर्यायिता दराचा (Marginal Rate of Technical Substitution) विचार केला जातो. त्याचप्रमाणे उपभोग सिद्धान्तात पर्यायी वस्तूचा उपभोग घेऊन समाधानाची तीच पातळी कायम ठेवताना घटत्या सीमांत पर्यायिता दराचा अनुभव येतो तसाच उत्पादन सिद्धान्तात घटत्या सीमांत तांत्रिक पर्यायिता दराचा अनुभव येतो.

(अ)   सम उत्पादन वक्र (ISO-Quants)

दिलेल्या उत्पादनाची पातळी साठविण्यासाठी उत्पादन घटकांचे भिन्न संयोग (Combinations) वापरता येतात. उदाहरणार्थ, एखादे काम साधी अवजारे वापरून 10 मजूर एका दिवसात करीत असतील तर तेच काम यंत्राच्या मदतीने 1 मजूर करू शकेल. येथे भांडवल आणि श्रम यांच्यामधील पर्यायिता दिसून येते. श्रम आणि भांडवल एकमेकांऐवजी वापरता येतात असा त्याचा अर्थ होतो. या तांत्रिक पर्यायितेचा दर घटता असतो हे पुढील तक्ता क्र. 4.3 वरून लक्षात येईल.

तक्ता क्र. 4.3 : सम उत्पादन वक्र

घटकांचा संयोग	घटक 'क्ष'		घटक 'य'	उत्पादन (नग)	य ऐवजी क्ष वापरण्याचा सीमांत तांत्रिक पर्यायिता दर
अ	1	+	15	100	–
आ	2	+	12	100	3 : 1
इ	3	+		100	2 : 1
ई	4	+	9	100	1 : 1

तक्ता क्र. 4.3 वरून लक्षात येईल की, 100 नग ही उत्पादनाची पातळी कायम ठेवायची झाल्यास 1 क्ष + 15 य हा संयोग चालतो किंवा 2 क्ष अधिक (+) 12 य हाही संयोग चालतो. येथे क्ष घटकाची एक मात्रा वाढविल्यास 'य' च्या तीन मात्रा कमी करता येतात. क्ष ची आणखी एक मात्रा वाढविली तर य च्या दोनच मात्रा कमी करता येतात. म्हणजेच य मध्ये घट करून त्याऐवजी क्ष घटक वापरण्याचा सीमांत तांत्रिक पर्यायिता दर (क्ष च्या प्रत्येक मात्रेला) घटत जातो. तो प्रथम 3 : 1 होता, पुढे 2 : 1 झाला आणि आणखी पुढे 1 : 1 इतका झाला.

वरील माहितीच्या आधारे सम उत्पादन वक्र (ISO-Quants) काढता येतो. आकृती क्र. 4.5 पाहा. स उ₁ हा सम उत्पादन वक्र 50 नगांचे उत्पादन दर्शवितो. याचा अर्थ या वक्रावरील कोणताही बिंदू 50 नग हीच उत्पादनाची पातळी दर्शवितो. मात्र प्रत्येक वेगळा बिंदू क्ष आणि य या दोन घटकांचे वेगवेगळे संयोग दर्शवितो.

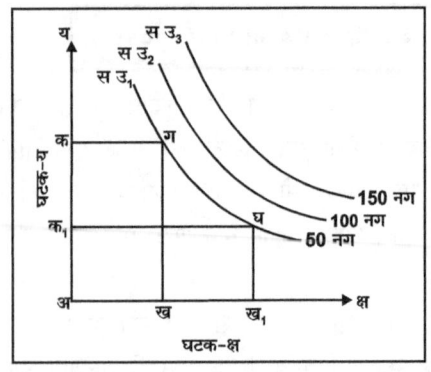

आकृती क्र. 4.5 : सम उत्पादन वक्र नकाशा

उदाहरणार्थ, **ग** बिंदू 50 नगांचे उत्पादन करण्यासाठी **अ क** एवढ्या **य** घटकाच्या आणि **अ ख** एवढ्या **क्ष** घटकाच्या मात्रा एकत्र केल्याचे दर्शवितो, तर **घ** बिंदूपाशी **अ क₁** एवढा **य** घटक आणि **अ ख₁** एवढा **क्ष** घटक यांच्या साहाय्याने तीच उत्पादन पातळी गाठता येते असे समजते. **य** घटकात **क क₁** एवढी घट केल्याने त्याऐवजी **क्ष** घटकात **ख ख₁** एवढी वाढ करावी लागल्याचे येथे स्पष्ट होते.

याच आकृतीत सम उत्पादन वक्र नकाशा दाखविला आहे. समवृत्ती वक्र नकाशासारखाच हा आहे हे तुमच्या लक्षात येईल.

समवृत्ती वक्र आणि सम उत्पादन वक्र यांच्यात कमालीचे साम्य आहे, हे या दोन्ही वक्रांचे गुणधर्मही तेच आहेत, हे पाहिल्यावर स्पष्ट होईल. मात्र एक महत्त्वाचा फरक लक्षात ठेवणे आवश्यक आहे. समवृत्ती वक्र समाधानाची पातळी दर्शवितो आणि प्रत्येक वरचा वक्र वरची पातळी दर्शवितो असे आपण म्हणतो. पण ही पातळी नेमकी किती आहे ? हे मोजता येत नाही आणि दुसरी पहिलीपेक्षा किती वरची हेही मोजता येत नाही. सम उत्पादन वक्राच्या बाबतीत मात्र ही अडचण नसते. उत्पादनाची कोणतीही पातळी अमुक नग उदाहरणार्थ, 10 मोटारसायकली अथवा 15 टी. व्ही. सेट्स अथवा अमुक किलो, अमुक लीटर, अमुक मीटर अशी मोजता येते. त्याचप्रमाणे वरची उत्पादन पातळीही मोजता येते. खालचा म्हणजे आरंभबिंदूच्या जवळचा सम उत्पादन वक्र कमी उत्पादन पातळी दाखवील व ती किती कमी आहे हेही सांगता येईल, मोजता येईल.

(आ) सम उत्पादन वक्राचे गुणधर्म (Properties of Iso-quants)

सम उत्पादन वक्राचे विश्लेषण तंत्र व त्याचे स्वरूप पाहिल्यावर त्याचे गुणधर्म लक्षात घेणे आवश्यक आहे. हे गुणधर्म पुढीलप्रमाणे सांगता येतात.

(1) सम उत्पादन वक्र डावीकडून उजवीकडे उतरत जाणारा असतो : हा गुणधर्म समवृत्ती वक्राच्या गुणधर्मासारखाच आहे. त्याच पद्धतीने येथेही सिद्धता सांगता येते. सम उत्पादन वक्र उतरता नसेल तर तो क्ष-अक्षाला अथवा य अक्षाला समांतर असेल अथवा डावीकडून उजवीकडे वर चढत जाणारा असेल (अशा आकृत्या काढून पाहा.) पहिल्या बाबतीत क्ष अक्षाला समांतर सम उत्पादन वक्र क्ष घटकात वाढ करीत गेल्यास (आणि य घटक स्थिर ठेवल्यास) उत्पादन तेवढेच राहते असे दाखवील. तसेच य अक्षाला समांतर सम उत्पादन वक्र य मध्ये वाढ केली आणि क्ष स्थिर ठेवला तरी उत्पादन कायम राहील असे दिसेल. कोणत्याही एका घटकात वाढ केली (आणि दुसरा स्थिर ठेवला) तर उत्पादन वाढेल हे उघड आहे, म्हणून हे शक्य नाही. दुसऱ्या बाबतीत (डावीकडून उजवीकडे वर चढत जाणारा सम उत्पादन वक्र) दोन्ही घटकांत वाढ केली तरी उत्पादन कायम राहते असे दाखविले जाईल. हेही शक्य नाही. म्हणून सम उत्पादन वक्र डावीकडून उजवीकडे उतरत जाणाराच असला पाहिजे.

(2) सम उत्पादन वक्र आरंभबिंदूकडे बहिर्वक्र असतो. : तसा तो नसेल तर अंतर्वक्र अथवा सरळ उतरती रेषा या स्वरूपाचा असेल. तो अंतर्वक्र असेल तर सीमांत तांत्रिक पर्यायिता दर वाढता असतो असा अर्थ होईल. तो सरळ रेषेच्या स्वरूपाचा असेल तर सीमांत तांत्रिक पर्यायिता दर स्थिर दाखविला जाईल. प्रत्यक्षात पूर्वी म्हटल्याप्रमाणे सीमांत तांत्रिक पर्यायिता दर घटता असतो. म्हणजेच क्ष घटकाची एकेक मात्रा वाढवीत नेल्यास य घटकाच्या मात्रांमध्ये करावी लागणारी घट (म्हणजेच य घटकाची होणारी बचत) कमी-कमी होत जाते (समवृत्ती वक्राच्या या संदर्भातील आकृत्या पाहा). म्हणून सम उत्पादन वक्र आरंभबिंदूशी बहिर्वक्रच असला पाहिजे.

(3) **उजवीकडील वरच्या बाजूचा प्रत्येक सम उत्पादन वक्र उत्पादनाची वरची अधिक उत्पादनाची पातळी दर्शवितो. :** याही बाबतीत समवृत्ती वक्राप्रमाणेच सिद्धता देता येईल. कोणत्याही एका अथवा दोन्ही उत्पादन घटकांच्या मात्रांमध्ये वाढ केल्यावरच वरच्या सम उत्पादन वक्रावरील बिंदू मिळतो. अशा अनेक बिंदूंचा मार्ग म्हणजे वरचा सम उत्पादन वक्र येतो. अर्थात उत्पादनाची वरची पातळी तो दाखवितो.

(4) **सम उत्पादन वक्र परस्परांना छेदत नाहीत. :** हा गुणधर्मही समवृत्ती वक्रासारखाच आहे. सम उत्पादन वक्र परस्परांना छेदल्यास काय होईल हे दर्शविणारी प्रकरण तीनमधील आकृती क्र. 3.14 पाहा. **अ** बिंदू वरच्या वक्रावर असल्याने तो **ब** पेक्षा जास्त उत्पादन दाखवील; परंतु **अ = क** आणि **ब = क.** कारण ते एकाच सम उत्पादन वक्रावरील बिंदू आहेत. म्हणजेच **अ = ब** असे होईल. परंतु **अ > ब** असे आपण पाहिले. अर्थात एकाच वेळी **ब** ने दाखविलेले उत्पादन **अ** पेक्षा कमी आणि **अ** एवढेच आहे असे म्हणणे असंबंद्धपणाचे आणि म्हणून अशास्त्रीय ठरते. म्हणून सम उत्पादन वक्र परस्परांना छेदत नाहीत.

(इ) सम-खर्च वक्र (ISO-Cost)

सम-खर्च रेषा (ISO-Cost) ही उपभोग विश्लेषणातील किंमत रेषेसारखी असते. किंमत रेषेलाच 'Budget Line' असेही म्हणतात. जसे उपभोक्त्याचे दोन वस्तूंवर खर्च करण्याचे बजेट असते तसेच उत्पादकाचेही बजेट असते. किंबहुना, उत्पादकाला तर या बाबतीत अधिक काटेकोर राहावे लागते. आकृती क्र. 4.6 मध्ये सम-खर्च रेषा दाखविल्या आहेत.

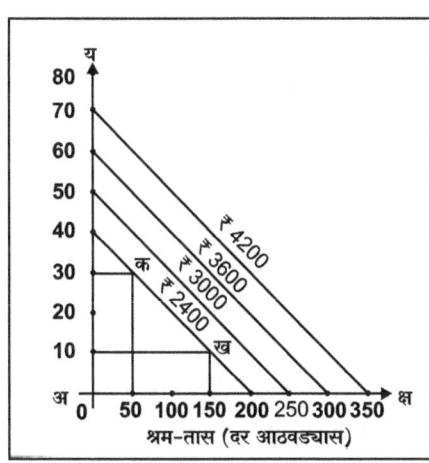

आकृती क्र. 4.6 : सम-खर्च रेषा

एक मजूर आठवड्याला 50 तास काम करतो आणि ₹ 600 मजुरी घेतो असे समजू. त्याच कामासाठी लागणारे यंत्र ताशी 60 ₹ भाड्याने मिळते असे समजू. अशा स्थितीत उत्पादकाने दर आठवड्याला ₹ 2,400 एवढा खर्च करायचे ठरविले आणि सर्व खर्च यंत्रावरच केला तर 40 तास यंत्र वापरता येईल. म्हणजेच रोज 6 तास 40 मिनिटे याप्रमाणे 6 दिवस यंत्र वापरता येईल. याउलट, सर्व खर्च श्रमावर केल्यास आठवड्याला 200 श्रम तास मिळतील. म्हणजे 4 मजूर कामावर ठेवता येतील. प्रत्यक्षात यंत्र आणि श्रम या दोहोंचा वापर केला जाईल. यंत्राचा जास्त वापर केला तर श्रम कमी लागतील आणि श्रमाचा जास्त वापर केल्यास यंत्राचे तास कमी होतील. उदाहरणार्थ, **क** बिंदूपाशी यंत्राचे 30 तास (भाडे ₹ 1,800) आणि श्रमाचे 50 तास (1 मजूर म्हणजे मजुरी 600 ₹) मिळून ₹ 2,400 खर्च होतात. **ख** बिंदूपाशी

यंत्राचे 10 तास (₹ 600) + श्रमाचे 150 तास (₹ 1,800) मिळून ₹ 2,400 खर्च होतात. अशा रीतीने या खर्च- रेषेवरील प्रत्येक बिंदू ₹ 2,400 एवढ्या खर्चात बदलणारे यंत्र-तास आणि श्रम-तास यांचे विविध संयोग दाखवितो. या विविध बिंदूंनी दाखविलेल्या सर्व संयोगांचा खर्च सारखा म्हणजे ₹ 2,400 असल्याने या रेषेला 'सम-खर्च रेषा' (ISO-Cost) असे म्हणतात. या रेषेचा कल अथवा उतार (Slope) हा त्या उद्योगसंस्थेचा खर्च आणि दोन घटकांच्या किमती यांच्यावरून ठरतो हे वरील उदाहरणावरून लक्षात येईल.

(ई) उत्पादकाचा समतोल आणि विस्तारमार्ग

(Producer's Equilibrium and Expansion Path)

उपभोग विश्लेषण आणि उत्पादन विश्लेषण समांतर चालतात, तसेच या दोन्ही विश्लेषणांसाठी वापरली जाणारी समवृत्ती वक्र व सम उत्पादन वक्र ही साधनेही समांतर पद्धतीने वापरता येतात हे येथवरच्या विवेचनावरून स्पष्ट झाले असेल. आता उपभोक्त्याचा समतोल आणि उत्पन्न वाढल्यावर उपभोग कसा वाढेल हे दर्शविणाऱ्या उत्पन्न उपभोग रेषेप्रमाणेच उत्पादनात उत्पादकाचा समतोल आणि उत्पादनाचा विस्तारमार्ग कसा स्पष्ट करता येतो ते पाहू.

आकृती क्र. 4.7 मध्ये **स उ**, **स $उ_1$**, **स $उ_2$**, **स $उ_3$**, व **स $उ_4$** इत्यादी सम उत्पादन वक्रांनी बनलेला सम उत्पादन नकाशा दिलेला आहे. या एकाच आकृतीच्या मदतीने दोन निष्कर्ष आपण पाहणार आहोत. त्यातील पहिला आहे उत्पादकाचा /उद्योगसंस्थेचा समतोल. महत्तम समाधन हे उपभोक्त्याचे उद्दिष्ट असते तसे महत्तम नफा हे उत्पादकाचे उद्दिष्ट असते. त्यासाठी कमीत कमी खर्चात जास्तीत जास्त उत्पादन पातळी गाठणे हे उद्योगसंस्थेचे उद्दिष्ट राहील. समजा, **क ख** ही सम-खर्च रेषा उत्पादकाची खर्चाची तयारी दर्शविते. या मर्यादेत त्याला कोणती उत्पादन पातळी गाठता येईल ?

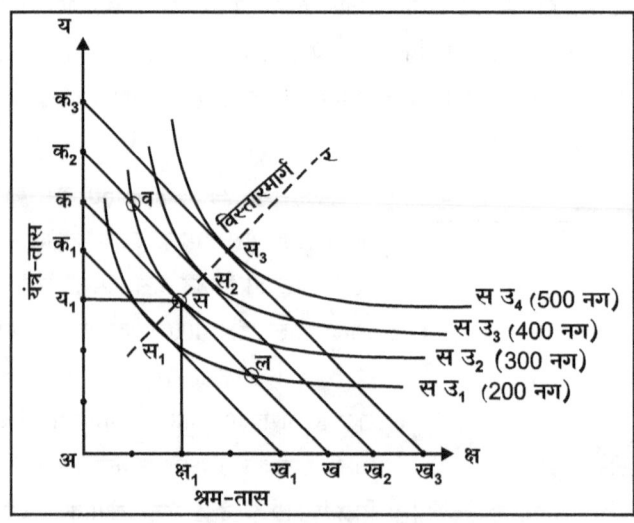

आकृती क्र. 4.7 : उत्पादकाचा समतोल आणि विस्तारमार्ग

आकृतीत दाखविल्याप्रमाणे या खर्चात **स** आणि **ल** या दोन्ही पातळ्यांवरील उत्पादन शक्य आहे. दोन्हींचा खर्च सारखाच असला तरी **ल** बिंदू 200 नगांचे उत्पादन दर्शवितो तर **स** बिंदू 300 नगांची उत्पादन पातळी दर्शवितो. म्हणून तो **स** बिंदू पसंत करील. त्याच खर्चात 200 ऐवजी 300 नगांचे उत्पादन शक्य करून देणारा यंत्र-तास आणि श्रम-तास यांचा संयोग तो स्वीकारील. म्हणजेच **अ $क्ष_1$** एवढे कामाचे तास श्रमिकांना देऊन आणि **अ $य_1$** एवढे तास यंत्राचा वापर करून दिलेल्या खर्चात उत्पादक 300 नगांचे उत्पादन करील. तेवढेच उत्पादन **व** बिंदूपाशीही होऊ शकते. जेथे यंत्राचा वापर जास्त आणि श्रमाचा वापर कमी करता येतो; पण **व** या बिंदूपाशी खर्च जास्त येतो. म्हणून **स** हा एकच बिंदू असा आहे जेथे उपलब्ध पैशात जास्तीत जास्त उत्पादन (300 नग) करता येते. या बिंदूचे वैशिष्ट्य काय ? या बिंदूत **स $उ_2$** हा समउत्पादन वक्र **क ख** या सम-खर्च रेषेला स्पर्श करतो. हाच बिंदू उत्पादकाचा समतोल (Producer's Equilibrium) दर्शवितो. हा एकच बिंदू असा आहे, जेथे ठरविलेल्या खर्चात जास्तीत जास्त उत्पादन करता येते.

आता याच आकृतीवरून त्या उद्योगसंस्थेचा विस्तारमार्ग कसा समजतो ते पाहू. विस्तार करण्यासाठी खर्च वाढविला पाहिजे. खर्च कमी करून तो **क$_1$ ख$_1$** या समखर्च रेषेच्या मर्यादेत केला तर उत्पादन 200 नगांचे होईल हे **स$_1$** बिंदूवरून समजते. मंदीच्या काळात असे होऊ शकते. मागणी वाढती असेल तर **क$_2$ ख$_2$** नंतर **क$_3$ ख$_3$** असा खर्च वाढवीत नेला जाईल. प्रत्येक ठिकाणी स्पर्श बिंदूवरून समतोल शोधून काढता येईल. अशा प्रकारे **स$_1$ स, स$_2$, स$_3$** इत्यादी समतोल बिंदू मिळतात. हे समतोल बिंदू जोडल्यास **स$_1$ र** ही रेषा मिळते. **स$_1$ र** हा उद्योगसंस्थेचा विस्तारमार्ग (Expansion Path) ठरतो. या विस्तारमार्गाच्या साहाय्याने विस्तार करण्यासाठी किती खर्च वाढविल्यास किती यंत्र-तास आणि किती श्रम-तास वापरावे लागतील हे समजते. म्हणजेच ते-ते घटक किती प्रमाणात कामावर घ्यावे लागतील हे समजते.

येथे दोन गृहीते आहेत. ती लक्षात ठेवणे आवश्यक आहे :

1. उत्पादन तंत्रात बदल झालेला नाही, म्हणजेच उत्पादनाचे तंत्र स्थिर आहे, आणि
2. घटकांच्या किमती कायम अथवा स्थिर आहेत.

अर्थात, यात बदल झाल्यास समतोल बदलेल एवढाच याचा अर्थ आहे, विश्लेषणाची साधने बदलणार नाहीत. नवीन खर्च आणि नवीन उत्पादन पातळी दाखवावी लागेल. हे झाले उत्पादन तंत्रातील बदलाबदल. घटकांच्या किमती बदलल्या तर ? समजा, श्रम स्वस्त झाले तर ते अधिक वापरले जातील व विस्तारमार्ग **क्ष** अक्षाकडे झुकेल. उलटपक्षी, यंत्रोत्पादन स्वस्त झाल्यास विस्तारमार्ग **य** अक्षाकडे झुकेल.

4.9 बदलत्या प्रमाणांचा नियम (The Law of Variable Proportions)

अल्पकाळात उत्पादनावर बदलत्या प्रमाणांच्या नियमाचा प्रभाव पडत असतो. अल्पकाळात काही घटक स्थिर असल्याने बदलत्या घटकात वाढ अथवा घट करूनच उत्पादनात वाढ अथवा घट करणे शक्य होते. जेव्हा एक (वा जास्त) घटक स्थिर ठेवून एक (वा अधिक) घटक बदलले जातात तेव्हा मुळात ज्या प्रमाणात ते एकत्र केलेले असतात ते प्रमाण बदलते. उदाहरणार्थ, पाच एकर जमीन आणि दोन मजूर हे मूळ प्रमाण असेल आणि उत्पादन वाढविण्यासाठी चार मजूर लावले तर मूळ 5 : 2 हे प्रमाण बदलून 5 : 4 हे भूमिती व श्रम यांचे प्रमाण येते. उत्पादनावर अशा बदललेल्या प्रमाणांचा काय परिणाम होतो त्याचा अभ्यास बदलत्या प्रमाणांचा नियम करतो.

(अ) घटत्या प्रतिफलाचा नियम या स्वरूपात (As the Law of Diminishing Returns)

हा नियम मुळात घटत्या प्रतिफलाचा नियम (Law of Diminishing Returns) म्हणून अर्थशास्त्रात अवतरला. निसर्गवादी अर्थशास्त्रज्ञांच्या काळाइतका हा नियम सनातन आहे. सर एडवर्ड वेस्ट यांनी हा नियम प्रथम तपशीलवार मांडला. ॲडम स्मिथ, डेव्हिड रिकार्डो आणि थॉमस माल्थस यांनी या नियमांचा संबंध शेतीक्षेत्राशी जोडला. या सर्व अभिजात अर्थशास्त्रज्ञांनी त्या नियमावर भर देऊन इतर अनेक नियम मांडले. रिकार्डोचा खंड सिद्धान्त आणि माल्थसचा लोकसंख्या सिद्धान्त ही अशी उदाहरणे होत. बऱ्याच काळापर्यंत वेगवेगळ्या उत्पादन क्षेत्रांना वेगवेगळे नियम लागू पडतात अशी अर्थशास्त्रज्ञांची धारणा होती. म्हणूनच वाढत्या, स्थिर आणि घटत्या प्रतिफलाचे असे तीन स्वतंत्र नियम त्यांनी मांडले. शेतीक्षेत्रात घटत्या प्रतिफलाचा नियम अनुभवाला येतो तर उद्योगक्षेत्रात स्थिर किंवा वाढत्या प्रतिफलाचा नियम अनुभवाला येतो असे मानले जाई. उद्योगक्षेत्रातही शेवटी प्रतिफल घटते की नाही यावर अनेक वर्षे वादविवादच होत राहिले. शेतीच्या संदर्भात घटत्या प्रतिफलाचा नियम सांगताना डॉ. मार्शल यांनी सांगितले, ''शेतीच्या कलेत सुधारणा झाली नाही तर जमिनीच्या मशागतीत भांडवल आणि श्रम यांच्या मात्रा वाढविल्यास सामान्यपणे उत्पादनात होणारी वाढ त्यापेक्षा (भांडवल आणि श्रम यातील वाढीपेक्षा) कमी असते.'' दुसऱ्या शब्दांत, तांत्रिक परिस्थिती स्थिर राहिल्यास दिलेल्या शेतजमिनीवर लावलेल्या भांडवल आणि श्रम यात 10% नी वाढ केल्यास उत्पादनात होणारी वाढ 10% पेक्षा कमी असते.

प्रतिफलाच्या नियमांवर अनेक दशके वादविवाद होत राहिले. अखेर सरासरी, सीमांत आणि एकूण उत्पादन (प्रतिफल) यांच्यामधील गणिती संबंध स्पष्ट झाले तेव्हा हे तीन नियम वेगळे नसून एकाच नियमाच्या तीन अवस्था ते तीन नियम दर्शवितात हेही स्पष्ट झाले.

(आ) आधुनिक दृष्टिकोन (Modern View)

प्रतिफलात होणाऱ्या घटीचे स्पष्टीकरण आधुनिक अर्थशास्त्रज्ञ घटकसंयोगाच्या प्रमाणातील बदलांच्या आधारावर देतात. विशिष्ट परिस्थितीत उत्पादन पर्याप्त होण्याच्या दृष्टीने विविध घटक कोणत्या प्रमाणात एकत्र करावेत हे बव्हंशी निश्चित असते. उदा., समजा, 1 हेक्टर जमीन, 2,000 ₹ किमतीचे भांडवल आणि 2 श्रमिक हा घटकांचा पर्याप्ति संयोग आहे. (पर्याप्त उत्पादनसंस्थेची संकल्पना आपण अभ्यासलेली असल्याने 'पर्याप्त' या संज्ञेचा अर्थ तुमच्या लक्षात आला असेलच.) अर्थात महत्तम उत्पादकता आणि किमान सरासरी खर्च या दृष्टीने हाच संयोग सर्वांत चांगला ठरेल. अशा परिस्थितीत एक श्रमिक वाढविला तर घटक संयोगाचे प्रमाण बदलते. पूर्वी भूमी, श्रम आणि भांडवल यांच्या संयोगाचे प्रमाण 1 : 2 : 2000 असे होते, ते आता 1 : 3 : 2,000 असे झाले आहे. येथे तिसऱ्या श्रमिकाला त्याच्या कौशल्याचा पुरेपूर वापर करण्याचा अवसर मिळत नाही का ? भांडवल किंवा जमीन यांचे काम तो करू शकत नाही. म्हणून उदाहरणार्थ, नांगर हे भांडवल आहे. नांगराच्या ऐवजी श्रमिक पर्याय ठरू शकेल काय ? त्याला काम करायचे असेल तर आणखी एक नांगर लागेल. मग जमीन कमी पडेल. अशा तऱ्हेने घटक संयोगाचे प्रमाण बदलले की उत्पादन प्रक्रियेवर परिणाम होऊन प्रतिफल घटू लागते. अशा वेळी तिसरा श्रमिक काढून घेतला तरी उत्पादनात फारशी घट होत नाही. श्रीमती जोन रॉबिन्सन यांचे हेच म्हणणे होते जेव्हा त्यांनी असे प्रतिपादन केले की, ''एका उत्पादन-घटकाच्या ऐवजी दुसरा घटक कितपत पर्याय ठरू शकेल यावर मर्यादा असते हेच खरे तर घटत्या प्रतिफलाचा नियम सांगतो.''

बदलत्या प्रमाणांच्या नियमांच्या काही व्याख्या :

- ''तांत्रिक स्थिती दिलेली असताना, काही स्थिर घटकांच्या तुलनेने अन्य काही बदलत्या घटकांत वाढ केल्यास एकूण उत्पादन वाढते, पण एका मर्यादेनंतर बदलते घटक त्याच प्रमाणात वाढवूनही एकूण उत्पादनात पडणारी भर कमी-कमी होत जाईल अशी शक्यता असते.'' **- प्रा. पॉल सॅम्युअल्सन**
- ''इतर सर्व उत्पादक सेवांची परिमाणे स्थिर ठेवून एकाच उत्पादन सेवेचे परिमाण सारख्या मात्रांनी वाढवीत गेल्यास, (अशा वाढीचा) परिणाम म्हणून एकूण उत्पादनात पडणारी भर विशिष्ट मर्यादेनंतर घटू लागेल.'' **- प्रा. जॉर्ज स्टिग्लर**
- ''अन्य घटकांच्या स्थिर परिमाणाशी संयोग करून वापरल्या जाणाऱ्या कोणत्याही एका घटकाच्या परिमाणात आपण वाढ करीत गेलो तर त्या बदलत्या घटकाची सीमांत वास्तव उत्पादकता (Marginal Physical Productivity) शेवटी अपरिहार्यपणे घटू लागेल.'' **- प्रा. केनेथ बोल्डिंग**

तीन प्रसिद्ध आधुनिक अर्थशास्त्रज्ञांनी दिलेल्या या तीन व्याख्या नीट वाचून पाहिल्यास त्यांचा आशय साररूपाने पुढीलप्रमाणे सांगता येईल - (1) उत्पादनाचे काही घटक स्थिर ठेवले जातात. (2) अन्य एक अथवा अधिक घटकांत वाढ केली जाते. (3) ही वाढ ठरावीक समान मात्रांनी केली जाते. (4) तांत्रिक स्थिती स्थिर आहे असे मानले जाते. (5) असे केल्यास एकूण उत्पादनात पडणारी भर घटत जाते.

समजा, एका शेतकऱ्याकडे 3 हेक्टर जमीन आणि भांडवल म्हणून एक विहीर आणि अवजारांचा एक संच (बैलांसह) आहे. भूमी आणि भांडवल हे दिलेले दोन घटक कायम ठेवून तो श्रम या घटकात एकेका श्रमिकाने वाढ करीत जातो. दोन स्थिर घटकांशी संयोग होणाऱ्या श्रम या एका घटकात वाढ करीत गेल्यामुळे उत्पादन पुढील तक्ता 4.4 मध्ये दाखविल्याप्रमाणे बदलत जाते अशी कल्पना करू.

तक्ता क्र. 4.4 : एका बदलत्या घटकाचा उत्पादनावरील परिणाम

श्रमिकांची संख्या	एकूण उत्पादन (क्विंटल)	सरासरी उत्पादन (क्विंटल)	सीमांत उत्पादन (क्विंटल)
1	10	10	10
2	22	11	12
3	36	12	14
4	48	12	12
5	55	11	7
6	60	10	5
7	63	0	3
8	63	7.8	0
9	54	6	– 9

तक्ता क्र. 4.4 काय दर्शवितो ते आता पाहू. भूमी (3 हेक्टर) आणि भांडवल (एक विहीर + अवजारे) हे दोन घटक स्थिर असल्याने त्यांचा समावेश या तक्त्यात केलेला नाही. पहिल्या रकान्यात श्रमिक संख्या एकेकाने वाढवीत नेली आहे. एकूण उत्पादनात पडणारी भर म्हणजेच सीमांत उत्पादकता प्रारंभी वाढत जाते आणि एका मर्यादेनंतर घटू लागते. तक्त्यातील शेवटचा रकाना पाहा. श्रमिकांची संख्या 1 पासून 3 पर्यंत वाढवीत गेल्यास सीमांत उत्पादन 10 क्विंटलपासून 14 क्विंटलपर्यंत वाढते. सीमांत उत्पादनात वाढ होण्याची मर्यादा ठरते. कारण यानंतर एकेक श्रमिक आणखी वाढविल्यास सीमांत उत्पादन उत्तरोत्तर (14 वरून 12 मग 7 नंतर 5 क्विंटल असे) असे घटत जाते.

(इ) सरासरी सीमांत संबंध (Average-Marginal Relations)

तक्ता क्र. 4.4 वरून एकूण उत्पादनही शेवटी घटू लागते असे दिसेल; पण घटण्याची सुरुवात सीमांत उत्पादनापासून होते. तक्त्यावरून सरासरी आणि सीमांत उत्पादन यांच्यातील विशिष्ट संबंध स्पष्ट होतो.

(1) जोपर्यंत सीमांत उत्पादन सरासरी उत्पादनापेक्षा जास्त असते (रकाना 3 व 4 पाहा) तोपर्यंत प्रत्येक नवीन सरासरी उत्पादनाचा आकडा पूर्वीपेक्षा मोठा असतो. म्हणजेच तोपर्यंत सरासरी उत्पादन वाढत जाते. उलटपक्षी सरासरी उत्पादन जोवर वाढत जाईल तोवर सीमांत उत्पादन सरासरी उत्पादनाहून जास्त राहील. याचे उघड कारण असे आहे की, सीमांत उत्पादन वाढते म्हणूनच सरासरी उत्पादन वाढत असते.

(2) जेव्हा सीमांत उत्पादन सरासरी उत्पादनापेक्षा कमी होते तेव्हा सरासरी उत्पादन घटू लागते. दुसऱ्या शब्दांत सरासरी उत्पादन घटत असते तेव्हा सीमांत उत्पादन सरासरी उत्पादनापेक्षा कमी असते.

(3) सीमात उत्पादन सरासरी उत्पादनाएवढे होते तेथे सरासरी उत्पादन कमाल अथवा महत्तम असते. ही दोन समान राहतील तोवर सरासरी उत्पादन स्थिर राहील.

(4) सीमांत उत्पादन शून्य असते तेव्हा एकूण उत्पादन महत्तम असते अथवा कमाल मर्यादेला पोहोचलेले असते.

आकृतीच्या साहाय्यानेही हा बदलत्या प्रमाणांचा नियम स्पष्ट करता येतो. आकृती क्र. 4.8 पाहा. **ए. उ.** हा एकूण उत्पादनाचा वक्र आहे. श्रमिक संख्येत वाढ करीत गेल्यास प्रथम एकूण सरासरी व सीमांत उत्पादन वाढत जाते. सीमांत उत्पादन वाढते आहे तोवर **सी. उ.** हा (सीमांत उत्पादन वक्र) **स. उ.** या सरासरी उत्पादन वक्राच्या वरच्या बाजूला आहे. **सी. उ.** वक्र **स. उ.** वक्राला वरून **क** बिंदूत छेदतो. **क** बिंदू हा महत्तम सरासरी उत्पादन दाखविणारा बिंदू असून तो **सी. उ., स. उ.** अशी सीमांत व सरासरी उत्पादनाची समानता दर्शवितो.

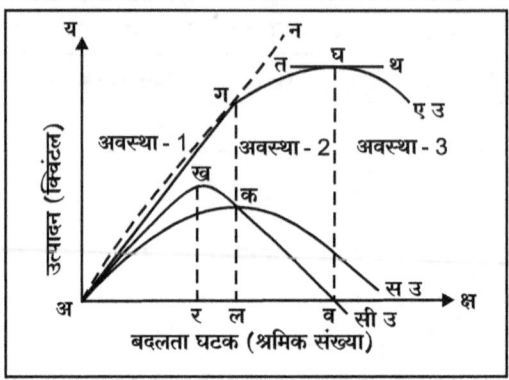

आकृती क्र. 4.8 : बदलत्या प्रमाणांचा नियम

एकदा सरासरी उत्पादन वक्र **(स उ)** उजवीकडे खाली उतरू लागला की सीमांत उत्पादन वक्र **(सी उ)** हा सरासरी उत्पादन वक्राच्या खाली असतो. **क्ष** अक्षावरील **व** या बिंदूत सीमांत उत्पादन वक्र **क्ष** अक्षाला छेदून त्या अक्षाच्याही खाली जातो. याचा अर्थ **व** बिंदूत सीमांत उत्पादन शून्य असते आणि तेथून पुढे ते ऋण होते. या बिंदूचे **(व)** आणखी एक वैशिष्ट्य असे की, याच बिंदूपाशी एकूण उत्पादन महत्तम असते म्हणजे कमाल मर्यादेला पोहोचलेले असते. **व घ** हे महत्तम एकूण उत्पादन होय. सीमांत उत्पादन ऋण होते तेव्हा एकूण उत्पादन घटू लागते. **व** बिंदूशी सीमांत उत्पादन शून्य असून तेथून पुढे ते शून्याच्या खाली जाऊ लागते. म्हणून **घ** बिंदूपासून एकूण उत्पादन घटू लागते. **ए. उ.** वक्र **अ न** या **अ** बिंदूशी 45° चा कोन करून काढलेल्या रेषेला **ग** बिंदूत तर **त थ** या **क्ष** अक्षाला समांतर काढलेल्या रेषेला **घ** बिंदूत स्पर्श करतो.

(ई) नियमाच्या तीन अवस्था (Three Phases of the Law)

बदलत्या प्रमाणांच्या नियमाच्या कार्यप्रणालीच्या तीन अवस्था आकृती क्र. 4.8 वरून स्पष्ट होतील. बदलत्या घटकाच्या मात्रा वाढवीत गेल्यास सीमांत उत्पादन वाढत जाते. बदलत्या घटकाच्या **अ र** मात्रा कामावर लावल्या असता म्हणजे **अ र** श्रमिक लावले असता सीमांत उत्पादन **(ख र)** महत्तम असते. **ख** बिंदूपासून सीमांत उत्पादन घटू लागते. पण सरासरी सीमांत उत्पादन जास्त आहे तोवर सरासरी उत्पादन वाढत राहते. **क** बिंदूपाशी **सी उ** आणि **स उ** समान असतात. प्रा. स्टिग्लर यांच्या व्याख्येचा काटेकोरपणे विचार केल्यास **ख** बिंदूपाशीच पहिली अवस्था संपते. पण सीमांत बरोबरच सरासरी उत्पादनही विचारात घेतले तर दोन्ही घटण्याचा बिंदू **क** हा असल्याने **क** बिंदूपाशी वाढत्या प्रतिफलाशी (Increasing Returns) पहिली अवस्था संपते असे म्हणता येईल.

अ ल ही बदलत्या घटकांच्या कामाला लावण्याची मर्यादा ओलांडली की (आपल्या उदाहरणात **अ ल** पेक्षा जास्त श्रमिक कामावर घेतल्यास) घटत्या प्रतिफलाची (Diminishing Returns) दुसरी अवस्था सुरू होते. या अवस्थेत **सी उ** आणि **स उ** हे दोन्ही वक्र उतरते दिसतील. घटत्या सीमांत व सरासरी उत्पादनाचे ते निदर्शक आहेत. ही अवस्था सीमांत उत्पादन शून्य दर्शविणाऱ्या **व** बिंदूशी संपते. येथे (म्हणजे समजा, **अ व** श्रमिक कामावर लावल्यास) एकूण उत्पादन महत्तम असते.

अ व बदलत्या घटकात वाढ करण्याची मर्यादा ओलांडली की तिसरी अवस्था सुरू होते. या अवस्थेचे वैशिष्ट्य म्हणजे घटते एकूण उत्पादन (Diminishing Total Product) हे असते. या अवस्थेत बदलत्या घटकात वाढ केल्यास एकूण उत्पादन वाढत तर नाहीच पण ते घटू लागलेलेही दिसते.

वाढत्या सरासरी उत्पादनाचा अंत जेथे होतो त्या **ल** बिंदूने विस्तृत सीमा (Extensive Margin) दाखविली जाते असे मानतात, तर बदलत्या घटकात वाढ करूनही एकूण उत्पादनात होणारी वाढ जेथे थांबते अशा **व** बिंदूने **स घ न** सीमा (Intensive Margin) दाखविली जाते असे म्हणतात.

उत्पादनातील या प्रवृत्ती पाहताना स्वाभाविकपणे एक प्रश्न मनात येईल. एकेक याप्रमाणे बदलता घटक वाढवीत जाता-जाता उत्पादक कोठे थांबेल ? तो **अ ल** पूर्वी थांबणार नाही. कारण सरासरी उत्पादन वाढत जात आहे. महत्तम उत्पादनाची पातळी ओलांडून तो पुढे जाणार नाही, म्हणजेच **अ व** या मर्यादेच्या पुढे जाणार नाही. अशा तऱ्हेने बदलता घटक वाढविण्याचे थांबून उत्पादक जेथे स्थिरावण्याचा प्रयत्न करील ते स्थान. (तांत्रिक भाषेत यालाच उत्पादकाचा समतोल म्हणतात). दुसऱ्या अवस्थेत **ल** आणि **व** बिंदूच्या दरम्यान कोठेतरी असेल. निश्चित स्थान ठरविण्यासाठी खर्चाचा विचार करावा लागतो. उदाहरणार्थ, आपण घेतलेल्या काल्पनिक उदाहरणातील श्रमिक फुकट काम (श्रमदान) करीत असतील तर तो शेतकरी **व** बिंदूपाशी थांबेल. कारण तेथे महत्तम एकूण उत्पादन होते. पण श्रमिकांनी एक रुपया जरी मजुरी घेतली तरी सीमांत श्रमिकाला 1 रुपया द्यावा लागतो. पण उत्पादनात तो शून्य भर टाकतो म्हणून तो शेतकरी श्रमिक संख्या कमी करील. मजुरी वाढत जाईल तसा-तसा हा समतोल बिंदू **व** कडून **ल** कडे सरकत जाईल. द्यावा लागणाऱ्या मजुरीपेक्षा सीमांत उत्पादन जास्त आहे तोवरच नवीन श्रमिक कामावर घेणे परवडते असा याचा अर्थ आहे.

(उ) तीन अवस्थांचे स्पष्टीकरण (An Explanation of the Three Phases)

या तीन अवस्थांतून सरासरी, सीमांत आणि एकूण उत्पादनाचे जे वर्तन अनुभवास येते त्याचे स्पष्टीकरण आवश्यक आहे, हे तिन्ही चल अशाच प्रकारे का बदलतात हे समजणे आणि सांगता येणे आवश्यक आहे असा याचा अर्थ आहे.

पहिली अवस्था : या अवस्थेत सरासरी आणि सीमांत उत्पादन वाढते त्याची कारणे अशी -

(1) स्थिर घटक (उदाहरणार्थ, यंत्रकुल अथवा यंत्र अथवा जमीन) अविभाज्य असतो. त्यामुळे बदलत्या घटकात वाढ होत जाते तेव्हा स्थिर घटकाचा अधिकाधिक चांगला उपयोग होत जातो. आपल्या उदाहरणात विहीर असलेल्या तीन हेक्टर जमिनीचा चांगल्यात चांगला उपयोग होण्यासाठी चार श्रमिक आवश्यक आहेत. म्हणून एकापासून चारापर्यंत श्रमिकसंख्या वाढवीत गेल्यास जमीन आणि भांडवल या स्थिर घटकांचा अधिकाधिक उपयोग करून घेतला जातो. दुसऱ्या शब्दांत, पहिल्या अवस्थेत वाढत्या प्रतिफलाचा अनुभव येतो. कारण स्थिर घटकाची कार्यक्षमता वाढते.

(2) बदलत्या घटकात वाढ केल्यावर बदलत्या घटकाची कार्यक्षमतादेखील वाढते. कारण त्या घटकात श्रमविभागणी आणि विशेषीकरण शक्य होते. आपल्या उदाहरणात एका ऐवजी चार श्रमिक झाल्यास त्यातील प्रत्येकाला त्याच्या पात्रतेप्रमाणे काम देऊन प्रत्येकाची उत्पादनक्षमता वाढविता येते. उदाहरणार्थ, एकाने मोट धरली तर दुसरा पिकांना पाणी देईल, तिसरा राखण करील वगैरे. सरासरी उत्पादन वाढण्याचे हे दुसरे कारण होय.

दुसरी अवस्था : या अवस्थेत घटत्या प्रतिफलाचा अनुभव येतो. याचीही पुढील दोन कारणे सांगता येतात.

(1) स्थिर घटकाचा पर्याप्त उपयोग होईपर्यंत (आणि हा स्थिर घटक अविभाज्य आहे हे लक्षात ठेवून) सरासरी उत्पादन वाढत जाते. पण ही मर्यादा ओलांडून पुढे गेल्यास, म्हणजे बदलता घटक आणखी पुढे वाढविल्यास, बदलत्या घटकाच्या मानाने स्थिर घटक अपुरा पडू लागतो. यामुळे सरासरी उत्पादन घटू लागते. आपल्या उदाहरणातील श्रमिकांची संख्या 5 किंवा त्याही पुढे जाते तेव्हा इतक्या सर्व मजुरांचे श्रम कारणी लावायला 3 हेक्टर जमीन आणि दिलेली अवजारे हे दोन्ही स्थिर घटक अपुरे पडतात. इतक्या श्रमिकांना काम पुरवायला स्थिर घटक असमर्थ ठरतात.

(2) दुसरे कारण श्रीमती जोन रॉबिन्सन यांनी दाखवून दिले आहे, "एका उत्पादनाच्या घटकाऐवजी दुसऱ्या घटकाचा वापर कोठवर करता येईल याला मर्यादा असते." आपल्या उदाहरणात, पाचवा श्रमिक जमिनीचे काम करू शकला असता तर अडचण नव्हती. समजा, नांगर हे एक अवजार म्हणून भांडवल या स्वरूपाचे आहे. दोन श्रमिक दोन नांगर चालवितात. तिसऱ्याला देण्यास नांगर नाही म्हणून हाताने जमीन उकरायला सांगता येईल काय ? सांगितले तरी जमीन किती खोल खणली जाईल आणि किती काळ लागेल ? म्हणजेच त्याची उत्पादकता कमी होईल. अशा रीतीने सीमांत व सरासरी उत्पादकता घटू लागेल.

तिसरी अवस्था : या अवस्थेतील ऋण सीमांत उत्पादन आणि घटते एकूण उत्पादन यांचे स्पष्टीकरण पुढील कारणांनी देता येते -

(1) बदलत्या घटकाच्या परिमाणात सतत वाढ करीत गेल्यावर एक अवस्था अशी येते की स्थिर घटकाच्या मानाने बदलत्या घटकाचे परिमाण न पेलण्याएवढे मोठे होते. उदाहरणादाखल असे समजा की, एखाद्या कापड दुकानात काही चौरस फूट जागा आहे आणि विशिष्ट लांबीचे काउंटर आहे. अशा दुकानात सुरुवातीला विक्रेत्यांची संख्या वाढविल्यास त्या जागेचा व काउंटरचा म्हणजे स्थिर घटकाचा अधिक चांगला उपयोग होईल. शिवाय श्रम या बदलत्या घटकाचीही कार्यक्षमता वाढेल. कारण काही विक्रेते सूटिंग दाखवतील, काही शर्टिंग दाखवतील, काही सिल्क साड्यांचा विभाग सांभाळतील वगैरे. पण विक्रेत्यांची संख्या वाढवीत गेल्यास एक अवस्था अशी येईल की, विक्रेते एकमेकांच्या मार्गात अडथळे निर्माण करतील आणि हालचाल करायलासुद्धा जागा राहणार नाही. यातून जो गोंधळ उडेल त्यामुळे सीमांत उत्पादन ऋण होईल. म्हणजे एकूण कापड विक्रीत घट होईल. याचा अर्थ असा की, स्थिर घटकाच्या मानाने बदलता घटक नको तेवढा वाढल्याने बदलत्या घटकाची कार्यक्षमता कमी झाली आहे.

(2) अशा वेळी स्थिर घटकाची कार्यक्षमताही कमी होते हे दुसरे कारण सांगता येईल. वरील उदाहरणात दुकानाची जागा आणि काउंटर हा स्थिर घटक चांगला असूनही बदलता घटक फार वाढल्याने स्थिर घटकाचा व्हावा तसा उपयोग होत नाही. या दुसऱ्या कारणाने उत्पादकता आणखी कमी होते.

(ऊ) या नियमाची गृहीते (Assumptions of the Law)

बदलत्या प्रमाणांच्या नियमांची गृहीते पुढीलप्रमाणे आहेत-

(1) बदलत्या घटकात एका वेळी एका मात्रेने वाढ केली जाते आणि या सर्व मात्रा संपूर्णपणे एकजिनसी (Homogeneous) असतात, याचा अर्थ दर्जा, आकार, शक्ती वगैरे सर्व दृष्टींनी सारख्या असतात. आपल्या उदाहरणातील सर्व श्रमिक सर्व दृष्टीने इतके सारखे आहेत की कोणीही दुसऱ्या कोणाच्या जागी काम करू शकेल.

(2) स्थिर घटक हे स्थिर ठेवले जातात ते संख्यात्मक आणि गुणात्मक अशा दोन्ही दृष्टीने. उदाहरणार्थ, आपल्या उदाहरणात 3 हेक्टर ओलिताखालील काळीभोर जमीन आधी घेतलेली असेल तर तिच्याऐवजी नंतर 3 हेक्टर कोरडवाहू व हिणकस जमीन घेऊन चालणार नाही.

(3) तंत्रस्थिती बदललेली नाही असे गृहीत धरले जाते. तांत्रिक सुधारणा झाल्यास आपल्या आकृतीतील 'ल' बिंदूच्या पुढेदेखील सरासरी व सीमांत उत्पादन वाढत राहील.

येथवर आपण बदलत्या प्रमाणांच्या नियमाचा तपशीलवार विचार केला. कारण अर्थशास्त्रातील उत्पादनाच्या सिद्धान्तात या नियमाला महत्त्वाचे स्थान आहे. अल्पकाळात काही घटक स्थिर राहत असल्याने बदलत्या घटकात वाढ अथवा घट करूनच उत्पादन जास्त-कमी करणे शक्य होते. यातूनच घटत्या प्रतिफलाचा उद्‌भव होतो आणि उत्पादन खर्चाच्या वर्तनावर याचा परिणाम होतो. दुसरे, या नियमाने दाखवून दिलेल्या उत्पादनाच्या घटकातील अपूर्ण पर्यायितेचा परिणाम आर्थिक विकासाच्या क्षेत्रातही दाखविता येतो. प्रत्येक देशाकडे सर्वच घटक विपुल प्रमाणात नसतात आणि परस्परांच्या ऐवजी ते वापरता येत नसल्यामुळे वेगवेगळ्या देशांच्या आर्थिक विकासाच्या पातळ्यांत पडणारा फरक स्पष्ट करता येतो आणि आंतरराष्ट्रीय आर्थिक सहकार्याची गरज त्यातून स्पष्ट करता येते. उदाहरणार्थ, भांडवलाऐवजी श्रमाचा पर्यायी घटक म्हणून वापर करता आला असता तर भारताचा आर्थिक विकास झपाट्याने झाला असता. तसेच भांडवलदृष्ट्या समृद्ध असलेल्या देशांना तिसऱ्या जगातील देशांकडून श्रमप्रधान उत्पादनांची आयात करण्याची गरज भासली नसती. तिसरे, बेकारी निकृष्ट राहणीमान उत्पादन घटकांना दिल्या जाणाऱ्या तौलनिक किमती, नियोजनात स्वीकारायचे तंत्र इत्यादी अनेक प्रश्नांच्या विश्लेषणात हा नियम उपयोगी पडतो. उदाहरणार्थ, भारतीय शेतीवर श्रमिकांचा नको तेवढा भार पडल्याने सीमांत उत्पादन ऋण झाले असून शेतीक्षेत्रातून काही श्रमिक काढून घेतल्याखेरीज शेतीची उत्पादकता वाढणार नाही असे काही अर्थशास्त्रज्ञ मानतात.

4.10 उत्पादनमानाचे प्रतिफल (Returns to Scale)

उत्पादनमानाचे प्रतिफल आणि प्रतिफलविषयक नियम यांची गल्लत केली जाण्याची शक्यता आहे. म्हणून प्रथम थोडक्यात, 'प्रतिफलविषयक नियम' याचा अर्थ जाणून घेणे आवश्यक आहे.

(अ) प्रतिफलविषयक नियम आणि उत्पादनमानाचे प्रतिफल (Law of Returns and Returns to Scale)

मागील परिच्छेदात पाहिल्याप्रमाणे, बदलत्या प्रमाणांचा नियम हा प्रथम घटत्या प्रतिफलाचा नियम म्हणून अर्थशास्त्रात आला. प्रतिफल का घटत जाते हे आपण आधीच पाहिले आहे. तक्ता 4.4 पाहिल्यास तुमच्या लक्षात येईल की, श्रमिकांची संख्या एकपासून तीनपर्यंत वाढवीत गेल्यास सीमांत उत्पादन वाढत जाते. या वाढत्या सीमांत उत्पादनाच्या प्रवृत्तीचा उल्लेख कधी-कधी वाढत्या प्रतिफलाचा नियम (Law of Increasing Returns) म्हणून केला जातो. या पहिल्या अवस्थेत प्रतिफल वाढत का जाते याचे स्पष्टीकरण आपण पाहिले आहे. प्रतिफल वाढून कमाल पातळीला पोहोचल्यावर काही वेळा तेथेच ते काही मर्यादेपर्यंत स्थिर राहते. अशा वेळी 'स्थिर प्रतिफलाचा नियम' (Law of Constant Returns) अनुभवाला येतो असे म्हटले जाते.

डॉ. मार्शल यांनी या बाबतीत असे प्रतिपादन केले आहे की, उत्पादनातील निसर्गाच्या कार्यभागाचा संबंध घटत्या प्रतिफलाशी आणि माणसाच्या कार्यभागाचा संबंध वाढत्या प्रतिफलाशी असतो. शेतीक्षेत्रात निसर्गाचा वाटा मोठा असल्याने घटत्या प्रतिफलांचा नियम अनुभवाला येतो तर औद्योगिक क्षेत्रात माणसाचा वाटा महत्त्वाचा असल्याने मोठ्या प्रमाणावरील उत्पादनाच्या बचती प्राप्त करून माणूस वाढत्या प्रतिफलाचा अनुभव घेऊ शकतो. या दोन प्रकारांच्या दरम्यान तिसऱ्या प्रकाराची कल्पना करता येणे शक्य आहे. अशा ठिकाणी निसर्ग आणि मानव अशा दोघांचा कार्यभाग समान राहील आणि तेथे प्रतिफल वाढणार नाही आणि घटणारही नाही तर स्थिर राहील.

खरेतर, बदलत्या प्रमाणांच्या नियमाच्या कक्षेत हे तिन्ही नियम येतात आणि प्रतिफलाबाबतचा एक सार्वत्रिक आणि सामान्य नियम आपल्यासमोर साकार होतो. शेतीक्षेत्र, उद्योगक्षेत्र वा सेवाक्षेत्र यापैकी कोणत्याही क्षेत्रातील उत्पादन कार्य असो, जेव्हा काही घटक स्थिर ठेवून इतर काही घटक बदलले जातात तेव्हा प्रतिफल अथवा सीमांत (आणि सरासरी) उत्पादन प्रथम वाढत जाते, पर्याप्त बिंदूला पोहोचते (आणि काही मर्यादेपर्यंत ते तेथे स्थिर राहते), आणि अखेर घटत जाते. या तीन अवस्थांतून प्रतिफल अथवा सीमांत उत्पादन का जाते याची चर्चा आपण यापूर्वी केलीच आहे.

बदलत्या प्रमाणांच्या नियमाच्या बाबतीत म्हणजेच किंवा प्रतिफलविषयक नियमांच्या बाबतीत किमान एक घटक तरी स्थिर असतो. याउलट, आपण जेव्हा उत्पादनमानाचे प्रतिफल (Returns to Scale) विचारात घेतो तेव्हा उत्पादनाचे सर्व घटक एकाच वेळी आणि एकाच प्रमाणात वाढवीत (अथवा कमी करीत) जातो. दुसऱ्या शब्दांत, उत्पादनाचे सर्वच घटक दुप्पट, तिप्पट अथवा चौपट करून त्याचा उत्पादनावर काय परिणाम होतो हे आपण पाहत असतो.

जेव्हा सर्वच घटक एकाच वेळी वाढवायचे असतात तेव्हा कराव्या लागणाऱ्या जुळणीसाठी पुरेसा कालावधी द्यावा लागतो. अल्पकाळात यंत्रकुल आणि यंत्रसामग्री स्थिर असते. कारण ती बदलण्यासाठी ज्या कृती आणि जे निर्णय आवश्यक असतात त्यांना बराच वेळ लागतो. अशा रीतीने उत्पादन प्रतिफलाची समस्या ही उत्पादनसंस्थेने विचारात घ्यावयाची दीर्घकालीन समस्या असते.

जेव्हा उत्पादनाच्या सर्व घटकात एकाच वेळी आणि एकाच प्रमाणात वाढ केली जाते तेव्हा प्रथम सीमांत उत्पादन अथवा प्रतिफल वाढत जाते. नंतर काही काळ ते स्थिर राहते आणि उत्पादनाचे प्रमाण आणखी पुढे वाढत गेल्यास शेवटी ते घटू लागते. म्हणजेच बदलत्या प्रमाणाच्या नियमाच्या बाबतीत जशा प्रतिफलाच्या तीन अवस्था दिसून येतात तशाच प्रकारे येथेही उत्पादनाचे प्रतिफल तीन अवस्थांतून जाताना दिसते.

(आ) उत्पादनमानाच्या प्रतिफलाचे सोदाहरण स्पष्टीकरण (Illustrating Returns to Scale)

समजा, 1 श्रमिक, 2 एकर जमीन आणि भांडवली वस्तूंचा (शेतीच्या अवजारांचा) एक संच मिळून उत्पादनाच्या घटकांचा एक पर्याप्त संयोग होतो. हा संयोग आदर्श असेल तर तो दुप्पट केल्यास एकूण उत्पादनही दुप्पट व्हायला हवे. परंतु प्रारंभी एकूण उत्पादन दुपटीपेक्षा जास्त होते. अशा तऱ्हेने जेव्हा आपण उत्पादनाचे प्रमाण वाढवीत जातो म्हणजेच घटकांचा पर्याप्त संयोग दुप्पट, चौपट, पाचपट वगैरे करीत जातो तसतसे सीमांत उत्पादन प्रथम वाढत जाताना दिसते. नंतर एका कमाल मर्यादेला पोहोचून काही एका मर्यादेपर्यंत ते स्थिर राहते आणि अखेर ते घटू लागते.

तक्ता 4.5 वरून उत्पादनमानाच्या प्रतिफलाचे स्वरूप स्पष्ट होईल. या तक्त्याच्या पहिल्या रकान्यात घटकांच्या (1 श्रमिक + 2 एकर जमीन + भांडवलाचे **क्ष** परिमाण अशा) संयोगाच्या क्रमाने वाढत जाणाऱ्या संख्या दिलेल्या आहेत. दुसऱ्या रकान्यात एकूण उत्पादन (क्विंटलमध्ये) आणि तिसऱ्या रकान्यात सीमांत उत्पादन (क्विंटलमध्ये) दिले आहे.

तक्ता क्र. 4.5 : उत्पादनाचे प्रतिफल

घटकांचे संयोग	एकूण उत्पादन (क्विंटल)	सीमांत उत्पादन (क्विंटल)		
1	2	2		अवस्था - 1
2	6	4	1	वाढते प्रतिफल
3	12	6		अवस्था - 2
4	18	6	2	स्थिर प्रतिफल
5	24	6		अवस्था - 3
6	28	4	3	घटते प्रतिफल
7	30	2		

वरील तक्त्यावरून असे लक्षात येईल की, प्रारंभीचे उत्पादनमान दुप्पट केल्यास एकूण उत्पादन 2 क्विंटलऐवजी 6 क्विंटल होते. या दुसऱ्या टप्प्याशी सीमांत उत्पादन 4 क्विंटल येते. येथे एकूण उत्पादन दुपटीहून जास्त झालेले दिसते. उत्पादनमान तिप्पट केल्यास एकूण उत्पादन सहापट होते. पर्याप्त संयोगात एकपासून तीनपर्यंत वाढ होईतोवर प्रतिफल वाढत जाते. त्यापुढे चार आणि पाच या संयोग पटीशी उत्पादनमानाचे प्रतिफल स्थिर राहिलेले दिसते. त्या पुढे मात्र उत्पादनमान वाढत गेल्यास सीमांत उत्पादन घटत जाते.

आकृती क्र. 4.9 मध्ये उत्पादनमानाच्या वाढत्या, स्थिर आणि घटत्या प्रतिफलाच्या तीन अवस्था आलेखाने दाखविल्या आहेत. **प्रा. सॅम्युअल्सन** यांनी म्हटल्याप्रमाणे, कोणताही घटक स्थिर नसून सर्वच घटक एकाच संतुलित प्रमाणात बदलता येतात. अशा परिस्थितीत जर आपण भांडवल आणि श्रम (आणि इतर घटक) एकत्रितपणे वाढवीत गेलो तर आपल्या उत्पादन कार्याचे संपूर्ण प्रमाणच वाढत जाते. अशा वेळी उत्पादनही त्याच प्रमाणात वाढेल असे बहुतेक वेळा आपल्याला वाटते. याचा अर्थ असा की, उत्पादनमानाचे प्रतिफल नेहमी स्थिर राहील अशी आपली अपेक्षा असते मग प्रथम प्रतिफल वाढते, नंतर काही काळ स्थिर राहते आणि शेवटी घटू लागते, असे का होते ?

सुरुवातीला प्रतिफल अथवा सीमांत उत्पादन वाढत जाते. कारण श्रमविभागणी आणि विशेषीकरण या बाबी सर्वच घटकांच्या बाबतीत शक्य होतात. श्रमिकांमधील श्रमविभागणीचा विचार पूर्वी आपण केलेला आहे. अशी श्रमविभागणी इतर घटकांच्या बाबतीतही शक्य असते. जसे, दोनच बैलांच्या जिवावर शेती करणाऱ्या शेतकऱ्याने एकदम भांडवलात वाढ करण्याचे ठरविले तर पूर्वी जेथे सर्व कामे त्याच दोन बैलांच्या मदतीने केली जात तेथे आता नांगरणी, कुळवणी, पेरणी, मळणी इत्यादी वेगवेगळ्या कामांसाठी वेगवेगळी विशेष यंत्रे वापरता येतील.

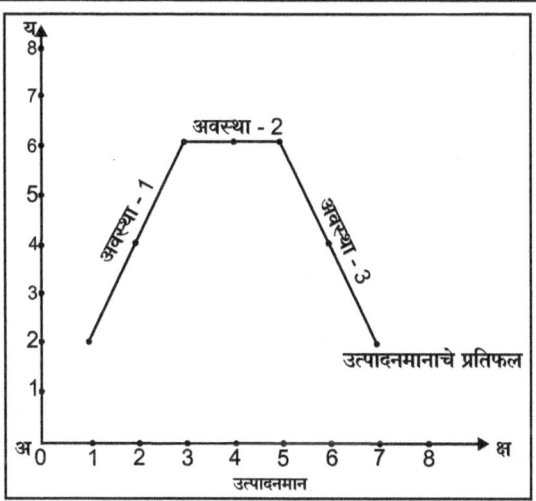

आकृती क्र. 4.9 : उत्पादनमानाचे प्रतिफल

त्याचप्रमाणे जमिनीचा आकार वाढल्यास जमिनीच्या वेगवेगळ्या तुकड्यांत प्रतीप्रमाणे वेगवेगळी पिके घेणे हे जमिनीचे विशेषीकरण ठरते. त्याचप्रमाणे उत्पादनाचे प्रमाण जसजसे वाढत जाईल तसतसे मोठ्या प्रमाणावरील उत्पादनाचे आपण पूर्वी पाहिलेले सर्व फायदे मिळत जातील. याच ऊर्जेचा वापर केल्यामुळे मिळणारे फायदे यांत्रिकीकरण आणि प्रमाणीकरणाचे फायदे, तसेच तांत्रिक फायदे, व्यवस्थापकीय फायदे आणि खरेदी-विक्रीविषयक वगैरे बचती या सर्वांचा समावेश होतो. या सर्वांमुळे उत्पादनमानाच्या वाढीबरोबर प्रतिफल वाढत जाते.

उत्पादन घटकांचा जसा एक पर्याप्त संयोग असतो तशीच या संयोगांची एक पर्याप्त अवस्था असते. उदाहरणार्थ, या अवस्थेत संयोगांची पट वाढत गेली तरी प्रतिफल कायम राहते. प्रतिफल कायम राहण्याचे कारण या प्रा. सॅम्युअल्सन यांच्या शब्दांत आपण प्रारंभीच पाहिले आहे. आपण घेतलेल्या उदाहरणात संयोगांचे प्रमाण तिपटीपासून पाच पटीपर्यंत वाढत असताना प्रतिफल स्थिर राहिलेले आढळते. सर्वच घटक आदर्श प्रमाणात आणि पुरेशा संख्येने बदलत गेल्यामुळे येथे प्रतिफल कायम राहिले आहे.

काही काळापर्यंत प्रतिफल स्थिर राहिले तरी उत्पादनाचे प्रमाण वाढवीत गेल्यास प्रतिफलाची ही स्थिरता अमर्यादपणे वाढू शकत नाही. याची कारणे सहज सापडण्यासारखी आहेत. एकाच प्रमाणात सर्वच घटक वाढवीत गेल्यावरदेखील एक अवस्था अशी येते की, जेव्हा उत्पादन घटकातील श्रमविभागणी आणि विशेषीकरणाला आणखी वाव राहत नाही. तसेच उत्पादनात आणखी वाढ होत राहिल्यास मोठ्या प्रमाणावरील उत्पादनाचे अपव्यय आणि तोटे अनुभवास येतील. यामुळे उत्पादनमानाचे प्रतिफल अखेर घटू लागते.

जाता-जाता एका गोष्टीचा आवर्जून उल्लेख केला पाहिजे. या संपूर्ण विवेचनात आपण तंत्रस्थिती स्थिर मानली आहे हे लक्षात ठेवले पाहिजे. व्यवहारात सर्वच बाबी सारख्याच बदलत असतात. त्यामुळे प्रत्येक नवीन शोध, प्रत्येक नवीन व्यवस्थापकीय उपक्रम आणि भांडवलउभारणीचा प्रत्येक नवा मार्ग यांच्यामुळे घटत्या प्रतिफलाचा आरंभबिंदू सतत पुढे-पुढे ढकलला जातो. यामुळेच प्रत्यक्ष व्यवहारात व्यवसायसंस्था सातत्याने वाढत जाताना दिसतात आणि तरीही घटत्या प्रतिफलाची शिकार न होता त्यांचा उत्कर्षच होताना दिसतो.

4.11 खर्चविषयक संकल्पना (Cost Concepts)

उत्पादन घटकांच्या संयोगांच्या संख्येत बदल होत गेल्यास सरासरी आणि सीमांत वास्तव उत्पादनावर काय परिणाम होतात हे आपण पाहिले आहे. उत्पादनाचे घटक पैसे खर्चून विकत घ्यावे लागतात. उत्पादन घटक दुर्मीळ असल्याने आणि घटकांच्या बाजारात त्यांच्या किमती ठरत असल्याने प्रत्येक घटकासाठी किंमत मोजून व्यवसायसंस्थांना ते-ते घटक विकत घ्यावे लागतात. यामुळे उत्पादनाचे घटक कामावर लावताना खर्च करावा लागतो. अर्थशास्त्रात उत्पादन याचा अर्थ उपयोगितांची निर्मिती, आकार, स्थान इत्यादी बदलून उपयोगितांची निर्मिती होते. उत्पादनाच्या या प्रक्रियेत उत्पादनाच्या विविध घटकांचा सहभाग आवश्यक असतो. बदलत्या प्रमाणाच्या नियमाने दाखविल्याप्रमाणे बदलत्या घटकात ठरावीक मात्रेने वाढ करत गेल्यास सीमांत उत्पादन घटते हे आपण पाहिले. विशिष्ट प्रमाणात घटकांचे संयोग बदलल्यास उत्पादनमानाचे प्रतिफल बदलू शकते हेही आपण पाहिले. या सीमांत आणि सरासरी उत्पादनाच्या प्रवृत्तींचा परिणाम उत्पादन घटकांवर कराव्या लागणाऱ्या सीमांत व सरासरी खर्चावर होणे स्वाभाविक असते. म्हणूनच जसजसे उत्पादनाची पातळी बदलत जाईल तसतसे उत्पादनाचे खर्च कशा प्रकारे बदलतील हे आपण पाहू. त्यासाठी प्रथम काही खर्चविषयक संकल्पनांचा परिचय करून घेणे आवश्यक आहे.

(अ) वैकल्पिक खर्च आणि प्रत्यक्ष खर्च

(Opportunity Cost and Actual or Outlay Costs)

प्रत्यक्ष खर्च म्हणजे व्यवसायसंस्थेने प्रत्यक्षात केलेला पैशाच्या स्वरूपातील खर्च. या खर्चाची नोंद संस्थेच्या जमा-खर्च पुस्तकात (अथवा लेखापुस्तकात) केलेली असते. याउलट, **एखादा घटक अथवा एखादी वस्तू एखाद्या विशिष्ट उपयोगाकरिता वापरण्याचा वैकल्पिक खर्च म्हणजे नजीकच्या पर्यायी उपयोगाकरिता ती न वापरल्यामुळे गमावलेला लाभ** अशी वैकल्पिक खर्चाची व्याख्या केली जाते. उपलब्ध साधनसंपत्तीचा चांगल्यात चांगला उपयोग व्हावा हे अर्थशास्त्राच्या अभ्यासाचे एक उद्दिष्ट असल्याने एखादा घटक एखाद्या उपयोगाकरिता राबविण्याचा खर्च म्हणून वास्तव खर्चाचा विचार करावा लागतो. वैकल्पिक खर्चाची संकल्पना या दृष्टीने अर्थशास्त्रात वापरली जाते.

एका साध्या उदाहरणाने ही संकल्पना स्पष्ट होईल. एका विशिष्ट जमिनीवर ऊस पिकविला जातो. ऊस पिकविणे हा त्या जमिनीचा सर्वांत चांगला उपयोग आहे का ? ऊस पिकविण्याचा वास्तव खर्च किती ? या प्रश्नांची उत्तरे वैकल्पिक खर्चाच्या संकल्पनेच्या आधारे देता येतात. ऊस पिकविला नाही तर त्या जमिनीत आणखी कोणते पीक घेता येईल ? समजा, ज्वारी, कापूस, गहू अशी पिके घेता येतील. उत्पन्नाच्या दृष्टीने सर्वांत जास्त उत्पन्न देणारे पीक प्रथम अशी क्रमवारी लावल्यास गहू, कापूस, ज्वारी अशी क्रमवारी लागते असे मानू. तर नजीकचा पर्याय गहू येतो आणि गव्हासाठी जमीन न वापरल्यामुळे गमावलेला लाभ म्हणजेच गहू केला असता तर जे उत्पन्न मिळाले असते ते उत्पन्न म्हणजे उसाचा वैकल्पिक खर्च होय. त्यापेक्षा उसापासून जास्त उत्पन्न मिळत असेल तरच ऊस पिकविणे किफायतशीर मानावे लागेल आणि तेव्हाच जमिनीचा चांगल्यात चांगला उपयोग केला जातो असे मानता येईल. उसाचा प्रत्यक्ष खर्च म्हणजे बियाणे, खते, पाणी, मजुरी इत्यादींवर प्रत्यक्ष केलेला खर्च. यावरून प्रत्यक्ष खर्चापेक्षा वैकल्पिक खर्चाची संकल्पना कशी वेगळी आहे हे समजेल. एवढेच नव्हे तर कदाचित प्रत्यक्ष खर्चावरून किफायतशीर ठरणारे उसाचे उत्पादन वैकल्पिक खर्चाच्या निकषाने तोट्याचेही ठरण्याचा संभव या उदाहरणावरून लक्षात येईल.

वैकल्पिक खर्चाच्या संकल्पनेचे व्यावहारिक महत्त्व : (1) किफायतशीरपणाचे मोजमाप : नफा किती मिळतो हे शोधून काढण्यासाठी अनेक वेळा वैकल्पिक खर्चाची संकल्पनाच महत्त्वाची असते. उदाहरणार्थ, कापडासाठी लागणारे सूत्र स्वतःच कातून घेणाऱ्या, कापड गिरणीच्या दृष्टीने कापड विणणे फायद्याचे आहे आणि म्हणून विणकाम विभागाचा विस्तार करावा की तो विभाग बंद करावा याचा निर्णय घ्यावयाचा आहे. यासाठी विणकाम विभागाला होणारा नफा शोधून काढावा लागेल. तो शोधून काढताना सूतकताई विभागात सुताचा उत्पादन खर्च विचारात घेणे योग्य होणार

नाही. ते सूत बाजारात विकले असते तर जी रक्कम मिळाली असती ती रक्कम विणकाम विभागात येणाऱ्या सुताचा खर्च म्हणून मानली पाहिजे. ही वैकल्पिक खर्चाची संकल्पना आहे. प्रत्यक्ष खर्चाच्या संकल्पनेचा अवलंब केला तर कदाचित कताई विभागाचा नफा विणकाम विभागात येऊन विणकाम विभाग फायद्यात चालतो असे चुकीचे चित्र दिसेल. अशा सर्वच ठिकाणी वैकल्पिक खर्चाचा विचार करणे इष्ट ठरते.

(2) **महत्त्वाचे दीर्घकालीन निर्णय :** कोणताही दीर्घकालीन निर्णय घेताना वैकल्पिक खर्चाचाच विचार महत्त्वाचा ठरतो. उदा., पदवी मिळाल्यावर स्वतंत्र व्यवसाय करावा की नोकरी करावी या पर्यायातून निवड करताना नोकरीत मिळणारा पगार हा वैकल्पिक खर्च मानून व्यवसायातील लाभाचा हिशेब करावा लागेल. उलट, व्यवसाय केल्यावर काय मिळू शकेल, यावरून नोकरीत पगाराची किंमत अपेक्षा ठरविता येईल. दुसरे उदाहरण घ्यावयाचे झाल्यास कॉलेज शिक्षणाचा खर्च म्हणजे वह्या-पुस्तके-फी यांच्यावरील प्रत्यक्ष खर्च विचारात घेऊन चालणार नाही. कॉलेज शिक्षण घेण्याऐवजी पूर्ण वेळ नोकरी केल्यास जो पगार मिळेल तो पगार म्हणजे कॉलेज शिक्षणाचा मासिक खर्च मानला पाहिजे. या दोन्ही उदाहरणातील दीर्घकालीन निर्णयात वैकल्पिक खर्चाचाच विचार कसा महत्त्वाचा आहे हे सहज लक्षात येईल.

(3) **भांडवली अंदाजपत्रकातील महत्त्व :** व्यवसायसंस्थेला आपले भांडवली अंदाजपत्रक तयार करताना भांडवलाचा चांगल्यात चांगला उपयोग करण्याच्या प्रश्नांचा विचार करावाच लागतो. उदाहरणार्थ, शहराच्या मध्यवर्ती भागात दुकान काढण्यासाठी 50,000 रुपये पागडी द्यावी लागत असेल, तर या रकमेवरील व्याजच विचारात घेऊन चालणार नाही. पागडी द्यावी लागत नाही अशा ठिकाणी दुकान काढल्यास त्याच 50,000 रुपयांचा दुसरे दुकान काढण्यासाठी विनियोग करता येईल. या दुकानातून मिळणारे उत्पन्न हा त्या पागडीचा वैकल्पिक खर्च मानून मध्यवर्ती ठिकाणच्या दुकानाचे अंदाजपत्रक करावे लागेल.

(4) **उपलब्ध पर्याय :** व्यवसायसंस्था काय करीत आहे याचाच विचार प्रत्यक्ष खर्चात करणे शक्य असते. व्यवसायसंस्था काय करू शकेल, याचे ज्ञान उपलब्ध साधनसंपत्तीच्या पर्याप्त उपयोगाच्या दृष्टीने महत्त्वाचे असते. प्रत्यक्ष-खर्चावरून नफा किती मिळतो हे कळते. पण वेगवेगळ्या पर्यायात तो किती वाढू शकेल हे वैकल्पिक खर्चावरून कळते. एका साध्या वैयक्तिक उदाहरणावरून हे स्पष्ट होईल. 'अ' आपल्या मालकीच्या जागेत काही व्यवसाय करतो. या व्यवसायात त्याने स्वतःचे 10,000 ₹ भांडवल गुंतविले आहे. प्रत्यक्ष करावा लागणारा खर्च वजा करता व्यवसायात त्याला 9,000 ₹ दरसाल एवढा नफा मिळतो. एका कंपनीने त्याची जागा 300 ₹ दरमहा भाड्याने मागितली व त्याला व्यवस्थापक म्हणून दरमहा 600 ₹ वेतन देऊ केले, तर त्याने स्वतःचा व्यवसाय चालू ठेवावा की कंपनीचा देकार (ऑफर) स्वीकारावा ?

स्वतःच्या व्यवसायात 'अ' स्वतःचे जे श्रम खर्च करतो त्यांचा वैकल्पिक खर्च (600 × 12) = दरसाल 7,200 ₹ येतो. जागेचा वैकल्पिक खर्च दरसाल (300 × 12 =) 3,600 ₹ आहे. स्वतःच्या व्यवसायात मिळणाऱ्या नफ्यातून हा खर्च वजा केला तर (9,000 – 10,800) 1800 ₹ तोटा येतो. म्हणून कंपनीचा देकार स्वीकारणे इष्ट होय. हा निर्णय प्रत्यक्ष खर्चावरून घेणे शक्य नाही. वैकल्पिक खर्चाचा विचार केल्यावरच घेता येतो.

वैकल्पिक खर्चाचे मोजमाप : जो घटक विकत अथवा भाड्याने घेतले जातात त्यांच्या किमतीवरून अथवा भाड्याच्या दरावरून वैकल्पिक खर्च शोधून काढता येतो. पण कंपनीचे स्वतःचे भांडवल, स्वतःची जागा यांच्या बाबतीत प्रत्यक्ष खर्च करावा लागत नसल्याने वैकल्पिक खर्च शून्य मानला जाण्याची शक्यता आहे ही चूक टाळली पाहिजे. हे घटक अन्यत्र भाड्याने दिले, विकले तर काय मोबदला मिळेल याचा अंदाज घेऊन त्यांचा वैकल्पिक खर्च ठरविला पाहिजे. दुसरी चूक अशी संभवते की, एखादा घटक विकत घेतला तेव्हाची किंमत 'वैकल्पिक खर्च' म्हणून मानला जाईल, हे अयोग्य आहे. या घटकांना आज किती किंमत (अथवा भाडे) येईल तो त्या घटकाचा वैकल्पिक खर्च मानला पाहिजे.

(आ) अल्पकालीन आणि दीर्घकालीन खर्च (Short Run and Long Run Costs)

उत्पादनाच्या पातळीतील बदलाबरोबरच उत्पादन खर्च बदलत असतो. उत्पादनाची पातळी वाढल्यास उत्पादन खर्चही वाढतो आणि ही पातळी कमी झाल्यास उत्पादन खर्च घटतो. पण उत्पादन बदलाबरोबर होणाऱ्या खर्चातील बदलासंबंधीचे असले ढोबळ विधान उत्पादकाच्या उपयोगी पडत नाही. त्याला उत्पादनाचा आराखडा तयार करावयाचा असतो. महत्तम नफा हे उत्पादकाचे उद्दिष्ट गृहीत धरलेले असते. पैशात मोजलेला नफा महत्तम व्हावा असे वाटत असले तरी आपण किती उत्पादन करावे हा त्याच्यापुढे प्रश्न असतो. त्याच्या या प्रश्नाचे उत्तर देण्यासाठी उत्पादनाची पातळी बदलेल त्याप्रमाणे खर्च काय दराने बदलतो याचे ज्ञान आपल्याला असणे आवश्यक आहे.

पुरवठ्याच्या लवचीकतेच्या चर्चेत आपण काळाचे महत्त्व विचारात घेतलेले आहे. बाजारातील परिस्थितीशी उत्पादन जुळवून घेण्याच्या संदर्भात अर्थशास्त्रात अल्पकाळ आणि दीर्घकाळ असा फरक करतात. अल्पकाळ आणि दीर्घकाळ या दोन वेगळ्या कालखंडांमध्ये उद्योजकाला बाजार आणि खर्च यांच्या ज्या परिस्थितीला तोंड द्यावे लागते ती परिस्थिती वेगवेगळी असते. अल्पकाळात काही घटकांचा पुरवठा स्थिर असतो, काही घटकांचा पुरवठा थोडाफार वाढविता येतो तर आणखी काही घटकांचा पुरवठा हवा तसा कमी-जास्त करता येतो. दुसऱ्या शब्दांत, उत्पादन घटकांच्या पुरवठ्यांची लवचीकता सर्वत्र सारखी नसते. अल्पकाळात काही घटकांचा पुरवठा पूर्णपणे अलवचीक असतो तर अन्य काही घटकांचा पुरवठा त्यामानाने कमी-अधिक लवचीक असतो. ज्या घटकांचा पुरवठा अल्पकाळात स्थिर राहतो त्यांच्यावर होणारा उत्पादकाचा खर्चही अर्थातच स्थिर राहतो. पण बदलत्या घटकात वाढ अथवा घट होत असल्यामुळे त्यांच्यावर होणारा खर्च बदलत जातो. दीर्घकाळात मात्र सर्वच घटक बदलते असल्यामुळे सर्वच खर्च बदलते ठरतात. स्थिर आणि बदलत्या घटकांमध्ये असा फरक असल्यामुळे अल्पकालीन आणि दीर्घकालीन खर्च असा फरक आपल्याला करावा लागतो.

(इ) स्थिर आणि बदलते खर्च (Fixed and Variable Costs)

व्यवसायसंस्था आपली उत्पादनाची पातळी बदलत जाते तेव्हा स्थिर घटकांवर तिने केलेला खर्च कायम राहतो. उदा., एखादी व्यवसायसंस्था जेव्हा कारखान्याची इमारत बांधते आणि यंत्रसामग्री बसविते आणि नंतर हळूहळू उत्पादनाची पातळी वाढवीत जाते तेव्हा त्या यंत्रकुलाची उत्पादनक्षमतेची मर्यादा गाठेपर्यंत यंत्रकुल आणि इमारत यांच्यावरील खर्च स्थिर राहतो. हे यंत्रकुल म्हणजे दरवर्षी 10 लाख मीटर कापड तयार करू शकेल अशी कापडगिरणी आहे असे समजू. असे असल्यास यंत्रकुल आणि इमारतीवर केलेला खर्च, कापडाचे उत्पादन 1 मीटरपासून 10 लाख मीटरपर्यंत कितीही कमी अथवा जास्त केले तरी कायम राहील. उत्पादनाच्या एकूण खर्चातील हा कायम राहणारा भाग 'स्थिर खर्च' (Fix Cost) या नावाने ओळखला जातो. याउलट कच्चा माल, श्रम, विद्युत ऊर्जा इत्यादींवरील खर्च उत्पादन वाढल्यास वाढतो आणि उत्पादन घटल्यास घटतो. अशा प्रकारच्या खर्चांना म्हणूनच **'बदलते खर्च'** (Variable Cost) असे म्हणतात. दुसऱ्या शब्दांत उत्पादन बदलाबरोबर जवळजवळ त्याच प्रमाणात बदलत जाणाऱ्या खर्चाला 'बदलता खर्च' असे म्हणतात. तर उत्पादनातील बदलाबरोबर न बदलणाऱ्या खर्चाला 'स्थिर खर्च' असे म्हणतात. बदलत्या खर्चाला प्रधान खर्च (Prime Cost) आणि स्थिर खर्चाला दुय्यम खर्च (Supplimentary Cost) असेही म्हटले जाते. उत्पादनाची पातळी शून्य असली तरी स्थिर खर्च करावाच लागतो. बदलता खर्च मात्र उत्पादनाला शून्य असतो.

(ई) सरासरी आणि सीमांत खर्च (Average and Marginal Costs)

एकूण उत्पादनात आणखी एका नगाची भर घातली असता एकूण खर्चात होणारी वाढ म्हणजे सीमांत खर्च होय. डूली यांच्या शब्दात, ''उत्पादनातील बदलाशी संबंधित अशा एकूण खर्चातील बदलाला सीमांत खर्च असे म्हणतात.'' म्हणून पूर्वीपेक्षा एकूण उत्पादनात एका नगाने घट केली असता एकूण खर्चात होणाऱ्या घटीवरूनही सीमांत खर्च शोधून

काढता येईल. याउलट, सरासरी खर्च (Average Cost) म्हणजे एकूण खर्चाला उत्पादित नगांच्या एकूण संख्येने भागून येणारी संख्या असते. एकूण खर्चाचे स्थिर आणि बदलता खर्च असे दोन प्रकार केले जातात हे आपण पाहिले. म्हणून एकूण स्थिर खर्चाला वस्तूच्या उत्पादित नगांच्या संख्येने भागल्यास सरासरी स्थिर खर्च (Average Fix Cost) येईल, तर एकूण बदलत्या खर्चाला वस्तूच्या उत्पादित नगांच्या संख्येने भागल्यास सरासरी बदलता खर्च (Average Variable Cost) समजेल. स्थिर खर्च अधिक बदलता खर्च मिळून एकूण खर्च होत असल्यामुळे एकूण खर्चाच्या संख्येला एकूण उत्पादित नगांनी भागल्यावर येणाऱ्या सरासरीला एकूण खर्च अथवा सरासरी एकत्रित खर्च (Average Total Unit Cost) असेही म्हणतात. यापुढे लगेचच आपण जे खर्चविषयक विश्लेषण अभ्यासणार आहोत त्या विश्लेषणात खर्चाच्या या संकल्पना महत्त्वाच्या ठरणार आहेत.

(उ) बदलत्या प्रमाणांचा नियम आणि खर्च वक्र

(Law of Variable Proportions and the Cost Curves)

अल्पकाळात किमान एक घटक तरी स्थिर असतो. किंबहुना **सॅव्हेज** आणि **स्मॉल** यांच्या मते, ''अल्पकाळाची व्याख्याच अशी केली जाते की उत्पादन घटकांचा एक तरी अंश किंवा भाग पुरवठ्याच्या दृष्टीने स्थिर असतो. असा कालखंड म्हणजे अल्पकाल.'' अर्थातच अल्पकाळात स्थिर घटक व्याख्येनेच बदलता येत नाही. परिणामी, अल्पकाळात व्यवसायसंस्था उत्पादनाची पातळी जसजशी बदलत जाईल तसतसे उत्पादन घटकांचे प्रमाण बदलत जाऊन त्या व्यवसायसंस्थेला बदलत्या प्रमाणांच्या नियमाला तोंड द्यावे लागते. या नियमानुसार आपण पूर्वी पाहिल्याप्रमाणे, सरासरी आणि सीमांत वास्तव उत्पादन प्रथम वाढत जाते, अत्युच्च बिंदू गाठते आणि नंतर घटू लागते. याच नियमांच्या तर्काने जेव्हा आपण खर्चाचा विचार करतो तेव्हा सरासरी आणि सीमांत खर्च प्रथम घटत जातात. किमान पातळीला पोहोचतात आणि नंतर वाढू लागतात. वस्तुतः उत्पादनमानाचे प्रतिफल आणि उत्पादनमानाचा खर्च हे एकाच उत्पादनमानाच्या प्रक्रियेकडे पाहण्याचे दोन वेगळे दृष्टिकोन मानता येतील. गणितीदृष्ट्या हे दोन्ही संबंधित असून एकाच तत्त्वाचे द्योतक आहेत. सरासरी आणि सीमांत वास्तव उत्पादन परिमाणे जेव्हा वाढत जातात तेव्हा सरासरी आणि सीमांत खर्च घटत जातात आणि जेव्हा सरासरी आणि सीमांत वास्तव उत्पादन परिमाणे घटत जातात, तेव्हा सरासरी आणि सीमांत खर्च वाढत जातात. हे संबंध लक्षात येण्याच्या दृष्टीने पूर्वी तक्ता क्र. 4.4 मध्ये बदलत्या प्रमाणाच्या नियमाच्या संदर्भात आपण जे आकडे घेतले होते त्याच सीमांत आणि सरासरी आकड्याच्या साहाय्याने एका बाजूला सरासरी, सीमांत आणि एकूण उत्पादन आणि दुसऱ्या बाजूला सरासरी सीमांत आणि एकूण खर्च या एकाच घटनेच्या दोन बाजू कशा आहेत ते पाहू. बदलत्या प्रमाणांच्या नियमांचे उदाहरण म्हणून घेतलेला तक्ता क्र. 4.4 पुन्हा एकदा पाहा. हा तक्ता तयार करताना भूमी आणि भांडवल हे दोन घटक आपण स्थिर घेतले होते तर श्रम हा घटक बदलता म्हणून घेतलेला होता. येथे एकच बदल आपण करणार आहोत. आपण 7 श्रमिकांपर्यंत हे उदाहरण घेणार आहोत. कारण सीमांत खर्च येथपर्यंतच शून्यापेक्षा जास्त आहे. शून्य अथवा शून्यापेक्षा कमी सीमांत उत्पादन उदाहरणादाखल घेणे वास्तवतेला धरून होत नाही. कारण सीमांत खर्च शून्य अथवा शून्यापेक्षा कमी असणे प्रत्यक्षात संभवत नाही. आपल्या उदाहरणात स्थिर घटक असलेल्या भूमीचा खंड 1,500 ₹ असून भांडवलाच्या घसाऱ्याची रक्कम 500 ₹ आहे असे समजू. अशा रीतीने या दोन स्थिर घटकांचा मिळून येणारा स्थिर खर्च 2,000 ₹ एवढा आहे. आपण आणखी असेही समजू की श्रम या घटकाचा बाजार पूर्णपणे स्पर्धात्मक असून श्रमाचा खर्च दर श्रमिकांमागे 2,000 ₹ येतो. स्पर्धात्मक बाजारांच्या गृहीतामुळे वेतनाचा 2,000 ₹ हा दर श्रमिकांची संख्या कितीही कमी-जास्त झाली तरी कायम राहील. यामुळे 2000 × श्रमिक संख्या याप्रमाणे श्रम या बदलत्या घटकावर होणारा उत्पादकाचा खर्च शोधून काढता येईल. या बदलत्या घटकाचे आणि उत्पादनाचे तक्ता क्र. 4.4 मध्ये घेतलेले आकडे आधारभूत मानून पुढील तक्ता क्र. 4.6 तयार केलेला आहे. हा तक्ता काळजीपूर्वक पाहू या.

तक्ता क्र. 4.6 : अल्पकालीन उत्पादन खर्च

श्रमिकांची संख्या	एकूण उत्पादन (क्विंटल)	एकूण स्थिर खर्च (रुपये)	एकूण बदलता खर्च (रुपये)	एकूण खर्च (रुपये)	सरासरी एकूण खर्च (रुपये)	सीमांत खर्च (रुपये)
1	10	2,000	2,000	4,000	400.00	-
2	22	2,000	4,000	6,000	272.7	166.7
3	36	2,000	6,000	8,000	222.2	142.8
4	48	2,000	8,000	10,000	208.3	166.7
5	55	2,000	10,000	12,000	218.2	285.7
6	60	2,000	12,000	14,000	233.3	400.0
7	63	2,000	14,000	16,000	254.0	666.7

टीप :　　(1) श्रमिक संख्या × 2000 = एकूण बदलता खर्च.

(2) एकूण स्थिर खर्च + एकूण बदलता खर्च = एकूण खर्च.

(3) एकूण खर्च ÷ एकूण उत्पादन = सरासरी एकूण खर्च.

(4) एकूण खर्चातील वाढ ÷ एकूण उत्पादनातील वाढ = सीमांत खर्च.

आता तक्ता क्र. 4.4 (पृष्ठ क्रमांक 4......) आणि तक्ता क्र. 4.6 (पृष्ठ क्रमांक 4.....) यांची तुलना करा. अशा तुलनेने काय दिसून येईल ? सीमांत उत्पादन जेव्हा वाढत असते तेव्हा सीमांत खर्च घटत असतो. सीमांत उत्पादन जेव्हा महत्तम असते तेव्हा सीमांत खर्च किमान पातळीला पोहोचलेला असतो. श्रमिक संख्या 3 असताना सीमांत उत्पादन 14 क्विंटल म्हणजे सर्वांत जास्त आहे तर सीमांत खर्च 142.80 रुपये म्हणजे सर्वांत कमी आहे. येथून पुढे सीमांत उत्पादन घटत जाते आणि सीमांत खर्च वाढत जातो. त्याचप्रमाणे जोपर्यंत सरासरी उत्पादन वाढत जाईल तोपर्यंत सरासरी एकूण खर्च घटत जाताना दिसेल. त्यामुळे सरासरी उत्पादन घटू लागल्यास सरासरी खर्च वाढू लागेल. श्रमिक संख्या 4 च्या पुढे जाते तेव्हा सरासरी उत्पादन घटताना आणि सरासरी व सीमांत खर्च वाढताना दिसतील. असे का होते ते समजणे सोपे आहे. एकूण खर्चात पडणारी भर म्हणजे सीमांत खर्च अशी व्याख्याच आपण केलेली आहे. एकेक श्रमिक आपण जेव्हा वाढवीत जातो तेव्हा एकूण खर्चात होणारी वाढ (2000 ₹) सारखीच आहे. मात्र प्रारंभी सीमांत उत्पादन वाढत्या दराने (प्रथम 10, मग 12 वगैरे) वाढत जाते. याचा स्वाभाविक परिणाम असा होतो की, एकाच रकमेला (2000 ₹) वाढत्या संख्यांनी आपण भागत जातो. परिणामी सीमांत खर्च घटत जातो. त्याच्या नेमकी उलट प्रक्रिया सीमांत उत्पादन घटत गेल्याने होते. त्यामुळेच सीमांत व सरासरी खर्च वाढत जातात.

(ऊ) सरासरी व सीमांत खर्च वक्र (Average and Marginal Cost Curve)

सरासरी आणि सीमांत खर्च वक्रांवर बदलत्या प्रमाणांच्या नियमांचा कसा परिणाम होतो हे आकृतीच्या साहाय्यानेही दाखविता येते. आपण उपरोक्त तक्ता क्र. 4.4 च्या आधारावर तक्ता क्र. 4.6 तयार केला होता. आता तक्ता क्र. 4.6 च्या आधारावर तयार केलेली आकृती क्र. 4.10 पाहू.

क्ष अक्षावर एकूण उत्पादनाचे आणि य अक्षावर सरासरी आणि सीमांत खर्चाचे आकडे घेऊन अनुक्रमे सरासरी आणि सीमांत खर्च वक्र काढता येतात. आकृतीतील स ए ख हा सरासरी एकूण खर्चाचा वक्र असून सी ख हा सीमांत खर्चाचा वक्र आहे.

तक्ता क्र. 4.6 आणि आकृती क्र. 4.10 यांच्यावरून स ख (स ए ख चा उल्लेख अनेकदा केवळ स ख म्हणजे सरासरी खर्च असा केला जातो.) आणि सी ख यांच्यामधील संबंध स्पष्ट होईल.

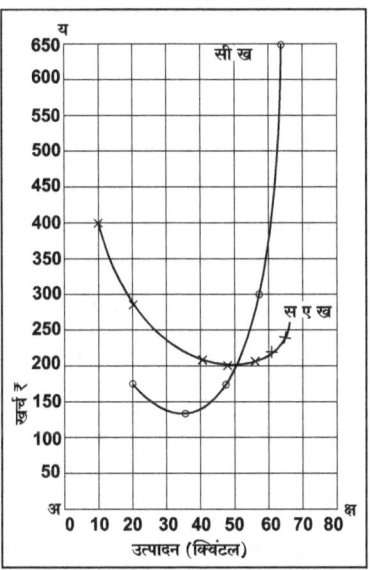

आकृती क्र. 4.10 : सरासरी व सीमांत खर्च वक्र

(1) एकूण खर्च आणि एकूण उत्पादन माहीत असल्यास सरासरी आणि सीमांत खर्च शोधून काढता येतात. एकूण खर्चाला एकूण उत्पादनाने भागून सरासरी खर्च येतो तर एकूण खर्चातील बदलाला एकूण उत्पादनातील बदलाने भागून सीमांत खर्च येतो.

(2) जेव्हा **स ख** वक्र उतरता असतो तेव्हा **सी ख** वक्र **स ख** वक्राच्या खाली असतो. याचाच अर्थ असा की, जेव्हा सरासरी आणि सीमांत खर्च घटत असतात तेव्हा सीमांत खर्च नेहमी सरासरी खर्चाहून कमी असतो. **सी ख** मध्ये **स ख** पेक्षा अधिक वेगाने घट होते, **सी ख** किमान बिंदूला पोहोचतो आणि **स ख** किमान होण्यापूर्वीच **सी ख** वाढू लागतो.

(3) जेव्हा **स ख** वाढत जातो तेव्हा **सी ख** वक्र **स ख** च्या वरच्या बाजूला असतो आणि **स ख** पेक्षा अधिक दराने वर चढत जातो.

(4) **सी ख** वक्र **स ख** वक्राला खालच्या बाजूने आणि **स ख** वक्राच्या किमान बिंदूत छेदून वर जातो. याचाच अर्थ असा की, **स ख** किमान असताना **स ख** बरोबर **सी ख** अशी परिस्थिती असते.

4.12

खर्चाचे आर्थिक व लेखांतर्गत वर्गीकरण
(The Economic and Accounting Classification of Costs)

(अ) खर्चाचे आर्थिक वर्गीकरण (The Economic Classification of Cost)

उत्पादनाची पातळी आणि उत्पादन खर्च यांचा संबंध विचारात घेताना अर्थशास्त्रीय सिद्धान्तात अल्पकाळ आणि दीर्घकाळ असा भेद केला जातो. अल्पकाळात एक तरी घटक स्थिर असतो. म्हणून बदलत्या घटकात वाढ करीत गेल्यास सीमांत उत्पादन प्रथम वाढत जाते, अत्युच्च पातळीला पोहोचते व नंतर शेवटी घटत जाते. सीमांत उत्पादनात प्रथम वाढ व नंतर घट होण्याचा संबंध घटक कार्यक्षम वा अकार्यक्षम असण्याशी नसतो तर घटकांच्या बदलत्या प्रमाणांशी असतो. त्या नियमाच्या तपशिलात आपण याची सविस्तर कारणेही पाहिली आहेत. सीमांत उत्पादन शेवटी घटत नसेल तर ते वाढत तरी जायला हवे अथवा कायम तरी राहायला हवे. सीमांत उत्पादन सतत वाढत राहिले असते, तर स्थिर घटकाची अत्यल्प मात्रा घेऊन तिला बदलत्या घटकांची वाढत्या प्रमाणात जोड देणे आणि वाटेल

तेवढे उत्पादन करणे व्यवसायसंस्थेच्या दृष्टीने इष्ट झाले असते. तसेच सीमांत उत्पादन स्थिर राहिले असले तरी स्थिर घटकांच्या जोडीला बदलत्या घटकांची भर घालीत जाऊन वाटेल तेवढे उत्पादन व्यवसायसंस्था करू शकली असती. उदाहरणार्थ, तक्ता क्र. 4.4 मध्ये सीमांत उत्पादन वाढत गेले असते तर सीमांत खर्च व सरासरी खर्च घटत गेले असते आणि तीन हेक्टर जमीन व 2,000 ₹ भांडवल या घटकांच्या जोडीला शेकडो मजूर लावून हजारो क्विंटल उत्पादन (खरेतर अनंत उत्पादन) घेता आले असते. सीमांत उत्पादन स्थिर राहिले असते. (समजा, 14 क्विंटल एवढे सीमांत उत्पादन स्थिर राहते) तरी एवढ्याच जमिनीत व तेवढ्याच भांडवलावर केवळ मजूर वाढवून वाटेल तेवढे उत्पादन करणे शक्य झाले असते. पण या दोन्ही शक्यता अनुभवाला येत नाहीत. म्हणून तिसरी शक्यताच खरी असली पाहिजे. म्हणजे शेवटी सीमांत उत्पादन घटत जाते हे खरे मानले पाहिजे.

यावरून अर्थशास्त्रीयदृष्ट्या, आपण पूर्वी पाहिल्याप्रमाणे, खर्च-वक्रांचे स्वरूप स्पष्ट होते. सरासरी व सीमांत खर्च प्रथम घटत जातात, किमान पातळी गाठतात व शेवटी वाढू लागतात.

(आ) खर्चाचे लेखांतर्गत वर्गीकरण (The Accounting Classification of Costs)

व्यवहारातदेखील व्यवसायसंस्थेला घ्याव्या लागणाऱ्या अनेक व्यवस्थापकीय निर्णयांच्या संदर्भात स्थिर आणि बदलता खर्च हे खर्चाचे वर्गीकरण महत्त्वाचे असते. उत्पादनाची पातळी बदलली तर खर्चात होणारा बदल शोधून काढण्यासाठी हे वर्गीकरण उपयोगी पडते. पण स्थिर आणि बदलत्या खर्चाचे आणखी पृथक्करण करून खर्चांचा तपशील मिळविणे व व्यावसायिक निर्णयांसाठी आवश्यक असते. असे विश्लेषण परंपरागत पद्धतीने लेखांतर्गत वर्गीकरणाच्या आधारे उपलब्ध करून दिले जाते. लेखांतर्गत वर्गीकरण याचा अर्थ हिशेब ठेवताना अथवा लेखापुस्तकात (Account Books) खर्च लिहिताना वापरले जाणारे वर्गीकरण.

खर्च होतील तसे ते नोंदवीत जायचे आणि योग्य तो निर्णय घेण्याच्या दृष्टीने कोणत्या घटकाच्या (Unit) नावे तो खर्च टाकता येईल ते ठरवायचे हे लेखापद्धतीचे मुख्य कार्य असते. उत्पादनसंस्थेची साधनसंपत्ती आणि तिचे विविध उपयोग विचारात घेऊन वेगवेगळ्या हेतूंनी अनेक प्रकारे खर्चाचे वर्गीकरण करणे शक्य आहे. (अशा वर्गीकरणाचा विचार पुढे आपण करणार आहोत.) पण इतके प्रकार लक्षात ठेवून खर्च लिहिणे आणि वर्गीकरण करणे लेखापालाला शक्य नसते. त्याला वर्गीकरणाचा एक स्थिर असा नमुना हवा असतो. म्हणून परंपरागत लेखापद्धतीत कार्यानुसारी वर्गीकरण करून कारखान्यात होणारा खर्च, विक्रीवर होणारा खर्च असे खर्चाचे प्रकार मानले जातात. अथवा स्वरूपानुसारी वर्गीकरण करून मालावरील खर्च, मजुरांवरील खर्च आणि इतर खर्च असे खर्चाचे प्रकार केले जातात. याचे पुढे पोटप्रकार करता येतात. उदाहरणार्थ, कारखान्यातील खर्चाचे खातेवार वर्गीकरण करता येते तसेच मालावरील खर्च प्रत्येक वस्तूप्रमाणे स्वतंत्र लिहिता येते. परंतु वर्गीकरण कितीही तपशीलवार केले तरी खर्चाचा घटक (Cost Unit) डोळ्यांसमोर ठेवून हे वर्गीकरण केले जाते.

उदाहरणादाखल **क्ष** या वस्तूच्या उत्पादन खर्चाची तपशीलवार पत्रके तयार केली आहेत असे समजू. या कारखान्यात अ, ब, क अशी तीन खाती आहेत असे मानू. 'अ' खात्यातील 1, 2, 3 या प्रक्रियांचा खर्च मांडावयाचा आहे. प्रक्रिया 1, प्रक्रिया 2, प्रक्रिया 3 व एकूण असे रकाने करून प्रत्येक रकान्यात प्रत्यक्ष मालावरील (Direct Material) खर्च, प्रत्यक्ष श्रमावरील (Direct Labour) खर्च, प्रत्यक्ष इतर (Direct Expenses) खर्च, अप्रत्यक्ष मालावरील (Indirect Material) खर्च, अप्रत्यक्ष श्रम खर्च, अप्रत्यक्ष इतर खर्च असे सहा खर्च घटक पहिल्या रकान्यात घेऊन पुढील चार रकान्यात प्रक्रिया 1, 2, 3 व एकूण याप्रमाणे खर्च मांडला जाईल. अशा अ, ब, क खात्यांच्या पत्रकावरून वरील सहा घटकांप्रमाणे कारखान्याचे पत्रक करता येईल. याचप्रमाणे विक्री अथवा वितरण व प्रशासन यांचेही एकूण घटकवार आकडे तयार करून शेवटी **'क्ष'** वस्तूच्या एकूण खर्चाचे जे पत्रक तयार होईल त्याचे घटक, कारखाना, विक्री/विवरण, प्रशासन व एकूण असे पाच रकाने केले जातील व पहिल्या रकान्यात वरील सहा घटक व एकूण खर्च असे प्रकार घेऊन योग्य त्या नोंदी केल्या जातील. परंपरागत लेखापद्धतीचे हे वर्गीकरण आहे.

खर्चाच्या अनेकविध संकल्पना करता येतात आणि त्या-त्या संकल्पनांना अनुरूप अशी लेखांतर्गत खर्चाची फेरमांडणी करता येते. पूर्वी काही महत्त्वाच्या खर्च संकल्पना आपण विचारात घेतल्या आहेतच. या संकल्पनांच्या

आधारे महत्त्वाचे निर्णय घ्यावयाचे असल्याने त्या संकल्पनांना अनुरूप खर्चाची मांडणी करता यावी इतपत तपशील लेखापुस्तकातील नोंदीवरून मिळाला की काम भागते. पण उत्पादनाची पातळी बदलल्यास खर्च कसा बदलतो याबाबत आर्थिक दृष्टिकोन व लेखाविषयक दृष्टिकोन यात फरक आहे.

यापूर्वी आपण आर्थिक दृष्टिकोनातून उत्पादन बदल व खर्च बदल यांचा विचार केला आहे. याच प्रकारच्या वर्गीकरणात एकूण स्थिर खर्चाला उत्पादित नगांच्या संख्येने भागून येणारा सरासरी स्थिर खर्च तसेच एकूण बदलत्या खर्चाला उत्पादित नगांच्या संख्येने भागून येणारा सरासरी बदलता खर्च अशा आणखी दोन खर्च प्रकारांची भर घालून उत्पादन व खर्च यांच्या संबंधाचा आर्थिक व लेखांतर्गत दृष्टिकोन आपल्याला समजावून घ्यावयाचा आहे. वरील तक्त्यात (तक्ता क्र. 4.7) उत्पादन आणि खर्च यांच्या संबंधाबाबतच्या या दोन दृष्टिकोनांची तुलना केली आहे. त्यावरून हे दोन्ही दृष्टिकोन स्पष्ट होतील.

तक्ता क्र. 4.7 : खर्चविषयक आर्थिक व लेखांतर्गत दृष्टिकोन

बदलता घटक (मात्रा)	एकूण उत्पादन (नग)	सीमांत उत्पादन (नग)	एकूण स्थिर खर्च (रुपये)	एकूण बदलता खर्च (रुपये)	एकूण खर्च (रुपये)	सरासरी स्थिर खर्च (रुपये)	सरासरी बदलता खर्च (रुपये)	सरासरी एकूण खर्च (रुपये)	सीमांत खर्च (रुपये)
(अ) लेखांतर्गत दृष्टिकोन									
1	1	1	100	10	110	100.0	10.0	110.0	10.0
2	2	1	100	20	120	50.0	10.0	60.0	10.0
3	3	1	100	30	130	33.3	10.0	43.3	10.0
4	4	1	100	40	140	25.0	10.0	35.0	10.0
5	5	1	100	50	150	20.0	10.0	30.0	10.0
6	6	1	100	60	160	16.7	10.0	26.7	10.0
7	7	1	100	70	170	14.3	10.0	24.3	10.0
8	8	1	100	80	180	12.5	10.0	22.5	10.0
9	9	1	100	90	190	11.1	10.0	21.1	10.0
(आ) आर्थिक दृष्टिकोन									
1	1	1	100	10	110	100.0	10.0	110.0	10.0
2	3	2	100	20	120	33.3	6.7	40.0	5.0
3	6	3	100	30	130	16.7	5.0	21.7	3.3
4	10	4	100	40	140	10.0	4.0	14.0	2.5
5	14	4	100	50	150	7.1	3.6	10.7	2.5
6	17	3	100	60	160	5.9	3.5	9.4	3.3
7	19	2	100	70	170	5.2	3.7	8.9	5.0
8	21	2	100	80	180	4.8	3.8	8.6	5.0
9	22	1	100	90	190	4.5	4.1	8.6	10.0

खुलासा :   बदलत्या घटकाच्या एका मात्रेचा मोबदला 10 रुपये मानला आहे.

एकूण स्थिर खर्च ÷ उत्पादित नग = सरासरी बदलता खर्च.

एकूण बदलता खर्च ÷ उत्पादित नग = सरासरी बदलता खर्च.

स. स्थि. ख. + स. ब. ख. = सरासरी एकूण खर्च.

एकूण खर्चातील वाढ ÷ सीमांत उत्पादन = सीमांत खर्च.

तक्ता क्र. 4.7 मधील लेखांतर्गत व आर्थिक दृष्टिकोनातून तयार केलेल्या खर्चविषयक आकड्यांची तुलना केल्यास या दोन्ही दृष्टिकोनातील फरक लक्षात येईल. अर्थशास्त्रात सीमांत खर्च प्रथम घटत जातो व शेवटी वाढत जातो असे मानले जाते. याचा परिणाम म्हणून सरासरी बदलता खर्च प्रथम घटत जातो व किमान पातळीपर्यंत जाऊन पुन्हा वाढू लागतो. याउलट, लेखांतर्गत संकल्पनेप्रमाणे उत्पादनाच्या सर्व पातळ्यांना सीमांत खर्च व सरासरी बदलता खर्च समान असून तो कायम राहतो असे मानले जाते. याचा अर्थ उत्पादनात एकेका नगाची भर घालीत गेल्यास प्रत्येक नगाचा खर्च सारख्याच संख्येने वाढतो असा होतो.

या दृष्टिकोनातील फरकाचा परिणाम खर्च-वक्रांच्या स्वरूपावर होणे स्वाभाविक आहे. आकृती क्र. 4.11 वरून हा भेद स्पष्ट होईल.

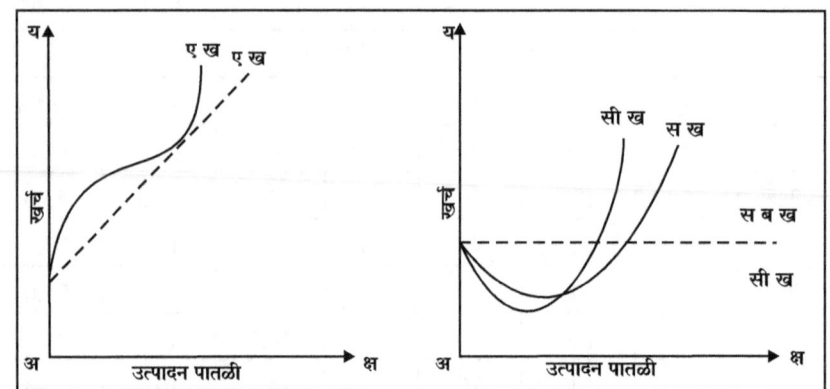

आकृती क्र. 4.11 (अ) एकूण खर्च   आकृती क्र. 4.11 (आ) सरासरी बदलता व सीमांत खर्च

आकृती क्र. 4.11 मध्ये आर्थिक संकल्पनेवरून काढलेले वक्र सलग रेषांनी दाखविले असून लेखांतर्गत संकल्पनेवरून काढलेले वक्र तुटक रेषांनी दाखविले आहेत.

आकृती क्र. 4.11 (अ) मध्ये लेखांतर्गत एकूण खर्च-वक्र **(ए ख)** ही सरळ रेषा आहे. याचा अर्थ एकूण खर्च एकाच दराने (जसे, दर नगास 10 रुपये) वाढत जातो असा होतो. याउलट, आर्थिक संकल्पनेवरून काढलेला एकूण खर्च-वक्र प्रथम बहिर्गोल व नंतर अंतर्गोल आहे. याचा अर्थ, आर्थिक दृष्टिकोनातून एकूण खर्च प्रथम घटत्या दराने वाढतो व नंतर वाढत्या दराने वाढतो. उदाहरणार्थ, तक्ता 4.6 मध्ये 14 नगांपर्यंत खर्चात पडणारी भर म्हणजे (म्हणजेच सीमांत खर्च) सीमांत खर्च घटत जातो व नंतर तो वाढत जातो असा होतो.

आकृती क्र. 4.11 (आ) वरून स्पष्ट होते की, लेखांतर्गत संकल्पनेप्रमाणे सरासरी बदलता खर्च **(स ब ख)** सीमांत खर्च **(सी ख)** वक्र हा एकच असून **क्ष** अक्षाला समांतर आहे. याचा अर्थ, उत्पादनात वाढ झाली तरी सीमांत व सरासरी बदलता खर्च कायम राहतो असा होतो. याउलट, आर्थिक संकल्पनेप्रमाणे काढलेली सरासरी बदलता व सीमांत खर्च-वक्र प्रथम घटते व नंतर वाढते. सीमांत खर्च व सरासरी बदलता खर्च दाखवितात. अशा तऱ्हेने लेखांतर्गत संकल्पनेप्रमाणे खर्च-उत्पादन संबंध सरळ रेषांनी दाखविता येणारा म्हणजेच तांत्रिक भाषेत, 'रेखीय संबंध' (Linear Relationship) असतो असे मानले जाते.

(इ) आर्थिक विरुद्ध लेखांतर्गत संकल्पना (Economic Versus Accounting Costs)

आर्थिक व लेखांतर्गत संकल्पनांमध्ये असा भेद केल्यामुळे व्यवहारात ज्यांना निर्णय घ्यावयाचे असतात त्यांनी कोणत्या संकल्पना वापराव्यात असा एक मूलभूत प्रश्न निर्माण होतो. (अर्थात येथे आपण फक्त अल्पकालीन खर्चाचाच विचार करीत आहोत.) आर्थिक संकल्पना या काही गृहीते आणि काही नियम (उदाहरणार्थ, प्रमाणांचा नियम) यांच्यावर आधारलेल्या असून त्या गृहीतांच्या चौकटीत पूर्णपणे तर्कशुद्ध आहेत. पण या संकल्पना 'काय होईल' ते सांगतात. याउलट, ती गृहीते प्रत्यक्षात तंतोतंत न आढळणाऱ्या व्यवहारात 'काय होते' हे जाणून घेणे व्यवसायसंस्थेच्या दृष्टीने महत्त्वाचे असे. प्रत्यक्षात निरीक्षण करून काढलेल्या निष्कर्षांत अल्पकाळात सीमांत खर्च स्थिर राहिल्याची अनेक उदाहरणे आढळतात. यावरून अल्पकाळात तरी लेखांतर्गत दृष्टिकोन वास्तवाच्या जवळचा दिसतो.

या दोन दृष्टिकोनात तफावत आढळते. याचे कारण 'उत्पादन' या शब्दाची व्याप्ती नीट लक्षात घेतली जात नाही असे मत हर्श लायफर यांनी व्यक्त केले आहे. हर्श लायफर यांच्या मते, 'उत्पादन वाढ' याचा अर्थ 'उत्पादनाच्या दरातील वाढ' असा घेतल्यास आर्थिक संकल्पनेप्रमाणे सीमांत खर्च वाढत जातो असेच व्यवहारातही आढळून येईल.

व्यवहारात अल्पकाळापुरता तरी उत्पादन खर्च संबंध 'रेखीय' मानून व्यवसायसंस्था आपले निर्णय घेत असतात असे मानण्याचे दोन फायदे असतात.

(1) पूर्वअंदाज करताना लेखांतर्गत संकल्पना वापरून प्रत्यक्षात अंदाज चुकत आहे असे आढळल्यास तो दुरुस्त करणे शक्य असते. आर्थिक संकल्पनेतील स्थिर खर्च सर्वस्वी स्थिर मानला जात असल्याने त्यात दुरुस्ती होऊ शकत नाही. लेखांतर्गत स्थिर खर्च कमी होऊ शकत नाहीत पण वाढविता येतो. यामुळे लेखांतर्गत संकल्पना उद्योजकांना सोयीची वाटते.

(2) लेखांतर्गत संकल्पना समजायला आणि हिशेबाच्या दृष्टीने सरळ व सोप्या असतात. खर्चाचे प्रत्यक्ष वर्तन लेखांतर्गत संकल्पनांपासून फार दूर जात नसेल तर ढोबळ अंदाज करायला लेखांतर्गत संकल्पना उपयोगी पडतात. मात्र शक्य तेथे आर्थिक संकल्पनांच्या साहाय्याने लेखांतर्गत संकल्पनात दुरुस्ती करणे अथवा त्यांचा अचूकपणा तपासणे आवश्यक असते.

उत्पादनसंस्थेचे अल्पकालीन आणि दीर्घकालीन खर्च-वक्र
4.13 **(A Firm's Short Run and Long Run Cost Curves)**

आपल्याला अभिप्रेत असलेल्या खर्च विश्लेषणाशी संबंधित अशा सर्व खर्चविषयक संकल्पनांचा आपण येथवर विचार केला. आता त्याच संकल्पनांच्या आधारावर व्यवसायसंस्थेच्या अल्पकालीन आणि दीर्घकालीन खर्च-वक्रांचे स्वरूप समजून घेणे शक्य आहे.

(अ) अल्पकालीन खर्च-वक्र (Short Run Cost Curves)

'अल्पकाल' या संज्ञेचा अर्थ त्याचप्रमाणे अल्पकालीन खर्चाबद्दलचा अर्थशास्त्रज्ञांचा दृष्टिकोन आपण यापूर्वीच पाहिलेला आहे. येथे अल्पकालीन खर्च वक्रांचे आकार लक्षात घ्यावयाचे आहेत. आकृती क्र. 4.12 मध्ये सरासरी स्थिर खर्च **(स स्थि ख)** वक्र, सरासरी बदलता खर्च **(स ब ख)** वक्र, सरासरी एकूण खर्च **(स ए ख)** वक्र आणि सीमांत खर्च **(सी ख)** दाखविलेले असून हे सर्व व्यवसायसंस्थेचे अल्पकालीन खर्च-वक्र आहेत.

या सर्व खर्च प्रकारांचे परस्परांशी असलेले संबंध तक्त्याच्या साहाय्याने यापूर्वीच पाहिलेले असल्याने येथे आकृतीच्या साहाय्याने खर्च-वक्रातील परस्परसंबंध सारांशाने आपण पाहू.

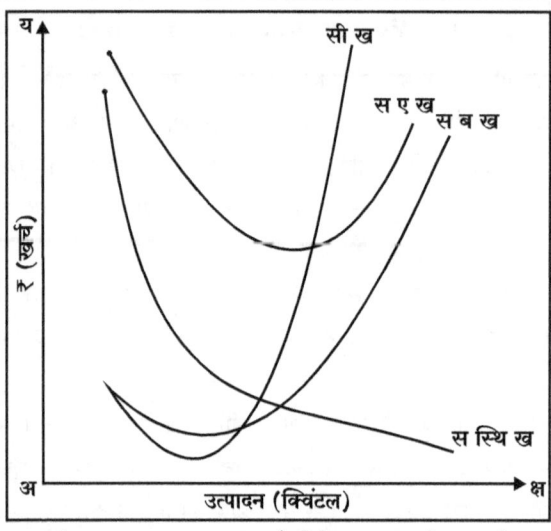

आकृती क्र. 4.12 : व्यवसायसंस्थेचे अल्पकालीन खर्च-वक्र

(1) **स स्थि ख** आणि **स ब ख** यांची उभी बेरीज करून **स ए ख** हा वक्र मिळतो. म्हणून **स ए ख** वक्र हा नेहमी **स स्थि ख** आणि **स ब ख** वक्रांच्या वरच्या बाजूला असतो.

(2) **स स्थि ख** वक्र हा 'रेक्टँग्युलर हायपरबोला' या प्रकारचा वक्र असतो. याचा अर्थ हा वक्र दोन्ही अक्षांच्या जवळ जातो पण त्यांना मिळत नाही. असा आकार असण्याचे कारण उत्पादनाची पातळी कितीही असली तरी एकूण खर्च स्थिर असतो. त्यामुळे उत्पादनाची पातळी वाढल्यास **स स्थि ख** कमी होतो आणि उत्पादनाची पातळी घटल्यास **स स्थि ख** वाढतो.

(3) **सी ख** वक्र हा **स ब ख** आणि **स ए ख** या दोन्ही वक्रांना खालून छेदून वर जातो आणि या दोन्ही वक्रांच्या किमान बिंदूतच तो छेदतो.

(4) **स ए ख** हा इंग्रजीतील 'U' या अक्षराच्या आकाराचा असतो.

उत्पादनसंस्थेचा सरासरी खर्च वक्र 'U' या आकाराचा का असतो ? : उत्पादनसंस्थेचा **स ख** (**स ए ख**) वक्र हा प्रथम उतरत जाणारा आणि एका किमान बिंदूला पोहोचून पुन्हा वर चढत जाणारा म्हणजेच इंग्रजीतील 'U' या अक्षरासारखा का असतो याचे स्पष्टीकरण आपण पाहिलेला तक्ता क्र. 4.5 आणि आकृती क्र. 4.9 यांच्यावरून सहज मिळू शकेल. आपण पाहिल्याप्रमाणे **स स्थि ख** आणि **स ब ख** मिळून **स ए ख** बनतो. **स स्थि ख** आणि प्रारंभी **स ब ख** देखील उजवीकडे उतरत जात असल्याने **स ए ख** वक्र हा उजवीकडे उतरत जातो. परंतु किमान एका बिंदूला पोहोचल्यानंतर **स ब ख** वाढत जातो. **स ब ख** मधील वाढीचा दर हा **स स्थि ख** मध्ये होणाऱ्या घटीच्या दराहून जास्त असल्याने **स ए ख** वक्र वर चढत जाऊ लागतो. यामुळे **स ए ख** वक्राला ढोबळमानाने इंग्रजीतील 'U' या अक्षरासारखा आकार प्राप्त होतो.

सीमांत खर्चात आणि त्यामुळे सरासरी खर्चात प्रथम घट का होत जाते याची कारणे आपण पाहिलीच आहेत. ही कारणे अशी -

(1) उत्पादन वाढत गेल्यास स्थिर घटकाचा अधिक चांगला उपयोग होऊन एकूण उत्पादनात पडणारी भर वाढत जाते. त्यामुळे उत्तरोत्तर अधिकाधिक नगांवर स्थिर खर्च विभागला जाऊन **स स्थि ख** घटत जातो. याचा परिणाम **स ए ख** वर होऊन तो घटत जातो.

(2) बदलत्या घटकात वाढ करीत गेल्यास बदलत्या घटकाचाही अधिक चांगला उपयोग करून घेता येतो. कारण बदलत्या घटकात श्रमविभागणी आणि विशेषीकरण यांच्या वाढत्या संधी उपलब्ध होत जातात. यामुळे सीमांत उत्पादन वाढत जाते आणि सीमांत खर्च व म्हणून सरासरी खर्च घटत जातो.

अखेर सरासरी खर्च वाढू लागतो. सीमांत खर्च वाढू लागल्यामुळे सरासरी खर्च वाढतो हे आपण पाहिले आहे. खर्चातील अशा प्रकारच्या वाढीला जबाबदार असणारी कारणे अशी -

(1) स्थिर घटकांवर वाजवीपेक्षा जास्त ताण पडू लागतो किंवा बदलत्या घटकांच्या मानाने स्थिर घटक अपुरे पडू लागतात.

(2) बदलते घटक हे स्थिर घटकांचे अपूर्ण पर्याय असतात. दुसऱ्या शब्दांत, स्थिर घटकांचे काम आपण आपल्या मर्जीप्रमाणे वाटेल तेवढ्या प्रमाणात बदलत्या घटकांकडून करून घेऊ शकत नाही. या दोन कारणांमुळे बदलता खर्च सारख्याच प्रमाणात वाढला तरी सीमांत उत्पादन घटत गेल्याने खर्च वाढू लागतो.

या चार कारणांमुळे व्यवसायसंस्थेला अल्पकालाने सरासरी खर्च-वक्र इंग्रजी 'U' च्या आकाराचा येतो.

(आ) दीर्घकालीन सरासरी खर्च-वक्र (Long Run Average Cost Curve)

दीर्घकाळात खर्च आणि उत्पादन यांचा संबंध कशा प्रकारचा असतो हे पाहण्यासाठी दीर्घकालीन खर्च प्रवृत्ती समजून घेणे अगत्याचे आहे. दीर्घकाळात सर्वच घटक बदलते असल्याने सर्व खर्चही बदलते ठरतात. म्हणून दीर्घकाळात स्थिर खर्च हा प्रकार नसतो. अल्पकाळात आपल्या यंत्रकुलाच्या क्षमतेच्या मर्यादेतच व्यवसायसंस्था आपल्या वस्तूंचे उत्पादन कमी-जास्त करू शकते. पण दीर्घकाळात उत्पादनाचे प्रमाण वाढविण्यासाठी नवीन यंत्रकुल बसविणे उत्पादनसंस्थेला शक्य असते. दीर्घकाळातील व्यवसायसंस्थेच्या वाढीचा प्रश्न हा उत्पादनमानाचा (Scale) प्रश्न असतो. उत्पादनाची इष्ट ती पातळी साध्य करण्यासाठी स्थिर घटकांची हवी ती प्रमाणे निवडणे शक्य असते. म्हणूनच दीर्घकालीन खर्च विश्लेषणात स्थिर आणि बदलत्या खर्चातील फरकाला स्थान नसते.

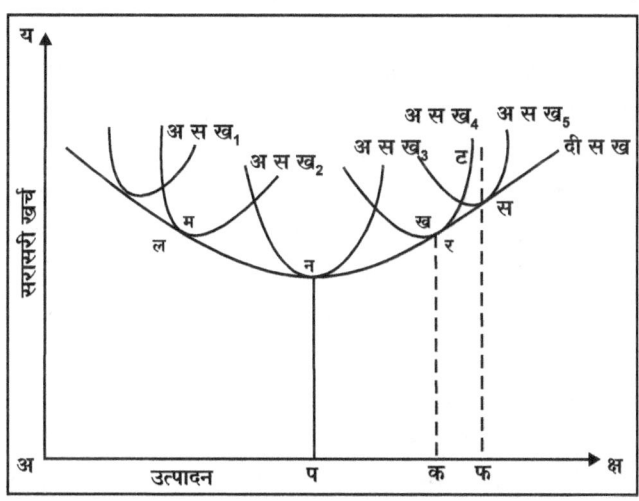

आकृती क्र. 4.13 : उत्पादनसंस्थेचा दीर्घकालीन सरासरी खर्च वक्र

आकृती क्र. 4.13 पाहा. आपण असे समजू की, उत्पादनसंस्था **अ स ख$_4$** ने दर्शविलेला अल्पकालीन खर्चाच्या परिस्थितीत उत्पादन करते आहे. आकृतीतील **अ स ख$_1$, अ स ख$_2$** इत्यादी अल्पकालीन सरासरी खर्च-वक्र आहेत. आपल्या उदाहरणातील उत्पादनसंस्था **अ स ख$_4$** या वक्राने दर्शविलेल्या खर्च स्थितीत उत्पादन करते. याचा अर्थ **अ स ख$_4$** हा त्या उत्पादनसंस्थेचा अल्पकालीन सरासरी एकूण खर्च-वक्र आहे. ही उत्पादनसंस्था जर **अ क** नगांचे उत्पादन करीत असेल तर तिचा सरासरी एकूण खर्च **क र** एवढा असेल. (येथे 'सरासरी एकूण खर्च' असा शब्दप्रयोग फक्त अल्पकाळाच्या बाबतीतच वापरला जातो. दीर्घकाळात मात्र आपण फक्त 'सरासरी खर्च' असा शब्दप्रयोग करू शकतो.) आता याच उत्पादनसंस्थेला आपल्या वस्तूचे उत्पादन **अ फ** या पातळीपर्यंत वाढवायचे झाल्यास, **अ स ख$_4$** या सरासरी खर्च वक्राने दर्शविल्याप्रमाणे **फ ट** एवढा सरासरी खर्च येईल. हा अल्पकालीन सरासरी खर्च-वक्र असल्याने आणि अल्पकाळात काही घटकांचा पुरवठा स्थिर राहत असल्याने उत्पादनसंस्थेचा सरासरी खर्च जास्त आहे असे दिसून येईल. दीर्घकाळात स्थिर घटकात वाढ करणे शक्य असल्याने उत्पादनाच्या नव्या पातळीशी सुसंगत असे स्थिर घटकांचे प्रमाण निवडणे संस्थेला शक्य होते. म्हणून व्यवसायसंस्था अधिक वरच्या उत्पादनमानाचा स्वीकार

करते आणि **अ स ख₅** या खर्च-वक्राने दाखविलेल्या परिस्थितीत उत्पादन करू लागते. असे फेरफार केल्यानंतर उत्पादनसंस्थेचा **अ फ य** उत्पादन पातळीचा सरासरी खर्च **फ स** पर्यंत सरासरी खर्चाला **अ क** एवढे उत्पादन करणाऱ्या संस्थेला उत्पादनात **क फ** एवढी वाढ करून **अ फ** एवढे उत्पादन करायचे झाल्यास अल्पकाळात **फ ट** एवढा सरासरी खर्च येतो. अल्पकाळाने घालून दिलेली मर्यादा म्हणजे **अ स ख₄** हा सरासरी खर्च-वक्र अल्पकाळात या मयदिपलीकडे जाणे शक्य नसते. दीर्घकाळात मात्र **अ स ख₅** या नव्या अल्पकालीन सरासरी खर्च-वक्राच्या कक्षेत जाणे शक्य होते. कारण या वक्राला अभिप्रेत असणारे आणखी स्थिर घटक संस्था मिळवू शकते. म्हणून दीर्घकाळात **अ फ** याच उत्पादन पातळीचा सरासरी खर्च **फ ट** या अल्पकालीन सरासरी खर्चापेक्षा कमी करून तो **फ स** पर्यंत खाली आणणे उत्पादनसंस्थेला शक्य होते.

अशा प्रकारे **अ स ख₁, अ स ख₂, अ स ख₃** इत्यादी वक्र हे व्यवसायसंस्थेचे अल्पकालीन सरासरी खर्च-वक्र असून ते उत्पादनाच्या वेगवेगळ्या पातळ्यांना यंत्रकुलाच्या विविध क्षमता दर्शवितात. आपल्या आकृतीत **अ स ख₁** हा सरासरी खर्च-वक्र तुलनेने कमी क्षमता असलेल्या यंत्रकुलाचा सरासरी खर्च-वक्र आहे. **अ स ख₂** हा तुलनेने (**अ स ख₁** पेक्षा) अधिक उत्पादनक्षमता असलेल्या यंत्रकुलाचा सरासरी खर्च-वक्र आहे. तर **अ स ख₃** हा त्याहूनही जास्त उत्पादनक्षमता असणाऱ्या यंत्रकुलाचा सरासरी खर्च-वक्र आहे. अशी विविध क्षमता असलेली यंत्रकुले दीर्घकाळात पर्याय म्हणून उपलब्ध असतात. (अल्पकाळात आपल्याजवळचे एकच यंत्रकुल असते, ते बदलता येत नाही.) यातून कोणत्या यंत्रकुलाची निवड करणे उत्पादनसंस्थेला आवडेल ? अर्थात कमीत कमी खर्चात आपल्याला हव्या असलेल्या पातळीवरील उत्पादन ज्या यंत्रकुलाच्या साहाय्याने करता येईल त्याचीच निवड दीर्घकाळात व्यवसायसंस्था करील. याचाच अर्थ असा की, दीर्घकाळाशी सुसंगत असा, अल्पकालीन **स ख** वक्राहून वेगळा सरासरी खर्च-वक्र व्यवसायसंस्था करील. याचाच अर्थ असा की दीर्घकाळाशी सुसंगत असा अल्पकालीन **स ख** वक्राहून वेगळा सरासरी खर्च-वक्र व्यवसायसंस्थेच्या दृष्टीने आवश्यक ठरतो. हाच दीर्घकालीन सरासरी खर्च-वक्र होय. **लेफ्टविच** यांच्या शब्दात, ''यंत्रकुलाचे कोणतेही इष्ट उत्पादनमान (Scale) उभारण्याइतका अवधी व्यवसायसंस्थेला मिळाल्यावर विविध वस्तू परिमाणांचे उत्पादन, प्रत्येक नगास शक्य तितक्या कमीत कमी खर्चात कसे करता येईल हे दीर्घकालीन सरासरी खर्च-वक्र दर्शवितो.''

हा दीर्घकालीन सरासरी खर्च-वक्र आपल्याला कसा मिळतो ? दीर्घकाळात उत्पादनसंस्था यंत्रकुलाचा जो आकार निवडते त्या आकाराला अनुरूप असा एक अल्पकालीन सरासरी खर्च-वक्रही स्वाभाविकपणेच असला पाहिजे आणि या वक्राच्या कोणत्या ना कोणत्या बिंदूजवळ त्या उत्पादनसंस्थेला प्रत्यक्षात उत्पादन करावे लागत असले पाहिजे. दुसऱ्या शब्दात, उत्पादनसंस्थेला निवडता येण्याजोग्या यंत्रकुलाच्या प्रत्येक आकारमानाचा असा एक अल्पकालीन सरासरी खर्च-वक्र असतो आणि त्याचा एक बिंदू दीर्घकालीन सरासरी खर्च-वक्रावर असतो. अशा अनेक अल्पकालीन सरासरी खर्च-वक्रांना स्पर्श करून जाणारा वक्र काढला की तो दीर्घकालीन सरासरी खर्च-वक्र होतो.

आकृती क्र. 4.13 मधील **दी स ख** हा दीर्घकालीन सरासरी खर्च-वक्र असून तो **अ स ख₁, अ स ख₂, अ स ख₃** इत्यादी सर्व अल्पकालीन सरासरी खर्च-वक्रांना प्रत्येकी एका बिंदूत स्पर्श करतो.

व्यवसायसंस्थेच्या दीर्घकालीन सरासरी खर्च-वक्राच्या संदर्भात पुढील मुद्द्यांची नोंद घेणे आवश्यक आहे.

(1) **दी स ख** वक्र हा कोणत्याही **अ स ख** वक्राला फक्त स्पर्श करणारा असतो, तो **अ स ख** वक्राला छेदून जात नाही. असे का ? उत्पादन खर्च कमी करण्याच्या दृष्टीने अल्पकाळात जे फेरफार उत्पादनसंस्था करू शकते ते सर्व दीर्घकाळही ती करू शकते. याउलट, विशिष्ट उत्पादन किमान सरासरी खर्चात करणे अल्पकाळात उत्पादनसंस्थेला बहुधा शक्य होत नाही. अल्पकाळात उत्पादनात बदल करायचा झाल्यास घटकांची प्रमाणे बदलतात आणि सरासरी खर्च वाढतो. म्हणून दीर्घकालीन सरासरी खर्च अल्पकालीन सरासरी खर्चाहून कधीच जास्त असणार नाही. म्हणजेच **अ स ख** वक्र **दी स ख** वक्राला कधीच छेदणार नाही.

अनेक अल्पकालीन सरासरी खर्च वक्रांना कवेत घेण्याच्या दीर्घकालीन सरासरी खर्च-वक्राच्या या वैशिष्ट्यामुळे त्याला (**दी स ख** वक्राला) आवरण-वक्र (Envelope Curve) असे म्हणतात. व्यवसायसंस्थेच्या यंत्रकुल निवडीची संभाव्य योजना या वक्रावरून समजत असल्याने त्याला नियोजन वक्र (Planning curve) असेही म्हणतात.

(2) दीर्घकालीन सरासरी खर्च-वक्राचा आकार कसा असेल ? हे आपण पूर्वी पाहिलेच आहे की दीर्घकाळात एकाच वेळी सर्व घटकात बदल करून उत्पादनमान बदलणे उत्पादनसंस्थेला शक्य असते. म्हणून **दी स ख** वक्राचा आकार हा उत्पादनमानाच्या प्रतिफलावर (Returns to Scale) अवलंबून असतो. उत्पादनमानाचे प्रतिफल स्थिर (Constant) असेल तर **दी स ख** वक्र **क्ष** अक्षाला समांतर येईल. आकृती क्र. 4.13 मध्ये आपण जो **दी स ख** वक्र काढला आहे तो प्रथम उजवीकडे उतरत जातो. तो एका किमान पातळीला पोहोचतो आणि नंतर पुन्हा उजवीकडे वर चढत जातो. सामान्यपणे, मोठ्या प्रमाणावरील उत्पादनाला उपलब्ध होणाऱ्या सर्व प्रकारच्या बचती आणि अशा वाढत्या उत्पादनमानाचे अन्य फायदे यांच्यामुळे उत्पादनमान वाढत जाईल. तसतसे उत्पादनमानाचे प्रतिफल प्रारंभी वाढत जाऊन सरासरी खर्च घटत जाईल. एका मर्यादेनंतर मात्र मोठ्या प्रमाणावरील उत्पादनाचे अपव्यय जाणवू लागून प्रतिफल घटू लागेल आणि सरासरी खर्च वाढत जाईल. मोठ्या प्रमाणावरील उत्पादनाच्या बचतीही अनेक प्रकारच्या असतात तसेच मर्यादेबाहेर हे प्रमाण गेल्यास होणारे अपव्ययही अनेकविध असतात. याचे तपशील आपण खर्च-वक्रांच्या प्रवृत्ती समजण्यासाठी पाहिले आहे. म्हणून उत्पादनसंस्थेचा दीर्घकालीन सरासरी खर्च-वक्र आपण आकृती क्र. 4.13 मध्ये दाखविल्याप्रमाणे असेल अशी शक्यता जास्त असून तो **क्ष** अक्षाला समांतर असण्याची शक्यता अपवादात्मकच मानावी लागेल. **दी स ख** वक्राचा आकार म्हणूनच उथळ इंग्रजी 'U' सारखा अथवा बशीसारखा असतो असे म्हटले जाते.

(3) वरील पहिल्या मुद्द्यात सांगितल्याप्रमाणे **दी स ख** हा वक्र सर्व **अ स ख** वक्रांना स्पर्श करतो. याचा एक अर्थ (म्हणजे तो **दी स ख** वक्राला छेदीत नाही) आपण पाहिला, पण दुसरा अर्थ येथे लक्षात घेतला पाहिजे, कारण ते वेगळे वैशिष्ट्य ठरते. प्रत्येक **अ स ख** वक्राच्या संदर्भात दीर्घकालीन व अल्पकालीन सरासरी खर्च समान असण्याचा एकच बिंदू असतो आणि तो म्हणजे या दोन वक्रांचा स्पर्शबिंदू असतो.

(4) आकृती क्र. 4.13 मध्ये **अ स ख$_3$** हा वक्र उत्पादनसंस्थेचे पर्याप्त आकारमान दर्शवितो. **अ स ख$_3$** च्या बाबतीत अल्पकालीन सरासरी खर्च-वक्राच्या किमान म्हणजे **न** या बिंदूत **दी स ख** वक्र **अ स ख$_3$** ला स्पर्श करतो. यावरून असा निष्कर्ष काढता येतो की, व्यवसायसंस्थेचा किमान दीर्घकालीन सरासरी खर्च हा त्या व्यवसायसंस्थेच्या पर्याप्त आकारमानाच्या किमान अल्पकालीन सरासरी खर्चाशी जुळणारा (अथवा एकरूप) असतो.

(5) प्रत्येक **अ स ख** वक्राचा किमान बिंदू हा त्या यंत्रकुलाचा पर्याप्त उपयोग उत्पादनाच्या कोणत्या पातळीला होईल ते दर्शवितो. याउलट **दी स ख** वक्रावरील प्रत्येक बिंदू त्याला अनुरूप असलेल्या उत्पादन पातळीचा किमान सरासरी खर्च दर्शवितो. उदाहरणार्थ, आकृती क्र. 4.13 मधील **अ क** ही उत्पादन पातळी ही **दी स ख** वक्रावरील **र** बिंदूला अनुरूप असलेली उत्पादन पातळी आहे. या पातळीला **क र** हा किमान सरासरी खर्च आहे. कारण **र** हा **दी स ख** वक्रावरील बिंदू आहे. पण **र** हा बिंदू **अ स ख$_4$** या अल्पकालीन सरासरी खर्च-वक्रावरही आहे आणि **अ स ख$_4$** च्या संदर्भात **र** हा किमान बिंदू नाही. **अ स ख$_4$** च्या संदर्भात **ख** हा किमान बिंदू असून तो **अ स ख$_4$** ने दर्शविलेल्या यंत्रकुलाचा पर्याप्त उपयोग कोणत्या उत्पादन पातळीला होईल हे दर्शवितो. म्हणून तो (**ख** बिंदू) **अ क** या उत्पादन पातळीशी जुळत नाही. **अ स ख$_4$** ने सूचित होणाऱ्या यंत्रकुलाचा पर्याप्त उपयोग करून घ्यायचा असे त्या व्यवसायसंस्थेने ठरविल्यास उत्पादनाची पातळी **अ क** पेक्षा कमी येईल. (**ख** बिंदूतून **क्ष** अक्षावर लंब टाकल्यास ही उत्पादन पातळी समजेल.) म्हणून **अ क** एवढे उत्पादन करायचे तर किमान सरासरी खर्च **क र** हाच राहील.

अशा रीतीने, सरासरी खर्च किमान राहील आणि यंत्रकुलाचा पर्याप्त उपयोगही होईल. अशी उत्पादनाची एकच पातळी असते आणि ती म्हणजे दीर्घकालीन सरासरी खर्च-वक्र कोणत्याही **अ स ख** वक्राला त्याच्या (**अ स ख** च्या) किमान बिंदूत स्वतःच्या किमान बिंदूने स्पर्श करतो ती पातळी. आकृती क्र. 4.13 मध्ये **न** बिंदू **अ स ख**$_3$ चा किमान बिंदू आहे आणि त्याच बिंदूत **दी स ख** वक्राचा किमान बिंदूही एकरूप झालेला आहे. म्हणून **अ प** ही एकच उत्पादनाची पातळी वर उल्लेखिल्यासारखी आहे. एवढा एक अपवाद सोडल्यास उत्पादनाच्या बाकी सर्व पातळ्या अशा असतात की तेथे यंत्रकुलाचा पर्याप्ततेपेक्षा कमी उपयोग तरी केला जातो अथवा जास्त उपयोग तरी करावा लागतो. उदाहरणार्थ, **अ स ख**$_2$ वरील **म** बिंदू पर्याप्त आकारमान दाखवितो तर **ल** बिंदू दिलेल्या (म्हणजे **ल** बिंदूशी अनुरूप) उत्पादन पातळीचा किमान सरासरी खर्च दर्शवितो. थोडक्यात **अ प** पेक्षा कमी अशा कोणत्याही उत्पादनाच्या पातळीला यंत्रकुलाचा पर्याप्ततेहून कमी उपयोग करणे हितावह ठरते. (कारण तसे केल्याने सरासरी खर्च किमान राहतो), तर **अ प** पेक्षा जास्त अशा उत्पादनाच्या कोणत्याही पातळीला यंत्रकुलाचा पर्याप्ततेहून अधिक उपयोग करणे हितावह ठरते. (**अ क** पातळीला **क र** हा किमान सरासरी खर्च आहे आणि **र** बिंदू **ख** च्या पुढे असल्याने पर्याप्ततेहून जास्त उपयोग तो दर्शवितो. हे आकृती क्र. 4.13 वरून लक्षात येईल.) येथे 'हितावह' काय हे ठरविण्यासाठी दिलेल्या उत्पादन पातळीशी सुसंगत असा किमान सरासरी खर्च हा निकष वापरलेला आहे. असा किमान सरासरी खर्च **अ स ख** आणि **दी स ख** यांच्या स्पर्शबिंदूवरून समजतो.

उत्पादन बदलेल तसा अल्प आणि दीर्घकाळात खर्च बदलत जातो. अल्पकाळातील खर्च प्रवृत्ती त्याहून कशा, किती वेगळ्या तऱ्हेने बदलतात हे समजणे आवश्यक असते. खर्चाच्या या प्रवृत्तींच्या आधारावरच उत्पादनसंस्था अनेक निर्णय घेऊ शकते. उत्पादन सिद्धान्तात खर्चविषयक विश्लेषण महत्त्वाचे असतेच. शिवाय बाजारातील वेगवेगळ्या स्पर्धा परिस्थितीत उत्पादनसंस्थेचा समतोल कसा होतो हे आपण पुढे शिकणार आहोत. त्यासाठीही हे सर्व खर्चविषयक विश्लेषण नीट समजून घेणे आवश्यक आहे.

4.14 प्राप्तीच्या संकल्पना (Revenue Concepts)

व्यवसायसंस्थेच्या दृष्टीने त्या संस्थेच्या ग्राहकांची एकूण मागणी म्हणजे त्या संस्थेने उत्पादित केलेल्या वस्तूंचा खप होय. या विकलेल्या वस्तूंच्या संख्येला किमतीने गुणले असता त्या व्यवसायसंस्थेची एकूण प्राप्ती होते. त्यामुळेच किंमत आणि मागणी यांच्या संबंधाबरोबरच प्राप्तीच्या विविध प्रकारच्या संकल्पनांचा विचार करणे आवश्यक ठरते.

(अ) सीमांत प्राप्ती (Marginal Revenue)

वस्तूचा एक जादा नग विकल्यामुळे व्यवसायसंस्थेच्या एकूण प्राप्तीत जी भर पडते तिला 'सीमांत प्राप्ती' असे म्हणतात. उदा., '**क्ष**' ही व्यवसायसंस्था एक हजार साबण उत्पादित करते आणि विकते. प्रत्येक साबणाची किंमत 6 ₹ आहे असे मानल्यास या व्यवसायसंस्थेची एकूण प्राप्ती 1,000 नग × 6 ₹ = 6,000 ₹ होईल. समजा, या व्यवसायसंस्थेने 1001 नग (साबण) विकले तर त्यामुळे त्या व्यवसायसंस्थेला एकूण प्राप्ती 6,006 ₹ होईल. म्हणजेच जादा किंवा शेवटचा नग (साबण) विकल्यामुळे एकूण प्राप्तीत सहा रुपये एवढी भर पडेल यालाच 'सीमांत प्राप्ती' असे म्हणतात. म्हणजेच सीमांत प्राप्ती ही एक जादा नग विकून आलेली प्राप्ती असते. अशा शेवटच्या नगाने एकूण प्राप्तीत वेळोवेळी पडणारी भर शोधून काढून सीमांत प्राप्तीचा वक्र तयार करता येतो.

(आ) सरासरी प्राप्ती (Average Revenue)

एकूण प्राप्तीला विकलेल्या नगसंख्येने भागले असता सरासरी प्राप्ती येते. सरासरी प्राप्ती हीच त्या वस्तूची किंमत असते. सरासरी प्राप्ती म्हणजे उत्पादनाच्या प्रत्येक नगापासून मिळणारी प्राप्ती होय. सूत्ररूपाने सरासरी प्राप्ती पुढीलप्रमाणे स्पष्ट करता येईल.

$$\text{सरासरी प्राप्ती} = \frac{\text{एकूण प्राप्ती}}{\text{उत्पादन}}$$

सीमांत, सरासरी आणि एकूण प्राप्ती या संकल्पना तक्ता क्र. 4.8 साहाय्याने स्पष्ट होतात.

तक्ता क्र. 4.8 : सीमांत, सरासरी आणि एकूण प्राप्ती

उत्पादन (नग)	एकूण प्राप्ती (₹)	सरासरी प्राप्ती (एकूण प्राप्ती + उत्पादन) (₹)	सीमांत प्राप्ती (एकूण प्राप्तीतील भर) (₹)
1	16	16	16
2	30	15	14
3	42	14	12
4	52	13	10
5	60	12	8
6	66	11	6
7	70	10	4
8	72	9	2

उदाहरणार्थ, उत्पादनाची पातळी एक नग असताना एकूण सीमांत आणि सरासरी प्राप्ती सारखीच म्हणजे 16 ₹ एवढी आहे. जोपर्यंत पुढील नग उत्पादित केले जात नाहीत तोपर्यंत पहिला नग हाच शेवटचा नग असतो. त्यामुळे **स प्रा** आणि **सी प्रा** समान असते. उत्पादन एका नगाने वाढवून ते दोन नग झाले तर एकूण प्राप्ती 30 ₹ आणि सरासरी प्राप्ती 15 ₹ येते. त्यामुळे **स प्रा** 14 ₹ होते. एकूण प्राप्तीला उदा., 52 ₹ उत्पादित नग संख्येने भागले (4 नग) असता सरासरी प्राप्ती 13 ₹ येते. प्रत्येक पातळीच्या सीमांत प्राप्तीची (16 + 14 + 12 + 10 + 8 + 6 + 4 + 2) बेरीज केली असता एकूण प्राप्ती 72 ₹ येते.

(इ) सरासरी आणि सीमांत प्राप्ती यांचा संबंध (Relationship Between A. R. and M. R.)

(1) उत्पादित नगसंख्येने एकूण प्राप्तीला भागले असता सरासरी प्राप्ती येते. सरासरी प्राप्ती हीच त्या वस्तूची किंमत असते तर सीमांत प्राप्ती ही एकूण प्राप्तीत पडलेली भर असते.

(2) जसजसा वस्तूचा पुरवठा वाढतो तसतशी वस्तूची किंमत घटत जाते. त्यामुळे सरासरी आणि सीमांत प्राप्ती-सुद्धा घटत जाते. परंतु व्यवसायसंस्थेच्या दृष्टिकोनातून पूर्ण स्पर्धेत किंमत स्थिर असते. कारण पूर्ण स्पर्धेत व्यवसायसंस्था उद्योगाने निश्चित केलेल्या किमतीला हवे तेवढे जास्त किंवा कमी उत्पादन विकू शकते. त्यामुळे सरासरी आणि सीमांत प्राप्ती स्थिर राहून ती समान असते.

(3) सरासरी प्राप्ती स्थिर असते तेव्हा सरासरी आणि सीमांत प्राप्ती समान असतात.

(4) सरासरी प्राप्ती घटत असते तेव्हा सीमांत प्राप्तीही घटते. परंतु सरासरी प्राप्तीतील घटीपेक्षा सीमांत प्राप्तीतील घट अधिक वेगाने होते. त्यामुळे सीमांत प्राप्तीचा वक्र सरासरी प्राप्तीच्या वक्राच्या खालच्या अंगाला राहून या दोन वक्रांतील अंतर उत्तरोत्तर वाढत जाते. उदा., तक्त्यात दर्शविल्याप्रमाणे **स प्रा** 1 रु. ने घटते मात्र **सी प्रा** 2 रुपयाने घट होते.

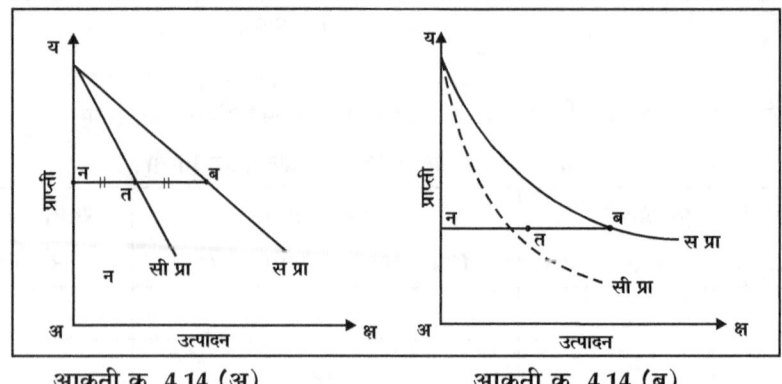

आकृती क्र. 4.14 (अ)   आकृती क्र. 4.14 (ब)

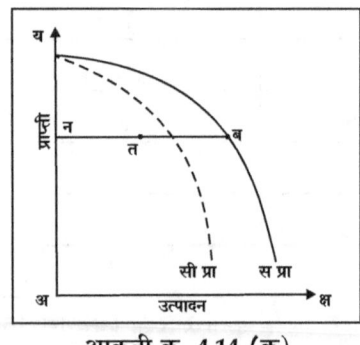

आकृती क्र. 4.14 (क)

(5) सरासरी व सीमांत प्राप्ती-वक्र या जेव्हा सरळ रेषा असतात तेव्हा सीमांत प्राप्ती-वक्र हा **स प्रा** वक्र आणि **य** अक्ष यांच्यामधील लंबांतराचा समद्विभाजक असतो. प्राप्ती-वक्र सरळ रेषेत नसतील तर एक तर ते वक्र आरंभबिंदूला बहिर्वक्र असतात तेव्हा सीमांत प्राप्ती हा **य** अक्ष आणि सरासरी प्राप्ती-वक्र यांच्यामधील लंबांतराला त्या लंबांतराच्या मध्यबिंदूच्या **य** अक्षाकडील बाजूस छेदतो. उलट प्राप्ती-वक्र आरंभबिंदूला अंतर्वक्र असतात तेव्हा **सी प्रा** वक्र हा **य** अक्ष आणि **स प्रा** वक्र यांच्यामधील लंबांतराला त्या लंबांतराच्या मध्य बिंदूच्या **स प्रा** वक्राकडील बाजूस छेदतो.

उपनिर्देशित संबंध आकृती क्र. 4.14 वरून स्पष्ट होतो. या आकृतीतील (अ) (ब) आणि (क) आकृतीतील प्राप्ती वक्र अनुक्रमे सरळ रेषा, आरंभबिंदूला बहिर्वक्र आणि आरंभबिंदूला अंतर्वक्र आहेत. **स प्रा** आणि **सी प्रा** हे अनुक्रमे (सर्व आकृत्यांत) सरासरी प्राप्ती-वक्र आणि सीमांत प्राप्ती-वक्र आहेत. हे दोन्ही वक्र एकाच बिंदूतून सुरू झालेले असले तरी या दोन वक्रांमधील अंतर उत्तरोत्तर वाढत जाते. कारण सरासरी प्राप्तीपेक्षा सीमांत प्राप्तीतील घटीचा वेग अधिक असतो. याच आकृत्यांमध्ये **न ब** हे **य** अक्ष आणि **स प्रा** वक्र यातील लंबांतर आहे. तसेच **त** हा **न ब** चा मध्यबिंदू आहे.

❖ *सारांश* ❖

4.1 (अ) पुरवठा विश्लेषण

हा 'उत्पादनविषयक सिद्धान्त' या नावाने ओळखल्या जाणाऱ्या अर्थशास्त्राच्या विभागाचा आधार असतो.

संकल्पना : अर्थशास्त्रातील 'पुरवठा' ही संकल्पना व्यवहारातील पुरवठा या संज्ञेपेक्षा वेगळी आहे. तिचा नेमका अर्थ समजून घेणे अगत्याचे आहे. सामान्य व्यवहारात कधी-कधी, 'साठा' या अर्थाने 'पुरवठा' हा शब्द वापरला जातो तर कधी तोच 'उत्पादन' (Output) या अर्थाने वापरला जातो. हे दोन्ही अर्थ अर्थशास्त्रीय परिभाषेच्या दृष्टीने चुकीचे आहेत. अर्थशास्त्रात पुरवठा ही प्रवाह संकल्पना (Flow Concept) आहे आणि म्हणून त्याला 'साठा' (Stock) म्हणणे चूक ठरते. दिलेल्या किमतीला विशिष्ट वेळी एखाद्या वस्तूचे जे परिमाण विकण्यास विक्रेता तयार असतो तो त्या वस्तूचा पुरवठा ठरतो, अशी अर्थशास्त्रीय संकल्पना अथवा व्याख्या सांगता येते.

मागणीच्या संकल्पनेप्रमाणेच पुरवठ्याच्या संकल्पनेतही किंमत, कालखंड आणि विक्रेत्याची विकण्याची तयारी या तीन बाबींचा स्पष्ट निर्देश असणे आवश्यक असते.

(ब) पुरवठ्याचा नियम

इतर परिस्थिती कायम असता, किंमत वाढल्यास पुरवठ्याचा विस्तार होतो आणि किंमत घटल्यास पुरवठ्याचा संकोच होतो.

किमतीव्यतिरिक्त उत्पादनसंस्थेची उद्दिष्टे, इतर वस्तूंच्या किमती, उत्पादन घटकांच्या किमती आणि तंत्रस्थिती या पुरवठ्याच्या निर्धारक घटकांमुळे पुरवठ्यात बदल म्हणजे वृद्धी अथवा घट होतात.

पुरवठ्याचा नियम व्यक्त करण्यासाठी किंमत पुरवठा संबंध वेगळा काढून किंमत बदलल्यास त्या बदलाला पुरवठ्याचा कोणता प्रतिसाद मिळतो याचा शोध घेतला जातो.

(क) पुरवठ्याची लवचीकता (Elasticity of Supply)

म्हणजे किमतीतील बदल दिला असताना त्याला प्रतिसाद म्हणून पुरवठ्यात होणाऱ्या बदलाचे प्रमाण. पुरवठ्याची लवचीकता पुढील सूत्राने मोजता येते :

$$\text{ल प} = \frac{\frac{\Delta \text{ख}}{\text{ख}}}{\frac{\Delta \text{क}}{\text{क}}}$$

{ येथे **क** ही किंमत आणि **ख** हे पुरवठा परिमाण आहे.}

मागणीच्या लवचीकतेप्रमाणेच पुरवठ्याच्या लवचीकतेचेही पाच प्रकार मानता येतात. पण व्यावहारिकदृष्ट्या लवचीक आणि अलवचीक पुरवठा एवढे दोन प्रकारच महत्त्वाचे ठरतात.

बाजारातील परिस्थितीतील बदलाशी जुळवून घेण्यासाठी उपलब्ध असता होणारा कालावधी, नव्या उत्पादनसंस्थांचा प्रदेश अथवा जुन्यांचे निर्गमन आणि इतर व्यवसायातून उत्पादन घटक आपल्याकडे आकृष्ट करण्यासाठी येणारा खर्च हे तीन (किमतीव्यतिरिक्त) पुरवठ्याचे निर्धारक घटक आहेत.

4.2 खर्चविषयक संकल्पना (Cost Concepts)

या नीट समजून घेणे आवश्यक आहेत. कारण - (1) व्यापारी अर्थशास्त्रातील सैद्धान्तिक आणि व्यावहारिक दृष्टिकोनातील तर्कदोष स्पष्टपणे कळले पाहिजेत. (2) खर्चाच्या संकल्पनांची पार्श्वभूमी स्पष्ट झाली पाहिजे. (3) लेखांतर्गत खर्चाचे विश्लेषण केले पाहिजे. (4) पूर्वअंदाज आणि धोरणनिश्चिती यांचा विचार करताना खर्चाच्या संकल्पना स्पष्ट असल्या पाहिजेत. आणि (5) खर्चाच्या दृष्टीने उत्पादनसंस्थेच्या परिणामकारकतेवरूनच त्या संस्थेची प्रकृती कशी आहे हे ठरत असते.

(अ) वैकल्पिक खर्च आणि प्रत्यक्ष खर्च (Opportunity Costs and Actual Costs)

प्रत्यक्ष खर्च या संज्ञेने पैशाच्या स्वरूपात प्रत्यक्षात किती खर्च झाला त्याचा बोध होतो, तर वैकल्पिक खर्चाने घटकाच्या नजीकच्या पर्यायी उपयोगात मिळाले असते पण वर्तमान उपयोगामुळे ज्यावर पाणी सोडावे लागेल अशा पर्यायी उत्पन्नाचा बोध होतो. वास्तव खर्च म्हणून वैकल्पिक खर्च ही संकल्पना, किफायतशीरपणा मोजण्यासाठी, दीर्घकालीन निर्णयाची निवड करण्यासाठी, भांडवली अंदाजपत्रक तयार करण्यासाठी आणि विविध पर्यायांची तुलना करून त्यातील सर्वांत चांगल्या पर्यायाची निवड करण्यासाठी महत्त्वपूर्ण ठरते.

(ब) स्थिर आणि बदलता खर्च (Fixed and Variable Costs)

उत्पादनाची पातळी वाढत असतानादेखील काही खर्च असे असतात की ते वाढत नाहीत, कायम राहतात. इमारत, यंत्रसामग्री, व्यवस्थापकाचा पगार इत्यादी खर्च स्थिर अथवा कायम राहणारे असतात. म्हणून या सर्वांचा समावेश 'स्थिर' खर्चात होतो. याउलट, कच्चा माल, वाहतूक, इंधन इत्यादी खर्च उत्पादनाच्या पातळीबरोबर वाढत जातात. म्हणून या सर्व प्रकारच्या खर्चाचा अंतर्भाव 'बदलता खर्च' या प्रकारात केला जातो.

(क) सरासरी आणि सीमांत खर्च (Average and Marginal Costs)

उत्पादन पातळीतील बदलाबरोबर उत्पादन खर्चात जो बदल होतो त्याला सीमांत खर्च असे म्हणतात. एकूण उत्पादनात एका नगाची भर घातल्यामुळे अथवा एका नगाने घट केल्यामुळे एकूण खर्चात अनुक्रमे जी वाढ अथवा घट होते तो सीमांत खर्च समजावा. याउलट, उत्पादित नगांच्या एकूण संख्येने एकूण खर्चाला भागले असता सरासरी खर्च समजतो.

(1) सरासरी खर्च स्थिर असतो तेव्हा सरासरी व सीमांत खर्च **(रा ख व सी ख)** समान असतात, एकरूप असतात.

(2) सरासरी खर्च वाढत असताना सीमांत खर्च नेहमी त्याहून जास्त असतो आणि दोहोंमधील अंतर वाढत जाते.

(3) सरासरी खर्च घटत असेल तर सीमांत खर्चही घटता आणि सरासरी खर्चाहून जास्त प्रमाणात कमी-कमी होताना दिसतो.

(4) सीमांत खर्च वक्र सरासरी वक्राला **स ख** वक्राच्या किमान बिंदूतून खालून छेदतो.

(ड) अल्पकालीन आणि दीर्घकालीन खर्च (Short Run and Long Run Costs)

अल्पकाळामध्ये उत्पादनाच्या काही घटकांचा पुरवठा स्थिर असतो तर काही घटकांचा पुरवठा बदलता येतो. घटकांच्या पुरवठ्याच्या लवचीकतेला अनुसरून पुरवठा कमी-जास्त होतो आणि त्यानुसार उत्पादनाच्या पातळीबरोबर खर्चही बदलतो. दीर्घकाळात मात्र सर्वच घटक बदलते असतात. म्हणूनच अल्पकाळात बदलत्या प्रमाणांचा नियम अनुभवाला येतो. यामुळे अल्पकालीन सरासरी खर्च-वक्राचा आकार इंग्रजी 'U' या अक्षरासारखा असतो. दीर्घकाळात मात्र घटकांचा पुरवठा हवा तसा जुळवून घेता येत असल्याने खर्च-वक्र उथळ होतो. दीर्घकालीन सरासरी खर्चाचा वक्र हा फारतर बशीच्या आकाराचा आढळतो.

(इ) लेखांतर्गत खर्च आणि आर्थिक खर्च (Accounting Costs and Economic Costs)

खर्चविषयक दृष्टिकोनांमध्ये लेखांतर्गत दृष्टिकोन आणि आर्थिक दृष्टिकोन यात संकल्पनात्मकच फरक आहे. अर्थशास्त्राच्या दृष्टीने सीमांत खर्च प्रथम घटत जातो, एका किमान पातळीला पोहोचतो आणि नंतर वाढू लागतो. **सी ख** च्या वर्तनामुळे **स ख** मध्ये परिणामस्वरूप बदल होतात. याउलट, लेखांतर्गत दृष्टिकोनामध्ये **सी ख** आणि **स ख** स्थिर आणि समान मानल्या जातात. अर्थातच हा फरक आकृत्यांमध्येदेखील व्यक्त होतो.

4.3 बदलत्या प्रमाणांचा नियम (Law of Variable Proportions)

जेव्हा (1) काही घटक स्थिर ठेवलेले असतात. (2) एक अथवा अधिक घटक वाढविले जातात. (3) ही वाढ सारख्या प्रमाणात केली जाते. (4) तंत्रस्थिती कायम असते. (5) तेव्हा एकूण उत्पादनात पडणारी भर घटत जाते. सीमांत उत्पादन आणि सरासरी उत्पादन जेथे समान होतात तेथे वाढत्या प्रतिफलाचा पहिला टप्पा पूर्ण होतो. घटत्या प्रतिफलाचा दुसरा टप्पा जेथे पूर्ण होतो तेथे सीमांत उत्पादन शून्य असते आणि एकूण उत्पादन महत्तम असते. ऋण सीमांत उत्पादकता आणि घटते एकूण उत्पादन हे तिसऱ्या टप्प्याचे वैशिष्ट्य असते.

बदलत्या प्रमाणांचा नियम अल्पकाळात अनुभवाला येतो. दीर्घकाळात जेव्हा उत्पादन घटकांच्या संयोगाचे प्रमाण स्थिर ठेवता येते तेव्हा बहुधा प्रारंभी प्रतिफल वाढत जाईल आणि शेवटी ते घटताना आढळेल. दीर्घकालीन प्रतिफलाचा प्रश्न हा प्रतिफलविषयक नियमांशी (बदलत्या प्रमाणांशी नव्हे) संबंधित असतो.

4.4 प्राप्तीच्या संकल्पना (Revenue Concepts)

(1) वस्तू विकून उत्पादनसंस्थेला एकूण विक्री मूल्य मिळते ती उत्पादनसंस्थेची प्राप्ती होय. विकलेले एकूण नग × वस्तूची किंमत म्हणजे संस्थेची एकूण प्राप्ती असते.

(2) वस्तूचा एक जादा नग विकल्यामुळे व्यवसायसंस्थेच्या एकूण प्राप्तीत जी भर पडते तिला सीमांत प्राप्ती म्हणतात.

(3) एकूण प्राप्तीला वस्तूच्या उत्पादित नगांच्या संख्येने भागले असता सरासरी प्राप्ती समजते.

(4) (अ) सीमांत प्राप्ती ही एकूण प्राप्तीत दरवेळी पडणारी भर असते, तर सरासरी प्राप्ती ही वस्तूची किंमत असते.

   (ब) पूर्ण स्पर्धात्मक बाजारात संस्थेची सरासरी प्राप्ती स्थिर असते आणि म्हणून **स प्रा = सी प्रा** असे असते.

   (क) अपूर्ण स्पर्धेत **स प्रा** उजवीकडे उतरत जाणारे असते तेव्हा **सी प्रा** ही **स प्रा** पेक्षा कमी असून **स प्रा** आणि **सी प्रा** यांमधील अंतर उत्तरोत्तर वाढत जाते.

   (ड) **स प्रा** आणि **सी प्रा** या सरळ रेषा असतात तेव्हा **सी प्रा** ही रेषा **स प्रा** आणि **य** अक्ष यांच्यामधील अंतराचे दोन सारखे भाग करते.

   (इ) **सी प्रा** जोपर्यंत धन असते तोपर्यंत **ए प्रा** (एकूण प्राप्ती) वाढत राहते आणि

   (ई) **सी प्रा** जेव्हा शून्य असते तेव्हा **ए प्रा** महत्तम असते.

❖ आकलन चाचणी (Test Your Understanding) ❖

(1) पुढील विधाने काळजीपूर्वक तपासून पाहा.

   (अ) शहराला होणारा पाणीपुरवठा हा पाणीपुरवठ्यासाठी तयार केलेल्या जलाशयातील पाण्याएवढा असतो.

   (ब) भारतातील 1988-89 या वर्षातील तेलबियांचा एकूण पुरवठा 1.25 कोटी टन एवढा होता.

   (क) बाजार समितीने दिलेल्या अहवालाप्रमाणे 10 मे, 1990 या दिवशी दर 10 किलोस 30 ते 32 ₹ या दराने 'तळेगाव नं. 1,' या जातीच्या बटाट्याचा 100 क्विंटल एवढा पुरवठा गुलटेकडी मार्केटयार्डमध्ये झाला. या तीन विधानांपैकी अर्थशास्त्राच्या दृष्टीने अचूक विधान कोणते ? या तीनपैकी कोणतेही विधान चूक असेल तर त्यातील चूक कोणती ?

(2) स्कूटर टायर्सचा पुरवठा विचारात घेऊन 'पुरवठ्याचे निर्धारक घटक' म्हणून ज्यांचा आपण अभ्यास केला त्यातील कोणता घटक पुढील बाबतीत लागू पडतो ते लिहा.

   (अ) रबराच्या किमतीत वाढ झाली ....

   (ब) नव्या 'मोल्डिंग मशिनरी' चा अवलंब केला गेला ....

   (क) कामगारांच्या वेतनात वाढ झाली ....

   (ड) ट्रकच्या टायर्सच्या किमती वाढल्या ....

(3) प्रश्नात खाली दिलेला आलेख पाहा. या आलेखात एका आंब्याच्या व्यापार्‍याचा पुरवठा वक्र दिलेला आहे. या पुरवठा वक्रावरून पुरवठा पत्रक (पहिल्या स्तंभात किंमत आणि दुसर्‍या स्तंभात आंब्यांचा पुरवठा डझनमध्ये घेऊन) तयार करा. (अ) 25 ₹ डझन आणि (ब) 55 ₹ डझन अशा किमती असल्यास पुरवठा किती राहील ?

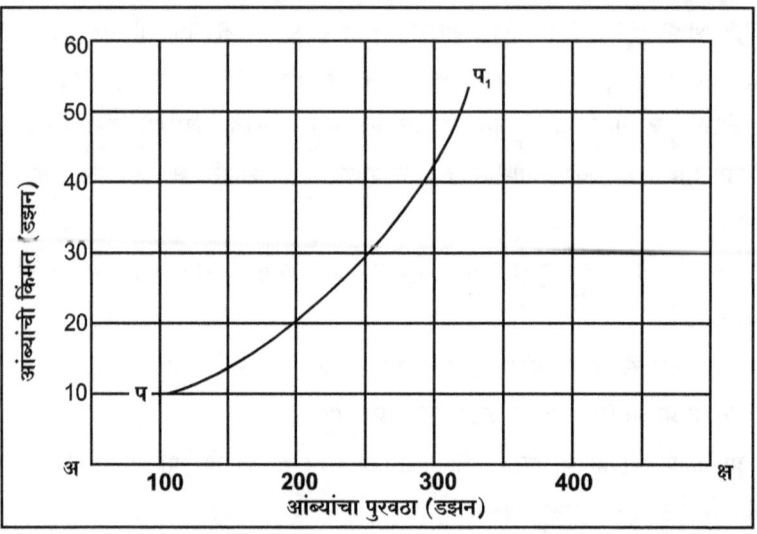

(4) पुढील पुरवठा पत्रक सफरचंदांचा पुरवठा दर्शविते. या पुरवठा वक्रावरून पुरवठा वक्र काढा.

किंमत (दर किलोस ₹)	पुरवठा (किलो)	किंमत (दर किलोस ₹)	पुरवठा (किलो)
4.00	20	5.00	50
6.00	150	7.00	250
8.00	400	10.00	600

(5) कापडाच्या एका विशिष्ट प्रकारच्या किमती 30 ₹ ते 90 ₹ प्रति मीटर या मर्यादांमध्ये बदलतात असे मानून मूळ पुरवठा वक्र तयार करा. तसेच पुरवठ्यातील वृद्धी आणि घट दर्शविणारी पत्रके तयार करा. कापडाच्या पुरवठ्याची वृद्धी आणि घट होण्यास कोणते घटक जबाबदार असतील ?

(6) केळ्यांची किंमत डझनास 6 ₹ असताना एक फळविक्रेता दररोज 300 डझन केळ्यांचा पुरवठा करीत होता. किंमत 4 ₹ डझन झाल्यामुळे त्याने केळ्यांचा पुरवठा 285 डझन एवढा कमी केला. तर केळ्यांच्या पुरवठ्याची लवचीकता किती ? केळ्यांचा पुरवठा लवचीक आहे की अलवचीक ? का ?

(7) कोणत्याही एका दिवशीच्या ताज्या माशांचा (Fish) पुरवठा उदाहरणादाखल घ्या. किंमत बदलल्यास पुरवठा कितपत बदलता येईल ? हा पुरवठ्याच्या लवचीकतेचा कोणता प्रकार मानता येईल ? बाजार समितीने शीतगृहाची सोय केल्यास लवचीकता बदलेल का ? कोणता बदल होईल ?

(8) समजा, एका माणसाला 50,000 चौरस फुटांचा भूखंड (प्लॉट) वारसा हक्काने मिळाला आहे. एका टेकडीच्या माथ्यावर असलेला हा भूखंड अंतरिक्ष संशोधनासाठी प्रचंड दुर्बीण बसविण्यास योग्य आहे, म्हणून स्थानिक शास्त्रज्ञांपासून राष्ट्रीय आणि आंतरराष्ट्रीय अंतराळ संशोधन संस्थांपर्यंत सर्वांचा त्या भूखंडावर डोळा आहे. हे सर्वजण वेगवेगळ्या किमती देऊ करीत आहेत. या सर्वांनी देऊ केलेल्या काल्पनिक किमतीचे आकडे मांडून भूखंडाचा पुरवठा वक्र तयार करा. या पुरवठा वक्राचा आकार आणि पुरवठ्याची लवचीकता याबाबत काय सांगता येईल ?

(9) रोजगारनिर्मिती हे आठव्या योजनेचे सर्वप्रथम उद्दिष्ट आहे. यासाठी देशातील मागासपण दाट लोकवस्ती असलेल्या काही प्रदेशात भारत सरकार रोजगार हमी कार्यक्रम सुरू करू इच्छिते. या कार्यक्रमात 20 ₹ रोज हा मजुरीचा दर निर्धारित करण्याचा इरादा आहे. श्रमाच्या पुरवठ्याची लवचीकता काय असेल ? श्रमाचा पुरवठा वक्राचे स्थान व आकार काय असतील ?

(10) (अ) तयार कपडे, (ब) पाव-केक इत्यादी बेकरी वस्तू, (क) काचेच्या बांगड्या, (ड) 50 सी. सी. मोपेड आणि (इ) रेल्वेच्या वाघिणी, यांचे उत्पादन विचारात घ्या. यापैकी प्रत्येक बाबतीत तुम्ही मोठ्या प्रमाणावरील उत्पादनाची शिफारस कराल काय ? प्रत्येक बाबतीत मोठ्या प्रमाणावरील उत्पादनाचे फायदे-तोटे कोणते होतील ? या फायद्या-तोट्यावरून तुमचे मत तयार करा.

(11) एका शेतकऱ्याकडे काही जमीन आणि काही शेतीची अवजारे आहेत. तो फक्त श्रमिकांच्या संख्येत फेरफार करतो. त्यामुळे पुढील तक्त्यात दाखविल्याप्रमाणे त्याचे एकूण उत्पादन बदलते.

श्रमिक संख्या	एकूण उत्पादन (क्विंटल)	सरासरी उत्पादन (क्विंटल)	सीमांत उत्पादन (क्विंटल)
1	10		
2	27		
3	49		
4	73		
5	96		
6	112		
7	119		
8	121		
9	122		

(1) स्तंभ 3 व 4 मधील आकडे भरून तक्ता पूर्ण करा.

(2) हा तक्ता अल्पकाल सुचवितो की दीर्घकाल ?

(3) क्ष-अक्षावर श्रमिक संख्या आणि य अक्षावर उत्पादन घेऊन सरासरी, सीमांत व एकूण उत्पादनाचे वक्र काढा.

(4) एकूण उत्पादनाच्या कोणत्या पातळीनंतर उत्पादन फल किंवा प्रतिफल (Returns) घटू लागते ?

(5) एकूण 44 उत्पादनाच्या कोणत्या पातळीनंतर सरासरी उत्पादन घटू लागते ?

(6) याच आकृतीत बदलत्या प्रमाणांच्या नियमाच्या तीन अवस्था दाखवा.

(7) या आलेखावर तुम्ही विस्तृत सीमा दर्शविणारा बिंदू आणि सघन सीमा दर्शविणारा बिंदू दाखवू शकता का ? की त्यासाठी आणखी काही माहिती घेणे आवश्यक आहे ?

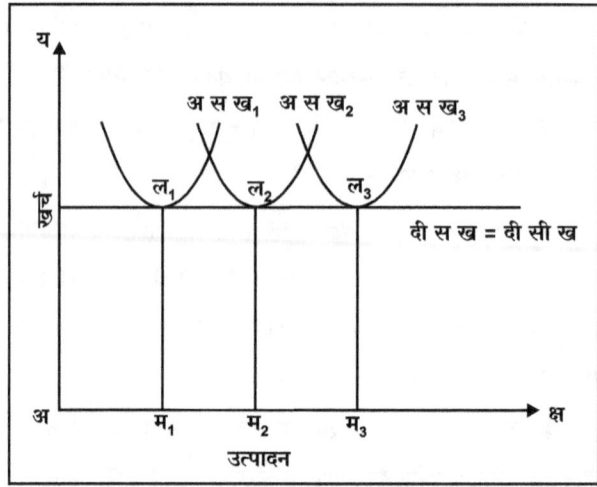

(12) वरील उदाहरणात स्थिर घटकांवरील खर्च 1,200 ₹ आणि बदलत्या श्रम या घटकावरील खर्चही दर श्रमिकास 1,200 ₹ आहे असे समजा. दोन श्रमिक लावल्यास एकूण स्थिर ₹ 1,200 आणि एकूण बदलता खर्च ₹ 2,400 मिळून एकूण खर्च ₹ 3,600 एवढा येईल. एकूण उत्पादन 27 क्विंटल येईल ?

(अ) वरील पद्धतीने हिशेब करून (1) श्रमिक संख्या, (2) एकूण उत्पादन, (3) एकूण स्थिर खर्च, (4) एकूण बदलता खर्च, (5) एकूण खर्च, (6) सरासरी एकूण खर्च आणि (7) सीमांत खर्च असे सात रकाने असलेला तक्ता तयार करा.

(ब) आलेखाच्या साहाय्याने या तक्त्याच्या आधारावर सरासरी आणि सीमांत खर्च-वक्र काढून किमान सरासरी खर्चाशी **स ख** वक्राला **सी ख** वक्र छेदून जातो हे दाखवा.

(क) कोणत्या पातळीवरून सीमांत खर्च वाढू लागतो ? सरासरी खर्च उत्पादनाच्या कोणत्या पातळीपासून वाढू लागतो ?

(13) त्याच माहितीच्या आधारे सरासरी स्थिर खर्च आणि सरासरी बदलता खर्च यांचे हिशेब करून **स स्थि ख** आणि **स ब ख** असे वक्र काढा. याही आकृतीत **स ए ख** आणि **सी ख** वक्र काढून या सर्व वक्रांच्या परस्परसंबंधाबाबतचे निष्कर्ष पडताळून पाहा.

(14) सोबतची आकृती पाहा. या आकृतीत **दी स ख** आणि **दी सी ख** वक्र एकच आहेत. ही आकृती आणि याच प्रकरणातील आकृती क्र. 4.13 यांची तुलना करा. दोहोंत फरक काय दिसतो ? आकृती क्र. 4.13 ज्यांच्यावर आधारलेली आहे ती गृहीते पुन्हा वाचा आणि वरील आकृती कोणत्या गृहीतावर आधारलेली आहे ते लिहा.

5
प्रकरण

बाजार रचना आणि किंमतनिश्चिती

(MARKET STRUCTURES AND PRICE DETERMINATION)

5.1 समतोलाच्या अटी

(अ) महत्तम नफ्याचे उद्दिष्ट

(आ) व्यवसायसंस्थेचा समतोल- एकूण खर्च व एकूण प्राप्ती-वक्रांच्या साहाय्याने

(इ) व्यवसायसंस्थेचा समतोल-सीमांत खर्च व सीमांत प्राप्ती यांच्या साहाय्याने

(ई) उद्योगाचा समतोल

5.2 स्थूल बाजार रचना

(अ) बाजार रचनांचे वर्गीकरण (आ) बाजार रचनेचे निर्धारिक घटक

5.3 शुद्ध स्पर्धा आणि पूर्ण स्पर्धा

(अ) शुद्ध स्पर्धा (आ) पूर्ण स्पर्धा

5.4 पूर्ण स्पर्धेच्या परिस्थितीत किंमत आणि उत्पादननिश्चिती

(अ) मागणी-पुरवठ्याचा समतोल (आ) समतोल आणि मागणी-पुरवठ्यातील बदल

(इ) लवचीकतेचा प्रभाव (ई) किंमत सिद्धान्त आणि कालविचार

(उ) अत्यल्पकालीन समतोल (ऊ) अल्पकालीन समतोल

(ए) दीर्घकालीन समतोल

5.5 पूर्ण स्पर्धेतील उद्योग आणि व्यवसायसंस्था यांचा समतोल

(अ) पूर्ण स्पर्धेतील व्यवसायसंस्थेचा समतोल

(आ) व्यवसायसंस्था आणि उद्योग यांचा अल्पकालीन समतोल

(इ) व्यवसायसंस्था आणि उद्योग यांचा दीर्घकालीन समतोल

5.6 मक्तेदारी

(अ) शुद्ध अथवा पूर्ण मक्तेदारी

(आ) शुद्ध अथवा पूर्ण मक्तेदारीच्या संकल्पनेतील अडचणी

(इ) अपूर्ण अथवा मर्यादित मक्तेदारी

(ई) मक्तेदारीचा आधार

5.7 मक्तेदारीच्या परिस्थितीत किंमत आणि उत्पादननिश्चिती

(अ) मक्तेदारी व्यवसायसंस्थेचा समतोल   (आ) मक्तेदारी आणि कालविचार

(इ) अल्पकालीन समतोल   (ई) दीर्घकालीन समतोल

5.8 विभेदात्मक मक्तेदारीमध्ये किंमत आणि उत्पादननिश्चिती

(अ) मूल्यभेद केव्हा शक्य असतो ?   (आ) मूल्यभेद केव्हा फायदेशीर असतो ?

(इ) मूल्यभेद समाजाला नेहमीच हानिकारक असतो काय ?

5.9 मक्तेदारीयुक्त स्पर्धा

(अ) अपूर्ण स्पर्धा व मक्तेदारीयुक्त स्पर्धा (आ) मक्तेदारीयुक्त स्पर्धेची वैशिष्ट्ये

5.10 मक्तेदारीयुक्त स्पर्धेत किंमत, उत्पादन आणि नफा

(अ) व्यवसायसंस्थेचा अल्पकालीन समतोल (आ) व्यवसायसंस्थेचा दीर्घकालीन समतोल

5.11 मक्तेदारीयुक्त स्पर्धेत समूहाचा समतोल

(अ) समूहाचा अल्पकालीन समतोल   (आ) समूहाचा दीर्घकालीन समतोल

5.12 बिगर-किंमत स्पर्धा

(अ) वस्तुबदल   (आ) जाहिरात आणि विक्रय प्रोत्साहन

(इ) बाजार संशोधन आणि उत्पादनातील नवायोजन

5.13 वस्तुभेद

5.14 विक्री-खर्च : प्राप्ती आणि किंमतीवर परिणाम

(अ) विक्री-खर्च वक्र   (आ) विक्री-खर्च आणि खर्च-वक्र

(इ) विक्री-खर्च आणि मागणी (अथवा प्राप्ती) वक्र

(ई) विक्री-खर्च आणि व्यवसायसंस्थेचा समतोल

(उ) मक्तेदारीयुक्त स्पर्धेतील अतिरिक्त क्षमता

5.15 अल्पविक्रेताधिकार

(अ) अल्पविक्रेताधिकाराची वैशिष्ट्ये   (आ) अल्पविक्रेताधिकाराचा आधार

5.16 द्वि-विक्रेताधिकार

5.17 अपूर्ण स्पर्धा, मक्तेदारीयुक्त स्पर्धा आणि वस्तुभेद

(अ) वस्तुभेदाचा आधार   (आ) वस्तुभेदाचे प्रकार

5.18 बाजार रचनांची तुलना

(अ) मक्तेदारी आणि पूर्ण स्पर्धा यांची तुलना

(आ) पूर्ण स्पर्धा आणि मक्तेदारीयुक्त स्पर्धा यांची तुलना

☀ **सारांश**   ☀ **आकलन चाचणी**

5.1   समतोलाच्या अटी (Equilibrium Conditions)

उत्पादक अथवा विक्रेता ज्या बाजारात आपली वस्तू विकतो त्या बाजाराचे विविध प्रकार आपण पाहिले. यातील बाजाराच्या प्रत्येक प्रकारात व्यवसायसंस्थेचा आणि उद्योगाचा समतोल कसा होतो याचे विवेचन मूल्यसिद्धान्तामध्ये महत्त्वाचे असते. उद्योग आणि व्यवसायसंस्था या संकल्पना आपण पाहिल्या आहेत. पूर्ण स्पर्धेच्या बाजारात सर्व व्यवसायसंस्था सर्वस्वी एकसारख्या वस्तूंचे उत्पादन करीत असतात. म्हणून व्यवसायसंस्थेची मागणी व पुरवठा समजणे शक्य असते. यावरून व्यवसायसंस्था व उद्योग यांच्या समतोलाच्या संकल्पना स्पष्ट करता येतात. पण वस्तुभेदाच्या परिस्थितीत प्रत्येक व्यवसायसंस्थेची वस्तू वेगळी असल्याने उद्योगाचा पुरवठा अथवा उद्योगाची मागणी या संकल्पना स्पष्ट होऊ शकत नाहीत. म्हणूनच मक्तेदारीयुक्त स्पर्धेच्या विवेचनात प्रो. चेंबरलीन यांनी 'उद्योगाच्या' समतोलाऐवजी व्यवसायसंस्थांच्या 'समूहा' च्या समतोलाचा विचार केला आहे. पण व्यवसायाचा पुरवठा याला जसा निश्चित अर्थ आहे तसा अर्थ समूहाच्या पुरवठ्याला प्राप्त होऊ शकत नाही. कारण वस्तुभेदामुळे समूहातील प्रत्येक व्यवसायसंस्थेची वस्तू थोडीफार वेगळी असते आणि हे वेगळेपण जितके जास्त तितकी वस्तू-वस्तूंमधील पर्यायिता अपूर्ण होत जाऊन 'समूहाच्या वस्तूचा पुरवठा' ही संज्ञा निरर्थक होत जाते. शिवाय, प्रत्येक व्यवसायसंस्थेचे आपापल्या वस्तूच्या पुरवठ्यावर नियंत्रण असल्याने समूहाच्या वर्तनापेक्षा प्रत्येक वैयक्तिक व्यवसायसंस्थेचे वर्तनच अधिक महत्त्वाचे ठरते. प्रत्यक्ष व्यवहारात वस्तुभेद सार्वत्रिक दिसतो. या सर्व कारणांमुळे अलीकडे व्यवसायाच्या समतोलापेक्षा व्यवसायसंस्थेच्या समतोलाला अर्थशास्त्रीय विवेचनात विशेष महत्त्व दिले जाते. अर्थात पूर्ण स्पर्धेच्या विवेचनात मात्र सर्व व्यवसायसंस्थांच्या वस्तू एकजिनसी असल्याने उद्योगाचा समतोल या कल्पनेने महत्त्व व उपयुक्तता कायम आहे.

एखाद्या वस्तूवर परिणाम करणाऱ्या परस्परविरोधी शक्ती तुल्यबळ होऊन ती वस्तू स्थिरावते तेव्हा समतोल प्रस्थापित झाला असे म्हणतात. उदाहरणार्थ, रस्सीखेचीत दोरी आपल्या बाजूला ओढण्याचा दोन चमू दोन बाजूंनी प्रयत्न करीत असतात. काही वेळा रस्सीखेचीत एक अवस्था अशी येते की दोरी स्थिर झालेली दिसते. असे केव्हा होते ? जेव्हा दोन्ही चमूंची ताकद सारखी असते तेव्हा दोरी स्थिरावते, म्हणजेच दोरी समतोलावस्थेत आली असे म्हणता येईल. अशाच प्रकारे आपले उत्पादन कमी अथवा जास्त न करता एखाद्या विशिष्ट पातळीला स्थिर ठेवण्याचा निर्णय व्यवसायसंस्था घेते तेव्हा येथे व्यवसायसंस्थेचा समतोल उत्पादनाच्या विशिष्ट पातळीच्या संदर्भात स्पष्ट केला जातो. उत्पादनाची पातळी स्थिरावली म्हणजे व्यवसायसंस्थेची समतोलावस्था प्राप्त झाली असे म्हणतात.

(अ) महत्तम नफ्याचे उद्दिष्ट (Objective of Profit-Maximisation)

उत्पादनाच्या विशिष्ट पातळीला व्यवसायसंस्थेचा समतोल होण्यासाठी ती उत्पादनाची पातळी कोणती हे निश्चित करावे लागते. यासाठी महत्तम नफा मिळविणे हे व्यवसायसंस्थेचे उद्दिष्ट असते असे मानले जाते. महत्तम नफ्याचे उद्दिष्ट हे या अर्थाने मूल्य सिद्धान्तातील मूलभूत उद्दिष्ट आहे. अर्थशास्त्रातील सारासार विवेकाच्या गृहीताच्या आधारे जसे महत्तम समाधान मिळविणे हे उपभोक्त्याचे उद्दिष्ट मानले जात असे, त्याच गृहीताच्या आधारे महत्तम नफा मिळविणे हे उत्पादकाचे उद्दिष्ट मानले जाते. समतोलावस्थेसाठी उत्पादनाची एक निश्चित पातळी सांगता आली पाहिजे आणि त्या पातळीला नफा जास्तीत जास्त मिळतो ती उत्पादन पातळी व्यवसायसंस्थेचा समतोल दाखविते असे मानून समतोलावस्थेचे स्पष्टीकरण शक्य होते. यासाठी महत्तम नफा मिळविणे हे व्यवसायसंस्थेचे एकमेव उद्दिष्ट मानून मूल्यसिद्धान्ताची उभारणी केली जाते. एकूण प्राप्ती आणि एकूण खर्च यांतील अंतर म्हणजे नफा असल्याने उत्पादक उत्पादन खर्च कमीत कमी करण्याचा प्रयत्न करतो. तसेच उत्पादन घटकांच्या किमती स्थिर आहेत आणि चालू किमतींना उत्पादन घटकांचा पुरवठा पूर्णपणे लवचीक आहे ही अन्य गृहीतेही मानावी लागतात.

महत्तम नफ्याचे उद्दिष्ट मान्य केल्यानंतर नफ्याची कल्पना स्पष्ट करणे आवश्यक आहे. नफा हे उद्योजकाला मिळणारा मोबदला असतो. या मोबदल्याचा एक भाग उद्योजकाच्या व्यवस्थापनाबद्दल मिळणाऱ्या वेतनाच्या स्वरूपाचा

असतो. उद्योजकाने दुसरीकडे व्यवस्थापक म्हणून नोकरी पत्करली असती तर त्याला जेवढे वेतन मिळाले असते तेवढी रक्कम एकूण नफ्यातून वजा केली पाहिजे आणि ती खर्चात मिळविली पाहिजे. हे केल्यानंतर उरलेला नफ्याचा भाग म्हणजे एकूण प्राप्तीतून (उद्योजकाच्या व्यवस्थापन वेतनासह) एकूण खर्च वजा करून राहणारा अवशेष. हा अवशेष म्हणजे, उद्योजकाचा मोबदला म्हणून मिळणारा नफा असतो. हा निव्वळ नफा महत्तम करणे हे उद्योजकाचे उद्दिष्ट असते. अर्थात (व्यवस्थापनाबद्दल मिळणाऱ्या वेतनाप्रमाणेच खंड, व्याज इत्यादींचे अंशही मिश्र नफ्यातून वजा करावे लागतात.) हे सर्व पुढे नफ्याची स्वतंत्र चर्चा केली आहे त्या भागात येईलच.

व्यवस्थापनाबद्दल आणि देखरेखीबद्दल उद्योजकाला मिळणारे आणि उत्पादन खर्चात समाविष्ट होणारे उद्योजकाचे वेतन या स्वरूपाचा नफ्याचा जो भाग असतो त्याला डॉ. मार्शल यांनी सर्वसाधारण नफा (Normal Profits) असे नाव दिले आहे. यापेक्षा जास्त नफा मिळत असेल तर तो असाधारण नफा (Super Normal or Abnormal Profits) ठरतो. उत्पादन क्षेत्रात राहण्यासाठी उद्योजकाला सर्वसाधारण नफा मिळालाच पाहिजे नाही तर तो उत्पादन बंद करील. या सर्वसाधारण नफ्याव्यतिरिक्त जास्तीत जास्त नफा मिळविणे हे व्यवसायसंस्थेचे म्हणजेच त्या उद्योजकाचे उद्दिष्ट राहील.

(आ) व्यवसायसंस्थेचा समतोल : एकूण खर्च व एकूण प्राप्ती-वक्रांच्या साहाय्याने

(Equilibrium of the Firm : By Total Cost and Total Revenue Curves)

पूर्वी म्हटल्याप्रमाणे, आपले उत्पादन कमी अथवा जास्त करण्याची व्यवसायसंस्थेची प्रवृत्ती नसते, म्हणजे आहे ते उत्पादन स्थिर ठेवण्याची व्यवसायसंस्थेची इच्छा असते तेव्हा ती व्यवसायसंस्था समतोलावस्थेत आहे असे म्हटले जाते. महत्तम नफा हे आपण व्यवसायसंस्थेचे उद्दिष्ट मानले असल्याने संस्थेचा चलनी नफा ज्या उत्पादन पातळीला जास्तीत जास्त अथवा महत्तम होईल त्या उत्पादन पातळीला व्यवसायसंस्थेचा समतोल प्रस्थापित होईल. नफा म्हणजे एकूण खर्च व एकूण प्राप्ती यांतील अंतर असल्याने हे अंतर जास्तीत जास्त करणे हे व्यवसायसंस्थेचे उद्दिष्ट राहील.

यापूर्वी आपण मागणी विश्लेषणात प्राप्ती-वक्रांचा आणि पुरवठा विश्लेषणात खर्च-वक्रांचा विचार केलेला आहे. विश्लेषणाच्या सोयीसाठी आपण असे मानू की, व्यवसायसंस्था एकाच वस्तूचे उत्पादन करीत आहे. उत्पादनाची पातळी बदलत जाईल तसा एकूण खर्च व एकूण प्राप्ती यात कसा बदल होतो हेही आपण पहिल्या भागात पाहिले आहे. एकूण खर्च व एकूण प्राप्ती या दोहोंतील अंतर जास्तीत जास्त ज्या उत्पादनाशी होईल त्या उत्पादनाशी व्यवसायसंस्थेचा समतोल प्रस्थापित होईल.

आकृती क्र. 5.1 मध्ये एकूण खर्च व एकूण प्राप्ती यांच्या वक्रांच्या आधारे व्यवसायसंस्थेचा समतोल दाखविला आहे. व्यावसायिक क्षेत्रात याला 'Break-Even Chart' असे म्हणतात. आकृतीत ए प्रा हा एकूण प्राप्ती-वक्र व ए ख हा एकूण खर्च वक्र आहे. ए प्रा वक्र आरंभबिंदूपासून निघतो. कारण उत्पादन शून्य असते तेव्हा एकूण प्राप्तीही शून्य असते. मात्र उत्पादन शून्य असले तरी स्थिर खर्च व्यवसायसंस्थेला करावाच लागतो. त्यामुळे उत्पादन शून्य असले तरी **अ क** एवढा एकूण खर्च येतो. **अ ग** एवढे उत्पादन होईपर्यंत एकूण प्राप्तीपेक्षा एकूण खर्च जास्त असतो.

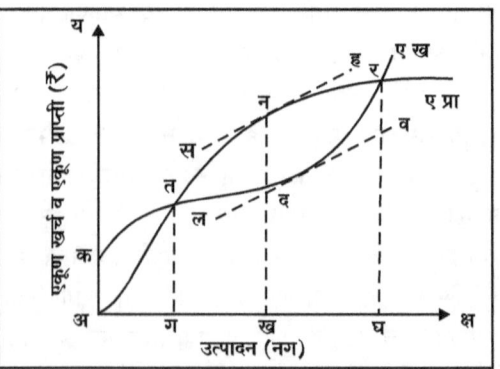

आकृती क्र. 5.1 : व्यवसायसंस्थेचा समतोल :
ए ख आणि ए प्रा च्या साहाय्याने

अ ग एवढ्या उत्पादन पातळीला एकूण प्राप्ती व एकूण खर्च समान आहेत म्हणजे संस्थेला नफाही होत नाही आणि तोटाही होत नाही. म्हणून **त** बिंदूला 'समखर्च प्राप्ती बिंदू' (Break-Even Point) असे म्हणतात. **अ ग** पेक्षा उत्पादन वाढत जाते तसतसे एकूण खर्च व एकूण प्राप्ती यातील अंतर वाढत जाते अथवा नफा वाढत जातो. या दोन वक्रांमधील उभे अंतर म्हणजे एकूण नफा होय. हे अंतर **अ ख** या उत्पादनाच्या पातळीला जास्तीत जास्त आहे. म्हणून **अ ख** हे उत्पादन व्यवसायसंस्थेचा समतोल दाखविते. याहून उत्पादन वाढवीत गेल्यास एकूण नफा घटत जातो. **र** बिंदू हा दुसरा समखर्च-प्राप्ती बिंदू (Break-Even Point) आहे. म्हणजेच **अ घ** या उत्पादन पातळीला नफाही होत नाही व तोटाही होत नाही. **अ घ** पेक्षा उत्पादन वाढविल्यास मात्र तोटा होऊ लागेल व तोटा वाढत जाईल.

ए प्रा व **ए ख** वक्रांमधील उभे अंतर जास्तीत जास्त कोठे असेल हे शोधून काढण्याचा मार्ग म्हणजे या दोन वक्रांना अनेक बिंदूंतून स्पर्शरिषा काढावयाच्या आणि **'क्ष'** अक्षापासून निघणाऱ्या लंब रेषेवर आणि **ए ख** व **ए प्रा** वक्रांवर असणाऱ्या ज्या दोन बिंदूंतील स्पर्श रेषा परस्परांना समांतर असतील अशा रेषा शोधून काढावयाच्या हा असतो. आकृती **ख** बिंदूशी **'क्ष'** अक्षाला काटकोन करून निघणाऱ्या **ख द न** या रेषेवरील **द** आणि **न** बिंदूत अनुक्रमे **ए ख** व **ए प्रा** वक्रांना स्पर्श करणाऱ्या **ल व** आणि **स ह** या सरळ रेषा परस्परांना समांतर आहेत. म्हणून **द न** हे **ए ख** आणि **ए प्रा** या वक्रांमधील जास्तीत जास्त उभे अंतर आहे. **द न** ही रेषा एकूण नफा दाखविते आणि **अ ख** एवढे उत्पादन असताना होणारा तो एकूण नफा आहे.

या पद्धतीने व्यवसायसंस्थेचा समतोल समजतो, तसेच व्यवसायात या पद्धतीने एकूण नफा शोधून काढला जातो. पण या पद्धतीच्या दोन मर्यादा आहेत. (1) अनेक स्पर्शरेषा काढून परस्परांना समांतर असणाऱ्या स्पर्शरेषा शोधून काढणे कटकटीचे असते. (2) त्याच आकृतीत चटकन दिसेल अशी वस्तूची किंमत दाखविता येत नाही. एकूण प्राप्ती भागिले (÷) उत्पादित नग म्हणजेच वस्तूची किंमत असते. म्हणून **अ ख** एवढे उत्पादन असताना एकूण प्राप्ती **ख न** ÷ एकूण उत्पादन **अ ख** ही वस्तूची किंमत येते. पण असे सांगून नेमकी किंमत आकृतीत दिसत नाही. या मर्यादांमुळे व्यवसायसंस्थेचा समतोलाच्या आधारे ज्या प्रश्नांची चर्चा करावी लागते त्यांच्या संदर्भात ही पद्धती फारशी उपयोगी पडत नाही. त्याऐवजी सीमांत विश्लेषणाचा अवलंब करून सीमांत खर्च व सीमांत प्राप्ती यांच्या आधारे दाखविलेला व्यवसायसंस्थेचा समतोल अधिक उपयुक्त ठरतो.

(इ) व्यवसायसंस्थेचा समतोल : सीमांत खर्च व सीमांत प्राप्ती यांच्या साहाय्याने

(Equilibrium of the Firm by Marginal Cost and Marginal Revenue)

एका नगाने उत्पादन वाढविल्यास एकूण प्राप्तीत जी वाढ होते तिला सीमांत प्राप्ती (Marginal Revenue) असे म्हणतात. तसेच एका नगाने उत्पादन वाढविले असता एकूण खर्चात जी वाढ होते तिला सीमांत खर्च (Marginal Cost) असे म्हणतात.

समतोलाची पहिली अट : एका नगाने उत्पादन वाढविल्याने होणारी जादा प्राप्ती जोवर त्या नगासाठी कराव्या लागणाऱ्या जादा खर्चाहून अधिक असते, तोवर उत्पादन वाढविणे फायद्याचे असते. याउलट, ज्या नगामुळे प्राप्तीत होणाऱ्या वाढीपेक्षा खर्चात होणारी वाढ अधिक आहे तो नग तयार करणे उद्योजकाच्या दृष्टीने तोट्याचे ठरेल. याचाच अर्थ सीमांत खर्चाहून सीमांत प्राप्ती जास्त आहे तोवर व्यवसायसंस्थेला उत्पादन वाढविणे फायद्याचे असते. जेथे सीमांत प्राप्ती **(सी प्रा)** व सीमांत खर्च **(सी ख)** समान असतात तेथे व्यवसायसंस्थेचा नफा महत्तम असतो. यापुढे गेल्यास सीमांत प्राप्तीहून सीमांत खर्च जास्त होतो व नफा घटू लागतो.

तक्ता क्र. 5.1 : व्यवसायसंस्थेचा समतोल

उत्पादन (नग)	ए प्रा	स प्रा	सी प्रा	ए ख	स ख	सी ख	ए न (2- 5)
1	2	3	4	5	6	7	8
1	28	28	28	4	4	4	24
2	54	27	26	10	5	6	44
3	78	26	24	18	6	8	60
4	100	25	22	28	7	10	72
5	120	24	20	40	8	12	80
6	138	23	18	54	9	14	84
7	154	22	16	70	10	16	84
8	168	21	14	88	11	18	80
9	180	20	12	108	12	20	72
10	190	19	10	130	13	22	60

(**ए प्रा** = एकूण प्राप्ती, **स प्रा** = सरासरी प्राप्ती, **सी प्रा** = सीमांत प्राप्ती, **ए ख** = एकूण खर्च, **स ख** = सरासरी खर्च, **सी ख** = सीमांत खर्च, **ए न** = एकूण नफा)

तक्ता क्र. 5.1 मध्ये एका व्यवसायसंस्थेचे काल्पनिक खर्च व प्राप्ती यांचे आकडे घेतलेले आहेत. वाढत जाणारा खर्च व घटत जाणारी प्राप्ती या उदाहरणात घेतलेली आहे. उत्पादन एका नगाने वाढविल्यास प्राप्तीत होणारी वाढ म्हणजे सीमांत प्राप्ती. त्याचप्रमाणे खर्चात होणारी वाढ म्हणजे सीमांत खर्च हे आपण पाहिले आहे. दुसऱ्या नगाचे उत्पादन केल्यास 26 रुपयांनी प्राप्ती वाढते व 6 रुपयांनी खर्च वाढतो. म्हणून 26 ₹ व 6 ₹ हे दुसऱ्या नगाचे सीमांत प्राप्ती व सीमांत खर्च यांचे आकडे आहेत. त्याचप्रमाणे, एकेक नग वाढवून **सी प्रा** व **सी ख** शोधून काढले आहेत. एकूण प्राप्तीला उत्पादित नगांच्या संख्येने भागून सरासरी प्राप्ती व एकूण खर्चाला उत्पादित नगांच्या संख्येने भागून सरासरी खर्च येतो. एकूण प्राप्तीतून एकूण खर्च वजा केल्यावर एकूण नफा येतो. उत्पादन वाढवीत गेल्यास प्रथम नफा वाढत जातो. नफा वाढत आहे तोवर व्यवसायसंस्था उत्पादन वाढवीत जाईल. सहाव्या व सातव्या नगाचा एकूण नफा सारखाच आहे. आठव्या नगाचे उत्पादन केल्यास मात्र एकूण नफा 80 ₹ म्हणजे कमी होतो. म्हणून व्यवसायसंस्था 7 नगांचे उत्पादन करून थांबेल. सातव्या नगाशी सीमांत प्राप्ती व सीमांत खर्च समान आहेत. त्या पूर्वीच्या नगांशी सीमांत प्राप्ती सीमांत खर्चाहून जास्त आहे. उत्पादन केलेला प्रत्येक नग खर्चात जेवढी भर घालतो त्याहून प्राप्तीत जास्त भर घालतो. म्हणजेच नफा मिळवून देतो असा त्याचा अर्थ आहे. अशी स्थिती आहे तोवर उत्पादनात वाढ करणे व्यवसायसंस्थेच्या हिताचे आहे. आठवा नग मात्र प्राप्तीत 14 रुपयांची पण खर्चात 18 रुपयांची भर घालतो. म्हणजेच आठवा नग 4 ₹ तोटा देतो. म्हणून त्या नगाचे उत्पादन केले जाणार नाही. अशा रीतीने **सी ख = सी प्रा** ही महत्तम नफ्याची अट या तक्त्यावरून स्पष्ट होते.

आकृती क्र. 5.2 वरूनही व्यवसायसंस्थेचा समतोल स्पष्ट होईल. या आकृतीत **'क्ष'** अक्षावर उत्पादन व **'य'** अक्षावर खर्च, प्राप्ती व नफा मोजले आहेत. **स प्रा** हा सरासरी प्राप्ती वक्र, **सी प्रा** हा सीमांत प्राप्ती वक्र; **स ख** हा सरासरी खर्च वक्र व **सी ख** हा सीमांत खर्च-वक्र आहे. सरासरी व सीमांत प्राप्ती व खर्च-वक्रांचे परस्परसंबंध तुमच्या परिचयाचे आहेतच. **स** बिंदूत **सी प्रा** व **सी ख** वक्र परस्परांना छेदतात. **स** हा बिंदू **सी ख** व **सी प्रा** यांची समानता दर्शवितो. **स** बिंदूतून **'क्ष'** अक्षावर टाकलेला लंब **प** बिंदूत **'क्ष'** अक्षाला मिळतो. यावरून **अ प** हा समतोलावस्थेतील पुरवठा समजतो. **अ प** या उत्पादन पातळीला व्यवसायसंस्थेचा समतोल होतो.

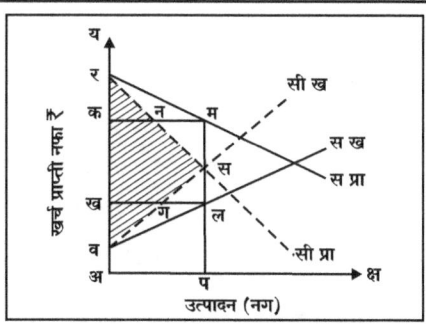

आकृती क्र. 5.2 : उद्योगसंस्थेचा समतोल स ख व स प्रा च्या साहाय्याने

सरासरी प्राप्ती म्हणजे किंमत असते. म्हणून **स प्रा** वक्रावरून किंमत समजते. **प स** ही रेषा **स प्रा** वक्राला मिळेपर्यंत वाढविल्यास **म** हा छेदनबिंदू मिळतो. **म क** हा **म** बिंदूतून 'य' अक्षावर टाकलेला लंब आहे. **अ प** ही उत्पादनाची पातळी असताना **अ क** अथवा **प म** ही किंमत असते. सरासरी खर्च-वक्रावरून सरासरी खर्च समजतो. **अ प** या उत्पादन पातळीला **प ल** अथवा **अ ख** (**ल** बिंदूतून **य** अक्षावर टाकलेला लंब **ख** बिंदूत **य** अक्षाला मिळतो.) हा सरासरी खर्च आहे. **स ख × उत्पादन = ए ख** तसेच **स प्रा × उत्पादन = ए प्रा.** म्हणून **अ क × अ प** म्हणजेच ☐ **अ क म प** ही एकूण प्राप्ती आहे तर **अ ख × अ प** म्हणजेच ☐ **अ ख ल प** हा एकूण खर्च आहे. एकूण प्राप्तीतून एकूण खर्च वजा केल्यास उरतो तो एकूण नफा. म्हणून ☐ **अ क म प** (–)☐ **अ ख ल प** = ☐ **ख क म ल** हा एकूण नफा आहे.

नुसत्या **सी प्रा** व **सी ख** वक्रांवरून एकूण नफा समजतो. सीमांत प्राप्तीची बेरीज एकूण प्राप्तीबरोबर व सीमांत खर्चाची बेरीज एकूण खर्चाबरोबर असते. तक्ता क्र. 5.1 मध्ये 28 + 26 + 24 याप्रमाणे 7 व्या नगाच्या 16 ₹ या सीमांत प्राप्तीपर्यंतची आकड्यांची बेरीज करून पाहिल्यास ती एकूण प्राप्तीएवढी म्हणजे 154 ₹ होईल. याच प्रकारे सातव्या रकान्यातील 4 + 6 + 8 ..... + 16 याप्रमाणे सीमांत खर्चाच्या आकड्यांची बेरीज एकूण खर्चाएवढी म्हणजे 70 ₹ येईल. यावरून $\sum$ **सी प्रा** − $\sum$ **सी ख** = एकूण नफा. या पद्धतीनेही एकूण नफा काढता येतो. आकृती क्र. 5.2 मध्ये $\sum$ **सी प्रा** आणि $\sum$ **सी ख** यांच्यामधील अंतर **र स व** या त्रिकोणावरून समजते. Δ **र स व** हाही एकूण नफाच दाखवितो.

आकृती क्र. 5.2 मध्ये ☐ **ख क म ल** अथवा Δ **र स व** म्हणजे एकूण नफा आहे. अर्थात ही दोन्ही क्षेत्रफळे समान आहेत. भूमितीच्या साहाय्याने हे सिद्ध करणे सोपे आहे. **स प्रा** वक्रावरील कोणत्याही बिंदूतून 'य' अक्षावर टाकलेल्या लंबाचे **सी प्रा** वक्र दोन समान भाग करतो. तसेच **स ख** वक्रावरील कोणत्याही बिंदूत 'य' अक्षावर टाकलेल्या लंबाचे **सी ख** वक्र दोन सारखे भाग करतो हे तुम्हाला माहीत आहेच. आकृतीतील Δ **र क न** आणि Δ **न म स** हे एकरूप आहेत. कारण **क न = न म न** बिंदूशी होणारे परस्परविरुद्ध कोन व **क** आणि **म** बिंदूशी होणारे काटकोन असे दोन कोन समान आहेत. याच पद्धतीने Δ **व ख ग** = Δ **ग ल स** हे दाखविता येते. म्हणून ☐ **ख क म ल** मधून Δ **ग ल स** वजा करून त्याऐवजी Δ **व ख ग** घेतला आणि Δ **न म स** ऐवजी Δ **र क न** घेतला की Δ **र स व** तयार होतो म्हणजेच ☐ **ख क म ल** = Δ **र स व** = एकूण नफा.

अशा रीतीने **अ प** या उत्पादनाच्या पातळीला महत्तम नफा होतो. म्हणून व्यवसायसंस्थेचा समतोल त्या उत्पादनाच्या पातळीला होतो.

समतोलाची दुसरी अट : सी प्रा = सी ख ही समतोलाची अट असली तरी स्थिर समतोलासाठी दुसरी एक अट आवश्यक आहे. म्हणजेच **सी प्रा = सी ख** ही आवश्यक अट असली तरी पुरेशी अट नाही. दुसरी अट अशी आहे की **सी प्रा** वक्राला **सी ख** वक्राने खालून छेदले पाहिजे. अन्यथा, **सी प्रा** वक्राला **सी ख** वक्र वरून छेदत असेल तर **सी प्रा** व **सी ख** यांची समानता दाखविणाऱ्या बिंदूपासून पुढे उत्पादन वाढविल्यास **सी प्रा** पेक्षा **सी ख** कमी होऊन उत्पादन वाढविणे व्यवसायसंस्थेला फायद्याचे ठरेल. म्हणून जेथे **सी ख** वक्र **सी प्रा** वक्राला वरून छेदतो तेथे **सी प्रा = सी ख** असूनही समतोल प्रस्थापित होणार नाही. उदाहरणार्थ, आकृती क्र. 5.3 पाहा.

आकृतीत **सी प्रा** वक्र 'क्ष' अक्षाला समांतर असून **सी ख** वक्र इंग्रजी 'U' अक्षराच्या आकाराचा आहे. **र** बिंदूत **सी प्रा = सी ख** ही अट पूर्ण होते, परंतु **र** बिंदूत **सी ख** वक्र **सी प्रा** वक्राला वरून छेदत असल्याने **अ फ** पेक्षा उत्पादन वाढविल्यास नफा होतो व तो वाढत जातो. **सी ख** पुन्हा वाढू लागून **सी ख** वक्र **सी प्रा** वक्राला **स** बिंदूत खालून छेदतो. म्हणून व्यवसायसंस्थेचा समतोल या दुसऱ्या अटीने स्पष्ट होतो. म्हणजेच **स** हा बिंदू व्यवसायसंस्थेचा समतोल दर्शवितो. **अ प** या उत्पादनाच्या पातळीला हा समतोल प्रस्थापित होईल.

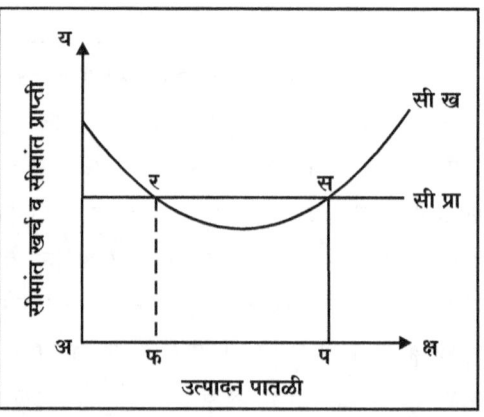

आकृती क्र. 5.3 : सी प्रा व सी ख वक्रांचे दोन छेदनबिंदू

(ई) उद्योगाचा समतोल (Equilibrium of the Industry)

व्यवसायसंस्थेप्रमाणेच उद्योगाचा समतोलही उत्पादन पातळीच्या संदर्भात सांगितला जातो. उद्योगाचे उत्पादन वाढण्याची किंवा घटण्याची प्रवृत्ती नसते तेव्हा तो उद्योग समतोलावस्थेत आहे असे म्हणता येते. उद्योगाचे उत्पादन बदलण्याची शक्यता दोन मार्गांनी उद्भवतात. एक वैयक्तिक व्यवसायसंस्थांनी आपापले उत्पादन बदलल्यास. अथवा दोन, नव्या व्यवसायसंस्थांनी उद्योगात प्रवेश केल्यास अथवा जुन्या व्यवसायसंस्था बाहेर पडल्यास उद्योगाचे उत्पादन बदलेल. म्हणजेच व्यवसायसंस्थांना उत्पादन बदलावेसे वाटणार नाही आणि उद्योगातील व्यवसायसंस्थांची संख्याही स्थिर राहील तेव्हा तो उद्योग समतोलावस्थेत येईल. अशा रीतीने उद्योगाच्या समतोलासाठी दोन अटी स्पष्ट होतात. - (1) उद्योगातील प्रत्येक व्यवसायसंस्था समतोलावस्थेत असली पाहिजे. यासाठी प्रत्येक व्यवसायसंस्थेची सीमांत प्राप्ती सीमांत खर्चाबरोबर असली पाहिजे आणि **सी ख** वक्र **सी प्रा** वक्राला खालून छेदत असला पाहिजे. (2) अस्तित्वात असलेल्या व्यवसायसंस्थांचे उद्योगातून निर्गमन होता कामा नये अथवा नव्या संस्थांनी उद्योगात प्रवेश करता कामा नये. यासाठी उद्योगातील सर्व व्यवसायसंस्थांना फक्त सर्वसाधारण नफा (Normal Profits) मिळाला पाहिजे. त्याहून कमी नफा मिळाल्यास आहेत त्यातील काही संस्था बाहेर पडतील. जास्त नफा मिळाल्यास नव्या व्यवसायसंस्था त्या उद्योगात आकृष्ट होतील. अशा रीतीने सर्व व्यवसायसंस्था समतोलावस्थेत असून सर्वांनाच सर्वसाधारण नफा मिळत असेल (त्याहून कमी अथवा जास्त मिळत असेल) तेव्हा उद्योगाचा समतोल प्रस्थापित होतो. पूर्वी म्हटल्याप्रमाणे सर्वसाधारण नफा हा सरासरी खर्चात समाविष्ट केला जाईल. म्हणजेच सर्वसाधारण नफ्यासह सरासरी खर्च हा किमतीएवढा असेल आणि असाधारण नफा अगर तोटा व्यवसायसंस्थांना होत नसेल तेव्हा उद्योगाचा समतोल प्रस्थापित होईल.

5.2   स्थूल बाजार रचना (Broad Market Structures)

प्रत्येक उद्योग त्या उद्योगातील परिस्थिती इतरांहून वेगळी असल्याने वेगळा बाजार मानावा लागेल. पण वर म्हटल्याप्रमाणे, अभ्यासाच्या सोयीसाठी आपण निवडक बाजार रचना (Market Structures) विचारात घेणार आहोत. प्रत्येक वनस्पती वेगळी असली तरी एकूण वनस्पतीचे तीन प्रकारात वर्गीकरण करून वनस्पतिशास्त्र त्या सर्वांचा अभ्यास करते तशी ही रचना आहे. अर्थशास्त्रही व्यवहारात आढळणाऱ्या शेकडो बाजार रचनांचे स्थूलमानाने वर्गीकरण करते.

(अ)   बाजार रचनांचे वर्गीकरण (Classification of Market Structures)

बाजारातील स्पर्धा हा वर्गीकरणाचा आधार मानून हे वर्गीकरण केले जाते. मुळात पूर्ण बाजार (Perfect Market) आणि अपूर्ण बाजार (Inperfect Market) असे प्रकार मानता येतात. ग्राहक आणि विक्रेते यांना बाजाराचे संपूर्ण ज्ञान असते आणि कोणताही ग्राहक कोणत्याही विक्रेत्याकडून वस्तू खरेदी करू शकतो, अशा वेळी बाजारात एकच एक किंमत प्रस्थापित होते. अशी एकच एक किंमत प्रस्थापित होणे हे पूर्ण बाजाराचे आवश्यक लक्षण आहे. याउलट, एकाच वेळी अनेक किमती आकारल्या जाणे हे अपूर्ण बाजाराचे लक्षण आहे. हे वर्गीकरण स्पर्धादृष्ट्या करावयाचे असल्याने 'पूर्ण स्पर्धा' आणि 'अपूर्ण स्पर्धा' असेही शब्दप्रयोग केले जातात.

सामान्यपणे अर्थशास्त्रात शुद्ध स्पर्धा (Pure Competition), शुद्ध मक्तेदारी (Pure Monopoly), मक्तेदारीयुक्त स्पर्धा (Monopolistic Competition) आणि अल्प विक्रेताधिकार (Oligopoly) असे चार प्रमुख प्रकार मानले जातात. पण शुद्ध स्पर्धेची संकल्पना पूर्ण स्पर्धेच्या संकल्पनेपेक्षा वेगळी आहे. तसेच शुद्ध मक्तेदारीची संकल्पना करण्यातच काही अडचणी असल्याने मर्यादित मक्तेदारी विचारात घ्यावी लागते.

स्पर्धा हा वर्गीकरणाचा आधार मानून जे विविध बाजार-प्रकार (किंवा बाजार रचना) कल्पिले जातात त्यांची रूपरेषा तक्ता क्र. 5.2 मध्ये दर्शविलेली आहे. संकल्पना स्पष्ट होण्याच्या दृष्टीने ही रूपरेषा उपयुक्त ठरेल.

तक्ता क्र. 5.2 मध्ये शक्य तेवढे परिपूर्ण वर्गीकरण दाखविले आहे. या वर्गीकरणापैकी ग्राहकांच्या बाजूने वर्गीकरण करता येते, पण आपल्या अभ्यासक्रमात त्याचा स्वतंत्र अंतर्भाव नाही. अंशलक्षी आर्थिक विश्लेषणात काही ठिकाणी या प्रकारांचा उल्लेख फक्त करावा लागणार आहे. कल्पना स्पष्ट होण्यासाठी हे वर्गीकरण दाखविले आहे. त्यामुळे योग्य ठिकाणी याचा उपयोग होईलच.

तक्ता क्र. 5.2 : बाजार रचनांची रूपरेषा

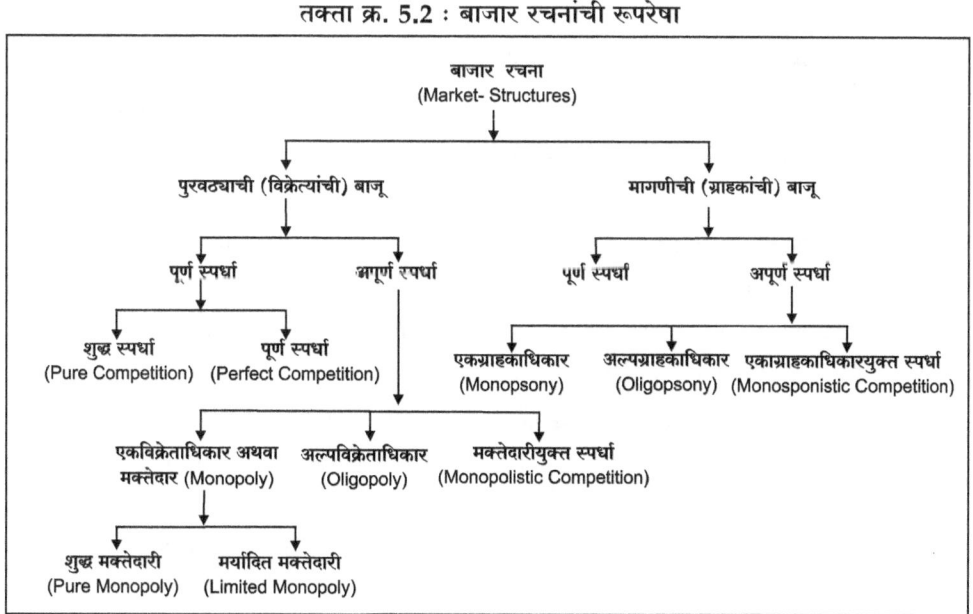

पुरवठ्याच्या अथवा विक्रेत्यांच्या बाजूने केलेले वर्गीकरण प्रस्तुत अभ्यासाच्या दृष्टीने महत्त्वाचे असून बाजार रचनांचे हे सर्व प्रकार आपण येथे अभ्यासणार आहोत.

(आ) बाजार रचनेचे निर्धारक घटक (Determinants of Market Structures)

विविध बाजार रचनांची व्यवहारात आढळणारी उदाहरणे काटेकोरपणे सैद्धान्तिक प्रतिमानांशी जुळणे अवघडच आहे. मात्र स्थूलमानाने शेतीक्षेत्रातील उत्पादन शुद्ध स्पर्धेच्या परिस्थितीशी मिळतेजुळते आढळेल. भारतीय रेल्वे किंवा पोस्ट व तारखाते ही मक्तेदारीची उदाहरणे होत. लोखंड-पोलाद उद्योग अल्पविक्रेताधिकाराचे उदाहरण ठरेल. अशा विविध प्रकारच्या बाजार रचना का निर्माण होतात ? या प्रश्नाची अनेक कारणे सांगता येतील. बाजार रचनेच्या तपशीलवार चर्चेत, आवश्यक तेथे त्या रचनेचा आधार दिलेला आहेच. येथे थोडक्यात सर्वांना सामाईक असलेली काही प्रमुख कारणे आपण पाहू.

(1) सरकारी धोरण व कायदे : स्पर्धा ही कार्यक्षमतेची हमी असते असे आपण पाहिले. म्हणून मक्तेदारीविरुद्ध कायदे केले जातात. पण काही वेळा संशोधनाला मदत व्हावी म्हणून 'पेटंट कायद्या'सारखे कायदे करून मक्तेदारीला मदतही केली जाते. लोकोपयोगी सेवांच्या बाबतीत मक्तेदारी हितावह मानली जाते. भारतात 1956 च्या औद्योगिक धोरणाने, काही उद्योग सार्वजनिक क्षेत्राच्या मक्तेदारीचे उद्योग म्हणून जाहीर केले आहेत. आयुर्विमा किंवा सर्वसामान्य विमा यांचे राष्ट्रीयीकरण करून सरकारचा एकाधिकार निर्माण करण्यात आलेला आहे. थोडक्यात, लोकांचे हित, आर्थिक उद्दिष्टे, आर्थिक प्रगती आणि सरकारची आर्थिक विचारसरणी या सर्व बाबी लक्षात घेऊन जी धोरणे व जे कायदे तयार केले जातात त्यातून बाजार रचना साकार होऊ शकतात.

(2) व्यावसायिक धोरणे व व्यवहार : विविध उत्पादनसंस्था आणि उद्योग यांचाही त्या उद्योगाची रचना म्हणजेच बाजार रचना ठरविण्यास जबाबदार असू शकते. प्रस्थापित उत्पादनसंस्थांनी हातमिळवणी करून नव्या संस्थांना हुसकून लावणे, व्यावसायिक संयोग निर्माण करून स्पर्धा टाळणे, कच्च्या मालावर नियंत्रण मिळवून प्रतिस्पर्धी निर्माण होऊ न देणे, खूप मोठ्या प्रमाणावर शेअर्स खरेदी करून इतर कंपन्या ताब्यात घेणे इत्यादी अनेक व्यवहार आपण नित्य पाहतो. सर्वांचा उद्देश स्पर्धा कमी करणे आणि अल्पविक्रेताधिकार अथवा एकाधिकार स्थापन करणे हाच असतो.

(3) तांत्रिक प्रगती : आज अनेक महाकाय व्यवसायसंस्था अस्तित्वात आल्या आहेत याचे एक कारण तांत्रिक प्रगती हेही आहे. नव्या तंत्रामुळे अविभाज्यता निर्माण होतात. त्यातून मोठ्या व्यवसायसंस्थांना उत्तेजन मिळते. मोठ्या प्रमाणावरील उत्पादनाचे फायदेही अशा वाढीला जबाबदार ठरतात. त्यामुळे स्पर्धेचा ऱ्हास होऊन अल्पविक्रेताधिकार आणि मक्तेदारी यांचा उदय होतो.

(4) मक्तेदारी पोषक वातावरण : पूर्वी उल्लेख केल्याप्रमाणे सर्वांना उद्योजनाचे स्वातंत्र्य मिळते म्हणूनच काही धाडसी उद्योजक एकदम मोठ्या प्रमाणावर उत्पादन करून संपूर्ण बाजार काबीज करून टाकतात. खासगी मालमत्ता, वारसा हक्क यांचा फायदा मिळून अल्पविक्रेताधिकार निर्माण होऊ शकतो. संघटना किंवा असोसिएशन्स स्थापन करण्याचे स्वातंत्र्य असल्याने या स्वातंत्र्याचा भलाबुरा फायदा घेतला जातो आणि त्यातूनही विशिष्ट बाजार रचना निर्माण होऊ शकते. आर्थिक विकासाला उत्तेजन मिळावे म्हणून सरकार करात सवलत देते अथवा सरकारी क्षेत्रातील वित्तसंस्था आर्थिक मदत करतात. अशा मदतीचा आधार घेऊनही अल्पविक्रेताधिकार उद्भवल्याची उदाहरणे सापडतील. अशी अनेक कारणे विवक्षित बाजार रचनेला पोषक म्हणून सांगता येतील.

सैद्धान्तिक आणि व्यावहारिक अशा दोन्ही दृष्टींनी महत्त्वाची असलेली बाजार रचनांची प्रमुख प्रतिमाने आता काहीशी तपशिलाने विचारात घेऊ.

5.3 शुद्ध स्पर्धा आणि पूर्ण स्पर्धा (Pure Competition and Perfect Competition)

पुढील अटी पूर्ण होत असतील तर बाजारात शुद्ध स्पर्धा आहे असे म्हणता येईल.

(अ) शुद्ध स्पर्धा (Pure Competition)

(1) ग्राहक व विक्रेत्यांची मोठी संख्या (Large Number of Buyers and Sellers) : बाजारातील ग्राहक व उत्पादक या दोहोंची संख्या फार मोठी असणे ही पहिली अट आहे. एकूण पुरवठ्यात एका व्यवसायसंस्थेचा पुरवठा इतका कमी असतो की, त्यात बदल झाला तरी बाजाराचा एकूण पुरवठा बदलत नाही. ग्राहकाच्या बाजूनेही एका वैयक्तिक ग्राहकाची मागणी बाजारातील एकूण मागणीच्या मानाने इतकी कमी असते की एखाद्या वैयक्तिक ग्राहकाने आपली मागणी कितीही कमी अथवा जास्त केली तरी बाजारातील मागणीवर त्याचा परिणाम होत नाही. अशा रीतीने बाजारातील एकूण ग्राहक व विक्रेत्यांची संख्या एवढी मोठी असते की, एकटा वैयक्तिक ग्राहक अथवा विक्रेता (अथवा व्यवसायसंस्था) त्या संख्येत नगण्य अथवा भरल्या सागरात बिंदुमात्र ठरतो. अर्थात बाजारात जी किंमत ठरेल ती वैयक्तिक व्यवसायसंस्थेला गृहीत धरून आपला पुरवठा त्या किमतीशी जुळवून घ्यावा लागतो.

(2) उत्पादनाचा एकसारखेपणा (Homogeneity of the Product) : शुद्ध स्पर्धात्मक बाजारात उत्पादन करणाऱ्या सर्व व्यवसायसंस्थांच्या वस्तू सर्व बाबतीत एकजिनसी म्हणजे एकसारख्या (Homogeneous) असतात. या अटीमुळे कोणाही वैयक्तिक उत्पादकाला बाजारातील किमतीपेक्षा जास्त किंमत आकारता येणार नाही याची शाश्वती मिळते. एखाद्या उत्पादकाने थोडी जरी किंमत वाढविली तरी सर्व उत्पादकांच्या वस्तू एकसारख्या असल्याने ग्राहक दुसऱ्या उत्पादकाकडे वळतील. 'अ' प्रकारचा कापूस सर्वच शेतकरी पिकवीत असतील तर तो कुणी पिकविला आहे याला ग्राहकाच्या दृष्टीने महत्त्व नसते. तसेच आपलीच वस्तू इतरांपेक्षा चांगली आहे अशी जाहिरातही उत्पादक करीत नाहीत. याप्रमाणे सर्व वस्तू जर एकसारख्या असतील तर संपूर्ण बाजारात एकच एक किंमत राहील. वस्तूचा एकसारखेपणा मात्र ग्राहकाने ठरवायचा आहे. वस्तू सारख्या असूनही ग्राहकांना एखाद्या उत्पादकाची वस्तू अधिक चांगली आहे असे वाटत असेल तर ती स्पर्धा शुद्ध राहत नाही. म्हणून ग्राहकांच्या दृष्टीने शुद्ध स्पर्धेतील सर्व उत्पादकांना वस्तू सर्वस्वी सारख्या असतात असे म्हणणे आवश्यक आहे. तांत्रिक भाषेत सर्व उत्पादकांच्या वस्तू म्हणजे परस्परांचे पूर्ण पर्याय असतात अथवा त्यांची अन्योन्य लवचीकता अनंत असते.

या दोन अटींमुळे शुद्ध स्पर्धेतील उद्योगसंस्थेचा प्राप्ती-वक्र 'क्ष' अक्षाला समांतर ठरतो. (तिसऱ्या प्रकरणातील उद्योगसंस्थेचा सरासरी प्राप्ती-वक्र पाहा.) असंख्य उत्पादकांमुळे एका उत्पादकाला बाजारातील किमतीवर परिणाम करता येत नाही आणि सर्व वस्तू सारख्या असल्याने ग्राहकाच्या दृष्टीने सर्व उत्पादक सारखेच ठरतात आणि किमतीत फरक उद्भवू शकत नाही.

(3) अनिर्बंध प्रवेश (Freedom of Entry) : अनिर्बंध अथवा मुक्त प्रवेश (Free Entry) ही शुद्ध स्पर्धेची तिसरी प्राथमिक अट आहे. स्पर्धा शुद्ध राहण्यासाठी ज्या कोणा उत्पादकाची विशिष्ट व्यवसायात येण्याची इच्छा असेल त्याला तसे करण्याचे पूर्ण स्वातंत्र्य असणे आवश्यक आहे. या अटीमुळे उद्योगातील व्यवसायसंस्थांची संख्या नेहमीच खूप मोठी राहील याची शाश्वती मिळते. सरकारच्या नियमांमुळे अथवा व्यवसायसंस्थांच्या संयोगामुळे प्रवेशावर निर्बंध आले तर बाजारात मक्तेदारीचा अंश शिरतो व बाजाराची 'शुद्धता' नाहीशी होते. यासाठी अनिर्बंध प्रवेश व अनिर्बंध निर्गमन (Freedom of Entry and Freedom of Exit) ही अट महत्त्वाची आहे.

असंख्य ग्राहक व विक्रेते, वस्तूचा एकसारखेपणा आणि अनिर्बंध प्रवेश या तीन अटींनी शुद्ध स्पर्धा म्हणजे मक्तेदारीचा संपूर्ण अभाव असलेली बाजार रचना सिद्ध होते. अशा स्पर्धेत वर म्हटल्याप्रमाणे, प्रत्येक व्यवसायसंस्थेचा सरासरी प्राप्ती-वक्र 'क्ष' अक्षाला समांतर असलेल्या सरळ रेषेच्या स्वरूपाचा असतो.

(आ) पूर्ण स्पर्धा (Perfect Competition)

किंमत विश्लेषणात पूर्ण स्पर्धा ही संकल्पना महत्त्वाची आहे. पूर्ण स्पर्धा ही संकल्पना शुद्ध स्पर्धेपेक्षा कमी व्यापक आहे. स्पर्धा पूर्ण होण्यासाठी शुद्ध स्पर्धेच्या वर उल्लेखिलेल्या तीन अटी तर पूर्ण व्हाव्या लागतातच. शिवाय पुढील तीन अटीही पूर्ण व्हाव्या लागतात.

(1) संपूर्ण ज्ञान (Perfect Knowledge) : ग्राहक आणि विक्रेते यांना बाजाराचे संपूर्ण ज्ञान असणे ही पूर्ण स्पर्धेची एक आवश्यक अट आहे. ग्राहक कोणती किंमत द्यायला तयार आहेत आणि विक्रेते कोणती किंमत स्वीकारायला तयार आहेत याचे प्रत्येक ग्राहकाला व विक्रेत्याला ज्ञान असते असे पूर्ण स्पर्धेत मानले जाते. असे ज्ञान असल्यास बाजारात एकच एक किंमत प्रस्थापित होईल याची खात्री मिळते. बाजाराचे संपूर्ण ज्ञान असल्याने बाजारातील किमतीपेक्षा कमी किंमत कोणताही विक्रेता स्वीकारणार नाही आणि जास्त किंमत कोणताही ग्राहक देणार नाही.

(2) वाहतूक खर्चाचा अभाव (Absence of Transport Costs) : भौगोलिकदृष्ट्या सर्व उत्पादक परस्परांच्या निकट असणे आवश्यक आहे, अथवा वाहतूक खर्च न पडणे आवश्यक आहे. वाहतूक खर्च पडल्यास एकच किंमत राहणार नाही. कारण ज्यांना वाहतूक खर्च करावा लागतो ते तो खर्च किमतीत समाविष्ट करतील. असे झाल्यास बाजाराचा वेगवेगळ्या भागात वेगवेगळ्या किमती प्रस्थापित होतील आणि स्पर्धा पूर्ण राहणार नाही.

(3) उत्पादक घटकांची पूर्ण गतिशीलता (Perfect Mobility of Factors) : मागणीप्रमाणे पुरवठा जुळवून घेणे व्यवसायसंस्थेला शक्य व्हावे यासाठी उत्पादन घटकात पूर्ण गतिशीलता (Perfect Mobility) असणे आवश्यक आहे. घटकांची पूर्ण गतिशीलता हे पूर्ण स्पर्धेचे एक महत्त्वाचे गृहीत असते. मागणी वाढल्यास पुरवठा वाढविणे व्यवसायसंस्थेला तसेच उद्योगालाही शक्य होण्यासाठी हे गृहीत आवश्यक आहे. या गृहीतामुळे उद्योगाचा व व्यवसायसंस्थेचा समतोल स्पष्ट करता येतो.

अशा रीतीने सर्व सहा अटी पूर्ण होत असतील तर पूर्ण स्पर्धा होते. शुद्ध आणि पूर्ण स्पर्धा यांतील भेद स्पष्ट करताना प्रा. चेंबरलीन म्हणतात, ''शुद्धतेसाठी मक्तेदारीचा अभाव आवश्यक असतो आणि तो एकाच सारख्या वस्तूचे असंख्य ग्राहक आणि विक्रेते असल्याने सिद्ध होतो. पूर्णत्वासाठी घटकांची गतिशीलता, पूर्ण ज्ञान इत्यादी इतरही गोष्टी लागतात. पूर्णता ही शुद्धतेपेक्षा वेगळी असते. मक्तेदारीच्या अंशापासून मुक्तता शुद्धतेला अभिप्रेत असते.''

5.4 पूर्ण स्पर्धेच्या परिस्थितीत किंमत आणि उत्पादननिश्चिती (Price and output Determination Under Perfect Competition)

पूर्ण स्पर्धेच्या परिस्थितीत किंमत आणि उत्पादन यांची निश्चिती (Price and Output Determination) कशी होते याचा विस्ताराने विचार आपल्याला करावयाचा आहे. पूर्वी पाहिल्याप्रमाणे स्पर्धायुक्त बाजारात हजारो व्यवसायसंस्था असल्याने किंमत ठरविणे हे कोणत्याही एका व्यवसायसंस्थेच्या हातात नसते. बाजारातील सर्व व्यवसायसंस्था मिळून जो पुरवठा करतात तो पुरवठा आणि सर्व ग्राहकांची मिळून होणारी मागणी या दोहोंच्या संतुलनाने बाजारातील किंमत ठरते. ही किंमत जेव्हा ठरते तेव्हाच उद्योगाचा एकूण पुरवठाही निश्चित होतो. कारण त्यापेक्षा कमी अथवा जास्त पुरवठा झाल्यास समतोल बिघडतो आणि पुन्हा समतोल किंमत प्रस्थापित होते. थोडक्यात, समतोल किमतीला अनुलक्षून जो बाजारातील पुरवठा येतो तोच उद्योगाचा पुरवठा निश्चित होतो.

एका व्यवसायसंस्थेच्या दृष्टीने मात्र किंमत ठरविण्याचा प्रश्नच उद्‌भवत नाही. ती संस्था आपले उत्पादन बाजारातील किंमत पाहून निश्चित करीत असते. हा पुरवठा किती हे व्यवसायसंस्थेच्या समतोलाच्या अटीवरून ठरते.

अशा रीतीने किंमत आणि उत्पादन यांची निश्चिती उद्योग आणि व्यवसायसंस्था या दोन पातळ्यांवर होत असते आणि समतोलाच्या अटींवरून हे समजते. म्हणून उद्योग आणि व्यवसायसंस्था यांच्या समतोलावरून किंमत व उत्पादन यांची निश्चिती पूर्ण स्पर्धेच्या परिस्थितीत कशी होते हे आपण तपशिलाने पाहणार आहोत.

(अ) मागणी-पुरवठ्याचा समतोल (Equilibrium of Demand and Supply)

बाजारातील किंमत ही मागणी-पुरवठ्याच्या समतोलाने ठरत असल्याने स्पर्धायुक्त परिस्थितीत किंमत कशी ठरते या चर्चेच्या सुरुवातीलाच मागणी-पुरवठ्याचा समतोल कसा होतो हे पाहणे महत्त्वाचे आहे. मागणी व पुरवठा वक्रांच्या आंतरछेदनाने (Inter-section) हा समतोल समजतो. उदाहरणार्थ, खालील आकृती क्र. 5.4 मध्ये **स** बिंदूत मागणी-पुरवठ्याचे संतुलन होते. हा बिंदू **अ क** किंमत दाखवितो. या किमतीला **अ ख** ही मागणी व **अ ख** हाच पुरवठा म्हणजे मागणी आणि पुरवठा दोन्ही समान आहेत. **अ क** या किमतीला मागणी-पुरवठा संतुलित होतो. म्हणून या किमतीला समतोल किंमत (Equilibrium Price) असे म्हणतात.

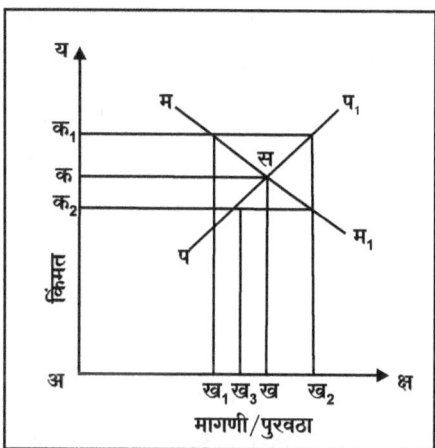

आकृती क्र. 5.4 : मागणी-पुरवठा यांचा समतोल

हा समतोल बिघडला तरी पुन्हा प्रस्थापित होतो हे याच आकृतीवरून लक्षात येईल. समजा, काही कारणांमुळे किंमत वाढून **अ $क_1$** या किमतीला मागणी **अ $ख_1$** व पुरवठा **अ $ख_2$** होईल व किंमत कमी केल्याशिवाय **$ख_1$ $ख_2$** एवढा जादा माल विकला जाणार नाही. किंमत कमी करणे उत्पादकांना भाग पडेल. याउलट, किंमत कमी म्हणजे **अ $क_2$** झाली तर **अ $ख_3$** पुरवठा व **अ $ख_2$** मागणी म्हणजे पुरवठ्यापेक्षा मागणी वाढेल व आपली मागणी पूर्ण करून घेण्यासाठी ग्राहक किंमत वाढवून देतील. किंमत वाढली की मागणी कमी व पुरवठा जास्त होऊन **अ क** या किमतीला मागणी-पुरवठ्यातील अंतर नाहीसे होईल. अशा तऱ्हेने उत्पादक व उपभोक्ते यांच्यामधील स्पर्धेमुळे **अ क** ही मूळ समतोल किंमत पुन्हा प्रस्थापित होईल. म्हणूनच मागणी-पुरवठ्याचा मूळ समतोल हा स्थिर समतोल (Stable Equilibrium) आहे.

(आ) समतोल आणि मागणी-पुरवठ्यातील बदल

(Changes in Demand & Supply and Equilibrium)

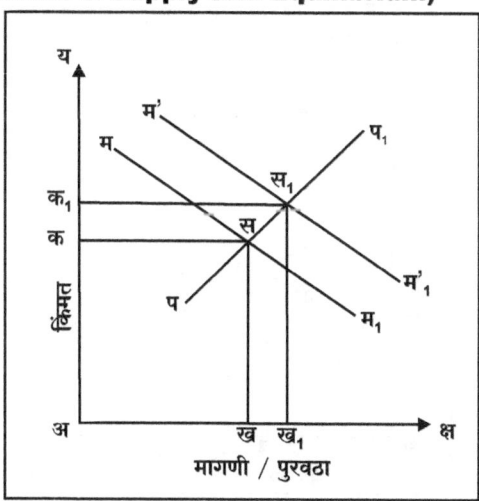

आकृती क्र. 5.5 : मागणीतील बदल आणि समतोल

मागणी-पुरवठ्याचा दर दर्शविल्याप्रमाणे, समतोल प्रस्थापित झाला असताना मागणी किंवा पुरवठा किंवा दोन्ही बदलल्यास नव्या किमतीला पुन्हा समतोल प्रस्थापित होईल.

मागणीतील बदल : आकृती क्र. 5.5 मध्ये मागणीतील बदलाचा किमतीवरील परिणाम दाखविला आहे. **अ क** (किंवा **ख स**) ही मूळ समतोल किंमत आहे आणि **अ ख** हे समतोल अवस्थेमधील मागणी व पुरवठ्याचे परिमाण आहे.

मागणीमध्ये वाढ झाली आहे असे समजू. **म $म_1$** ही मागणी **म′ $म′_1$** येथे स्थानांतरित होते. पुरवठ्याची परिस्थिती मात्र कायम आहे. आता **अ $क_1$** ही नवी समतोल किंमत होईल आणि **अ $ख_1$** ही मागणी व हाच पुरवठा होईल.

नवीन किंमत, नवीन मागणी व नवीन पुरवठा ही पूर्वीच्या किंमत व मागणी-पुरवठ्याहून जास्त आहेत.

मागणीतील हा बदल मागणीतील वाढ अथवा वृद्धी (Increase) या नावाने ओळखला जातो आणि जेव्हा मागणीत वाढ होते तेव्हा पूर्वीपेक्षा जास्त वस्तू दिलेल्या किमतीला अथवा दिलेले परिमाण पूर्वीपेक्षा जास्त किमतीला घेण्यास उपभोक्ते तयार आहेत असा अर्थ होतो.

पुरवठ्यातील बदल : आकृती क्र. 5.6 मध्ये पुरवठ्यातील बदलाचा किमतीवर होणारा परिणाम दाखविला जात आहे. **अ क** ही मूळ समतोल किंमत आणि **अ ख** हे मूळ समतोल मागणी-पुरवठा परिमाण आहे. पुरवठ्यात वाढ होते असे समजा.

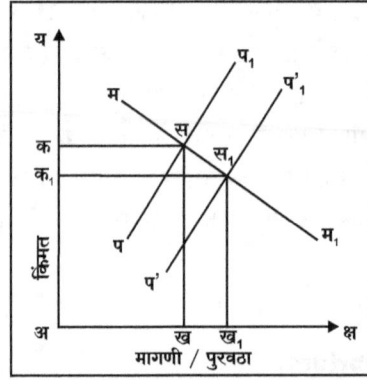

आकृती क्र. 5.6 : पुरवठ्यातील बदल आणि समतोल

ही वाढ **प $प_1$** या पुरवठा वक्राच्या **प′ $प′_1$** येथे होणाऱ्या स्थानांतराने दर्शविली आहे. मागणीची परिस्थिती मात्र कायम आहे. नवीन समतोल किंमत **$स_1$ $ख_1$** (अथवा **अ $क_1$**) होईल व नवीन समतोल मागणी-पुरवठा **अ $ख_1$** होईल. नवीन किंमत पूर्वीच्या किमतीपेक्षा कमी आहे आणि नवीन मागणी-पुरवठा परिमाण पूर्वीपेक्षा जास्त आहे. या बदलाला पुरवठ्यातील वाढ (Increase in Supply) असे म्हणतात. पुरवठा वाढतो तेव्हा दिलेल्या किमतीला जास्त पुरवठा अथवा दिलेला पुरवठा कमी किमतीला करण्यास उत्पादक तयार असतात.

(इ) लवचीकतेचा प्रभाव (Influence of Elasticity)

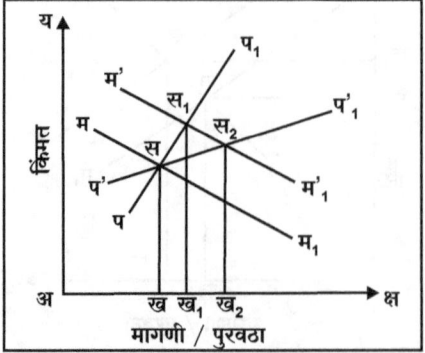

आकृती क्र. 5.7 : लवचीकतेचा समतोल किमतीवरील परिणाम

मागणी अथवा पुरवठा बदलल्यास किंमत आणि मागणी पुरवठा परिमाण यांच्यामध्ये कोणता बदल होतो यासंबंधी वर केलेली विधाने स्थूलमानाने बरोबर असली तरी हे परिणाम सर्वत्र सारखेच असत नाहीत. पुरवठ्याची लवचीकता बदलली तर मागणीतील बदलाचा परिणाम कसा वेगवेगळा होतो हे आकृती क्र. 5.7 वरून लक्षात येईल. म म$_1$ रेषा मागणीतील वाढ दाखविते. प प$_1$ या पुरवठा वक्राच्या मानाने प' प'$_1$ हा जास्त लवचीक पुरवठा दाखविणारा वक्र आहे. प प$_1$ हा पुरवठा वक्र असतो तेव्हा पुरवठा अ ख$_1$ पर्यंत व किंमत ख$_1$ स$_1$ पर्यंत वाढते. तोच पुरवठा लवचीक असतो तेव्हा (प' प'$_1$) पुरवठ्यात जास्त वाढ (अ ख$_2$ पर्यंत) होते आणि किंमतवाढ त्यामानाने कमी (ख$_2$ स$_2$) होते.

याच प्रकारे पुरवठा वाढतो तेव्हा पुरवठा वक्र स्थानांतरित होतो, अशा वेळी मागणी अलवचीक असेल तर उत्पादनात फारशी वाढ न होता किंमत मात्र पुष्कळ घटते. याउलट, मागणी लवचीक असते तेव्हा उत्पादनात जास्त वाढ होते व किंमत कमी घटते. हेही कमी लवचीक आणि लवचीक मागणी दाखविणारे स्वतंत्र मागणी वक्र काढून दाखविता येते.

केवळ मागणी किंवा केवळ पुरवठा बदलतो तेव्हा समतोल कसा बदलतो, हे वरील विवेचनातून स्पष्ट होते. आता मागणी आणि पुरवठा दोन्ही बदलतात, तेव्हा समतोल कसा बदलतो ते पाहून आकृती क्र. 5.8 मध्ये हे परिणाम दाखविले आहे.

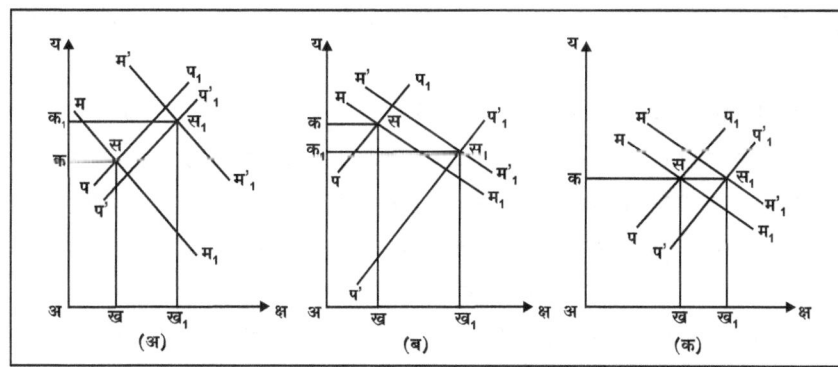

आकृती क्र. 5.8 : मागणी व पुरवठा या दोहोंत बदल आणि समतोल

आकृती क्र. 5.8 (अ) मध्ये मागणी व पुरवठा दोन्ही वाढतात. पण मागणीत होणारी वाढ जास्त आहे अशी परिस्थिती विचारात घेतली आहे. अशा वेळी किंमत वाढेल आणि उत्पादनही वाढेल. आकृती क्र. 5.8 (ब) मध्ये दाखविल्याप्रमाणे मागणीतील वाढीपेक्षा पुरवठ्यातील वाढ जास्त असते तेव्हा उत्पादन वाढते पण किंमत मात्र घटते मात्र मागणी व पुरवठा या दोहोंत सारखीच वाढ होते तेव्हा उत्पादन वाढते पण किंमत कायम राहते (आकृती क्र. 5.8(क)) मागणी आणि पुरवठा एकमेकांच्या विरुद्ध दिशेने बदलणेही शक्य आहे. मागणी घटली आणि पुरवठा वाढला तर किंमत घटेल. याउलट, मागणी वाढली आणि पुरवठा घटला तर किंमतीत वाढ होईल. हेही परिणाम आकृत्यांच्या साहाय्याने दाखविता येतात.

(ई) किंमत सिद्धान्त आणि कालविचार (Time Element in Price Theory)

मागणी किंवा पुरवठा किंवा दोन्ही बदलल्यास, जुना समतोल विस्कळीत झाल्यास नवीन समतोल कसा प्रस्थापित होतो याचा विचार येथवर आपण केला, पण या विवेचनात कालावधीचा प्रभाव विचारात घेतलेला नव्हता. प्रत्यक्षात किंमत निर्णयावर कालावधीचा फार मोठा प्रभाव पडत असतो. डॉ. मार्शल यांनी कालाचा किंमत निर्णयावरील परिणाम प्रथम मान्य केला आणि या परिणामाचे विवेचन केले. मागणी वाढली तर पुरवठा वाढेल. पण पुरवठा वाढण्यास काही काळ लागेल. व्यवसायसंस्थेच्या खर्चाची परिस्थितीही कालपरत्वे बदलते, हे यापूर्वी आपण पाहिलेच आहे. डॉ. मार्शल यांनी पुढीलप्रमाणे चार कालावधी मानले आहेत.

(1) बाजार अथवा अत्यल्प काळ (Market Period) : या काळात व्यवसायसंस्थेला मागणीप्रमाणे आपला पुरवठा जुळवून घेण्यासाठी उपलब्ध असलेला कालावधी फार अल्प-एक अथवा अगदी थोडे दिवस असतो. अशा काळात जर मागणी वाढली तर पुरवठा वाढविणे व्यवसायसंस्थेला शक्य नसते. तसेच मागणी घटल्यास पुरवठा कमी करता येत नाही. म्हणून या कालखंडातील पुरवठा स्थिर मानावा लागतो. मागणी मात्र बदलू शकते. म्हणून बदलती मागणी आणि स्थिर पुरवठा यांच्या संतुलनाने किंमत ठरते.

(2) अल्पकाळ (Short Period) : अत्यल्प काळाच्या मानाने अल्पकाळात व्यवसायसंस्थेला मागणीप्रमाणे पुरवठा जुळवून घेण्यास अधिक काळ उपलब्ध असतो. अल्पकाळ हा एक वर्षाच्या आत-बाहेर अथवा केवळ काही महिन्यांचा असतो. या काळातही मागणीप्रमाणे पूर्णपणे पुरवठा बदलणे शक्य नसते, तर फक्त अंशतः पुरवठा बदलता येतो. उदा., मागणी वाढली तर शिफ्ट वाढवून ओव्हरटाइमची तरतूद करून उत्पादन वाढविण्याचा प्रयत्न व्यवसायसंस्था करील, पण संपूर्ण यंत्रसामग्री टाकून (अथवा विकून) नवीन, जास्त क्षमतेची यंत्रसामग्री खरेदी करणे व्यवसायसंस्थेला शक्य नसते. तांत्रिक भाषेत, अल्पकाळात अल्पकालीन सीमांत खर्चाच्या अनुरोधाने व्यवसायसंस्था उत्पादन वाढवील, पण 'प्लँट' चा आकार उत्पादनाचे प्रमाण आणि संघटन तेच राहील. उद्योगात नवीन व्यवसायसंस्था प्रवेश करतील अशी शक्यताही अल्पकाळात नसते. या कालखंडात मागणी-पुरवठ्याचा अल्पकालीन समतोल प्रस्थापित होतो.

(3) दीर्घकाळ (Long Period) : या कालखंडात 'काही वर्षे' इतका दीर्घकाळ पुरवठ्यात फेरफार करण्यासाठी व्यवसायसंस्थेला उपलब्ध असतो. या काळात पुरवठ्याची मागणीप्रमाणे पूर्ण जुळणी करता येते. प्लँटचा आकार बदलणे, नवीन यंत्रसामग्री घेणे या काळात शक्य असते. संघटनही बदलता येते. तांत्रिक भाषेत दीर्घकालीन खर्च-वक्रावर जाणे व्यवसायसंस्थेला शक्य असते. नवीन व्यवसायसंस्थांना उद्योगात प्रवेश करता येतो. या कालखंडातील मागणी-पुरवठ्याचा समतोल दीर्घकालीन समतोल या नावाने ओळखला जातो.

(4) अति दीर्घकाळ (Secular Period) : 'Secula' म्हणजे 'युगा'एवढा दीर्घ. या लॅटिन शब्दावरून 'Secular' हा इंग्रजी शब्द आलेला आहे. हा कालखंड दहा वर्षांपेक्षाही मोठा असू शकतो. भांडवल पुरवठ्यातील बदल, कच्च्या मालाच्या उपलब्धतेतील बदल, लोकसंख्या व लोकसंख्येची रचना यांतील बदल, अर्थव्यवस्थेच्या स्वरूपातील बदल इत्यादी मूलभूत बदल होण्यास पुरेसा असा हा कालावधी असल्याने पुरवठ्याच्या परिस्थितीवर उल्लेखिल्यासारखे मूलभूत बदल या कालखंडात होऊ शकतात. या काळात उत्पादनाच्या पद्धतीतही मूलभूत बदल होणे शक्य असते. मागणी-पुरवठ्याची या काळातील जुळणी सर्वांशाने परिपूर्ण असते. या काळातील मागणी-पुरवठ्याचा समतोल अति दीर्घकालीन समतोल म्हणून ओळखला जातो. अति दीर्घकाळ हा एवढा मोठा असतो की, व्यावहारिकदृष्ट्या (किंवा सैद्धान्तिकही) या काळाचा विचार करण्याने फारसे काही साधत नाही.

वरीलपैकी प्रत्येक कालखंडात बाजारातील किंमत मागणी-पुरवठ्याच्या संतुलनात ठरते हे खरे असले तरी कालखंड बदलेल तसा मागणी-पुरवठ्याचा प्रभाव कमी-अधिक होतो. म्हणूनच यापैकी प्रत्येक कालखंडातील समतोल कसा प्रस्थापित होतो हे पाहिले पाहिजे.

(ड) अत्यल्पकालीन समतोल (Market Period Equilibrium)

हा काळ अत्यल्प असल्याने मागणीप्रमाणे पुरवठा बदलता येत नाही, तर पुरवठा स्थिर असतो. अत्यल्प काळातील किमतीवर म्हणूनच मागणीचा प्रभाव असतो. किंमत ठरविण्याच्या बाबतीत पुरवठा या काळात निष्क्रिय (Passive) असतो.

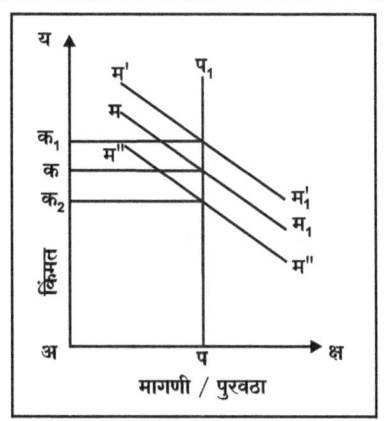

आकृती क्र. 5.9 : अत्यल्पकालीन समतोल

आकृती क्र. 5.9 मध्ये अत्यल्पकालीन समतोल दाखविला आहे. **म $म_1$** हा मागणी वक्र व **प $प_1$** हा पुरवठा वक्र आहे. **प $प_1$** हा पुरवठा वक्र **'य'** अक्षाला समांतर आहे. **अ प** एवढा पुरवठा होतो. समजा, दुधाची किंमत आपण पाहतो आहोत. एका दिवसात दुधाचा पुरवठा वाढविता अथवा कमी करता येत नाही अशा स्थितीत **म $म_1$** ही दुधाची मागणी असते तेव्हा **अ क** ही समतोल किंमत ठरते. मागणी वाढली आणि **म′ $म′_1$** झाली तर किंमत **अ $क_1$** होईल. मागणी घटून **म″ $म″_1$** झाली तर किंमत **अ $क_2$** होईल. अशा रीतीने अत्यल्पकालीन समतोल ठरतो आणि अत्यल्प काळातील किंमत मागणी-पुरवठ्याच्या संतुलनाने ठरत असली तरी पुरवठा स्थिर असल्याने मागणी बदलेल तशी किंमत बदलते.

(ऊ) अल्पकालीन समतोल (Short-run Equilibrium)

अल्पकाळ हा काही महिन्यांचा असल्याने पूर्णपणे नाही तरी अंशतः पुरवठा मागणीप्रमाणे बदलणे शक्य असते. अल्पकाळात मागणी वाढली की किंमत एकदम वाढेल (अथवा मागणी घटली की किंमत एकदम घटेल.) पण ही किंमत फार काळ टिकणार नाही. लवकरच मागणीप्रमाणे पुरवठ्यात योग्य तो फेरफार केला जाईल आणि अल्पकालीन सर्वसाधारण किंमत (Short Period Normal Price) स्थिर होईल. मात्र ही किंमत मूळ किमतीपेक्षा जास्त असेल, ही किंमत जास्त असण्याचे कारण त्याच यंत्रसामग्रीचा जास्त वापर करून उत्पादन वाढविले जाते व प्लँटचा आकार बदलता येत नाही हे आहे. प्रत्येक व्यवसायसंस्थेला अल्पकालीन खर्च-वक्र 'U' आकाराचा ज्या कारणांमुळे असतो त्याच कारणांमुळे अशा अनेक व्यवसायसंस्था मिळून बनलेल्या उद्योगाचा पुरवठा वक्र चढा असतो व म्हणून अल्पकालीन किंमत जास्त असते.

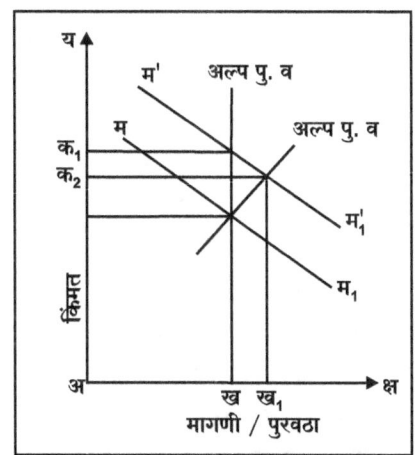

आकृती क्र. 5.10 : अल्पकालीन समतोल

आकृती क्र. 5.10 मध्ये अल्पकालीन समतोल दाखविला आहे. मागणी **म $म_1$** पासून **म′ $म′_1$** पर्यंत वाढताच किंमत **अ $क_1$** पर्यंत वाढते. कारण अत्यल्पकालीन पुरवठा वक्राने **अ ख** एवढा पुरवठा निश्चित झालेला असतो. पण आहे त्याच क्षमतेचा अधिक वापर करून प्रत्येक व्यवसायसंस्था आपला पुरवठा वाढविण्याचा प्रयत्न करते. म्हणून उद्योगाचा पुरवठा काहीसा वाढतो व अल्पकालीन पुरवठा वक्रावरून ही वाढ कशी होईल हे समजते. नवीन मागणी वक्र आणि अल्पकालीन पुरवठा वक्र यांचा समतोल **अ $ख_1$** या पुरवठ्याला होतो आणि **अ $क_2$** ही किंमत अल्पकालीन सर्वसाधारण किंमत ठरते. ही किंमत **अ $क_1$** या अत्यल्पकालीन अथवा तात्कालिक किमतीपेक्षा कमी आहे हे लक्षात ठेवावे. पुरवठा **अ ख** पासून **अ $ख_1$** पर्यंत वाढल्यामुळे **अ $क_1$** ही किंमत **अ $क_2$** पर्यंत खाली येते. तथापि मूळ किमतीपेक्षा ती जास्तच आहे.

(ए) दीर्घकालीन समतोल (Long-run Equilibrium)

दीर्घकाळ हा अनेक वर्षांचा असू शकतो, त्यामुळे मागणीतील बदलाप्रमाणे पुरवठा पूर्णपणे बदलणे शक्य असते. असलेल्या यंत्रसामग्रीचा तर पुरेपूर उपयोग केला जातोच, पण नवीन यंत्रसामग्री खरेदी करता येते. नवीन

व्यवसायसंस्था बाजारात उतरतात. या सर्व गोष्टींचा परिणाम अल्पकालीन पुरवठ्याच्या मानाने दीर्घकालीन पुरवठा जास्त लवचीक असतो.

दीर्घकालीन किमतीबद्दल काय सांगता येईल ? प्रथम मागणी वाढते तेव्हा तात्कालिक किंमत अथवा बाजारातील किंमत (Market Price) वाढेल, पण दीर्घकाळात किंमत कमी होईल. दीर्घकालीन किमतीपेक्षा कमी, जास्त अथवा तेवढीच असणे शक्य आहे. नेमके काय होईल हे संबंधित उद्योग घटत्या, वाढत्या वा कायम यापैकी कोणत्या खर्चाच्या परिस्थितीत आहे यावर अवलंबून राहील. मात्र उद्योगाचा खर्च घटता, वाढता अथवा कायम यापैकी कसाही असला तरी अल्पकालीन सर्वसाधारण किंमत ही मूळ किमतीपेक्षा नेहमीच जास्त असते.

तीन वेगवेगळ्या खर्चाच्या परिस्थितीत स्पर्धात्मक उद्योगाचा समतोल कसा होतो हे पुढील आकृत्यांवरून स्पष्ट होईल.

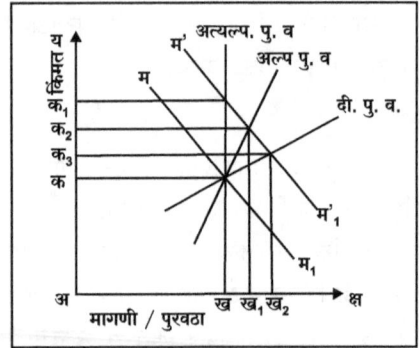

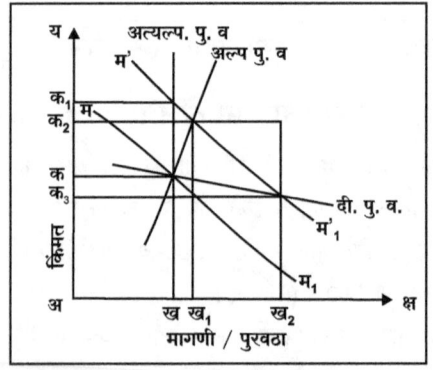

आकृती क्र. 5.11 : दीर्घकालीन समतोल

आकृती क्र. 5.12 : घटता खर्च आणि समतोल

वाढता खर्च (Increasing Costs) **:** प्रथम वाढत्या खर्चाची परिस्थिती विचारात घेऊ. वाढता खर्च असल्यामुळे उद्योगाचा दीर्घकालीन पुरवठा वक्र उजवीकडे वर चढत जाणारा असेल, मात्र अल्पकालीन पुरवठा वक्राच्या मानाने तो उथळ असेल. खर्च वाढत असला तरी अल्पकाळाच्या मानाने ही वाढ कमी वेगाने होते असा याचा अर्थ आहे. आकृती क्र. 5.11 मध्ये वाढत्या खर्चाच्या परिस्थितीतील दीर्घकालीन समतोल दाखविला आहे. **अ क** ही मूळ किंमत असून **अ ख** ही मूळ मागणी व मूळ पुरवठा आहे. मागणी वाढते तेव्हा बाजारातील किंमत (पुरवठा स्थिर असल्याने) **अ** $\mathbf{क_1}$ पर्यंत वाढते. पण दीर्घकालीन किंमत **अ** $\mathbf{क_3}$ पर्यंत खाली येते. कारण दीर्घकाळात पुरवठा वाढतो. वाढत्या खर्चाच्या परिस्थितीमुळे **अ क** या मूळ किमतीपेक्षा **अ** $\mathbf{क_3}$ ही नवीन किंमत जास्त आहे. पण **अ** $\mathbf{क_2}$ या अल्पकालीन किमतीपेक्षा ती कमी आहे.

घटता खर्च (Diminishing Costs) **:** घटत्या खर्चाची परिस्थिती असेल तर दीर्घकालीन पुरवठा वक्र उजवीकडे उतरता असेल, कारण उत्पादन वाढेल तसा उत्पादन खर्च घटत जाईल. आकृती क्र. 5.12 मध्ये **अ क** ही मूळ किंमत आहे आणि **अ ख** ही मूळ मागणी व पुरवठा आहे. मागणी वाढल्यावर बाजारातील किंमत **अ** $\mathbf{क_1}$ पर्यंत वाढते. कारण पुरवठा स्थिर आहे. अल्पकाळात पुरवठा **अ** $\mathbf{ख_1}$ पर्यंत वाढतो. म्हणून किंमत **अ** $\mathbf{क_2}$ पर्यंत उतरते. दीर्घकाळात पुरवठा वाढविण्यास पुरेसा अवधी असल्यामुळे **अ** $\mathbf{ख_2}$ पर्यंत पुरवठा वाढतो व दीर्घकालीन सर्वसाधारण किंमत **अ** $\mathbf{क_3}$ एवढी होते. उद्योगांचे उत्पादन घटत्या खर्चाच्या परिस्थितीत होत असल्याने दीर्घकालीन सर्वसाधारण किंमत **अ** $\mathbf{क_3}$ ही मूळ **(अ क)** किमतीपेक्षा कमी आहे. **अ** $\mathbf{ख_2}$ हा दीर्घकालीन पुरवठा (आणि मागणी) आहे.

कायम खर्च (Constant Costs) **:** खालील आकृती क्र. 5.13 मध्ये कायम दीर्घकालीन खर्चाची परिस्थिती गृहीत धरलेली आहे.

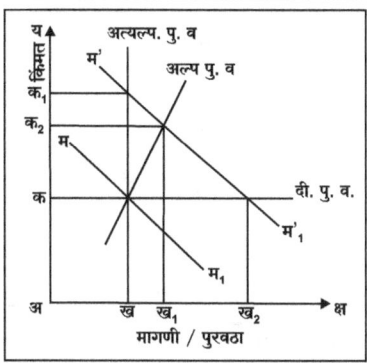

आकृती क्र. 5.13 : कायम खर्च व समतोल

बाजारातील किंमत (पुरवठा स्थिर असल्याने **अ क₁** एवढी आहे. अल्पकाळात पुरवठा वाढतो तेव्हा किंमत **अ क₂** (व पुरवठा **अ ख₁**) आहे. दीर्घकाळात पुरवठा व मागणी **अ ख₂** एवढी असतात. दीर्घकालीन सर्वसाधारण किंमत मूळ किमतीइतकीच आहे. याचे कारण दीर्घकालीन खर्च कायम आहे हे आहे. अल्पकालीन किंमत मात्र मूळ किमतीहून जास्त (**अ क₂**) आहे. अर्थात अत्यल्पकालीन अथवा तात्कालिक किमतीहून (**अ क₁**) ती कमी आहे.

पूर्ण स्पर्धात्मक परिस्थितीत कालावधी बदलेल त्याप्रमाणे पुरवठा वक्रात कसा बदल होतो आणि या बदलाचा परिणाम म्हणून समतोल किंमत कशी बदलते याचा विचार येथवर आपण केला. पूर्ण स्पर्धेच्या परिस्थितीत मागणी-पुरवठ्याचा समतोल कसा होतो आणि पूर्ण स्पर्धेच्या परिस्थितीत बाजारातील किंमत कशी ठरते हे वरील विवेचनावरून स्पष्ट होते.

 **5.5**

पूर्ण स्पर्धेतील उद्योग आणि व्यवसायसंस्था यांचा समतोल
(Equilibrium of the Firm and Industry Under Perfect Competition)

पूर्ण स्पर्धेच्या परिस्थितीत उद्योगाचा पुरवठा निश्चित होण्यासाठी उद्योग समतोलावस्थेत येणे आवश्यक आहे. तसेच एका व्यवसायसंस्थेच्या पुरवठ्याची निश्चिती समजण्यासाठी व्यवसायसंस्थेचा समतोल कसा प्रस्थापित होतो हे समजणे आवश्यक आहे. म्हणून आता उद्योग व व्यवसायसंस्था यांचा समतोल कसा प्रस्थापित होतो हे पाहू.

(अ) पूर्ण स्पर्धेतील व्यवसायसंस्थेचा समतोल
(Equilibrium of the Firm Under Perfect Competition)

व्यवसायसंस्थेच्या समतोलासाठी **सी प्रा = सी ख** ही अट आवश्यक असते हे आपण पाहिले आहे. पूर्ण स्पर्धेतील परिस्थितीतही हीच अट पाळली जाणे आवश्यक आहे. पण वर म्हटल्याप्रमाणे उद्योग आणि व्यवसायसंस्था दोन्हींचा समतोल प्रस्थापित होण्यासाठी व्यवसायसंस्थेला फक्त सर्वसाधारण नफा मिळाला पाहिजे. उद्योग आणि व्यवसायसंस्था यांच्या समतोलाचे तौलनिक चित्र पुढील आकृती क्र. 5.14 मध्ये दर्शविले आहे. त्यात डावा भाग उद्योगाचे मागणी-पुरवठा वक्र दाखवितो तर उजवा भाग व्यवसायसंस्थेचा खर्च व प्राप्ती-वक्र दर्शवितो. आकृतीच्या दोन्ही भागांतील '**य**' अक्षावरील प्रमाण (स्केल) एकच आहे. पण '**क्ष**' अक्षावरील प्रमाणे वेगवेगळी आहेत. कारण व्यवसायसंस्थेच्या उत्पादनाच्या मानाने उद्योगाचे उत्पादन कितीतरी पटींनी जास्त असते.

मागणी वाढते तेव्हा अल्पकालीन पुरवठा वक्र व नवा मागणी वक्र यांच्या संतुलनाने **क₁** ही किंमत अल्पकाळात बाजारपेठेत ठरते. बाजारातील ही किंमत व्यवसायसंस्थेला गृहीत धरावी लागते. पूर्ण स्पर्धेच्या परिस्थितीत व्यवसायसंस्थेचा सरासरी व सीमांत प्राप्ती-वक्र हा **क्ष** अक्षाला समांतर असतो. **म** बिंदूत **सी प्रा₂** वक्र **सी ख** वक्राला छेदतो.

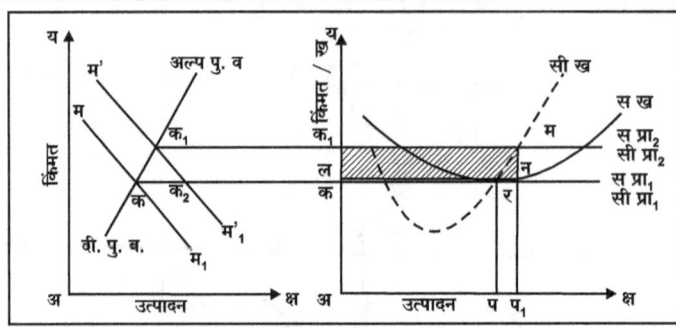

आकृती क्र. 5.14 : बाजारातील किंमत आणि एक व्यवसायसंस्था

म बिंदूवरून **अ** $\mathbf{प_1}$ हे उत्पादन समजते व येथे व्यवसायसंस्थेचा अल्पकालीन समतोल प्रस्थापित होतो. **अ** $\mathbf{प_1}$ हे उत्पादन असताना एकूण प्राप्ती = किंमत × उत्पादन = **अ** $\mathbf{क_1}$ × **अ** $\mathbf{प_1}$ = ▭ **अ** $\mathbf{क_1}$ **म** $\mathbf{प_1}$ एवढी आहे, तर एकूण खर्च = सरासरी खर्च × उत्पादन = **अ ल** × **अ** $\mathbf{प_1}$ = ▭ **अ ल न** $\mathbf{प_1}$ एवढा आहे. एकूण प्राप्ती वजा (−) एकूण खर्च = एकूण नफा. म्हणजेच ▭ **अ** $\mathbf{क_1}$ **म** $\mathbf{प_1}$ वजा (−) ▭ **अ ल न** $\mathbf{प_1}$ = ▭ **ल** $\mathbf{क_1}$ **म न** हा (तिरप्या रेषांनी दाखविलेला) एकूण नफा आहे. हा या परिस्थितीतील महत्तम नफा आहे.

अल्पकाळात व्यवसायसंस्था समतोलावस्थेत असली तरी व्यवसायसंस्थेला असाधारण नफा मिळत असल्याने (सर्वसाधारण नफा सरासरी खर्चात समाविष्ट आहे व ▭ $\mathbf{क_1}$ **ल न म** हा असाधारण (Abnormal) नफा आहे.) नव्या व्यवसायसंस्था उद्योगात प्रविष्ट होऊन उद्योगाचे आकारमान बदलणे शक्य आहे. म्हणून उद्योग समतोलावस्थेत नाही.

आकृती क्र. 5.14 **दी पु व** हा उद्योगाचा दीर्घकालीन पुरवठा वक्र कायम खर्च मानून काढला आहे. हा वक्र $\mathbf{क_2}$ या बिंदूत नव्या मागणी-वक्राला छेदतो. $\mathbf{क_2}$ म्हणजेच मूळ किमतीइतकीच किंमत दीर्घकाळात प्रस्थापित होते. या किमतीला $\mathbf{स\ प्रा_1/सी\ प्रा_1}$ हा व्यवसायसंस्थेचा प्राप्ती वक्र आहे. **र** बिंदूत $\mathbf{सी\ प्रा_1}$ **= सी ख** होतात म्हणून **अ प** हे समतोल उत्पादन ठरते. **अ क** अथवा **प र** हाच सरासरी खर्च व हीच सरासरी प्राप्ती आहे. म्हणून असाधारण नफा होत नाही. म्हणजे सर्वसाधारण नफाच फक्त मिळतो. म्हणून व्यवसायसंस्थेच्या दृष्टीने **सी ख = सी प्रा = स ख = स प्रा** (= किंमत) अशी स्थिती आहे. म्हणून **अ क** या किमतीला उद्योग व व्यवसायसंस्था दोन्ही समतोलावस्थेत आहेत.

(आ) व्यवसायसंस्था आणि उद्योग यांचा अल्पकालीन समतोल

(Short Run Equilibrium of the Firm and the Industry)

व्यवसायसंस्थेला महत्तम नफा मिळविण्याच्या दृष्टीने बदलते घटक बदलता येतात पण स्थिर घटक कायम राहतात. अशा अल्पकाळात व्यवसायसंस्था व उद्योग यांचा समतोल कोणत्या परिस्थितीत होतो हे आता पाहू. समतोलासाठी तीन प्रकारच्या परिस्थितीचा विचार करणे आवश्यक आहे.

(1) प्रथम उत्पादनाचे सर्व घटक एकसारखे (Homogeneous) मानू. घटकांच्या बाजारात पूर्ण स्पर्धा असेल तर घटक एकसारखे असतील व त्यांच्या किमती सारख्या असतील. सर्व व्यवसायसंस्थांचे खर्च-वक्र सारखेच असतील. कारण उद्योजकासह सर्व घटक एकसारखे असतील तर सर्व उद्योजक एकाच प्रकारे त्या घटकांचा संयोग करू शकतील. शिवाय प्रत्येक व्यवसायसंस्था किमान खर्चाला उत्पादन करीत असल्याने सर्व व्यवसायसंस्थांचे खर्च-वक्र समान असतील.

(2) उद्योजकाशिवाय बाकीचे घटक सारखे मानल्यास उद्योजकांच्या कार्यक्षमतेप्रमाणे खर्च-वक्र वेगवेगळे असतील ही दुसरी शक्यता आहे.

(3) सर्वच घटक भिन्न असतील ही तिसरी शक्यता आहे. असे असेल तर वेगवेगळ्या व्यवसायसंस्थांच्या खर्च-वक्रात आणखी तफावत पडेल.

या तिन्ही शक्यतांचा अल्पकाळापुरता विचार प्रथम करू.

(1) सर्व घटक एकसारखे असतील तर : सर्व घटक एकसारखे असतात तेव्हा उद्योगातील सर्व व्यवसायसंस्थांचे खर्च-वक्र समान असतात. पुढील आकृती क्र. 5.15 मध्ये अशा व्यवसायसंस्थांपैकी एका व्यवसायसंस्थेचे खर्च-वक्र दाखविले आहेत. इतर सर्व व्यवसायसंस्थांचे खर्च-वक्रही असेच असतील.

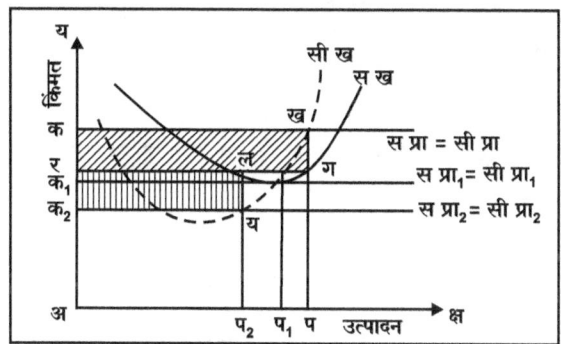

आकृती क्र. 5.15 : व्यवसायसंस्थेचा अल्पकालीन समतोल

या खर्च परिस्थितीत पूर्ण स्पर्धात्मक बाजारातील किंमत **अ क** आहे असे मानू, **ख** बिंदूत सीमांत प्राप्ती व सीमांत खर्च समान आहेत. म्हणून **अ प** एवढे उत्पादन होईल. **अ क** ही सरासरी प्राप्ती व **अ र** (अथवा **प ग**) हा सरासरी खर्च आहे. **अ क × अ प − अ र × अ प** (एकूण प्राप्ती − एकूण खर्च) = एकूण नफा. म्हणून ▭ **क ख ग र** (तिरप्या रेषांनी दाखविलेले क्षेत्र) एकूण नफा आहे. हा महत्तम नफा आहे. व्यवसायसंस्थेचा अल्पकालीन समतोल प्रस्थापित झाला आहे. पण प्रत्येक व्यवसायसंस्थेला असाधारण नफा होत असल्याने उद्योगात नवीन संस्था प्रवेश करीत राहतील म्हणून उद्योगाचा समतोल होत नाही. म्हणजेच येथे 'पूर्ण समतोलावस्था' प्राप्त होत नाही.

बाजारातील किंमत **अ $क_1$** असेल तर **स $प्रा_1$ = सी $प्रा_1$** हा प्राप्ती-वक्र सरासरी खर्च-वक्राच्या किमान बिंदूत सीमांत खर्च वक्राला छेदतो आणि सरासरी खर्च-वक्राला त्याच बिंदूत स्पर्श करतो. **अ $प_1$** हा समतोल पुरवठा ठरतो. येथे प्रत्येक व्यवसायसंस्थेला फक्त सर्वसाधारण नफा मिळतो. म्हणून नवीन व्यवसायसंस्था उत्पादन क्षेत्रात येणार नाहीत व आहेत त्यापैकी कोणतीही व्यवसायसंस्था बाहेर जाणार नाही. येथे व्यवसायसंस्था व उद्योग दोन्ही समतोलावस्थेत असतील म्हणजेच 'पूर्ण समतोल' दर्शविणारी ही परिस्थिती ठरेल.

अ $क_2$ ही किंमत असेल तर **स $प्रा_2$ = सी $प्रा_2$** हा प्राप्ती-वक्र असेल. **य** बिंदूत सीमांत प्राप्ती व सीमांत खर्च समान असतील. **अ $प_2$** हा पुरवठा ठरेल. **अ $प_2$** या उत्पादन पातळीला **अ $क_2$** ही सरासरी प्राप्ती व **ल $प_2$** ला (अथवा **अ र**) हा सरासरी खर्च आहे. ▭ **र ल य $क_2$** हा किमान तोटा होतो. **सी ख = सी प्रा** ही अट पूर्ण होते व तोटा किमान राहतो. म्हणून उद्योगसंस्था अल्पकालीन समतोलावस्थेत आहेत, पण तोटा झाल्यामुळे काही उद्योगसंस्था निघून जातील. हे शक्य असल्यामुळे उद्योग समतोलावस्थेत नाही.

तोटा झाला तर व्यवसायसंस्था उत्पादन क्षेत्रात राहील का ? अल्पकाळात तोटा झाला तरी बदलता खर्च जोवर भरून निघतो तोवर व्यवसायसंस्था उत्पादन करीत राहील. कारण उत्पादन अजिबात बंद केले (मात्र दिवाळे काढले नाही !) तरी स्थिर खर्च करावाच लागतो. मग 'बदलता खर्च भरून निघत असेल तर उत्पादन चालू ठेवण्यास काय हरकत आहे ?' असा विचार उद्योजक करतील. असे केल्याने निदान बाजारात 'वळण' राहील. दीर्घकाळात स्थिर खर्च भरून काढण्याची उमेद व्यवसायसंस्थेला असते. मात्र बदलता खर्चही भरून निघत नसेल तर ती व्यवसायसंस्था उत्पादन क्षेत्रात राहणार नाही. (आकृती क्र. 5.16 (क) आणि (ड) पाहा.) आकृती क्र. 5.16 (क) मध्ये बदलता खर्च ▭ **अ व ल प** भरून स्थिर खर्चाचा थोडा भार ▭ **व क र ल** उचलला जातो. आकृती क्र. 5.16 (ड) मध्ये मात्र बदलता खर्चही भरून निघत नाही.

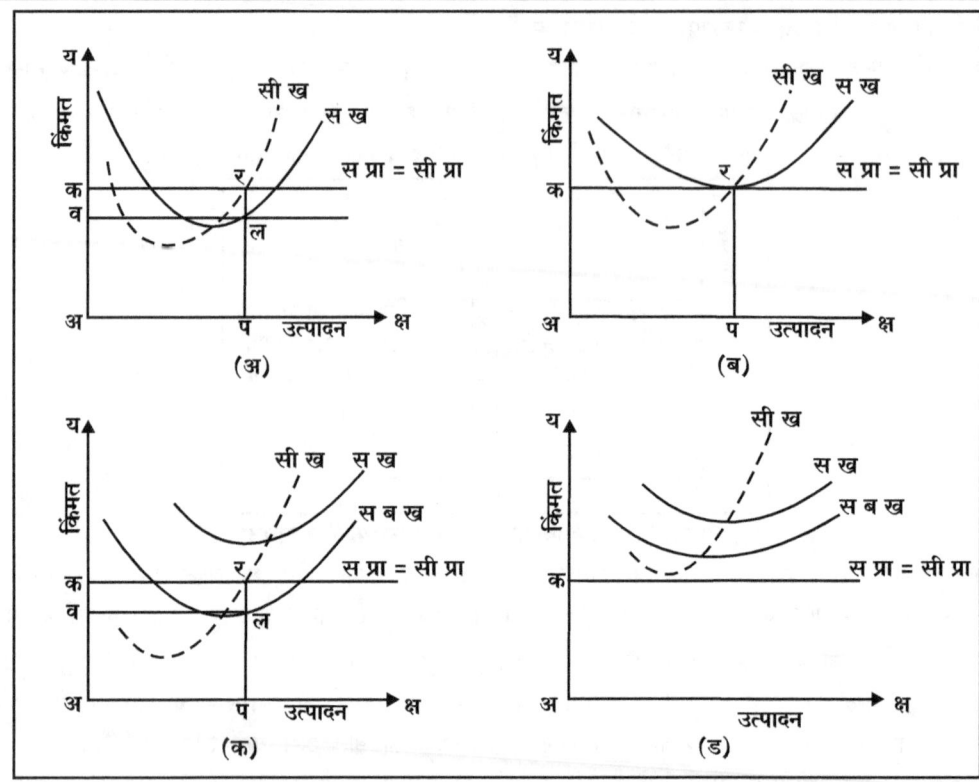

आकृती क्र. 5.16 : विविध प्रकारच्या परिस्थितीत समतोल

निष्कर्ष : सर्व उत्पादन घटक सारखे असतील तेव्हा अल्पकाळात किंमत किमान सरासरी खर्चाइतकी असेल (आकृती क्र. 5.16 – ब)आणि व्यवसायसंस्था सर्वसाधारण नफा मिळवीत असतील तर व्यवसायसंस्था आणि उद्योग यांचा समतोल प्रस्थापित होईल. पण प्रत्येक व्यवसायसंस्थेला सर्वसाधारण नफा मिळेल एवढीच नेमकी व्यवसायसंस्थांची संख्या असणे हा केवळ अपघात असल्याने ही शक्यता कमी आहे. याहून जास्त किंमत असेल तर असाधारण नफा व याहून कमी किंमत असेल तर तोटा होईल आणि दोन्ही परिस्थितीत व्यवसायसंस्थांना समतोल प्राप्त होईल, पण उद्योग समतोलावस्थेत येणार नाही.

(2) उद्योजक असमान, इतर घटक समान असतील तर : उद्योजक वगळून इतर सर्व घटक समान (Homogeneous) असेल आणि सर्व व्यवसायसंस्था इतर घटकांना सारख्याच किमती द्याव्या लागत असल्या तरी उद्योजक असमान (Heterogeneous) असल्याने त्यांची कार्यक्षमता वेगवेगळी असेल, म्हणून उत्पादन खर्च वेगवेगळा येईल. जे उद्योजक अधिक कार्यक्षम आहेत त्यांचा उत्पादन खर्च इतरांहून कमी असेल, त्यामुळे सर्व व्यवसायसंस्था एकच उत्पादन करून ते एकाच किमतीला विकत असले तरी वेगवेगळ्या खर्चाच्या परिस्थितीत त्या उत्पादन करतील ही परिस्थिती आकृती क्र. 5.16 मध्ये दाखविली आहे.

व्यवसायसंस्था 'अ' ही सर्वांत कार्यक्षम असल्याने तिला **क र ल व** एवढा नफा मिळतो, 'ब' ही व्यवसायसंस्था कमी कार्यक्षम असल्याने फक्त सर्वसाधारण नफा (Normal Profit) मिळविते. 'क' आणखी कमी कार्यक्षम आहे म्हणून तिला तोटा होतो पण बदलता खर्च **स ब ख** (सरासरी बदलता खर्च) भरून निघतो म्हणून अल्पकाळात उत्पादन करीत राहते. तर 'ड' ही सर्वांत कमी कार्यक्षम उद्योजक असलेली व्यवसायसंस्था आहे, तिचा बदलता खर्चदेखील अल्पकाळात भरून निघत नाही. ही व्यवसायसंस्था बंद करणे योग्य ठरेल.

काही व्यवसायसंस्था नफा मिळवीत आहेत. काहींना तोटा होत आहे पण ('ड' वगळता) सीमांत प्राप्ती व सीमांत खर्च समान करून प्रत्येक व्यवसायसंस्था समतोल प्राप्त करू शकते. उद्योग मात्र 'पूर्ण' समतोलावस्थेत येईल हे या परिस्थितीत अशक्य आहे.

(3) सर्व घटक असमान असतील तर : सर्वच घटक असमान (Heterogeneous) असतील तर उद्योजक असमान असतात तेव्हापेक्षाही खर्चातील फरक जास्त असेल. येथेही आकृती क्र. 5.16 सारखीच परिस्थिती असेल. फक्त खर्चातील भिन्नता अधिक तीव्र असेल. ज्या व्यवसायसंस्थांना सगळे घटक सर्वाधिक कार्यक्षम मिळतील त्यांना सर्वाधिक नफा होईल. ज्यांच्या वाट्याला सगळेच अकार्यक्षम घटक येतील त्यांना जास्तीत जास्त तोटा होईल. या दोन टोकांच्या दरम्यान कमी-अधिक कार्यक्षम असलेले एक वा अनेक घटक ज्यांना मिळतात अशा संस्था कमी-अधिक नफा व तोटा कमावतील.

ज्यांचा बदलता खर्चही भरून निघणार नाही अशा व्यवसायसंस्था बंद पडतील व बाकीच्या व्यवसायसंस्था सीमांत खर्च व सीमांत प्राप्ती समान करून किमान तोटा अथवा कमाल नफा मिळवून समतोल साधतील. मात्र अल्पकाळात उद्योग 'पूर्ण' समतोलावस्था प्राप्त करू शकणार नाही.

(इ) व्यवसायसंस्था आणि उद्योग यांचा दीर्घकालीन समतोल
(Long Run Equilibrium of the Firm and the Industry)

पूर्ण स्पर्धेच्या परिस्थितीत दीर्घकाळ नव्या व्यवसायसंस्था येणे अथवा काही व्यवसायसंस्था बाहेर पडणे शक्य असते. दीर्घकाळाचा विचार करताना दीर्घकालीन खर्च-वक्र विचारात घ्यावे लागतात एवढाच फरक आहे. वरीलप्रमाणेच दीर्घकाळाचे विवेचन करावे लागेल.

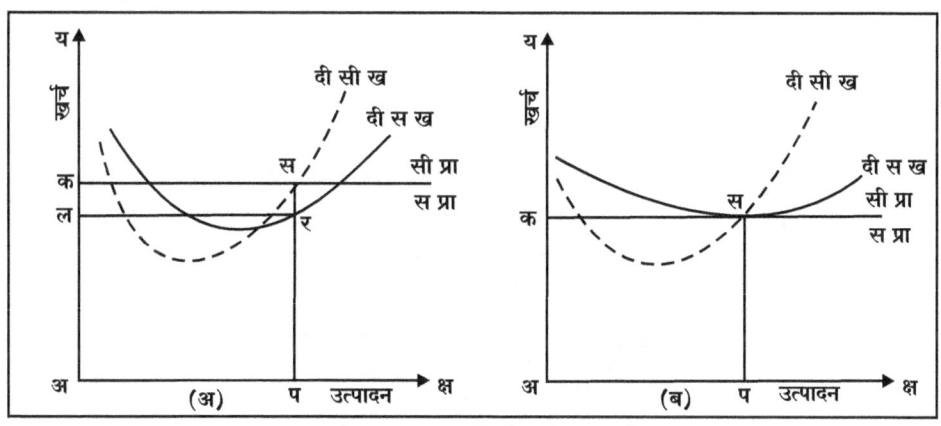

आकृती क्र. 5.17 : दीर्घकालीन समतोल

(1) सर्व घटक समान : उत्पादनाचे सर्व घटक समान असतात तेव्हा सर्व व्यवसायसंस्था घटकांना सारखीच किंमत देतात. म्हणून सर्व व्यवसायसंस्थांचे खर्च-वक्र सारखेच असतील. प्रत्येक व्यवसायसंस्था सीमांत खर्च = सीमांत प्राप्ती होईल अशा बेताने उत्पादन जुळवून घेईल. परंतु दीर्घकाळात व्यवसायसंस्थांना असाधारण नफा होत असेल तर नवीन व्यवसायसंस्था उत्पादन क्षेत्रात येतील (आणि त्यांचेही खर्च-वक्र पूर्वीच्या व्यवसायसंस्थांसारखेच असतील.) तसेच सर्व व्यवसायसंस्थांना तोटा होत असेल तर काही (कोणत्या हे सांगता येत नाही किंवा कोणत्याही) व्यवसायसंस्था बाहेर पडतील. परिणामी सर्व व्यवसायसंस्थांना फक्त सर्वसाधारण नफा मिळेल. आकृती क्र. 5.17 (ब) मध्ये दाखविल्याप्रमाणे सर्व व्यवसायसंस्थांची स्थिती असेल; म्हणजेच **स प** ही सरासरी व सीमांत प्राप्ती, सरासरी व सीमांत खर्च असेल ही 'पूर्ण समतोलावस्था' आहे. सर्व व्यवसायसंस्थांचा खर्च सारखाच आहे आणि प्रवेश व निर्गमन

अनिर्बंध आहे. म्हणून सर्वसाधारण नफा मिळेपर्यंत नवीन व्यवसायसंस्था धंद्यात येतील अथवा काही निघून जातील. सर्वांचे खर्च समान असल्याने एका व्यवसायसंस्थेला सर्वसाधारण नफा मिळाला की सर्वच व्यवसायसंस्थांना सर्वसाधारण नफा मिळेल. पूर्ण स्पर्धेत दीर्घकाळात सर्व घटक समान असल्यास प्रत्येक व्यवसायसंस्था आणि उद्योग पूर्ण समतोलावस्थेत असतील आणि प्रत्येक व्यवसायसंस्थेच्या बाबतीत **सी प्रा = सी ख = स ख = स प्रा** (किंमत) ही अट पूर्ण होईल.

बरील विवेचनावरून स्पष्ट होईल की, अशा परिस्थितीतच प्रत्येक व्यवसायसंस्था किमान सरासरी खर्चाला उत्पादन करील. म्हणून सर्व घटक समान असतात. सर्व घटक पूर्णपणे गतिशील असतात, घटकांच्या बाजारात पूर्ण स्पर्धा असते आणि म्हणून सर्व व्यवसायसंस्थांचे खर्च-वक्र सारखे असतात तेव्हाच पूर्ण स्पर्धेमध्ये दीर्घकाळात प्रत्येक व्यवसायसंस्था 'पर्याप्त' (Optimum) आकारमानाची असते. सर्व घटक समान नसतील तर हे शक्य नाही.

(2) उद्योजक असमान, इतर घटक समान : उद्योजक असमान असतात तेव्हा इतर घटक समान असूनही उद्योजकांच्या कार्यक्षमतेतील भिन्नतेमुळे काही व्यवसायसंस्था दिलेले उत्पादन कमी खर्चात करू शकतील. या परिस्थितीत दीर्घकाळातही काही व्यसायसंस्थांना असाधारण नफा मिळेल हे शक्य आहे.

आकृती क्र. 5.17 मध्ये 'अ' या व्यवसायसंस्थेचा उद्योजक अधिक कार्यक्षम आहे. समजा, 'ब' या व्यवसायसंस्थेला दीर्घकाळात फक्त सर्वसाधारण नफा मिळतो. 'ब' या व्यवसायसंस्थेला 'सीमांत व्यवसायसंस्था' (Marginal Firm) म्हणता येईल. कारण या व्यवसायसंस्थेचा नफा थोडा जरी घटला तरी दीर्घकाळात ती उत्पादन क्षेत्रात राहणार नाही. 'अ' ला मात्र ▭ **क स र ल** एवढा असाधारण नफा मिळतो. ही 'सीमांतर्गत' (Intermarginal) व्यवसायसंस्था आहे. 'अ' इतकीच कार्यक्षम व्यवसायसंस्था आली तर 'ब' ला घालवून देऊन 'अ' चा नफा कमी करील हे शक्य आहे. परंतु दीर्घकाळात काही व्यवसायसंस्थांना असाधारण नफा मिळेल हे शक्य आहे. म्हणून अशा परिस्थितीत दीर्घकाळातदेखील व्यवसायसंस्था समतोलावस्थेत असतील पण उद्योग समतोलावस्थेत नसेल. कारण काही व्यवसायसंस्था असाधारण नफा मिळवीत आहेत.

(3) सर्व घटक असमान : सर्वच घटक असमान असतील तेव्हा दीर्घकाळात सीमांत व्यवसायसंस्था या सर्वांत कमी कार्यक्षम व म्हणून सर्वसाधारण नफा मिळविणाऱ्या व्यवसायसंस्था असतील. याउलट, सीमांतर्गत व्यवसायसंस्थांपैकी घटकांची कार्यक्षमता सर्वाधिक असेल त्यांना सर्वाधिक नफा व इतरांना कार्यक्षमतेप्रमाणे कमी-अधिक असाधारण नफा दीर्घकाळातही मिळत राहील. प्रत्येक उद्योगसंस्था समतोल साधेल पण उद्योग मात्र समतोलावस्थेत असणार नाही.

5.6 मक्तेदारी (Monopoly)

स्पर्धेच्या दृष्टीने बाजाराचे वर्गीकरण करताना स्पर्धेच्या कमाल तीव्रतेचा प्रकार म्हणून आपण सर्व स्पर्धेचा विचार केला. पूर्ण स्पर्धा हे एक टोक मानले, तर दुसरे टोक म्हणजे स्पर्धेचा संपूर्ण अभाव हे ठरेल. स्पर्धेचा संपूर्ण अभाव म्हणजे एकच उत्पादक असणे ही मक्तेदारीची स्थिती आहे.

(अ) शुद्ध अथवा पूर्ण मक्तेदारी (Pure or Perfect Monopoly)

मक्तेदारीचे विवेचन करताना प्रथम मक्तेदारीचा अर्थ स्पष्ट होणे आवश्यक आहे. 'शुद्ध मक्तेदारी' अशी एक संकल्पना विचारात घेणे शक्य आहे. एखाद्या वस्तूचे उत्पादन करणारी एकच व्यवसायसंस्था असली म्हणजे मक्तेदारी आहे असे म्हटले जाते. पण 'शुद्ध मक्तेदारी' अस्तित्वात येण्यासाठी पुढील तीन अटी पूर्ण होणे आवश्यक आहे -

1. संबंधित वस्तूचे उत्पादन एकच व्यवसायसंस्था करीत असली पाहिजे.
2. त्या वस्तूला पर्याय असता कामा नये.

3. वरील दोन अटींवरून प्रत्यक्ष स्पर्धा नाही एवढेच स्पष्ट होते. परंतु उपभोक्त्याच्या मर्यादित उत्पन्नावर हक्क सांगणारे अनेक वस्तूंचे उत्पादक स्पर्धा करीत असतात ही अप्रत्यक्ष स्पर्धा ठरते. शुद्ध मक्तेदारीसाठी या अप्रत्यक्ष स्पर्धेचाही अभाव आवश्यक असतो. म्हणून शुद्ध मक्तेदारीची ही तिसरी अट ठरते. शास्त्रीय भाषेत ही अट सांगायची तर असे म्हणता येईल की, ज्या उद्योगात एकच व्यवसायसंस्था आहे त्या व्यवसायसंस्थेची वस्तू आणि बाजारातील इतर वस्तू यांच्यामधील अन्योन्य लवचीकता शून्य असली पाहिजे.

अशा तऱ्हेने शुद्ध मक्तेदारीत मक्तेदार व्यवसायसंस्थेच्या उत्पादनाची पातळी काहीही असली तरी ती व्यवसायसंस्था सर्व उपभोक्त्यांचे सर्व उत्पन्न स्वतःकडे घेण्याइतकी सामर्थ्यशाली असते. शुद्ध मक्तेदारीतील सरासरी प्राप्ती-वक्र अथवा मागणी-वक्र हा 'रेक्टँग्युलर हायपरबोला' असतो (आकृती क्र. 5.18 पाहा). म्हणजेच शुद्ध मक्तेदारीमध्ये मागणीची लवचीकता एक असते. त्यामुळे वस्तूची किंमत व उत्पादनाची पातळी बदलली तरी उपभोक्त्यांचा एकूण खर्च कायम राहतो. उदाहरणार्थ, आकृती क्र. 5.18 मध्ये **अ क** ही किंमत आणि **अ ख** ही उत्पादनाची पातळी असताना उपभोक्त्यांचा जो एकूण खर्च (▭ **अ क र ख**) आहे. तोच **अ $क_1$** ही किंमत व **अ $ख_1$** ही उत्पादनाची पातळी असताना (▭ **अ $क_1$ स $ख_1$**) आहे. हा एकूण खर्च शुद्ध मक्तेदारीमध्ये सर्व उपभोक्त्यांच्या एकूण उत्पन्नाएवढा असतो. उपभोक्त्यांचा खर्च ही एका (मक्तेदार) उत्पादकाची प्राप्ती असते आणि ती कायम राहणार असते. त्यामुळे जास्तीत-जास्त नफा मिळविण्यासाठी कमीत कमी उत्पादन करून उत्पादन खर्च किमान ठेवण्याचा मक्तेदाराचा प्रयत्न राहील. एका वस्तूचा एकच नग उत्पादित केला तरी मक्तेदाराला तीच प्राप्ती मिळते. दुसऱ्या शब्दात, सर्व उपभोक्ते आपले सर्व उत्पन्न मक्तेदारीची एक वस्तू खरीदण्यासाठीच खर्च करतात.

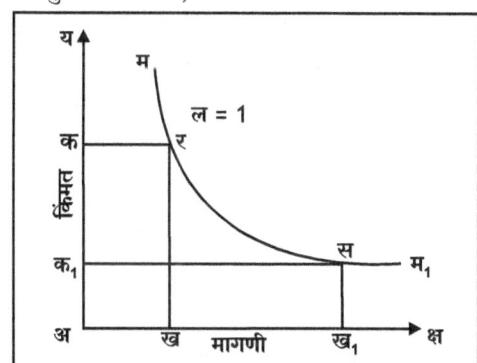

आकृती क्र. 5.18 : शुद्ध मक्तेदारीतील मागणी-वक्र

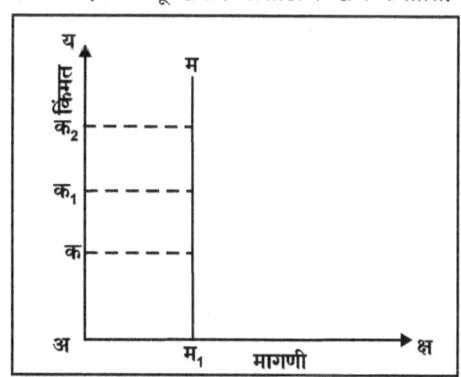

आकृती क्र. 5.19 : शुद्ध मक्तेदारीची पर्यायी संकल्पना

शुद्ध मक्तेदारीच्या या चर्चेवरून एक गोष्ट स्पष्ट होईल की, अशी मक्तेदारी प्रत्यक्षात असणे शक्य नाही ! शुद्ध स्पर्धा ही संकल्पनादेखील प्रत्यक्षात येणे शक्य नाही, हे खरे असले तरी काही उद्योग शुद्ध स्पर्धेच्या जवळपास येतील असे असतात. पण शुद्ध मक्तेदारीची संकल्पना मात्र केवळ सैद्धान्तिक शक्यता म्हणूनच महत्त्वाची आहे.

शुद्ध अथवा पूर्ण मक्तेदारीची दुसरीही एक संकल्पना काही अर्थशास्त्रज्ञांनी पुढे मांडली आहे. पूर्ण स्पर्धेच्या परिस्थितीत एका उत्पादनसंस्थेसमोरचा मागणी-वक्र पूर्ण लवचीक मागणी दर्शविते. त्याच्या दुसऱ्या टोकाला जाऊन पूर्णपणे अलवचीक मागणी (**$ल_{क्ष}$ = 0**) असेल तर अशी स्थिती पूर्ण मक्तेदारीची मानावी अशी त्यांची सूचना आहे.

(आ) शुद्ध अथवा पूर्ण मक्तेदारीच्या संकल्पनेतील अडचणी

(Difficulties in the Concept of Pure of Perfect Monopoly)

शुद्ध मक्तेदारीची जी संकल्पना येथे आपण विचारात घेतली आहे ती सैद्धान्तिकदृष्ट्याही अडचणीची आहे. शुद्ध मक्तेदारीच्या परिस्थितीत मागणी-वक्र हा 'रेक्टँग्युलर हायपरबोला' असतो असे आपण पाहिले. म्हणजेच किंमत × एकूण पुरवठा = उत्पादकाची प्राप्ती अथवा उपभोक्त्यांचा खर्च कायम राहतो असे आपण पाहिले.

स्वाभाविकपणेच उत्पादन कमी केल्यास किंमत वाढत जाते. उत्पादन कमी करून किंमत वाढू देणे मक्तेदारीच्या हिताचे असते. कारण उत्पादन कमी केल्यास उत्पादनाचा खर्च कमी होतो, पण प्राप्ती मात्र कायम आहे. म्हणजे नफा वाढत जातो. अशा रीतीने मागणीची लवचीकता एक असेल तेव्हा नफा वाढविण्याच्या प्रयत्नात मक्तेदाराचे उत्पादन शून्याकडे आणि किंमत अनंताकडे जात राहील. शेवटी शून्य वस्तू अनंत किमतीला विकून म्हणजे उपभोक्त्यांना काहीच न देता मक्तेदार त्यांचे सर्व उत्पन्न नफा म्हणून घेईल असा अर्थ होतो.

याच संदर्भात दुसरी तात्त्विक अडचण उद्‌भवते तीही तितकीच महत्त्वाची आहे. सगळ्या उपभोक्त्यांचे सगळे उत्पन्न मक्तेदार घेत असेल तर त्यांना ते पुन्हा मक्तेदाराकडूनच मिळत असले पाहिजे आणि ते सर्व उपभोक्ते मक्तेदाराला श्रम, भांडवल, भूमी असा कोणता ना कोणता घटक पुरवून त्यांचा मोबदला म्हणून ते उत्पन्न मिळवित असले पाहिजेत. याचे कारण समाजाचे उत्पन्न व समाजाचा खर्च हे दोन्हीही समान असतात हे आहे. पण वर म्हटल्याप्रमाणे उत्पादन जर शून्य झाले तर उत्पादनाचे घटक कामावर घेण्याचा प्रश्नच उद्‌भवत नाही. त्यामुळे एकदा सर्व उपभोक्त्यांचे सर्व उत्पन्न मक्तेदाराला मिळाले की पुढच्या कालखंडात स्वतः मक्तेदार सोडला तर बाकी कोणाजवळच खर्च करण्यासाठी उत्पन्न नाही अशी परिस्थिती निर्माण होईल आणि मग स्वतःचे 'शून्य उत्पादन' मक्तेदाराला स्वतःलाच विकावे लागेल.

पूर्ण स्पर्धेचे दुसरे टोक मक्तेदारी मानून काही अर्थशास्त्रज्ञांनी मक्तेदारीची जी दुसरी संकल्पना मांडली आहे तीत पूर्णपणे अलवचीक मागणी असणे हे पूर्ण मक्तेदारीचे लक्षण मानता येईल अशी कल्पना आहे. वरकरणी हे म्हणणे ठीक वाटते. पण यातही सैद्धान्तिक अडचणी येतात. पूर्ण अलवचीक मागणी असते तेव्हा मागणी कायम राहते. (आकृती क्र. 5.19 पाहा) अर्थात तेवढा पुरवठा **अ म$_1$** स्थिर ठेवून वाटेल ती किंमत आकारणे मक्तेदाराला शक्य असते. पुरवठा कायम राहणार असल्याने किंमत वाढविली की नफा वाढत जाईल. म्हणून मक्तेदार किंमत वाढवीत जाईल. पण मागणी-वक्र **'य'** अक्षाला समांतर असल्याने किंमत वाढविण्याची कमाल मर्यादा अनंत आहे. यामुळे बाजारात कोणती किंमत ठरेल हे सांगताच येणार नाही.

पुढे व्यवसायसंस्थेचा समतोल कसा होतो याची चर्चा आपण करणार आहोत. जेथे सीमांत खर्च व सीमांत प्राप्ती समान होतात तेथे व्यवसायसंस्थेचा समतोल होतो. पण मागणीची लवचीकता एकापेक्षा कमी असते तेव्हा सीमांत प्राप्ती ऋण अथवा उणे असते. सीमांत खर्च ऋण कधीच असत नाही. म्हणून सीमांत प्राप्ती धन (Positive) झाल्याखेरीज ती सीमांत खर्चाबरोबर होणे शक्य नाही. सीमांत प्राप्ती धन होण्यासाठी मागणीची लवचीकता एकापेक्षा जास्त व्हावी लागते. सारांश, नुसती अलवचीक मागणी असली तरी व्यवसायसंस्थेचा समतोल शक्य नाही. मग पूर्ण अलवचीक मागणी असली तर समतोल कसा शक्य होईल ? (ही अडचण अधिक स्पष्ट होण्यासाठी व्यवसायसंस्थेचा समतोल हा भाग, त्यातील आकृत्या व आकृत्यांचे स्पष्टीकरण पाहा. तसेच मक्तेदारीच्या परिस्थितीतील समतोलाची पहिली आकृती क्र. 5.17 पाहा.)

अशा रीतीने शुद्ध अथवा पूर्ण मक्तेदारीच्या वरील दोन्ही संकल्पना (मागणी-वक्र 'रेक्टँग्युलर हायपरबोला' आहे ही एक व मागणी-वक्र **'य'** अक्षाला समांतर आहे ही दुसरी आकृती) व्यवहारापासून तर दूर आहेतच, पण सैद्धान्तिकदृष्ट्याही तर्कविसंगत व स्वयंविरुद्ध आहेत.

(इ) अपूर्ण अथवा मर्यादित मक्तेदारी (Imperfect or Limited Monopoly)

पूर्ण अथवा शुद्ध मक्तेदारीच्या बाबतीत वर उल्लेखिलेल्या अडचणी उद्‌भवतात. म्हणून केवळ एक शक्यता म्हणून शुद्ध मक्तेदारीचा विचार आपण केला. पण बाजाराच्या अभ्यासाच्या दृष्टीने उपयुक्त अशी मक्तेदारीची संकल्पना पाहणे अधिक इष्ट ठरेल. अशी मक्तेदारी अपूर्ण अथवा मर्यादित असली तरी वास्तवाच्या जवळची असेल आणि सैद्धान्तिकदृष्ट्याही तर्कसंगत असेल तर अशी संकल्पना अधिक श्रेयस्कर ठरेल. हिचाच उल्लेख 'साधी मक्तेदारी' म्हणूनही कधी-कधी केला जातो.

जेव्हा एकच उत्पादक एखाद्या वस्तूच्या बाजारातील सर्व उत्पादन करीत असतो आणि तो ज्या वस्तूचे उत्पादन करीत असतो त्या वस्तूला नजीकचा पर्याय नसतो तेव्हा त्या बाजाराला मक्तेदारी म्हणता येते. मर्यादित अर्थाने मक्तेदारीची ही व्याख्या ठरते. शुद्ध मक्तेदारीतील उत्पादकाच्या तुलनेने या मक्तेदाराचे सामर्थ्य कमी असते. कारण नजीकचा पर्याय नसला तरी वस्तूला पर्याय आहे, याचा विचार मक्तेदाराला करावा लागतो. उदाहरणार्थ, राज्य वीज मंडळाची मक्तेदारी या प्रकाराची आहे. विजेला इतर पर्याय आहेत, पण नजीकचा पर्याय नाही.

उद्योगाचा सर्व पुरवठा एकच व्यवसायसंस्था करीत असल्याने शुद्ध मक्तेदारी व्यवसायाप्रमाणेच येथेही उद्योग व व्यवसायसंस्था ही दोन्ही एकच असतात. अशा मर्यादित मक्तेदारीच्या अटी अथवा गृहीते पुढीलप्रमाणे सांगता येतील.

(1) एकच उत्पादक : मक्तेदारी प्रस्थापित होण्यासाठी एकच उत्पादक अथवा विक्रेता असणे आवश्यक आहे. हा एक उत्पादक म्हणजे एक व्यक्ती असेल, भागीदारी संस्था असेल, संयुक्त भांडवली संस्था असेल अथवा सरकारी महामंडळ असेल. याच कारणाने मक्तेदारीमध्ये उद्योग आणि व्यवसायसंस्था यात फरक नसतो.

(2) नजीकचा पर्याय नसणे : मक्तेदारीला प्रतिस्पर्धी असता कामा नये यासाठी ही अट आवश्यक आहे. एका नावाचा स्नानाचा साबण तयार करणारी कंपनी एकच असली तरी वेगवेगळ्या नावाचे अनेक साबण उपलब्ध असल्याने नजीकचे पर्याय असतात. म्हणून साबणाचा बाजार मक्तेदारी या सदरात येणार नाही. पण वर म्हटल्याप्रमाणे वीजमंडळाला मक्तेदारी आहे.

मक्तेदारीची ही अट मागणीच्या अन्योन्य लवचीकतेच्या भाषेतही सांगता येते. एका वस्तूच्या किमतीतील बदलाचा दुसऱ्या वस्तूच्या मागणीवर होणारा परिणाम अन्योन्य लवचीकतेवरून समजतो हे आपण पूर्वी पाहिले आहे. मक्तेदारीमध्ये मक्तेदार तयार करीत असलेली वस्तू आणि दुसरी कोणतीही वस्तू यांच्या मागणीची अन्योन्य लवचीकता फार कमी असते.

या दोन अटींवरून मक्तेदाराचे किंमत ठरविण्याचे स्वातंत्र्य सिद्ध होते. किमतीवर नियंत्रण असणे हा मक्तेदारी सामर्थ्याचा गाभा आहे. पूर्ण स्पर्धेमध्ये बाजारात ठरेल ती किंमत उत्पादकाला स्वीकारावी लागते. तर मक्तेदारीमध्ये किंमत ठरविणे उत्पादकाला शक्य असते. अर्थात किंमत ठरवून त्या किमतीला बाजारात मागणी येईल तसा पुरवठा करणे किंवा आपला पुरवठा निश्चित करून बाजारातील मागणी बदलेल त्याप्रमाणे किंमत बदलू न देणे असे दोन पर्याय मक्तेदारासमोर असतात.

(ई) मक्तेदारीचा आधार (The Basis of Monopoly)

सर्वसाधारण नफ्यापेक्षा जास्त नफा मिळविण्यासाठी 'शक्यता' हे मक्तेदारीचे वैशिष्ट्य असते. असा नफा मिळण्यासाठी प्रतिस्पर्धी नसणे आवश्यक असते आणि प्रतिस्पर्धी नसतो तोवरच मक्तेदारी टिकून राहते. प्रतिस्पर्धी का नसतो ? उत्पादन क्षेत्रात प्रवेश करण्यास अडथळे असतात म्हणून प्रतिस्पर्धी नसतो आणि प्रतिस्पर्धी नसतो म्हणून मक्तेदारी असते. अशा रीतीने प्रवेशात येणारे अडथळे हा मक्तेदारीचा आधार ठरतो. हे अडथळे दोन प्रकारचे असतात (1) आर्थिक स्वरूपाचे अडथळे आणि (2) कृत्रिम स्वरूपाचे अडथळे.

(1) आर्थिक स्वरूपाचे अडथळे : एखादा बाजार अशा तऱ्हेने मर्यादित असतो की एकच व्यवसायसंस्था पर्याप्त आकारमानापर्यंत कशीबशी पोहोचेल इतपतच उत्पादन शक्य असते आणि पर्याप्त आकारमान येईपर्यंत उत्पादन खर्च घटता असल्याने त्या विशिष्ट व्यवसायसंस्थेला संपूर्ण बाजाराला पुरवठा करणे हिताचे वाटते. कारण उत्पादन वाढेल तसा खर्च घटत असतो. दुसरी एखादी व्यवसायसंस्था लहान प्रमाणावर उत्पादन करण्याचा प्रयत्न करील तर ती टिकणारी नाही. मोठ्या प्रमाणावर उत्पादन करणे शक्य नसते. म्हणून एकाच व्यवसायसंस्थेला त्या क्षेत्रात मक्तेदारी प्राप्त होते.

(2) कृत्रिम स्वरूपाचे अडथळे : कच्च्या मालावर नियंत्रण असणे, पेटंटचे हक्क मिळविणे, किंमतयुद्ध पुकारून प्रतिस्पर्ध्यांना दूर ठेवणे आणि अन्य मार्गांनी अडथळे निर्माण करून मक्तेदारी अबाधित राखणे या विविध तऱ्हांनी जेव्हा अडथळे निर्माण होतात तेव्हा त्यांना कृत्रिम स्वरूपाचे अडथळे म्हणतात. या मार्गांनीही मक्तेदारी टिकवून ठेवली जाते.

5.7 मक्तेदारीच्या परिस्थितीत किंमत आणि उत्पादननिश्चिती (Price and Output Determination Under Monopoly)

कोणत्याही बाजार रचनेत व्यवसायसंस्थेचा समतोल स्पष्ट करण्यासाठी 'महत्तम नफा' हे त्या व्यवसायसंस्थेचे उद्दिष्ट मानले जाते. खरेतर महत्तम नफा मिळविण्याचे उद्दिष्ट हे व्यवसायसंस्थाविषयक सिद्धान्ताचे एक मूलभूत गृहीत असते. हे गृहीत मानल्याखेरीज व्यवसायसंस्थांचा समतोल स्पष्ट करता येत नाही. अर्थात स्पर्धा असो वा मक्तेदारी, महत्तम नफ्याचे उद्दिष्ट मानावेच लागते.

मक्तेदारी बाजारात नफ्याचे महत्तमीकरण कसे केले जाते हे सांगणे म्हणजे व्यवसायसंस्थेचा समतोल स्पष्ट करणे. कारण जेथे नफा महत्तम असतो तेथेच समतोल होतो. जेथे समतोल होतो तेथे किंमत ठरते. म्हणून मक्तेदारीतील किंमतनिश्चितीही याच चर्चेतून स्पष्ट होईल. त्याचप्रमाणे समतोलावस्थेत जे उत्पादन केले जाईल तेच त्या उद्योगाचे अथवा व्यवसायसंस्थेचे उत्पादन निश्चित होईल. प्रथम साध्या मक्तेदारीचा विचार करू.

(अ) मक्तेदारी व्यवसायसंस्थेचा समतोल (Equilibrium of a Monopoly Firm)

मक्तेदारीच्या परिस्थितीत व्यवसायसंस्थेचा समतोल नेहमीप्रमाणे **सी प्रा = सी ख** या अटीने ठरतो. तांत्रिक परिस्थिती सर्वत्र सारखीच असल्याने पूर्ण स्पर्धेतील व्यवसायसंस्था असो किंवा मक्तेदारी असो अल्पकालीन खर्च-वक्रांचा आकार सारखाच असतो. फरक असतो तो मागणी वक्रांच्या बाबतीत. पूर्ण स्पर्धेतील व्यवसायसंस्थेची मागणी पूर्ण लवचीक असते तर मक्तेदारीचा मागणी वक्र उजवीकडे उतरता असतो.

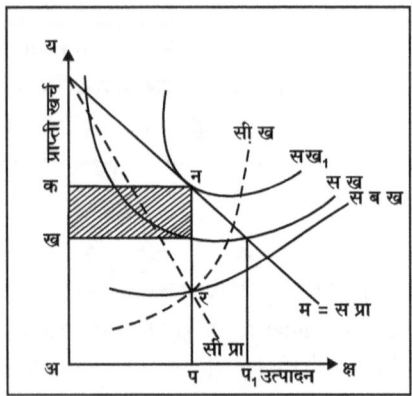

आकृती क्र. 5.20 : मक्तेदारीतील समतोल

पुढील आकृती क्र. 5.20 मध्ये मक्तेदार व्यवसायसंस्थेचा समतोल दाखविला आहे. **अ प** एवढ्या उत्पादनाच्या पातळीला समतोल प्रस्थापित होतो. कारण या उत्पादनाला सीमांत खर्च हा सीमांत प्राप्तीबरोबर आहे. **सी ख** वक्र **सी प्रा** वक्राला खालून छेदतो आणि सरासरी बदलत्या खर्चाहून किंमत जास्त आहे. या समतोलाच्या तिन्ही अटी येथे पूर्ण होतात. तिसऱ्या रेषांनी दाखविलेल्या क्षेत्राइतका एकूण नफा होतो व **अ क** ही किंमत ठरते.

बाजारात एकच एक व्यवसायसंस्था असणे हीच मुळी मक्तेदारीची व्याख्या असल्याने मक्तेदारीच्या परिस्थितीत व्यवसायसंस्था आणि उद्योग एकच असतात व म्हणून व्यवसायसंस्थेचा समतोल व उद्योगाचा समतोल असा वेगळा विचार करावा लागत नाही.

(आ) मक्तेदारी आणि कालविचार (Monopoly and Time Element)

पूर्ण स्पर्धेच्या परिस्थितीत अत्यल्प काळ, अल्पकाळ आणि दीर्घकाळ यांचा वेगवेगळा विचार आपण केला होता. काळ बदलला तर समतोल बदलतो याचे एक कारण नवीन व्यवसायसंस्था उद्योगात प्रविष्ट होऊन नफा शून्यावर येतो. (म्हणजेच फक्त सर्वसाधारण नफा मिळतो). मक्तेदारीत दीर्घकाळातदेखील उद्योगातील व्यवसायसंस्थांची संख्या बदलत नाही (ती एकच असते). म्हणून मक्तेदाराला दीर्घकाळातही नफा मिळणे शक्य असते. या दृष्टीने अल्पकाळ व दीर्घकाळात फरक पडत नाही. अल्प व दीर्घकाळात आणखी एका कारणामुळे फरक पडतो व ते कारण म्हणजे खर्चाच्या परिस्थितीत होणारा बदल. म्हणून मक्तेदारीमध्ये अल्पकाळ आणि दीर्घकाळ यात फक्त खर्च-वक्रांमुळे फरक पडतो. हाच फरक येथे विचारात घेतलेला आहे.

(इ) अल्पकालीन समतोल (Short Period Equilibrium)

पूर्ण स्पर्धा असो किंवा मक्तेदारी असो, खर्च-वक्रांचा आकार तांत्रिक स्थितीवर अवलंबून असतो आणि तांत्रिक स्थिती सर्वत्र सारखीच असते. म्हणून पूर्ण स्पर्धेच्या बाबतीत व्यवसायसंस्थेच्या अल्पकालीन खर्च-वक्रांबद्दल आपण जे निष्कर्ष केले तेच मक्तेदारीलाही बहुतांशी लागू पडतात. अल्पकाळात प्लँटचा आकार बदलता येत नाही. स्थिर घटक अल्पकाळात स्थिरच असतात. म्हणून मागणीप्रमाणे पूर्णपणे पुरवठा जुळवून घेणे अल्पकाळात शक्य नसते.

मागणी घटली तर स्थिर घटकांवरील ताण वाढवूनच उत्पादनवाढ शक्य असते. अथवा मागणी घटली तरी ती स्थिर घटक काही अंशी बेकार ठेवून उत्पादन घट शक्य असते. अशा रीतीने मक्तेदारी व्यवसायसंस्थाही अल्पकाळात अल्पकालीन सरासरी खर्च-वक्राच्या अनुरोधाने उत्पादन करीत असते.

अल्पकालीन समतोलासाठी **सी ख = सी प्रा** हीच अट आवश्यक आहे. मात्र अल्पकाळात पुरवठ्यामध्ये फेरफार करण्यावर पडणाऱ्या मर्यादांमुळे अल्पकाळात सरासरी प्राप्ती सरासरी खर्चाहून जास्त, सरासरी खर्चाएवढी अथवा सरासरी खर्चाहून कमी असणे शक्य असते. यामुळे अल्पकाळात असाधारण नफा, सर्वसाधारण नफा अगर तोटा होणे शक्य असते.

आकृती क्र. 5.21 (अ) मध्ये **अ प** या उत्पादनाला समतोल प्रस्थापित होतो. कारण तेथे **सी ख** व **सी प्रा** समान आहेत. येथे **अ क** ही किंमत ठरेल. **अ ख** हा सरासरी खर्च **अ क** या किमतीपेक्षा अथवा सरासरी प्राप्तीपेक्षा कमी आहे. **क र न ख** हा असाधारण नफा येथे मिळेल.

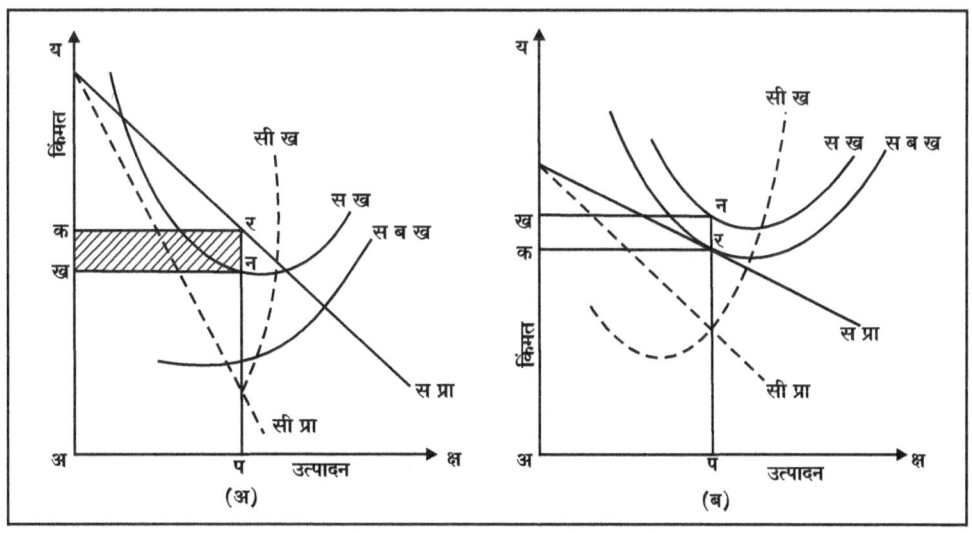

आकृती क्र. 5.21 : अल्पकालीन समतोल

आकृती क्र. 5.21 (ब) मध्ये सरासरी खर्च-वक्र सरासरी प्राप्ती-वक्राच्या वर आहे. **र** बिंदूत सरासरी बदलत्या खर्चाचा वक्र सरासरी प्राप्ती-वक्राला स्पर्श करतो. म्हणजेच येथे फक्त सरासरी बदलता खर्च भरून निघतो. येथे **अ क** ही किंमत **अ ख** या सरासरी खर्चाहून कमी असल्याने **क र न ख** एवढा तोटा होतो. येथे **सी प्रा = सी ख** असल्याने **क र न ख** हा किमान तोटा आहे. जेव्हा नफा होत नाही तेव्हा तोटा किमान करण्याचा प्रयत्न आवश्यक करतो आणि सीमांत प्राप्ती व सीमांत खर्च समान असतात तेव्हा तोटा किमान असतो.

मागील आकृती क्र. 5.20 मधील **स ख$_1$** हा सरासरी खर्च-वक्र पाहा. येथेही **स प्रा = सी ख** होऊन समतोल प्रस्थापित झाला आहे. पण **न** बिंदूत **स ख$_1$** हा **स प्रा** वक्राला स्पर्श करतो म्हणून सरासरी खर्च = सरासरी प्राप्ती = **प न** अशी स्थिती दिसते. येथे फक्त सरासरी खर्चात समाविष्ट असलेला सर्वसाधारण नफा मिळतो.

(ई) दीर्घकालीन समतोल (Long Period Equilibrium)

दीर्घकाळात सगळेच घटक बदलते असतात. यंत्रसामग्री बदलता येते. 'प्लँट' चा आकार बदलता येतो. म्हणून मागणी वाढली तर उत्पादनक्षमता वाढविणे व मागणी घटली तर उत्पादनक्षमता कमी करणे दीर्घकाळात शक्य असते. मागणीप्रमाणे पुरवठा पूर्णपणे जुळवून घेऊन जेथे दीर्घकालीन सीमांत प्राप्ती दीर्घकालीन सीमांत खर्चाबरोबर होते तेथे समतोल प्रस्थापित होतो. म्हणजेच अल्पकाळ असो की दीर्घकाळ, मक्तेदारीमध्ये **सी प्रा = सी ख** ही अट समतोलावस्थेसाठी आवश्यक आहे, मग अल्पकाल व दीर्घकाळ यांचा स्वतंत्र विचार का करावयाचा ?

प्रारंभीच म्हटल्याप्रमाणे अल्पकालीन खर्च-वक्र व दीर्घकालीन खर्च-वक्र भिन्न असतात. त्यामुळे दीर्घकालीन समतोल हा अल्पकालीन समतोलापेक्षा वेगळा असतो. शिवाय दीर्घकाळात मक्तेदाराला आपल्या वस्तूला पर्याय निघण्याची शक्यता विचारात घ्यावी लागते व त्या दृष्टीने दीर्घकालीन मागणी अल्पकालीन मागणीहून अधिक लवचीक मानून मक्तेदाराला चालावे लागेल, हेही काही वेळा शक्य असते. अशा वेळी दीर्घकालीन प्राप्ती-वक्र अल्पकालीन वक्रापेक्षा अधिक उथळ (Flat) येतील. म्हणून **सी प्रा - सी ख** ही अट कायम असली तरी ही दोन्ही उत्पादनाच्या ज्या पातळीला समान होतात ती पातळी अल्पकाळापेक्षा दीर्घकाळात वेगळी असण्याची शक्यता जास्त असते. दीर्घकाळातही मागणी कायम राहिली तरच अल्पकालीन समतोल दीर्घकाळातही टिकेल, पण नित्य बदलणाऱ्या जगात ही शक्यता फार कमी असते. म्हणूनच दीर्घकालीन समतोल अल्पकालीन समतोलाहून वेगळा असण्याची शक्यता जास्त असते, असे वर म्हटले आहे.

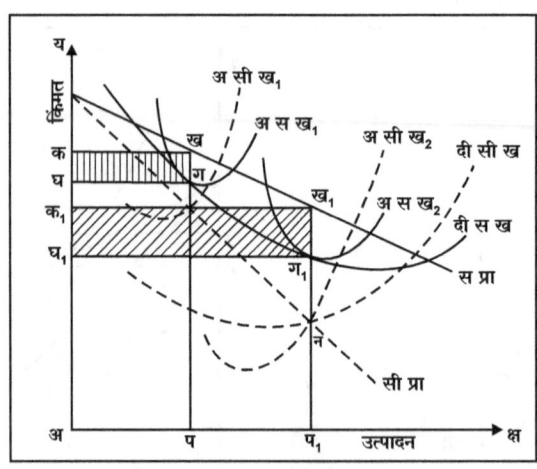

आकृती क्र. 5.22 : दीर्घकालीन समतोल

अल्पकाळात सर्वसाधारण नफा, असाधारण नफा अथवा तोटा या तिन्ही शक्यता असतात हे आपण वर पाहिले आहे. दीर्घकाळात तोटा नाही म्हणून दीर्घकालीन किंमत सरासरी खर्चाएवढी अथवा सरासरी खर्चाहून जास्त असेल. म्हणजेच केवळ सर्वसाधारण नफा (Normal Profit) अथवा असाधारण नफा (Abnormal Profit) अशा दोनच शक्यता दीर्घकाळात संभवतात. सर्वसाधारण नफा तर स्पर्धेच्या परिस्थितीतही मिळतो. म्हणून मक्तेदाराला मक्तेदारी टिकवून ठेवण्यात फारसे स्वारस्य वाटणार नाही, म्हणून मक्तेदारीमध्ये सर्वसाधारण नफा अशक्य नसला तरी दीर्घकाळातही असाधारण नफा मिळेल हीच शक्यता जास्त असते.

आकृती क्र. 5.22 वरून दीर्घकालीन समतोल स्पष्ट होईल. तसेच अल्पकालीन व दीर्घकालीन समतोल यांच्यामधील फरक लक्षात येईल. **दी स ख** हा दीर्घकालीन सरासरी खर्च-वक्र व **दी सी ख** हा दीर्घकालीन सीमांत खर्च-वक्र आहे. **न** बिंदूत दीर्घकालीन सीमांत खर्च सीमांत प्राप्तीएवढा होतो. म्हणून **अ प$_1$** एवढे उत्पादन असताना दीर्घकालीन समतोल प्रस्थापित होईल व **अ क$_1$** ही किंमत ठरेल.

अल्प व दीर्घकालीन मागणीचे स्वरूप कायम मानून अल्प व दीर्घकाळात समतोल कसा बदलतो ते पाहू. समजा, मक्तेदारीची अल्पकाळातील क्षमता लक्षात घेऊन **अ सी $ख_1$** हे अनुक्रमे सीमांत व सरासरी खर्च-वक्र काढले आहेत. **सी प्रा = अ सी $ख_1$** समान होतात तेथे म्हणजेच **अ प** उत्पादनाला समतोल साधेल व **अ क** ही किंमत ठरेल. दीर्घकाळात **दी स ख** या दीर्घकालीन वक्रावर 'येणे' मक्तेदाराला शक्य असते. म्हणून उत्पादन वाढवून तो खर्च कमी करतो. अल्पकालीन किमतीपेक्षा या उदाहरणातील दीर्घकालीन किंमत (**अ क** पेक्षा **अ $क_1$**) कमी आहे तसेच पुरवठा (**अ प** पेक्षा **अ $प_1$**) जास्त आहे. किंमत कमी होऊनही अल्पकालीन नफ्यापेक्षा (**क ख ग घ** पेक्षा) दीर्घकालीन नफा **($क_1$ $ख_1$ $ग_1$ $घ_1$)** जास्त आहे. याचे उघड कारण उत्पादनवाढ व सरासरी खर्चातील घट हे आहे.

दीर्घकाळात मक्तेदार किंमत जास्त ठेवील की कमी हे मागणीची लवचीकता व सरासरी खर्चाचे स्वरूप या दोन गोष्टींवर अवलंबून असते.

5.8 विभेदात्मक मक्तेदारीमध्ये किंमत आणि उत्पादननिश्चिती (Price And Output Determination Under Discriminating Monopoly)

साध्या मक्तेदारीमध्ये (Simple Monopoly) किंमत आणि उत्पादन हे कसे निश्चित होते याचा विचार आपण केला.

येथवर केलेल्या मक्तेदारीच्या विवेचनात मक्तेदारी सर्व ग्राहकांना एकच किंमत आकारतो असे आपण मानले होते. मक्तेदारीचे किमतीवर नियंत्रण असल्याने त्याला वेगवेगळ्या किमती आकारणेही शक्य असते. अशा प्रकारे मक्तेदार वेगवेगळ्या किमती आकारतो तेव्हा त्या कृतीला 'मूल्यभेद' (Price Discrimination) अथवा अशा मक्तेदारीला 'विभेदात्मक मक्तेदारी' (Discriminating Monopoly) असे म्हणतात.

एकाच वस्तूच्या वेगवेगळ्या नगांसाठी वेगवेगळ्या किमती आकारणे ही 'पूर्ण विभेदात्मक मक्तेदारी'ची स्थिती मानली जाते, पण व्यवहारात अशी स्थिती अशक्य आहे. कारण याचा अर्थ एकच ग्राहकाकडून एकाच वस्तूच्या वेगवेगळ्या नगांसाठी वेगवेगळी किंमत घेणे असा होतो.

(अ) मूल्यभेद केव्हा शक्य असतो ? (When is Price Discrimination Possible ?)

मूल्यभेद शक्य होण्यासाठी काही अटी आवश्यक आहेत.

(1) बाजाराचे अपूर्णत्व (Market Imperfection) : मूल्यभेद शक्य होण्यासाठी बाजारात कोणत्या ना कोणत्या स्वरूपात अपूर्णता असणे आवश्यक आहे, अशी अपूर्णता असेल तर मूल्यभेद शक्य होतो. बाजारातील अपूर्णता पुढील प्रकारची असते –

(क) बाजाराचे अज्ञान : ग्राहकांना बाजाराचे संपूर्ण ज्ञान असणे पूर्णत्वासाठी आवश्यक असते. पण असे ज्ञान अनेक वेळा असत नाही. एका ठिकाणी एखादी वस्तू कमी किमतीला मिळते हे दुसऱ्या ठिकाणच्या त्याच वस्तूच्या ग्राहकांना माहीत नसते तेव्हा ग्राहकांच्या या दोन समूहांकडून वेगवेगळ्या किमती घेणे मक्तेदाराला शक्य होते.

(ख) बुद्धिप्रामाण्याचा अथवा विवेकाचा अभाव : बाजाराचे पूर्णत्व बुद्धिप्रामाण्याच्या (Rationality) गृहीतावर आधारलेले असते. प्रत्यक्षात बहुतेक वेळा ग्राहक निर्णय घेतात तो सर्वस्वी बुद्धिप्रामाण्याच्या आधारेच घेतात असे नाही. अनेक वेळा किंमत जास्त आहे त्या अर्थी त्या वस्तूचा दर्जा वरचा असेल अशी भ्रामक कल्पना ग्राहक करून घेतात आणि उत्पादकाला मूल्यभेदाची संधी देतात.

(ग) मक्तेदारी : बाजारात अपूर्णता आली की, मक्तेदारीला वाव मिळतो. मक्तेदारी ही तर मूल्यभेदाची मूलभूत आवश्यकता आहे. किमतीवर नियंत्रण असल्याखेरीज वेगवेगळ्या बाजारात वेगवेगळ्या किमती आकारणे अशक्य आहे. पूर्ण स्पर्धा असताना मूल्यभेद अशक्य आहे.

(2) मागणीच्या लवचीकतेतील भिन्नता : किंमत भिन्न आकारता येते याचा अर्थ मागणी-वक्राचा उतार भिन्न आहे असा होतो. उत्पादन करणारी व्यवसायसंस्था एकच असल्याने खर्च-वक्र कायम आहेत पण किंमत भिन्न असण्यासाठी समतोल बिंदू भिन्न असले पाहिजेत. म्हणजेच प्राप्ती-वक्र भिन्न असतील तरच हे शक्य आहे. साध्या भाषेत याचा अर्थ असा की, जेथे मागणी अलवचीक आहे तेथे जास्त किंमत आकारणे व जेथे मागणी लवचीक आहे तेथे किंमत आकारणे हे मक्तेदाराला शक्य असते.

(3) भौगोलिक अथवा कृत्रिम रीतीने बाजाराची विभागणी : दोन बाजारात भिन्न किमती आकारणे तेव्हाच शक्य आहे, जेव्हा स्वस्त वस्तू 'महाग' बाजारात पुन्हा येणे अशक्य असते. उदा., एक वस्तू एका ठिकाणी ₹ 5 दुसऱ्या ठिकाणी ₹ 7 किमतीला विकली जात असेल तर जेथे त्या वस्तूची किंमत ₹ 5 आहे. तेथेच ग्राहक खरेदी करतील. म्हणून हे दोन बाजार परस्परांपासून अलग राहिले तरच अशा भिन्न किमती ठेवणे शक्य आहे. बाजाराची ही विभागणी काही वेळा भौगोलिक असते. दोन बाजारात अंतर एवढे असते की, 'स्वस्त' बाजारात ती वस्तू 'महाग' बाजारात आणण्याचा वाहतूक खर्च किमतीतील फरकाहून जास्त असतो व मूल्यभेद शक्य होतो. वरील उदाहरणात जेथे 5 रुपयाला वस्तू मिळते ती जेथे तिची किंमत ₹ 7 आहे तेथे आणण्याचा खर्च ₹ 2.50 पैसे पडत असेल तर त्या वस्तूची विक्रीची किंमत ₹ 7.50 होईल व त्यापेक्षा ₹ 7 ही किंमत कमी वाटून ग्राहक ती देण्यास तयार होतील. एका देशातून दुसऱ्या देशात वस्तू नेताना जकात द्यावी लागत असेल तर कृत्रिमरीत्या त्या वस्तूंची किंमत वाढेल व म्हणून दोन देशांत दोन वेगवेगळ्या किमती आकारणे शक्य होईल.

(4) वस्तूंचे स्वरूप : वस्तूंच्या स्वरूपामुळे मूल्यभेद शक्य होतो. उदा., शहरातील एखाद्या गजबजलेल्या भागात ज्याचे हॉटेल आहे त्यानेच कॉलेजचे कँटीन चालविण्यास घेतले तर कँटीनमध्ये चहा अथवा अन्य खाद्यपदार्थ महाग असणे शक्य असते. याचे कारण येथे स्पर्धा नसते व बाहेरून हे पदार्थ मागविणे कठीण असते. कारण ते गरम असणे महत्त्वाचे असते. प्रत्यक्ष सेवांच्या बाबतीत हे विशेष जाणवते. उदाहरणार्थ, मंडईत नारळ स्वस्त असतील व डेक्कन जिमखान्यावर महाग असतील तर मंडईत ते खरेदी करून डेक्कन जिमखान्यावर पुन्हा विकणे शक्य असते. पण प्रत्यक्ष सेवा अशा पुन्हा विकता येत नाहीत. उदा., डॉक्टरने केलेली तपासणी, वकिलाने दिलेला सल्ला, हेअर कटिंग, किंवा सत्यनारायण पूजा विधी. अशा सेवांच्या बाबतीत म्हणूनच वेगवेगळ्या किमती आकारल्या जातात.

(आ) मूल्यभेद केव्हा फायदेशीर असतो ? (When is Price Discrimination Profitable ?)

मूल्यभेद केव्हा शक्य असतो हे आपण पाहिले. आता तो केव्हा फायदेशीर असतो हे पाहू. मूल्यभेद केव्हा फायदेशीर असतो हे विभेदात्मक मक्तेदारीचा समतोल कसा होतो यावरून ठरतो. मक्तेदारीमध्ये समतोलाची जी अट आहे **(सी ख = सी प्रा)** तीच येथेही लागू पडते. फक्त येथे एकाऐवजी दोन बाजारपेठा असतात आणि दोन्ही ठिकाणी सीमांत प्राप्ती सीमांत खर्चाबरोबर व्हावी लागते.

या संपूर्ण विवेचनात दोन्ही बाजारपेठांतील ग्राहकांत पूर्ण स्पर्धा आहे आणि दोन बाजारपेठांतील ग्राहकांना परस्परांशी संपर्क साधणे अशक्य आहे, ही दोन गृहीते मानलेली आहेत.

मक्तेदाराला मूल्यभेद केव्हा फायदेशीर होईल हे पाहण्यासाठी दोन शक्यता विचारात घेणे शक्य आहे. एक म्हणजे, दोन बाजारांत मागणीची लवचीकता सारखीच असेल तर आणि दुसरे म्हणजे दोन्ही बाजारांत मागणीची लवचीकता भिन्न असेल तर.

(1) दोन बाजारपेठांत मागणीची लवचीकता समान असल्यास : प्रत्येक किमतीला प्रत्येक बाजारपेठेत मागणीची लवचीकता सारखीच असेल तर याचा अर्थ दोन्ही बाजारपेठांतील सरासरी प्राप्ती-वक्र उजवीकडे उतरत जाणारे असतील आणि त्यांचा उतार (Slope) सर्व ठिकाणी सारखाच असेल. अशा स्थितीत दोन बाजारपेठा परस्परांहून अलग असूनही मागणी सर्वस्वी सारखीच असल्याने मूल्यभेद फायदेशीर होणार नाही.

(2) दोन बाजारपेठांत मागणीची लवचीकता भिन्न असल्यास : दोन बाजारपेठांत मागणीची लवचीकता भिन्न आहे असे मानू. कमाल नफा मिळविणे हे मक्तेदारीचे उद्दिष्ट मानून सीमांत खर्च आणि दोन्ही बाजारातील एकत्रित सीमांत प्राप्ती जेथे समान होतील तेथे किंमत व पुरवठा निश्चित होईल. या मक्तेदारी किमतीचा सरासरी प्राप्ती-वक्रावरील जो बिंदू असेल त्या बिंदूशी असणारी मागणीची लवचीकता (Point Elasticity) दोन्ही बाजारपेठांत एकच असणे शक्य आहे. जरी दोन प्राप्ती-वक्र वेगवेगळ्या आकाराचे असले तरी किंमत जेथे ठरेल त्या बिंदूशी असणारी लवचीकता समान असणे अशक्य नाही. जर लवचीकता समान असेल तर सीमांत प्राप्तीतही त्या बिंदूला समान असेल. **स प्रा** म्हणजेच किंमत दोन्हीकडे एक आहे व **'ल'** म्हणजे लवचीकताही एक आहे. अशा वेळी एका बाजारपेठेतून दुसऱ्या बाजारपेठेत माल नेल्यास सीमांत प्राप्ती जेवढी कमी होईल तेवढीच पहिल्या बाजारपेठेत वाढेल एकूण नफा वाढणार नाही. म्हणून मूल्यभेद करणे इष्ट ठरणार नाही. अशा रीतीने दोन बाजारांतील मागणीची लवचीकता बाकी सर्व किमतींना वेगवेगळी असूनही जेथे नफा महत्तम होतो अशा किमतीला नेमकी दोन्हीकडची बिंदू लवचीकता समान असेल तर मूल्यभेद फायदेशीर ठरणार नाही.

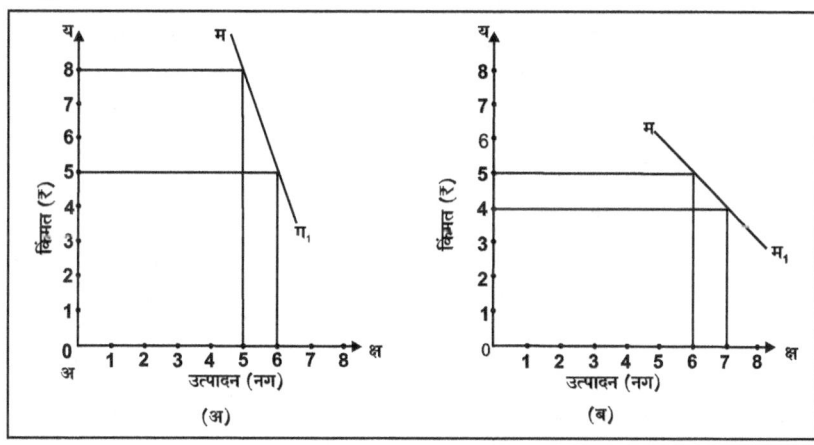

आकृती क्र. 5.23 : लवचीकतेतील भिन्नतेचा लाभ

आता या मक्तेदारी किमतीला दोन बाजारांतील लवचीकता भिन्न आहे असे मानू. समजा, 'अ' बाजारात लवचीकता कमी आहे आणि 'ब' बाजारात जास्त आहे. 'अ' बाजारातील मागणी अलवचीक असल्याने तेथील किंमत महत्तम नफा दाखविणाऱ्या एकत्रित मक्तेदारी किमतीहून जास्त ठेवली तरी मागणीवर फारसा परिणाम होणार नाही. 'ब' बाजारपेठेतील मागणी लवचीक असल्याने तेथे किंमत कमी ठेवल्यास मागणी वाढेल. म्हणून 'अ' मधील पुरवठा कमी केला तर प्राप्तीत फारशी घट होणार नाही. पण 'ब' मधील पुरवठा वाढविल्यास प्राप्तीत बरीच वाढ होईल. वरील सूत्रावरून हे लक्षात येण्यासारखे आहे की, मागणीची लवचीकता जेवढी जास्त, तेवढी सरासरी प्राप्ती दिलेली असताना सीमांत प्राप्ती जास्त होईल. 'अ' बाजारातील मागणी अलवचीक व 'ब' बाजारातील मागणी लवचीक आहे म्हणून 'अ' म्हणून एक नग (सीमांत नग) काढून घेतल्याने किंमत जेवढी वाढेल, त्या मानाने 'ब' मध्ये एक नग वाढविल्याने किमतीत होणारी घट कमी असेल म्हणून 'अ' मधील पुरवठा कमी करून 'ब' मधील पुरवठा वाढविल्यास मक्तेदाराची एकूण प्राप्ती वाढेल. आकृती क्र. 5.23 वरून हे स्पष्ट होईल. एकच प्रमाण घेऊन या दोन आकृत्या काढल्या असल्याने मागणी वक्राचा उतार लवचीकता दर्शवितो. समजा, ₹ 5 ही एकत्रित समतोल किंमत व 12 नगांचा एकत्रित पुरवठा मक्तेदाराने ठरविला आहे. सुरुवातीला दोन्ही बाजारात ₹ 5 किंमत व प्रत्येकी 6 नगांचा पुरवठा मक्तेदार करतो असे मानू. आता 'अ' मधून 1 नग कमी करून तोच 'ब' मध्ये विकला तर काय होईल ? पूर्वीच्या परिस्थितीत 12 नग प्रत्येकी ₹ 5 ला विकल्याने एकूण प्राप्ती ₹ 60 (12 × 5) होती. आता 'अ' मधील एक नग कमी झाला म्हणून 5 नग

उरले व किंमत ₹ 8 झाली. (आकृती क्र. 5.23 (अ) पाहा.) म्हणून 'अ' मधील प्राप्ती (8 × 5) ₹ 40 झाली. 'ब' मध्ये एक नग वाढविल्याने किंमत ₹ 4 झाली. (आकृती क्र. 5.23 (ब) पाहा.) म्हणून 'ब' मधील प्राप्ती (4 × 7) ₹ 28 झाली. 'अ' आणि 'ब' मिळून आता मक्तेदाराला 40 + 28 = ₹ 68 मिळतील. पूर्वीपेक्षा 8 रुपयांनी प्राप्ती वाढली, कारण दोन बाजारांतील लवचीकतेतील फरकाचा मक्तेदाराने येथे फायदा घेतलेला आहे.

'अ' मधील पुरवठा कमी करून 'ब' मधील पुरवठा वाढवीत जाण्याची प्रक्रिया कुठपर्यंत चालू राहील ? मक्तेदाराने एकूण पुरवठा निश्चित केला असेल (जसे वरील उदाहरणात आपण मानले आहे.) तर दोन्ही बाजारातील सीमांत प्राप्ती समान होईपर्यंत ही क्रिया चालूच राहील आणि दोन्हीकडील सीमांत प्राप्ती समान होईल. तेथे दोन्हीकडचा पुरवठा स्थिर होईल आणि दोन्ही बाजारात वेगवेगळ्या किमती ठरतील.

आता एकूण पुरवठा स्थिर नाही असे मानू. अशा स्थितीत दोन्ही बाजारपेठांतील सीमांत प्राप्ती समान असली पाहिजे. शिवाय ती सीमांत खर्चाबरोबर असली पाहिजे तरच महत्तम नफा होईल. विभेदात्मक मक्तेदारीमध्ये उत्पादक एकच असल्याने सीमांत खर्च एकच आहे, पण प्रत्येक बाजारपेठेतील सीमांत प्राप्ती भिन्न असेल. म्हणून, **अ, ब, क, ड, इ** बाजारपेठा असतील तर विभेदात्मक मक्तेदारीमध्ये महत्तम नफा मिळवून देणाऱ्या समतोलाची अट **सी ख = सी प्रा (अ) = सी प्रा (ब) = सी प्रा (क) ....** ही असेल.

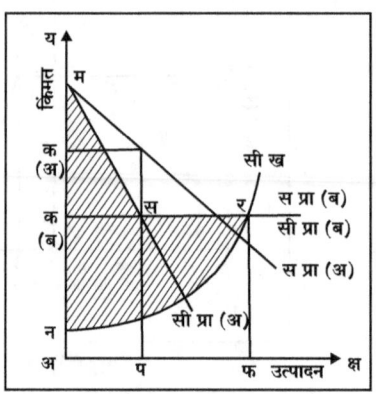

आकृती क्र. 5.24 मध्ये विभेदात्मक मक्तेदारीचा समतोल दाखविला आहे. गुंतागुंत कमी करण्यासाठी येथे असे मानले आहे की, 'अ' बाजारपेठेत मक्तेदारी आहे पण 'ब' बाजारपेठेत पूर्ण स्पर्धा आहे. (समजा, 'अ' ही देशांतर्गत बाजारपेठ आहे व 'ब' ही जागतिक बाजारपेठ आहे.) 'अ' बाजारपेठेतील मागणी अलवचीक असल्याने प्राप्ती-वक्र उतरते आहेत. : **स प्रा (अ)** व **सी प्रा (अ)** हे **'अ'** बाजारपेठेतील अनुक्रमे सरासरी व सीमांत प्राप्ती-वक्र आहेत. **'ब'** बाजारपेठेत पूर्ण स्पर्धा असल्याने **स प्रा (ब) = सी प्रा (ब)** हे दोन्ही वक्र एकच आहेत. **स प्रा (ब) = सी प्रा (ब)** हा एकच वक्र **'क्ष'** अक्षाला समांतर आहे. **सी ख** हा सीमांत खर्च वक्र आहे.

आकृती क्र. 5.24 : विभेदात्मक मक्तेदारी समतोल

अ आणि ब बाजारातील सीमांत प्राप्तीची आडवी बेरीज करून **म स र ....** हा सीमांत प्राप्ती-वक्र तयार झाला आहे. हा **सी प्रा** वक्र **सी ख** वक्राला **र** बिंदूत छेदतो. म्हणून **अ फ** हे एकूण उत्पादन ठरेल.

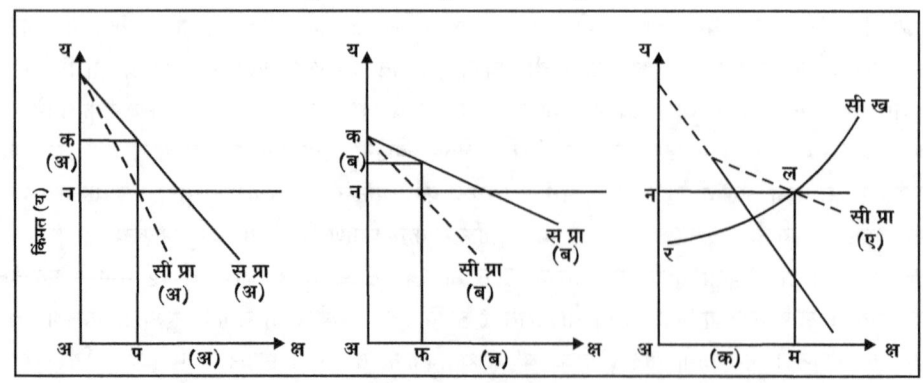

आकृती क्र. 5.25 : दोन्ही बाजारात मक्तेदारी असल्यास समतोल

अ फ पुरवठा 'अ' आणि 'ब' या दोन बाजारपेठांत अशा तऱ्हेने विभागला पाहिजे की दोन्ही बाजारपेठांतील सीमांत प्राप्ती समान झाली पाहिजे. **स** बिंदूत 'अ' बाजारपेठेतील सीमांत प्राप्ती 'ब' मधील सीमांत प्राप्तीएवढी होते. म्हणून 'अ' बाजारपेठेत **अ प** एवढा पुरवठा **अ क** (अ) किमतीला विकला जाईल व **'ब'** बाजारपेठेत **प फ** एवढा माल **अ क (ब)** एवढ्या किमतीला विकला जाईल. **म स र न (Σ सी प्रा – Σ सी ख)** हा उत्पादकाचा एकूण नफा असेल व तो प्राप्त परिस्थितीतील महत्तम नफा असेल.

दोन्ही बाजारपेठांत मक्तेदारी असेल तर मूळ सिद्धान्तात बदल होण्याचे कारण नाही. आकृती क्र. 5.25 (अ) व (ब) मध्ये दोन्हीकडे मक्तेदारी पण लवचीकता भिन्न असलेल्या बाजारपेठांचे वक्र घेतलेले आहेत. **सी प्रा (ए)** ही **सी प्रा (अ)** व **सी प्रा (ब)** यांची मिळून बनली आहे. **अ म** हा एकूण पुरवठा आहे. कारण या पुरवठ्याला **सी ख = सी प्रा** ही समतोलाची अट [आकृती क्र. 5.25 (क)] पूर्ण होते. दोन्ही बाजारपेठांतील प्राप्ती **अ न** या पातळीला समान होते व सीमांत खर्चाबरोबर असते.

आकृती (क) मधील **सी ख = सी प्रा** होणाऱ्या **ल** बिंदूतून निघणारी समांतर रेषा (अ) आणि (ब) मधील **सी प्रा** वक्रांना ज्या बिंदूत छेदते त्या बिंदूवरून समतोल समजेल. यावरून **अ प** हा (अ) बाजारपेठेतील पुरवठा व **अ फ** हा (ब) बाजारपेठेतील पुरवठा अशा **अ म** या एकूण पुरवठ्याची विभागणी ठरेल. **अ क (अ)** ही 'अ' बाजारपेठेतील किंमत व **अ क (ब)** ही **'ब'** बाजारपेठेतील किंमत ठरेल. **य ल र** [आकृती क्र. 5.25(क)] हा मक्तेदारीचा एकूण नफा आहे.

सारांश : एका बाजारात मक्तेदारी व दुसऱ्यात स्पर्धा अथवा दोन्ही (अगर दोहोंपेक्षा जास्त) बाजारपेठांत मक्तेदारी यांपैकी काहीही असले तरी **सी प्रा (अ) = सी प्रा (ब) = सी प्रा (क) = ... = सी ख** ही अट समतोलावस्था दर्शविते.

वरील विवेचनावरून दोन (अथवा अधिक) बाजारपेठांतील मागणीची लवचीकता भिन्न असते तेव्हाच मूल्यभेद करणे फायद्याचे असते हेही लक्षात येईल.

(ई) मूल्यभेद समाजाला नेहमीच हानिकारक असतो काय ?

(Is Price Discrimination always Harmful to Society ?)

मक्तेदारी सामर्थ्याचा फायदा घेऊन मक्तेदार वेगवेगळ्या किमती आकारतो हे समाजाच्या दृष्टीने घातक आहे असा सर्वसाधारणपणे टीकेचा सूर असतो. मूल्यभेद समाजहिताच्या विरोधी गेल्याची अनेक उदाहरणे दाखविता येतील. असे असूनही मूल्यभेद समाजहितास पोषकही असू शकतो. पुढील तीन परिणाम या दृष्टीने विचारात घेण्याजोगे आहेत.

(1) उत्पादनात वाढ होते : मक्तेदाराने एकच किंमत आकारायची ठरविल्यास जेवढे उत्पादन होईल त्यापेक्षा भिन्न किमती आकारून उत्पादन जास्त होते. मागील आकृती क्र. 5.23 मध्ये घेतलेल्या उदाहरणात (ब) बाजारपेठेत मागणी लवचीक असल्याने तेथे उत्पादन वाढविणे मक्तेदाराच्या हिताचे असते, हे समज लक्षात येण्यासारखे आहे. अशा रीतीने मूल्यभेदामुळे उत्पादन वाढल्यास समाजाचे वास्तव उत्पन्न वाढते.

(2) एखाद्या बाजारपेठेला पुरवठा करता येतो : ज्या बाजारपेठेला मूल्यभेदाशिवाय पुरवठा करता येणे शक्य नाही त्याच बाजारपेठेला मूल्यभेदामुळे पुरवठा करता येतो. उदाहरणार्थ, बाहेरच्या प्रवासाला दर किलोमीटरला एस. टी. जो दर आकारते त्याच दराने शहरांत एस. टी. बसेस चालवायच्या ठरविल्यास परवडणे अशक्य होईल. शहरातील वाहतुकीस जादा दर आकारून आज अनेक शहरांत एस. टी. ची सिटी सर्व्हिस चालू आहे. ही सेवा विभेदात्मक मूल्यनीतीमुळे शक्य झाली आहे. अनेक डॉक्टर श्रीमंतांकडून जास्त फी घेतात म्हणून गरिबांना कमी खर्चात वैद्यकीय मदत देणे त्यांना शक्य होते. (अर्थात हे त्या डॉक्टरला कितपत 'माणुसकी' आहे यावर अवलंबून असते, पण असे करणे शक्य आहे.)

(3) एका किमतीने एकूण खर्च भरून निघत नाही तेव्हा मूल्यभेद उपयोगी पडतो : अनेक वेळा एकच किंमत आकारल्यास उत्पादन खर्च भरून निघत नाही व किंमत तरी वाढवावी लागते अथवा उत्पादन तरी बंद करावे लागते. पण याच ठिकाणी मूल्यभेद केल्यास तेच उत्पादन परवडते. उदाहरणार्थ, पोस्टाचे इतर दर जास्त आहेत म्हणून कार्डाची किंमत 50 पैसे ठेवता येते. अन्यथा नुसत्या कार्डाच्या वाटपासाठी पोस्टाला येणारा खर्च 50 पैशाहून जास्त आहे. रेल्वेने पहिला वर्ग, दुसरा वर्ग आणि शयनागाराच्या सवलती बंद केल्यास तिसऱ्या वर्गाचे भाडे वाढवावे लागेल अथवा तोटा सोसावा लागेल. अनेक सार्वजनिक सेवांमध्ये मूल्यभेद समाजाला हितकर असतो.

वरील विवेचनावरून स्पष्ट होते की, मूल्यभेद नेहमीच समाजहिताला बाधक नसतो तर अनेक वेळा तो समाजहिताच्या दृष्टीने उपकारक असतो. म्हणून प्रो. लिप्से म्हणतात त्याप्रमाणे, मूल्यभेदाचे परिणाम प्रत्येक बाबतीत भिन्न असू शकतात व म्हणून मूल्यभेदाचे विवक्षित उदाहरण तपासून पाहिल्याखेरीज त्या ठिकाणी मूल्यभेद इष्ट आहे की अनिष्ट हे ठरविता येणार नाही. अर्थातच मूल्यभेद चांगला अथवा मूल्यभेद वाईट असतो अशी दोन्ही सर्वसामान्य विधाने चूक ठरतील. प्रत्यक्ष उदाहरण पाहूनच मूल्यभेदाची इष्टानिष्टता ठरवावी लागेल.

5.9 मक्तेदारीयुक्त स्पर्धा (Monopolistic Competition)

(अ) अपूर्ण स्पर्धा व मक्तेदारीयुक्त स्पर्धा

(Imperfect Competition and Monopolistic Competition)

पूर्ण स्पर्धा आणि मक्तेदारी हे बाजाराचे दोन एकांतिक प्रकार आपण पाहिले. सैद्धान्तिदृष्ट्या हे दोन्ही प्रकार महत्त्वाचे असले तरी व्यवहारात पूर्ण स्पर्धा व मक्तेदारी आढळत नाहीत. जेव्हा स्पर्धा पूर्ण नसते तेव्हा त्या स्थितीला 'अपूर्ण स्पर्धा' असे म्हणतात. जेव्हा व्यवसायसंस्थांची संख्या फार मोठी असते तेव्हा किमतीवर थोडादेखील प्रभाव पाडणे कोणत्याही एका व्यवसायसंस्थेला शक्य होत नाही. सर्व व्यवसायसंस्थांच्या वस्तू सर्वस्वी एकसारख्या असतात तेव्हा ग्राहकांच्या दृष्टीने सर्व विक्रेते सारखेच असतात. शिवाय बाजाराचे संपूर्ण ज्ञान असल्याने एकच एक किंमत प्रस्थापित होण्यास मदत होते. अशा रीतीने विक्रेत्यांची फार मोठी संख्या, वस्तूचा एकसारखेपणा आणि बाजाराचे संपूर्ण ज्ञान या अटी बाजाराच्या पूर्णत्वाच्या दृष्टीने महत्त्वाच्या असतात. या मूलभूत अटी पूर्ण होत नसतील तर तो बाजार अपूर्ण होतो किंवा ती स्पर्धा अपूर्ण स्पर्धा (Imperfect Competition) ठरते. अपूर्ण स्पर्धेचे अनेक प्रकार संभवतात. मक्तेदारीयुक्त स्पर्धा, अल्पविक्रेताधिकार आणि द्विविक्रेताधिकार हे अपूर्ण स्पर्धेचे प्रकार होत. हे सर्व प्रकार आपणास येथे विचारात घ्यावयाचे आहेत.

(आ) मक्तेदारीयुक्त स्पर्धेची वैशिष्ट्ये

(Characteristic Features of Monopolistic Competition)

मक्तेदारीयुक्त स्पर्धेची मुख्य वैशिष्ट्ये अथवा लक्षणे पुढीलप्रमाणे असतात.

(1) अनेक व्यवसायसंस्था (Large Number of Firms) : मक्तेदारीयुक्त स्पर्धेची पहिली महत्त्वाची अट बाजारात अनेक व्यवसायसंस्था असणे ही असते. पूर्ण स्पर्धेच्या मानाने ही संख्या कमी असते, पण बाजारात स्पर्धा असण्यासाठी व्यवसायसंस्था पुष्कळ असणे आवश्यक आहे. मोठ्यात मोठ्या व्यवसायसंस्थेचा एकूण पुरवठादेखील बाजाराच्या पुरवठ्याच्या मानाने फार कमी असतो. लहान आकाराच्या अनेक व्यवसायसंस्था मक्तेदारीयुक्त स्पर्धेत असतात. जेथे मोठ्या प्रमाणावरील उत्पादनाचे खास फायदे मिळत नाहीत आणि जेथे भांडवल फारसे लागत नाही अशा उत्पादनात मक्तेदारीयुक्त स्पर्धा आढळते. संख्या मोठी असल्याने एका व्यवसायसंस्थेच्या निर्णयाचा इतर व्यवसायसंस्थांवर परिणाम होत नाही.

(2) वस्तुभेद (Product Differentiation) : मक्तेदारीयुक्त स्पर्धेचे दुसरे वैशिष्ट्य वस्तुभेद (Product Differentiation) हे आहे. पूर्ण स्पर्धेप्रमाणे येथे सर्व वस्तू एकसारख्या नसतात. उलट इतर व्यवसायसंस्थांच्या वस्तूंपेक्षा आपली वस्तू वेगळी ठेवण्याचा प्रयत्न प्रत्येक व्यवसायसंस्था करते. मूलतः वस्तू एकच असली तरी तिच्यामध्ये काहीतरी वेगळेपणा आणण्याचा उत्पादकाचा प्रयत्न असतो. मक्तेदारीयुक्त स्पर्धेच्या बाजारात संख्येने अनेक वस्तू असतात आणि त्या एकमेकींच्या नजीकच्या पर्यायी वस्तू असतात. पण प्रत्येक उत्पादकाची वस्तू दुसऱ्या उत्पादकाच्या वस्तूपेक्षा वेगळी असते. त्यामुळे नजीकच्या पर्यायी अशा अनेक वस्तूंमध्ये स्पर्धा, पण त्या-त्या विशिष्ट वस्तूपुरती मक्तेदारी अशी परिस्थिती असते. उदाहरणार्थ टूथपेस्ट, साबण, तेल, टूथब्रश, फेसपावडर इत्यादी असंख्य वस्तूंचा बाजार या प्रकारचा असतो. स्पर्धा आहे, पण एका विशिष्ट ब्रॅण्डपुरती त्या कंपनीची मक्तेदारी आहे. अशा रीतीने मक्तेदारीयुक्त स्पर्धा अस्तित्वात येते.

आपली वस्तू इतरांपेक्षा वेगळी करणे अथवा वस्तुभेद अनेक प्रकारांनी करता येते - (अ) वस्तूच्या दर्जात किंवा ती वस्तू करण्यासाठी वापरलेल्या कौशल्यात तसेच टिकाऊपणा, डिझाइन यात वेगळेपणा आणून वस्तुभेद करता येतो. (आ) वस्तूच्या विक्रीबरोबर ग्राहकांना इतर काही सवलती अथवा सेवा देऊन वस्तूमध्ये वेगळेपणा निर्माण करता येतो. उदाहरणार्थ, हप्त्यांनी किंमत घेणे, विशिष्ट काळाची गॅरंटी देणे, विशिष्ट काळापर्यंत मोफत दुरुस्तीची हमी देणे, नापसंत वस्तू परत घेणे, घरपोच सेवा पुरविणे इत्यादी विविध प्रकारांनी विक्रेता आपले वेगळेपण ग्राहकांच्या मनावर ठसवू शकतो. (इ) जाहिरात आणि प्रचार यांच्यामार्फत इतर प्रतिस्पर्ध्यांपेक्षा आपली वस्तू चांगली आहे असे भासवूनही विक्रेता वस्तुभेद करू शकतो.

(3) प्रवेश आणि निर्गमन यांची सुकरता (Easy Entry and Exit) : मुक्त प्रवेश आणि अनिर्बंध निर्गमन हे मक्तेदारीयुक्त स्पर्धेचे तिसरे वैशिष्ट्य असते. वर म्हटल्याप्रमाणे भांडवल फारसे लागत नसल्याने कोणतीही व्यवसायसंस्था नव्याने उत्पादन क्षेत्रात येऊ शकते. तसेच उत्पादन क्षेत्रातून बाहेर पडल्यावरदेखील कसलेही निर्बंध नसतात. व्यवसायसंस्थांची एकूण संख्या मोठी असल्याने नव्या व्यवसायसंस्थेच्या प्रवेशाचा व असलेल्या व्यवसायसंस्थांपैकी एखादी व्यवसायसंस्था बंद पडण्याचा व्यवसायावर परिणाम होत नाही.

(4) किंमत भिन्नता (Price Differentials) : उत्पादक घटकांची गतिहीनता, वाहतुकीचा खर्च अथवा केवळ अज्ञान यांच्यामुळे संपूर्ण बाजारात एकच एक किंमत प्रस्थापित होत नाही. उलट, जवळजवळ सारख्याच असणाऱ्या पण जाहिरात, ब्रॅण्ड इत्यादींच्या मदतीने वेगळेपण प्रस्थापित केलेल्या वस्तूंच्या किमती वेगवेगळ्या असतात. प्रत्येक उत्पादक आपल्या वस्तूपुरते किंमत ठरविण्याचे स्वातंत्र्य एका मर्यादेपर्यंत भोगत असतो. प्रत्येक उत्पादकाचे स्वतःचे एक किंमतविषयक धोरण असते. पूर्ण स्पर्धेमध्ये उत्पादकाला असे स्वतंत्र किंमत-धोरण ठरविता येत नाही.

(5) लवचीक मागणी (Elastic Demand) : मक्तेदारीयुक्त स्पर्धेतील व्यवसायसंस्थेचा प्राप्ती-वक्र पूर्ण स्पर्धेतील व्यवसायसंस्थेच्या सरासरी प्राप्ती-वक्रासारखा 'क्ष' अक्षाला समांतर नसतो. सर्व उत्पादकांच्या वस्तू सारख्या नसल्याने प्रत्येक उत्पादकाच्या वस्तूबद्दल ग्राहकाच्या मनात आवड निर्माण होऊ शकते. म्हणून पूर्ण स्पर्धे प्रमाणे दिलेल्या किमतीला अमर्याद वस्तू विकणे व्यवसायसंस्थेला शक्य नसते. याच कारणाने सरासरी प्राप्ती-वक्र 'क्ष' अक्षाला समांतर नसतो. मक्तेदारीमध्ये वस्तूला नजीकचा पर्याय नसतो. म्हणून सरासरी प्राप्ती-वक्र चढा असतो. मक्तेदारीयुक्त स्पर्धेत मात्र नजीकचा पर्याय असल्याने मक्तेदारीपेक्षा उथळ असा सरासरी प्राप्ती-वक्र असतो. असा वक्र लवचीक मागणी दाखवितो. त्यामुळे इतर व्यवसायसंस्थांच्या किमती स्थिर असताना एका व्यवसायसंस्थेने किंमत थोडी जरी कमी केली तरी वस्तूची मागणी बऱ्याच मोठ्या प्रमाणात वाढते.

वरील लक्षणांनी युक्त अशा बाजारात मक्तेदारी व स्पर्धा या दोन्ही प्रकारांचे अंश मिसळलेले असतात. म्हणून त्याला मक्तेदारीयुक्त स्पर्धा असे म्हणतात. टूथपेस्ट, साबण, सिगारेट्स, रेडिओ सेट इत्यादी अनेक उपभोग्य वस्तूंचे उत्पादन मक्तेदारीयुक्त स्पर्धेच्या परिस्थितीत केले जाते.

5.10 मक्तेदारीयुक्त स्पर्धेत किंमत, उत्पादन आणि नफा

(Price, Output and Profit Under Conditions of Monopolistic Competition)

मक्तेदारीयुक्त स्पर्धेची गृहीते (Assumptions) आपण पाहिली; तसेच या परिस्थितीत प्राप्ती आणि खर्च यांचे वक्र कसे असतील हेही पाहिले. आता या परिस्थितीत किंमत कशी ठरते, उत्पादनाची पातळी कशी समजते आणि नफा किती होईल की तोटा होईल याबाबतचे अनुमान काय, या सर्व बाबी तपासून पाहावयाच्या आहेत.

व्यवसायसंस्थेचा समतोल होतो तेथेच उत्पादनाची पातळी आणि किंमतही निश्चित होते हे तुमच्या लक्षात आले आहे. समतोल होतो तेव्हा महत्तम नफा (अथवा किमान तोटा) हा निकष लावला जातो हेही आपण पाहिले आहे. म्हणूनच मक्तेदारीयुक्त व्यवसायसंस्थेचा समतोल पाहणे हे किंमत, उत्पादन व नफा समजण्यासाठी आवश्यक ठरते.

(अ) व्यवसायसंस्थेचा अल्पकालीन समतोल (Short Run Equilibrium of the Firm)

मक्तेदारीयुक्त स्पर्धेमध्ये अल्पकाळ आणि दीर्घकाळ यात नफ्याच्या दृष्टीने पडणारा फरक लक्षात ठेवला पाहिजे. एखादी नवीन वस्तू शोधून काढून अथवा नवीन व्हरायटी सुरू करून उत्पादकाला अल्पकाळात असाधारण नफा मिळणे शक्य असते, पण हा असाधारण नफा दीर्घकाळात टिकणे अशक्य असते. इतर व्यवसायसंस्था स्पर्धा करीत असतात आणि प्रत्येक जण स्वतःच्या वस्तूचे श्रेष्ठत्व ग्राहकांच्या मनावर बिंबविण्याचा प्रयत्न करीत असतो. प्रत्येक जण नवीन प्रयोग व सुधारणा करीत असतो. म्हणून मक्तेदारीयुक्त स्पर्धेत दीर्घकाळात असाधारण नफा होत नाही. अल्पकाळात मात्र स्पर्धक संस्थांना निकटचा पर्याय तयार करण्यास पुरेसा वेळ मिळत नाही. तसेच नवीन उद्योगसंस्था समूहात येणे शक्य नसते. म्हणून असाधारण नफा मिळू शकतो.

बाजारपेठांच्या इतर प्रकारांप्रमाणेच येथेही महत्तम नफा हे उत्पादकाचे उद्दिष्ट गृहीत आहे. अर्थात जेथे नफा महत्तम होतो म्हणजेच जेथे सीमांत प्राप्ती व सीमांत खर्च समान असतात ती किंमत व तो पुरवठा ठरेल व तेथे व्यवसायसंस्थेचा समतोल होईल.

पुढील आकृती क्र. 5.26 मध्ये मक्तेदारीयुक्त स्पर्धेतील व्यवसायसंस्थेचा अल्पकालीन समतोल दाखविला आहे. **अ स प्रा** आणि **अ सी प्रा** हे अनुक्रमे अल्पकालीन सरासरी प्राप्ती-वक्र आणि अल्पकालीन सीमांत प्राप्ती-वक्र आहेत. **अ सी ख** हा अल्पकालीन सीमांत खर्च वक्र आहे. **स ख** हा सरासरी खर्च आणि **स ब ख** हा सरासरी बदलता खर्च-वक्र आहे. **न** बिंदूत सीमांत प्राप्ती व सीमांत खर्च समान होतात. म्हणून येथे म्हणजे **अ प** एवढे उत्पादन असताना व्यवसायसंस्थेचा समतोल होतो. **अ क** ही किंमत ठरते. **क ख ग घ** हा असाधारण नफा असून तो या परिस्थितीतील महत्तम नफा आहे. हा नफा दीर्घकालीन राहणार नाही.

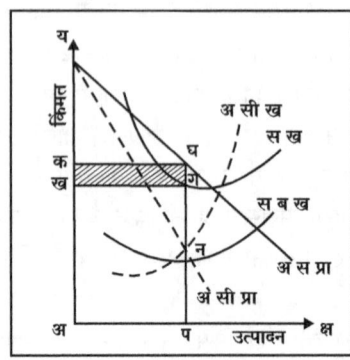

आकृती क्र. 5.26 : व्यवसायसंस्थेचा अल्पकालीन समतोल

आकृती क्र. 5.26 मध्ये फक्त एका व्यवसायसंस्थेचे प्राप्ती व खर्च-वक्र दाखविले आहेत आणि अशा स्थितीत अल्पकाळात नफा मिळू शकतो एवढेच म्हणता येते. अशा अनेक व्यवसायसंस्था उत्पादन करीत असतात. प्रत्येकाची किंमत वेगळी व खर्च-वक्र वेगळे असतात. म्हणून एका संस्थेला असाधारण नफा मिळतो म्हणजे सर्वच व्यवसायसंस्थांना तो मिळेल असे म्हणता येणार नाही. जुन्या, प्रस्थापित व्यवसायसंस्था जास्त किंमत आकारीत असतील व त्यांना अल्पकाळात असाधारण नफा मिळेल हे जसे शक्य आहे तसेच नव्या व्यवसायसंस्था केवळ सर्वसाधारण नफा मिळवीत असतील अथवा तोटाही सहन करतील हे शक्य आहे. म्हणून काही व्यवसायसंस्थांची स्थिती आकृती क्र. 5.26

मध्ये दाखविल्यासारखी असेल. काही व्यवसायसंस्थांचे सरासरी खर्च-वक्र सरासरी प्राप्ती-वक्रांना स्पर्श करीत असतील व त्यांना केवळ सर्वसाधारण नफा मिळेल. (पुढील आकृती क्र. 5.27 प्रमाणे) अथवा काही व्यवसायसंस्थांना तोटा होत असेल. आकृती क्र. 5.21 (ब) मध्ये तोटा होण्याची शक्यता दाखविली आहे तशीच शक्यता येथेही आहे.

मात्र अल्पकाळात सरासरी बदलता खर्चही भरून निघत नसेल तर ती व्यवसायसंस्था उत्पादन बंद करील.

परस्परांशी स्पर्धा करणाऱ्या व्यवसायसंस्थांचा समतोल वैयक्तिकरीत्या अल्पकाळात साधत असला तरी त्या सर्व व्यवसायसंस्था मिळून जो 'समूह' (Group) होतो त्या समूहाचा समतोल अल्पकाळात अशक्य आहे. कारण समूहातील व्यवसायसंस्थेची संख्या स्थिर नसते तर ती वाढणे अथवा घटणे शक्य असते.

(आ) व्यवसायसंस्थेचा दीर्घकालीन समतोल (Long Run Equilibrium of the Firm)

दीर्घकाळातही समतोलाची अट **सी ख = सी प्रा** हीच आहे. पण अल्पकाळात 'समूहा'ला समतोल प्राप्त होत नाही, म्हणून अल्पकाळात 'पूर्ण' समतोल संभाव्य नसतो. दीर्घकाळात मात्र वैयक्तिक व्यवसायसंस्थांप्रमाणेच समूहही समतोलावस्था प्राप्त करतो.

पूर्ण समतोल प्रस्थापित होण्यासाठी दोन गोष्टी होणे आवश्यक आहे. एक, बाजारातील किमतीला सर्व व्यवसायसंस्थांनी मिळून केलेले उत्पादन विकले जात असले पाहिजे व दोन समूहातील व्यवसायसंस्थांची संख्या स्थिरावली पाहिजे.

वर उल्लेखिलेली पहिली आवश्यकता पूर्ण स्पर्धेतील मागणी-पुरवठ्याच्या समतोलाशी मिळतीजुळती आहे. मक्तेदारीयुक्त स्पर्धेत एकच किंमत ठरत नाही हे खरे असले तरी किमतीची एक सर्वसामान्य पातळी (General Level of Prices) असते. उदा., एकाच आकाराच्या वेगवेगळ्या टूथपेस्टस्‌ची किंमत एकच नसली तरी त्यांच्या किमतीची पातळी एकच असते. म्हणजेच एका कंपनीची टूथपेस्ट 6 रु. 20 पैसे असेल तर दुसऱ्या कंपनीची 6.30, 6.40 अशी कोठेतरी असेल, 10 ₹ असणार नाही. तसेच **स प्रा** वक्राचीही एक सर्वसामान्य पातळी असेल. अशा वेळी प्रत्येक व्यवसायसंस्था आपल्या कृतींच्या इतर व्यवसायसंस्थांच्या किमतीविषयक धोरणावर परिणाम होणार नाही असे मानून **सी ख = सी प्रा** होईल अशा ठिकाणी उत्पादन व किंमत निश्चित करते. म्हणून प्रत्येक व्यवसायसंस्था स्वतंत्रपणे आपले उत्पादन ठरविते असे म्हणता येते. अशा सर्व व्यवसायसंस्थांच्या वैयक्तिक उत्पादनांची बेरीज केल्यास उद्योगाचा पुरवठा समजतो. उद्योगाचा हा पुरवठा उद्योगाच्या मागणीएवढा असेल तर उद्योगाचा समतोल होईल. मागणीपेक्षा पुरवठा जास्त झाला तर किमती कमी होऊ लागतील आणि **स प्रा** वक्र आरंभबिंदूच्या दिशेने स्थानांतरित होतील. अर्थात **सी प्रा** वक्रही स्थानांतरित होतील. या नव्या सीमांत प्राप्तीशी सीमांत खर्चाचे संतुलन होईल अशी समतोल किंमत आणि असा पुरवठा प्रत्येक व्यवसायसंस्था ठरवील. हा नवा पुरवठा पूर्वीपेक्षा कमी पण मागणीएवढा असेल. याच्याउलट, पुरवठ्याहून मागणी जास्त झाल्यास नवे **स प्रा** वक्र मूळ वक्रांच्या उजवीकडे सरकतील. **सी प्रा = सी ख** असे संतुलन होईल. अंतिम समतोल अशाच ठिकाणी होईल जेथे प्रत्येक व्यवसायसंस्थेचा सीमांत खर्च सीमांत प्राप्तीएवढा होईल आणि उद्योगाचा एकूण पुरवठा एकूण मागणीएवढा असेल.

दीर्घकालीन पूर्ण समतोलाची दुसरी आवश्यकता व्यवसायसंस्थांची संख्या स्थिरावणे ही आहे. अल्पकाळात व्यवसायसंस्थांना असाधारण नफा होत असेल तर दीर्घकाळात नव्या व्यवसायसंस्था त्या क्षेत्राकडे आकृष्ट होतील. यामुळे पुरवठा वाढेल, शिवाय नव्या व्यवसायसंस्था किंमत कमी ठेवतील. या दोन्हींचा एकत्रित परिणाम म्हणजे किमतीची पातळी कमी होईल. त्याच वेळी व्यवसायसंस्थांची संख्या वाढल्याने उत्पादक घटकांची मागणी वाढून त्यांची किंमत वाढेल (मजुरी, व्याज इ. वाढेल) व परिणामी सरासरी खर्च वाढेल. सरासरी प्राप्ती कमी झाली व सरासरी खर्च वाढला म्हणजे असाधारण नफा नाहीसा होईल. दीर्घकाळात तोटा मात्र कोणालाच होणार नाही. कारण ज्या उद्योगसंस्थेला तोटा होत असेल ती उद्योग सोडून निघून जाईल. सारांश, मक्तेदारीयुक्त स्पर्धेच्या परिस्थितीत, दीर्घकाळात प्रत्येक व्यवसायसंस्थेला फक्त सर्वसाधारण नफा मिळेल.

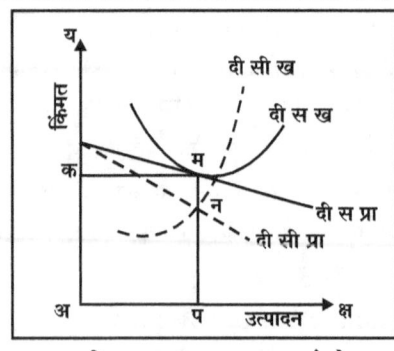

आकृती क्र. 5.27 : व्यवसायसंस्थेचा दीर्घकालीन समतोल

आकृती क्र. 5.27 मध्ये व्यवसायसंस्था दीर्घकालीन समतोल दाखविला आहे. **दी स प्रा** आणि **दी सी प्रा** या अनुक्रमे दीर्घकालीन सरासरी प्राप्ती व सीमांत प्राप्ती रेषा आहेत. तसेच **दी स ख** व **दी सी ख** हे अनुक्रमे दीर्घकालीन सरासरी खर्च व सीमांत खर्च-वक्र आहेत. **अ प** हे समतोल उत्पादन व **अ क** अथवा **प म** ही किंमत आहे. **प म** ही सरासरी प्राप्ती अथवा किंमत आहे तसाच तो सरासरी खर्चही आहे. म्हणजेच व्यवसायसंस्थेला केवळ सर्वसाधारण नफा होतो हे उघड आहे. मक्तेदारीयुक्त स्पर्धेतील व्यवसायसंस्थेची ही दीर्घकालीन समतोलावस्था, या बाबतीत पूर्ण स्पर्धेतील व्यवसायसंस्थेच्या समतोलावस्थेसारखीच आहे.

पूर्ण स्पर्धेपेक्षा मक्तेदारीयुक्त स्पर्धेतील हा समतोल दोन बाबतीत वेगळा आहे - (1) पूर्ण स्पर्धेत **स प्रा** वक्र **'क्ष'** अक्षाला समांतर असल्याने **दी स ख** वक्र त्याच्या किमान बिंदूत **दी स प्रा** वक्राला स्पर्श करतो. उलट मक्तेदारीयुक्त स्पर्धेमध्ये **दी स प्रा** वक्र उतरता असल्याने आणि **दी स ख** वक्र 'U' या आकाराचा असल्याने **दी स प्रा** वक्र **दी स ख** वक्राचा किमान बिंदू येण्यापूर्वीच **स ख** वक्राला स्पर्श करतो. यामुळे मक्तेदारीयुक्त स्पर्धेत व्यवसायसंस्थेला पुरवठा पूर्ण स्पर्धेतल्या पुरवठ्यापेक्षा कमी असतो आणि मक्तेदारीयुक्त स्पर्धेतील व्यवसायसंस्थेचे आकारमान पर्याप्त आकारमानाहून लहान असते. (पर्याप्त आकारमान प्राप्त होण्यासाठी सरासरी खर्च किमान होईपर्यंत उत्पादन वाढणे आवश्यक असते, पण मक्तेदारीयुक्त स्पर्धेत उत्पादन तत्पूर्वीच थांबते.) (2) पूर्ण स्पर्धेत, दीर्घकाळात सरासरी खर्चाप्रमाणेच सीमांत खर्चही किमतीबरोबर असतो; पण मक्तेदारीयुक्त स्पर्धेत सीमांत खर्च किमतीहून कमी असतो. सीमांत खर्च-वक्र सरासरी खर्च-वक्राला त्याच्या किमान बिंदूत छेदतो. पण किमान बिंदूपूर्वीच उत्पादन स्थिरावल्यामुळे सरासरी खर्चाहून (अर्थात किमतीहूनही) सीमांत खर्च, समतोलावस्थेत कमी असतो.

5.11 मक्तेदारीयुक्त स्पर्धेत समूहाचा समतोल (Group Equilibrium Under Monopolistic Competition)

किमतीच्या प्रचलित पातळीला एखाद्या वस्तूच्या वेगवेगळ्या प्रकारांचे (Varieties) सर्व व्यवसायसंस्थांनी केलेले उत्पादन उपभोक्त्यांच्या मागणीबरोबर होणे हे 'समूहाचा समतोल' या शब्दप्रयोगाला अभिप्रेत आहे.

समूह (Group) आणि उद्योग (Industry) यात फरक आहे. **प्रो. चेंबरलीन** यांच्या मते, ज्यांच्या बाजारपेठा परस्परांशी निगडित आहेत अशा अनेक व्यवसायसंस्था मिळून एक समूह होतो. समूहातील व्यवसायसंस्था एकमेकांशी तीव्र स्पर्धा करीत असतात. असे अनेक समूह मिळून एक उद्योग तयार होतो. उदाहरणार्थ, ग्रंथ प्रकाशन हा एकच उद्योग आहे पण पाठ्यपुस्तकांचे प्रकाशक, धार्मिक ग्रंथांचे प्रकाशक, रहस्य कथांचे प्रकाशक असे अनेक प्रकारचे समूह या उद्योगात असून प्रत्येक समूहातील व्यवसायसंस्था एकमेकींशी स्पर्धा करीत असतात. त्या मानाने दोन समूहांमधील स्पर्धा फक्त दूरान्वयाने खरी असते. एखादी रहस्यकथा आणि 'गीतारहस्य' यात स्पर्धा नसतेच. म्हणून ती दोन-दोन समूहांतील पुस्तके मानावी लागतील.

मक्तेदारीयुक्त स्पर्धेतील समूहाचा समतोल स्पष्ट करण्यात काही अडचणी आहेत. येथे उत्पादन करणाऱ्या व्यवसायसंस्था समान नसतात. तर त्यांचे खर्च-वक्र आणि प्राप्ती-वक्र वेगवेगळे असतात. म्हणून येथे समूहाचा प्राप्ती-वक्र आणि समूहाचा खर्च-वक्र असा नसतोच. स्वाभाविकपणे सर्वांची एकच किंमत, एकच उत्पादन आणि एकच नफा असे असत नाही. त्यामुळे समूहाच्या समतोलाचे विश्लेषण गुंतागुंतीचे असते.

(अ) समूहाचा अल्पकालीन समतोल (Short Run Equilibrium of the Group)

मक्तेदारीयुक्त स्पर्धेतील समूहाचा अल्पकालीन समतोल हा पूर्ण स्पर्धेतील उद्योगाच्या अल्पकालीन समतोलासारखाच असतो. पूर्ण समतोल हा पूर्ण स्पर्धेतील उद्योगाच्या अल्पकालीन समतोलासारखाच असतो. पूर्ण स्पर्धेतील उद्योगातील एकूण पुरवठा मागणी-पुरवठ्याने किंमत ठरते. ही किंमत ग्राह्य मानून प्रत्येक व्यवसायसंस्था आपला पुरवठा निश्चित करते आणि सर्व व्यवसायसंस्थांचा पुरवठा मिळून उद्योगांचा पुरवठा ठरतो. हा एकूण पुरवठा बाजारातील किमतीला एकूण मागणीबरोबर होतो तेव्हा समतोल प्रस्थापित होतो. तो तसा होईपर्यंत किंमत कमी-जास्त होत राहते. हा समतोल मात्र अस्थिर असतो कारण व्यवसायसंस्थांना असाधारण नफा मिळत असतो अथवा तोटा होत असतो.

मक्तेदारीयुक्त स्पर्धेतील 'समूहाचा समतोल' अशाच प्रकारे होतो. प्रत्येक व्यवसायसंस्थेचा स्वतःचा मागणी (अथवा सरासरी प्राप्ती) वक्र असतो आणि वेगवेगळ्या किमतींना व्यवसायसंस्था किती पुरवठा करील हे त्या वक्रावरून समजते. या **स प्रा** वक्राची स्थिती बाजारातील किमतीवरून (आणि अगोदर पाहिल्याप्रमाणे अन्य घटकांवरून) ठरेल आणि ही किंमत समूहाचा एकूण पुरवठा आणि बाजारातील एकूण मागणी यांच्या संतुलनाने ठरेल. या किमतीच्या पातळीला प्रत्येक व्यवसायसंस्था आपला पुरवठा आणि किंमत अशा रीतीने जुळवून घेईल की सीमांत प्राप्ती सीमांत खर्चाबरोबर होईल. प्रत्येक व्यवसायसंस्थेचा सीमांत खर्च = सीमांत प्राप्ती होणारा पुरवठा एकत्रित करून होणारा एकूण पुरवठा प्रचलित सर्वसामान्य किमतीला ग्राहकांच्या मागणीएवढा होत असेल तर तो समूह अल्पकालीन तात्पुरत्या समतोलावस्थेत आला असे म्हणता येईल. पुरवठा मागणीहून जास्त झाला तर सर्वसामान्य किमतीची पातळी खाली येईल आणि प्रत्येक व्यवसायसंस्था खालच्या पातळीवरील सर्वसामान्य किमतीशी (General Price) आपला पुरवठा व किंमत जुळवून घेईल. याउलट, मागणीहून समूहाचा पुरवठा कमी पडला तर सर्वसामान्य किंमत वाढेल आणि त्या पातळीला प्रत्येक व्यवसायसंस्था आपला पुरवठा व किंमत जुळवून घेईल. पुरवठा व किंमत यांची ही जुळवाजुळवी समूहाचा एकूण पुरवठा समूहाच्या मागणीएवढा होईपर्यंत चालू राहील. अर्थात वैयक्तिक निर्णयातूनच समूहाचा पुरवठा ठरत असतो आणि समूहाचा पुरवठा वैयक्तिक निर्णयासाठी उपयोगी पडतो. व्यवसायसंस्था आणि समूह यांचे निर्णय परस्परावलंबी, परस्परपूरक असे असतात.

अल्पकाळात वैयक्तिक व्यवसायसंस्थांना असाधारण नफा, तोटा होणे शक्य असते हे आपण वर पाहिलेच आहे. अल्पकालीन समतोलामध्ये मागणी व पुरवठा समान होतात हे व्यवसायसंस्थांच्या पुरवठ्यात फेरफार होऊन दीर्घकाळात या दोन्ही बाबतीत भिन्नता असते. (1) दीर्घकाळात असाधारण नफा अथवा तोटा होत नाही, फक्त सर्वसाधारण नफा मिळतो आणि (2) समूहाचा पुरवठा नवीन व्यवसायसंस्थांच्या प्रवेश आणि निर्गमन यांच्यामुळे दीर्घकाळात कमी-जास्त होतो.

(आ) समूहाचा दीर्घकालीन समतोल (Long Run Equilibrium of the Group)

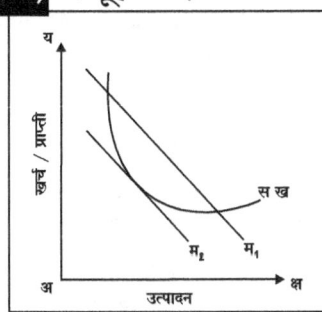

आकृती क्र. 5.28 : समूहाचा समतोल

समूहाच्या दीर्घकालीन समतोलाच्या संदर्भात विवेचन सुलभ करण्याच्या दृष्टीने **प्रो. चेंबरलीन** यांच्या मताप्रमाणे सर्व व्यवसायसंस्थांचे **स प्रा** वक्र आणि **स ख** वक्र समान असतात असे थोडेसे 'धाडसी' गृहीत मानल्यास सर्व व्यवसायसंस्थांना बाजारातील मागणीचा समान वाटा मिळेल. मग समतोलाचे स्पष्टीकरण आकृती क्र. 5.28 मध्ये दर्शविल्याप्रमाणे देता येईल. सर्व व्यवसायसंस्थांना समाईक असलेले खर्च व प्राप्ती-वक्र आकृती क्र. 5.28 मध्ये दाखविलेले आहेत. $\textbf{म}_1$ हा मागणीचा वक्र आणि **स ख** हा सरासरी खर्च-वक्र आहे. $\textbf{म}_1$ हा मागणी वक्र असतो तेव्हा सर्वांनाच असाधारण नफा (किती ते आकृतीत दाखविले नाही.) होतो. दीर्घकाळात नव्या व्यवसायसंस्था प्रवेश करतात, म्हणून प्रत्येक व्यवसायसंस्थांच्या वाट्याला येणारी मागणी घटते व मागणी वक्र डावीकडे स्थानांतरित होतो. मागणी घटण्याची ही प्रक्रिया मागणी वक्र $\textbf{म}_2$ या स्थितीला येईपर्यंत चालू राहील. $\textbf{म}_2$ वक्र **स ख** वक्राला स्पर्श करतो तेव्हा किंमत सरासरी खर्चाएवढी होते असा अर्थ होतो. सर्व व्यवसायसंस्थांना केवळ सर्वसाधारण नफा मिळत असल्याने नव्या व्यवसायसंस्था येणार नाहीत व जुन्या व्यवसायसंस्थांपैकी कोणीही उद्योगातून बाहेर पडणार नाही. अशा रीतीने दीर्घकाळात किंमत सरासरी खर्चाबरोबर होण्याची प्रवृत्ती असते व समूहातील व्यवसायसंस्थांची संख्या स्थिरावल्याने समूहाचा दीर्घकालीन समतोल प्रस्थापित होतो.

5.12 बिगर-किंमत स्पर्धा (Non-Price Competition)

बाजारातील स्पर्धा किमतीच्या आधारे चालते हे गृहीत पूर्ण स्पर्धेच्या परिस्थितीत ठीक आहे. कारण पूर्ण स्पर्धेच्या परिस्थितीत वस्तू एकजिनसी असल्याने ज्याची किंमत कमी असेल त्याचा माल खपतो. म्हणून बाजारात एकच एक किंमत प्रस्थापित होते. पण मक्तेदारीयुक्त स्पर्धेत वस्तुभेद शक्य असतो, म्हणून किमतीशिवाय इतर प्रकारांनीही स्पर्धा शक्य असते. या प्रकारच्या स्पर्धेला बिगर-किंमत स्पर्धा असे म्हणतात. बिगर-किंमत स्पर्धा मुख्यत्वे तीन मार्गांनी चालते. (1) वस्तुबदल, (2) जाहिरातबाजी, आणि (3) बाजार संशोधन व उत्पादनातील नवायोजन.

(अ) वस्तुबदल (Product Variation)

पूर्ण स्पर्धेत वस्तूच्या एकजिनसीपणामुळे वस्तुबदलाचा प्रश्न उद्‌भवत नाही. पण मक्तेदारीयुक्त स्पर्धेत वस्तुभेद केला जात असल्याने उत्पादकाला वस्तुबदलाच्या स्पर्धेला तोंड द्यावे लागते. ग्राहकांची आवड आणि त्याच्या अभिरुचीत झालेला बदल लक्षात घेऊन जी व्यवसायसंस्था आपल्या वस्तूमध्ये बदल करते तिचा ग्राहकवर्ग वाढतो. अशा बदलामुळे बदल करणाऱ्या व्यवसायसंस्थेने किंमत थोडी जास्त आकारली तरी तिला ग्राहक आकृष्ट करता येतात. म्हणजेच येथे स्पर्धेचा आधार किंमत हा नसतो तर वस्तुबदल हा आधार असतो. म्हणूनच वस्तुबदलाच्या मदतीने चालणाऱ्या स्पर्धेला 'बिगर-किंमत स्पर्धा' म्हणावयाचे. वस्तुबदल याचा अर्थ, **चेंबरलीन** यांच्या शब्दांत, **''प्रत्यक्ष वस्तूच्या दर्जातील बदल, तांत्रिक बदल, नवीन डिझाईन, अधिक चांगला कच्चा माल, नवीन वेष्टन अथवा डबा तसेच वस्तुबदल म्हणजे अधिक तत्पर अथवा अधिक सौजन्यपूर्ण सेवा, व्यवसाय करण्याचा वेगळा मार्ग अथवा कदाचित स्थानबदल असाही होऊ शकेल. काही बाबतीत बदल निश्चित असतो. उदाहरणार्थ, नव्या डिझाईनचा स्वीकार. इतर बाबतीत उदाहरणार्थ, सेवेच्या दर्जातील बदल. असा बदल हळूहळू आणि कळत-नकळतही होऊ शकेल''.** एखादी व्यवसायसंस्था वस्तुबदल करून किती माल विकू शकेल हे काही अंशी आपल्या वस्तूचे इतर वस्तूंपेक्षा असणारे वेगळेपण ती ग्राहकांना कितपत पटवून देऊ शकते यावर अवलंबून राहील. ''वस्तुभेद जेथे शक्य असतो तेथे इतरांहून आपल्या वस्तूचे वेगळेपण प्रस्थापित करून ग्राहकांच्या एखाद्या गटाला आकृष्ट करण्याच्या कौशल्यावर विक्री अवलंबून असते.''

वस्तुबदलाच्या साहाय्याने चालणारी स्पर्धा ही 'गुणवत्ता स्पर्धा' (Quality Competition) या अर्थाने प्रो. चेंबरलीन यांना अभिप्रेत आहे. अशा स्पर्धेत एखादी व्यवसायसंस्था रूढीने, परंपरेने अथवा अन्य कारणांनी ठरलेली वस्तूची किंमत स्वीकारते, पण वस्तूचा दर्जा अथवा गुणवत्ता बदलण्याचे स्वातंत्र्य त्या व्यवसायसंस्थेला असते. या स्वातंत्र्याचा उपयोग करून घेऊन व्यवसायसंस्था आपल्या वस्तूची गुणवत्ता बदलते. असा वस्तुबदल डिझाईन अथवा दर्जा बदलूनच केला जाईल असे नाही. केवळ वेष्टन आकर्षक करूनही हे साधते. उदाहरणार्थ, एखाद्या कादंबरीचे साधे मुखपृष्ठ बदलून त्याऐवजी उत्तान व भडक मुखपृष्ठ टाकले तर कादंबरी तीच असूनही खप वाढेल. मुखपृष्ठ बदलण्याने थोडा खर्च वाढेल पण खप वाढल्याने हा वाढता खर्च भरून निघून नफाही वाढेल. अशा रीतीने वस्तुबदल करून स्पर्धाक्षमता वाढविता येते आणि किमतीत बदल केला नसल्याने हा बिगर-किंमत स्पर्धेचा एक प्रकार ठरतो.

(आ) जाहिरात आणि विक्रय प्रोत्साहन (Advertising and Sales Promotion)

मक्तेदारीयुक्त स्पर्धेत विक्री-खर्चाला महत्त्व प्राप्त होते. महत्तम नफा मिळेल अशा तऱ्हेने आपला विक्री-खर्च जुळवून घेणे मक्तेदारीयुक्त स्पर्धेतील व्यवसायसंस्थेला शक्य असते. पूर्ण स्पर्धेत प्रचलित किमतीला वाटेल तेवढा खप होत असल्याने जाहिरात खर्च अनावश्यक असतो. मक्तेदारीमध्ये वस्तूला निदान जवळचा पर्याय नसल्याने जाहिरात करण्याची गरज नसते. पण मक्तेदारीयुक्त स्पर्धेत वस्तुभेदाच्या आधारे स्पर्धा चालत असल्याने जाहिरात देऊन खप वाढविणे शक्य असते. विक्री-खर्चात जाहिरात, विक्री प्रतिनिधींचे पगार व भत्ते, शोरूम्सवरील खर्च इत्यादी अनेक खर्च समाविष्ट असतात. जाहिरात आणि प्रचार यांचे दोन प्रकार असतात. निवेदनात्मक जाहिराती वस्तूची माहिती देतात, तर

प्रोत्साहनात्मक जाहिराती वस्तूच्या अंगी नसलेले गुण असल्याचा दावा करतात आणि गुणवत्तेचा आभास निर्माण करतात. या दोन्ही प्रकारच्या जाहिरातींनी खप वाढतो. म्हणून जाहिरात व विक्रय प्रोत्साहन हा बिगर-किंमत स्पर्धेचा दुसरा महत्त्वाचा मार्ग असतो. जाहिरातीमुळे आपल्या ब्रॅण्डच्या वस्तूबद्दल ग्राहकाच्या मनात पसंती निर्माण केल्यावर किंमत थोडी वाढविली तरी चालते. म्हणजेच अशा वेळी किंमत कमी करणे हा स्पर्धेचा आधार नसतो तर जाहिरात हा स्पर्धेचा आधार असतो.

(इ) बाजार संशोधन व उत्पादनातील नवायोजन (Market Research and Innovation)

बिगर-किंमत स्पर्धेचा तिसरा प्रकार बाजार संशोधन आणि उत्पादनातील नवायोजन अथवा नावीन्य हा मानता येईल. बाजाराचा कानोसा घेऊन उपभोक्त्यांच्या आवडी-निवडी माहिती करून घेण्यासाठी बाजार संशोधन आवश्यक आहे. बाजार संशोधनाच्या निष्कर्षांच्या आधाराने उत्पादन पद्धतीत बदल करून प्रतिस्पर्ध्यांवर मात करता येते. वस्तुबदलासाठी बाजार संशोधन उपयोगी पडतेच, पण नावीन्याच्या दृष्टीनेही बाजार संशोधन उपयोगी पडते. प्रो. शूम्पीटर यांनी बिगर-किंमत स्पर्धेत नवायोजनाला महत्त्व दिले आहे. त्यांच्या मते, आधुनिक उत्पादनात चालणारी स्पर्धा नावीन्याच्या अथवा फेरबदल करण्याच्या (Innovation) मार्गानेच मुख्यतः चालते. नवी वस्तू, नवे तंत्र, नवीन संघटन पद्धती, कच्च्या मालाच्या पुरवठ्याचा नवीन मार्ग अशा नावीन्याचा अंगीकार करून व्यवसायसंस्था आपल्या प्रतिस्पर्ध्यांवर मात करण्याचा प्रयत्न करते. अशा वेळी खर्चाच्या बाबतीत अथवा वस्तूच्या गुणवत्तेच्या बाबतीत निर्णायक फायदा त्या व्यवसायसंस्थेला मिळतो. नवायोजनाचा आधार घेऊन केल्या जाणाऱ्या या स्पर्धेचा आघात प्रचलित व्यवसायसंस्थांच्या केवळ नफ्यावर अथवा खपावर होत नाही तर त्यांच्या अस्तित्वावरच घाला येतो. नावीन्याच्या स्वीकारामुळे उत्पादन तंत्र आणि संघटन पद्धती यांच्यात असे मूलभूत बदल होतात की त्यांच्यामुळे नव्या यशदायक वस्तू आणि सेवा उदयाला येतात. कृत्रिम धाग्याचे कापड आणि इलेक्ट्रॉनिक्सची उपकरणे ही अलीकडची दोन उदाहरणे सांगता येतील. नावीन्याच्या ध्यासातून केलेले संशोधन फलद्रूप होते तेव्हा व्यवसायसंस्थेला मिळणारा लाभ मोठा आणि दीर्घकाळ टिकणारा असतो. अशा रीतीने किमतीऐवजी नवे तंत्र व नवीन संघटन अशासारख्या नावीन्याच्या साहाय्याने स्पर्धा करणे हा बिगर-किंमत स्पर्धेचाच एक प्रकार ठरतो.

तक्ता क्र. 5.3 : बाजार रचना व त्यांची वैशिष्ट्ये (Market Structures)

क्र.	वैशिष्ट्ये	शुद्ध स्पर्धा	पूर्ण स्पर्धा	मक्तेदारी	मक्तेदारीयुक्त स्पर्धा	अल्पविक्रेताधिकार
1.	व्यवसायसंस्थांची संख्या	खूप मोठी	खूप मोठी	एक	पुष्कळ	थोड्या
2.	उत्पादन	एकजिनसी	एकजिनसी	एकच, नजीकचा पर्याय नाही.	वस्तुभेद	एकजिनसी अथवा वस्तुभेद
3.	किमतीवर नियंत्रण	मुळीच नसते.	मुळीच नसते.	पुष्कळसे	मर्यादित	परस्परावलंबित्वाची मर्यादा, संगनमताने मात्र पुष्कळ नियंत्रण
4.	नव्या संस्थांचा प्रवेश	मुक्त	मुक्त	शून्य	सुलभ	अडथळे, पण प्रवेश शक्य.
5.	बिगर-किंमत स्पर्धा	नाही.	नाही.	जाहिरात करण्याची शक्यता	बोधचिन्हे, व्यापारी नावे, जाहिरात, वस्तुबदल यावर भर	वस्तुभेद असेल तर जाहिरात वगैरेवर भर
6.	उदाहरण	शेतमाल	–	भारतीय किंवा राज्य विद्युत मंडळे	किरकोळ व्यापार, तयार कपडे, बूट	पोलाद, सिमेंट, टूथपेस्ट इत्यादी.

5.13 वस्तुभेद (Product Differentiation)

वस्तुबदल आणि व्यवसायसंस्थेचा समतोल (Product Variation and Equilibrium of the Firm) : मक्तेदारीयुक्त स्पर्धेतील व्यवसायसंस्था आणि समूह यांच्या समतोलाचे वर जे विवेचन केले आहे त्यात व्यवसायसंस्था किमतीच्या साहाय्याने परस्परांशी स्पर्धा करीत आहेत हे गृहीत अभिप्रेत होते. दुसऱ्या शब्दांत, येथवर किंमत-स्पर्धेचा (Price Competition) विचार केला. आता किमतीव्यतिरिक्त अन्य मार्गांनी जी स्पर्धा चालते (Non-Price Competition) तिचा विचार करणे आवश्यक आहे. वस्तुतः प्रत्यक्षात जी मक्तेदारीयुक्त स्पर्धा आढळते तिच्यात किमतीवरून जेवढी स्पर्धा असते त्याहून जास्त स्पर्धा 'बिगर-किंमत स्पर्धा' अथवा अन्य बाबतीत चालणारी स्पर्धा असते. बिगर-किंमत स्पर्धा मुख्यत्वे दोन मार्गांनी चालते - (1) वस्तुबदल (Prodcut Variation) आणि (2) जाहिरातबाजी (Advertising). येथे प्रथम वस्तुबदलाच्या मार्गाने स्पर्धा कशी चालते आणि वस्तुबदलातून व्यवसायसंस्थेचा समतोल कसा प्रस्थापित होतो याचा विचार करू. 'वस्तुबदल' (Product Variation) हा 'गुणवत्ता स्पर्धा' (Quality Competition) या अर्थी प्रो. चेंबरलीन यांनी वापरलेला शब्द आहे.

या संदर्भात आपण असे मानू की, विवक्षित व्यवसायसंस्था रूढीने, परंपरेने अथवा अन्य कारणांनी ठरलेली किंमत स्वीकारते आणि या किमतीला आपला माल विकण्याचे मान्य करते; पण वस्तूचा दर्जा अथवा गुणवत्ता बदलण्याचे स्वातंत्र्य त्या व्यवसायसंस्थेला असते. वस्तुभेद (Product Differentiation) अथवा प्रत्येक व्यवसायसंस्थेची वस्तू वेगळी असणे हे मक्तेदारीयुक्त स्पर्धेचे वैशिष्ट्य असल्याने प्रत्येक व्यवसायसंस्था आपापली वस्तू, रंग, डिझाईन, कारागिरी, टिकाऊपणा, वेष्टन इत्यादी बाबतीत हवी तशी बदलू शकते. वस्तूच्या गुणवत्तेत वाढ करून आपली वस्तू लोकप्रिय करणे आणि खप वाढविणे हे व्यवसायसंस्थेचे उद्दिष्ट असते. अनेक वेळा गुणवत्तेत सुधारणा न करताही वस्तू अधिक आकर्षक करून खप वाढविता येतो. उदाहरणार्थ, एखाद्या कादंबरीचे साधे मुखपृष्ठ बदलून उत्तान आणि भडक मुखपृष्ठ टाकले की खप वाढतो असे करण्यात थोडा खर्च वाढेल, पण विक्री वाढल्यामुळे तो खर्च भरून निघून वर नफा होईल. बिगर-किंमत स्पर्धेमध्ये किंमत कमी केली जात नाही, तर वस्तुबदल करून नफा महत्तम करण्याचा प्रयत्न केला जातो. आकृती क्र. 5.29 मध्ये असा समतोल दाखविला आहे.

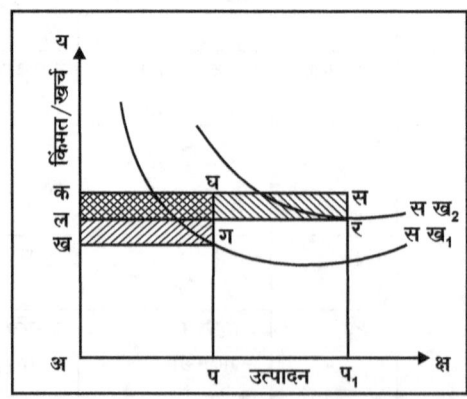

आकृती क्र. 5.29 : वस्तुभेद आणि समतोल

अ क ही किंमत रूढ, प्रस्थापित आहे असे मानू. ही किंमत व्यवसायसंस्था मान्य करते. तिच्यात बदल करायचा नाही असे ठरविते. म्हणून **क** बिंदूपासून **क स** ही 'क्ष' अक्षाला समांतर रेषा काढली आहे. ही रेषा म्हणजे सरासरी प्राप्ती-वक्र नाही, तर किंमत स्थिर ठेवण्याच्या व्यवसायसंस्थेच्या निर्णयाचा परिणाम म्हणून ही रेषा समांतर दाखविली आहे. समजा, 'क्ष' प्रतीची वस्तू तयार केल्यास व्यवसायसंस्थेचा सरासरी खर्च-वक्र **स ख$_1$** हा येतो. **अ क** किमतीला

मागणी **अ प** असेल तर (येथे मागणी-वक्र काढलेला नाही. पण समजा, **अ प** मागणी आहे.) तर **अ प** नग विकून **अ क घ प** एवढी एकूण प्राप्ती होईल. **अ प** हा मागणी-पुरवठा केल्यास सरासरी खर्चाप्रमाणे **प ग** येईल. म्हणून एकूण खर्च **अ ख ग प** एवढा येईल. म्हणजेच **क ख ग घ** एवढा नफा होईल. **ग घ** हा दर नगामागे होणारा नफा आहे हीच किंमत कायम ठेवून, समजा 'य' प्रतीची वस्तू निर्माण करण्याचे व्यवसायसंस्थेने ठरविले. या निर्णयामुळे सरासरी खर्च वाढून **स ख**$_1$ वक्र **स ख**$_2$ या स्थितीला स्थानांतरित झाला आणि **अ प** मात्र **अ प**$_1$ पर्यंत वाढला असे समजू. आता **प**$_1$ **स** (= अ क) ही किंमत व **प**$_1$ **र** हा सरासरी खर्च असल्याने **अ प**$_1$ एवढ्या पुरवठ्याला ▭ **क स र ल** एवढा नफा होतो. **स र** हा दर नगामागे होणारा नफा आहे. **स र** हा **ग घ** च्या निम्मा आहे. पण **अ प**$_1$ हा **अ प** च्या दुपटीहून जास्त आहे. म्हणून (1) 'क्ष' प्रत आणि **अ प** उत्पादन आणि (2) 'य' प्रत आणि **अ प**$_1$ उत्पादन या दोन्हीपैकी दुसरी शक्यता जास्त चांगली आहे. दुसऱ्या शक्यतेतील ▭ **क स र ल** हे नफा दाखविणारे क्षेत्र पहिल्या शक्यतेतील ▭ **क ख ग घ** नफा दाखविणाऱ्या क्षेत्राहून मोठे आहे. या उदाहरणात दोनच शक्यता असल्याने **अ प**$_1$ या उत्पादनाला आणि (वस्तूच्या 'य' प्रतीला) व्यवसायसंस्थेला समतोल होईल अशा अनेक शक्यता असतील तेव्हा सर्वांत नफा मिळवून देणारी शक्यता स्वीकारली जाईल व तेथे व्यवसायसंस्थेचा समतोल होईल.

वस्तुबदलाच्या परिस्थितीतील समतोलाची किंमत स्पर्धेतील समतोलाची तुलना केल्यास तत्त्वतः दोन्ही एकच आहेत हे लक्षात येईल. एकच वस्तू वेगवेगळ्या किमतीला विकल्यास वेगवेगळा नफा होतो. म्हणून सर्वांत जास्त नफा मिळेल ती किंमत व तो पुरवठा निश्चित होतो, ही किंमत स्पर्धेतील समतोलावस्था आहे. याउलट, एकाच किमतीला वेगवेगळ्या प्रतीच्या वस्तू विकल्या तर वेगवेगळा नफा होतो. ही वस्तुबदलाच्या बिगर-किंमत स्पर्धेतील समतोलावस्था आहे. यावरून समतोलावस्थेची 'कमाल नफा' ही एकच अट दोन्ही ठिकाणी असल्याचे लक्षात येईल.

5.14 विक्री-खर्च : प्राप्ती आणि किमतीवर परिणाम (Selling Cost : Effects on Revenues and Prices)

बिगर-किंमत स्पर्धेचा दुसरा मुख्य प्रकार म्हणजे जाहिरात करणे. मालाची विक्री वाढविण्यासाठी व्यवसायाला हा खर्च करावा लागतो, म्हणून त्याला 'विक्री-खर्च' म्हणतात. इतर वस्तूंपेक्षा आपलीच वस्तू ग्राहकांनी पसंत करावी म्हणून ग्राहकांचे मन वळविण्यासाठी व्यवसायसंस्थेने केलेला खर्च म्हणजे विक्री-खर्च प्रा. चेंबरलीन यांच्या शब्दांत, "वस्तूच्या मागणी वक्राचा आकार अथवा स्थिती बदलण्यासाठी केलेला खर्च" म्हणजे विक्री-खर्च मागणीची लवचीकता बदलली. समजा, मागणी कमी लवचीक झाली की, मागणी वक्राचा आकार बदलतो, तर मागणीत वाढ झाली - प्रत्येक किमतीला जास्त मागणी येऊ लागली म्हणजे मागणी वक्राचे स्थानांतर होते अथवा स्थिती बदलते. नफा वाढविण्यासाठी असा आकार आणि स्थानबदल महत्त्वाचा असतो. विक्री-खर्च अनेक प्रकारे होऊ शकतो. जाहिरातीवरील खर्च, प्रचारकांचे व विक्रेत्यांचे पगार, 'शोरुम्स' वर होणारा खर्च इत्यादी सर्व खर्च हे विक्री-खर्चच आहेत. जाहिरातींवरील खर्च हा सर्वांत महत्त्वाचा विक्री-खर्च असतो.

प्रो. चेंबरलीन यांनी उत्पादन खर्च (Production Costs) आणि विक्री-खर्च (Selling Costs) या दोहोंतील फरक स्पष्ट केला आहे. वस्तूच्या विशिष्ट प्रकारच्या (Variety) उत्पादनासाठी येणारा खर्च म्हणजे उत्पादन खर्च होय. कच्चा माल, मजुरी, इंधन अथवा शक्ती यांवरील खर्च, पॅकिंग व वाहतुकीचा खर्च - थोडक्यात, वस्तूचे उत्पादन आणि उपभोक्त्यांच्या स्वीकृत गरजा पूर्ण करण्यासाठी केल्या जातात, पण उपभोक्त्यांच्या गरजा बदलण्यासाठी केलेला खर्च हा विक्री-खर्च असतो. त्यामुळे प्रो. चेंबरलीन यांच्या विवेचनात जाहिरातींचा खर्च हाच जवळजवळ सर्वस्वी विक्री-खर्च ठरतो.

पूर्ण स्पर्धेत उपभोक्त्यांना बाजाराचे पूर्ण ज्ञान असते आणि वस्तुभेदास अवसर म्हणून जाहिरात खर्चाला पूर्ण स्पर्धेत स्थान नसते. म्हणून पूर्ण स्पर्धेत फक्त उत्पादन खर्च असतो; विक्री-खर्च नसतो. मक्तेदारीमध्ये एकच व्यवसायसंस्था असल्याने जाहिरात करण्याचे कारण नसते. म्हणून मक्तेदारीतही विक्री-खर्च नसतो. मक्तेदारीयुक्त स्पर्धेत मात्र अनेक व्यवसायसंस्था बाजारात असतात. ग्राहकांचे ज्ञान अपूर्ण असते आणि वस्तुभेद केला जातो. म्हणून जाहिरात खर्चाला मक्तेदारीयुक्त स्पर्धेत महत्त्व असते.

प्रो. चेंबरलीन यांच्या मते, मक्तेदारीयुक्त स्पर्धेत दोन प्रकारच्या जाहिराती असतात - (1) माहिती देणाऱ्या अथवा निवेदनात्मक जाहिराती (Informative Advertisements) आणि (2) मन वळविणाऱ्या अथवा प्रोत्साहनात्मक जाहिराती (Persuasive or Manipulative Advertisements). पहिल्या प्रकारच्या जाहिराती अशा असतात की ज्यांच्यावाचून उपभोक्त्यांना वस्तुबद्दल माहिती मिळणार नाही. केवळ उपभोक्त्यांना माहिती देणे असा यांचा उद्देश असतो. उदा., एखाद्या थिएटरमध्ये कोणता चित्रपट चालू आहे ? त्यात कोणाच्या भूमिका आहेत ? दिग्दर्शक व संगीत दिग्दर्शक कोण आहेत ? खेळाच्या व ॲडव्हान्स बुकिंगच्या वेळा काय आहेत ? इत्यादी माहिती देणाऱ्या जाहिराती निवेदनात्मक असतात. अर्थात माहिती पुरविल्यामुळे मागणी वाढेल; पण मागणी निर्माण करणारा हा प्रकार नाही. बहुसंख्य जाहिराती दुसऱ्या प्रकारच्या असतात. इतर वस्तूंपेक्षा आपलीच वस्तू कशी चांगली आहे हे उपभोक्त्यांच्या मनावर ठसविण्याचा प्रयत्न उद्योगसंस्था करते. आपल्या वस्तूकडे ग्राहक आकृष्ट करणे हा या प्रकारच्या जाहिरातीचा उद्देश असतो. वरील उदाहरणामधील जाहिरातींमध्ये उत्तेजक चित्रे घातली; चित्रपटातील हाणामारीबद्दल, संगीताबद्दल, रहस्याबद्दल इत्यादी आकर्षक मजकूर घातला की तीच जाहिरात प्रोत्साहनात्मक होईल. केस स्वच्छ करणे हा शाम्पूचा उद्देश ग्राहकांना माहीत असतो. पण आपल्या शाम्पूने केस रेशमासारखे मुलायम होतात, गळायचे थांबतात, झपाट्याने वाढतात इत्यादी अनेक गुण चिकटवून प्रत्येक उत्पादक ग्राहकांचे मन आपल्या शाम्पूकडे वळवितो तेव्हा ती जाहिरात प्रोत्साहनात्मक होते.

(अ) विक्री-खर्च-वक्र (Selling Cost Curve)

विकलेल्या नगांची सरासरी विक्री-खर्च (एकूण विक्री-खर्च भागिले (÷) विकलेल्या नगांची संख्या) दाखविणाऱ्या वक्राला 'विक्री-खर्च-वक्र' असे म्हणतात.

आकृती क्र. 5.30 मध्ये **वि ख** हा विक्री-खर्च-वक्र आहे. विक्री **अ प** असते तेव्हा सरासरी विक्री-खर्च **प म** असतो. **अ $प_1$** विक्रीला सरासरी विक्री-खर्च **$प_1$ $म_1$** होतो तर **अ $प_2$** विक्रीला विक्री-खर्च **$प_2$ $म_2$** होतो. प्रथम उत्पादन आणि विक्री वाढेल तसा सरासरी विक्री-खर्च घटत जातो व नंतर पुन्हा वाढू लागतो. म्हणून इतर खर्च-वक्राप्रमाणेच हा विक्री-खर्च वक्रही 'U' या आकाराचा असतो.

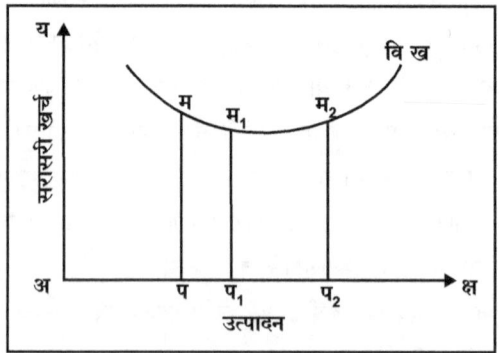

आकृती क्र. 5.30 : विक्री-खर्च-वक्र

प्रारंभी विक्री-खर्च वाढवीत गेल्यास विक्री-खर्च वाढतो त्यापेक्षा जास्त प्रमाणात विक्री वाढते. जाहिरातीचे अधिक कार्यक्षम व्यवस्थापन, विक्रय-यंत्रणेतील श्रमविभागणी इत्यादी कारणांनी मोठ्या प्रमाणावरील जाहिरातीचे फायदे मिळून सरासरी विक्री-खर्च घटत जातो, पण विशिष्ट मर्यादेनंतर विक्री-खर्च वाढविला तरी विक्री वाढत नाही. 'घटते उत्पादन-फल' अनुभवाला येते. (येथे विक्री वाढणे हे 'उत्पादन' आहे.) म्हणून विक्री-खर्च वक्र 'U' या आकाराचा असतो. जाहिरातीमुळे विशिष्ट मर्यादेपलीकडे विक्री वाढू शकत नाही. कारण विक्री वाढविण्याचे दोन मार्ग असतात -

एक म्हणजे, स्वतःच्या ग्राहकांना अधिक नग खरेदी करण्यास उद्युक्त करणे व दुसरे म्हणजे, इतर व्यवसायसंस्थांचे ग्राहक आपल्याकडे ओढणे. या दोन्ही मार्गांवर मर्यादा असतात. ग्राहकांचे उत्पन्न मर्यादित असल्याने ते आपली खरेदी अमर्याद वाढवू शकत नाहीत. तसेच व्यवसायसंस्थाही आपले ग्राहक अन्यत्र जाऊ नयेत अथवा नवीन ग्राहक यावेत म्हणून जाहिरात करीत असतातच व म्हणून त्याही मार्गाने खप वाढविण्यावर मर्यादा पडतात. यामुळे विशिष्ट मर्यादेनंतर विक्री-खर्च-वक्र वेगाने वाढत जाणे अथवा जवळजवळ 'य' अक्षाला समांतर होणेही अशक्य नसते.

विक्री-खर्च-वक्राचा आकार आणि स्थान यांच्यावर वस्तूची किंमत, पर्यायी वस्तूची किंमत, वस्तूचा तसेच पर्यायांचा दर्जा, ग्राहकांचे उत्पन्न इत्यादी घटकांचा प्रभाव पडत असतो. यापैकी एक वा अनेक घटक बदलल्यास विक्री-खर्चात बदल होतो. उदा., वस्तूची किंमत वाढविल्यास महाग वस्तू खपविण्यासाठी जाहिरातही जास्त करावी लागून विक्री-खर्च-वक्र वरच्या बाजूला स्थानांतरित होईल. याउलट, वस्तूंचा दर्जा सुधारल्यास जाहिरातीची गरज कमी होऊन विक्री-खर्च-वक्र खालच्या बाजूला स्थानांतरित होईल.

(आ) विक्री-खर्च आणि खर्च-वक्र (Selling Costs and Costs Curves)

विक्री-खर्चामुळे एकूण खर्च वाढतो हे उघड आहे. उत्पादनाच्या प्रमाणात विक्री-खर्च वाढतो तेव्हा एकूण खर्चातली वाढ चटकन शोधून काढता येते. उदा., एखाद्या धुलाईच्या पावडरच्या तीन पुड्यांवर एक प्लॅस्टिकची बादली मोफत दिली जात असेल आणि बादलीची किंमत 30 ₹ असेल तर एका पुड्याचा विक्री-खर्च 10 ₹ येईल व एकूण उत्पादित पुड्यांच्या संख्येला 10 ने गुणून एकूण विक्री-खर्च येईल. एकूण उत्पादन खर्च अधिक एकूण विक्री-खर्च मिळून एकूण खर्च येईल आणि सरासरी व सीमांत दोन्ही खर्च 10 रुपयांनी वाढतील. नवीन **स ख** व **सी ख** वक्र मूळ **स ख** व **सी ख** वक्रांच्या वर स्थानांतरित होतील आणि जुन्या व नव्या वक्रांमधील उभे अंतर 10 रुपयांएवढे अथवा सरासरी विक्री-खर्चाएवढे असेल.

आकृती क्र. 5.31 मध्ये **स ख** आणि **सी ख** हे अनुक्रमे सरासरी व सीमांत खर्च-वक्र आहेत. विक्री-खर्चामुळे **स ख$_1$** व **सी ख$_1$** हे नवीन सरासरी व सीमांत खर्च-वक्र तयार झाले आहेत. नव्या व जुन्या खर्च-वक्रामधील उभे अंतर (उदा., **म न**) हा सरासरी विक्री-खर्च आहे. सरासरी विक्री-खर्च कायम मानल्यामुळे नवीन वक्र जुन्या वक्रांना समांतर आहेत.

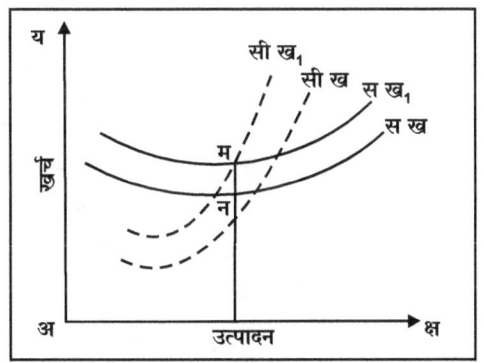

आकृती क्र. 5.31 : प्रमाणशीर विक्री-खर्च व स ख/सी ख वक्र

याउलट, विक्री-खर्च विक्रीबरोबर बदलणारा नसून एकरकमी असेल तर सीमांत खर्च बदलणार नाही. सरासरी खर्च मात्र प्रथम जास्त असेल व उत्पादन वाढेल तसा विक्री-खर्च विभागला जाऊन सरासरी खर्च कमी होत जाईल. आकृती क्र. 5.32 पाहा. उदा., जाहिरातीचा खर्च महिन्याला 1,600 ₹ (मासिकात जाहिरात दिली असे समजू) असेल, तर शंभर नगांनाही तोच खर्च व हजार, दहा हजार, पन्नास हजार नगांनाही तोच खर्च येईल. उत्पादन वाढेल तसा हा खर्च विभागून जाईल. म्हणून जुना **स ख** वक्र व नवा **स ख** वक्र यांच्यातील अंतर (म्हणजेच दर नगामागे येणारा विक्री-खर्च) कमी होत जाते. आकृती क्र. 5.31 व आकृती क्र. 5.32 मध्ये **स ख** हा मूळ सरासरी खर्च वक्र असून **स ख$_1$** हा विक्री-खर्चासह सरासरी खर्च-वक्र आहे. आकृती क्र. 5.32 मध्ये विक्री-खर्च एकरकमी असल्याने तो उत्तरोत्तर विभागला जातो. म्हणून दोन सरासरी खर्च वक्रांमधील अंतर उत्पादन पातळीतील वाढीबरोबर कमी-कमी होत जाते.

(इ) विक्री-खर्च आणि मागणी (अथवा प्राप्ती) वक्र

विक्री-खर्चाचा मागणी-वक्रावर अथवा प्राप्ती-वक्रावरही परिणाम होतो. मात्र हा परिणाम नेमका किती होतो हे सांगता येत नाही. जाहिरातीमुळे मागणी मुळीच वाढणार नाही अथवा बरीच वाढेल. पण जाहिरातीमुळे मागणी कमी होण्याची शक्यता जवळजवळ नाहीच असे म्हणावे लागेल. विक्री-खर्चामुळे मागणी वक्राचा आकार आणि स्थानावर परिणाम होतो. याचा उल्लेख वर आलाच आहे. जाहिरातीचा परिणाम म्हणून नवीन ग्राहक मिळाले नाहीत. पण आहे त्याच ग्राहकांना वस्तूचे श्रेष्ठत्व म्हटले तर मागणी वक्राचा वरचा भाग अलवचीक होईल. या भागाचे वैशिष्ट्य असे राहील की किंमत वाढली तर मागणीत त्या मानाने कमी घट होईल. उलट जाहिरातीमुळे नवीन ग्राहक मिळाले तर मागणी वक्राचा खालचा भाग अलवचीक होईल.

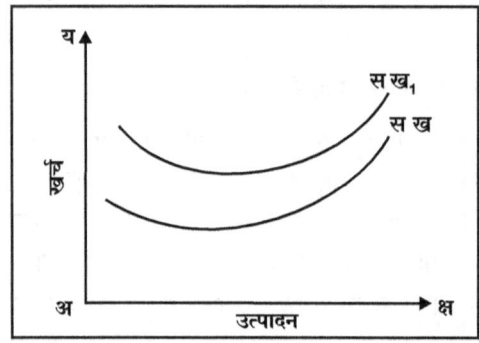

आकृती क्र. 5.32 : स्थिर विक्री-खर्च व स ख वक्र

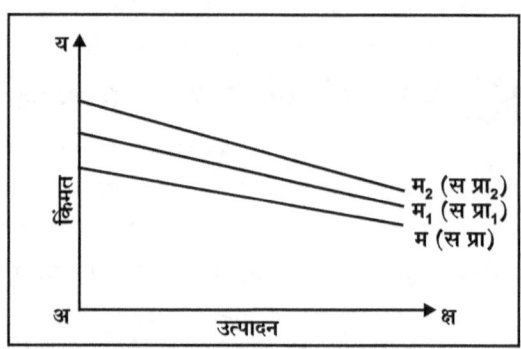

आकृती क्र. 5.33 : विक्री-खर्चाचा मागणी वक्रावरील परिणाम

हे परिणाम मागणीच्या आकारासंबंधीचे झाले. वर म्हटल्याप्रमाणे जाहिरातीमुळे जास्त लोकांना वस्तूची माहिती मिळते. जास्त उत्पन्न वस्तूवर खर्च करायला लोक तयार होतात आणि याचा परिणाम मागणी वक्राच्या स्थानावर होतो. विक्री-खर्चामुळे, सामान्यतः मागणी वक्र (अथवा **स प्रा** वक्र) उजवीकडे स्थानांतरित होतो.

आकृती क्र. 5.33 मध्ये विक्री-खर्चाचा मागणी वक्रावरील परिणाम दाखविला आहे. मूळ मागणी **म (स प्रा)** ही आहे. विक्री-खर्चामुळे ती **म$_1$** येथे स्थानांतरित होईल अथवा कदाचित **म$_2$** या स्थितीलाही जाईल. ती मुळीच स्थानांतरित होणार नाही हेही शक्य आहे. प्राप्ती-वक्रावरील परिणाम असा अनिश्चित असतो. सामान्यतः प्राप्ती-वक्र उजवीकडे स्थानांतरित होतो असे मानायला हरकत नाही. मात्र परिणाम जाहिरातीने प्रभावित झालेला नवीन मागणी-वक्र जुन्या मागणी-वक्राच्या मानाने कमी लवचीक असतील हे लक्षात ठेवले पाहिजे. जाहिरातीमुळे वस्तू इतर वस्तूंहून वेगळी व चांगली आहे असे ग्राहकांच्या मनावर ठसविले जाते. त्यामुळे मागणी कमी लवचीक होते.

(ई) विक्री-खर्च आणि व्यवसायसंस्थेचा समतोल

(Selling Costs and Equilibrium of the Firm)

विक्री-खर्चामुळे व्यवसायसंस्था समतोलावर होणारा परिणाम शोधून काढणे हे गुंतागुंतीचे आणि अनिश्चित काम आहे. समतोलाच्या निश्चितीसाठी प्राप्ती व खर्च-वक्रांची निश्चिती आवश्यक आहे. विक्री-खर्चामुळे खर्च-वक्र वर जातात हे निश्चित पण प्राप्ती-वक्रांवरील परिणाम अनिश्चित असतो हे आपण वर पाहिले आहे. सामान्यपणे प्राप्ती-वक्र उजवीकडे स्थानांतरित होईल असे आपण मानले आहे. मागणी अथवा प्राप्ती-वक्रावरील हा परिणाम काय आणि कितपत होईल याचा अंदाज व्यवसायसंस्थेला करता येतो असे मानू. या गृहीतामुळे प्राप्ती-वक्र काढणे शक्य होऊन समतोल स्पष्ट करता येईल.

(1) प्रमाणशीर विक्री-खर्च (Proportional Selling Costs) : विक्री-खर्च हा उत्पादनाच्या प्रमाणात बदलणारा असेल तर समतोल कसा प्रस्थापित होईल ते प्रथम पाहू. हा परिणाम आपण आकृती क्र. 5.31 मध्ये पाहिलेला आहेच. नवा **स ख** वक्र स्थानांतरित झालेला असेल. प्राप्ती-वक्रही उजवीकडे स्थानांतरित होईल.

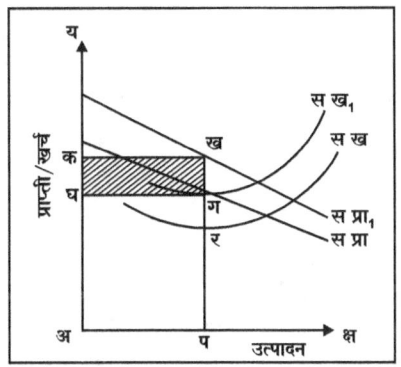

आकृती क्र. 5.34 : प्रमाणशीर विक्री-खर्चाचा प्राप्ती व किमतीवर परिणाम

आकृती क्र. 5.34 मध्ये असा समतोल दाखविला आहे. **स प्रा** आणि **स ख** हे अनुक्रमे सरासरी प्राप्ती व सरासरी खर्च-वक्र आहेत. **ग र** हा दर नगामध्ये होणारा विक्री-खर्च आहे. त्यामुळे **स ख$_1$** हा नवा स्थानांतरित सरासरी खर्च-वक्र तयार होतो. या वक्रात विक्री-खर्च अंतर्भूत आहे. **स प्रा$_1$** हा नवीन प्राप्ती-वक्र असून तो जाहिरातीमुळे वाढलेली मागणी दाखवितो. **क ख ग घ** हा काटकोन चौकोन महत्तम नफा दाखवितो. **अ क** ही किंमत असून **अ प** हा पुरवठा आहे.

(2) निश्चित विक्री-खर्च (Fixed Selling Costs) : विक्री-खर्चाचा उत्पादनाच्या पातळीशी संबंध नसून तो निश्चित असेल तर **स ख** वक्रावर होणारा परिणाम आकृती क्र. 5.34 मध्ये आपण पाहिला आहेच. अशा वेळी समतोल कसा ठरेल हे आकृती क्र. 5.35 वरून स्पष्ट होईल. विक्री-खर्च मुळीच नसताना **स ख** व **स प्रा** हे अनुक्रमे सरासरी खर्च व सरासरी प्राप्ती-वक्र आहेत. **अ क** या किमतीला व **अ प** या पुरवठ्याला कमाल नफा होतो म्हणून समतोल होतो असे मानू. आता व्यवसायसंस्थेने जाहिरातीवर विशिष्ट खर्च केल्यामुळे विक्री-खर्चासह सरासरी खर्च-वक्र **स ख$_1$** या स्थितीला येतो. (उत्पादन वाढेल तसे **स ख** व **स ख$_1$** यांमधील अंतर कमी होते. कारण विक्री-खर्च निश्चित आहे.) जाहिरातीमुळे मागणी वाढून **स प्रा** वक्र **स प्रा$_1$** येथे येतो. **अ क$_1$** ही नवी किंमत व **अ प$_1$** हा नवा पुरवठा होऊन समतोल होईल. जाहिरात खर्च वाढविल्यामुळे नफा वाढला आहे. जोवर नफा वाढत जाईल तोवर व्यवसायसंस्था विक्री-खर्च वाढवीत जाईल. विक्री-खर्च वाढला की **स ख** व **स प्रा** हे दोन्ही स्थानांतरित होत राहतील. विक्री-खर्चातही वाढ कोठवर होत राहील ? विक्री-खर्च वाढविल्यामुळे प्राप्तीत होणारी वाढ विक्री-खर्चात होणाऱ्या वाढीएवढी होईपर्यंत ही वाढ चालू राहील. उदाहरणार्थ, विक्री-खर्च वाढविता-वाढविता अशी अवस्था आली की 1 रुपयाने विक्री-खर्च वाढविला तर प्राप्तीही 1 रुपयानेच वाढते तर त्यापुढे गेल्यास नफा कमी होईल. कारण खर्चाहून प्राप्ती कमी होत जाईल. म्हणून महत्तम नफा होईपर्यंत विक्री-खर्च वाढविला जाईल.

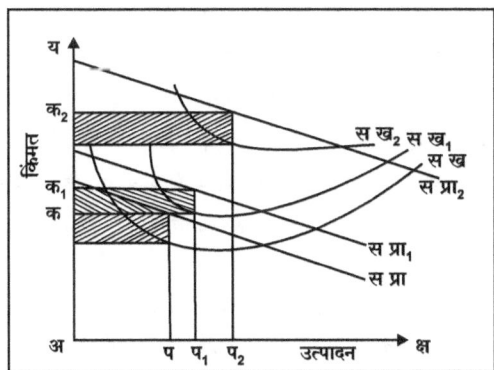

आकृती क्र. 5.35 : निश्चित विक्री खर्चाचा प्राप्ती व किमतीवर परिणाम

मागील आकृती क्र. 5.35 मध्ये **स ख$_2$** या स्थितीपर्यंत सरासरी खर्च येईतोवर विक्री-खर्च वाढविला जाईल. **स ख$_2$** व **स प्रा$_2$** या खर्च व प्राप्ती-वक्रांच्या परिस्थितीत **अ क$_2$** ही किंमत व **अ प$_2$** हा पुरवठा ठरेल आणि तिरप्या रेषांनी दाखविलेला सर्वांत वरचा चौकोन हा नफा ठरेल. हा नफा सर्वांत जास्त (अगोदरच्या स्थितीशी तुलना करता) असल्याने येथे म्हणजे **अ प$_2$** या पुरवठ्याला व्यवसायसंस्थेचा समतोल होईल.

सारांश, आकृती क्र. 5.35 मध्ये दाखविल्याप्रमाणे, मक्तेदारीयुक्त स्पर्धेत व्यवसायसंस्थेच्या समोर विक्री खर्चाच्या प्रत्येक पातळीला अनुलक्षून सरासरी खर्च-वक्र व सरासरी प्राप्ती-वक्र यांची एकेक जोडी असेल आणि जी जोडी कमाल नफा मिळवून देईल तिने दर्शविलेल्या पुरवठ्याला आणि किमतीला त्या व्यवसायसंस्थेचा समतोल प्रस्थापित होईल.

(उ) मक्तेदारीयुक्त स्पर्धेतील अतिरिक्त क्षमता

(Excess Capacity Under Monopolistic Competition)

पूर्ण स्पर्धा आणि मक्तेदारीयुक्त स्पर्धा यांची तुलना करताना आपण असे पाहिले की, मक्तेदारीयुक्त स्पर्धेतील उत्पादनसंस्थेचा समतोल हा त्या संस्थेचा पर्याप्त आकारमानापूर्वीच गाठला जातो. या पर्याप्त आकारमानाला एवढे महत्त्व कशासाठी ? तर ज्या प्रत्यक्ष परिस्थितीत मक्तेदारीयुक्त स्पर्धा करणारी उत्पादनसंस्था कार्य करीत आहे त्या परिस्थितीला कल्याणाचा निकष आपण लावून पाहतो आहोत. कल्याणविषयक निकष लावायचे कारण पहिल्याच प्रकरणात पाहिल्याप्रमाणे, कार्यक्षमता महत्तम करण्यासाठी कल्याणविषयक निकष उपयुक्त ठरतो. किंबहुना तोच निकष महत्त्वाचा मानला जातो. प्रा. लर्नर यांनी कार्यक्षम उत्पादनाचा आग्रह धरला जातो, याचे कारण असे सांगितले आहे की, त्यायोगे राहणीमान सुधारते, म्हणून क्षमता वापराचा प्रश्न महत्त्वाचा ठरतो.

(1) अतिरिक्त क्षमता : अपूर्ण स्पर्धेचे लक्षण (Excess Capacity : A Property of Imperfect Competition) : एखाद्या उत्पादनसंस्थेसाठी 'आदर्श' उत्पादन पातळी म्हणून विवक्षित पातळी दाखविता येईल काय, हा मूळ प्रश्न अतिरिक्त क्षमतेच्या चर्चेच्या मुळाशी आहे. या प्रश्नाचे उत्तर देण्यापूर्वी आपल्याला आदर्श उत्पादनाची व्याख्या करावी लागेल.

अर्थशास्त्राच्या दृष्टीने 'उत्पादनसंस्था पर्याप्त आकारमानाची (Optimum Size) जेथे होते ती 'उत्पादन पातळी' आदर्श मानावी. का ? दोन कारणांमुळे (आणि ही दोन कारणे म्हणजेच एकाच नाण्याच्या दोन बाजू आहेत.)

(1) उत्पादनाच्या पर्याप्त पातळीमुळे 'यंत्रकुलाचा पूर्ण उपयोग केला जातो आहे' हे सिद्ध होते. याचा अर्थ, याहून खालच्या पातळीला उत्पादन असते तेव्हा त्या यंत्रकुलाची काही उत्पादनक्षमता वापरली जात नाही असा होतो. याचा अर्थ, त्या उत्पादन क्षेत्रातील सर्व उत्पादनसंस्था आपली संपूर्ण उत्पादनक्षमता वापरू लागतील तर काही उत्पादनसंस्था अतिरिक्त (जरुरीपेक्षा जास्त) ठरतील आणि काही संस्था उत्पादन बंद करून बाजारातून निघून जातील. तेव्हा पुन्हा समतोल प्रस्थापित होईल. अर्थात, या उत्पादनसंस्थांमध्ये वापरले जाणारे घटक अथवा उत्पादनाची साधने मुक्त होतील आणि अन्य क्षेत्रात ती वापरता येतील. या योगे साधनांचा चांगल्यात चांगला उपयोग होईल.

(2) पर्याप्त पातळीला सरासरी खर्च कमीत कमी (म्हणजे किमान) असतो. त्यामुळे दिलेल्या परिस्थितीत त्या वस्तूची दीर्घकालीन किंमतही किमान होते. (कारण किंमत सरासरी खर्चाएवढी असते.) उपभोक्त्यांना ती वस्तू कमी किमतीत मिळाल्याने वाचलेले पैसे ते इतर वस्तूंवर खर्च करू शकतात. त्यामुळे त्याचे वास्तव उत्पन्न वाढते आणि राहणीमान उंचावते.

वरील दोन्ही परिणाम समाजाच्या हिताचे असतात. म्हणून पर्याप्त उत्पादन हे 'सामाजिक आदर्श' म्हणून लक्षणीय ठरते. पण हा त्या वैयक्तिक उद्योजकाच्या दृष्टीने आदर्श ठरेल का ? या प्रश्नाचे उत्तर 'नाही' असे आहे. त्याचे उद्दिष्ट महत्तम नफा मिळविणे हेच असते. **सी ख = सी प्रा** या अटीने ते दर्शविले जाते. पूर्ण स्पर्धेच्या परिस्थितीत दीर्घकाळात

उद्योजकाला फक्त सर्वसाधारण नफा मिळतो. मक्तेदारीयुक्त स्पर्धेतही हीच परिस्थिती असते. सर्वसाधारण नफ्यासाठी **सी ख = सी प्रा** आणि **स ख = स प्रा** अशी दुहेरी अट असते. अर्थात सर्वसाधारण नफाही मिळाला नाही तर तो उद्योजक बाजारात राहणार नाही. 'सर्वसाधारण दीर्घकालीन नफा' हा 'खासगी आदर्श' ठरतो. हे दोन्ही (सामाजिक व खासगी) आदर्श एकाच वेळी साध्य होत असतील तर प्रश्न येत नाही. पण या दोहोंत संघर्ष उद्‌भवला तर ज्याच्या हाती निर्णयाधिकार आहे तो उद्योजक कोणता आदर्श स्वीकारील ? अर्थात सर्वसाधारण नफ्याचा खासगी आदर्श. पूर्ण स्पर्धा असते तेव्हा दीर्घकाळात प्रत्येक उत्पादनसंस्था पर्याप्त आकारमानाचीही होते आणि प्रत्येक उद्योजकाला सर्वसाधारण नफाही मिळतो. म्हणजेच सामाजिक आदर्श आणि खासगी आदर्श हे दोन्ही एकत्र येतात. मक्तेदारीयुक्त स्पर्धेत मात्र दुहेरी अट पूर्ण होणारी समतोलावस्था, किमान खर्च अथवा पर्याप्त उत्पादन पातळी गाठण्यापूर्वीच येते आणि खासगी आदर्श साध्य होतो. पण पूर्ण क्षमता वापराचा सामाजिक आदर्श असाध्य ठरतो. यातूनच अतिरिक्त क्षमता निर्माण होते. आकृत्यांच्या साहाय्याने वरील विधाने स्पष्ट करता येतील. आकृती 5.36 (अ) पाहा.

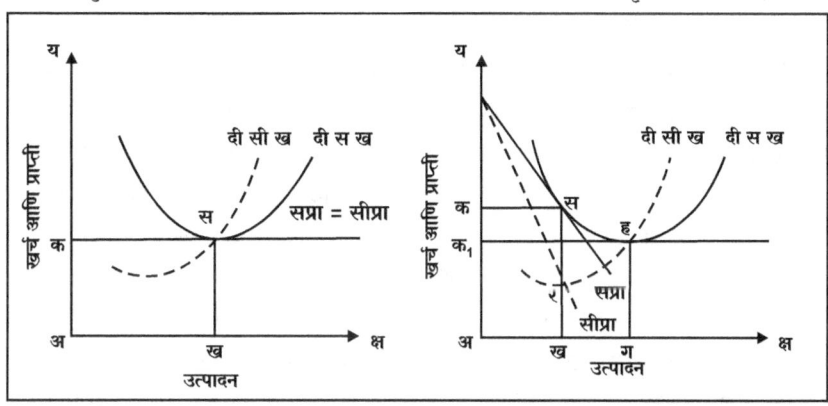

(अ) पूर्ण स्पर्धेच्या परिस्थितीतील दीर्घकालीन समतोल **(आ) मक्तेदारीयुक्त स्पर्धेच्या परिस्थितीतील दीर्घकालीन समतोल**

आकृती क्र. 5.36 : मक्तेदारीयुक्त स्पर्धेतील अतिरिक्त क्षमता

येथे पूर्ण स्पर्धेच्या परिस्थितीतील उत्पादनसंस्थेचा दीर्घकालीन समतोल दाखविला आहे. **स** या संतुलन बिंदूशी महत्तम नफ्याची अट **सी प्रा = सी ख** आणि दीर्घकालीन सर्वसाधारण नफ्याची (आणि म्हणून दीर्घकालीन समतोलाची) अट **स प्रा = स ख** अशा दोन्ही अटींचे पालन होते. अशा रीतीने खासगी आणि सामाजिक अशा दोन्ही उद्दिष्टांची सफलता एकाच वेळी साधली जाते. म्हणून येथे अतिरिक्त क्षमता उरत नाही. अशी स्थिती केव्हा येऊ शकेल ? जेव्हा **स प्रा** वक्र **स ख** वक्राला **दी स ख** च्या किमान (अथवा **क्ष**-अक्षाला सर्वांत जवळच्या) बिंदूत स्पर्श करील तेव्हाच. अर्थातच पूर्ण लवचीक मागणी वक्र अथवा क्ष-अक्षाला समांतर **स प्रा = सी प्रा** वक्र इंग्रजी 'U' आकाराच्या **दी स ख** वक्राला स्पर्श करीत असेल तर तो **दी स ख** वक्राच्या किमान बिंदूतच स्पर्श करू शकतो. हे पूर्ण स्पर्धेत आणि दीर्घकाळातच शक्य असते हे आपण पाहिले आहे.

आता आकृती क्र. 5.36 (आ) पाहा. मक्तेदारीयुक्त स्पर्धेच्या परिस्थितीतील ही उत्पादनसंस्था असल्याने तिचा **स प्रा** वक्र उजवीकडे उतरत जाणारा आहे. म्हणजेच मागणी पूर्ण लवचीक नसून ती बरीचशी अलवचीक आहे. अर्थात, **सी प्रा** वक्र हा तुटक रेषेने दाखविल्याप्रमाणे खालच्या बाजूस आहे. **दी स ख** हा दीर्घकालीन सरासरी खर्च वक्र असून **दी सी ख** हा दीर्घकालीन सीमांत खर्च वक्र आहे. **दी सी ख** आणि **सी प्रा** हे वक्र **र** बिंदूत परस्परांना छेदतात. म्हणून **अ ख** हा समतोलावस्थेतील पुरवठा आहे. **ख र** ही रेषा वाढविल्यावर **स** बिंदूत **दी स ख** ला मिळते, जेथे **स प्रा** रेषा तिला स्पर्श करते. म्हणून **अ ख** या दीर्घकालीन समतोलावस्थेतील पुरवठ्याशी **दी स ख = स प्रा** ही दुसरी अटही पूर्ण होते. यापुढे पुरवठा वाढविल्यास सरासरी प्राप्तीपेक्षा सरासरी खर्च जास्त होईल. म्हणून **अ ख** हाच पुरवठा केला

जाईल. पण सरासरी खर्च अजून घटता आहे, तो किमान झालेला नाही. अशी परिस्थिती जेथे-जेथे **स ख** वक्र उतरत जाणारा, म्हणजे पूर्णतेहून कमी लवचीक मागणी दर्शविणारा असेल तेथे-तेथे उद्भवू शकते हे सहज लक्षात येण्यासारखे आहे. येथे समतोलावस्थेत सर्वसाधारण नफाच मिळतो, पण उत्पादनक्षमतेचा पुरेपूर वापर होत नाही. आकृती क्र. 5.36 (आ) मध्ये **ग** बिंदू क्षमतेचा पूर्ण वापर दर्शवितो, कारण **अ ग** हे पर्याप्त म्हणजे किमान सरासरी खर्च दर्शविणारे उत्पादन आहे. म्हणून **अ ग** हे पूर्ण क्षमता वापर करणारे 'आदर्श' उत्पादन ठरते तर **अ ख** हे जास्तीत जास्त नफा (म्हणजे दीर्घकाळात सर्वसाधारण नफा) मिळवून देणारे उत्पादन ठरते. त्यामुळे उत्पादनसंस्था **अ ख** एवढेच उत्पादन करीत राहते आणि **अ क** ही किंमत आकारते. मात्र पूर्ण क्षमता उत्पादन **अ ग** एवढे झाले असते तर सरासरी खर्चाइतकी म्हणजे **अ क₁** एवढी किंमत आकारली गेली असती. म्हणजे या परिस्थितीत **क क₁** एवढी जास्त किंमत उपभोक्त्यांना द्यावी लागते आणि **ख ग** एवढी अतिरिक्त क्षमता (Excess Capacity) शिल्लक राहते. उत्पादक साधनांची आदर्श वाटणी होण्यापासून समाज वंचित राहतो आणि किंमत कमी झाल्यामुळे राहणीमान सुधारण्याची संधी उपभोक्त्यांना मिळाली असती ती येथे नाकारली जाते.

अतिरिक्त क्षमतेच्या संकल्पनेशी संबंधित पुढील मुद्दे लक्षात ठेवणे आवश्यक आहे.

(1) 'अतिरिक्त क्षमता' ही संकल्पना दीर्घकालीन समतोलावस्थेशी संबद्ध आहे. अल्पकाळात उत्पादनसंस्था परिस्थितीशी जुळवून घेण्याच्या प्रयत्नात असल्याने अगदी पूर्ण स्पर्धेतदेखील अतिरिक्त क्षमता निर्माण होऊ शकते.

(2) जेथे-जेथे मागणी वक्र अथवा **स प्रा** वक्र उतरता असतो तेथे-तेथे अतिरिक्त क्षमता आढळते. **श्रीमती जोन रॉबिन्सन** यांच्या शब्दात, "स्पर्धा अपूर्ण असेल तर उत्पादनाचा मागणी वक्र उतरता असतो आणि सरासरी खर्च घटता असतानाच समतोलाची दुहेरी अट (**सी ख = सी प्रा आणि स ख = स प्रा**) पूर्ण होते. म्हणून जेव्हा नफा सर्वसाधारण होईल तेव्हा उत्पादनसंस्थांचा आकार पर्याप्त आकारमानाहून लहान (च) राहील."

(3) **क्ष**-अक्षाला समांतर असलेला मागणी वक्र शून्य अतिरिक्त क्षमता दर्शवितो आणि तो जसजसा उजवीकडून डावीकडे चढता होत जातो तसतसा **स ख** आणि **स प्रा** यांचा स्पर्शबिंदू **य**-अक्षाच्या जवळजवळ जातो, तसतशी अतिरिक्त क्षमता वाढत जाते.

(4) असे असल्यामुळे पूर्ण स्पर्धेच्या परिस्थितीत अतिरिक्त क्षमता नसते. पण श्रीमती रॉबिन्सन यांच्या वरील प्रतिपादनाप्रमाणे, अपूर्ण स्पर्धात्मक अशा सर्व बाजारप्रकारात (यात मक्तेदारीयुक्त स्पर्धाही आली) अतिरिक्त क्षमता आढळते. या आधी तुलनात्मक चर्चेसंबंधी (अ) मध्ये पाहिल्याप्रमाणे, बाजाराची अपूर्णता दाखविणारा, डावीकडून उजवीकडे उतरत जाणारा, **स ख** वक्र मक्तेदारी, द्वि-विक्रेताधिकार आणि अल्प-विक्रेताधिकार यांच्या परिस्थितीतही असतो. म्हणून अतिरिक्त क्षमता ही मक्तेदारीयुक्त स्पर्धेप्रमाणेच या सर्व बाजारप्रकारातही आढळते.

(5) मग मक्तेदारीयुक्त स्पर्धाच फक्त वेगळी काढून अतिरिक्त क्षमतेची चर्चा कशासाठी ? याचे कारण असे आहे की, इतर सर्व प्रकारात अगदी दीर्घकाळातही असाधारण नफा मिळविणाऱ्या उत्पादनसंस्था असू शकतात. त्यामुळे उद्योजकांच्या 'नफेखोरीमुळे' अतिरिक्त क्षमता राहते असा सर्वसामान्यांचा ग्रह होऊ शकतो. पण मक्तेदारीयुक्त स्पर्धेत, पूर्ण स्पर्धेतल्याप्रमाणे, प्रत्येक उत्पादनसंस्थेला केवळ सर्वसाधारण नफाच मिळत असतो, सरासरी खर्चाएवढीच किंमत आकारली जाते आणि तरीही अतिरिक्त क्षमता (मक्तेदारीयुक्त स्पर्धा बाजारातील उत्पादनसंस्थेमध्ये) आढळते.

(2) मक्तेदारीयुक्त स्पर्धेतील अतिरिक्त क्षमता : प्रा. चेंबरलीन यांचा दृष्टिकोन (Excess Capacity under Monopolistic Competition : Prof. Chamberlin's View) : मक्तेदारीयुक्त स्पर्धेच्या सिद्धान्ताचे जनक म्हणून **प्रा. चेंबरलीन** यांचे नाव सर्वश्रुत आहे. पण त्याच वेळी 1933 मध्ये श्रीमती रॉबिन्सन यांचा अपूर्ण स्पर्धेचा सिद्धान्तही प्रसिद्ध झाला. या दोन्ही सिद्धान्तावरून हे स्पष्ट झाले की, स्पर्धा पूर्ण नसते तेव्हा अतिरिक्त क्षमता हा प्रश्न निर्माण होतो. श्रीमती रॉबिन्सन यांच्या मताची नोंद घेतल्यावर आता प्रा. चेंबरलीन यांचे मत जाणून घेणे आवश्यक आहे. मक्तेदारीयुक्त स्पर्धेच्या सिद्धान्ताचे आद्य प्रवर्तक म्हणूनही त्यांचे याबाबतचे विचार महत्त्वाचे आहेत.

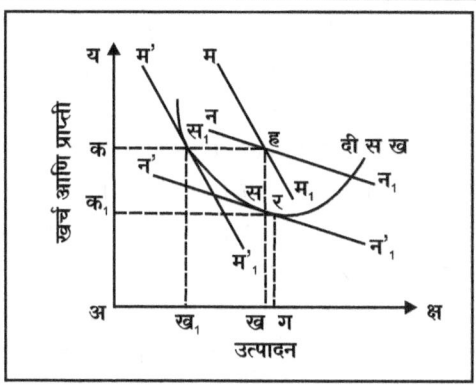

आकृती क्र. 5.37 : प्रा. चेंबरलीन यांच्या दृष्टीने मक्तेदारीयुक्त स्पर्धेतील अतिरिक्त क्षमता

वर उल्लेखिल्याप्रमाणे, अतिरिक्त क्षमतेच्या विचाराचे मूळ हे पूर्ण आणि अपूर्ण स्पर्धा स्थितीतील समतोलावस्थांच्या तुलनेत आहे. मक्तेदारीयुक्त स्पर्धा हा अपूर्ण स्पर्धेचाच एक प्रकार आहे. पूर्ण स्पर्धेमध्ये वस्तूच्या एकजिनसीपणाचे (Homogeneity of Product) गृहीत मानलेले असल्याने किंमत हा स्पर्धेचा एकमेव आधार उरतो. यामुळे वस्तूची मागणी (एका उत्पादनसंस्थेचा दृष्टीने) पूर्ण लवचीक होऊन **स प्रा** वक्र क्ष-अक्षाला समांतर होतो. या गुणधर्मामुळे **स ख** वक्राला **स प्रा** वक्र स्पर्श करू शकेल असा एकच बिंदू संभवतो आणि तो **स ख** वरील सर्वांत खालच्या (क्ष-अक्षाला सर्वांत निकटचा) बिंदू असतो. दुसऱ्या शब्दात, वस्तूच्या एकजिनसीपणाच्या गृहीतामुळे किमान सरासरी खर्चाला वस्तूचे उत्पादन व्हावे हा सामाजिक हिताचा आदर्श साध्य होतो. प्रा. चेंबरलीन यांच्या मते, वस्तूच्या एकजिनसीपणाशी निगडित असलेला किमान सरासरी खर्चाचा आदर्श हा पूर्ण स्पर्धात्मक परिस्थितीत आहे आणि मक्तेदारीयुक्त स्पर्धेच्या परिस्थितीतील वस्तुभेदाच्या गृहीताशी तो विसंगत मानावा लागेल. चेंबरलीन यांनी असाही युक्तिवाद केला आहे की, वस्तुभेद हा उपभोक्त्यांना हवा असतो आणि त्यामुळे प्राप्त होणाऱ्या विविधतेसाठी जास्त किंमत मोजण्यासही ते तयार असतात. म्हणून मक्तेदारीयुक्त स्पर्धेच्या परिस्थितीत मुक्त प्रवेश आणि खुली किंमत स्पर्धा या दोन अटींचे पालन होत असताना, ठरणारा उत्पादनसंस्थेचा दीर्घकालीन समतोल हाच सर्वांत उचित मानला पाहिजे आणि त्या स्थितीतील उत्पादन हे आदर्श उत्पादन मानले पाहिजे.

प्रा. चेंबरलीन यांची मक्तेदारीयुक्त स्पर्धेच्या संदर्भातील अतिरिक्त क्षमतेची संकल्पना आकृती क्र. 5.37 मध्ये दाखविली आहे. या आकृतीत **म म$_1$** हा बाजाराचा मागणी वक्र असून **न न$_1$** हा वैयक्तिक उत्पादकाने कल्पिलेला व्यक्तिनिष्ठ मागणी वक्र आहे. **म म$_1$** आणि **न न$_1$** हे ज्या **ह** बिंदूत परस्परांना छेदतात तो बिंदू अल्पकालीन समतोल दर्शवितो. या उत्पादनसंस्थेचा अल्पकालीन समतोल पुरवठा **अ ख** एवढा आहे. तर किंमत **अ क** इतकी आहे. या परिस्थितीत उत्पादनसंस्थेला (**क क$_1$ स ह** एवढा) असाधारण नफा मिळतो.

या असाधारण नफ्यामुळे नवीन उत्पादनसंस्था आकृष्ट होऊन गटात प्रवेश करतील. किंमत-स्पर्धेचा परिणाम होऊन व्यक्तिनिष्ठ मागणी वक्र **न न$_1$** स्थानांतरित होऊन तो **न′ न′$_1$** या ठिकाणी येईल. ज्यामुळे मागणीचा ऱ्हास स्पष्ट होईल. मूळ **न न$_1$** ला समांतर **न′ न′$_1$** असल्याने तो **दी स ख** वक्राला जेथे स्पर्श करतो तो **स** बिंदू आणि **ह** बिंदू एकाच रेषेत असल्याने **स** बिंदूने निर्धारित केलेली मागणी बाजारातील मागणी वक्राशी (**म म$_1$** शी) असणारा संबंधही स्पष्ट करते. थोडक्यात, बाजारातील मागणी आणि व्यक्तिनिष्ठ मागणी समान होऊन **न′ न′$_1$** आणि **दी स ख** वक्र यांचा **स** हा स्पर्शबिंदू उत्पादनाची **अ ख** ही पातळी दर्शवितो. येथे सरासरी खर्च सरासरी प्राप्तीएवढा असल्याने दीर्घकालीन समतोल होतो. चेंबरलीन यांच्या मते, **अ ख** ही आदर्श उत्पादन पातळी आहे. मक्तेदारीयुक्त स्पर्धेची स्थिती असल्याने आणि वस्तुभेद हे (Product Differentiation) मक्तेदारीयुक्त स्पर्धेचे व्यवच्छेदक लक्षण असल्याने

उतरता मागणी वक्र अपरिहार्य आहे. पर्याप्त आकारमान गाठण्यापूर्वी समतोल होणे ही उजवीकडे उतरत्या मागणी वक्राची अपरिहार्य परिणती असते. आकृतीतील **र** बिंदू पाहा. हा बिंदू दिलेल्या परिस्थितीतील (**र ग** हा) किमान दीर्घकालीन सरासरी खर्च दाखवितो. पूर्ण स्पर्धा असती तर **र ग** हीच किंमत ठरली असती आणि **अ ग** ही आदर्श उत्पादन पातळी ठरली असती. पण येथे मक्तेदारीयुक्त स्पर्धा आहे. त्यामुळे वस्तुभेदजन्य विविधतेसाठी जास्त खर्च येईल तो मान्य करून जास्त किंमत देण्याची तयारी असली पाहिजे असे चेंबरलीन मानतात. हा जास्त खर्च म्हणजे किंमत स्पर्धा असताना दीर्घकाळात मक्तेदारीयुक्त स्पर्धेतील किंमत आणि पूर्ण स्पर्धेतील किंमत यांतील फरक होय. आकृती क्र. 5.37 प्रमाणे **स ख** – **र ग** हा तो जादा खर्च आहे.

आता असे समजू की, मक्तेदारीयुक्त स्पर्धा असलेल्या बाजारात प्रवेश सर्वस्वी खुला आहे, पण किंमत स्पर्धा नाही. खुल्या प्रवेशाची संधी साधून नवीन उत्पादनसंस्था गटात सामील होतात तेव्हा मागणी-वक्र **म म$_1$** डावीकडे स्थानांतरित होऊन **म' म'$_1$** या जागी येतो. बाजारातील आपला वाटा कमी झाल्याचे या उत्पादनसंस्थेला जाणवते आणि पुरवठा अथवा उत्पादन पातळी **अ ख$_1$** इतकी कमी होते. **स$_1$** या बिंदूशी **दी स ख** वक्र **म' म'$_1$** ला स्पर्श करतो. म्हणून येथेही किंमत सरासरी खर्चाएवढीच असते. म्हणजे सर्वसाधारण नफाच त्या संस्थेला मिळतो. मात्र अल्पकाळात असाधारण नफा मिळवून देणारी **अ क** हीच किंमत दीर्घकाळातही कायम राहिली आहे. किंमत स्पर्धा नसल्यामुळे दीर्घकाळातही किंमत कमी झालेली नाही. परिणामी उपभोक्त्यांना हितावह होईल अशी घट किमतीत झालेली नाही आणि उत्पादन पातळी घटल्याने अल्पकाळात **अ ख** एवढे उत्पादन होत होते ते आता **अ ख$_1$** एवढे कमी झाले आहे. त्यामुळे कमीत कमी खर्चात उत्पादन व्हावे या सामाजिक आदर्शापासून हा समतोल आणखी दूर गेला आहे कारण आता सरासरी खर्च **स ख** ऐवजी **स$_1$ ख$_1$** इतका होतो आहे. असे असले तरी उत्पादकाला केवळ सर्वसाधारण नफाच मिळत असल्याने नवीन उत्पादनसंस्था बाजाराकडे आकृष्ट होत नाही. त्यामुळे दीर्घकालीन समतोल या उत्पादनसंस्थेने साधलेला आहे आणि उत्पादनाची समतोल पातळी **अ ख$_1$** एवढी आहे. प्रा. चेंबरलीन यांच्या मतानुसार, मक्तेदारीयुक्त स्पर्धेतील आदर्श उत्पादन **अ ख** आणि प्रत्यक्षातील उत्पादन **अ ख$_1$** यांमधील अंतर (**अ ख** – **अ ख$_1$**) **ख ख$_1$** ही अतिरिक्त क्षमता ठरते.

अशा रीतीने प्रा. चेंबरलीन यांच्या मताप्रमाणे, मक्तेदारीयुक्त स्पर्धेच्या परिस्थितीत जोपर्यंत सक्रिय किंमत स्पर्धा अस्तित्वात आहे तोपर्यंत अतिरिक्त क्षमता राहणार नाही. मात्र, किंमत स्पर्धेच्या अभावी पण बाजारातील प्रवेश नवीन उत्पादनसंस्थांना खुला असल्यास दीर्घकाळात अतिरिक्त क्षमता निर्माण होईल.

पुन्हा एकदा आकृती क्र. 5.37 कडे वळू. 'सामाजिक आदर्श' म्हणून **अ ग** ही उत्पादन पातळी इष्ट आहे. कारण येथे सरासरी खर्च किमान आहे. पण ही पातळी फक्त पूर्ण स्पर्धेत दीर्घकाळात गाठली जाते. श्रीमती रॉबिन्सन आणि प्रा. चेंबरलीन या दोघांनीही अशी शक्यता व्यवहारात गाठणे अशक्य असल्याचा निर्वाळा दिला आहे. म्हणून प्रा. चेंबरलीन यांनी **अ ग** ऐवजी **अ ख** ही आदर्श उत्पादन पातळी मानावी असे सुचविले आहे. कारण सक्रिय किंमत स्पर्धा असेल तर ही पातळी गाठणे शक्य आहे. परंतु किंमत स्पर्धा नसेल आणि मुक्त प्रवेश असेल तर दीर्घकालीन समतोलावस्थेतील उत्पादन पातळी **अ ख$_1$** एवढी राहील. ही 'आदर्श' पातळीपेक्षा **ख$_1$ ख** ने कमी आहे. म्हणून **ख$_1$ ख** ही अतिरिक्त क्षमता मानावी. काही इतर अर्थशास्त्रज्ञांनी मात्र **अ ग** ही आदर्श उत्पादन पातळी मानून **ख$_1$** हीच केवळ नव्हे, तर किंमत स्पर्धा असतानाची **ख ग** ही देखील, अतिरिक्त क्षमता मानली आहे. चेंबरलीन यांनी हे मत अग्राह्य ठरविले आहे. कारण वास्तवाशी ते विसंगत आहे : पूर्ण स्पर्धा कधीच नसते. तेव्हा **ख ग** ही अतिरिक्त क्षमता नाही, मात्र किंमत स्पर्धेच्या अभावी **ख$_1$ ख** एवढी अतिरिक्त क्षमता निर्माण होऊ शकते.

किंमत स्पर्धेचा अभाव हा प्रत्यक्ष व्यवहारात असतो का ? होय, आपल्या वस्तूची किंमत कमी करून तिचा खप वाढविण्याचा खटाटोप बहुतेक वेळा उत्पादक टाळतात. किंमत स्पर्धा उत्पादनसंस्था टाळतात याची प्रा. चेंबरलीन यांच्या मते अनेक कारणे असतात. ती पुढीलप्रमाणे –

(1) स्पर्धात्मक किंमत-कपातीचा मार्ग अवलंबिण्याऐवजी उत्पादनसंस्था 'जगा आणि जगू द्या' असे धोरण पसंत करतात.

(2) किंमत-कपातीची स्पर्धा सुरू करून बाजारातील बसलेली घडी विस्कटणे व्यावसायिक नीतिमत्तेला धरून नाही असे उद्योजकांना स्वाभाविकपणे वाटते.

(3) काही वेळा प्रथा अथवा परंपरा यांना अनुसरून किंमत ठरलेली असते आणि ती बदलण्याच्या प्रयत्नातून अनेकविध प्रतिक्रियात्मक बदल होऊ शकतात जे फारसे कोणाच्याच हिताचे नसतात.

(4) स्वतःच्या स्वार्थासाठी कोणतीही वैयक्तिक उत्पादनसंस्था किंमत कपात करणार नाही असा औपचारिक अथवा अध्याहृत करार संबंधित उत्पादन गटातील संस्थांमध्ये झालेला असू शकतो.

(5) किंमत कमी झाली त्या अर्थी त्या वस्तूचा दर्जा घसरला असला पाहिजे अशी प्रतिक्रिया ग्राहकांमध्ये निर्माण होण्याची शक्यता असते.

(6) एकदा कमी केलेल्या किमती पुन्हा वाढविणे अवघड जाते. शिवाय प्रतिस्पर्धी संस्था 'शेराला सव्वाशेर' पद्धतीचे उत्तर देतील ही भीतीही असते. म्हणून 'छुप्या किंमत कपातीचे' तंत्र उत्पादनसंस्था स्वीकारताना दिसतात. उदाहरणार्थ, त्याच किमतीत आता 20% अधिक माल, मोफत विक्रीपश्चात सेवा, तीनवर एक मोफत, सवलतीच्या दराची कुपन्स इत्यादी सर्व 'स्कीम्स्' या नावाने ओळखले जाणारे प्रकार म्हणजे छुप्या किंमत कपातीचीच विविध रूपे आहेत.

प्रा. चेंबरलीन यांच्या मते, वरील विविध कारणांनी जेव्हा किंमत स्पर्धा लुप्त होते तेव्हा आकृती क्र. 5.37 मधील **म** $\mathbf{म_1}$ हा मागणी वक्रच महत्त्वाचा ठरतो आणि व्यक्तिनिष्ठ **न** $\mathbf{न_1}$ हा मागणी वक्र निरर्थक होतो. सर्व उत्पादनसंस्था मिळून किंमतवाढ अथवा घट करतील अशी स्थिती निर्माण होते. शुद्ध स्पर्धेमध्ये आपोआप होणारी समतोल नियंत्रण व्यवस्थेतील दुरुस्ती येथे उपलब्ध होत नाही. त्यामुळे अतिरिक्त क्षमता निर्माण होऊन त्यामुळे साधनसंपत्तीचा होणारा अपव्यय तसाच होत राहतो. त्याला 'स्पर्धेचे अपव्यय' म्हटले जाते, पण खरेतर तो 'मक्तेदारीचा अपव्यय' असतो. अपव्यय होतो तो स्पर्धेतील मक्तेदारीच्या अंशामुळे ! म्हणूनच मक्तेदारीयुक्त स्पर्धेमधील अतिरिक्त क्षमतेचा प्रश्न सामाजिक हिताच्या दृष्टीने महत्त्वाचा ठरतो.

5.15 अल्पविक्रेताधिकार (Oligopoly)

अपूर्ण स्पर्धेचा दुसरा प्रकार म्हणजे अल्पविक्रेताधिकार अथवा काही जणांमधील स्पर्धा हा होय. या प्रकारात मक्तेदारीप्रमाणे एकच विक्रेता नसतो, तसेच मक्तेदारीयुक्त स्पर्धेप्रमाणे अनेक विक्रेतेही नसतात; तर काही अथवा मर्यादित उत्पादक अथवा विक्रेते मिळून हा बाजार तयार होतो. इंग्रजीतील 'Oligopoly' हा शब्द 'Olioi' (म्हणजे काही = a Few) आणि 'Pollein' (म्हणजे विकणे = to) या दोन ग्रीक शब्दांवरून आला आहे. या शब्दांच्या अर्थावरून अल्पविक्रेताधिकार या बाजार प्रकाराचा अर्थ स्पष्ट होईल.

(अ) अल्पविक्रेताधिकाराची वैशिष्ट्ये (Features of Oligopoly)

अल्पविक्रेताधिकार या बाजार प्रकाराची वैशिष्ट्ये पुढीलप्रमाणे असतात -

(1) विक्रेत्यांची अल्प संख्या : विक्रेत्यांची अथवा उत्पादकांची अल्प संख्या हे अल्पविक्रेताधिकाराचे मूलभूत वैशिष्ट्य आहे. एखाद्या वस्तूच्या बाजारात काही निवडक व्यवसायसंस्थांचे प्राबल्य असते तेव्हा अल्पविक्रेताधिकार अस्तित्वात येतो. नेहमीच्या व्यवहारात आपण अनेकदा 'बडे तीन उत्पादक', 'बडे सहा उत्पादक' असे शब्दप्रयोग ऐकतो तेव्हा बाजारातील बव्हतांशी उत्पादन या निवडक बड्यांच्या नियंत्रणाखाली असते. उरलेले वीस-पंचवीस टक्के उत्पादन अनेक छोट्या व्यवसायसंस्था करीत असल्या तरी तत्त्वतः असा बाजार अल्पविक्रेताधिकार या प्रकारातच गणला पाहिजे.

जेव्हा बाजारातील व्यवसायसंस्थांची संख्या अल्प असते तेव्हा प्रत्येक व्यवसायसंस्थेचा बाजारातील एकूण पुरवठ्यातील वाटा मोठा असतो. त्यामुळे कोणत्याही एका व्यवसायसंस्थेच्या कृती व धोरणे यांचा इतर व्यवसायसंस्थांवर परिणाम होतो. बाजारातील आपले स्थान सुधारण्याचा प्रयत्न करताना आपल्या कृतीचा परिणाम इतर उद्योगसंस्थांना जाणवून त्यांची प्रत्युत्तर देण्याची शक्यता आहे. ही गोष्ट प्रत्येक व्यवसायसंस्थेला लक्षात ठेवावी लागते. किंमत, जाहिरात, वस्तूचा दर्जा इत्यादींबाबतचे धोरण ठरविताना प्रतिस्पर्ध्यांच्या प्रतिक्रियांचा अंदाज करावा लागतो. असे स्पष्ट परस्परावलंबित्व हे अल्पविक्रेताधिकाराचे वैशिष्ट्यच असते. पूर्ण अथवा मक्तेदारीयुक्त स्पर्धेमध्ये विक्रेत्यांची संख्या मोठी असल्याने असे परस्परावलंबित्व नसते. मक्तेदाराला प्रतिस्पर्धीच नसल्याने त्यांच्या प्रतिक्रियांचा विचार करण्याचा प्रश्नच येत नाही. अल्पविक्रेताधिकाराच्या परिस्थितीत मात्र विक्रेत्यांची संख्या कमी असल्याने एकाच्या कृतीचा दुसऱ्यावर स्पष्ट आणि महत्त्वपूर्ण परिणाम होतो आणि कोणत्या व्यवसायसंस्थेने काय कृती केली हेही समजत असल्याने टोल्यास प्रतिटोला देणे शक्य होते.

(2) वस्तुभेद असतोच असे नाही (Product Differentiation) : अल्पविक्रेताधिकाराच्या परिस्थितीत वस्तुभेद शक्य असतो पण नेहमीच वस्तुभेद केला जातो असे नाही. स्थूलमानाने, जे उद्योग कच्चा माल अथवा अर्धवट तयार माल यांचे उत्पादन करतात तेथे वस्तुभेद केला जात नाही. सर्व व्यवसायसंस्थांची उत्पादने सर्वसाधारणपणे सारखीच असतात. उदाहरणार्थ, लोखंड, पोलाद, तांबे, सिमेंट इत्यादी उत्पादनात काही बड्या व्यवसायसंस्थांचे वर्चस्व असून उत्पादने सारखीच असतात. याउलट, उपभोग्य वस्तूंचे उत्पादन करणाऱ्या अल्पविक्रेताधिकाराच्या बाजारात वस्तुभेद आढळतो. उदाहरणार्थ, स्कूटर्स, मोटारगाड्या, टायर, रेडिओ सेट इत्यादी अनेक वस्तूंचे उत्पादन भारतात अल्पविक्रेताधिकाराच्या परिस्थितीत केले जाते आणि या उत्पादनात वस्तुभेद केला जातो.

(3) किंमतविषयक स्वातंत्र्यावर परस्परावलंबित्वाची मर्यादा : अल्पविक्रेताधिकाराच्या परिस्थितीत प्रत्येक व्यवसायसंस्था आपल्या वस्तूची किंमत ठरविण्यास स्वतंत्र असते. पण या स्वातंत्र्यावर व्यवसायसंस्थांच्या परस्परावलंबित्वामुळे मर्यादा येतात. एखाद्या व्यवसायसंस्थेने आपल्या वस्तूची किंमत कमी केली तर प्रतिस्पर्ध्याचे ग्राहक ती व्यवसायसंस्था स्वतःकडे आकृष्ट करू शकेल. पण ज्या इतर प्रतिस्पर्धी व्यवसायसंस्थांचे ग्राहक कमी होतील त्या व्यवसायसंस्थाही आपापल्या वस्तूंच्या किमती कमी करतील आणि किंमत कमी करून ग्राहक ओढण्याची चढाओढ म्हणजेच 'किंमत-युद्ध' (Price-war) सुरू होईल. यातून सर्वच व्यवसायसंस्थांचे नुकसान होईल. याउलट, एखाद्या व्यवसायसंस्थेने आपल्या उत्पादनाची किंमत वाढविली तर त्या व्यवसायसंस्थेचे ग्राहक इतर व्यवसायसंस्थांकडे वळतील. यामुळे अल्पविक्रेताधिकाराच्या परिस्थितीत किंमत ठरविण्याचे स्वातंत्र्य प्रत्येक व्यवसायसंस्थेला असले तरी एकदा ठरविलेली किंमत शक्यतो कायम ठेवण्याकडे व्यवसायसंस्थेचा कल असतो.

किमती-युद्धाचा धोका टाळण्याचा तसेच एकट्या व्यवसायसंस्थेने आपली किंमत वाढवून दिवाळे काढण्याचा धोका टाळण्याचा एक मार्ग सर्व व्यवसायसंस्थांनी लेखी अथवा तोंडी करार करून सर्वांनी एकच किंमत-धोरण ठरविणे हा असतो. व्यवसायातील व्यवसायसंस्थांची संख्या अल्प असल्याने असा करार करणे शक्य असते. एकदा असा विचार केला की व्यवसायसंस्थांचा संबंध समूह मक्तेदारीप्रमाणे किमतीवर नियंत्रण प्रस्थापित करू शकतो, किंमत वाढवू अथवा कमी करू शकतो.

(4) दुर्लभ प्रवेश : नव्या व्यवसायसंस्थांना उत्पादन क्षेत्रात प्रवेश करणे अल्पाधिकाराच्या बाजारात दुर्लभ असते. पेटंटची मालकी अथवा अस्तित्वात असलेल्या व्यवसायसंस्थांचे कच्च्या मालाच्या पुरवठ्यावर असणारे नियंत्रण

यांच्यामुळे बहुधा नव्या व्यवसायसंस्थांना त्या क्षेत्रात प्रवेश करणे फार कठीण असते. अनेक वेळा उत्पादनाचे तंत्रच असे असते की उत्पादन क्षेत्रात पदार्पण करतानाच मोठ्या प्रमाणावर उत्पादन करावे लागते. त्यामुळे लहान प्रमाणावर सुरुवात केली व जसजसा जम बसेल तसतसा विस्तार केला अशी शक्यता असते. म्हणून नवीन प्रतिस्पर्धी व्यवसायसंस्था निर्माण होणे कठीण असते. शिवाय अस्तित्वात असलेल्या व्यवसायसंस्था चांगल्या प्रस्थापित झालेल्या असतात. त्यांची वितरण व्यवस्था ठरून गेलेली असते. त्यांच्या वस्तूंची ख्याती झालेली असते, इत्यादी गोष्टीही नव्या व्यवसायसंस्थांना प्रवेश करताना घ्याव्या लागतात. या सर्व कारणांनी अल्पाधिकारयुक्त बाजारात नव्या व्यवसायसंस्थांना प्रवेश करणे कठीण असते. अर्थात मक्तेदारीमध्ये नव्या व्यवसायसंस्था प्रवेश करूच शकत नाहीत तसे येथे नसते, प्रवेश कठीण असतो पण अशक्य नसतो.

(5) जाहिरात : अल्पाधिकाराच्या परिस्थितीत बहुधा जाहिरात आणि विक्रय प्रोत्साहन यांच्यावर बराच खर्च केला जातो. मात्र जाहिरातीचे स्वरूप आणि जाहिरातीवरील खर्च या गोष्टीत वस्तुभेद केला जातो किंवा नाही यावर अवलंबून असतात. वस्तुभेद केला जात असेल तर जाहिरातीवर मोठ्या प्रमाणात खर्च करून आपलीच वस्तू चांगली आहे हे लोकांना पटवून देण्याचा प्रत्येक व्यवसायसंस्था प्रयत्न करते. अशा वेळी स्पर्धात्मक जाहिरात चालते. याउलट, एकाच प्रकारच्या वस्तू करणाऱ्या व्यवसायसंस्था फक्त आपले नाव लोकांच्या नजरेसमोर राहावे इतपत स्थूल जाहिरात करतात, टूथ पेस्ट, सौंदर्यप्रसाधने इत्यादी वस्तूंच्या तयार कंपन्यांच्या जाहिराती आणि पोलाद अथवा सिमेंट कंपन्यांच्या जाहिराती पाहिल्यास हा फरक लक्षात येईल.

विशेषतः वस्तुभेद केला जातो तेव्हा गुणवत्तेवरून चालणारी स्पर्धा महत्त्वाची असते. म्हणून अशा व्यवसायसंस्था, संशोधन, डिझाइन, रंग, वेष्टन इत्यादींवर बराच खर्च करताना दिसतात.

(आ) अल्पविक्रेताधिकाराचा आधार (Basic of Oligopoly)

अल्पाधिकारयुक्त बाजार का अस्तित्वात येतो आणि का टिकून राहतो ? याचे साधे उत्तर 'प्रवेश दुर्लभ असतो म्हणून' हे आहे. पण प्रवेश दुर्लभ का असतो ? अल्पाधिकाराची वैशिष्ट्ये पाहताना प्रवेशाची दुर्लभता हे एक वैशिष्ट्य म्हणून आपण वर विचारात घेतले आहे. ज्या कारणांमुळे नव्या व्यवसायसंस्थांना उत्पादन क्षेत्रात प्रवेश करणे कठीण असते. ती कारणे म्हणजेच अल्पाधिकाराचा आधार होत. ती कारणे अशी –

(1) पेटंट घेतलेली उत्पादनाची तंत्रे अथवा महत्त्वाच्या कच्च्या मालाच्या पुरवठ्यावरील नियंत्रण यांच्यामुळे अस्तित्वात असलेल्या व्यवसायसंस्थांना खर्चाच्या दृष्टीने मिळणारा फायदा अनेक वेळा नव्या व्यवसायसंस्थांचा प्रवेश रोखण्यास जबाबदार असतो.

(2) वस्तुभेद केला जात असेल तर विशिष्ट व्यवसायसंस्थांच्या उत्पादनांचीच सवय उपभोक्त्यांना झालेली असते. तसेच विशिष्ट ब्रँडच्या उत्पादनांवर ग्राहकांची निष्ठा बसलेली असते. ही प्रस्थापित आवड प्रचलित व्यवसायसंस्थांना विशेष फायदा मिळवून देते.

(3) काही उत्पादनांचे पर्याप्त आकारमान खूप मोठे असते आणि किमान खर्चात उत्पादन करायचे झाल्यास फार मोठी गुंतवणूक करावी लागते. एवढी मोठी गुंतवणूक करण्यास नव्या उद्योगसंस्था सहजासहजी धजावत नाहीत.

(4) वर उल्लेखिलेल्या कारणांपैकी कोणत्याही एका अथवा अधिक कारणांनी ज्यांना फायदा मिळतो अशा प्रचलित व्यवसायसंस्था नव्या व्यवसायसंस्थांच्या मार्गात अडथळे निर्माण करून त्यांचा प्रवेश अशक्य करतात असेही अनेक वेळा घडते.

(5) औद्योगिक धोरणाचा एक भाग म्हणून सरकारकडून औद्योगिक परवाना घेणे आवश्यक असते. या परवान्यासाठी ज्या अटींची पूर्तता करावी लागते त्या अटी जर कटकटीच्या किंवा गैरसोयीच्या असतील तरीही नव्या व्यवसायसंस्थांचा प्रवेश कठीण होतो.

5.16   द्वि-विक्रेताधिकार (Duopoly)

द्वि-विक्रेताधिकाराचा अभ्यास महत्त्वपूर्ण ठरतो, कारण या बाजार रचनेमार्फत अल्पविक्रेताधिकाराचा उलगडा अधिक चांगल्या प्रकारे करता येतो. किंबहुना अर्थशास्त्रज्ञांनी अल्पविक्रेताधिकाराचे सिद्धान्त स्पष्ट करण्यासाठी द्वि-विक्रेताधिकाराच्या प्रतिमानांचा आधार घेतलेला आहे. एरव्ही, द्वि-विक्रेताधिकार ही सहज बाजारात आढळणारी परिस्थिती नव्हे. परंतु द्वि-विक्रेताधिकाराच्या प्रतिमानावर आधारलेले निष्कर्ष अल्पविक्रेताधिकाराच्या परिस्थितीत लागू पडतात आणि हा प्रकार मात्र व्यवहारात सर्रास आढळतो. म्हणून द्वि-विक्रेताधिकार समजून घेणे इष्ट ठरते.

द्वि-विक्रेताधिकाराची वैशिष्ट्ये (Features of Duopoly) : द्वि-विक्रेताधिकाराची वैशिष्ट्ये पुढीलप्रमाणे सांगता येतात –

(1) **दोन व्यवसायसंस्था :** द्वि-विक्रेताधिकार या नावानेच स्पष्ट होत असल्याप्रमाणे या बाजार प्रकारात फक्त दोन विक्रेते अथवा उत्पादक असतात.

(2) **वस्तुभेद अपरिहार्य नसतो :** वस्तुभेदाचा उद्देश आपल्या वस्तूची अनिवार्यता, अपरिहार्यता लोकांच्या मनावर ठसवून तेवढ्यापुरती आंशिक मक्तेदारी निर्माण करणे हा असतो. द्वि-विक्रेताधिकारात मात्र आधीच सरासरीने बाजाराचा निम्मा-निम्मा वाटा प्रत्येक संस्थेला मिळत असतो. त्यामुळे वस्तुभेदाची गरज भासतेच असे नाही.

(3) **परस्परावलंबित्व :** दोनच व्यवसायसंस्था बाजारात असल्याने त्यांचे निर्णायक नियंत्रण किंमत आणि उत्पादन यावर असते. पण किंमत आणि उत्पादन याबाबत एक संस्था जे निर्णय घेते त्यांचा दुसऱ्या संस्थेच्या निर्णयावर बरा-वाईट परिणाम होत असतो. द्वि-विक्रेताधिकाराच्या परिस्थितीतील हे परस्परावलंबित्व अगदी टोकाचे असते असे म्हणता येईल. परिणामी दोन्ही स्पर्धक संस्थांना डोळ्यात तेल घालून परस्परांच्या प्रतिक्रियांवर भांडणाऱ्या पावित्र्यात असलेल्या दोन बोक्यांसारखी नजर ठेवावी लागते.

(4) **एकसारख्या वस्तू :** जेव्हा वस्तुभेद केला जात नाही तेव्हा दोन्ही उत्पादकांच्या वस्तू सर्वस्वी एकसारख्या असतात. दुसऱ्या शब्दात, दोघांचीही उत्पादने परस्परांच्या वस्तूंचे पूर्ण पर्याय असतात. या वैशिष्ट्यांमुळेच त्या दोघांमधील परस्परावलंबित्व परिपूर्ण होते.

(5) **अनिश्चितता :** मक्तेदारी, पूर्ण स्पर्धा अथवा मक्तेदारीयुक्त स्पर्धा यांच्यामध्ये समतोलाची जशी निश्चिती दर्शविता येते तशी द्वि-विक्रेताधिकारात दाखविता येत नाही. ही बाजार रचना अनिश्चिततेने परिपूर्ण असते. ही अनिश्चितता किंमत आणि उत्पादन यांची निश्चिती स्पष्ट करण्याच्या मार्गातील मोठा अडथळा होऊन बसते. परस्परावलंबित्वामुळे अनेक शक्यता निर्माण होतात. गळेकापू स्पर्धा शक्य असते, तसेच दोघांमध्ये संगनमतही शक्य असते. त्याचप्रमाणे खेळ सिद्धान्तात (Game Theory) मध्ये दाखवितात त्याप्रमाणे एकमेकांचा अंदाज घेत-घेत एकेक पाऊल टाकले जाते.

या वैशिष्ट्यांनी युक्त असलेल्या द्वि-विक्रेताधिकारांच्या प्रतिमानाच्या साहाय्याने प्रत्यक्ष व्यवहारात आढळणाऱ्या अल्पविक्रेताधिकार परिस्थितीचे सखोल विश्लेषण करणे शक्य होते.

5.17 अपूर्ण स्पर्धा, मक्तेदारीयुक्त स्पर्धा आणि वस्तुभेद

(Imperfect Competition, Monopolistic Competition and Product Differentiation)

स्पर्धेच्या दृष्टीने बाजाराचे वर्गीकरण करताना शुद्ध स्पर्धा आणि शुद्ध मक्तेदारी ही दोन टोके आपण पाहिली. पूर्ण स्पर्धेच्या अटीही आपण पाहिल्या. पूर्ण स्पर्धेच्या अटींपैकी काही अटींची पूर्तता होत नसेल तर स्पर्धेत अपूर्णता (Imperfection) निर्माण होते. ही अपूर्णता किती कमी अथवा जास्त आहे यावरून संबंधित बाजाराचे इतर प्रकार (मक्तेदारीयुक्त स्पर्धा, अल्पविक्रेताधिकार इत्यादी) उद्‌भवतात. वास्तवात पूर्ण स्पर्धा अभावानेच आढळते आणि अपूर्ण स्पर्धा सार्वत्रिक दिसते. म्हणून अपूर्ण स्पर्धेचे विवेचन प्रसिद्ध ब्रिटिश अर्थशास्त्रज्ञ श्रीमती जोन रॉबिन्सन यांनी 1933 साली आपल्या 'The Economics of Imperfect Competition' या ग्रंथात मांडले आणि अर्थशास्त्रातील ही उणीव दूर केली. याच सुमाराला प्रो. ई. एच. चेंबरलीन यांनी स्वतंत्रपणे आपला प्रबंध अमेरिकेत 'The Theory of Monopolistic Competition' या ग्रंथाच्या स्वरूपात प्रसिद्ध केला.

मक्तेदारीयुक्त स्पर्धा अथवा अपूर्ण स्पर्धा या दोन्ही संकल्पनांत एका वैयक्तिक व्यवसायसंस्थेपुढे असणारा मागणी वक्र उजवीकडे उतरत जाणारा असतो या वैशिष्ट्यावर भर दिलेला आहे. पूर्ण स्पर्धेमध्ये एका व्यवसायसंस्थेच्या दृष्टीने मागणी वक्र **'क्ष'** अक्षाला समांतर असतो. अर्थात पूर्ण स्पर्धेतील व्यवसायसंस्थेच्या दृष्टीने मागणी पूर्ण लवचीक असते. प्राप्ती-वक्रांच्या संदर्भात सांगावयाचे तर पूर्ण स्पर्धेच्या परिस्थितीत एका व्यवसायसंस्थेचे सरासरी व सीमांत प्राप्ती-वक्र एकच असतात आणि हा वक्र **'क्ष'** अक्षाला समांतर असतो. स्पर्धेत अपूर्णता आली की व्यवसायसंस्थेचा सरासरी प्राप्ती-वक्र उजवीकडे उतरता होतो आणि सीमांत प्राप्ती-वक्र सरासरी प्राप्ती-वक्राच्या खाली येतो अथवा त्या दोहोंमध्ये अंतर पडते. (चौथ्या प्रकरणातील **स प्रा** व **सी प्रा** यांची आकृती क्र. 4.14 पाहा.) सरासरी प्राप्ती म्हणजेच किंमत असते. किंमत आणि सीमांत प्राप्ती यांतील अंतर स्पर्धेतील अपूर्णतेचे निदर्शक मानता येते. कारण किंमत व सीमांत प्राप्ती यात अंतर नसते तेव्हा स्पर्धा पूर्ण असते. म्हणून हे अंतर जितके जास्त तितकी स्पर्धेची अपूर्णता जास्त असा दृष्टिकोन श्रीमती रॉबिन्सन यांनी मांडला आहे.

सीमांत प्राप्ती-वक्राचे वर उल्लेखिलेले उद्दिष्ट प्रो. चेंबरलीन यांनाही अर्थातच मान्य आहे. पण स्पर्धा किती अपूर्ण आहे यावरून त्या विशिष्ट स्पर्धेत मक्तेदारीचा अंश किती आहे याचा बोध होत नाही. चेंबरलीन यांची मक्तेदारीयुक्त स्पर्धेची संकल्पना मक्तेदारी आणि स्पर्धा या दोहोंच्या मिश्रणातून सिद्ध होते. मक्तेदारी आणि स्पर्धा ही दोन्ही परस्परविरोधी भासणारी वैशिष्ट्ये एकत्र आणण्याचे कार्य वस्तुभेदामुळे शक्य होते. म्हणून मक्तेदारीयुक्त स्पर्धेचा वस्तुभेद हा आधार आहे.

वस्तुभेद (Product Differentiation) : म्हणजे मक्तेदारीयुक्त स्पर्धेतील उत्पादकांनी आपली वस्तू इतर स्पर्धकांच्या वस्तूपेक्षा वेगळी करण्याचा केलेला प्रयत्न होय. पूर्ण स्पर्धेप्रमाणे येथे सर्व वस्तू एकसारख्या असत नाहीत, तर प्रत्येक उत्पादक आपली वस्तू ग्राहकाला वेगळी वाटेल असा प्रयत्न करतो. पण ती वस्तू पूर्ण स्पर्धेसारखी एकजिनसी नसली तरी एकाच प्रकारची असते. त्यामुळे विविध उत्पादकांच्या वस्तू परस्परांच्या निकटच्या पर्यायी असतात. टूथ पेस्ट, साबण, केसाचे तेल, स्नो-पावडर इत्यादी असंख्य वस्तूंच्या बाबतीत अशा प्रकारे वस्तुभेद केला जातो हे आपण पाहतो. थोडासा जरी वस्तुभेद झाला तरी वस्तूचा एकजिनसीपणा नाहीसा होऊन परिस्थितीत मक्तेदारीचा अंश शिरतो. अशा भिन्न वस्तू तयार करणाऱ्या अनेक संस्था असल्याने आपापल्या वस्तूच्या बाबतीत प्रत्येक व्यवसायसंस्थेला मक्तेदारी असते, पण निकटच्या पर्यायी वस्तू त्या सर्व व्यवसायसंस्था करीत असतात. म्हणून त्यांच्यात स्पर्धाही असते. म्हणूनच अशा परिस्थितीत 'मक्तेदारीयुक्त स्पर्धा' निर्माण होते. याच कारणासाठी वस्तुभेद हा मक्तेदारीयुक्त स्पर्धेचा आधार असतो असे वर म्हटले आहे.

(अ) वस्तुभेदाचा आधार (The Basis of Product Differention)

एका विक्रेत्याऐवजी दुसऱ्या विक्रेत्याकडून वस्तू खरेदी करावी अशी पसंती ग्राहकांच्या मनात निर्माण होते तेव्हा ते वस्तुभेदाचे लक्षण असते. अशी पसंती (1) मित्रांनी अथवा परिचितांनी केलेली शिफारस. (2) जाहिरातदारांनी वस्तूच्या गुणवत्तेबद्दल केलेला दावा, अथवा (3) उपभोक्त्याचा स्वतःचा अनुभव. या तीन प्रमुख कारणांनी निर्माण होते. एकदा अशी पसंती निर्माण झाली की विक्रेता आणि त्याचा ग्राहक वर्ग यांची सांगड या पसंतीवरून घातली जाते. पूर्ण स्पर्धेमध्ये कोणत्याही विक्रेत्याकडून वस्तू घ्यावी अशी स्थिती राहत नाही. वस्तुभेदाचे स्थूलमानाने दोन आधार असतात.

(1) वस्तूच्या वैशिष्ट्यांवरून वस्तुभेद : ज्यांचे पेटंट घेतले आहे अशा वस्तूची वैशिष्ट्ये, बोधचिन्हे (Trade Marks), व्यापारी नावे, वस्तूच्या गुणवत्तेमधील ग्राहकाला वाटणारा फरक, वेष्टनातील फरक, तसेच रंग, डिझाइन यांतील फरक यांपैकी एका व अनेक कारणांवरून वस्तूंची वैशिष्ट्ये वेगवेगळी जाणवतात. या वैशिष्ट्यांवरून वस्तुभेद केला जातो. वस्तू तयार करण्यासाठी वापरलेले साहित्य, डिझाईन्स, कसब इत्यादींमुळे वस्तूंमध्ये खरोखरच गुणात्मक फरक असू शकतो. काही वेळा हा फरक आभासात्मक अथवा काल्पनिक असतो.

(2) विक्रय शर्तीवरून वस्तुभेद : काही वेळा वस्तूच्या विक्रीसंबंधीच्या शर्ती किंवा अटी भिन्न असतात व त्यामुळे वस्तुभेद होतो. उदाहरणार्थ, किरकोळ व्यापारात दुकानाची जागा, दुकानाचे एकूण स्वरूप, व्यवसाय पद्धती, सचोटीबद्दलची ख्याती, वजनाचा चोखपणा, विक्रेत्याचे सौजन्य, कार्यक्षमता इत्यादी गुण या सर्वांचा एकत्रित विचार केल्यास प्रत्येक किरकोळ व्यापाऱ्याची सेवा वेगळी ठरते. हाही वस्तुभेदाचाच प्रकार असून या वस्तुभेदाचा आधार विक्रय शर्तीतील भेद हा असतो.

(आ) वस्तुभेदाचे प्रकार (Types of Product Differentiation)

वर म्हटल्याप्रमाणे वस्तुभेद केला जातो. तो दोन प्रकारचा असतो.

(1) गुणात्मक वस्तुभेद : वेगवेगळ्या विक्रेत्यांच्या वस्तूंमध्ये गुणात्मक फरक असेल तर त्याला गुणात्मक वस्तुभेद म्हणता येईल. एकाच प्रकारच्या दोन वस्तू असतील पण एका वस्तूसाठी वापरलेला कच्चा माल चांगल्या दर्जाचा असेल अथवा एखादी वस्तू अधिक टिकाऊ बनविलेली असेल अथवा अधिक आकर्षक बनविलेली असेल तर गुणात्मकदृष्ट्या या दोन वस्तूंमध्ये फरक निर्माण होतो. विशेषतः कलाकौशल्याच्या वस्तूंमध्ये कलात्मकदृष्ट्या एखादी वस्तू अधिक सुंदर असते. उदाहरणार्थ, फर्निचरचा टिकाऊपणा अथवा आकर्षक डिझाईन, गणपतीच्या मूर्तीतील सुबकपणा, घड्याळातील ज्युवेल्सची संख्या, पेनच्या शाईमधील सहज प्रवाहिता, साबणाचा गंध इत्यादी गोष्टींवरून गुणात्मकदृष्ट्या वस्तुभेद निर्माण होतो.

(2) आभासात्मक वस्तुभेद : जेथे उपभोक्त्याला वस्तूच्या दर्जाबद्दल फारसे काही कळत नाही आणि लहान प्रमाणात खरेदी केली जाते अशा उपभोग्य वस्तूंच्या बाबतीत आभासात्मक वस्तुभेद केला जातो. प्रतिस्पर्ध्यांच्या वस्तूंपेक्षा फारसी वेगळी नसलेली वस्तूदेखील गुणात्मकदृष्ट्या आपली वस्तूच श्रेष्ठ आहे असा आभास निर्माण केला जातो. मुख्यत्वे जाहिरातीद्वारे असा आभास निर्माण केला जातो. ॲस्पिरीनच्या गोळ्या, वनस्पती तूप, शाम्पू अशा अनेक वस्तू गुणात्मकदृष्ट्या सारख्याच असूनही विशिष्ट ब्रॅण्डच्या वस्तूलाच उपभोक्ता पसंती देतो तेव्हा मुख्यत्वे आभासात्मक वस्तुभेद अशा पसंतीच्या मुळाशी असतो. याउलट, उत्पादकांच्या वस्तू सारख्या असतात तेव्हा या पद्धतीने वस्तुभेद करता येत नाही. अशा वस्तूंची खरेदी मोठ्या प्रमाणावर केली जाते आणि ग्राहकांना वस्तूच्या दर्जाची कल्पना असते. म्हणून सेवेची तत्परता, पॅकिंग, नियमित पुरवठा इत्यादी इतर सेवांच्या मदतीने वस्तुभेद केला जातो.

यापूर्वी पाहिल्याप्रमाणे मक्तेदारीयुक्त स्पर्धेत वस्तुभेद केला जातोच, पण अल्पविक्रेताधिकार या बाजार प्रकारातही वस्तुभेद शक्य असतो.

5.18 | बाजार रचनांची तुलना (Comparison of Market Structure)

(अ) मक्तेदारी आणि पूर्ण स्पर्धा यांची तुलना

(A Comparison Between Monopoly and Competition)

(1) पूर्ण स्पर्धेमध्ये असंख्य ग्राहक आणि असंख्य विक्रेते असतात. मागणी आणि पुरवठा यांच्या संतुलनाने किंमत ठरते आणि कोणत्याही एका व्यवसायसंस्थेला ती किंमत ग्राह्य मानून चालावे लागते. सर्व व्यवसायसंस्था एकाच वस्तूचे उत्पादन करीत असल्याने पूर्ण स्पर्धायुक्त बाजारात एकच किंमत प्रस्थापित होते.

मक्तेदारीमध्ये एकच व्यवसायसंस्था असते म्हणून व्यवसायसंस्था हीच 'उद्योग' असते. बाजारातील किंमत व्यवसायसंस्था ठरविते आणि एकाच वेळी अनेक किमती आकारणेही मक्तेदाराला शक्य असते.

(2) पूर्ण स्पर्धेमध्ये अनेक व्यवसायसंस्था मिळून एक उद्योग होत असल्याने व्यवसायसंस्था आणि व्यवसाय यांचे मागणी वक्र भिन्न असतात. प्रत्येक व्यवसायसंस्थेचा मागणी वक्र अथवा सरासरी प्राप्ती-वक्र 'क्ष' अक्षाला समांतर असतो. उद्योगाचा मागणी-वक्र मात्र डावीकडून उजवीकडे उतरत जाणारा असतो.

मक्तेदारीत मात्र उद्योग आणि व्यवसायसंस्था यांच्यामधील फरक नाहीसा होत असल्यामुळे मक्तेदाराचा मागणी वक्र हा उद्योग आणि व्यवसायसंस्था या दोहोंचा एकच मागणी वक्र असतो आणि तो डावीकडून खाली उतरत जाणारा असतो.

सरासरी प्राप्ती-वक्रातील भिन्नतेमुळे सीमांत प्राप्ती वक्रातही फरक पडतो. पूर्ण स्पर्धेमध्ये सरासरी प्राप्ती वक्र 'क्ष' अक्षाला समांतर असल्याने सीमांत प्राप्ती-वक्र व सरासरी प्राप्ती-वक्र एकच असतात. मक्तेदारीमध्ये मात्र सीमांत प्राप्ती-वक्र व सरासरी प्राप्ती-वक्राच्या खाली असतो.

(3) पूर्ण स्पर्धेच्या परिस्थितीत सीमांत खर्च वाढू लागतो तेव्हाच समतोल प्रस्थापित होतो. दुसऱ्या शब्दात, सीमांत प्राप्ती-वक्राला सीमांत खर्च-वक्र खालून छेदतो तेथेच समतोल होतो व यासाठी सीमांत खर्च वाढू लागणे आवश्यक आहे. मक्तेदारी व्यवसायसंस्थेच्या बाबतीत मात्र सीमांत खर्च घटता, कायम अथवा वाढता कोणत्याही प्रकारचा असला तरी समतोल शक्य असतो. (आकृती क्र. 5.39 (अ) (ब) (क) पाहा.)

सीमांत खर्चावरून पूर्ण स्पर्धा आणि मक्तेदारी यांच्यात आणखी एक फरक निर्माण होतो. पूर्ण स्पर्धेत अल्पकाळात व दीर्घकाळातही किंमत व सीमांत खर्च समान असतात. मक्तेदारीत मात्र सरासरी प्राप्ती अथवा किंमत सीमांत खर्चाहून नेहमी जास्त असते. सीमांत खर्च व सीमांत प्राप्ती समतोलावस्थेत समान असतात. पण मक्तेदारीत सीमांत प्राप्ती सरासरी प्राप्तीपेक्षा कमी असते. म्हणून सीमांत खर्च सरासरी प्राप्तीपेक्षा कमी असतो. **(सी ख = सी प्रा, पण सी प्रा < स प्रा ∴ सी ख < स प्रा ही मक्तेदारीतील स्थिती असते. पूर्ण स्पर्धेत मात्र सी ख = सी प्रा व सी प्रा = स प्रा. ∴ सी ख = सी प्रा अशी स्थिती असते.)**

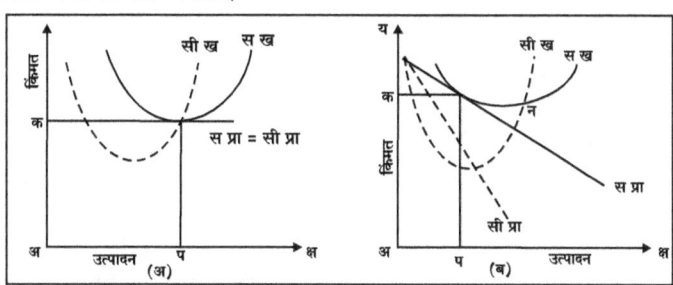

आकृती क्र. 5.38 : सरासरी खर्चावरून फरक

पूर्ण स्पर्धा आणि मक्तेदारी यांच्यामध्ये सरासरी खर्चाच्या दृष्टीने पडणारा फरकही महत्त्वाचा आहे. पूर्ण स्पर्धेच्या परिस्थितीत दीर्घकाळात सरासरी खर्चाबरोबर किंमत होण्याची प्रवृत्ती असते. म्हणून प्रत्येक व्यवसायसंस्था पर्याप्त होण्याकडे प्रवृत्ती असलेली दिसते. मक्तेदारीत मात्र किंमत ही सीमांत व सरासरी खर्चाहून जास्त असते. म्हणून पर्याप्त स्थिती येण्यापूर्वीच मक्तेदारीचा समतोल होतो. (आकृती क्र. 5.38)

सीमांत व सरासरी खर्चाच्या संदर्भात पूर्ण स्पर्धात्मक व मक्तेदारीयुक्त समतोलात पडणारा फरक विश्लेषणाच्या दृष्टीने महत्त्वाचा आहे. सीमांत प्राप्ती = सीमांत खर्च ही दोन्ही ठिकाणी समतोलावस्थेत समान असतात, पण पूर्ण स्पर्धेमध्ये सीमांत प्राप्ती (व सरासरी प्राप्ती) वक्र 'क्ष' अक्षाला समांतर असल्याने सीमांत खर्च सीमांत प्राप्तीबरोबर होण्यासाठी व **सी प्रा** वक्राला **सी ख** वक्राने छेदण्यासाठी सीमांत खर्च वाढता असणे आवश्यक आहे. घटता सीमांत खर्च-वक्र समांतर सीमांत प्राप्ती-वक्राला खालून छेदणे अशक्य असल्याने घटते खर्च-वक्र पूर्ण स्पर्धात्मक समतोलाशी विसंगत असतात. खर्च घटता असेल तर व्यवसायसंस्था उत्पादन वाढवीत राहील आणि शेवटी व्यवसायसंस्था एवढी मोठी होईल की पूर्ण स्पर्धा नाहीशी होऊन ती व्यवसायसंस्था मक्तेदार होईल व प्राप्ती-वक्र समांतर न राहता उतरता होऊन घटता **सी प्रा** वक्र घटत्या **सी ख** वक्राला छेदून जाईल तेथे समतोल प्रस्थापित होईल. (उदा., आकृती 5.39 (ब)) हा मक्तेदारी व्यवसायसंस्थेचा समतोल असेल.

मक्तेदारीमध्ये मात्र खर्च-वक्र घटते, कायम अथवा वाढते कसेही असले तरी समतोल शक्य असतो. आकृती क्र. 5.39 (अ) मध्ये वाढत्या खर्चाची परिस्थिती आहे. आकृती क्र. 5.39 (ब) मध्ये खर्च घटता आहे तर आकृती क्र. 5.39 (क) मध्ये खर्च कायम आहे. (म्हणून) **स ख** व **सी ख** वक्र एकच आहे.

आकृती क्र. 5.39 (ब) वरून लक्षात येईल की, खर्च आणि प्राप्ती दोन्ही घटती आहेत. पण खर्च-वक्रापेक्षा प्राप्ती-वक्र अधिक चढे (Steep) आहेत. याउलट, जर झाले म्हणजे खर्च-वक्र चढे व प्राप्ती वक्र उथळ असतील तर तोटा होईल. म्हणून समतोल साधणार नाही. मक्तेदारीमध्ये सीमांत प्राप्ती-वक्रापेक्षा सीमांत खर्च-वक्र चढा असणे हीच समतोलाशी विसंगत असलेली एकमेव स्थिती आहे. सरासरी खर्चाच्या संदर्भात वर केलेल्या विधानांचे स्पष्टीकरण आवश्यक आहे. पूर्ण स्पर्धेमध्ये दीर्घकाळात (सर्व घटक समान मानल्यास) प्रत्येक व्यवसायसंस्था पर्याप्त आकारमानाची होते. अशा समतोलावस्थेत (1) व्यवसायसंस्थेला फक्त सर्वसाधारण नफा होतो. (2) सरासरी खर्च किमान असतो. आणि (3) **स ख = सी ख = स प्रा = सी प्रा** = किंमत असते. आकृती क्र. 5.39 (अ) मध्ये पूर्ण स्पर्धा असतानाचा व्यवसायसंस्थेचा दीर्घकालीन समतोल दाखविला आहे.

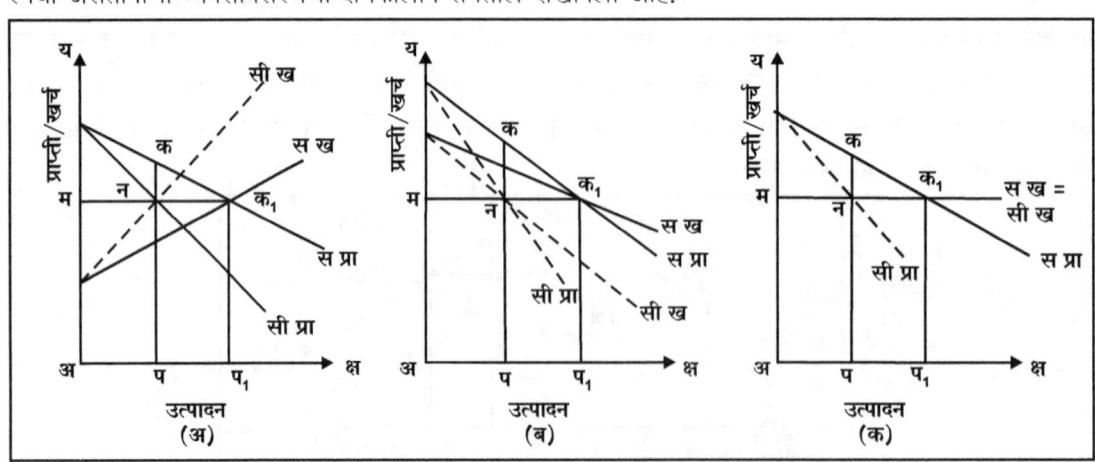

आकृती क्र. 5.39 : खर्चाचा भिन्न परिस्थितीत समतोल

मक्तेदारीमध्ये मात्र (1) उद्योगव्यवस्थेला दीर्घकाळातही असाधारण नफा मिळू शकतो. (2) क्वचित सर्वसाधारण नफा मिळत असला तरी समतोलावस्थेत सरासरी खर्च किमान असत नाही व (3) **स प्रा** ही **स ख** हून जास्त अथवा **स ख** एवढी असू शकेल. **सी प्रा = सी ख** समतोलावस्थेत नेहमीच असेल, पण ही चारही समान असणे अशक्य आहे.

आकृती क्र. 5.39 (ब) पाहा. येथे **स ख** वक्र **स प्रा** वक्राला स्पर्श करतो. म्हणून जेथे **स ख = स प्रा** आहे तेथे फक्त सर्वसाधारण नफा होतो व **अ प** या पुरवठ्याला समतोल होतो. पण या समतोलावस्थेत सरासरी खर्च किमान नाही. कारण सरासरी खर्चाचा **न** बिंदू पुढेच आहे. सरासरी खर्च-वक्रावरील किमान बिंदूतच **स ख = सी ख** हे शक्य असल्याने या समतोलावस्थेत **न** बिंदूपूर्वी **सी ख < स ख** अशी स्थिती दिसते. म्हणून मक्तेदारीमध्ये उद्योग सर्वसाधारण नफाच मिळत असला तरी ती पर्याप्त आकारमानापर्यंत पोहोचणे अशक्य असते. उजवीकडे उतरता **स प्रा** वक्र 'U' आकाराच्या **स ख** वक्राच्या किमान बिंदूत अथवा त्यापुढे स्पर्श करणे शक्य नाही. म्हणून मक्तेदारी व्यवसाय समतोल पर्याप्त आकारमानाला पोहोचण्यापूर्वी प्रस्थापित होतो.

(4) पूर्ण स्पर्धेच्या परिस्थितीत व्यवसाय आणि मक्तेदार व्यवसाय यांच्यामध्ये उत्पादनावरूनही फरक सांगता येतो. पूर्ण स्पर्धेमध्ये जेथे किंमत सीमांत खर्चाबरोबर असते तेथे उत्पादन निश्चित होते, तर मक्तेदारीत जेथे उत्पादन निश्चित होते तेथे किंमत सीमांत खर्चाहून जास्त असते कारण सीमांत खर्च सीमांत प्राप्तीबरोबर असतो व प्राप्ती-वक्र उतरते असल्याने **सी प्रा** वक्र **स प्रा** वक्राच्या खाली असतो.

श्रीमती जोन रॉबिन्सन यांनी पूर्ण स्पर्धा व मक्तेदारी यांच्या उत्पादनाचा पुढील प्रकारे संबंध दाखविला आहे. **स प्रा; सी प्रा; स ख** व **सी ख** हे सर्व वक्र सरळ रेषांच्या स्वरूपाचे असतील तर खर्च घटते, वाढते अथवा कायम यापैकी कसेही असले तरी मक्तेदार व्यवसायसंस्थेचे उत्पादन पूर्ण स्पर्धात्मक व्यवसायसंस्थेच्या उत्पादनाच्या निम्मे असते. आकृती क्र. 5.39 मध्ये (अ), (ब) व (क) या तीन आकृत्या अनुक्रमे वाढता, घटता व कायम खर्च दर्शवितात. सरासरी प्राप्ती (अथवा खर्च) वक्र आणि 'य' अक्ष यांच्यामधील लंबांतराला त्या लंबाच्या मध्य बिंदूत सीमांत प्राप्ती (अथवा खर्च) वक्र छेदतो हे आपण पूर्वी पाहिलेच आहे. म्हणून तिन्ही आकृत्यांत **म न = न $क_1$ सी प्रा = सी ख** जेथे होतात ते म्हणजे **अ प** हे मक्तेदारी उत्पादन आहे व **प क** ही मक्तेदारी किंमत आहे. पूर्ण स्पर्धेत मात्र किंमत अथवा सरासरी प्राप्ती सरासरी खर्चाबरोबर असते. म्हणून **अ $प_1$** हे स्पर्धेच्या परिस्थितीतील उत्पादन व **$प_1$ $क_1$** ही स्पर्धेची किंमत ठरते. **म $क_1$ = अ $प_1$** आणि **म न = अ प** (काटकोन चौकोनाच्या समोरासमोरच्या बाजू) आणि **म न = $\frac{1}{2}$ म $क_1$** म्हणून **अ प = $\frac{1}{2}$ अ $प_1$** म्हणजेच पूर्ण स्पर्धेच्या उत्पादनाच्या निम्मे उत्पादन मक्तेदारीत आहे. मक्तेदारी किमती तिन्ही परिस्थितीत स्पर्धात्मक किमतीपेक्षा जास्त आहे हे लक्षात येईल.

प्राप्ती-वक्र सरळ रेषा असतील पण खर्च-वक्र मात्र वक्र-रेषा असतील तर स्पर्धा व मक्तेदारी यामधील उत्पादनाचा संबंध आकृती क्र. 5.40 वरून स्पष्ट होईल.

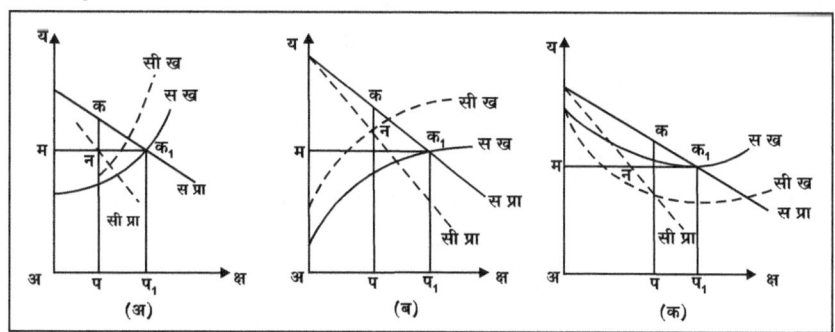

आकृती क्र. 5.40 : अंतर्वक्र व बर्हिवक खर्च-वक्र व समतोल

आकृती क्र. 5.40 (अ) मध्ये खर्च वाढता व खर्च-वक्र बर्हिवक्र आहेत. **न** हा **म** **क**$_1$ चा मध्यबिंदू आहे, पण **अ प > म न**. दुसऱ्या शब्दांत, **अ प** हा मक्तेदारीचा पुरवठा **अ प**$_1$ या स्पर्धेतील पुरवठ्याच्या निम्म्याहून थोडा अधिक आहे. आकृती क्र. 5.40 (ब) मध्ये खर्च वाढता व खर्च-वक्र अंतर्वक्र आहेत. मक्तेदारीचा पुरवठा **अ प** हा स्पर्धेच्या **अ प**$_1$ या पुरवठ्याच्या निम्म्याहून कमी आहे. आकृती क्र. 5.40 (क) मध्ये खर्च घटता आहे. मक्तेदारी पुरवठा **अ प** हा स्पर्धेच्या **अ प**$_1$ पुरवठ्याच्या निम्म्याहून जास्त आहे.

सारांश, मक्तेदारी व्यवसायसंस्थेचे खर्च आणि प्राप्ती वक्र **(स ख, सी ख, स प्रा, सी प्रा)** हे सरळ रेषेच्या स्वरूपाचे असतील तर अशा संस्थेकडून होणारा समतोलावस्थेतील पुरवठा पूर्ण स्पर्धेतील व्यवसायसंस्थेच्या तुलनेत निम्मा असतो. तेच खर्च वक्र अंतर्वक्र किंवा बहिर्वक्र असतील तर मक्तेदाराला पुरवठा पूर्ण स्पर्धेतील संस्थेच्या तुलनेत निम्म्याहून कमी अथवा निम्म्याहून जास्त असतो, पण स्पर्धेपेक्षा मक्तेदारीचा पुरवठा नेहमीच कमी असतो.

(5) पूर्ण स्पर्धा व मक्तेदारी यांत नफ्याच्या बाबतीत पडणाऱ्या फरकाचा उल्लेख वर आलाच आहे. दीर्घकाळात, सर्व व्यवसायसंस्थांचे खर्च-वक्र समान असल्यास, पूर्ण स्पर्धेत, सर्व व्यवसायसंस्थांना फक्त सर्वसाधारण नफा (Normal Profit) मिळतो. मक्तेदारीत मात्र दीर्घकाळातही असाधारण नफा (Super-normal Profit) मिळू शकतो.

(आ) पूर्ण स्पर्धा आणि मक्तेदारीयुक्त स्पर्धा यांची तुलना
(Perfect Competition and Monopolistic Competition)

(1) पूर्ण स्पर्धेमध्ये असाधारण नफा तर दीर्घकाळात नाहीसा होतोच पण दीर्घकाळात प्रत्येक व्यवसायसंस्थेचा समतोल अशा ठिकाणी होतो जेथे सरासरी खर्च किमान होतो. या ठिकाणी उत्पादन घटकांचा सर्वांत योग्य संयोग झालेला असतो आणि मोठ्या प्रमाणावरील उत्पादनाचे सर्व फायदे मिळतात. मक्तेदारीयुक्त स्पर्धेमध्ये पर्याप्त आकारमान येण्यापूर्वीच समतोल होतो आणि तेथे ज्या तऱ्हेने उत्पादन साधानांचा संयोग होतो. त्यामुळे काही प्रमाणात अपव्यय होतो. तेच उत्पादन कमी व्यवसायसंस्थांनी केले तर पर्याप्त आकारमान त्या व्यवसायसंस्था गाठू शकतील आणि जादा व्यवसायसंस्थांनी कामाला लावलेले घटक अन्यत्र उपयोगात आणता येतील.

अर्थात, यावरून मक्तेदारीयुक्त स्पर्धा वाईटच असते असे नाही. पूर्ण स्पर्धेमध्ये सर्वांचे उत्पादन सारखेच असते आणि हे उपभोक्त्यांना आवडतेच असे नाही. उपभोक्त्यांना बहुधा वैचित्र्य आणि विविधता हवी असते. ही विविधता मक्तेदारीयुक्त स्पर्धेत मिळते. दुर्मीळ उत्पादक साधनांचा अपव्यय ही विविधतेची किंमत असते.

(2) पूर्ण स्पर्धेमध्ये ग्राहकांना बाजाराचे पूर्ण ज्ञान आहे असे मानले जाते आणि सर्व वस्तू समान असतात म्हणून जाहिरातीची गरज असते.

प्रत्यक्षात ग्राहकांचे ज्ञान पूर्ण नसते. आपली वस्तू ग्राहकांच्या नजरेस आणण्यासाठी जाहिरात करावी लागते. जाहिरातीवर होणारा खर्च काही वेळा फायदेशीर असतो. कारण जाहिरातीमुळे मागणी वाढून मोठ्या प्रमाणावरील उत्पादनाचे फायदे मिळविता येतात. पण प्रत्यक्षात बहुतेक जाहिराती प्रोत्साहनात्मक अथवा मन वळविण्यासाठी आणि ग्राहक ओढण्यासाठी केल्या जातात. प्रत्यक्षात वस्तू-वस्तूंत फार थोडा फरक असतो. पण तो फार आहे आणि आपली वस्तू चांगली आहे हे पटविण्यासाठी श्रम आणि अन्य उत्पादक साधनांचा अपव्यय केला जातो. उपभोक्त्याला निवडीचे स्वातंत्र्य असते व त्याचे मन वळविण्याचा प्रयत्न उत्पादक करतात. निवेदनात्मक व प्रोत्साहनात्मक जाहिरात यात भेद करणे कठीण आहे, पण जाहिरातबाजीमुळे अपव्यय होतो हे निश्चित.

(3) अनेक लहान-लहान व्यवसायसंस्था मक्तेदारीयुक्त स्पर्धेत असल्याने मोठ्या प्रमाणावरील उत्पादनाचे फायदे मिळत नाहीत असा एक आक्षेप घेतला जातो. पण जेथे मोठ्या प्रमाणावरील उत्पादनाचे विशेष फायदे नाहीत तेथेच मक्तेदारीयुक्त स्पर्धा आढळते असे प्रारंभीच आपण पाहिले आहे.

(4) पूर्ण स्पर्धेमध्ये सर्व वस्तू सारख्या व त्यांच्या किमतीही सारख्या असल्याने जवळ मिळेल तेथून उपभोक्ता वस्तू घेतो. पण मक्तेदारीयुक्त स्पर्धेत वस्तुभेद असल्याने दूरदूरच्या बाजारातील वस्तू उपभोक्ते घेतात व त्यामुळे वाहतूक खर्च वाढून उपभोक्त्यांना जास्त किंमत द्यावी लागते.

❈ सारांश ❈

5.1 (अ) शुद्ध स्पर्धा (Pure Competition)

'शुद्ध स्पर्धा' व संज्ञेने मक्तेदारीचा थोडादेखील अंश नाही हे सूचित होते. शुद्ध स्पर्धा पुढील वैशिष्ट्यांनी युक्त असते-

(1) विक्रेते आणि ग्राहक यांची प्रचंड संख्या मोजता येणार नाही एवढी मोठी संख्या असणे.

(2) उत्पादनाचा एकजिनसीपणा हे शुद्ध स्पर्धेचे दुसरे लक्षण असून बाजारातील असंख्य उत्पादक ज्या वस्तूचे उत्पादन करतात ती वस्तू सर्वार्थांनी एकजिनसी असते आणि त्यामुळे ग्राहक कोणत्याही एका उत्पादकाच्या वस्तूला पसंती देत नाहीत असा याचा अर्थ होतो.

(3) प्रवेश आणि निर्गमन यांचे स्वातंत्र्य या तिसऱ्या वैशिष्ट्यामध्ये मक्तेदारीचा थोडाही अंश राहणार नाही याची दक्षता घेतली जाते.

(ब) पूर्ण स्पर्धा (Perfect Competition)

शुद्ध स्पर्धेच्या वरील तीन अटींव्यतिरिक्त आणखी तीन अटी पूर्ण होतात तेव्हा ती स्पर्धा 'पूर्ण स्पर्धा' होते. या अटी अथवा ही वैशिष्ट्ये पुढीलप्रमाणे -

(1) ग्राहक आणि विक्रेते यांना बाजाराचे संपूर्ण ज्ञान असणे;

(2) वाहतूक खर्चाचा अभाव आणि;

(3) उत्पादनाच्या घटकांची पूर्ण गतिशीलता.

5.2 (अ) समतोलाच्या अटी (Conditions of Equilibrium)

समतोलाची संकल्पना स्थिर स्थितीशी संबंधित आहे. उत्पादनसंस्थेचा समतोल ही संकल्पना स्पष्ट करण्यासाठी नफ्याचे महत्तमीकरण हे उत्पादनसंस्थेचे उद्दिष्ट असते असे मानले जाते. त्यामुळे जेथे महत्तम नफा होतो ती म्हणजेच **सी प्रा = सी ख** आणि **सी ख** ने **सी प्रा** ला खालून छेदणे ही समतोलाची अट सिद्ध होते. उद्योगातील प्रत्येक उद्योगसंस्था समतोलावस्थेत असते आणि एकूण उद्योगसंस्थांची संख्या कमी-जास्त होत नाही तेव्हा उद्योगाचा समतोल प्रस्थापित होतो.

(ब) किंमत आणि उत्पादननिश्चिती (Price and Output Determination)

पूर्ण स्पर्धेच्या परिस्थितीत असंख्य ग्राहक आणि असंख्य विक्रेते यांच्याकडून येणारी एकत्रित मागणी आणि एकत्रित पुरवठा यांच्या आंतरक्रियेमधून बाजारातील किंमत ठरते. कोणत्याही एका उद्योगसंस्थेला बाजारातील किमतीवर प्रभाव पाडणे अशक्य असल्याने ती किंमत ग्राह्य धरून आपला पुरवठा त्या किमतीशी जुळवून घ्यावा लागतो. प्रत्येक उत्पादनसंस्थेने किती पुरवठा करणे इष्ट ठरते हे **सी ख** आणि **सी प्रा** यांच्या समानतेच्या अटीने स्पष्ट होते. अल्पकालामध्ये **सी ख = सी प्रा** या अटीवरून मिळणारा पुरवठा हा समतोलावस्थेतील पुरवठा म्हणून निश्चित होतो. या अवस्थेत उत्पादनसंस्थेला असाधारण नफा होऊ शकतो. तसाच असाधारण तोटाही होऊ शकतो. क्वचित सर्वसाधारण नफाही मिळू शकतो.

दीर्घकाळामध्ये काही उत्पादनसंस्थांना तोटा होत असेल तर काही उत्पादनसंस्था उत्पादन बंद करून त्या क्षेत्रातून बाहेर पडतात. परिणामी बाजाराचा पुरवठा कमी होऊन किंमत वाढते. उत्पादनसंस्थांना असाधारण नफा होत असेल तर नव्या संस्था आकृष्ट होऊन पुरवठा वाढेल आणि किंमत खाली येईल. अशा तऱ्हेने दीर्घकाळामध्ये उत्पादनसंस्थांची संख्या अशा प्रकारे संतुलित होईल की त्यांना फक्त सर्वसाधारण नफाच मिळेल. उत्पादनसंस्थांची संख्या अशा प्रकारे स्थिरावते तेव्हा तो उद्योग समतोलावस्थेत येतो. उद्योगाच्या या समतोलावस्थेत बाजाराचा जो पुरवठा निश्चित होतो त्या पुरवठ्याची आणि मागणीची आंतरक्रिया होऊन दीर्घकालीन किंमत ठरते.

दीर्घकाळात सर्व घटक बदलते असल्याने प्रत्येक उत्पादनसंस्थेला सरासरी खर्चात समाविष्ट असणारा सर्वसाधारण नफाच फक्त मिळेल अशी किंमत ठरते. या स्थितीत प्रत्येक उत्पादनसंस्था जो पुरवठा करते तो त्या संस्थेच्या पर्याप्त आकारमानाचा पुरवठा असतो. अर्थात या स्थितीत **स ख** किमान असतो. या किमान बिंदूशी 'U' आकाराचा **स ख** वक्र सरळ रेषीय **स प्रा = सी प्रा** वक्राला स्पर्श करतो. परिणामी उत्पादनसंस्थेच्या दीर्घकालीन समतोलाची अट किंमत (**स प्रा**) = **सी प्रा** = **स ख** = **सी ख** अशी ठरते. या बिंदूवरून उत्पादनाची पातळी निश्चित होते आणि पूर्ण स्पर्धेच्या परिस्थितीत दीर्घकाळात प्रत्येक उत्पादनसंस्था पर्याप्त आकारमानाची होईल याची शाश्वती या अटीतून सिद्ध होते.

सर्व उत्पादनसंस्थांचा पुरवठा एकत्रित केल्यानंतर उद्योगाचा पुरवठा समजतो. हा उद्योगाचा समतोलावस्थेतील पुरवठा होय. त्यामुळे वर उल्लेखिलेल्या अटींमुळे उद्योग आणि उद्योगातील सर्व उद्योगसंस्था यांचा समतोल म्हणजेच पूर्ण समतोल प्रस्थापित होतो.

मागणी अथवा पुरवठा यांच्यामध्ये बदल झाल्यास क्रिया-प्रतिक्रियांची एक शृंखला निर्माण होते आणि अखेर वर म्हटल्याप्रमाणे पुन्हा समतोल प्रस्थापित होतो.

✠ पूर्ण स्पर्धात्मक समतोलाच्या अवस्थेतील किंमत आणि उत्पादननिश्चिती स्पष्ट करताना काळजीपूर्वक लक्षात घेण्याचे मुद्दे :

(1) बाजाराचा मागणी वक्र आणि बाजाराचा पुरवठा वक्र यांच्या छेदनबिंदूवरून बाजारातील किंमत समजते.

(2) ही किंमत प्रत्येक उत्पादनसंस्था ग्राह्य धरते. म्हणून **स प्रा = सी प्रा** ही रेषा 'क्ष' अक्षाला समांतर येते.

(3) उत्पादनसंस्थेचे स्वतःचे **स ख** व **सी ख** वक्र त्या-त्या संस्थेला माहीत असतात.

(4) अल्पकालीन समतोल **सी प्रा = सी ख** या अटीने समजतो. (जेव्हा **सी ख** वक्र **सी प्रा = स प्रा** वक्राला खालून छेदतो.)

(5) उत्पादनाच्या **सी प्रा = सी ख** ने निश्चित होणाऱ्या पातळीला नफा किंवा तोटा होऊ शकतो.

(6) दीर्घकाळातही किंमत बाजारातच ठरते आणि प्रत्येक उत्पादनसंस्थेला ती गृहीत मानून चालावी लागते.

(7) दीर्घकालीन समतोल **स प्रा = सी प्रा** रेषेला **स ख** वक्र जेथे स्पर्श करतो त्या बिंदूवरून समजतो. या बिंदूशी **स प्रा = सी प्रा = स ख = सी ख** अशी स्थिती असते.

(8) दीर्घकाळात आपापल्या पर्याप्त पातळीला उत्पादन करणाऱ्या सर्व उत्पादनसंस्थांना फक्त सर्वसाधारण नफा होतो.

(9) पूर्ण समतोल, उद्योग आणि उद्योगसंस्था या दोहोंचा समतोल प्रस्थापित होतो.

(10) मागणी-पुरवठ्यात बदल झाल्यास पुन्हा समतोल प्रस्थापनेची प्रक्रिया सुरू होते.

5.3 मक्तेदारी : अर्थ आणि प्रकार (Monopoly : Meaning and Types)

बाजारात एकच एक विक्रेता असणे हे मक्तेदारीचे लक्षण आहे. मात्र शुद्ध अथवा पूर्ण मक्तेदारीची संकल्पना साकार करायची झाल्यास अनेक अडचणी उभ्या राहतात.

(1) शुद्ध अथवा पूर्ण मक्तेदारी (Pure and Perfect Monopoly) : शुद्ध अथवा पूर्ण मक्तेदारी याचा अर्थ - (अ) एकच उत्पादनसंस्था उत्पादन करते आहे. (ब) त्या वस्तूला पर्याय नाही. आणि (क) प्रत्यक्ष अथवा अप्रत्यक्ष अशी कोणतीही स्पर्धा नाही असा होतो. या संकल्पनेवरून सूचित होणारा मागणी वक्र हा एक लवचीकता दर्शविणारा मागणी वक्र असतो. परंतु या परिस्थितीत मक्तेदार शून्य उत्पादन करील आणि अनंत इतकी किंमत आकारील असे अगम्य निष्कर्ष निघतात आणि त्याने शून्य उत्पादन केले तर पुढील कालखंडात त्याच्या शून्य उत्पादनासाठी अनंत दराने किंमत मोजण्यास लोकांजवळ उत्पन्नच राहत नाही.

(2) पूर्ण मक्तेदारी (Perfect Monopoly) : काही अर्थशास्त्रज्ञांच्या मते, पूर्ण मक्तेदारी ही 'य' अक्षाला समांतर अशा पूर्णपणे अलवचीक मागणी वक्राने दाखविली पाहिजे. पण असे केल्यास उत्पादक कितीही किंमत आकारू शकतो असे दिसेल आणि किंमत अनिश्चित राहते. म्हणजे किंमतनिश्चिती सांगता येत नाही.

वरील दोन्ही संकल्पना विश्लेषणाच्या दृष्टीने स्वीकारता येत नाहीत. म्हणून तिसरी संकल्पना स्वीकारावी लागते.

(3) साधी मक्तेदारी (Simple Monopoly) : ही संकल्पना उपयोगी ठरते. या संकल्पनेत एकच एक उत्पादक आणि नजीकच्या पर्यायाचा अभाव ही दोन वैशिष्ट्य असतात.

(4) प्रकार (Types) : प्राथमिक अर्थशास्त्रात मक्तेदारीचे पुढील प्रकार सांगितले जातात -

(अ) नैसर्गिक मक्तेदारी (Natural Monopoly) : जेथे कच्च्या मालाचा पुरवठा हा विशिष्ट स्थळी मर्यादित झालेला असतो.

(ब) कायदेशीर मक्तेदारी (Legal Monopoly) : जेथे कायद्याने मक्तेदारीचा अधिकार एखाद्या संस्थेला दिलेला असतो. (उदा., मध्यवर्ती बँकेला नोटा छापण्याचा अधिकार) अथवा पेटंटसारख्या कायद्याने मक्तेदारी दिली जाते.

(क) सार्वजनिक मक्तेदारी (Public Monopoly) : जेथे सार्वजनिक उपयोगाच्या सेवांवर सार्वजनिक क्षेत्राचा एकाधिकार प्रस्थापित केलेला असतो.

(ड) ऐच्छिक मक्तेदारी अथवा व्यावसायिक मक्तेदारी (Voluntary Monopoly or Trade Monopoly) : जेथे स्वेच्छेने केलेल्या करारावर अथवा एखाद्या बलिष्ठ उद्योगसंस्थेच्या दबावाखाली अथवा अन्य कारणांनी संघटन करून मक्तेदारी स्थापन केली जाते.

संकल्पनात्मकदृष्ट्या आर्थिक प्रतिरोध उदा., घटत्या खर्चाची परिस्थिती अथवा संस्थात्मक कृत्रिम प्रतिरोध उदा., पेटंट, संघटन, किंमत, युद्ध इत्यादी यातून निर्माण होते.

मक्तेदारीचा आणखी एक प्रकार म्हणजे विभेदात्मक मक्तेदारी होय. अशा मक्तेदारीत उद्योगसंस्था (अ) व्यक्तिगत मूल्यभेद (ब) स्थानविषयक मूल्यभेद (क) उपयोगदृष्ट्या मूल्यभेद करू शकते. मक्तेदार वेगवेगळ्या व्यक्तींना वेगवेगळी किंमत आकारतो उदा., डॉक्टरची फी, अथवा वेगवेगळ्या ठिकाणी वेगवेगळे शुल्क आकारतो उदाहणार्थ, ग्रामीण आणि नागरी भागासाठी एस. टी. डी. चे वेगवेगळे दर, अथवा वेगवेगळ्या उपयोगांसाठी वेगवेगळे दर आकारतो. उदाहरणार्थ, शेतीसाठी कमी दराने वीजपुरवठा.

5.4 (अ) किंमत आणि उत्पादननिश्चिती (Price and Output Determination)

मक्तेदारी परिस्थितीतही समतोलाची अट **सी प्रा = सी ख** हीच असते. अल्पकाळात मक्तेदाराला असाधारण नफा होऊ शकतो. अल्पकाळात बदलता खर्च भरून निघत असेल तर मक्तेदार तोटा सोसायलाही तयार होईल. कारण असे केल्याने निदान बाजारातील वळण कायम राहील. दीर्घकाळात मात्र **सी प्रा = सी ख** या अटीचे पालन करून मक्तेदार महत्तम नफाच मिळवील. अल्पकाळ आणि दीर्घकाळ यातील मक्तेदारीच्या परिस्थितीतील फरक म्हणजे **स प्रा** आणि **सी प्रा** वक्रांच्या आकारातील फरक. दीर्घकाळातील हे वक्र उथळ दाखविले जातात. कारण दीर्घकाळात कोणी स्पर्धक निर्माण होईल अशी भीती मक्तेदाराला असते. मक्तेदाराचे **स प्रा** आणि **सी प्रा** वक्र डावीकडून उजवीकडे खाली उतरते असतात.

(ब) विभेदात्मक मक्तेदारी (Discriminating Monopoly)

विभेदात्मक मक्तेदारीमध्ये समतोलाची अट **सी प्रा = सी ख** हीच असते. मात्र विभेदात्मक धोरण याचा अर्थ बाजाराची एक अथवा अनेक विभागात वाटणी करणे असा असतो. ही विभागणी मागणीच्या लवचीकतेवरून केली जाते. अलवचीक मागणी चढ्या **स प्रा** वक्राने तर लवचीक मागणी उथळ **स प्रा** वक्राने दाखविली जाते. एकत्रित **सी प्रा** आणि **सी ख** समान होतात. मात्र बाजाराचे जितके विभाग तितक्या किमती आकारल्या जातात.

समतोलावस्थेतील पुरवठा हा बाजाराच्या सर्व भागातील मिळून होणाऱ्या पुरवठ्याइतका असतो.

(1) बाजारात अपूर्णता असते. (2) मागणीच्या लवचीकतेत फरक असतो. (3) बाजाराची विभागणी शक्य असते. आणि (4) वस्तूचे स्वरूप असे असते की बाजाराची विभागणी करता येते, तेव्हा मूल्यभेद शक्य असतो. विविध बाजारात मागणीची लवचीकता वेगवेगळी असते तेव्हाच मूल्यभेद फायदेशीर (Profitable) होतो.

5.5 मक्तेदारीयुक्त स्पर्धा (Monopolistic Competition)

मक्तेदारीयुक्त स्पर्धेची वैशिष्ट्ये पुढीलप्रमाणे -

(1) उत्पादनसंस्थांची फार मोठी संख्या (मात्र पूर्ण स्पर्धेपेक्षा कमी), (2) वस्तूचे स्वरूप, वस्तूचा छाप अथवा विक्रीच्या अटी यातून स्पष्ट होणारी वस्तुभिन्नता, (3) प्रवेश आणि निर्गमन यांची सुकरता, (4) किमतीची विविधता, (5) लवचीक मागणी, (6) बिगर-किंमत स्पर्धा.

5.6 किंमत आणि उत्पादननिश्चिती (Price and Output Determination)

मक्तेदारीयुक्त स्पर्धेच्या परिस्थितीत **स प्रा** आणि **सी प्र** वक्र डावीकडून उजवीकडे उतरत जाणारे असतात. अल्पकालीन आणि दीर्घकालीन समतोलाची अट तीच म्हणजेच, **सी प्रा = सी ख** ही असते. अल्पकाळात उत्पादनसंस्थेला असाधारण नफा होऊ शकतो अथवा बदलता खर्च भरून निघत असेल तर तोटाही होणे शक्य असते.

दीर्घकाळात उद्योगसंस्थांची संख्या स्थिरावल्यावर आणि समतोल किमतीला असणारा पुरवठा स्थिरावल्यावर समूहाचा समतोल शक्य होतो. अशा परिस्थितीत प्रत्येक संस्थेला फक्त सर्वसाधारण नफा मिळतो. समतोलावस्थेतील प्रत्येक संस्थेचे उत्पादन हे **दी सी प्रा** आणि **दी सी ख** (**दी** = दीर्घकाळ) वक्रांच्या आंतरछेदनाने समजतो.

बिगर-किंमत स्पर्धा हे मक्तेदारीयुक्त स्पर्धेचे आणखी एक वैशिष्ट्य आहे. बिगर-किंमत स्पर्धा ही (1) वस्तू बदल (Product Variation) आणि (2) विक्री-खर्च (Selling Cost) यांच्याद्वारा चालते.

वस्तू बदलामुळे **स ख** वक्र वरती स्थानांतरित होतो. पण नफा वाढून या वाढत्या खर्चाची भरपाई तर होतेच शिवाय निव्वळ नफाही वाढतो.

विक्री खर्चासह उत्पादनसंस्थेचा समतोल दाखविण्यासाठी **स प्रा** वक्राचे वरच्या बाजूला स्थानांतर आणि त्याचा अधिक चढा आकार यांच्या साहाय्याने वाढलेली विक्री आणि वाढलेला नफा हे दाखवून द्यावे लागते.

5.7 अल्पविक्रेताधिकार (Oligopoly)

विक्रेत्यांची संख्या मर्यादित असते तेव्हा त्या बाजार प्रकाराला अल्पविक्रेताधिकार असे म्हटले जाते. अल्पविक्रेताधिकाराची वैशिष्ट्ये अशी -

(1) विक्रेते अथवा उत्पादक यांची संख्या कमी असते.

(2) वस्तुभेद केला जातोच असे नाही. तसेच तो केला जाईलही अथवा नाही हे परिस्थितीवरून ठरते.

(3) आपापल्या मालाची किंमत ठरविण्याचे स्वातंत्र्य प्रत्येक उत्पादनसंस्थेला असते. परंतु परस्परावलंबित्वाने या स्वातंत्र्यावर मर्यादा पडते.

(4) कच्च्या मालाची मालकी अथवा तांत्रिक लाभाची विद्यमान संस्थांना उपलब्धता अथवा मोठ्या प्रमाणावरच उत्पादन करावे लागते अशी परिस्थिती अथवा वितरण यंत्रणेचे जाळे हाताशी असणे इत्यादींमुळे नव्या उत्पादनसंस्थांना संबंधित क्षेत्रात प्रवेश करणे अवघड असते. इतर उत्पादकांसाठी साचेबंद प्रकारचा माल उदा., पोलादाचे पत्रे उत्पादित केला जातो तेव्हा खप वाढविण्यासाठी जाहिरात केली जात नाही.

5.8 द्वि-विक्रेताधिकार (Duopoly)

बाजारात फक्त दोनच उत्पादक असणे अशा क्वचित आढळणाऱ्या परिस्थितीने द्वि-विक्रेताधिकार ही बाजार रचना सिद्ध होते. या प्रकारची वैशिष्ट्ये अशी : (1) उत्पादन करणाऱ्या दोनच उत्पादनसंस्था (2) वस्तुभेद केला अथवा नाही. (3) किंमत आणि उत्पादन यांच्याबाबतच्या कोणत्याही एका उत्पादकाच्या निर्णयाचा दुसऱ्या उत्पादकावर परिणाम होत असल्याने विचारपूर्वक निर्णय घेण्याची गरज, (4) दुसऱ्या स्पर्धकाच्या प्रतिक्रियेचा अंदाज आणि अभ्यास काळजीपूर्वक होणे अगत्याचे.

5.9　विक्री-खर्च (Selling Cost)

विक्री-खर्चामुळे उत्पादन खर्चात भर पडून एकूण खर्च वाढत असल्याने **स ख** वक्र वरच्या बाजूला स्थलांतरित करणे हे विक्री-खर्चाचे उद्दिष्ट असते. परिणामी विक्री-खर्चामुळे वस्तूची किंमत वाढते पण याच विक्री-खर्चामुळे मागणी अलवचीक होत असल्यामुळे आणि मागणीत वाढही होत असल्यामुळे एकूण परिणाम वस्तूचा खप वाढण्यात आणि नफा वाढण्यात व्यक्त होतो.

❖ आकलन चाचणी (Test Your Understanding) ❖

(1) भारतातील पुढील उद्योगांचा/उत्पादन स्थितीचा समावेश तुम्ही कोणत्या बाजार रचनेत कराल ? का ? तुमची असे करण्यामागील गृहीते स्पष्ट करा. (अ) किराणा दुकान (ब) कोकणातील भाताचे शेत (क) पोलाद-उद्योग (ड) तुमच्या गावातील/पेठेतील बँक (उ) मोपेड उद्योग.

(2) पूर्ण स्पर्धा आणि मक्तेदारीयुक्त स्पर्धा यांतील फरक कसा स्पष्ट करता येईल ? उदाहरणे आणि वैशिष्ट्ये यांच्या साहाय्याने हा फरक लिहून काढा.

(3) प्रत्येक बाजार रचनेचा पुढील मागणी वक्र वेगळा असतो. वरील प्रकरणातील वर्णनानुरूप आकृत्या काढून मागणी वक्रांचा वेगळेपणा स्पष्ट करता येईल का ? आकृत्या काढून तुलना करून पाहा आणि त्या आकृत्या तपासून घ्या.

(4) बिगर-किंमत स्पर्धा म्हणजे काय ? पुढीलपैकी कोणत्या उत्पादनात (अ) बिगर-किंमत स्पर्धा चालते (ब) कोणत्या स्वरूपात चालते (क) ती कितपत परिणामकारक ठरते अथवा ती चालत नाही आणि चालल्यास परिणामकारक ठरणार नाही हे स्पष्ट करा. (i) टोमॅटो, (ii) सायकली, (iii) वृत्तपत्रे, (iv) दूरदर्शन संच (v) सिमेंट (vi) रेल्वे, (vii) वीजपुरवठा, (viii) काचेच्या बाटल्या, (ix) पोलाद, (x) कृत्रिम धाग्याचे कापड (xi) डिटर्जंट पावडर, (xii) स्नानाचा साबण.

(5) पुढील उत्पादक आपल्या वस्तूंची जाहिरात का करीत नाहीत ? (i) ज्वारी पिकविणारा शेतकरी (ii) बूट पॉलिशवाला (iii) पोलादाच्या पत्र्याचे उत्पादक (iv) वैजयंता रणगाड्यांचा कारखाना (v) ओझरचा मिग विमानांचा कारखाना.

(6) खालील तक्ता पाहा आणि त्याखालील प्रश्नांची उत्तरे द्या.

किंमत रुपये	बाजारातील मागणी (क्विंटल)	बाजारातील पुरवठा (क्विंटल)
350	500	1,000
325	650	900
300	700	800
275	750	750
250	900	600
225	1,000	500

(अ)　बाजारात कोणती किंमत ठरेल ?

(ब)　बाजारातील पुरवठा किती निश्चित होईल ?

(क)　इतर परिस्थिती कायम असता विक्रेत्यांनी 300 ₹ प्रति क्विंटल किंमत सांगितल्यास किंमत बदलेल का ?

(ड) ग्राहकांनी 250 रुपये किमतीला वस्तू मागितल्यास समतोल बदलेल का ?

(इ) ही समतोल किंमत केव्हा बदलेल ?

(7) पुढील तक्ता पाहा. : (अ) 25 ₹ डझन आणि (ब) 55 ₹ डझन अशा किमती असल्यास पुरवठा किती राहील ?

उत्पादन (क्विंटल)	एकूण खर्च (₹)	एकूण प्राप्ती (₹)
50	5,000	4,500
60	5,400	5,400
70	5,600	6,300
80	6,800	7,200
90	8,100	8,100
100	9,500	9,000

(अ) एका व्यवसायसंस्थेची ही आकडेवारी आहे. या व्यवसायसंस्थेचा समतोल किती उत्पादनात (म्हणजेच उत्पादनाच्या कोणत्या पातळीला) होईल ?

(ब) समतोल ह्याच पातळीला का होईल ?

(क) ही व्यवसायसंस्था कोणत्या बाजार रचनेच्या परिस्थितीत उत्पादन करीत असली पाहिजे ? कशावरून ?

(8) खालील तक्त्यात पूर्ण स्पर्धायुक्त परिस्थितीत उत्पादन करणाऱ्या एका उद्योजकाची खर्चविषयक आकडेवारी दिली आहे. ती वाचून खालील प्रश्नांची उत्तरे द्या.

एकूण उत्पादन (नग)	सरासरी स्थिर खर्च (₹)	सरासरी बदलता खर्च (₹)	सरासरी एकूण खर्च (₹)	सीमांत खर्च (₹)
1	60.00	45.00	105.00	45.00
2	30.00	42.50	72.50	40.00
3	20.00	40.00	60.00	35.00
4	15.00	37.50	52.50	30.00
5	12.00	37.00	49.00	35.00
6	10.00	37.50	47.50	40,00
7	8.57	38.57	47.14	45.00
8	7.50	40.63	48.13	55.00
9	6.67	43.33	50.00	65.00
10	6.00	46.50	52.50	75.00

(मॅक्कॉनेल - गुप्ता : 'इकॉनॉमिक्स' वरून)

(अ) बाजारातील किंमत 35 रुपये असेल तर हा उद्योजक उत्पादन करील का ? कारण काय ? करायचे ठरविल्यास त्याचा समतोल कोणत्या उत्पादन पातळीला होईल ? का ?

(ब) किंमत 45 रुपये झाल्यास समतोल कोठे होईल ? या किमतीत नफा होईल की तोटा ? तोटा झाला तरी उत्पादन केले जाईल का ? कोणत्या विचाराने उद्योजक उत्पादनास उद्युक्त होईल ?

(क) वरील तक्तात दिलेली खर्चाची आकडेवारी तंतोतंत समान असणाऱ्या 1,000 व्यवसायसंस्था बाजारात असतील तर – (1) किंमत 55 रुपये असताना, (2) किंमत 65 रुपये असताना बाजारातील एकूण पुरवठा किती ठरेल ? प्रत्येक संस्थेला नफा/तोटा किती होईल ?

(9) पुढे एका मक्तेदारी व्यवसायसंस्थेची मागणी आणि किंमत यांची आकडेवारी दिलेली आहे. ती वाचून त्या खालील प्रश्नांची उत्तरे द्या.

किंमत (रुपये)	मागणी (नग)	सीमांत प्राप्ती (रुपये)
100.00	1	....
83.00	2	....
71.00	3	....
63.00	4	....
55.00	5	....
46.00	6	....
42.00	7	....
36.00	8	....
33.00	9	....
29.00	10	....

(अ) सीमांत प्राप्तीचे आकडे भरून तक्ता पूर्ण करा.

(ब) प्रश्न क्र. 8 मधील तक्त्यात खर्चाची आकडेवारी हीच या मक्तेदारी व्यवसायसंस्थेची आकडेवारी आहे असे मानून या व्यवसायसंस्थेचा समतोल कोठे होईल ते स्पष्ट करा.

(क) समतोल किंमत कशी ठरेल/उत्पादन किती होईल ? नफा किती होईल ?

(10) पूर्ण स्पर्धायुक्त परिस्थितीत व्यवसायसंस्था, मक्तेदारी व्यवसायसंस्था आणि मक्तेदारीयुक्त स्पर्धेतील व्यवसायसंस्था या तिन्हींचे (1) अल्पकालीन आणि (2) दीर्घकालीन समतोल दाखविणाऱ्या आकृत्या एकमेकींशेजारी काढून पाहा. या आकृत्यांची तुलना करणारे मुद्दे लिहून काढा.

(11) विभेदात्मक मक्तेदारी असताना समतोल कसा होतो हे दर्शविणाऱ्या आकृत्या काढून पाहा. या आकृत्या काढताना कोणत्या अडचणी आल्या ? त्याचे निराकरण वेळीच करून घ्या.

(12) विक्री-खर्चाने मागणी वक्राचे स्थान कसे बदलते ? आकृतीत हे कसे दाखवाल ? सरासरी उत्पादन खर्चाचा वक्र आणि उत्पादन खर्चात विक्री-खर्च मिळवून येणारा सरासरी खर्चाचा वक्र हे दोन्ही नेहमी समांतर असतात का ? केव्हा असतात आणि केव्हा नसतात ?

(13) पुढील सहा शक्यता लक्षात घ्या.

(अ) बदल करण्यास व्यवसायसंस्था उद्युक्त होत नाहीत.

(ब) नव्या व्यवसायसंस्था उद्योगात प्रवेश करीत नाहीत.

(क) व्यवसायसंस्था प्लँटचा आकार बदलत नाहीत.

(ड) व्यवसायसंस्थांना सर्वसाधारण नफा मिळतो.

(इ) व्यवसायसंस्थांना सर्वसाधारण नफा मिळत नाही.

(ई) किमान सरासरी किमतीला व्यवसायसंस्थांना उत्पादन करीत आहेत.

वरील विधानांपैकी पूर्ण स्पर्धेत कोणती विधाने (1) अल्पकालीन समतोलावस्थेत व (2) दीर्घकालीन समतोलावस्थेत खरी ठरतात ?

(14) एका व्यवसायसंस्थेचे खर्चाचे आकडे पुढे दिलेल्या तक्त्यात दर्शविल्याप्रमाणे आहेत.

उत्पादन (नग)	स स्थि ख (रुपये)	स ब ख (रुपये)	स ए ख (रुपये)	सी ख (रुपये)
1.	60	40	100	....
2.	30	35	65	30
3.	20	30	50	20
4.	15	25	40	10
5.	12	32	44	60
6.	10	40	50	80

बाजारात पूर्ण स्पर्धा असेल तर –

(अ) बाजाराची किंमत 60 रुपये असेल तर ती व्यवसायसंस्था किती नगांचे उत्पादन करील ?

(ब) बाजारातील किंमत 32 रुपये असेल तर अल्पकाळात व्यवसायसंस्था उत्पादन करील का ? किती ?

(क) दीर्घकाळातील 32 रुपये हीच किंमत राहिली तर व्यवसायसंस्था किती नगांचे उत्पादन करील ? का ?

(ड) किंमत 50 रुपये असेल तर दीर्घकालीन पुरवठा किती होईल ?

(15) पूर्ण स्पर्धेच्या परिस्थितीत बाजारातील मागणी व पुरवठ्यात होणाऱ्या पुढील बदलांचे परिणाम आकृत्यांच्या साहाय्याने स्पष्ट करा. (कोणतेही तीन)

(अ) मागणी घटली, पुरवठा कायम आहे.

(ब) पुरवठा घटला, मागणी कायम आहे.

(क) मागणी-पुरवठा दोन्ही घटले, पण पुरवठ्यातील घट जास्त आहे.

(ड) पुरवठा अलवचीक आहे. मागणी लवचीक आहे, मागणी वाढली, पुरवठा कायम आहे.

(इ) मागणी अलवचीक, पुरवठा लवचीक आहे, पुरवठा वाढला, मागणी कायम आहे.

उत्पादन घटकांची मूल्यनिश्चिती
(PRICING OF FACTORS OF PRODUCTION)

6.7 मजुरी अथवा वेतन

6.8 श्रमाचा पुरवठा

(अ) श्रमाची वैशिष्ट्ये

(आ) श्रमाचा पुरवठा कशावर अवलंबून असतो ?

6.9 सामूहिक सौदा आणि मजुरी

(अ) पार्श्वभूमी

(आ) सामूहिक सौद्याच्या मजुरी आणि रोजगार यांच्यावरील परिणाम

(इ) किमान वेतन आणि रोजगार

6.10 व्याज

(अ) मिश्र आणि शुद्ध व्याज

(आ) भांडवल म्हणजे काय ?

6.11 भांडवल, बचत आणि गुंतवणूक या संकल्पना

6.12 व्याजाचा ऋणयोग्य निधी सिद्धान्त

6.13 व्याजाचा रोखता पसंती सिद्धान्त

6.14 व्याजाबाबतचा आधुनिक दृष्टिकोन

6.15 नफा

(अ) नफ्याचे स्वरूप व व्याख्या

(आ) मिश्र नफा आणि शुद्ध नफा

6.16 नफ्याचे सिद्धान्त

(अ) नफ्याचा गतिमानता सिद्धान्त

(आ) नफ्याचा नवायोजन सिद्धान्त

(इ) जोखीम आणि अनिश्चितता-वहन सिद्धान्त आणि नफा

(ई) नफ्याचे कार्य

✠ सारांश   ✠ आकलन चाचणी

6.1 विभाजनाचा सर्वसाधारण सिद्धान्त (General Theory of Distribution)

विभाजन म्हणजे राष्ट्रीय उत्पन्नाची वाटणी हा प्रश्न समग्रलक्षी पातळीवर चर्चिला जातो. पण प्रत्येकाला जे उत्पन्न मिळते ते उत्पादनाच्या कोणत्या ना कोणत्या क्रियेत सहभागी झाल्याबद्दल मिळत असते. म्हणून अंशलक्षी विश्लेषणात उत्पादन घटकांच्या किमतीच्या संदर्भातही हा विचार महत्त्वाचा ठरतो. प्रत्येक व्यवसायसंस्था जे उत्पादन करते ते त्या उत्पादन कार्यात सहभागी होणाऱ्या सर्वांमध्ये वाटून घेतले जाते. हे विभाजन कसे केले जाते यासंबंधीचे सर्वसाधारण सिद्धान्त आपण येथे पाहणार आहोत.

उत्पादक घटकांच्या किमती ठरविण्याचा प्रश्न (The Pricing of Factors of Production) : बाजाराच्या वेगवेगळ्या परिस्थितीत वस्तूंच्या किमती कशा ठरतात याचा विचार आपण केला. आता वस्तूंचे उत्पादन करण्याच्या कामी एकत्र येऊन सहकार्य करणाऱ्या उत्पादक घटकांचा मोबदला कसा ठरतो याचा विचार करावयाचा आहे. याला 'वाटणीचा सिद्धान्त' असे म्हणतात. कारण येथे एकूण उत्पादन वेगवेगळ्या घटकांमध्ये कसे वाटले जाते याचा विचार केलेला असतो.

उत्पादक घटकांच्या सेवेची किंमत वस्तूंच्या किमतीप्रमाणेच मागणी आणि पुरवठा यांनी ठरते. फक्त प्रत्येक घटकाच्या स्वतंत्र वैशिष्ट्याचा मागणी-पुरवठ्यावर प्रभाव पडत असतो.

उत्पादन घटक अनेकविध असतात पण त्यांचे स्थूल वर्गीकरण त्यांच्या वैशिष्ट्यांच्या आधारावर चार प्रकारांत केले जाते. या चारही घटकांचा मोबदला कसा ठरतो याचा विचार स्वतंत्रपणे पुढील प्रकरणात केलेला आहे.

उत्पादक घटकांच्या विवेचनात प्रारंभीच दोन गोष्टी लक्षात ठेवणे इष्ट होईल –

(1) काही घटक एकदा वापरल्यावर नष्ट होतात. (उदा., कच्चा माल), तर काही टिकाऊ असतात आणि विशिष्ट काळापर्यंत सेवा करीत राहतात. प्रस्तुत विवेचनात घटकांच्या सेवांची किंमत विचारात घ्यावयाची आहे, घटकांची नव्हे.

(2) घटकांच्या सेवांच्या विशिष्ट उद्योगाच्या संदर्भातच प्रामुख्याने विचार करावयाचा आहे, कारण संपूर्ण अर्थरचनेत घटकाची किंमत कशी ठरते हा 'सर्वसामान्य समतोल विवेचना'चा (General Equilibrium Analysis) अभ्यासविषय असून प्रस्तुत विवेचनाच्या कक्षेत तो येत नाही.

(अ) उत्पादनाच्या घटकांची मागणी (The Demand for Factors of Production)

उत्पादनाच्या घटकांची मागणी ही पराश्रित मागणी (Derived Demand) असते. याचा अर्थ ग्राहक वस्तूंची मागणी करतात म्हणून त्या-त्या वस्तूंच्या उत्पादनासाठी आवश्यक असणाऱ्या उत्पादन घटकांची मागणी उद्योजक करतात. घटकांची मागणी या दृष्टीने अप्रत्यक्ष असते. उत्पादन घटकांच्या मागणीवर परिणाम करणारे घटक (Factors influencing the demand for factors of production) म्हणून पुढील निर्धारक घटक विचारात घेतले जातात.

(1) वस्तूंची मागणी (Demand of Products) : घटकांची मागणी 'पराश्रित मागणी' असल्याने सर्वप्रथम ती वस्तूंच्या मागणीवर अवलंबून असते. एखाद्या वस्तूचे उत्पादन करणारा उद्योजक त्या वस्तूची मागणी किती आहे हे पाहून ती वस्तू तयार करण्यासाठी लागणाऱ्या घटकांची मागणी करील हे उघड आहे. उदाहरणार्थ, तयार कपड्यांची मागणी पाहून तयार कपड्यांचा कारखानदार शिलाई यंत्रांची तसेच कपडे शिवणाऱ्या कारागिरांची मागणी किती करावी हे ठरवील. वस्तूंची मागणी वाढली तर उद्योजक संबंधित घटकांची मागणी वाढवतील आणि वस्तूंची मागणी कमी झाली तर त्यांचे उत्पादन कमी करण्यासाठी घटकांची मागणी ते कमी करतील. वस्तूच्या मागणीचा अंदाज करताना तिची किंमत अर्थातच विचारात घेतली जाईल. वस्तूंची वाढत जाणारी किंमत वाढत्या मागणीची निदर्शक मानून उद्योजक त्यासाठी लागणाऱ्या घटकांची मागणी वाढवितात.

(2) घटकांची उत्पादकता (Productivity of Factors of Production) : उत्पादनाच्या कोणत्याही घटकाची मागणी त्याच्या उत्पादकतेवरही अवलंबून असते. उदाहरणार्थ, श्रम हा उत्पादन घटक घेतला तर श्रमिकामुळे होणारे उत्पादन ही त्याची उत्पादकता ठरते. वस्तूंच्या किमती या वस्तूंच्या मागणी-पुरवठ्यावरून ठरतात आणि मागणी-पुरवठ्यावर परिणाम करणारे अनेक घटक असतात, हे आपण पूर्वी पाहिले आहे. म्हणून घटकांचा विचार करताना वस्तूंची मागणी हा बाह्य घटक मानावा लागतो. उत्पादन घटकाशी संबंधित घटक म्हणजे उत्पादकता हाच असल्याने याच घटकाचा सविस्तर विचार आपण पुढे करणार आहोत. तूर्त उत्पादन घटकाची उत्पादकता हा त्याच्या मागणीवर परिणाम करणारा एक महत्त्वाचा घटक आहे एवढेच लक्षात ठेवू. कोणत्याही एका घटकाची उत्पादकता अनेक बाबींवर अवलंबून असते -

(अ) उत्पादन घटकांची सांगड कशी घातली जाते हा पहिला महत्त्वाचा विचार ठरतो. उदाहरणार्थ, श्रमिकाला चांगल्या दर्जाचे भांडवल दिले तर त्याची उत्पादकता वाढेल हे उघड आहे. कुदळीने जमीन उकरणारा शेतमजूर, लोखंडी नांगराने जमीन नांगरणारा शेतमजूर आणि ट्रॅक्टरने जमीन नांगरणारा असा विचार केल्यास उत्पादकतेत पडणारा फरक चटकन लक्षात येईल. जास्त भांडवल आणि जास्त भूमी उपलब्ध झाली तर तोच श्रमिक जास्त उत्पादन करू शकेल म्हणजे त्याची उत्पादकता वाढेल आणि श्रमाची मागणीही वाढेल.

(ब) तांत्रिक सुधारणांमुळेही उत्पादकता वाढते. नवीन बियाणांचा वापर केल्यास जमिनीची उत्पादकता वाढून जमिनीची मागणी वाढेल.

(क) संबंधित घटकाची गुणवत्ता वाढली तरी उत्पादकता वाढते. जमीन समपातळीत केली, ताली घातल्या तर जमिनीची उत्पादकता वाढते. श्रमिकाला सर्वसामान्य शिक्षण अथवा तांत्रिक शिक्षण दिल्यास अथवा त्याचे आरोग्य सुधारल्यास त्याची उत्पादकता वाढेल. भारतासारख्या देशात अनेक घटकांचा मोबदला त्यांच्या अंगभूत गुणवत्तेमुळे उत्पादकता कमी असल्याने कमी आहे हे सहज लक्षात येण्यासारखे आहे. हातमाग आणि यंत्रमाग यात यंत्रमाग ही गुणवत्तेतील सुधारणा असल्याने त्याची उत्पादकता जास्त म्हणून मागणी जास्त आणि मागणी जास्त म्हणून त्याला मिळणारे भाडे जास्त असते. प्रगत देशात श्रमिक कुशल, शिक्षित, निरोगी आणि म्हणून कार्यक्षम असतात. तसेच त्यांना भांडवल आणि इतर मालमत्तेचा भरपूर पुरवठा असतो. या सर्व गोष्टींमुळे त्यांची गुणवत्ता जास्त म्हणून उत्पादकता जास्त असते. म्हणून मागणी जास्त होऊन वेतन जास्त मिळते. भारतात मात्र हे सर्व नसल्याने वेतन कमी मिळते, कारण उत्पादकता कमी असते.

(3) पर्यायी घटकांच्या किमती (Prices of Other Factors) : वस्तूच्या मागणीवर ज्याप्रमाणे इतर वस्तूंच्या किमतीचा परिणाम होतो, त्याचप्रमाणे घटकांच्या मागणीच्या बाबतीतही इतर घटकांच्या किमतीचा परिणाम होत असतो. काही मर्यादेपर्यंत उत्पादक घटकांमध्ये पर्यायिता असते. यंत्रे स्वस्त झाल्यास यंत्रांचा जास्त वापर करून उद्योजक करून श्रमाची मागणी कमी करण्याचा प्रयत्न करतात. 'पर्यायिता परिणाम' या स्वरूपाच्या या परिणामामुळे संबंधित घटकांची म्हणजे येथे श्रमाची मागणी कमी होईल त्याचबरोबर यंत्रे स्वस्त झाल्यामुळे उत्पादन खर्चात घट होऊन वस्तूची किंमत घटल्यास वस्तूची मागणी वाढेल. या वाढलेल्या मागणीची पूर्तता करण्यासाठी सर्वच घटकांची मागणी उद्योजक वाढवतील. त्यात श्रमाची मागणीही वाढेल, हा 'उत्पादन परिणाम' होय. वस्तूंच्या मागणीवर उत्पन्न परिणाम होतो तसा हा घटकांच्या मागणीच्या बाबतीत होणारा परिणाम आहे. उत्पादन परिणामामुळे वाढणारी श्रमाची मागणी आणि पर्यायिता परिणामामुळे घटणारी श्रमाची मागणी यांची वजावट होऊन जो परिणाम उरेल तो श्रमाच्या मागणीवर झालेली यंत्रे स्वस्त झाल्याचा निव्वळ परिणाम ठरेल. उदाहरणार्थ, पर्यायिता परिणाम खूप मोठा आणि उत्पादन परिणाम फार थोडा असेल तर श्रमाची मागणी घटेल. उलट झाले तर श्रमाची मागणी वाढेल. श्रमाच्या बाबतीत उदाहरणादाखल पाहिलेला परिणाम अन्य कोणत्याही घटकाच्या बाबतीत होईल.

(4) संयुक्त मागणी (Joint Demand) : वस्तूंच्या बाबतीत संयुक्त मागणीचा विचार केला जातो. संयुक्त मागणीचा विचार उत्पादनाच्या घटकांच्या बाबतीतही महत्त्वाचा असतो. संयुक्त मागणी याचा अर्थ दोन पूरक घटकांसाठी असणारी मागणी तयार कपड्यांच्या कारखान्यात आठ-आठ तासांच्या दोन पातळ्यांत काम चालते असे मानू. याचा अर्थ एक शिलाई यंत्र पहिल्या पाळीच्या एका व दुसऱ्या पाळीच्या एका अशा दोन कारागिरांना काम देते. शिलाई यंत्रे स्वस्त झाल्यास त्यांची मागणी वाढेल पण यंत्रे वाढवून कामगार कमी करता येत नाहीत. कारण एका यंत्रासाठी दोन कामगार लागतात. म्हणजे येथे पर्यायिता परिणाम शून्य आहे. मात्र यंत्रे स्वस्त झाल्याने तयार कपडे स्वस्त होऊन त्यांची मागणी वाढेल. यापुढे उत्पादन परिणाम होईल. प्रत्येक नव्या यंत्राबरोबर दोन कामगारांची मागणी वाढेल.

(आ) सीमांत उत्पादकता (Marginal Productivity)

मागणीच्या बाजूला उत्पादकतेचा विचार प्रामुख्याने केला जातो, उपभोक्ता ज्याप्रमाणे वस्तू विकत घेताना त्या वस्तूपासून किती उपयोगिता मिळेल याचा विचार मागणी करताना करतो त्याचप्रमाणे उत्पादक उत्पादनाचा घटक 'विकत' घेताना त्या घटकाची त्याला असणारी 'उपयोगिता' विचारात घेईल. पण येथे विकत घेणारा 'उत्पादक' असल्याने उत्पादनात त्या घटकाचा उपयोग कितपत होतो म्हणजेच त्या घटकाची उत्पादकता किती आहे याचा विचार करील. ज्या अर्थाने उपभोग्य वस्तू उपयोगी असतात त्या अर्थाने उत्पादक घटक (उदा., मजूर) उपयोगी नसतात तर ते घटक ज्या वस्तू निर्माण करतात त्या वस्तू उपयोगी असतात. म्हणून उपयोगी वस्तू निर्माण करण्याची घटकांची क्षमता म्हणजेच उत्पादकता महत्त्वाची असते.

उत्पादकतेचा विचार सर्वच घटकांच्या संदर्भात महत्त्वाचा असतो. पण येथे उदाहरणादाखल श्रमाच्या उत्पादकतेचा विचार करू. ज्याला घटकांच्या मोबदल्याचा 'सीमांत उत्पादकता सिद्धान्त' (Marginal Productivity Theory) म्हणतात तो सिद्धान्त असे मानतो की, प्रत्येक घटकाला मिळणारा मोबदला त्या घटकाच्या सीमांत उत्पादकतेबरोबर असतो. अर्थात हा सिद्धान्त पूर्ण नाही, कारण तो फक्त मागणीचे स्पष्टीकरण देतो. पण घटकांच्या किमतीचा विचार करताना मागणीच्या बाजूचा निर्धारक म्हणून सीमांत उत्पादकतेचा विचार आवश्यक आहे. एक गोष्ट आवर्जून लक्षात ठेवली पाहिजे. प्रत्यक्षात श्रमाच्या उत्पादकतेवर मजुरी अवलंबून असते अशी उत्पादकताही मजुरीवर अवलंबून असते. कारण मजुरी वाढेल तसे राहणीमान वाढून मजुरांची कार्यक्षमता वाढेल, पण येथे विवेचनाच्या सोयीसाठी आपण असे मानणार आहोत की मजुरी उत्पादकतेवर अवलंबून असते.

उत्पादकतेचे महत्त्व मान्य करूनही सीमांत उत्पादकताच महत्त्वाची का ? हा प्रश्न उरतो. या प्रश्नाचे उत्तर पुढील विवेचनातून मिळेल.

या विवेचनात आपण असे मानू की, (1) घटकांच्या बाजारपेठेत पूर्ण स्पर्धा आहे, असंख्य ग्राहक आणि विक्रेते आहेत. (2) ज्या बाजारासाठी उत्पादक उत्पादन करतात त्या वस्तूच्या बाजारातही पूर्ण स्पर्धा आहे. (3) घटक (समजा श्रम) एकजिनसी आहे. श्रम हा घटक घेतला तर सर्व मजूर सारखेच कार्यक्षम आहेत. (4) श्रमिकांच्या कामाचे तास दिलेले व स्थिर आहेत, म्हणून श्रमाचा पुरवठा वाढविणे म्हणजे श्रमिक वाढविणे असा अर्थ होतो. (5) श्रम हा एकच बदलता घटक असून बाकीचे घटक स्थिर आहेत.

(1) सीमांत वास्तव उत्पादकता (Marginal Physical Productivity) : इतर घटक कायम ठेवून फक्त श्रमिकांच्या संख्येत एकेक श्रमिकाने वाढ केली असे मानून एका व्यवसायसंस्थेच्या उत्पादनात होणारा बदल पुढील तक्त्यात दिला आहे त्याप्रमाणे होतो असे मानू.

पुढील तक्त्यावरून लक्षात येईल की, मजुरांच्या संख्येत एकेकाने वाढ करीत गेल्यास सीमांत वास्तव उत्पादन एक मजूर वाढविल्यास एकूण उत्पादनात पडणारी भर मजुरांची संख्या पाच होईपर्यंत वाढत जाते. पाचापेक्षा मजुरांची संख्या वाढविल्यास मात्र सीमांत वास्तव उत्पादन घटत जाते. असे होण्याचे उघड कारण बदलत्या प्रमाणांचा नियम हे आहे. या नियमाचा विचार आपण पूर्वी केलाच आहे. एक गोष्ट लक्षात ठेवली पाहिजे की, सहाव्या मजुरापासून सीमांत उत्पादकता घटते याचा अर्थ सहापासून पुढचे मजूर कमी कार्यक्षम आहेत असा नसून (सर्वांची कार्यक्षमता समान आहे हे आपले गृहीत आहे.) उत्पादनाच्या परिस्थितीमुळे असे होते. इतर स्थिर घटकांना पाच मजूर हेच कमाल सीमांत उत्पादकता मिळवून देणारे प्रमाण आहे.

तक्ता क्र. 6.1 : एकूण आणि सीमांत वास्तव उत्पादकता

मजुरांची संख्या	एकूण उत्पादन (क्विंटल)	सीमांत उत्पादन (क्विंटल)	मजुरांची संख्या	एकूण उत्पादन (क्विंटल)	सीमांत उत्पादन (क्विंटल)
1	10	10	2	22	12
3	37	15	4	62	25
5	92	30	6	118	26
7	140	22	8	155	15
9	166	11	10	174	8

वरील तक्त्यात (6.1) क्विंटलमध्ये व्यक्त केलेले वास्तव उत्पादन आपण घेतले आहे. आपल्या विवेचनात वास्तव उत्पादन हे फारसे महत्त्वाचे नाही. कारण वाटणीचा विचार करताना वाटणी ही आज प्रत्यक्ष वस्तूच्या स्वरूपात केली जात नाही तर ती पैशांच्या स्वरूपात केली जाते. तसेच उत्पादकाच्या दृष्टीने पैशात व्यक्त झालेला खर्च आणि प्राप्ती यांचा विचार आवश्यक असतो. एक मजूर जादा घेतला तर प्राप्तीत किती भर पडेल हे उत्पादकाच्या दृष्टीने महत्त्वाचे असते. म्हणून वास्तव उत्पादकतेच्या वक्रापेक्षा सीमांत चलनी आणि प्राप्ती उत्पादकतेचा वक्र काढणे आपल्या दृष्टीने महत्त्वाचे आहे.

(2) सीमांत प्राप्ती उत्पादकता (Marginal Revenue Productivity) : व्यवसायसंस्थेने इतर घटक स्थिर ठेवून फक्त मजुराच्या संख्येत वाढ केली तर वाढविलेल्या प्रत्येक मजुरीमुळे एकूण प्राप्तीत पडणारी भर म्हणजे श्रमाची सीमांत चलनी उत्पादकता अथवा प्राप्ती उत्पादकता (Marginal Revenue Productivity of Labour) होय.

तक्ता क्र. 6.2 : सरासरी व सीमांत उत्पादकता पत्रक (पूर्ण स्पर्धा)

मजुरांची संख्या	एकूण वास्तव उत्पादन (क्विंटल)	सरासरी वास्तव उत्पादकता (क्विंटल)	सरासरी प्राप्ती उत्पादकता (₹)	सीमांत वास्तव उत्पादकता (क्विंटल)	सीमांत प्राप्ती उत्पादकता (₹)
1	10	10.00	1,000	10	1,000
2	22	11.00	1,100	12	1,200
3	37	12.33	1,233	15	1,500
4	62	15.50	1,550	25	2,500
5	92	18.40	1,840	30	3,000
6	118	19.66	1,966	26	2,600
7	140	20.00	2,000	22	2,200
8	155	19.37	1,937	15	1,500
9	166	18.44	1,844	11	1,100
10	174	17.40	1,740	8	800

सीमांत वास्तव उत्पादकता माहीत असेल तर सीमांत प्राप्ती उत्पादकता शोधून काढणे सोपे आहे. मागील कोष्टकातील वस्तूची किंमत 100 ₹ प्रति क्विंटल असेल (आणि पूर्ण स्पर्धा मानल्यामुळे व्यवसायसंस्थेचा पुरवठा वाढला तरी किंमत बदलणार नाही.) तर सीमांत वास्तव उत्पादन × किंमत = सीमांत प्राप्ती उत्पादन या साध्या सूत्राने (पूर्ण स्पर्धा असताना) सीमांत प्राप्ती उत्पादन समजते. मागील कोष्टक हे त्या पूर्वीच्या कोष्टकातील सीमांत वास्तव उत्पादन आणि त्याला 100 ने गुणून येणारे सीमांत प्राप्ती उत्पादन यांच्या साहाय्याने तयार केले आहे.

मागील तक्त्यात एकूण उत्पादकतेचे आकडे त्यापूर्वीच्या कोष्टकातीलच घेतलेले आहेत. एकूण वास्तव उत्पादकतेला मजुराच्या संख्येने भागून सरासरी वास्तव उत्पादकता येते. सरासरी व सीमांत वास्तव उत्पादकतेला 100 ने गुणून अनुक्रमे सरासरी प्राप्ती उत्पादकता व सीमांत प्राप्ती उत्पादकता आली आहे.

याच तक्त्यातील माहितीच्या आधारे सरासरी व सीमांत प्राप्ती उत्पादकता वक्र तयार करता येतात. आकृती क्र. 6.1 मध्ये **स प्रा उ** हा सरासरी प्राप्ती उत्पादकता वक्र व **सी प्रा उ** हा सीमांत प्राप्ती-उत्पादकता वक्र आहे. **क्ष** अक्षावर मजुरांची संख्या व **य** अक्षावर सरासरी व सीमांत प्राप्ती उत्पादकता (रुपयांत) मोजली आहे. सीमांत प्राप्ती उत्पादकता वक्र उलट्या 'U' च्या आकाराचा असल्याने तो सरासरी प्राप्ती उत्पादकता वक्राला त्याच्या सर्वोच्च बिंदूत छेदतो.

या उदाहरणात 'सरासरी प्राप्ती उत्पादकता' हा शब्द वापरताना इतर घटकांचा विचार केलेला नाही. उदा., 7 मजुरांची सरासरी प्राप्ती उत्पादकता 2,000 रुपये आहे. पण याचा अर्थ ₹ 2,000 केवळ श्रमांमुळे मिळतात असा नाही तर इतर स्थिर घटकांचाही त्यात वाटा आहे. म्हणून त्या कोष्टकातील सरासरी प्राप्ती उत्पादकता ही सरासरी मिश्र प्राप्ती उत्पादकता (Average Gross Revenue Productivity) आहे. इतर स्थिर घटकांना दिला जाणारा मोबदला (तो त्यांच्या सीमांत उत्पादकतेएवढा आहे असे मानून) मजुरांच्या प्रत्येक संख्येला असणाऱ्या एकूण मिश्र प्राप्तीमधून वजा करून एकूण निव्वळ प्राप्ती उत्पादकता मिळेल व तिला मजुरांच्या संख्येने भागून सरासरी निव्वळ प्राप्ती उत्पादकता (Average Net Revenue Productivity) येईल.

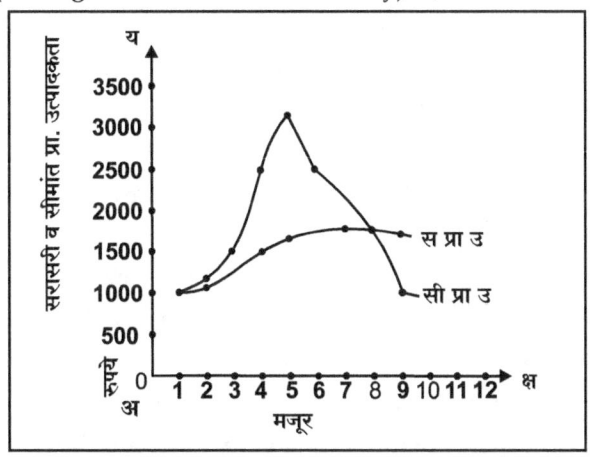

आकृती क्र. 6.1 : सरासरी व सीमांत प्राप्ती उत्पादकता

उदा., 7 मजूर असताना एकूण (140 × 100) = 14,000 रुपये मिश्र प्राप्ती आहे. इतर घटकांचा मोबदला ₹ 1,400 मानला तर 14,000 – 1,400 = 12,600 रुपये ही 7 मजुरांनी मिळून कमावलेली प्राप्ती येईल. या प्राप्तीला मजुरांच्या संख्येने भागून (12,600 ÷ 7) = 1,800 रुपये ही सरासरी प्राप्ती उत्पादकता येईल. याप्रमाणे सरासरी मिश्र व निव्वळ प्राप्ती उत्पादकता माहीत झाल्यावर मिश्र व निव्वळ प्राप्ती उत्पादकतेचे स्वतंत्र वक्र काढणे सोपे आहे. एकच घटक

बदलता असतो तेव्हा सीमांत मिश्र प्राप्ती उत्पादकतेचा वक्र एकच येईल. जसे सरासरी एकूण खर्च आणि सरासरी बदलता खर्च वक्र भिन्न असले तरी सीमांत खर्च-वक्र एकच असतो (चौथ्या प्रकरणातील आकृती क्र. 4.12 खर्च-वक्र पाहा). सरासरी आणि सीमांत वास्तव आणि प्राप्ती-उत्पादकता या सर्व संकल्पना समजून घेतल्यावर विभाजनाचा सर्वसाधारण सिद्धान्त म्हणून सांगितल्या जाणाऱ्या सीमांत उत्पादकता सिद्धान्ताचा विचार करणे शक्य आहे.

6.2 विभाजनाचा सीमांत उत्पादकता सिद्धान्त (Marginal Productivity Theory of Distribution)

उत्पादनाच्या खर्च घटकांसाठी म्हणून सीमांत उत्पादकता सिद्धान्त अभिजात अथवा सनातन अर्थशास्त्रज्ञांनी मांडला आहे. रिकार्डो, वेस्ट यांसारख्या अर्थशास्त्रज्ञांनी मांडलेल्या या सिद्धान्ताची क्लार्क, जेव्हन्स, विक्स्टीड, मार्शल इत्यादी अर्थशास्त्रज्ञांनी वेळोवेळी फेरमांडणी केली.

आधुनिक दृष्टिकोनातून विभाजनाचा एक सर्वसाधारण सिद्धान्त म्हणून जेव्हा आपण या सिद्धान्ताचा विचार करतो तेव्हा असे दिसते की कोणत्याही घटकाच्या सीमांत उत्पादकतेवरून समजणारी त्या घटकाची मागणी आणि त्या घटकाचा पुरवठा या दोन्हींवरून त्या घटकाची किंमत अथवा त्या घटकाला मिळणाऱ्या मोबदल्याचा दर निश्चित होतो.

वस्तूच्या बाबतीत जसा किंमत आणि उत्पादन यांच्या निश्चितीचा आपण विचार केला तसाच येथे घटकांची किंमत आणि घटकांचा पुरवठा यांचा विचार करावा लागतो. त्याचप्रमाणे हा विचार व्यवसायसंस्था आणि उद्योग यांच्या पातळ्यांवर करून समतोल कसा होतो हे पाहावे लागते. घटकांच्या बाजारातही पूर्ण स्पर्धा, मक्तेदारी इत्यादी प्रकार संभवतात. म्हणून त्यांचाही विचार करणे आवश्यक ठरते.

(अ) पूर्ण स्पर्धेच्या परिस्थितीत व्यवसायसंस्थेचा समतोल (Equilibrium of the Firm Under Perfect Competition)

उत्पादन घटकाची मागणी ही तो घटक ज्या वस्तूच्या उत्पादनात वापरला जातो त्या वस्तूच्या मागणीवरून येते. म्हणून एखादा घटक जे उत्पादन करतो त्यासाठी त्या घटकाला मागणी असते. म्हणूनच घटकांचा सीमांत प्राप्ती-उत्पादकता वक्र हा त्या घटकाचा मागणी वक्र असतो. पुढील आकृती क्र. 6.2 मध्ये **सी प्रा उ** हा सीमांत प्राप्ती उत्पादकता वक्र म्हणजे श्रमाचा मागणी वक्र आहे.

येथे पूर्ण स्पर्धा गृहीत असल्यामुळे श्रमाचा पुरवठा वक्र तयार करणे सोपे आहे. एक व्यवसायसंस्था बाजारातील मजुरीच्या दरावर परिणाम करू शकत नाही. म्हणून बाजारात ठरलेली मजुरी दाखविणारा वक्र **क्ष** अक्षाला समांतर असतो. याचा अर्थ त्या मजुरीला कितीही मजूर मिळू शकतात. हा श्रमाचा पुरवठा वक्र असतो. पुढील आकृती क्र. 6.2 मध्ये **अ म** हा मजुरीचा दर आहे. **स म = सी म** हा पुरवठा वक्र आहे. सरासरी व सीमांत मजुरी (**स म** व **सी म**) एकच आहेत. व्यवसायसंस्थेचा समतोल होण्याची अट सीमांत मजुरी सीमांत प्राप्ती उत्पादकता ही असेल.

सी म वक्र **सी प्रा उ** वक्राला **र** बिंदूत छेदतो. या छेदनबिंदूवरून **अ न** एवढी मजुरांची संख्या येते. **अ न** पेक्षा कमी मजूर असतात तेव्हा मजूर त्यांच्या मजुरीपेक्षा जास्त उत्पादन करतात. (**सी प्रा उ** वक्र **सी म** वक्राचा वर आहे.) म्हणून उत्पादकाला फायदा मिळतो तोवर मजुरांची संख्या तो वाढवीत जातो. **अ न** पेक्षा जास्त मजूर झाल्यास **सी प्रा उ** वक्र **सी म** च्या खाली असतो.

याचा अर्थ पुढचा प्रत्येक मजूर जेवढी मजुरी घेतो त्याहून कमी किमतीचे उत्पादन करतो. म्हणून **अ न** मजूर असतानाच महत्तम नफा होतो. या परिस्थितीत व्यवसायसंस्था आणि उद्योग ही दोन्ही समतोलावस्थेत आहेत. कारण **अ न** मजूर असताना सरासरी मजुरी = सीमांत मजुरी = सरासरी निव्वळ प्राप्ती उत्पादकता = सीमांत प्राप्ती उत्पादकता ही अट पाळली जाते. ही पूर्ण समतोलाची स्थिती आहे. अल्पकाळात मजुरी **अ म** पेक्षा कमी अगर जास्त

असणे शक्य आहे. उदा. **अ म₁** मजुरी असेल तर **सी म₁ = सी प्रा उ** दाखविणाऱ्या **क₁** बिंदूवरून **अ न₁** मजूर असताना समतोल होईल. **अ न₁** मजूर **अ प र₁ न₁** एवढी एकूण प्राप्ती (मजुरांची संख्या × सरासरी प्राप्ती उत्पादन) मिळवून देतात, पण त्यांना **अ म₁ क₁ न₁** एवढी मजुरी (मजुरांची संख्या × मजुरीचा दर) दिली जाते. म्हणून **प र₁ क₁ म₁** हा असाधारण नफा होईल. हा अल्पकालीन समतोल आहे. दीर्घकाळात नवीन व्यवसायसंस्था उत्पादन क्षेत्रात प्रवेश करतील. त्यामुळे मजुरांची मागणी वाढून मजुरी वाढेल तसेच पुरवठा वाढल्याने वस्तूची किंमत घटून सीमांत प्राप्ती उत्पादकता घटेल आणि शेवटी मजुरी रेषेला सरासरी निव्वळ प्राप्ती उत्पादकता वक्र स्पर्श करील आणि पूर्ण समतोल प्रस्थापित होईल.

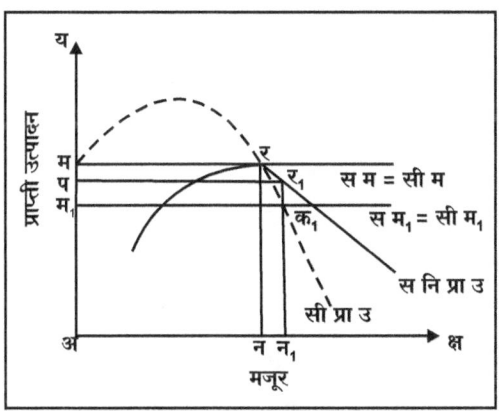

आकृती क्र. 6.2 : मजूर संख्येची निश्चिती

सारांश, कोणत्याही बदलत्या घटकाची सीमांत प्राप्ती उत्पादकता त्या घटकाच्या सीमांत खर्चाबरोबर होईपर्यंत उद्योजक त्या घटकाची एकेक मात्रा वाढवीत जाईल. हा घटक श्रम असेल तर सीमांत मजूर जेवढी मजुरी घेतो तेवढीच प्राप्तीमध्ये भर घालतो. अशी स्थिती येईपर्यंत मजुरांच्या संख्येत वाढ केली जाईल.

(आ) पूर्ण स्पर्धेत घटकांची किंमत (Factor Price under Perfect Competition)

पूर्ण स्पर्धेच्या परिस्थितीत एक व्यवसायसंस्था मजुरीच्या दरावर परिणाम करू शकत नाही. म्हणून बाजारातील मजुरीचा दर आणि मजुरांची स्वतःची मागणी यांच्या साहाय्याने आपण किती मजुरांना कामावर घ्यावे याचा निर्णय व्यवसायसंस्था घेते पण संपूर्ण उद्योगाच्या दृष्टीने मजुरीचा दर स्थिर आहे असे मानता येत नाही. म्हणून मजुरीचा दर कसा ठरतो हे पाहिले पाहिजे.

किंमत सिद्धान्तातील मूलभूत तत्त्वाप्रमाणे कोणतीही किंमत मागणी-पुरवठ्याच्या संतुलनाने ठरते. वस्तूच्या बाजारात सीमांत प्राप्तीने दाखविलेली मागणी आणि सीमांत खर्चाने दाखविलेला पुरवठा समान करणे हा वैयक्तिक उत्पादकाचा प्रश्न असतो. घटकांच्या बाजारपेठेत घटकाचा सीमांत खर्च पुरवठा दाखवितो तर घटकाची सीमांत प्राप्ती उत्पादकता घटकाची मागणी दाखविते.

संपूर्ण उद्योगाचा विचार केल्यास वेगवेगळ्या मजुरीच्या दरांना उपलब्ध होणारे श्रम श्रमाचा पुरवठा दाखवतील तर उद्योगातील श्रमाची सीमांत प्राप्ती उत्पादकता श्रमाची मागणी दाखवील. मजुरी कशी ठरते हे पाहण्यासाठी श्रमाचे मागणी व पुरवठा वक्र यांचा आकार प्रथम निश्चित केला पाहिजे. प्रारंभी असे मानू की, श्रमाचा पुरवठा वक्र 'य' अक्षाला समांतर आहे. मजुरी कितीही वाढली अथवा कमी झाली तरी श्रमाचा पुरवठा कायम आहे. आता श्रमाच्या मागणी वक्राचा आकार कसा असेल ते पाहू. मागणी वक्र उजवीकडे जाणारा असणे अशक्य आहे. कारण मजुरीचा दर वाढला की जास्त मजूर कामावर घेतले जातील असा याचा अर्थ होईल. म्हणून मागणी वक्र उतरता किंवा 'क्ष' अक्षाला समांतर असेल, या दोन शक्यता उरतात. प्रथम उजवीकडे उतरत्या मागणी वक्राची शक्यता पाहू.

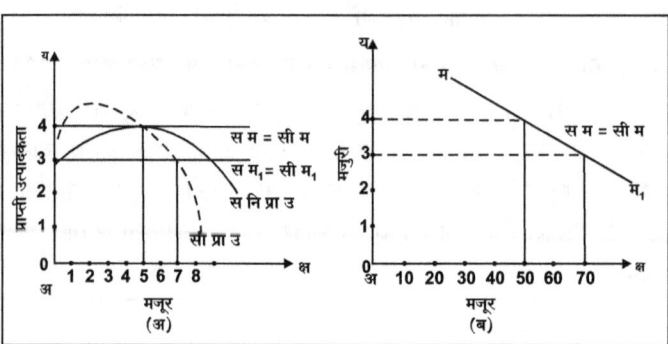

आकृती क्र. 6.3 : श्रमाचा मागणी वक्र

आकृती क्र. 6.3 (अ) मध्ये एका व्यवसायसंस्थेचा श्रमाचा मागणी वक्र (**सी प्रा उ** वक्र) दाखविला आहे, दर तासाला चार रुपये मजुरी असताना ही व्यवसायसंस्था 5 मजुरांना कामावर घेते. मजुरी जर 3 रुपये झाली तर **सी $म_1$** = **सी प्रा उ** या ठिकाणी म्हणजे 7 मजूर असताना समतोल होईल. आता असे मानू की 10 समान व्यवसायसंस्थांचा मिळून उद्योग बनला आहे. आकृती क्र. 6.3 (ब) मध्ये **य** अक्षावरील स्केल (अ) प्रमाणेच आहे. पण **क्ष** अक्षावरील स्केल वेगळे आहे. दहा उद्योगसंस्था मिळून ₹ 4 मजुरी असताना 50 मजुरांची मागणी करतात, मजुरी ₹ 3 झाली तर मागणी 70 मजुरांची होईल. मजुरी ₹ 1 ने घटल्यामुळे प्रत्येक व्यवसायसंस्था 2 मजूर जास्त घेईल. म्हणून उद्योगाची मागणी (2 × 10) 20 ने वाढली आहे. **म $म_1$** हा उद्योगाचा मागणी वक्र याप्रमाणे व्यवसायसंस्थांचा **सी प्रा उ** वक्रावरून तयार करता येतो.

वरील उदाहरणात मजुरी ₹ 4 होती. नंतर ती ₹ 3 झाली असे आपण म्हटले. येथे मजुरी 'दिलेली' मानण्याचा हेतू श्रमाचा मागणी वक्र शोधून काढणे हा होतो. एकदा मागणी वक्राचा आकार माहीत झाला की पुरवठा वक्राच्या साहाय्याने मजुरी काय ठरेल हे सांगता येईल.

आकृती क्र. 6.4 मध्ये **म $म_1$** हा श्रमाचा मागणी वक्र आहे. **प र** हा पुरवठा वक्र आहे. (पुरवठा वक्राचे हे स्वरूप आपण गृहीत धरलेले आहे.) म्हणून **अ व** हा मजुरीचा दर ठरेल. आता मागणीचे स्वरूप कायम राहते असे मानून श्रमाचा पुरवठा वाढल्यास पुरवठा वक्र **$प_1$ $र_1$** या स्थितीला स्थानांतरित होईल आणि **अ $व_1$** हा नवीन मजुरीचा दर निश्चित होईल. अजूनही मजुरी मजुरांच्या सीमांत प्राप्ती उत्पादकतेएवढीच आहे पण मजुरांचा पुरवठा वाढल्यामुळे मजुरांची सीमांत प्राप्ती उत्पादकताच कमी झाली आहे. अर्थात इतर घटक कायम आहेत म्हणून उद्योजकांची संख्याही कायम आहे व म्हणून व्यवसायसंस्थांची संख्या कायम आहे. म्हणून पुरवठा वाढला की श्रमाची **सी प्रा** उत्पादकता घटते हे लक्षात येईल. म्हणून व्यवसायसंस्थांची संख्या कायम असून श्रमाचा पुरवठा वाढला तरच श्रमाची **सी प्रा** उत्पादकता व त्यामुळे मजुरीचा दर कमी होतो हा आपला निष्कर्ष आहे. यावरून निघणारा सूचितार्थ महत्त्वाचा आहे.

तो असा व्यवसायसंस्थांची संख्या कायम राहून मजुरांची संख्या वाढली अथवा व्यवसायसंस्थांची संख्या वाढते. त्याहून जास्त प्रमाणात मजुरांची संख्या वाढली तर मजुरीच्या दरात घट होणे अपरिहार्य आहे आणि व्यवसायसंस्थांची संख्या वाढत गेली पण मजुरांची संख्या मर्यादित (जवळजवळ स्थिर) राहिली तर मजुरीचा दर वाढेल.

भारतातील मजुरांचे दारिद्र्य दूर होण्यासाठी मजुरीचा दर वाढायला हवा असेल तर व्यवसायसंस्थांची संख्या वाढली पाहिजे. म्हणजेच आर्थिक विकास होणे आवश्यक आहे आणि त्याचबरोबर श्रमाचा पुरवठा कायम राहण्यासाठी लोकसंख्या स्थिर असली पाहिजे.

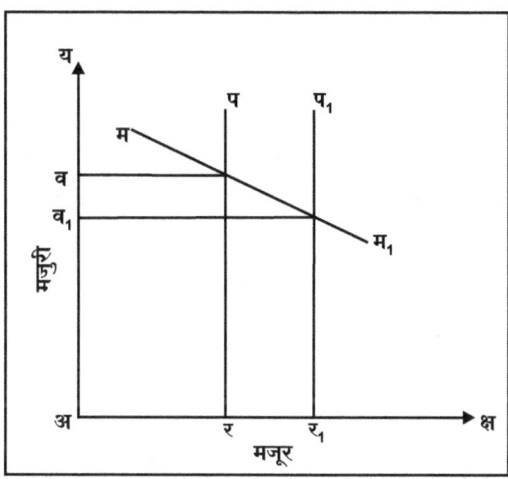

आकृती क्र. 6.4 : वेतनाचा दर

वरील विवेचनावरून मागणी वक्राच्या आकाराबाबतची दुसरी शक्यता लक्षात येण्यासारखी आहे. दीर्घकाळात श्रमाचा मागणी वक्र **क्ष** अक्षाला समांतर होणे शक्य आहे. अशा मागणी वक्राचा अर्थ असा होतो की, सर्वसाधारण नफ्याच्या दराला दीर्घकाळात उद्योजकांचा पुरवठा पूर्णपणे लवचीक आहे. याचा अर्थ सर्वसाधारण नफ्याचा बाजारात स्थिरावलेला जो दर आहे तो मान्य करून असंख्य उद्योजक उत्पादन करण्यास सरसावतील. अर्थात सारख्याच कार्यक्षमतेचे उद्योजक अनंत असतील. हे प्रत्यक्षात शक्य नाही. तसेच हे ज्या वस्तूचे उत्पादन करतील त्या वस्तूची मागणीही सतत वाढत जाईल हेही शक्य नाही. मागणी वाढली नाही तर किंमत कमी होऊन सीमांत प्राप्ती उत्पादकता कमी होईल. कारण **सी प्रा** उत्पादकता = सीमांत वास्तव उत्पादकता × किंमत व **सी प्रा उ** वक्र उतरता होईल. म्हणून अल्पकाळात तर व्यवसायसंस्थांची संख्या कायम असल्याने श्रमाचा मागणी वक्र उजवीकडे उतरता असेलच, पण दीर्घकाळातही तो उतरताच राहण्याची शक्यता आहे.

अशा तऱ्हेने कोणत्याही घटकाच्या उद्योगात असलेल्या सीमांत प्राप्ती उत्पादकतेने मिळणारा त्या घटकाचा मागणी वक्र व घटकाच्या मोबदल्याच्या प्रत्येक दराला (किमतीला) येणारा त्या घटकाच्या पुरवठ्यावरून मिळणारा त्या घटकाचा पुरवठा वक्र या दोहोंच्या छेदनबिंदूवरून त्या उत्पादक घटकाला मिळणाऱ्या मोबदल्याचा दर ठरतो.

(इ) एकग्राहकाधिकाराच्या परिस्थितीत घटकाची किंमत

(Factor Price Under Monopsony)

घटकाच्या उदा., श्रमाच्या ग्राहकांमधील स्पर्धा पूर्ण नसेल तर काय होईल हे आता पाहू. घटकाच्या आणि वस्तूच्या बाजारात पूर्ण स्पर्धा असते तेव्हा घटकाची किंमत घटकाची सीमांत प्राप्ती उत्पादकता (Marginal Revenue Product) आणि सीमांत वास्तव उत्पादकतेची किंमत (Price of Marginal Physical Product) या दोहोंबरोबर असते हे आपण पाहिले आहे. आता एखादी व्यवसायसंस्था वस्तूच्या बाजारात मक्तेदार असेल आणि घटकाच्या बाजारातही एकमेव ग्राहक म्हणून मक्तेदार असेल तर (Monopolist Monopsonist) घटकाची किंमत कशी ठरेल हे पाहावयाचे आहे.

याही परिस्थितीत श्रमाची मागणी सीमांत प्राप्ती उत्पादकतेवरूनच ठरेल. पण सीमांत प्राप्ती उत्पादकतेचे मोजमाप येथे एवढे राहणार नाही. पूर्ण स्पर्धेमध्ये सीमांत प्राप्ती उत्पादकता आणि सीमांत वास्तव उत्पादकतेची किंमत ही एकच असते. कारण एका व्यवसायसंस्थेच्या दृष्टीने किंमत स्थिर मानलेली असते. उदा., वर दिलेल्या सरासरी व सीमांत

उत्पादकता पत्रकात आठवा मजूर कामावर घेतला तर 140 ऐवजी 155 क्विंटल उत्पादन होते म्हणजे (155 − 140) सीमांत वास्तव उत्पादकता 15 क्विंटल आहे. 15 × 100 = 1,500 रुपये ही सीमांत वास्तव उत्पादकतेची किंमत आहे. सीमांत प्राप्ती उत्पादकता म्हणजे एकूण प्राप्तीत आठव्या मजुरामुळे पडलेली भर. 7 मजुरांची एकूण प्राप्ती उत्पादकता (140 × 100) = 14,000 रुपये आहे. 8 मजुरांची एकूण प्राप्ती उत्पादकता (155 × 100) = ₹ 15,500 आहे. 15,500 − 14,000 = 1,500 ही सीमांत प्राप्ती उत्पादकता आहे. किंमत कायम असल्याने पूर्ण स्पर्धेत ही दोन्ही एकच असतात. मक्तेदारीत मात्र किंमत उत्पादनाबरोबर बदलत असल्याने या दोहोंत फरक पडतो.

उदाहरणार्थ, वरील पत्रकात, एकूण उत्पादन 140 क्विंटल (सात मजूर) असताना किंमत ₹ 100 होती. पण एकूण उत्पादन 155 क्विंटल झाल्यावर (आठ मजूर) किंमत ₹ 99 झाली असे मानू. अजूनही सीमांत वास्तव उत्पादकता (155 − 140) = 15 क्विंटल एवढीच आहे. पण आठ मजूर असतानाची (म्हणजेच 155 क्विंटल एकूण उत्पादन असतानाची) एकूण प्राप्ती (155 × 99) = ₹ 15,345 व सात मजूर असतानाची (म्हणजे 140 क्विंटल उत्पादन व ₹ 100 किंमत असतानाची) एकूण प्राप्ती (140 × 100) = ₹ 14,000 येत असल्याने आठव्या मजुरांमुळे प्राप्तीत 1,345 रुपयांनी भर पडते.

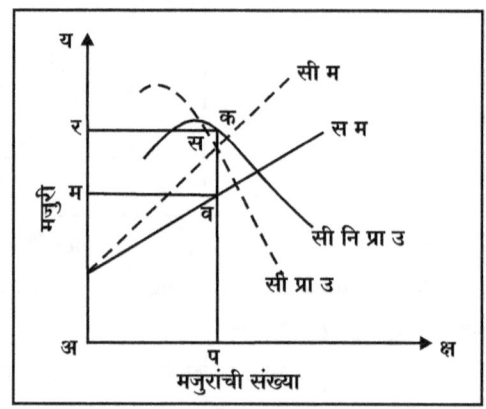

आकृती क्र. 6.5 : व्यवसायसंस्थेचा समतोल

म्हणजेच सीमांत प्राप्ती उत्पादकता ₹ 1,345 आहे. (पूर्ण स्पर्धा असताना किंमत ₹ 100 कायम होती म्हणून सीमांत प्राप्ती उत्पादकता ₹ 1,500 आली होती.) सीमांत वास्तव उत्पादकता 15 क्विंटल असल्याने सीमांत वास्तव उत्पादकतेची किंमत (Value of Marginal Physical Product) ही सीमांत वास्तव उत्पादकता 15 क्विंटल असल्याने सीमांत वास्तव उत्पादकतेची किंमत (Value of Marginal Physical Product) ही सीमांत वास्तव उत्पादन × किंमत अथवा 15 × 99 = 1,485 रुपये येईल. याचा परिणाम असा होतो की, पूर्ण स्पर्धेतील सीमांत प्राप्ती उत्पादकता वक्राच्या तुलनेने मक्तेदारीतील सीमांत प्राप्ती उत्पादकता वक्र अधिक वेगाने उतरतो.

पूर्ण स्पर्धा व मक्तेदारी (Monopoly) यांच्या **सी प्रा** उत्पादकता वक्रात म्हणजेच घटकाच्या मागणी वक्रात फरक असतो तसाच घटकाच्या पुरवठा वक्रातही फरक असतो. ग्राहकाची मक्तेदारी (एकग्राहकाधिकार) असलेली व्यवसायसंस्था आपण विचारात घेत आहोत. याचा अर्थ श्रमाच्या बाजारात ही व्यवसायसंस्था एकमेव ग्राहक आहे. अर्थात मजुरांची संख्या कमी-जास्त केली तर मजुरीचा दर बदलेल व म्हणून पूर्ण स्पर्धेतल्याप्रमाणे श्रमाचा पुरवठा वक्र **क्ष** अक्षाला समांतर येणार नाही. तसेच सीमांत मजुरी जास्त असेल मात्र सीमांत मजुरी म्हणजे सीमांत मजुराची मजुरी नव्हे, मजुरी सर्वांना एकाच दराने मिळते. पण एक मजूर वाढवायचा तर जास्त मजुरी द्यावी लागते म्हणजे सर्वांनाच मजुरीचा दर वाढवून मिळतो. सीमांत मजुरी याचा अर्थ एक मजूर वाढविल्यामुळे पूर्वीची एकूण मजुरी आणि नंतरची एकूण मजुरी यातील अंतर.

अशा रीतीने सरासरी व सीमांत प्राप्ती उत्पादकता वक्र व सरासरी सीमांत मजुरी वक्र मिळाल्यावर व्यवसायसंस्थेचा समतोल शोधून काढणे सोपे आहे. सीमांत प्राप्ती उत्पादकता = सीमांत मजुरी जेथे होईल तेथे महत्तम नफा व्यवसायसंस्थेला मिळेल व तेथेच समतोल प्रस्थापित होईल. आकृती क्र. 6.5 मध्ये **स म** व **सी म** हे अनुक्रमे

सरासरी व सीमांत मजुरीचे वक्र असून **स नि प्रा उ** हा सरासरी निव्वळ प्राप्ती उत्पादकता वक्र व **सी प्रा उ** हा सीमांत प्राप्ती उत्पादकता वक्र आहे **स** बिंदूत **सी प्रा उ = सी म** होते. म्हणून **स** बिंदूत **क्ष** अक्षावर लंब टाकून **अ प** ही समतोलावस्थेतील मजुरांची संख्या समजते. **स प** रेषा सरासरी मजुरी रेषेला जेथे छेदते त्या **व** बिंदूवरून **प व** अथवा **अ म** हा मजुरीचा दर ठरतो. **प स** रेषा सरासरी निव्वळ प्राप्ती उत्पादकता वक्राला मिळेपर्यंत वाढवून **क** बिंदू मिळतो. **प क** अथवा **अ र** ही सरासरी निव्वळ प्राप्ती उत्पादकता आहे. सरासरी निव्वळ प्राप्ती उत्पादकता शोधून काढताना सर्वसाधारण नफा वगळलेला आहे. प्रत्येक मजूर सरासरीने **अ र** किमतीची निव्वळ भर प्राप्तीमध्ये घालतो व **अ म** मजुरी घेतो. म्हणजे **म व क र** एवढा असाधारण नफा व्यवसायसंस्थेला मिळतो.

पूर्ण स्पर्धात्मक समतोल व मक्तेदारीच्या परिस्थितीतील समतोल यात पुढील फरक असतो हे या विवेचनावरून स्पष्ट होईल.

(1) वस्तूचे उत्पादन वाढविले की वस्तूची किंमत कमी होते म्हणून मक्तेदारीमध्ये पूर्ण स्पर्धेच्या तुलनेने सीमांत प्राप्ती उत्पादकता वक्र अधिक चढा (Steep) अथवा अधिक वेगाने उतरणारा असतो.

(2) सीमांत मजुरीचा वक्र 'क्ष' अक्षाला समांतर न राहता उजवीकडे वर चढत जातो.

(3) घटक बाजारात पूर्ण स्पर्धेत सीमांत मजुरी = सीमांत प्राप्ती उत्पादकता = मजुरीचा दर (सरासरी मजुरी) अशा समतोलावस्थेत स्थिती असते. तसेच वस्तूच्याही बाजारात स्पर्धा असते तेव्हा सीमांत मजुरी ही सीमांत प्राप्ती उत्पादकतेबरोबर तर असतेच, पण सीमांत मजुरी सीमांत वास्तव उत्पादकतेच्या किमतीबरोबरही असते. पण घटक बाजारात मक्तेदारी असते तेव्हा मजुरीचा दर (सरासरी मजुरी) सीमांत मजुरीपेक्षा कमी असतो. तसेच वस्तूच्या बाजारात मक्तेदारी असते तेव्हा श्रमाची सीमांत प्राप्ती उत्पादकता ही सीमांत वास्तव उत्पादकतेच्या किमतीपेक्षा कमी असते.

घटकांच्या बाजारात एखादी व्यवसायसंस्था मक्तेदार असेल तर वस्तूच्या बाजारातही तिला मक्तेदारी असेल अशी शक्यता जास्त. उदाहरणार्थ, हातमाग चालविणाऱ्या सर्व श्रमिकांना रोजगार पुरविणारी एकच व्यवसायसंस्था आहे असे मानले तर हातमागाच्या कापडाला गिरणीचे कापड हा पर्याय असला तरी हातमागाचे कापड पुरविणारी व्यवसायसंस्था एकच राहील. जेव्हा एखादी व्यवसायसंस्था घटक व वस्तू या दोन्ही बाजारात मक्तेदार असते तेव्हा अशा संस्थेचा दुहेरी फायदा होतो. एका बाजूला पुरवठा मर्यादित ठेवला तर कमी मजूर (अथवा अन्य घटक) लागून मजुरीचा दर कमी ठेवता येतो. दुसऱ्या बाजूला पुरवठा मर्यादित राहिल्याने वस्तूची किंमत जास्त राहते. याच कारणासाठी मक्तेदारी 'शोषण' करतो असे म्हटले जाते. मजुराला त्याच्या सीमांत प्राप्ती उत्पादकतेपेक्षा कमी म्हणजे सरासरी प्राप्ती उत्पादकतेएवढी मजुरी उत्पादक देतो. याचा अर्थ सीमांत मजूर प्राप्तीत जेवढी भर टाकतो त्याहून कमी मजुरी उत्पादक त्याला देतो. मागील आकृती क्र. 6.5 मध्ये सीमांत मजूर **प स** एवढी प्राप्तीत भर टाकतो पण त्याला परत एवढीच मजुरी मिळते. पूर्ण स्पर्धेत मात्र मजुरी सीमांत प्राप्ती उत्पादकतेबरोबर असते. (आकृती क्र. 6.3 (अ) पाहा.) याचा अर्थ सीमांत मजूर प्राप्तीत जेवढी भर टाकतो तेवढीच मजुरी त्याला मिळते. म्हणून पूर्ण स्पर्धेत मजुरांचे 'शोषण' (Exploitation) होत नाही; मक्तेदारीत मात्र शोषण होते असे म्हटले जाते.

उत्पादन घटकांचा मोबदला कसा ठरतो याचे वरील विवेचन ही सर्वसामान्य चौकट आहे. प्रत्येक घटकाची वेगळी वैशिष्ट्ये असल्यामुळे प्रत्येक घटकाच्या मोबदल्याचे स्वतंत्रपणे विवेचन करताना या वैशिष्ट्यांचा मागणी-पुरवठ्यावर काही परिणाम होईल व त्याद्वारा त्यांच्या मोबदल्यावरही परिणाम होईल. हे खरे असले तरी सैद्धान्तिक चौकट कायम राहील आणि प्रत्येक घटकाचा मोबदला त्याच्या मागणी-पुरवठ्यावरून ठरेल आणि मागणी-पुरवठ्याचा विचार घटकाच्या आणि वस्तूच्या बाजारपेठांतील स्पर्धेच्या परिस्थितीच्या संदर्भातच करावा लागेल.

(ई) अभिजात सीमांत उत्पादकता सिद्धान्त (Classical Marginal Productivity Theory)

वरील विवेचनावरून कोणत्याही घटकाच्या सीमांत उत्पादकतेने त्या घटकाची फक्त मागणी ठरते, पण घटकाचा पुरवठा माहीत असल्याखेरीज त्या घटकाची किंमत समजणार नाही हे स्पष्ट होते. सनातन अर्थशास्त्रज्ञांनी घटकाचा पुरवठा दिलेला व स्थिर मानला, त्यामुळे उत्पादन घटकांची मागणी बदलेल म्हणजेच घटकाची सीमांत उत्पादकता बदलेल त्या प्रमाणात त्या घटकाची किंमत बदलेल असा सिद्धान्त त्यांनी मांडला. **कोणत्याही उत्पादक घटकाचा मोबदला त्या घटकाच्या सीमांत उत्पादकतेबरोबर असतो, असा हा सिद्धान्त आहे.**

या सिद्धान्ताच्या गृहीत गोष्टी पुढीलप्रमाणे आहेत - (1) उत्पादक घटकाचे सर्व नग एकजिनसी (Homogeneous) अथवा सर्व बाबतीत सारखे असतात. (2) कोणत्याही एका घटकाची सीमांत उत्पादकता स्वतंत्रपणे मोजता येते. (3) घटकाचा पुरवठा वाढेल तशी त्याची सीमांत उत्पादकता घटत जाते. (4) घटकांच्या बाजारात पूर्ण स्पर्धा असते आणि (5) घटक पूर्णपणे गतिशील असतात.

पूर्ण स्पर्धात्मक परिस्थिती गृहीत असल्याने व्यवसायसंस्थेच्या दृष्टीने मजुरीची रेषा 'क्ष' अक्षाला समांतर येऊन मजुरीला किती मजूर कामावर घ्यावेत एवढाच निर्णय वैयक्तिक व्यवसायसंस्थेने घ्यावयाचा असतो. (आकृती क्र. 6.3 (अ) हा समतोल दाखविते.)

मागील आकृती क्र. 6.4 वरून लक्षात येईल की, उद्योगाच्या दृष्टीने पुरवठा वक्र माहीत असल्याखेरीज नुसत्या मागणी वक्राच्या आधारे घटकाचा मोबदला कोणत्या दराने दिला जाईल हे कळणार नाही.

सिद्धान्तावरील टीका : (1) हा सिद्धान्त उत्पादक घटकाच्या मागणीचेच फक्त विश्लेषण करतो. डॉ. मार्शल यांनी मूळ सिद्धान्तात सुधारणा करून मागणी-पुरवठ्यावरून किंमत ठरते असे दाखवून दिले. पुरवठा दिलेला अथवा स्थिर मानणे पुरेसे होत नाही. पुरवठ्याच्या बाजूचे संपूर्ण विश्लेषण करणे आवश्यक आहे. बाजाराच्या भिन्न परिस्थितीत पुरवठा वक्राचा आकार कसा असेल हे सांगणे आवश्यक आहे. हा सिद्धान्त पुरवठ्याचे असे विश्लेषण करीत नाही म्हणून एकांगी आहे.

(2) प्रत्येक घटकाची सीमांत उत्पादकता इतर घटक बदलते असतील तर स्वतंत्रपणे शोधून काढता येत नाही व म्हणून प्रत्यक्षात प्रत्येक घटकाचा मोबदला ठरविताना हा सिद्धान्त मार्गदर्शन करू शकत नाही.

(3) इतर घटक स्थिर ठेवून एक घटक बदलायचा म्हटले तरी हे नेहमीच शक्य नसते. उत्पादनाच्या तंत्राने हे प्रमाण ठरलेले असते. उदा., बसच्या ड्रायव्हरची सीमांत उत्पादकता शोधून काढण्यासाठी बस कायम ठेवून एकेक ड्रायव्हर वाढविला तर दुसऱ्या, तिसऱ्या, चौथ्या इत्यादी सर्व ड्रायव्हर्सची सीमांत उत्पादकता शून्य येईल.

(4) ज्या गृहीतांवर हा सिद्धान्त आधारलेला आहे ती गृहीते प्रत्यक्षात आढळत नाहीत. उदा., पूर्ण स्पर्धा. म्हणून वास्तवातील परिस्थितीचे स्पष्टीकरण हा सिद्धान्त देऊ शकत नाही.

याप्रमाणे मोबदल्याचे स्पष्टीकरण करणारा सिद्धान्त म्हणून या सिद्धान्तावर टीका केली गेली तरी दोन गोष्टींमुळे हा सिद्धान्त महत्त्वाचा ठरतो. (1) खंड, व्याज, वेतन व नफा या घटकांच्या सर्व मोबदल्यासाठी एकच सिद्धान्त सांगण्याचा प्रयत्न यामुळे झाला आणि (2) उत्पादन घटकांची मागणी कशी ठरते या प्रश्नाचे उत्तर 'सीमांत उत्पादकतेवरून' असे या सिद्धान्ताने दिले.

6.3   खंड (Rent)

सामान्य व्यवहारात एखादा शब्द खूप प्रचलित आणि म्हणून परिचयाचा असतो. तेव्हा तोच शब्द शास्त्रीय भाषेत वापरताना त्या शब्दाची निश्चित व्याख्या आवर्जून लक्षात ठेवावी लागते. अर्थशास्त्रातील 'खंड' हा शब्द असाच आहे. सामान्य व्यवहारात खंड कुळाने जमीनमालकाला दिलेला मोबदला या अर्थाने आपल्या परिचयाचा आहे. इंग्रजीत 'Rent' या शब्दाला प्रतिशब्द म्हणून मराठीत 'खंड' हा शब्द वापरतो. अर्थात घराचे भाडे हेही या अर्थाने खंड (Rent) म्हणून ओळखले जाते. अर्थशास्त्रात मात्र 'खंड' ही संकल्पना वेगळ्या अर्थाने वापरली जाते. खंडाविषयी चर्चा करताना प्रथम आपण ही संकल्पना समजून घेणे अगत्याचे आहे.

अर्थशास्त्रात 'खंड' हा भूमी या घटकाला मिळणारा मोबदला असतो. भूमी याचा अर्थ निसर्गदत्त संपत्ती निसर्गाने मोफत दिलेल्या देणग्यांची मालकी ज्यांच्याकडे आहे त्यांना 'खंड' मिळतो. कारण त्या देणग्या उत्पादन कार्यात सहभागी होतात. उत्पादनाचा एक घटक म्हणून त्या कार्य करतात. भूमीला मिळणारा खंड 'वाढावा' (Surplus) या स्वरूपाचा असतो.

व्याख्या :

> ➡ ''जमिनीच्या अंगी असलेल्या अंगभूत आणि अविनाशी शक्तींच्या वापराबद्दल जमीन मालकाला दिला जाणारा कृषी उत्पादनातील वाटा म्हणजे खंड होय.''
>   – डेव्हिड रिकार्डो
>
> ➡ ''उत्पादनाच्या संपादित नैसर्गिक घटकाच्या उपयोगातून उद्भवणारे अतिरिक्त उत्पादन म्हणजे खंड होय.''
>   – सीनिअर

डॉ. मार्शल यांच्या मते, ''संपूर्ण समाजाच्या पातळीवर विचार केला जातो तेव्हाच खंड ही संज्ञा निसर्गदत्त देणग्यांपासून मिळणाऱ्या उत्पन्नाला लावता येईल.''

अभिजात अर्थशास्त्रज्ञांनी खंड या संज्ञेला दिलेला अर्थ वरील व्याख्यांवरून स्पष्ट होईल.

(1) भूमी म्हणजे जमीन, जंगले, पाणी, सूर्यप्रकाश इत्यादी सर्व प्रकारच्या नैसर्गिक संपत्तीमध्ये उत्पादकता असते. ही उत्पादकता अंतिम उत्पादनात प्रतिबिंबित होते. भांडवल आणि श्रम यांचे वाटे काढून घेतल्यावर काही भाग शिल्लक राहतो. हा भाग अर्थातच भूमीच्या उत्पादकतेतून उद्भवलेला असतो.

(2) पण भूमी ही निसर्गाने मोफत दिलेली देणगी असते. म्हणून भूमीच्या एखाद्या प्रकारची (म्हणजे जमिनीची, झऱ्याची, खाणीची) मालकी ज्याने संपादन केली आहे त्याला भूमीच्या वापराबद्दल वाटा मिळतो. भूमीच्या अंगभूत आणि अविनाशी शक्ती असे रिकार्डो म्हणतात तेव्हा त्यांना भूमीची उत्पादकताच अभिप्रेत असते.

(3) खंड हे अतिरिक्त उत्पादन असते म्हणजे वाढावा या स्वरूपाचे असते असेही वरील व्याख्या दर्शवितात.

आधुनिक अर्थशास्त्रज्ञांनी मात्र 'खंड' ही संकल्पना भूमी अथवा नैसर्गिक देणग्या या घटकाला मिळणारा मोबदला एवढी मर्यादित न ठेवता सर्वच घटकांच्या मोबदल्यात खंडाचा अंश असतो असे मानून ती अधिक व्यापक केली आहे. एखाद्या उत्पादन घटकाला प्रचलित उपयोगात ठेवण्यासाठी आवश्यक असलेल्या मोबदल्यापेक्षा जास्त मिळणारा वाढावा (Surplus) हा खंडाच्या संकल्पनेचा गाभा आहे असे श्रीमती रॉबिन्सन म्हणतात तर, ''उद्योगाच्या समतोलावस्थेत, एखादा घटक वर्तमान उपयोगात ठेवण्यासाठी आवश्यक असलेल्या मोबदल्याहून त्या घटकाला जो अतिरिक्त मोबदला मिळतो त्याला खंड म्हणावे'' असे केनेथ बोल्डिंग यांचे मत आहे. ते पुढे असेही म्हणतात की, ''ज्याचा पुरवठा पूर्णपणे लवचीक नाही अशा कोणत्याही उत्पादन घटकाला खंडाची ही संकल्पना लावता येईल.''

आधुनिक अर्थशास्त्रज्ञांची भूमिका थोडक्यात अशी आहे - (1) खंड ही वाढावा आहे. (2) पुरवठ्याच्या अलवचीकतेमुळे खंड उद्भवतो आणि (3) खंड भूमी विशिष्ट नसून तो कोणत्याही घटकाला मिळू शकतो.

6.4 रिकार्डोचा खंड सिद्धान्त (Ricardian Theory of Rent)

प्रसिद्ध अर्थशास्त्रज्ञ डेव्हिड रिकार्डो यांनी भूमीला खंड का मिळतो याविषयी आपले विचार सिद्धान्त रूपाने प्रथम मांडले. रिकार्डो खंडाविषयी विचार करीत होते तेव्हा शेती हे उत्पादनाचे प्रमुख साधन होते. काही शेतजमिनींना अधिक खंड मिळत असे तर काहींना कमी खंड मिळत असे. यांची संगती लावण्याच्या प्रयत्नातून त्यांना खंड कसा व का निर्माण झाला याचे उत्तर सापडले.

(अ) विस्तृत शेतीत खंड कसा निर्माण होतो ?

(How Rent Arises in Extensive Cultivation ?)

रिकार्डोच्या मते, अगदी सुरुवातीला लोकसंख्या विरळ होती. लागवडीखाली आणता येण्याजोगी जमीन विपुल होती. जमिनीची मालकी अशी कुणाकडेही निश्चितपणे नव्हती. त्यामुळे लोक आपल्या इच्छेनुसार, त्यांना सोयीची वाटेल ती जमीन पिकवीत व जगत. परंतु लोकसंख्या जसजशी वाढू लागली तसतशी लोकांनी वेगवेगळ्या जमिनीवर वहिवाटीच्या हक्काने आपली मालकी प्रस्थापित केली.

हे घडत असताना रिकार्डोच्या मते, जी उत्तम, सुपीक व कसण्यास अतिशय सोयीची अशी जमीन होती ती प्रथम लागवडीखाली आणण्यात आली. या प्रकारची सर्व जमीन लागवडीखाली आणून संपल्यानंतर लोकांना त्यापेक्षा कमी उत्पन्न देणारी जमीन लागवडीखाली आणावी लागली. कारण वाढत्या लोकसंख्येच्या अन्नधान्याच्या गरजा भागविण्यासाठी असे करणे आवश्यकच होते. म्हणून सर्वांत सुपीक किंवा उत्तम प्रतीची जमीन लागवडीखाली आणून झाल्यानंतर त्यापेक्षा कमी पीक देणारी म्हणजे मध्यम प्रतीची जमीन लागवडीखाली आणावयास सुरुवात झाली.

अशी परिस्थिती निर्माण होताच उत्तम प्रतीच्या जमिनीची मालकी ज्यांच्याकडे होती अशा जमीन-मालकांना खंड मिळू लागला. असे होणे स्वाभाविक आहे. कारण समजा, एक एकर उत्तम प्रतीची जमीन लागवडीखाली आणण्यासाठी सर्व प्रकारचा एकूण खर्च 100 रुपये येतो व त्यापासून 10 क्विंटल धान्य निर्माण होते. मध्यम प्रतीची तेवढीच जमीन लागवडीखाली आणली तर अर्थात खर्च तेवढाच येईल. कारण जमिनीचा आकार तेवढाच असल्यामुळे बी-बियाणे व इतर मेहनत तेवढीच लागेल. म्हणजे त्यासाठीही एकूण खर्च 100 रुपयेच येईल. मात्र एकूण उत्पादन कमी होईल. कारण जमीन कमी प्रतीची आहे. समजा, अशा मध्यम प्रतीच्या जमिनीपासून तेवढ्याच खर्चात 8 क्विंटल एवढे एकूण उत्पादन होते. असे असेल तर मध्यम प्रतीच्या जमिनीच्या मालकाला काही खंड द्यावयाचे कबूल करून उत्तम प्रतीची जमीन कसावयास मिळविली तरी कसणाऱ्याला फायदा किंवा तोटा होणार नाही. मात्र हा खंड या दोन प्रकारच्या जमिनीच्या एकूण उत्पादनातील फरकाएवढा असला म्हणजे झाले.

वरील उदाहरणात 10 क्विंटल - 8 क्विंटल = 2 क्विंटल एवढा हा खंड असेल. कारण उत्तम प्रतीच्या जमिनीच्या मालकाने यापेक्षा जास्त खंड मागितला तर तो मध्यम प्रतीची जमीन करणे पसंत करील. कारण मध्यम प्रतीची जमीन पुरेशा प्रमाणात उपलब्ध असेल. याचा अर्थ असा की, उत्तम प्रतीच्या जमिनीला खंड मिळेल व तो या दोन्ही जमिनीच्या एकूण उत्पादनातील फरकाएवढा किंवा त्यापेक्षा कमी असेल. रिकार्डोने अशा प्रकारे खंड का मिळतो व तो कसा ठरविला जातो या दोन्ही प्रश्नांची उत्तरे दिली आहेत.

रिकार्डोच्या मते ही प्रक्रिया अशीच चालू राहील. कारण लोकसंख्या सतत वाढत असते व जमिनीचा पुरवठा एकदाच ठरलेला असतो. कारण तो निसर्गनिर्मित असतो. मध्यम प्रतीची सर्व जमीन लागवडीखाली आणून संपल्यानंतर त्यापेक्षा कमी प्रतीची जमीन लागवडीखाली आणली जाईल आणि आता उत्तम प्रतीच्या जमिनीप्रमाणेच मध्यम प्रतीच्या जमिनीलाही खंड मिळू लागेल. परंतु कनिष्ठ प्रतीच्या जमिनीला मात्र खंड मिळणार नाही. कारण ती उत्पदकतेच्या दृष्टीने सीमांत जमीन असते.

ज्या जमिनीला खंड मिळत नाही त्या जमिनीला (म्हणजे सीमांत जमिनीला) रिकार्डो बिनखंडाची जमीन (No Rent Land) असे म्हणतो. रिकार्डोचा खंड सिद्धान्त थोडक्यात असे सांगतो की, सुपीकतेच्या दृष्टीने (1) जमीन उत्तम, मध्यम व कनिष्ठ अशा तीन श्रेणींमध्ये विभागता येते. (2) जमिनीच्या सुपीकतेमध्ये फरक असतो व त्यामुळे एकूण उत्पादनात फरक पडतो. (3) सुपीक जमिनीला खंड मिळतो आणि (4) हा खंड अतिरिक्त उत्पादनांच्या स्वरूपाचा असतो.

रिकार्डोच्या मते, जमिनीच्या या 'जन्मजात व अविनाशी' गुणामुळेच जमिनीच्या मालकाला खंड मिळतो. म्हणून त्याच्या मते, खंड हा अतिरिक्त उत्पादन स्वरूप असतो (Rent is a differential surplus).

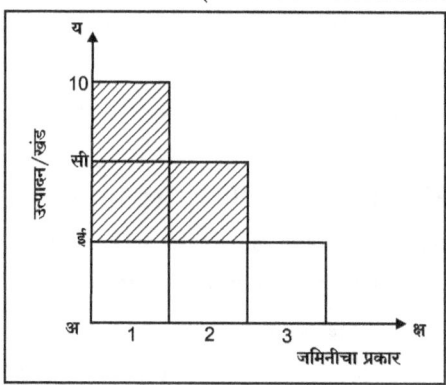

आकृती क्र. 6.6 : खंड कसा उद्भवतो

आकृती क्र. 6.6 मध्ये य-अक्षावर शेती उत्पादन (क्विंटलमध्ये) दाखविले आहे व क्ष-अक्षावर 1, 2 व 3 अशी अनुक्रमे उत्तम, मध्यम व कनिष्ठ प्रकारची जमीन दाखविली आहे. क्रमांक 2 ने दाखविलेली म्हणजे मध्यम प्रतीची जमीन लागवडीखाली येताच, क्रमांक 1 ने दाखविलेल्या उत्तम प्रतीच्या जमिनीला या दोन्ही जमिनीतील उत्पन्नाच्या फरकाइतका खंड मिळू लागेल. तसेच क्रमांक 3 ने दाखविलेली कनिष्ठ प्रतीची जमीन लागवडीखाली आणली जाताच त्यापेक्षा चांगल्या असलेल्या दोन्ही प्रकारच्या जमिनीला खंड मिळू लागेल. अर्थात हा खंडही अगदी कनिष्ठ प्रतीची जमीन व उत्तम व मध्यम प्रतीची जमीन यांच्या उत्पन्नातील फरक एवढा असेल.

(आ) सघन शेतीत खंड कसा निर्माण होतो ?

(How rent arises in intensive cultivation ?)

जसजशी लोकसंख्या वाढत जाते तसतशी अन्नधान्ये व इतर शेती उत्पादन यांची गरजही वाढत जाते. ही वाढती गरज भागविण्यासाठी अधिकाधिक जमीन लागवडीखाली आणण्यात येते. कालांतराने उपयोगात आणता येण्याजोगी सर्व भूमी शेतीसाठी वापरून संपते. त्यानंतरही लोकसंख्या वाढतच असते. या वाढत्या लोकसंख्येला लागणारे जादा धान्य पुरविण्यासाठी मग उपलब्ध असलेली भूमीच अधिक भांडवल, खते व श्रम वापरून अधिक काळजीपूर्वक कसणे आवश्यक ठरते. अशा प्रकारे अधिक श्रम व भांडवल वापरून अधिक काळजीपूर्वक शेती करण्यात येते तेव्हा तिला 'सघन शेती' असे म्हणतात.

आपण पूर्वी असे उदाहरण घेतले होते की उत्तम प्रतीच्या एक एकर भूमीत एकूण 100 रुपये खर्च केले तर 10 क्विंटल धान्य निर्माण होईल. समजा, त्याच जमिनीवर आणखी 100 रुपये भांडवल, श्रम, खते वगैरेंसाठी खर्च करून अधिक काळजीपूर्वक शेती केली तर एकूण उत्पादन निश्चित वाढेल. मात्र प्रथम खर्च केलेल्या 100 रुपयांमुळे जर 10 क्विंटल धान्य निर्माण झाले असेल तर पुन्हा नव्याने खर्च केलेल्या 100 रुपयांमुळे उत्पादनात 10 क्विंटलपेक्षा कमी वाढ होईल.

कारण घटत्या उत्पादन फलांचा अंमल उत्पादनावर असेल. क्षणभर असे मानले की, या जादा खर्च केलेल्या 100 रुपयांमुळे 8 क्विंटल जादा पीक आले. तर त्याचा अर्थ असा होईल की, प्रथम खर्च केलेल्या 100 रुपयांपासून 10 क्विंटल व नंतर खर्च केलेल्या 100 रुपयांपासून 8 क्विंटल असे एकूण 18 क्विंटल धान्य निर्माण होईल आणि प्रथम खर्च केलेल्या 100 रुपयांपासून 2 क्विंटल खंडस्वरूप वाढावा मिळेल. यालाच सघन शेतीपासून मिळणारा खंड असे म्हणतात.

विस्तृत शेतीमध्ये खंड कसा निर्माण होतो याचे स्पष्टीकरण करताना आपण कमी प्रतीच्या जमिनीवर तेवढाच उत्पादन खर्च केला तर त्यामुळे उत्तम प्रतीच्या जमिनीपासून खंड कसा व का मिळतो हे पाहिले होते, तर सघन शेतीपासून मिळणाऱ्या खंडाचे स्वरूप विशद करताना आपण जमीन तेवढीच ठेवली, पण एकूण खर्च मात्र दुप्पट केला. म्हणजे पूर्वी एक उत्पादन घटक (भांडवल) कायम ठेवला होता तर आता दुसरा उत्पादन घटक (भूमी) कायम ठेवला. परंतु परिणाम मात्र तोच किंवा तसाच होतो हे लक्षात घेणे आवश्यक आहे. आकृतीच्या साहाय्याने ही गोष्ट विशद करण्यासाठी पूर्वीचीच आकृती उपयोगी पडू शकेल.

(इ) स्थान-वैशिष्ट्यामुळे खंड कसा निर्माण होतो ? (Rent Due to Location ?)

पुष्कळदा एखाद्या जमिनीच्या स्थान-वैशिष्ट्यामुळे खंड निर्माण होतो. क्षणभर अशी कल्पना केली की देशातील सर्व जमीन एकाच दर्जाची आहे आणि सुपीकता किंवा अन्य उत्पादन क्षमतेच्या दृष्टीने त्यामध्ये कोणत्याही प्रकारचा फरक नाही. परंतु त्यापैकी काही जमीन गावाच्या जवळ आहे. त्यामुळे कसण्यास सोयीची आहे किंवा ती अगदी बाजारपेठेला लागून आहे किंवा अतिशय मोक्याच्या ठिकाणी आहे. साहजिकच त्या जमिनीत निर्माण झालेले उत्पादन बाजारात येण्यासाठी जवळजवळ काहीच खर्च करावा लागणार नाही. त्या जमिनीपासून तेवढ्याच भांडवलात व श्रमात मिळणारे उत्पन्न दुसऱ्या जागेपासून मिळणाऱ्या उत्पन्नापेक्षा अधिक असणार. हे अधिक उत्पन्न म्हणजेच त्या जागेच्या स्थान-वैशिष्ट्यामुळे मिळणारा खंड (Situation Rent) होय.

(ई) गुणभेदजन्य आणि दुर्मीळता खंड (Differential and Scarcity Rent)

भूमीला सुपीकतेमुळे किंवा स्थान-वैशिष्ट्यामुळे खंड मिळतो हे आपण पाहिले. दुर्मीळतेमुळेसुद्धा भूमीला खंड मिळतो. कारण आज कोणत्याही देशात खंड न देणारी म्हणजे खंडहीन जमीन (Non-rent Land) अशी राहिलीच नाही. कारण उपलब्ध असलेली सर्वच्या सर्व जमीन कोणत्या ना कोणत्या तरी उपयोगासाठी वापरात असतेच. म्हणजे सीमांत भूमी अशी आज राहिलीच नाही. त्यामुळे दुर्मीळता खंड निर्माण होतो. हा कसा निर्माण होतो ते पाहू.

जमिनीच्या पुरवठ्यात काही वाढ करणे कुणालाही शक्य नसते. सर्व प्रकारची जमीन लागवडीखाली आली आणि त्यानंतरही जर अन्नधान्यांची मागणी वाढतच राहिली तर अगदी कनिष्ठ दर्जाची का होईना, जी उपलब्ध असेल ती जमीन सघन पद्धतीने कसणे भाग पडेल. समजा, अगदी कनिष्ठ दर्जाच्या जमिनीत एकूण 100 रुपये खर्च केले तर 6 क्विंटल व मध्यम प्रतीच्या जमिनीत 8 क्विंटल धान्य निर्माण होते. या दोन्ही जमिनीत प्रत्येकी आणखी 100 रुपये एवढा एकूण खर्च केला तर कनिष्ठ दर्जाच्या जमिनीत 4 क्विंटल (6 पेक्षा कमी) व मध्यम प्रतीच्या जमिनीत 6 क्विंटल (8 पेक्षा कमी) धान्य निर्माण होईल. म्हणजे कनिष्ठ जमिनीवर खर्च केलेल्या पहिल्या 100 रुपयांपासून 2 क्विंटल जादा धान्य निर्माण होईल. हा त्यावर मिळालेला खंडस्वरूप वाढावा होय आणि तो मिळण्याचे कारण जमिनीची दुर्मीळता हे आहे.

मध्यम प्रतीच्या जमिनीतून कनिष्ठ प्रतीच्या जमिनीशी तुलना केल्यास जादा खर्च केलेल्या 100 रुपयांपासून 4 क्विंटल जादा धान्य निर्माण होईल. यापैकी दोन क्विंटल वाढावा हा गुणभेदजन्य (Differential) वाढावा किंवा खंड होय व दोन क्विंटल वाढावा हा दुर्मीळतेमुळे मिळालेला वाढावा म्हणजे खंड होय. या विवेचनावरून गुणभेदजन्य खंड (Rent As Differntial Surplus) म्हणजे काय आणि दुर्मीळता खंड (Scaracity Rent) म्हणजे काय ते स्पष्ट होईल.

(उ) रिकार्डोचे खंड व किंमत याविषयीचे मत (Ricardo's View about Rent and Price)

खंड द्यावा लागल्यामुळे शेती उत्पादनाच्या किमतीत वाढ होते का ? या प्रश्नाचे उत्तर प्रथमदर्शनी कुणीही 'होय' असेच देईल. कारण रूढ अर्थाने उत्पादनासाठी जमीन वापरता यावी म्हणून जमिनीच्या मालकाला खंड द्यावा लागतो. पण रिकार्डोच्या दृष्टिकोनातून या प्रश्नाकडे पाहिले तर वेगळे उत्तर मिळते.

रिकार्डोच्या मते, अगदी कनिष्ठ प्रतीची जमीनसुद्धा का लागवडीखाली आणली जाते ? तर अन्नधान्ये व इतर शेती उत्पादने यांच्या किमती जसजशा वाढत जातात तसतशा कमी प्रतीची जमीनसुद्धा लागवडीखाली आणणे भाग पडते आणि कमी प्रतीची जमीन लागवडीखाली आणण्यात आली म्हणजे चांगल्या प्रतीच्या जमिनीला खंड मिळावयास सुरुवात होते. म्हणजे किंमत वाढल्यामुळे खंड निर्माण होतो. म्हणून रिकार्डोच्या मते, किमतीमुळे खंड निर्धारित केला जातो. खंडामुळे किंमत ठरत नाही (Rent is a price determined surplus and not a price determinant) त्याचप्रमाणे किमतीमुळेच खंड निर्माण होतो हे आपले मत रिकार्डोने पुढील शब्दात व्यक्त केले आहे, "Corn is not high because rent is paid but rent is paid because corn is high." म्हणजे खंड द्यावा लागतो म्हणून धान्य महाग होत नाही तर धान्य महाग झाल्यामुळे खंड मिळू लागतो.

(ऊ) खंडाचा समावेश किमतीत केव्हा होतो ? (When Rent Gets Included in Price ?)

विशिष्ट परिस्थितीत खंडाचा समावेश किमतीत केला जातो. स्थूलमानाने असे म्हणता येईल की, जेव्हा सीमांत जमिनीवर खंड द्यावा लागतो तसेच जेव्हा खंड हा दुर्मीळताजन्य खंड असतो तेव्हा अशा खंडाचा किमतीत समावेश होतो. तसेच जेव्हा काही कारणामुळे एका प्रकारच्या पिकाखाली असलेली जमीन दुसऱ्या प्रकारच्या पिकासाठी वापरण्यात येते तेव्हाही नजीकच्या पर्यायी पिकामुळे मिळणारे उत्पन्न म्हणजेच त्या जमिनीचा वैकल्पिक खर्च ठरून त्या खंडाचा किमतीत अंतर्भाव झालेला असतो.

(ए) रिकार्डोच्या सिद्धान्तावरील टीका (Criticism of Ricardian Theory)

रिकार्डोच्या सिद्धान्तावर अनेक प्रकारची टीका करण्यात आलेली आहे. आपण त्यापैकी प्रमुख आक्षेप पाहू या.

(1) रिकार्डोच्या मते जमिनीच्या जन्मजात व अविनाशी गुणांमुळे जमिनीला खंड मिळतो. टीकाकारांच्या मते हे पूर्णतया चूक आहे. कारण जमिनीचे गुण जन्मजात नसतात. जशी जमीन असते तशीच्या तशी ती लागवडीखाली वापरता येत नाही. बांधबंदिस्ती करून, दगडगोटे बाजूला काढून ती लागवडीस योग्य करून घ्यावी लागते व नंतरच तिच्यापासून उत्पादन मिळू लागते.

कोणत्याही प्रकारची खते न वापरता जर बराच काळपर्यंत जमीन वापरली तर तिची उत्पादकता कमी होते. म्हणजे जमिनीची उत्पादकता ही अविनाशी नसते. म्हणूनच जमिनीच्या जन्मजात व अविनाशी गुणांमुळे खंड मिळतो असे म्हणणे योग्य नाही.

(2) रिकार्डोचा सिद्धान्त ऐतिहासिक दृष्टिकोनातून पाहिला तर पूर्णतया चुकीचा आहे असे वाटते, असे कॅरे या अमेरिकन टीकाकाराने म्हटले आहे. उत्तम प्रतीची जमीन प्रथम लागवडीखाली आणण्यात आली, नंतर त्यापेक्षा कमी प्रतीची. हे रिकार्डोचे गृहीतकृत्य चुकीचे आहे. कारण उत्तम जमिनीचीच प्रथम लागवड करण्यात आली हे क्षणभर गृहीत धरले तरी लागवड करण्याआधीच जमीन उत्तम प्रतीची आहे की नाही हे समजणार कसे ? जमिनीची सुपीकता ही ती प्रत्यक्ष लागवडीखाली आणून पाहिल्याशिवाय अजमावता येणार नाही. म्हणून उत्तम प्रतीची जमीनच प्रथम लागवडीखाली आणण्यात आली हे म्हणणे टिकाव धरू शकत नाही. कारण मानववस्तीपासून दूर असलेली जमीन जरी जास्त सुपीक असली तरी सोयीच्या दृष्टीने मानव वस्तीजवळची जमीन कसणे अधिक फायद्याचे ठरते.

वॉकर यांनी वर उल्लेखिलेल्या टीकेला उत्तर देण्याचा प्रयत्न केला आहे. त्यात त्यांनी असे म्हटले आहे की, रिकार्डोने 'उत्तम प्रतीची जमीन' याचा अर्थ उत्पादकतेच्या दृष्टीने उत्तम जमीन असा आहे. मग ती सुपीकतेच्या दृष्टीने असो किंवा स्थान-वैशिष्ट्यामुळे असो उत्पादकतेच्या दृष्टीने उत्तम असाच त्याचा अर्थ घेतला पाहिजे.

(3) रिकार्डोने 'सुपीकता' हा शब्द फारच मर्यादित अर्थाने वापरला आहे. कारण सुपीकता ही जमिनीच्या स्थानाप्रमाणेच शेतकऱ्यांचे कौशल्य व कर्तृत्व, उत्पादन पद्धती, घेण्यात येणारी पिके वगैरे अनेक गोष्टींवर अवलंबून असते.

(4) या सिद्धान्तात उत्पादन पद्धती स्थिर असते असे गृहीत धरले आहे तेही बरोबर नाही.

(5) रिकार्डोने असे गृहीत धरले आहे की, जमिनीच्या सीमांत तुकड्याला खंड मिळत नाही, हेही बरोबर नाही. आधुनिक काळात असे दिसते की, जमिनीच्या सर्व तुकड्यांना खंड मिळतो. कारण सर्व जमीन जरी सारख्याच दर्जाची असली तरी लोकसंख्येच्या वाढीबरोबर अन्नधान्याची मागणी वाढत जाणारच आणि सर्वच जमिनीचा वापर करणे अपरिहार्य ठरणार. त्यामुळे सर्व जमिनीला खंड मिळणे स्वाभाविक आहे.

(6) किमतीत खंडाचा अंतर्भाव होत नाही या रिकार्डोच्या विधानावरही आक्षेप घेण्यात येतो. खंड हा उत्पादन खर्चाचा एक भाग आहे, हे पाहता स्वाभाविकपणेच खंड किमतीत समाविष्ट होईल असे टीकाकारांचे म्हणणे आहे.

(7) रिकार्डोच्या मते, सीमांत जमिनीच्या उत्पादनाच्या तुलनेने अधिक सुपीक जमिनीतून निर्माण झालेले अतिरिक्त उत्पादन म्हणजे खंड होय. ही भूमिका सीनिअर, जे. बी. से, जे. एस. मिल, एल. यू. वॉकर, मार्शल, कार्ल मेंगर वगैरे अर्थशास्त्रज्ञांना मान्य नाही. त्यांच्या मते खंडाची कल्पना ही भांडवल व श्रम या दोन्ही उत्पादन घटकांना लागू पडते. ही कल्पना रूढ झाल्यावर मग खंड म्हणजे विभेदात्मक वाढावा (Differential Surplus) ही कल्पना रूढ झाली. कालांतराने सीनिअर यांनी तर विनासायास मिळालेली सर्व मिळकत खंडस्वरूप मानावी असा दृष्टिकोन पुढे मांडला.

(8) जे. बी. से यांच्या मते, भूमीच्या सहभागाने ज्यांचे उत्पादन होते अशा धान्यांच्या अथवा इतर वस्तूंच्या किमती वाढतात. त्यामुळे भूमीला खंड मिळतो. धान्यांच्या किमती वाढल्यामुळे त्यांचे उत्पादन वाढविण्यासाठी जादा जमीन लागवडीखाली आणावी लागते. ती कमी प्रतीची असल्याने होणारे दर एकरी उत्पादन कमी असते. म्हणून उच्च दर्जाच्या जमिनीचे अतिरिक्त उत्पादन हे खंडस्वरूप असते. धान्यांच्या किमती आणखी वाढल्यास कनिष्ठ प्रतीच्या जमिनीवरही खंड मिळू शकेल असा वाढावा भांडवल या घटकालाही मिळू शकेल.

(9) रिकार्डोच्या मते जमिनीच्या अविनाशी व जन्मजात गुणामुळे खंड निर्माण होतो. क्षणभर हे बरोबर आहे असे मानले तरीही जमिनीच्या अविनाशी गुणामुळे किती उत्पादन केले जाते व श्रम आणि भांडवल वापरल्यामुळे किती उत्पादन करण्यात येते हे कशावरून ठरवायचे असा प्रश्न पडतो.

(10) उत्तम जमीन नेहमीच मागणीच्या मानाने पुरेशा प्रमाणात उपलब्ध नसते, म्हणजे ती दुर्मीळ असते. रिकार्डोच्या मते म्हणूनच जमिनीला खंड मिळतो. जी गोष्ट भूमीच्या बाबतीत खरी आहे ती इतर उत्पादन घटकांच्या बाबतीतही खरी आहे. जो उत्पादन घटक तुलनेने दुर्मीळ असेल त्याला खंडस्वरूप उत्पन्न मिळते.

रिकार्डोच्या सिद्धान्तावर करण्यात आलेली ही विस्तृत टीका लक्षात घेतल्यास क्षणभर असे वाटते की, या सिद्धान्ताचा आधुनिक काळात काहीच उपयोग नाही. आधुनिक टीकाकारांनी हा सिद्धान्त अव्यवहारी आहे असे म्हटले आहे. एक प्रकारे हा सिद्धान्त मागणी-पुरवठ्यावर आधारलेल्या किंमत सिद्धान्ताचा वेगळा आविष्कार आहे. या सर्व गोष्टी लक्षात घेऊन आधुनिक अर्थशास्त्रज्ञांनी हा सिद्धान्त अधिक व्यापक स्वरूपात पुढे मांडला आहे.

जमिनीच्या दुर्मीळतेचा व खंडाचा संबंध आहे हे तत्त्व रिकार्डोने प्रथम मांडले हे लक्षात ठेवणे आवश्यक आहे. त्या दृष्टीने या सिद्धान्ताचे फार महत्त्व आहे. जमिनीबाबत रिकार्डोने व्यक्त केलेले विचार जमीन या घटकात समाविष्ट होणाऱ्या जंगले, खाणी इत्यादी सर्वच निसर्गदत्त देणग्यांना लागू पडतात. म्हणून उदाहरणादाखल शेतजमीन घेतली असली तरी हे सर्व विवेचन भूमी या घटकालाही लागू पडते हे लक्षात ठेवले पाहिजे.

6.5 आभास खंड (Quasi Rent)

मार्शलने 'आभास खंड' ही कल्पना प्रथम पुढे मांडली. मागणीच्या मानाने भूमीचा पुरवठा कमी पडतो त्यामुळे भूमीला खंड मिळतो. जमिनीचा पुरवठा एकदाच ठरलेला असल्यामुळे तो वाढविता येत नाही. त्यामुळे एकदा का जमिनीला खंड मिळू लागला म्हणजे तो कायम मिळत राहतो. कारण जमिनीच्या पुरवठ्यात वाढ करणे शक्य नसते.

मार्शलच्या मते, भूमीला जसा दुर्मीळतेमुळे खंड मिळतो तसाच उत्पादनाच्या अन्य घटकांनासुद्धा मिळणे शक्य आहे. उत्पादनाचा जो घटक दुर्मीळ असेल त्याला तो दुर्मीळ असेपर्यंत खंड मिळाला पाहिजे. श्रम किंवा भांडवल या उत्पादन घटकांना तात्पुरता का होईना जर वाजवीपेक्षा जादा मोबदला मिळत असेल तर तो खंडस्वरूपच असतो आणि मार्शलने त्याला 'आभास खंड' (Quasi Rent) असे नाव दिले आहे.

समजा काही कारणांमुळे पुस्तकांची मागणी एकदम वाढली तर ती छापण्यासाठी लागणारी यंत्रे व छापखान्यात काम करणारे वेगवेगळ्या प्रकारचे कामगार यांची मागणी वाढेल. त्यामुळे त्यांना पूर्वीपेक्षा अधिक वेतन मिळू लागेल. छापखान्यात वापरावयाच्या यंत्रांनाही जादा किंमत द्यावी लागेल, किंवा भाड्याने घेतलेले असल्यास जादा भाडे द्यावे लागेल. दोन्हीही खंडस्वरूप असतील. या दोहोंचाही पुरवठा वाढला म्हणजे आपोआपच ही जादा द्यावी लागणारी किंमत कमी होत जाऊन शेवटी नष्ट होईल. हा तात्पुरता मिळणारा जादा मोबदलाच 'आभास खंड' या नावाने ओळखला जातो.

खंड व आभास खंड : खंड हा निसर्गनिर्मित भूमीच्या दुर्मीळतेमुळे निर्माण होतो तर आभास खंड हा बहुधा मानवनिर्मित यंत्रे, अवजारे किंवा विशिष्ट प्रकारच्या श्रमांचा पुरवठा यांच्या दुर्मीळतेमुळे निर्माण होतो. दोन्ही प्रकारचे खंड दुर्मीळतेमुळे निर्माण होतात. एवढेच या दोन्ही खंडात साम्य आहे, पण आभास खंड हा तात्पुरता व अल्पकालीन असतो तर खंड हा कायमस्वरूपाचा व दीर्घकालीन असतो.

डॉ. मार्शलच्या मते माणसांना म्हणजे श्रम या उत्पादन घटकालासुद्धा आभास खंड प्राप्त होऊ शकतो. ज्याप्रमाणे आपल्या मालकीच्या दुर्मीळ यंत्रसामग्रीपासून माणसाला आभास खंड मिळतो त्याचप्रमाणे दुर्मीळ अशी योग्यता किंवा कसब प्राप्त करून घेणाऱ्या माणसालाही जादा मोबदला मिळतो. त्यालाही 'आभास खंड' म्हणायला हरकत नाही.

कॅनन या अर्थशास्त्रज्ञाला मार्शलचे हे म्हणणे मान्य नाही. कारण माणसाने निर्माण केलेल्या यंत्राची मालकी ही मनुष्यबाह्य (External) आहे, म्हणून त्याला मिळणारा जादा मोबदला हा आभास खंड मानता येईल. पण माणसाला मिळणाऱ्या मोबदल्याचे तसे नाही. कारण माणसाला एकूण मिळकतीपैकी त्याच्या अर्जित विशिष्ट अशा गुणांचा मोबदला किती व त्यांच्या श्रमांचा मोबदला किती यामध्ये भेद करणे शक्य नाही. म्हणून श्रमिकाची मिळकत ही एकच मानली पाहिजे व त्याला मिळणारा जादा मोबदला खंडस्वरूप मानता कामा नये. म्हणजेच श्रमाला मिळणाऱ्या मोबदल्याला आभास खंड म्हणणे योग्य नाही.

अर्थात जेथे जादा मिळणारे वेतन हे निःसंशय गुणभेदजन्य आहे असे दाखविता येईल तेथे श्रमाच्या बाबतीतही आभास खंडाचे अस्तित्व मान्य करावयास हरकत नाही.

6.6 खंडाबाबतचा आधुनिक दृष्टिकोन (Modern Approach to Rent)

खंडाविषयीचा आधुनिक सिद्धान्त श्रीमती जोन रॉबिन्सन यांनी मांडला. त्यांच्या मते, बदली उत्पन्नापेक्षा (Transfer Earnings) जे जादा उत्पन्न कोणत्याही उत्पादन घटकाला मिळते त्याला आर्थिक खंड (Economic Rent) असे म्हणतात. या आर्थिक खंडाची कल्पना स्पष्ट होण्यासाठी बदली उत्पन्न म्हणजे काय ते प्रथम समजून घेतले पाहिजे.

(अ) बदली उत्पन्न (Transfer Earnings)

यालाच 'पर्यायी उत्पन्न' असेही म्हणतात. एखाद्या उत्पादन घटकाला कोणत्याही उत्पादन क्षेत्रात काम करण्यासाठी द्यावा लागणारा मोबदला, हा त्याच उत्पादन घटकाला दुसऱ्या कोणत्याही नजीकच्या उत्पादन क्षेत्रात काम केल्यास मिळणाऱ्या मोबदल्याएवढा असला पाहिजे. कारण तेवढा मोबदला मिळाला नाही तर तो पर्यायी उत्पादन क्षेत्रात काम करणे पसंत करील. म्हणजे ज्या उत्पादन क्षेत्रात तो काम करतो त्याच उत्पादन क्षेत्रात त्याने काम करावे, यासाठी त्याच प्रकारचे काम अन्यत्र केले असता त्याला जो मोबदला मिळेल तेवढा तरी मोबदला त्याला मिळाला पाहिजे. यालाच त्याचे बदली उत्पन्न (Transfer Earnings) असेही म्हणतात.

उदाहरणार्थ, एका सरकारी कचेरीत काम करणाऱ्या कारकुनाला 400 रुपये दरमहा वेतन मिळत असेल आणि त्याच प्रकारचे काम करण्यासाठी त्याला एखाद्या कारखान्यात बोलावणे आले तर तो किमान 400 रुपये वेतन मिळाल्याशिवाय त्या कारखान्यात काम करावयास तयार होणार नाही. कारण 400 रुपये हे त्याचे बदली उत्पन्न किंवा पर्यायी उत्पन्न (Transfer Earnings) असेल. समजा, त्याला कारखान्यात काम करण्याबद्दल दरमहा 600 रुपये वेतन मिळू लागले तर 600 − 400 = 200 रुपये हे त्याचे जादा उत्पन्न झाले. हे जादा उत्पन्न म्हणजेच त्याला मिळणारे खंडस्वरूप उत्पन्न होय. कारण तो 400 रुपयांवर पूर्वी काम करीत होता.

अशा प्रकारचा खंडस्वरूप जादा मोबदला उत्पादनाच्या कोणत्याही अन्य घटकालासुद्धा मिळू शकेल. उदाहरणार्थ, एखादी व्यक्ती 5 टक्के दराने आपल्याकडील रक्कम गुंतवावयास तयार असेल पण प्रत्यक्षात त्याला 7 टक्के दराने व्याज मिळत असेल तर या दोन व्याजदरातील फरक म्हणजे 2 टक्के हे त्याला मिळणारे खंडस्वरूप व्याज होय. याच प्रकारे भांडवल व संयोजन यांच्याबाबतही खंडस्वरूप उत्पन्न मिळणे शक्य असते.

(आ) आर्थिक खंड कसा उद्‌भवतो ? (How Economic Rent Emerges ?)

श्रीमती जोन रॉबिन्सन यांच्या मते कोणत्याही उत्पादन घटकाला मिळणारा खंड हा दुर्मीळतेमुळे निर्माण होतो. म्हणजे ज्या उत्पादन घटकाचा पुरवठा मर्यादित अथवा अलवचीक असतो त्या उत्पादन घटकाला खंड मिळतो. ज्या उत्पादन घटकाचा पुरवठा लवचीक असतो किंवा मागणी वाढताच विनासायास कितीही वाढू शकतो अशा उत्पादन घटकाला खंडस्वरूप उत्पन्न मिळत नाही. त्याला मिळणारा मोबदला हा केवळ बदली उत्पन्नाच्या स्वरूपाचा असतो. हेच अर्थशास्त्राच्या परिभाषेत सांगावयाचे झाल्यास असे सांगता येईल की, ज्या उत्पादन घटकाचा पुरवठा अलवचीक असतो त्याला आर्थिक खंड मिळतो व ज्या उत्पादन घटकाचा पुरवठा पूर्णपणे लवचीक असतो त्याला खंड मिळत नाही. पुढे दिलेल्या आकृती क्र. 6.7 च्या साहाय्याने हे अधिक सुलभतेने स्पष्ट करता येईल.

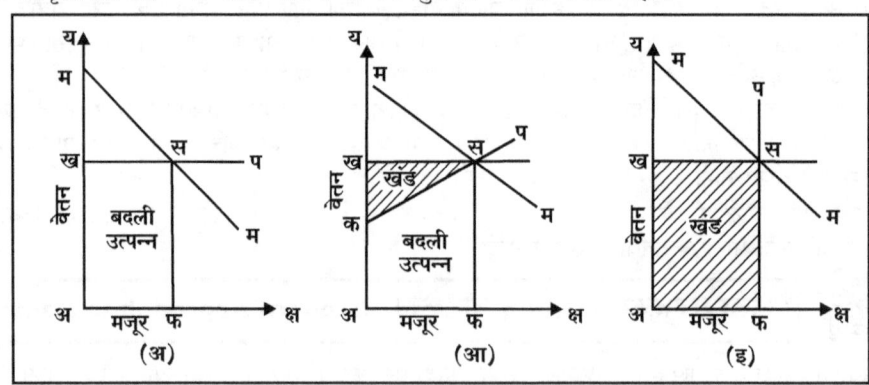

आकृती क्र. 6.7 : बदली उत्पन्न आणि खंड

यामध्ये तीन आकृत्या आहेत. या तिन्ही आकृत्यांमध्ये 'क्ष' अक्षावर मजुरांची संख्या व 'य' अक्षावर त्यांना मिळणारी मजुरी अथवा वेतन दाखविले आहे. या तिन्ही आकृत्यांमध्ये **म म** हा श्रमाचा मागणी वक्र आहे. आकृती (अ) मध्ये **ख प** हा श्रमाचा पुरवठा वक्र आहे. हा पुरवठा वक्र 'क्ष' अक्षाला समांतर आहे. याचा अर्थ असा की, श्रमाचा पुरवठा पूर्णतया लवचीक आहे. म्हणजे **अ ख** एवढ्या वेतनात श्रमांचा कितीही पुरवठा होऊ शकेल. **ख प** हा श्रमांचा पुरवठा वक्र **म म** या मागणी वक्राला **स** या बिंदूत छेदतो. म्हणून **स** हा मागणी पुरवठा समतोल बिंदू असेल. **ख अ फ स** या चौकोनाने या मजुरांना मिळणारे एकूण वेतन दाखविले आहे. हे एकूण वेतन म्हणजे त्या श्रमांना मिळणारे बदली उत्पन्न होय. यात खंडस्वरूप उत्पन्न मिळत नाही.

आकृती क्र. 6.7 (आ) मध्ये **क प** हा श्रमांचा पुरवठा वक्र आहे. या वक्रावरून असे दिसून येईल की, जादा श्रमांचा पुरवठा फक्त जादा किमतीलाच होऊ शकतो. या आकृतीमध्येसुद्धा **स** हाच समतोल बिंदू आहे व मजुरांना मिळणारे एकूण वेतन **ख अ फ स** याच चौकोनाने दाखविले आहे. मात्र यामध्ये **क स** या रेषेखालील भाग या वेतनापैकी बदली उत्पन्न दर्शवितो आणि **क स ख** हा त्रिकोण त्यामध्ये अंतर्भूत असलेला खंडाचा अंश दर्शवितो. म्हणजे श्रमांचा पुरवठा पूर्णतया लवचीक नाही. म्हणून त्यापैकी काहींना खंडस्वरूपात उत्पन्न मिळते. येथे हे लक्षात ठेवले पाहिजे की, सीमांत मजुराला खंडस्वरूप उत्पन्न मिळणार नाही. पण या अगोदरच्या सर्व सीमांतर्गत मजुरांना मिळणाऱ्या वेतनामध्ये खंडस्वरूप उत्पन्नाचा अंतर्भाव असेल.

आकृती क्र. 6.7 (इ) मध्ये **प फ** हा श्रमाचा पुरवठा वक्र आहे म्हणजे श्रमांचा पुरवठा पूर्णपणे अलवचीक आहे. याचाच अर्थ असा की, वेतनात कितीही वाढ अथवा घट झाली तरी श्रमांचा पुरवठा **अ फ** राहील. **स** हाच समतोल बिंदू आहे. त्यामुळे **ख अ फ स** या चौकोनाने दर्शविलेल्या एकूण वेतनापैकी सर्व उत्पन्न हे खंडस्वरूपच आहे.

श्रमांचा पुरवठा पूर्ण लवचीक, पूर्णतया अलवचीक किंवा ताठर व अलवचीक असा असू शकतो. या तिन्ही प्रकारच्या परिस्थितीत श्रमांना मिळणारे खंडस्वरूप उत्पन्न कसे ठरते ते वरील तीन आकृत्यांच्या साहाय्याने दाखविले आहे. श्रम या उत्पादन घटकाच्या बाबतीत जे नियम लागू पडतात तेच नियम इतर उत्पादन घटकांनाही लागू पडतात.

वरील विवेचनावरून असे लक्षात येईल की, आधुनिक खंड सिद्धान्तानुसार खंडाच्या बाबतीत पुढील निष्कर्ष निघतात -

(1) जेव्हा कोणत्याही उत्पादन घटकाचा पुरवठा पूर्णतया लवचीक असतो तेव्हा त्या उत्पादन घटकाला मिळणाऱ्या मोबदल्यात खंडाचा अंश नसतो, ते पूर्णपणे बदली उत्पन्नाच्या स्वरूपाचे असते.

(2) जेव्हा कोणत्याही उत्पादन घटकाचा पुरवठा कमी लवचीक असतो तेव्हा त्या उत्पादन घटकाला मिळणाऱ्या उत्पन्नात खंडाचा अंश असतो.

(3) जेव्हा कोणत्याही उत्पादन घटकांचा पुरवठा पूर्णपणे अलवचीक किंवा ताठर असतो तेव्हा त्याला मिळणारे सर्व उत्पन्न खंडस्वरूप असते.

उत्पादन घटकांच्या पुरवठा वक्राच्या स्वरूपावरून जे निष्कर्ष निघतात ते वर दिलेले आहेत. पण कोणत्याही उत्पादन घटकाच्या पुरवठा वक्राकडे पुढे दिलेल्या तीन वेगवेगळ्या दृष्टिकोनातून पाहता येते.

(1) पूर्ण स्पर्धा असताना वैयक्तिक व्यवसायसंस्थेचा दृष्टिकोन : घटकबाजारात पूर्ण स्पर्धा असेल तर बाजारात जी किंमत ठरलेली असेल ती किंमत दिल्यास वैयक्तिक व्यवसायसंस्थेला कोणत्याही घटकाचा हवा तेवढा पुरवठा होऊ शकेल. म्हणजे वैयक्तिक व्यवसायसंस्थेच्या दृष्टिकोनातून पुरवठा वक्र पूर्णपणे लवचीक असेल.

(2) उद्योगाचा दृष्टिकोन : संपूर्ण उद्योगाच्या दृष्टीने कोणत्याही उत्पादन घटकाच्या पुरवठा वक्राकडे पाहिल्यास असे आढळून येईल की, त्या घटकाचा पुरवठा वक्र आकृती क्र. 6.7 (आ) मधील दाखविलेल्या पुरवठा वक्रासारखा म्हणजे खालून वर चढत जाणारा असेल म्हणजे तो पुरवठा अलवचीक असेल. अशी परिस्थिती असेल तेव्हा पर्यायी किमतीपेक्षा थोडी जादा किंमत दिल्याशिवाय तो उत्पादन घटक उपलब्ध होणार नाही. ही जादा किंमत म्हणजेच खंडाचा अंश होय.

एखादा उत्पादन घटक विशिष्टोपयोगी (Of Specific Use) असेल तर मात्र त्याला त्या उद्योगात मिळणारा सर्वच मोबदला हा खंडस्वरूप असेल.

(3) संपूर्ण समाजाचा दृष्टिकोन : संपूर्ण समाजाच्या दृष्टिकोनातून सर्व उत्पादन घटकांचा विचार केला तर असे दिसते की, भूमी या उत्पादन घटकाला दुसरा पर्याय नाही. म्हणजे भूमीच्या ऐवजी वापरता येईल असा अन्य उत्पादन घटक नाही. म्हणून मिळणारे सर्व उत्पन्न खंडस्वरूप मानतात. उद्योगाच्या दृष्टीने पाहिले तर जमिनीला पर्यायी उपयोग असतो पण संपूर्ण समाजाच्या दृष्टीने पाहिले तर भूमीला मात्र पर्याय नाही. म्हणून समाजाच्या किंवा संपूर्ण देशाच्या दृष्टीने जमिनीला मिळणारे सर्वच्या सर्व उत्पन्न खंडस्वरूप असते.

वरील विवेचनावरून आधुनिक खंड सिद्धान्तानुसार पुढील निष्कर्ष निघतात -

(1) बदली उत्पन्नापेक्षा जास्त उत्पन्न जेव्हा एखाद्या उत्पादन घटकाला मिळते तेव्हा त्याला खंडस्वरूप लाभ होतो. म्हणजे खंड मिळतो.

(2) ज्या उत्पादन घटकाचा पुरवठा पूर्ण लवचीक नसतो त्यालाच खंड मिळतो.

(3) सर्व उत्पादन घटकांना खंड मिळू शकतो पण संपूर्ण समाजाच्या दृष्टीने पाहिल्यास मात्र फक्त भूमी याच उत्पादन घटकाला खंड मिळतो. कारण त्याला बदली उत्पन्न असू शकत नाही.

या आधुनिक खंड सिद्धान्तानुसार खंडाचे सर्व प्रकार स्पष्ट करून सांगता येतात. उदाहरणार्थ, जमिनीच्या वेगवेगळ्या प्रकारांना म्हणजे सुपीकतेच्या दृष्टीने फरक असलेल्या जमिनीला मिळणारा 'गुणभेदजन्य' खंड होय. कारण प्रत्येक प्रकारच्या भूमीला पुरवठा मर्यादित असतो. पुरवठा मर्यादित म्हणजे अलवचीक असल्यामुळेच हा खंड उद्‌भवतो. म्हणजे 'दुर्मीळता खंड' होय. विशिष्ट प्रकारच्या श्रमांना मिळणारा जादा मोबदला हा 'योग्यता खंड' होय. विशिष्ट प्रकारच्या श्रमांना मिळणारा जादा यंत्रसामग्रीसारख्या भांडवलाला मिळणारा जादा मोबदला म्हणजे 'आभास खंड' होय.

यावरून असे स्पष्ट होईल की, खंड हा फक्त भूमीलाच मिळतो असे नाही तर तो उत्पादनाच्या कोणत्याही घटकाला मिळू शकतो. आधुनिक अर्थशास्त्राच्या परिभाषेत हीच गोष्ट सांगायची तर खंड हा भूमिविशिष्ट नसतो, खंड हा बदली उत्पन्नावरील वाढावा असतो हे तत्त्व सर्वत्र लागू करता येते.

6.7 मजुरी अथवा वेतन (Wages)

भूमीप्रमाणेच उत्पादनाचा दुसरा महत्त्वाचा घटक म्हणजे श्रम. उत्पादनात भाग घेण्यासाठी श्रमाला मिळणाऱ्या मोबदल्याला 'मजुरी' अथवा 'वेतन' असे म्हणतात. हे वेतन कसे ठरते किंवा प्रत्येक श्रमिकाला उत्पादनात भाग घेण्याबद्दल मिळणारा मोबदला कसा ठरतो हे आता पाहावयाचे आहे.

वेतन किंवा मजुरी कशी ठरते याविषयी अभिजात अर्थशास्त्रज्ञांनी वेगवेगळे सिद्धान्त मांडले होते; परंतु आता ते मागे पडले आहेत. आधुनिक अर्थशास्त्रज्ञांच्या मते मजुरीसुद्धा श्रमांना असलेली मागणी व श्रमाचा पुरवठा यांचा परस्परांवर परिणाम होऊनच ठरते. जेवढ्या मजुरीला श्रमाची मागणी बरोबर पुरवठा अशी परिस्थिती होते तेवढ्या मजुरीला श्रम-बाजारात समतोल प्रस्थापित होतो. म्हणजेच श्रमाची मागणी आणि पुरवठा यांचे संतुलन होते. असे संतुलन झाले म्हणजे वेतन किंवा मजुरी ठरते.

श्रमिकांच्या बाबतीत इतर काही गोष्टींचा स्वतंत्रपणे विचार करणे आवश्यक आहे. कारण श्रमांचा पुरवठा व त्यांची मागणी ही इतर वस्तूंच्या मागणी-पुरवठ्याप्रमाणे कमी-अधिक होत नाहीत. म्हणून श्रमिकांचे वेतन कसे ठरते हे अधिक स्पष्ट होण्यासाठी श्रमाच्या पुरवठ्याचा व मागणीचा स्वतंत्रपणे विचार करणे आवश्यक आहे.

वास्तव आणि चलनी वेतन (Real and Money Wages) : परंपरागत समाजात काही वेळा वस्तूंच्या स्वरूपात वेतन दिले जाते. उदाहरणार्थ, शेतावर काम करणाऱ्या मजुरांना कामाचा मोबदला म्हणून पिकातील विशिष्ट वाटा दिला जातो. तथापि, आर्थिक विकासाबरोबर पैशाचा वापर वाढत जातो आणि हळूहळू संपूर्ण अर्थव्यवस्था ही चलनाधिष्ठित अर्थव्यवस्था होत जाते. पैशाच्या स्वरूपात मिळणाऱ्या वेतनाला चलनी वेतन (Money Wages) असे म्हणतात. दुसऱ्या शब्दात, कामाचा मोबदला म्हणून कामगाराला दर आठवड्याला अथवा महिन्याला वेतन म्हणून जितके रुपये मिळतात ते त्या कामगाराचे चलनी वेतन म्हणून ओळखले जाते.

याउलट, वास्तव वेतनात (Real Wages) चलनी वेतनातून खरेदी करता येतील अशा वस्तू आणि सेवा, शिवाय बोनससारख्या इतर अंशदानातून खरेदी करता येणाऱ्या वस्तू आणि सेवा तसेच सदर कामाला आनुषंगिक अशा इतर सोयी/गैरसोयी, फायदे/तोटे या सर्वांचा समावेश होतो.

चलनी आणि वास्तव वेतनातील फरक महत्त्वाचा आहे. कारण कोणत्याही कामगाराला चलनी वेतनापेक्षा वास्तव वेतनाशी कर्तव्य असते. अनेक वेळा दोन रोजगार संधींची तुलना करण्याचा प्रसंग येतो. मासिक पगारांच्या तुलनेने या दोन संधीपैकी डावी-उजवी ठरविणे शक्य होत नाही. उदाहरणार्थ, एखाद्या नोकरीत पगार कमी असेल पण सामाजिक विमा, बोनस, सुट्टीतील प्रवासाचा लाभ, मोफत निवास इत्यादी सोई मिळत असतील तर जास्त पगाराच्या दुसऱ्या नोकरीपेक्षा ही कमी पगाराची नोकरी श्रेयस्कर ठरू शकेल. तसेच एखाद्या नोकरीत पगार कमी असेल पण त्याची भरपाई, कामातील सुख, समाधान आणि प्रतिष्ठा यांच्यामुळे केली जाईल अशी शक्यता असते. म्हणून वास्तव वेतनाच्या हिशेबात धरल्या जाणाऱ्या बाबी लक्षात घेणे आवश्यक आहे.

वास्तव वेतनावर परिणाम करणारे घटक पुढीलप्रमाणे :

(1) पैशाची क्रयशक्ती : हा सर्वांत महत्त्वाचा घटक आहे. खेडेगावात आणि मोठ्या शहरांमध्ये सारखाच पगार मिळाला तर वास्तव स्वरूपात तो असमान ठरतो. कारण जीवन खर्चामध्ये फरक असतो. म्हणजेच विशिष्ट चलनी वेतनाने काय-काय विकत घेता येते हे महत्त्वाचे असते. विनिमयाचा दर $ 1 = ₹ 43 असेल आणि एखाद्या कामगाराला न्यूयॉर्कमध्ये $ 100 एवढे वेतन मिळत असेल तर त्याचे वेतन 43,000 रुपये आहे असे म्हणता येत नाही. कारण न्यूयॉर्कमध्ये $ 1000 खर्चून जेवढ्या वस्तू आणि सेवा विकत घेता येतात त्यातून कितीतरी जास्त वस्तू आणि सेवा ₹ 43,000 खर्चून भारतात खरेदी करता येतात.

(2) अन्य सवलती (Perquisites) : आनुषंगिक लाभ म्हणून एखाद्या नोकराला पगाराव्यतिरिक्त अनेक सोयी-सवलती मिळतात, ज्यांच्यामुळे त्यांचे वास्तव वेतन वाढते. उदा., बँक मॅनेजरला मोफत निवासस्थान मिळते, रेल्वे सेवकाला मोफत प्रवास करता येतो. कारखान्यातील कामगाराला कॅन्टीनमध्ये स्वस्त जेवण आणि चहा-पाणी मिळते. एवढेच नव्हे तर शेतमजुरालादेखील राहायला मोफत झोपडी तसेच मोफत भाजीपाला, दळण, गुरे चारायला कुरण इत्यादी सोयी मिळतात. या सर्व आनुषंगिक लाभांचा समावेश वास्तव उत्पन्नात होतो. अर्थात चलनी उत्पन्नात या उत्पन्नाची भर पडून वास्तव उत्पन्न वाढीव होते.

(3) हक्काचे इतर लाभ : संघटित क्षेत्रातील कामगारांना हक्काचे म्हणून इतर अनेक लाभ मिळत असतात. निवृत्ती वेतन, भविष्यनिर्वाहनिधीत सरकारचा/मालकाचा वाटा, सानुग्रह अनुदान, समूह विमा, मोफत औषधोपचार, आजारपणाचा आणि अपघाताचा विमा, बाळंतपणाच्या रजा इत्यादी असे लाभ आहेत. यांच्यामुळे वास्तव वेतन वाढते.

(4) प्रशिक्षणाचा कालावधी आणि खर्च : एखाद्या माध्यमिक शिक्षकाचा पगार, कंपनीतील बस ड्रायव्हर अथवा कारखान्यातील कारकुनाइतका असेल तर त्या शिक्षकांचे वास्तव वेतन तुलनेने कमी मानावे लागेल. कारण अन्य दोघांपेक्षा त्या शिक्षकांचा प्रशिक्षण कालावधी जास्त असतो तसेच प्रशिक्षणावर त्यांनी पैसा व श्रम खर्च केलेले असतात.

(5) व्यवसायार्थ खर्च : डॉक्टर, वकील, दुकानदार आणि इतर अनेक व्यावसायिकांना दुकान अथवा कार्यालय यांची देखभाल, व्यावसायिक शुल्क आणि कर देणे इत्यादी स्वरूपाचे अनेक खर्च करावे लागतात. हे उत्पन्नातून वजा होतात.

(6) कामाचे तास : कामाच्या एका दिवसात किती तास काम करावे लागते याचाही विचार आवश्यक ठरतो. यामध्ये प्रत्यक्ष कामाच्या ठिकाणी किती तास घालविले, तेथे जाण्या-येण्यासाठी प्रवासात आणि रांगेत किती तास घालविले आणि किती त्रास सोसला याचाही विचार करावा लागतो. कारखान्यातील कामगारांना जास्त चलनी वेतन मिळते ते अशा त्रासाची भरपाई म्हणून मिळत असते.

(7) कामाचे स्वरूप आणि परिस्थिती : कामाचे स्वरूप आणि तेथील परिस्थिती हा घटकही महत्त्वाचा असतो. काही कामे कष्टाची असतात तर काही आनंददायक असतात. काही जोखमीची असतात तर काही अप्रिय असतात. सैन्यातील जवानांना जास्त पगार मिळतो. कारण त्या कामात जोखीम जास्त असते. स्मशानातील वॉचमन आणि फाशी देणारा कर्मचारी यांची तुलना सिनेमा थिएटरवरचा डोअर-कीपर आणि लेडिज हॉस्टेलचा वॉचमन यांच्या कामाशी केल्यास आवडण्यासारखे कोणते आणि अप्रिय कोणते हे लक्षात येईल. म्हणून कामातील प्रतिष्ठा, आनंददायकता आणि प्रसन्न परिसर यांच्यामुळे वास्तव वेतन वाढते.

(8) **रोजगाराचे सातत्य :** सुतार, गवंडी, प्लंबर, पेंटर, वायरमन इत्यादी अनेक कामगारांना तात्पुरते कामावर ठेवले जाते. ते जास्त दैनिक वेतन मागतात. कारण आठवड्यातील काही दिवस त्यांना बेकार राहावे लागते.

(9) **कुटुंबास सवलती :** काही प्रकारच्या कामात कुटुंब निवृत्ती वेतन किंवा आरोग्य सुविधा किंवा निवृत्तीनंतर कामगाराच्या मुलाला अथवा मुलीला नोकरी अथवा मोफत शिक्षण अशा सवलती दिल्या जातात. यांच्यामुळे अर्थातच वास्तव वेतन वाढते.

(10) **जादा कमाईच्या संधी :** कारखान्यातील वैद्यकीय अधिकाऱ्याला खासगी प्रॅक्टिस करण्याची परवानगी असते अथवा शाळेतील शिक्षकाला खासगी शिकवण्या करण्याची परवानगी असते तेव्हा अशा प्रकारच्या नोकऱ्यांचे वास्तव वेतन वाढते.

(11) **बढतीच्या संधी :** अनेक वेळा सुरुवातीचा पगार चांगला असतो पण पुढे बचतीची शक्यता नसते. याउलट, इतर काही नोकऱ्यांमध्ये आरंभी लहान पदावर आणि कमी पगारात काम केल्यास उत्तरोत्तर बढती मिळून वेतनवाढ मिळण्याची शक्यता असते. अर्थात दुसऱ्या प्रकारात वास्तव वेतन जास्त असते.

अशा प्रकारे कामाची चांगली परिस्थिती, आनुषंगिक लाभ, जादा उत्पन्न, बढतीच्या संधी इत्यादींमुळे वास्तव वेतन वाढते तर याच्या विरुद्ध जाणाऱ्या कामाची अप्रियता, कामातील जोखीम इत्यादींमुळे वास्तव वेतन कमी होते.

6.8 श्रमाचा पुरवठा (Supply of Labour)

अन्य कोणत्याही उत्पादन घटकाप्रमाणेच श्रमाचा पुरवठाही मजुरीच्या दरावर अवलंबून असतो. मजुरीचे वेगवेगळे दर असताना विशिष्ट प्रकारचे श्रम किती तासांसाठी किंवा किती दिवसांसाठी उपलब्ध होऊ शकतात ती तासांची किंवा दिवसांची संख्या म्हणजे श्रमांचा पुरवठा होय. सामान्यपणे जास्त मजुरी असेल तर श्रमाचा पुरवठा अधिक होतो व कमी मजुरी असेल तर तो कमी होतो.

(अ) श्रमाची वैशिष्ट्ये (Characteristics of Labour)

श्रमाच्या पुरवठ्याचा विचार करीत असताना श्रम या उत्पादन घटकाची पुढील वैशिष्ट्ये लक्षात घेणे आवश्यक आहे.

(1) श्रम आणि श्रमिक हे एकमेकांपासून विभक्त करता येत नाहीत. त्यामुळे श्रमाचा पुरवठा म्हणजे श्रमिकांचा पुरवठा असे समीकरण होते.

(2) श्रमिक हा एका कुटुंबाचा घटक अथवा प्रमुख असतो. म्हणून श्रमाचा पुरवठा वाढतो तेव्हा श्रमिकांची संख्या वाढते. शहरातील अथवा कारखान्यातील श्रमिकांची संख्या वाढते तेव्हा त्यांच्यावर अवलंबून असणारी कुटुंबेही त्याच्याबरोबर येतात. त्या कुटुंबाची राहण्याची, शिक्षणाची, आरोग्याची सोय कारखान्याला किंवा त्या शहराच्या स्थानिक स्वराज्य संस्थेला करावी लागते. अन्यथा त्यातून अनेक प्रश्न निर्माण होतात.

(3) श्रमिक सुबुद्ध असतो. त्याला आपण किती वेळ काम करावे व किती वेळ आराम करावा हे ठरविण्याची बुद्धी असते. त्यामुळे केवळ श्रमिकांचे अस्तित्व असेल म्हणजे श्रम या उत्पादन घटकाचा पुरवठा होईल असे सांगता येत नाही.

(4) श्रम ही शारीरिक क्रिया असली तरी तीत एक मानसिक प्रक्रियासुद्धा समाविष्ट असते. ती म्हणजे श्रम करण्याची इच्छा. मनापासून काम करणे किंवा काम न करता काम करीत आहे असे केवळ भासविणे यापैकी कोणताही पर्याय श्रमिकाच्या इच्छेनुसार त्याला उपलब्ध असतो. म्हणून चांगल्या दर्जाचा श्रम पुरवठा ही एक मानसिक प्रक्रिया असे म्हणावयास हरकत नाही.

(5) स्थूलमानाने असे गृहीत धरण्यात येते की, प्रत्येक श्रमिकाला आपले पैशाच्या स्वरूपात उत्पन्न जास्त असावे असे वाटते. परंतु अशी खात्री देता येत नाही. कारण तो ज्या परिसरात राहतो, ज्या प्रकारचे जीवनमान जगतो, ज्या प्रकारच्या लोकांत वावरतो त्यावरून त्यांची काम व आराम या संबंधीची आवडनिवड ठरविली जाते. त्यावरून तो आपले उत्पन्न वाढविण्याचा प्रयत्न करील की नाही हे ठरते आणि यावर श्रमाचा पुरवठा अवलंबून असतो.

(आ) श्रमाचा पुरवठा कशावर अवलंबून असतो ? (Determinants of Supply of Labours)

वर उल्लेखिलेली श्रम या उत्पादन घटकाची वैशिष्ट्ये लक्षात घेऊनच श्रमाच्या पुरवठ्याचा विचार करणे आवश्यक आहे. या दृष्टीने विचार केल्यास असे दिसते की, श्रमाचा पुरवठा पुढील गोष्टींवर अवलंबून असतो.

(1) कोणत्याही देशाची एकूण लोकसंख्या व त्या लोकसंख्येची शैक्षणिक, आर्थिक, सामाजिक व सांस्कृतिक ठेवण किंवा जडण-घडण हा श्रमाचा पुरवठा ठरविणारा पहिला महत्त्वाचा घटक होय. एकूण लोकसंख्या जास्त असेल तर श्रमाचा संभाव्य पुरवठा (Potential Supply) निश्चितच जास्त असतो. प्रत्यक्ष कोणत्या प्रकारच्या श्रमाचा पुरवठा किती होईल ते वर उल्लेखिलेल्या इतर घटकांवर अवलंबून असते. कारण बहुसंख्य लोक सुशिक्षित असतील तर श्रमाची गुणवत्ता चांगली असते. सामाजिक व सांस्कृतिक परंपरा चांगली असेल तर श्रम म्हणजेच श्रमिक अधिक शिस्तप्रिय व समाधानी आणि सांस्कृतिक परंपरा चांगली असेल तर श्रम म्हणजेच श्रमिक अधिक शिस्तप्रिय व समाधानी असतात.

(2) आवश्यक त्या प्रकारच्या श्रमांचा कमीत कमी किमतीत पुरवठा होण्यासाठी कोणत्याही श्रमिकाला एका प्रकारच्या उद्योगधंद्यातून दुसऱ्या प्रकारच्या उद्योगधंद्यात अगदी सुलभतेने जाता आले पाहिजे. ही सुलभता जितकी अधिक तितकी आवश्यक त्या प्रकारच्या श्रमांचा पुरवठा अधिक सुलभतेने होतो. ही श्रमाची गतिशीलतासुद्धा श्रमिकांचे जीवनमान, त्यांना मिळालेली शिक्षणाची संधी, व्यवसायाची उपलब्धता इत्यादी गोष्टींवर अवलंबून असते.

(3) श्रमाचा पुरवठा कमी-अधिक करण्यास जो तिसरा महत्त्वाचा घटक कारणीभूत ठरतो तो म्हणजे प्रत्येक श्रमिकाचा, काम व आराम यांचे प्रमाण काय असावे याविषयीचा दृष्टिकोन.

श्रमाचा मागे झुकणारा पुरवठा वक्र (Backward Bending Supply Curve of Labour) : सामान्यतः श्रमाचा पुरवठा वक्र अन्य पुरवठा वक्रांप्रमाणेच असतो. म्हणजे तो डावीकडून उजवीकडे, खालून वर चढत जातो. कारण जास्त वेतन मिळाले तर श्रमांचा पुरवठा वाढतो याचे एक कारण, त्या प्रकारचे काम करणारा श्रमिक आपला काम व आरामविषयक दृष्टिकोन बदलतो म्हणजे आराम कमी करून काम जास्त करतो म्हणजेच श्रमाचा पुरवठा वाढतो. दुसरे कारण म्हणजे, एखाद्या विशिष्ट प्रकारच्या श्रमांना जास्त मजुरी मिळते असे आढळून आल्यास त्या प्रकारचे श्रम करण्याची पात्रता प्राप्त करून घेण्याचे प्रयत्न वाढतात आणि त्यामुळे या प्रकारच्या श्रमांचा पुरवठा वाढतो. या दोन्ही कारणांमुळे मजुरीचे प्रमाण वाढताच श्रमाचा पुरवठा वाढतो. म्हणजेच श्रमाचा पुरवठा वक्रही अन्य पुरवठा वक्रासारखाच असतो.

परंतु याला मर्यादा आहे. एका विशिष्ट मर्यादेपर्यंत जसजसे वेतन वाढेल तसतसा श्रमाचा पुरवठा वाढत जाईल. परंतु त्या मर्यादेनंतर मिळाली तेवढी मजुरी पुरे, त्याहून अधिक नको, त्यापेक्षा आपण आरामच जास्त करावा, असा दृष्टिकोन श्रमिक स्वीकारतील आणि असे झाले म्हणजे जसजशी मजुरी वाढत जाईल तसतसा श्रमाचा पुरवठा कमी-कमी होत जाईल. मात्र मजुरीची विशिष्ट पातळी गाठली जाईपर्यंत असे होणार नाही.

मजुरीत वाढ झाली तर विशिष्ट मर्यादेपर्यंत श्रमाचा पुरवठा कसा वाढतो हे दाखविण्यासाठी आकृती क्र. 6.8 चा उपयोग करून घेता येईल. या आकृतीत 'य' अक्षावर श्रमिकाला दररोज दर तासाला मिळणारे वेतन दाखविले आहे आणि 'क्ष' अक्षावर श्रमाचा पुरवठा दाखविला आहे. दर तासाला मिळणाऱ्या वेतनात जसजशी वाढ होते तसतसा श्रमाचा पुरवठा वाढत जातो. दर तासाला जेव्हा 5 रुपये वेतन होते तेव्हा श्रमाचा पुरवठा 6 तास एवढा होतो. परंतु त्यानंतर मजुरी अथवा वेतन जसजसे वाढत जाते म्हणजे दर ताशी मजुरी 6 रुपये होताच श्रमाचा पुरवठा 5 तास होतो. मजुरी 7 रुपये होताच तो 3.5 तास होतो. कारण त्यानंतर प्रत्येक श्रमिक अधिक वेळ काम करून जादा वेतन मिळविण्याऐवजी जादा आराम करणे पसंत करतो. म्हणूनच अशा वेळी श्रमांचा पुरवठा दर्शविणारा वक्र मागे वळून डावीकडे चढत जातो. याला 'पाठीमागे झुकणारा पुरवठा वक्र' (Backward Sloping Supply Curve) असे म्हणतात. एवढा अपवाद वगळल्यास श्रमाचा पुरवठा वक्र इतर पुरवठा वक्राप्रमाणेच असतो.

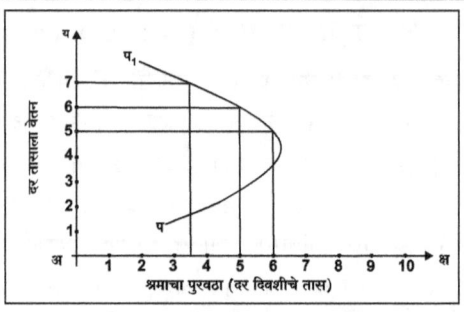

आकृती क्र. 6.8 : श्रमाचा पुरवठा-वक्र

अल्पकाळाचा विचार केला तर असे दिसून येईल की, अल्पकाळात मजुरांची संख्या स्थिर असते. म्हणून मजुरांच्या वेगवेगळ्या दरांच्या संदर्भात उपलब्ध होणारा श्रमाचा तासांचा पुरवठा दर्शविणारा श्रमाचा पुरवठा वक्र इतर पुरवठा वक्रांसारखाच खालून वर व डावीकडून उजवीकडे वर चढत जाणारा असेल. पुढील आकृती क्र. 6.9 पाहा. या आकृतीमध्ये दाखविलेले अन्य दोन वक्र **स प्रा उ** (सरासरी प्राप्ती उत्पादकता) व **सी प्रा उ** (सीमांत प्राप्ती उत्पादकता) दर्शवितात. **सी प्रा उ** वक्राला सीमांत वेतन वक्र **(सी म) र** या बिंदूत छेदतो. म्हणजे त्या ठिकाणी उत्पादकाने कामावर ठेवलेल्या सीमांत मजुरीचे उत्पादन व त्याला द्यावे लागणारे वेतन एकमेकांबरोबर होतात. त्या बिंदूनंतर **सी प्रा उ** व **स प्रा उ** वक्र क्ष अक्षाच्या दिशेने प्रवास सुरू करतात. म्हणजेच त्यापेक्षा म्हणजे **अ प** पेक्षा अधिक मजूर कामावर ठेवले तर उत्पादकाला तोटा होईल. कारण या जादा मजुरांना द्यावे लागणारे वेतन त्यांच्यापासून मिळणाऱ्या उत्पादनापेक्षा अधिक असेल. म्हणजे **र** हा उत्पादकाचा समतोल बिंदू असेल. **र** हा समतोल बिंदू असतो तेव्हा सरासरी प्राप्ती उत्पादन **प फ** एवढे असते आणि मजुरांना मिळणारे सरासरी वेतन **प स** एवढे असते. याचाच अर्थ असा की, सरासरी प्राप्ती उत्पादकतेपेक्षा मजुराला मिळणारे वेतन कमी असते. ते जेवढे कमी तितकी त्याची पिळवणूक झाली असे म्हणावयास हवे. या आकृतीत मजुरांची होणारी एकूण पिळवणूक **म स फ ब** या चौकोनाने दाखविलेली आहे. या विवेचनावरून असे स्पष्ट होईल की अपूर्ण स्पर्धा असल्यामुळे मजुरांची पिळवणूक होते.

6.9 सामूहिक सौदा आणि मजुरी (Collective Bargainig And Wages)

आधुनिक काळात बहुधा सामूहिक सौदापद्धतीने मजुरांचे वेतन किंवा मजुरी ठरविण्यात येते. कारण आधुनिक काळात बहुतेक सर्व प्रकारचे उद्योग काम करणाऱ्या मजुरांच्या संघटना निर्माण झाल्या आहेत.

(अ) पार्श्वभूमी (Background)

औद्योगिक क्रांती झाल्यानंतर उत्पादनाचे यांत्रिकीकरण झाले आणि त्यामुळे ज्याला आपल्या श्रमाशिवाय अन्य कोणत्याही प्रकारचा जीवनाधार नाही असा कामगार वर्ग निर्माण झाला. यंत्रे आणि मजूर यांचा मोठ्या प्रमाणावर वापर करून खूप फायदा मिळविणारा असा भांडवलदार वर्ग एका बाजूला आणि अन्य कोणत्याही प्रकारचा जीवनाधार नसलेला असा मजूर वर्ग दुसऱ्या बाजूला, अशा प्रकारची समाजरचना निर्माण झाली. त्यामुळे धनिक व भांडवलदार वर्गाला कामगार वर्गाची पिळवणूक करण्याची संधी उपलब्ध झाली.

या संधीचा भांडवलदार वर्गाने खूप फायदा उठविला. कालांतराने श्रम करणाऱ्या मजुरांच्या हे लक्षात आले आणि मग त्यांनी संघटित व्हायला सुरुवात केली. कामगार संघटना बलवान होताच त्यांनी आपली पिळवणूक होणार नाही, आपल्याला योग्य वेतन मिळेल अशी दक्षता घ्यावयास सुरुवात केली. वेळप्रसंगी त्यासाठी संप केले, लढे दिले आणि त्याचा परिणाम असा झाला की, आज वेतन निश्चित करण्याची किंवा मजुराची मजुरी ठरविण्याची सामूहिक सौदा (Collective Bargaining) ही एक प्रमुख पद्धतीच होऊन बसली आहे.

(आ) सामूहिक सौद्याचा मजुरी आणि रोजगार यांच्यावरील परिणाम

(Effects of Collective Bargaining on Wages and Employment)

सामूहिक सौद्याचा परिणाम पाहताना आपण असे समजू की, (1) कामगार संघटना विशिष्ट किमान मजुरी मिळावी असा आग्रह धरते. (2) कामगारांच्या संख्येबाबत संघटनेचा आग्रह नाही आणि (3) दिलेल्या मजुरीला काम करण्यास संघटनेचे सभासद असलेले सर्व मजूर तयार आहेत. (या गृहीतामुळे श्रमाचा पुरवठा वक्र, दिलेल्या मजुरीला 'क्ष' अक्षाला समांतर होतो.)

अशा परिस्थितीत वस्तूंचा बाजार आणि घटकांचा बाजार यांच्यामधील परिस्थितीचे पुढीलप्रमाणे चार संभाव्य प्रकार मानता येतात.

(1) दोन्ही बाजारात पूर्ण स्पर्धा (Perfect Competition in both the Markets) : व्यवसायसंस्था ज्या वस्तूचे उत्पादन करीत आहेत तो बाजार आणि घटकांचा बाजार अशा दोन्ही बाजारात पूर्ण स्पर्धा असेल तर वैयक्तिक व्यवसायसंस्थेच्या दृष्टीने सामूहिक सौदा करण्यापूर्वी व नंतर, अशा दोन्ही वेळी मजुरी श्रमाच्या सीमांत वास्तव उत्पादकतेच्या किमतीबरोबर असेल.

वरील परिस्थितीत कामगार संघटित झाले तर पूर्ण स्पर्धा संपते, अशा वेळी मजुरी वाढवून मिळण्याची शक्यता म्हणजे सरकारने किमान वेतन (Minimum Wage) ठरवून देणे हीच उरते.

किमान वेतनाचा परिणाम काय होईल, हे किमान वेतन प्रचलित मजुरीच्या दरापेक्षा जास्त आहे, कमी आहे की तेवढेच आहे यावर अवलंबून राहील. मजुरीचा प्रचलित दर हाच किमान वेतन म्हणून निश्चित केला असेल तर काहीही परिणाम होणार नाही. फक्त बाजारातील अपूर्णता नाहीशी होऊन जेथे अपूर्णतेमुळे पूर्वी कमी मजुरी दिली जात असेल तेथे आता किमान वेतनाएवढी ती दिली जाईल.

उद्योगातील सर्व व्यवासायसंस्था सारख्याच असतील तर प्रत्येक व्यवसायसंस्थेत सारखेच मजूर असतील. अशा वेळी किमान वेतनाचा दर प्रचलित मजुरीच्या दरापेक्षा जास्त ठरविलेला असेल, तर श्रमाची सीमांत उत्पादकता घटती असल्याने आणि मजुरी सीमांत वास्तव उत्पादकतेच्या किमतीएवढी असल्याने (आकृती क्र. 6.2 व तिचे स्पष्टीकरण पाहा.) प्रत्येक व्यवसायसंस्थेला मजुरांच्या संख्येत कपात करावी लागेल. त्याखेरीज वाढलेल्या मजुरीच्या दरापेक्षा जास्त दर किमान वेतन म्हणून ठरविला तर त्या व्यवसायसंस्थेला मजुरांच्या संख्येत कपात करावी लागेल. त्याखेरीज वाढलेल्या मजुरीच्या दराबरोबर **सी प्रा उ** होणार नाही. म्हणजेच प्रचलित मजुरीच्या दरापेक्षा जास्त दर किमान वेतन म्हणून ठरविला तर त्या उद्योगात बेकारी उद्‌भवेल. ही बेकारी किती असेल हे **सी प्रा उ** वक्राच्या स्वरूपावर अवलंबून राहील. हा वक्र जितका चढा असेल म्हणजेच श्रमाची मागणी जितकी अलवचीक असेल तितकी बेकारी कमी होईल. याउलट स्थिती असल्यास जास्त बेकारी होईल.

सर्व व्यवसायसंस्थांनी मजुरांची संख्या कमी केल्यामुळे उद्योगाचे उत्पादन घटून वस्तूची किंमत वाढेल. किंमत वाढल्याने श्रमाची सीमांत प्राप्ती उत्पादकता वाढेल. पण बेकारी अजिबात टाळण्याइतकी **सी प्रा उ** वाढणार नाही.

सारांश, दोन्ही बाजारात पूर्ण स्पर्धा असेल तर किमान वेतनाचा परिणाम पाहण्यासाठी किमान वेतन प्रचलित मजुरीपेक्षा कमी, तेवढेच अथवा जास्त असेल या शक्यता आपण मानल्या. किमान वेतन कमी असण्याची शक्यता कमी असल्यास त्याचा परिणाम होत नाही. तेवढेच असेल तरीही काही परिणाम होणार नाही. बहुतेक वेळा किमान वेतन प्रचलित मजुरीपेक्षा जास्त असते तरच किमान वेतन ठरविण्याला काही अर्थ असतो. असे असल्यास काही ना काही प्रमाणात बेकारी अटळ आहे.

(2) **घटकांच्या बाजारात एकग्राहकाधिकार आणि वस्तूच्या बाजारात पूर्ण स्पर्धा (Monopsony in the Factor Market and Perfect Competition in the Product Market) :** वस्तूच्या बाजारात पूर्ण स्पर्धा असून घटकांच्या बाजारात मात्र ग्राहकांची मक्तेदारी असेल म्हणजेच विशिष्ट प्रकारचे श्रम विकत घेणारी एकच व्यवसायसंस्था असेल तर काय होईल हे आकृती क्र. 6.9 वरून स्पष्ट होईल. श्रमाच्या बाजारात ग्राहकाची मक्तेदारी असल्यामुळे सरासरी मजुरीचा वक्र **स म** आणि सीमांत मजुरीचा वक्र **सी म** हे उजवीकडे वर चढत जाणारे येतील. **सी म = सी प्रा उ** या अटीने व्यवसायरांरचेचा समतोल ठरेल. **अ प** एवढे मजूर कामावर घेतले जातील आणि **अ म** हा मजुरीचा दर ठरेल. असे असताना जर सामूहिक सौद्याचा भाग म्हणून कामगार संघटनेने मजुरीचा दर वाढवून **अ म₁** एवढा ठरविला तर मजुरी वक्र **म₁** या बिंदूपासून निघून 'क्ष' अक्षाला समांतर होईल. किमान वेतनाचा दर **अ म₁** एवढा निश्चित केला असेल तरी हाच परिणाम होईल. म्हणून श्रमाचा पुरवठा वक्र 'क्ष' अक्षाला समांतर होतो. सरासरी मजुरी वक्र 'क्ष' अक्षाला समांतर आहे. म्हणून सरासरी व सीमांत मजुरी एकच होतील.

अशा प्रकारे सामूहिक सौदापद्धतीने ठरविलेला मजुरीचा दर **अ म** ऐवजी **अ म₁** एवढा वाढवून मिळेल. म्हणजेच प्रत्येक मजुराला **अ म** व **अ म₁** यामधील फरकाएवढी जादा मजुरी मिळेल. शिवाय **अ प** व **अ प₁** यांमधील फरकाएवढ्या जादा मजुरांना काम मिळेल. याचाच अर्थ असा की, सामूहिक सौद्यामुळे (अथवा किमान वेतनामुळे) बेकारी तर वाढणार नाहीच, परंतु रोजगाराच्या पातळीत मात्र वाढ होईल. रोजगार वाढण्याचे प्रमुख कारण म्हणजे सामूहिक सौद्यामुळे जुन्या रोजगाराच्या पातळीशी असणाऱ्या सीमांत मजुरीपेक्षा कमी मजुरीचा दर निश्चित केला गेला आहे.

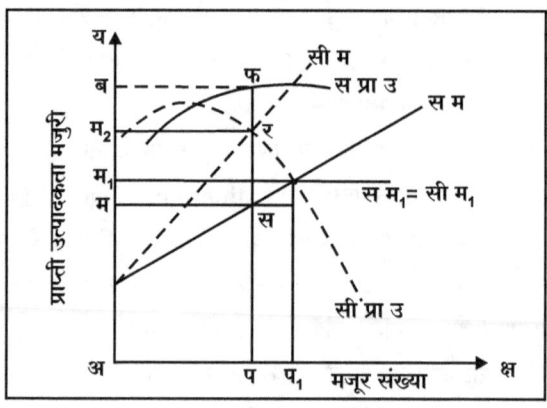

आकृती क्र. 6.9 : सामूहिक सौद्यांचा परिणाम

आकृती क्र. 6.9 वरून असे लक्षात येईल की, किमान मजुरी **अ म₂** पर्यंत म्हणजेच **सी म = सी प्रा उ** या मर्यादिपर्यंत वाढविली तर रोजगाराची पातळी घटणार नाही. मात्र किमान मजुरी यापेक्षा अधिक वाढविल्यास बेकारी निर्माण होईल. सारांश, घटकाच्या बाजारात ग्राहकाची मक्तेदारी आणि वस्तूंची बाजारात पूर्ण स्पर्धा अशी स्थिती असेल तर मजुरी वाढविली तरीही रोजगार वाढणे शक्य आहे.

(3) **वस्तूच्या बाजारात मक्तेदारी आणि घटकांच्या बाजारात पूर्ण स्पर्धा (Monopoly in Product Market and Perfect Competition in Factor Market) :** अशी परिस्थिती असेल तर पूर्वी दाखवून दिल्याप्रमाणे श्रमाचा सीमांत प्राप्ती उत्पादकता वक्र डावीकडून उजवीकडे उतरणारा आणि मजूर वक्र मात्र 'क्ष' अक्षाला समांतर असल्यामुळे वरील (पॅरा 1 मध्ये वर्णन केलेल्या प्रकारात) परिस्थितीत जे परिणाम होतील तेच परिणाम याही परिस्थितीत होतील. किमान वेतनाचा दर बाजारातील मजुरीच्या दरापेक्षा जास्त ठरविला गेल्यास प्रत्येक व्यवसायसंस्थेत बेकारी उद्भवेल. म्हणूनच एकूण उद्योगातच बेकारी वाढेल. ही बेकारी किती असेल हे श्रमाच्या मागणीच्या लवचीकतेवर अवलंबून राहील.

(4) **वस्तूच्या बाजारात मक्तेदारी आणि घटकांच्या बाजारात ग्राहकाची मक्तेदारी (Monopoly in the Product Market and Monopsony in the Factor Market) :** अशी परिस्थिती असेल तर सामूहिक सौद्यांचा अथवा किमान वेतनाचा परिणाम म्हणून सीमांत नवीन सीमांत मजुरी मूळ रोजगार पातळीच्या सीमांत मजुरीपेक्षा कमी असेल तर रोजगार वाढेल. याचाच अर्थ असा की, वर (पॅरा 2 मध्ये) जे निष्कर्ष काढलेले आहेत तेच

निष्कर्ष येथेही लागू पडतील आणि त्यामुळे **सी प्रा उ = सी म** या बिंदूच्या वर जोपर्यंत सीमांत मजुरी वक्र जात नाही तोपर्यंत बेकारी होणार नाही. मात्र याहून किमान मजुरीचा दर कमी असेल तर मजुरी आणि रोजगार दोन्ही वाढणे शक्य आहे.

वरील विवेचनावरून असे दिसून येईल की, किमान वेतन कायद्यामुळे किंवा सामूहिकरीत्या मजुरीचा दर वाढविला असता वर (1) आणि (3) यामध्ये वर्णिलेल्या परिस्थितीप्रमाणे बेकारी निर्माण होते. पण (2) आणि (4) मध्ये वर्णन केलेली परिस्थिती असेल तर बेकारी निर्माण होण्याऐवजी रोजगारात वाढ होईल अशी शक्यता असते हे लक्षात येईल.

(इ) किमान वेतन आणि रोजगार (Minimum Wages and Employment)

कामगारांना संरक्षण देण्यासाठी अलीकडे अनेक वेळा किमान वेतनाचे कायदे केले जातात. कायद्याचे किमान वेतन निश्चित केल्यास त्या वेतन दराला हवे तेवढे मजूर मिळू शकतील असा अर्थ होतो. अशा रीतीने किमान वेतन ठरविले काय अथवा कामगार संघटनेचे सामूहिक सौद्याच्या मदतीने किमान मजुरी ठरविली काय, दोन्ही बाबतीत वर दिलेले विश्लेषण लागू पडते हे लक्षात येईल. सामूहिक सौद्यात ठरविलेल्या दराच्या ऐवजी शासनाने ठरविलेला किमान वेतन दर घेऊन वरीलप्रमाणे चार बाजार शक्यता घेऊन तेच संपूर्ण विश्लेषण किमान वेतनाच्या बाबतीतही लागू पडते.

6.10 व्याज (Interest)

कोणतेही उत्पन्न हे उत्पादन कार्यांसाठी प्रत्यक्ष केलेल्या सेवेबद्दल अथवा उत्पादन कार्यात सहभागी होणाऱ्या घटकाच्या मालकी हक्काबद्दल मिळते. व्याज हे भांडवल या घटकाच्या वापराबद्दल मिळणारे उत्पन्न होय. प्रो. विकसेल यांनी ''भांडवलाच्या उत्पादकतेसाठी भांडवलाच्या मालकाच्या संयमाचे पारितोषिक म्हणून ऋणकोने दिलेली रक्कम'' अशी व्याजाची व्याख्या केलेली आहे. या व्याख्येत मागणीच्या बाजूला सीमांत उत्पादकता आणि पुरवठ्याच्या बाजूला धनकोला दाखवावा लागणारा संयम या घटकांचा विकसेल यांनी विचार केला आहे. व्याजासंबंधी अनेक अर्थशास्त्रज्ञांनी दिलेले अनेक सिद्धान्त असल्यामुळे अशा अर्थशास्त्रज्ञांनी व्याजाच्या केलेल्या व्याख्या (उदा., वरील व्याख्या) त्यांच्या सिद्धान्ताशी सुसंगत अशा असतात. व्याज म्हणजे काय आणि व्याजाचा दर कसा ठरतो याचा विचार करताना प्रारंभ म्हणून व्याजाची साधी सुटसुटीत व्याख्या करणे आवश्यक आहे अशी एक व्याख्या प्रो. कारव्हार यांनी पुढील शब्दात दिलेली आहे. ''व्याज हे भांडवलाच्या मालकाला मिळणारे उत्पन्न आहे.'' प्रो. केर्नक्रॉस यांच्या मते ''व्याज हे कर्जाचे भाडे म्हणून दिलेली किंमत होय.'' या व्याख्यांवरून आपल्या लक्षात येते की, चलनी भांडवल तात्पुरत्या वापरासाठी म्हणून जेव्हा उसनवार घेतले जाते तेव्हा या चलनी भांडवलाच्या मालकाला भांडवलाच्या वापराबद्दल जी किंमत दिली जाते तिला 'व्याज' असे म्हणतात.

(अ) मिश्र आणि शुद्ध व्याज (Gross and Net Interest)

कर्जाऊ भांडवल देणाऱ्या धनकोला मिळणारे सर्वच उत्पन्न निव्वळ अथवा शुद्ध व्याज असत नाही, तर त्याला मिश्र व्याज (Gross Interest) असे म्हणतात. निव्वळ (Net) अथवा शुद्ध (Pure) व्याज हा मिश्र व्याजाचा एक भाग असतो. मिश्र व्याजातून काही इतर अंश वजा केले असता शुद्ध व्याज मिळते.

मिश्र व्याजात पुढील अंश समाविष्ट असतात -

(1) जोखीम विमा (Insurance Against Risk) : रक्कम कर्जाऊ देताना धनको पत्करतो त्या जोखमीची विमा म्हणून काही अंश मिश्र व्याजात समाविष्ट असत. तारणाशिवाय दिलेल्या कर्जात जोखीम जास्त असते म्हणून जोखीम विमा म्हणून विचारात घ्यावा लागणारा हप्ताही जास्त असतो आणि म्हणून अशा कर्जावर जास्त व्याज आकारले जाते.

(2) गैरसोयीबद्दल मोबदला (Payment for Inconvenience) : जेव्हा कर्ज देणारा स्वतःजवळची रक्कम कर्जाऊ म्हणून देतो तेव्हा तो स्वतःची गैरसोय पत्करीत असतो. उदा., पाच वर्षांकरिता काही रक्कम कर्जाऊ दिल्यास पाच वर्षे पुरी होईपर्यंत ती रक्कम परत मागता येत नाही तर मुदत संपेपर्यंत ती रक्कम अडकून पडते. या गैरसोयीचा मोबदला म्हणून काही अंश मिश्र व्याजात समाविष्ट केलेला असतो.

(3) व्यवस्थापनाचा मोबदला (Reward for Management) : कर्जाच्या व्यवस्थापनासाठी प्रत्येक कर्जदात्याला काही खर्च करावा लागतो. उदा., प्रत्येक ऋणकोचे स्वतंत्र खाते ठेवणे, त्याने दिलेल्या व्याजाची नोंद ठेवणे, हप्त्याने कर्जाची परतफेड असल्यास हप्त्यांच्या पावत्या देणे, परतफेडीबद्दल स्मरणपत्रे अथवा माणूस पाठविणे इत्यादी कामांवर होणारा खर्च हाही मिश्र व्याजात समाविष्ट असतो.

(4) शुद्ध अथवा निव्वळ व्याज (Pure or Net Interest) : वरील प्रकारचे इतर मोबदल्याचे अंश वजा केले असता चलनी भांडवल कर्जाऊ दिल्याबद्दलचे केवळ जो मोबदला मिळतो तो त्या चलनी भांडवलाने उत्पादन कार्यात केलेल्या मदतीबद्दल दिला जाणारा आणि म्हणून शुद्ध व्याज या स्वरूपाचा असतो.

व्यवहारातील व्याजाचा दर 10% आहे आणि त्यातील जोखीम विमा 20%, गैरसोयीचा मोबदला 1% आणि व्यवस्थापनाचा खर्च 2% आहे असे मानल्यास 5% हे शुद्ध व्याज येईल. पूर्ण स्पर्धायुक्त बाजारात शुद्ध व्याजाचा एकच दर प्रस्थापित होतो. मात्र कर्जाच्या स्वरूपाप्रमाणे इतर अंश कमी-जास्त होतात. म्हणून मिश्र व्याजाचा दर वेगवेगळा असलेला आढळेल.

शुद्ध व्याज हा भांडवलाला मिळणारा मोबदला असल्यामुळे भांडवलाची संकल्पना प्रथम विचारात घेतली पाहिजे.

(आ) भांडवल म्हणजे काय ? (Meaning of Capital)

व्यवहारात 'भांडवल' हा शब्द अनेक अर्थांनी वापरला जातो. एखादा व्यापारी व्यवसायाचा विस्तार करण्यासाठी 'माझ्याजवळ पुरेसे भांडवल नाही' असे म्हणतो तेव्हा त्याचा अर्थ त्याच्याजवळ पुरेसे चलनी भांडवल नाही असा होतो. परंतु चलनी भांडवल अथवा पैसा हा खऱ्या अर्थाने उत्पादनास मदत करीत नाही. या चलनी भांडवलाने उत्पादनास आवश्यक असलेली खरेदी करता येते म्हणून चलनी भांडवलाला महत्त्व असते. जेव्हा एखादा अकौंटंट ताळेबंद तयार करतो तेव्हा मालमत्तेच्या प्रत्येक प्रकारची पैशात व्यक्त होणारी किंमत तो ताळेबंदात समाविष्ट करतो. म्हणून त्याच्याही दृष्टीने भांडवल म्हणजे पैसा असा अर्थ असून मालमत्तेतून (Assets) देणे (Liabilities) वजा केले असता एखाद्या व्यवसायसंस्थेची होणारी निव्वळ किंमत (Net Worth) म्हणजे त्या व्यवसायसंस्थेच्या मालकीचे भांडवल आहे असे तो मानतो.

अर्थशास्त्रात भांडवल हा उत्पादनाचा एक घटक असून नवीन संपत्ती निर्माण करण्यासाठी वापरली जाणारी संपत्ती केव्हा-केव्हा भांडवलाचे वर्णन केले जाते. अर्थशास्त्रात उपयोगिता, दुर्मीळता, विनिमयता आणि मनुष्यबाह्यता हे गुण असणाऱ्या कोणत्याही वस्तूला संपत्ती म्हटले जाते. परंतु उत्पादनाचा घटक या अर्थाने जी संपत्ती उत्पादनास मदत करते तिलाच भांडवल म्हणता येईल. उदा., कपडालत्ता, भांडीकुंडी ही संपत्ती आहे, पण भांडवल नाही. मात्र नाटक कंपनी जवळचे कपडे आणि आचाऱ्याजवळची भांडी हे भांडवल ठरते. दुसऱ्या शब्दांत उपभोक्त्याच्या वस्तू (Consumer's Goods) ही संपत्ती असली तरी भांडवल नसते.

काही लेखकांच्या मते, कारखानदार आणि व्यापारी, कारखानदार आणि दुकानदार यांच्याजवळच्या उपभोग्य वस्तूंना भांडवल म्हणण्यास हरकत नाही कारण एक तर ताळेबंदाच्या दृष्टीने ते भांडवल समजले जाते आणि दुसरे, अर्थशास्त्रज्ञाच्या दृष्टीने उपभोग वस्तूदेखील उपभोक्त्यापर्यंत पोहोचत नाही तोवर उत्पादनाच्या प्रक्रियेतच आहे असे मानले जाते. म्हणून कारखानदार आणि व्यापारी यांच्या ताब्यात असलेल्या उपभोग्य वस्तूंच्या साठ्यांना भांडवल म्हणणे योग्य ठरते. अर्थशास्त्रीय विवेचनात उपभोग्य वस्तू भांडवलाच्या कक्षेबाहेर ठेवून फक्त उत्पादकाच्या वस्तूंचा

(Producer's Goods) भांडवलात समावेश करणे अधिक उपयुक्त ठरते. भांडवलाची कल्पना स्पष्ट होण्याच्या दृष्टीने फक्त उत्पादकाच्या वस्तूंचाच अंतर्भाव भांडवलात करण्याने अडचणी संपत नाहीत. सर्व उत्पादकांच्या वस्तू भांडवल आहेत असे मानल्यावरदेखील दोन अडचणी उरतातच. एक अडचण म्हणजे, वस्तूंची भांडवली वस्तू आणि उपभोग्य वस्तू यात स्पष्ट विभागणी होत नाही. उदाहरणार्थ, मोटरकार ही उपभोग्य वस्तू असली तरी मोटर ड्रायव्हिंग स्कूलच्या दृष्टीने मोटरकार ही भांडवली वस्तू ठरते, पण त्या स्कूलच्या संचालकाने दर रविवारी तीच कार स्वतःच्या कुटुंबासाठी वापरल्यास आठवड्यातून एक दिवस तीच उपभोग्य वस्तू ठरते. अशीच अडचण स्थावर मालमत्तेच्या संदर्भात निर्माण होते. उदा., भाड्याने दिलेले घर हे भांडवल ठरेल, पण घरमालक स्वतःच घरात राहत असेल तर ? दुसरी अडचण दारूगोळा आणि शस्त्रास्त्रे यांच्या संदर्भात उद्‌भवते. या वस्तू उपभोग्य नाहीत आणि एकूण वस्तूंचे दोनच वर्ग आपण केलेले आहेत. त्या अर्थी त्यांना उत्पादकाच्या अथवा भांडवली वस्तू म्हणावे लागेल. परंतु या वस्तू उत्पादनास मदत करणाऱ्या नसल्यामुळे त्यांना भांडवल म्हणता येणे अशक्य आहे.

यावरून आपल्या लक्षात येते की, एकूण संपत्तीमधून उपभोग्य वस्तू वजा केल्या असता उरलेल्या संपत्तीपैकी उत्पादन क्रियेत सहभागी होणाऱ्या संपत्तीलाच 'भांडवल' म्हणता येईल.

6.11 भांडवल, बचत आणि गुंतवणूक या संकल्पना (Concepts of Capital, Saving and Investment)

उत्पादनाच्या इतर घटकांपेक्षा भांडवलाचे वेगळेपण स्पष्ट होते. ते भांडवलाच्या दोन वैशिष्ट्यांमुळे -

(1) श्रम आणि भूमी या निसर्गदत्त देणग्या असतात. पण भांडवल हे संपूर्णपणे मानवनिर्मितच असते. भविष्यकाळात उत्पादन करता यावे यासाठी माणसाने निर्माण केलेल्या सर्व प्रकारच्या उत्पादनाच्या साधनांना 'भांडवल' ही संज्ञा दिली आहे. यंत्रे, कारखाने, रेल्वे, वाहने इत्यादी भांडवलाची उदाहरणे होत.

(2) भांडवलाच्या संदर्भात काळाचा विचार करावा लागतो. कारण भांडवलनिर्मितीला काही काळ लागतो आणि निर्माण झालेले भांडवलही विशिष्ट कालमर्यादेपर्यंतच वापरता येते.

भांडवलावर माणसाचे पूर्ण नियंत्रण असल्याने इतर घटकांपेक्षा भांडवलाचा विचार वेगळ्या तऱ्हेने करावा लागतो. भांडवलनिर्मितीचा निर्णय माणसाला घ्यावा लागत असल्याने भांडवलासंबंधीचे अनेक प्रश्न निर्माण होतात. उदाहरणार्थ, आपल्या वाट्याला येणारी जमीन आहे तशी माणूस स्वीकारतो. पण एखादी कारखान्याची इमारत उभारायची म्हटल्यास तिचा खर्च काय ? ती किती वर्षे टिकेल ? ती बांधण्याचा खर्च किती येईल ? तिच्यावर पैसा ओतण्याऐवजी त्या पैशाचा उपभोग घेतल्यास किती समाधान मिळेल ? इत्यादी अनेक प्रश्न उपस्थित होतात.

भांडवलाच्या संदर्भात उद्‌भवणारा काळाचा प्रश्न हा मुख्यत्वे वर्तमान पसंतीचा प्रश्न आहे. भविष्य अनिश्चित असल्याने माणूस वर्तमान उपभोगाला पसंती देतो. पण भांडवलनिर्मितीसाठी वर्तमान उपभोगात कपात करून भविष्यकालीन उपभोगाची तरतूद करावी लागते. व्याजाचा संबंध अशा तऱ्हेने काळाशी जोडता येतो. आजचा एक रुपया आणि पुढच्या वर्षाचा एक रुपया यात आजच्या एक रुपयाची निवड केली जाईल. पण आज घेतला तर एक रुपया मिळेल. एक वर्षाने घेतला तर सव्वा रुपया मिळेल असे म्हटल्यावर अनेक जण 'पुढील वर्षी सव्वा रुपया घेणे बरे' असे म्हणतील. भांडवलनिर्मितीसाठी लागणारा कालावधी स्वीकारण्यास लोक तयार होतात. कारण भांडवलनिर्मितीमुळे मिळणारे फळ भांडवलाशिवाय मिळणाऱ्या फळापेक्षा जास्त असते.

भांडवलनिर्मितीची प्रक्रिया स्पष्ट करण्यासाठी अर्थशास्त्रात रॉबिन्सन क्रूसो याचे उदाहरण प्रसिद्ध आहे. जहाज फुटून रॉबिन्सन क्रूसो समुद्रात पडला आणि पोहत-पोहत तो एका निर्जन बेटावर गेला. तेथे अन्न नव्हते. समुद्रातील मासे हेच त्याचे अन्न. हाताने मासे पकडल्यास त्याला फक्त पाच मासे रोज पकडता येतात असे समजू. त्या बेटावरील

जंगली वेलींपासून त्याला जाळे विणता येईल. हे जाळे विणण्यास त्याला एक दिवस लागतो असे आपण समजू. येथे जाळे हे भांडवल आहे. आता रॉबिन्सन क्रूसोला भांडवलनिर्मिती करावयाची असेल तर त्याला एक दिवस काहीही न खाता जाळे विणावे लागेल. हे तो करील का ? जाळ्यातही दररोज पाचच मासे मिळणार असतील तर तो जाळे विणण्याच्या भानगडीत पडणार नाही. जाळ्यामुळे रोज दहा मासे मिळणार असतील तर ? उद्याचे दहा मासे आजच्या पाच माशांएवढेच मोलाचे आहेत असे त्याचे मत असेल तर, तो अकरा मासे मिळतील अशी शाश्वती वाटल्याखेरीज जाळे विणणार नाही.

जाळे विणण्यासंबंधीचा निर्णय वर उल्लेखिलेल्या घटकांपाशी संपत नाही. जाळ्यामुळे रोज वीस मासे मिळतील. पण दोनच दिवसात या बाजूने येणारे एखादे जहाज दिसेल व ते माझी सुटका करील असे क्रूसोला वाटत असेल तर ? अथवा हे जाळे चार-पाच दिवसांपेक्षा जास्त टिकणार नाही असे वाटले तर ?

या साध्या उदाहरणात आधुनिक अर्थव्यवस्थेत भांडवलनिर्मितीच्या संदर्भात उद्‌भवणारे सर्व प्रश्न प्रतिबिंबित झाले आहेत. भांडवलनिर्मितीला काही काळ द्यावा लागतो. भांडवल मनुष्यनिर्मित असते. ते निर्माण करण्यासाठी वर्तमान उपभोग कमी करून भविष्यकाळातील जादा उपभोगाची प्रतीक्षा करावी लागते. भांडवलाचा पुरवठा त्याच्या खर्चावर अवलंबून असतो. हा खर्च म्हणजे वरील उदाहरणातील वर्तमान पसंती अथवा उद्याचे अमुक मासे म्हणजे आजचे अमुक मासे हा क्रूसोने जाळ्याच्या किमतीसंबंधी केलेला हिशेब. मागणीच्या बाजूला भांडवलाची उत्पादकता क्रूसोच्या उदाहरणातील जाळ्यात सापडणाऱ्या माशांची संख्या विचारात घ्यावी लागते. भांडवलाचा खर्च आणि भांडवलाची उत्पादकता यांच्यावरून भांडवलनिर्मितीचा निर्णय घेतला जातो. लोकांच्या वर्तमान पसंतीच्या प्रवृत्तीमुळे भांडवलनिर्मितीसाठी कराव्या लागणाऱ्या खर्चापेक्षा त्या भांडवली वस्तूची उत्पादकता जास्त असते तेव्हाच लोक भांडवलनिर्मितीला तयार होतात. वर्तमान उपभोग टाळून भविष्यकालीन उपभोग स्वीकारण्यासाठी भविष्यकालीन उपभोग जास्त दिसावा लागतो. याचाच अर्थ बचतीला उद्युक्त करण्यासाठी बचत करणाऱ्यांना प्रलोभन आवश्यक ठरते. व्याज अपेक्षित नसेल तर भांडवलनिर्मिती होणार नाही.

यावरून बचत आणि गुंतवणूक या संकल्पनाही स्पष्ट होतात. उत्पन्नातून उपभोग वजा केला की राहते ती बचत. रॉबिन्सन क्रूसो उपाशी राहतो म्हणजे उपभोग कमी करतो म्हणजेच बचत करतो. या बचतीतून भांडवलनिर्मिती होते. गुंतवणूक (Investment) ही भांडवलनिर्मिती होते.

प्रत्यक्ष व्यवहारात उपभोगाला कात्री लावून (Saving) करणारे लोक वेगवेगळे असतात ते आपली बचत बँकांसारख्या मध्यस्थांच्या हवाली करतात. तीच बचत गुंतवणूक करणारे लोक कर्जाऊ घेतात. गुंतवणूक म्हणजे भांडवली वस्तूंवर केलेला खर्च. हा खर्च केला जातो म्हणजेच भांडवली वस्तूंची मागणी केली जाते, म्हणून भांडवली वस्तूंचे उत्पादन अथवा भांडवलनिर्मिती होते.

रॉबिन्सन क्रूसोच्या उदाहरणाने आपण केलेले भांडवलासंबंधीचे विवेचन व्यक्तीप्रमाणेच संपूर्ण समाजालाही लागू पडते. उदाहरणार्थ, आर्थिक नियोजनात असाच विचार केला जातो. उद्याचे राहणीमान सुधारण्यासाठी संपूर्ण समाजात आजचा उपभोग नियंत्रित करावा लागतो. आजच्या उपभोगातील कपात ही उद्याच्या उत्पादनासाठी दिलेली किंमत असते आणि या किमतीची उद्याच्या उत्पादकतेशी तुलना करूनच भांडवलउभारणीचा निर्णय सामाजिक पातळीवरही घेतला जातो.

या विवेचनावरून एक गोष्ट स्पष्ट होईल की भांडवलनिर्मितीसाठी उपभोगात कपात करावी लागते. याचे उघड कारण म्हणजे साधनांची मर्यादितता आणि पर्यायी उपयोगिता. ज्या साधनापासून उपभोग्य वस्तू निर्माण करता येतात त्याच साधनांपासून भांडवली वस्तूही तयार करता येतात. म्हणून उपभोग्य वस्तू हा भांडवली वस्तूचा वैकल्पिक खर्च ठरतो. भांडवली वस्तू तयार करणे म्हणजे तेवढ्याच साधनात होणाऱ्या उपभोग्य वस्तूचा त्याग करणे होय. हा त्याग केव्हा समर्थनीय ठरतो ? केलेल्या त्यागाहून जास्त लाभ मिळणार असेल तर !

भांडवली वस्तू टिकाऊ असतात पण त्यांचीही एक आयुर्मर्यादा असते. ती संपली की ती वस्तू टाकून दुसरी तिच्या जागी योजावी लागते. हळूहळू क्षीण होत जाणे हे भांडवली वस्तूंचे वैशिष्ट्य असल्याने उत्पादनाची क्रिया चालू राहण्यासाठी भांडवलाची पुन:स्थापनाची सोय करावी लागते. यासाठीही सातत्याने उपभोगात कपात म्हणजेच बचत करावी लागते.

सारांश, (1) भांडवल ही मानवनिर्मित वस्तू असते. (2) भांडवलनिर्मितीसाठी वर्तमान उपभोगाचा त्याग करून बचत करावी लागते. (3) वर्तमान पसंतीचा प्रवृत्तीमुळे भविष्यकालीन लाभ आकर्षक असेल तरच आज बचत करण्यास लोक प्रवृत्त होतात, आणि (4) भांडवलाचा क्षय भरून काढण्यासाठी म्हणजेच भांडवलाच्या पुन:स्थापनासाठीही सातत्याने बचत होणे आवश्यक असते.

भांडवलाची अबाधितता राखणे (Maintaining Capital Intact) : काही भांडवल हे इतर प्रकारच्या भांडवलाच्या तुलनेने अधिक टिकाऊ असते. अशा भांडवलाला 'स्थिर भांडवल' (Fixed Capital) असे म्हणतात. उदा., कापड विणण्याचा माग अथवा शिलाई यंत्र. याउलट, काही भांडवल हे रूपांतरित होऊन शेवटी उपभोग्य वस्तू या सदरात समाविष्ट होणारे असते. अशा भांडवलाला परिचल भांडवल (Circulating Capital) असे म्हणतात. उदा., कापड विणण्याच्या कारखान्यात वापरले जाणारे सूत अथवा तयार कपड्यांच्या कारखान्यात वापरले जाणारे कापड इत्यादी कच्चा माल.

परिचल भांडवल हे एकदाच उत्पादनास मदत करून उपभोग्य वस्तूत रूपांतरित होणारे म्हणून शीघ्रनाशी असते. उदाहरणार्थ, एखाद्या कापडाच्या तुकड्याचा एकदाच शर्ट शिवता येतो आणि भांडवली वस्तू या अर्थाने कापड नाहीसे होते. स्थिर भांडवल मात्र त्यामानाने टिकाऊ असते. याचा अर्थ एकच माग अनेक वर्षे कापडाचे उत्पादन करीत राहील.

स्थिर भांडवलातदेखील काही वस्तू जास्त टिकाऊ असतात. उदा., रेल्वे इंजिने, टिकाऊ भांडवली वस्तू या विशिष्ट काळानंतर अकार्यक्षम झाल्यामुळे टाकाऊ ठरतात. अनेक वेळा भांडवली वस्तू उत्तम स्थितीत असूनही तांत्रिक प्रगतीमुळे ती भांडवली वस्तू कालबाह्य ठरते व म्हणून टाकून द्यावी लागते. उत्पादन क्षेत्रातील स्पर्धेत टिकाव लागण्यासाठी आपल्या व्यवसायसंस्थेची प्रगती घडवून आणायची असेल तर सुस्थितीतील कालबाह्य वस्तू टाकून द्यावी लागते. उदा., विजेवर चालणारी चक्रमुद्रण (सायक्लोस्टाइल) यंत्रे निघाल्यावर हाताने फिरवावयाची चक्रमुद्रण यंत्रे सुस्थितीत असली तरी टाकून देण्यावाचून गत्यंतर उरले नाही.

अशा रीतीने काही वस्तू एकदा वापरताच नाश पावतात. काही विशिष्ट कालावधीनंतर नाश पावतात, तर काही कालबाह्य झाल्यामुळे त्याज्य आणि म्हणून नाश पावल्यासारख्याच असतात. त्याप्रमाणे भांडवली वस्तूंचा नाश पावण्याचा काल अथवा स्वरूप कोणतेही असेल तरी उत्पादनाचा प्रवाह कायम ठेवायचा असेल तर भांडवलाचा साठा कायम राहिला पाहिजे. भांडवलाचा हा साठा कायम ठेवण्यासाठी भांडवलाचा नाशाचा दर लक्षात घेऊन जेवढे भांडवल दिलेल्या कालावधीत नष्ट होत असेल तेवढीच भरपाई त्या काळात करणे आवश्यक आहे. झालेल्या नाशाची भरपाई करून भांडवल कायम ठेवणे याला भांडवल अबाधित राखणे (Maintaining Capital Intact) असे म्हणतात. उदा., एखाद्या उत्पादन क्षेत्रात 10 यंत्रे आहेत आणि प्रत्येक यंत्राचे आयुष्य 10 वर्षे आहे असे मानल्यास यंत्राच्या नाशाचा दर दरसाल एक यंत्र असा येतो. कारण 10 वर्षांनी आजची 10 यंत्रे बाद होतील तेव्हा त्यांची जागा घेणारी 10 नवीन यंत्रे लागतील. त्यासाठी दरवर्षी एक यंत्र याप्रमाणे तरतूद करावी लागेल. हे यंत्र तयार करण्यासाठी दर वर्षाच्या उत्पन्नातून त्या यंत्राच्या निर्मितीसाठी आवश्यक तेवढा भाग बाजूला काढून ठेवावा लागेल. त्याला प्रतिस्थापन (Replacement) असे म्हणतात. प्रतिस्थापनाने भांडवल अबाधित ठेवले जाते.

वरील विवेचनावरून एक गोष्ट सहज लक्षात येण्यासारखी आहे. भांडवल अबाधित ठेवले नाही तर उत्पादन घटू लागेल. भांडवल अबाधित ठेवले तर उत्पादन स्थिर राहील. पण उत्पादनात वाढ अथवा आर्थिक प्रगती होण्यासाठी भांडवल अबाधित ठेवून शिवाय दरवर्षी भांडवलात नवीन भर घालणे आवश्यक आहे.

भांडवलाचा क्षय (Consuming Capital) : एखाद्या देशाने भांडवलाच्या साठ्यात भर टाकली नाही तर त्या देशाची आर्थिक प्रगती बंद पडेल, पण जर एखादा देश आपल्या भांडवलातील जुने आणि कालबाह्य भांडवल काढून टाकून त्याऐवजी प्रतिस्थापनाने नवीन भांडवल तयार करीत नसेल, म्हणजेच आपले भांडवल अबाधित राखीत नसेल, तर तो देश भांडवल खात चालला आहे अथवा त्या देशात भांडवलाचा क्षय (Consuming Capital) होतो आहे असे म्हटले जाते. भांडवलाचा क्षय अथवा नाश दोन प्रकारे होतो. टिकाऊ भांडवली वस्तू झिजल्याने आणि परिचल भांडवल वापरून टाकल्याने देशाच्या साधनसंपत्तीचा आवश्यकतेहून जास्त भाग उपभोग्य वस्तूंच्या निर्मितीसाठी वापरून टाकल्याने देशाच्या साधनसंपत्तीचा आवश्यकतेहून जास्त उपभोग वस्तूंच्या निर्मितीसाठी वापरला जात असेल तर भांडवली वस्तूंच्या उत्पादनासाठी साधनसंपत्ती कमी पडून भांडवलाचा र्‍हास होत जाईल. भांडवली वस्तूंचे उत्पादन घटत गेल्यामुळे कालांतराने त्या देशाचे राष्ट्रीय उत्पन्न घटत जाऊन तो देश दरिद्री होतो. युद्धासारख्या आणीबाणीच्या काळात अशा प्रकारच्या भांडवलाचा र्‍हास शक्य असतो. युद्धकाळात शत्रूने केलेले प्रत्यक्ष नुकसान म्हणून रस्ते नादुरुस्त होणे, इमारती पडणे इत्यादी मार्गांनी भांडवलाचा प्रत्यक्ष र्‍हास होतो तर देशातील दुर्मीळ साधनसंपत्ती युद्धसामग्री तयार करण्यासाठी अधिक प्रमाणात वापरली गेल्यास भांडवलाचे प्रतिस्थापन अशक्य होऊन याही कारणामुळे भांडवलाचा र्‍हास होतो. युद्धासारख्या आणीबाणीच्या काळात अशा तर्‍हेने भांडवलावर जगण्याचा धोका नाइलाजास्तव एखाद्या देशाला पत्करावा लागतो. परंतु दीर्घकालीन धोरण म्हणून उत्पादनातील घट आणि समाजाच्या राहणीमानाचा र्‍हास टाळायचा असेल तर भांडवल अबाधित राखणे आणि त्यासाठी उपभोग कमी करून बचत वाढविणे म्हणजेच भावी उपभोगासाठी वर्तमानकाळात त्याग करणे हाच मार्ग असतो.

6.12　व्याजाचा ऋणयोग्य निधी सिद्धान्त (Lonable Funds Theory of Interest)

हा सिद्धान्त मुळात विख्यात स्वीडिश अर्थशास्त्रज्ञ विकसेल यांनी मांडला आणि ओहलीन, लिंडॉल, मिरडल इत्यादी स्वीडिश आणि सर रॉबर्टसन या इंग्लिश अर्थशास्त्रज्ञांनी या सिद्धान्ताचा अधिक विकास केला. (व्याजासंबंधीचा कर्जाऊ रकमांचा सिद्धान्त अथवा कर्जदेय रकमांचा सिद्धान्त अशी पर्यायी नावेही या सिद्धान्ताला दिली जातात.)

वास्तवात हा सिद्धान्त म्हणजे अभिजात सिद्धान्ताचीच सुधारलेली आवृत्ती आहे. म्हणून याला नवअभिजात (Neo-Classical) सिद्धान्त असे म्हणतात. हा सिद्धान्त असे सांगतो की, व्याजाचा दर हा ऋणयोग्य निधींचा म्हणजेच कर्जाऊ म्हणून देण्यासाठी उपलब्ध असलेला रकमांचा पुरवठा आणि अशा रकमांची मागणी या दोहोंनी मिळून ठरतो. जुन्या सिद्धान्तात पुरवठ्यामध्ये फक्त चालू उत्पन्नातील बचतीचाच अंतर्भाव केलेला होता, तर या सिद्धान्तात चालू उत्पन्नातील बचतीव्यतिरिक्त बँकांनी निर्माण केलेला पतपैसा, तसेच साठविलेल्या पैशातून काढून घेतला जाणारा निधी आणि पूर्वीच्या गुंतवणुकीतून काढून घेतलेला निधी यांचाही समावेश 'पुरवठ्यामध्ये' केला जातो. जुन्या सिद्धान्तातील मागणी ही केवळ गुंतवणुकीवर अवलंबून होती, तर ऋणयोग्य निधी सिद्धान्ताप्रमाणे निधींची मागणी गुंतवणुकीप्रमाणेच संचयाच्या इच्छेवरही अवलंबून असते असे मानले जाते. जुन्या सिद्धान्ताने वास्तव बचत आणि वास्तव गुंतवणूक विचारात घेतली होती, पण हा सिद्धान्त वास्तव घटकांबरोबरच चलनी घटकही विचारात घेतो.

आकृती क्र. 6.10 मध्ये ऋणयोग्य निधींच्या मागणी-पुरवठ्यावरून व्याजाचा दर ठरतो हे स्पष्ट होईल. आकृतीमध्ये **प** हा पतपैशाचा पुरवठा वक्र आहे. व्याजाचा दर वाढेल तशी पतनिर्मिती वाढत जाते म्हणून हा वक्र उजवीकडे वर चढत जाणारा काढलेला आहे. **ब** वक्र हा व्याजाच्या वेगवेगळ्या पातळ्यांना उपलब्ध होणाऱ्या बचत रकमा दाखवितो. हाही वक्र **प** प्रमाणेच व्याजाच्या दराच्या बाबतीत लवचीक म्हणजे उजवीकडे वर जाणारा असा काढलेला आहे. **प** आणि **ब** यांची आडवी बेरीज करून **ब + प** हा वक्र काढलेला आहे. **ब + प** वक्र हा ऋणयोग्य निधींचा पुरवठा वक्र आहे.

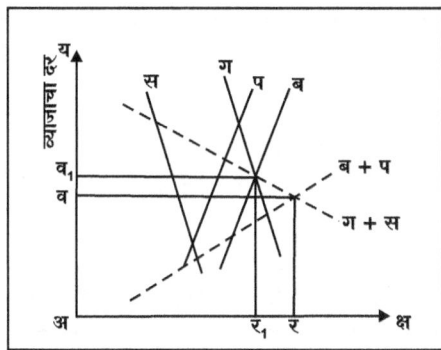

आकृती क्र. 6.10 : ऋणयोग्य निधींच्या मागणी-पुरवठ्यावरून व्याजनिश्चिती

मागणीच्या बाजूला **ग** वक्र हा गुंतवणुकीसाठी असणारी ऋणयोग्य निधीची मागणी दाखवितो तर **स** वक्र हा रोख पैशाच्या संचयासाठी निधींची मागणी दाखवितो. **ग** आणि **स** या दोन वक्रांची बेरीज करून येणारा **ग + स** हा वक्र ऋणयोग्य निधींची एकूण मागणी दाखवितो. **ब + प** आणि **ग + स** या पुरवठा आणि मागणी वक्रांच्या छेदनाने **अ व** हा बाजारातील व्याजाचा दर ठरतो.

या आकृतीवरून अभिजात सिद्धान्त (Classical Theory) आणि ऋणयोग्य निधी सिद्धान्त यांमधील फरक स्पष्ट करता येतो. अभिजात सिद्धान्तात केवळ बचत आणि गुंतवणूक यांचाच विचार केलेला असल्यामुळे **ब** आणि **ग** या दोन वक्रांवरून **अ** $\mathbf{व_1}$ हा व्याजाचा दर ठरतो असे मानले जाते. नव्या सिद्धान्तात संचय आणि पतनिर्मिती हे दोन चलनी घटक विचारात घेतल्यामुळे एकूण मागणी आणि एकूण पुरवठा यांनी ठरणारा **अ व** हा व्याजाचा दर दर्शविला आहे.

याच आकृतीवरून प्रो. विकसेल यांनी केलेला व्याजाचा नैसर्गिक दर (Natural Rate of Interest) आणि व्याजाचा दर (Market Rate of Interest) यामधील फरकही स्पष्ट करता येतो. बचत आणि गुंतवणूक यांच्या संतुलनाने (**ब** आणि **ग** या दोन वक्रांनी) ठरणारा **अ** $\mathbf{व_1}$ हा व्याजाचा नैसर्गिक दर आहे, तर ऋणयोग्य निधींच्या मागणी-पुरवठ्यांवरून ठरणारा **अ व** हा बाजारातील व्याजाचा दर आहे.

ऋणयोग्य निधी सिद्धान्ताचे मूल्यमापन : ऋणयोग्य निधी सिद्धान्ताने दोन बाबतीत अभिजात सिद्धान्तात सुधारणा केली आहे. म्हणून हा सिद्धान्त अधिक वास्तववादी झालेला आहे.

(1) पुरवठ्याच्या बाजूला बँकांची पतनिर्मिती (प वक्र यात Dishoarding आणि जुन्या गुंतवणुकीचे पैशात रूपांतर अथवा Disinvestment हे दोन्ही घटक अंतर्भूत आहेत.) हा सिद्धान्त विचारात घेतो. तसेच,

(2) मागणीच्या बाजूला संचयाचा (Hoarding) अथवा रोकड अभिलाषेचा (Liquidity Preference) विचार या सिद्धान्तात केलेला आहे. या दोन्ही घटकांकडे अभिजात सिद्धान्ताने दुर्लक्ष केलेले होते, पण ऋणयोग्य निधी सिद्धान्ताने हे महत्त्वाचे घटक विचारात घेतले ही या सिद्धान्ताची जमेची बाजू आहे.

सिद्धान्तावरील टीका : अभिजात सिद्धान्तात या सिद्धान्ताने सुधारणा केली असली तरी यातील अनेक उणिवा दाखवून या सिद्धान्तावर पुढीलप्रमाणे टीका करण्यात आली आहे -

(1) या सिद्धान्तात व्याजाच्या दराचा बचतीवर पडणारा प्रभाव वास्तवतेहून जास्त मानला जातो. वास्तवात व्याजाचा दर वाढला नसताना बचत वाढते अथवा काही लोक व्याजाचा दर शून्य असला तरी बचत करतील अशीही शक्यता असते.

(2) अभिजात सिद्धान्ताप्रमाणेच याही सिद्धान्तात गुंतवणुकीची पातळी कमी-जास्त झाली तरी उत्पन्नाची पातळी कायम मानली जाते आणि हे गृहीत मान्य करता येणार नाही.

(3) **प्रा. हॅनसेन** यांनी म्हटल्याप्रमाणे या सिद्धान्तात चक्रापत्ती हा तर्कदोष आहे. व्याजाचा दर ऋणयोग्य निधींनी ठरतो, ऋणयोग्य निधींचा पुरवठा उत्पन्नाच्या पातळीवरून ठरतो, उत्पन्न गुंतवणुकीच्या पातळीवरून ठरते आणि गुंतवणूक व्याजाच्या दरावर अवलंबून असते आणि अर्थात व्याजाचा दर ऋणयोग्य निधींवर अवलंबून असतो. याप्रमाणे आपला युक्तिवाद चक्रापत्तीत सापडतो. काही टीकाकारांच्या मते, वास्तव घटक आणि चलनी घटक यांचा एकत्रित विचार करणेच चुकीचे आहे. एक तर संपूर्ण वास्तव घटक तरी विचारात घेता येतील किंवा संपूर्ण चलनी घटक तरी विचारात घेता येतील.

6.13 व्याजाचा रोखता-पसंती सिद्धान्त (Liquidity Preference Theory of Interest)

लॉर्ड केन्स यांनी व्याजाच्या अभिजात सिद्धान्तावर प्रखर टीका केली. **केन्स** यांच्या मते व्याज हे केवळ चलनी तत्त्व आहे. म्हणून व्याजाचा सिद्धान्त पैशाच्या भाषेतच मांडला पाहिजे, असा सिद्धान्त केन्स यांनी मांडला असून तो 'रोकड पसंती' अथवा 'रोखता पसंती सिद्धान्त' या नावाने ओळखला जातो. केन्सने केलेल्या व्याख्येप्रमाणे विशिष्ट काळाकरिता रोकडीचा त्याग करण्याबद्दल दिले जाणारे पारितोषिक म्हणजे व्याज होय. (Interest in the reward paid for parting with liquidity) या सिद्धान्ताप्रमाणे असे मानले जाते की, लोकांमध्ये रोकड पसंती असते. रोख पैसा ही सर्वांत रोकड संपत्ती (Liquid Asset) असल्यामुळे रोख पैसा स्वतःजवळ ठेवण्याची लोकांची वृत्ती असते. परंतु रोख पैसे कर्जाऊ म्हणून द्यायचे तर स्वतःची रोकड कमी करणे भाग आहे. म्हणून लोकांच्या रोकडीच्या अभिलाषेवर अथवा रोकड पसंतीवर मात करून त्यांना रोकडीचा त्याग करण्यास उद्युक्त करण्यासाठी काही प्रलोभन दाखविणे अथवा त्यागाबद्दल पारितोषिक देणे आवश्यक आहे. व्याज हे अशा प्रकारचे पारितोषिक आहे असे केन्स म्हणतो.

या सिद्धान्ताप्रमाणे व्याजाचा दर हा रोख पैशाच्या मागणी-पुरवठ्यावरून ठरतो असे मानले जाते. रोख पैशाची मागणी समाजाच्या रोकड पसंतीवरून ठरते. लोक रोख पैशांची मागणी तीन हेतूंनी करतात -

(1) विनिमय उद्देश (Transaction Motive) : दैनंदिन खर्चासाठी आपल्या उत्पन्नाचा काही भाग रोख पैशाच्या स्वरूपात ठेवणे लोकांना आवश्यक वाटते.

(2) सावधानता उद्देश (Precautionary Motive) : अनपेक्षित कारणांमुळे उद्भवणाऱ्या खर्चासाठी म्हणून काही रोख पैसा लोक स्वतःजवळ ठेवतात.

(3) परिकल्पन उद्देश (Speculative Motive) : किमतीमधील चढ-उतारांचा लाभ उठविण्यासाठी लोक रोख पैशांचा संचय करून ठेवतात. या तिन्ही हेतूंनी प्रेरित होऊन लोक रोकडीची अभिलाषा बाळगतात. ही अभिलाषा वाढली तर लोकांची रोख पैशाची मागणी वाढेल आणि ही अभिलाषा कमी झाली तर रोख पैशांची मागणी कमी होईल.

पुरवठ्याच्या बाजूला रोख पैशाचा पुरवठा हा मध्यवर्ती बँकेकडून सरकारच्या वतीने नियंत्रित केला जातो. समाजातील व्यक्ती आणि संस्था यांच्याजवळ विशिष्ट वेळी असलेल्या पैशाच्या साठ्यांची बेरीज केली असता एकूण पैशाचा पुरवठा मिळतो. पैशाचा एकूण पुरवठा हा व्याजाच्या दराचा विचार न करता ठरत असल्याने म्हणजे व्याज वाढले की पैशाचा पुरवठा वाढवावा असे सरकारचे धोरण नसल्याने पैशाचा पुरवठा हा व्याजाच्या दराच्या दृष्टीने पूर्ण अलवचीक असा मानता येतो.

रोकड अभिलाषा अथवा रोखता पसंती ही व्याजाच्या दराच्या बाबतीत लवचीक असते. म्हणजेच व्याजाचा दर कमी झाला की लोक जास्त रोख पैसा स्वतःजवळ ठेवू इच्छितात आणि व्याजाचा दर वाढला की लोक आपल्या रोकड अभिलाषेवर मात करून पैशाची मागणी कमी करतात. यामुळे रोकड अभिलाषा वक्र अथवा पैशाचा मागणी वक्र हा नेहमीच्या मागणी वक्राप्रमाणे उजवीकडे खाली उतरणारा असतो, तर पैशाचा पुरवठा व्याजाच्या दराच्या दृष्टीने पूर्णपणे अलवचीक असल्यामुळे पुरवठा वक्र **'य'** अक्षाला समांतर असतो.

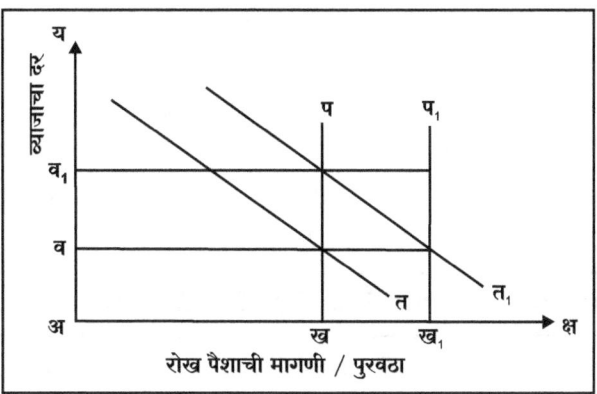

आकृती क्र. 6.11 : रोकड पसंती व व्याजदर

आकृती क्र. 6.11 मध्ये **त** हा तरलता अभिलाषा वक्र आणि **प** हा पैशाचा पुरवठा वक्र आहे. **त** आणि **प** या दोन वक्रांच्या छेदनाने **अ व** हा व्याजाचा दर ठरतो. पैशाचा पुरवठा अल्पकाळात तरी स्थिर राहत असल्यामुळे लोकांच्या रोकड अभिलाषेत बदल झाला तरच व्याजाच्या दरात बदल होईल. उदा., आकृतीत रोकड अभिलाषा वाढून **त** वक्र **$त_1$** येथे स्थानांतरित झाला तर व्याजाचा दर **अ $व_1$** होईल. अशा तऱ्हेने रोकड अभिलाषा वाढल्यास व्याजाचा दर वाढतो आणि (इतर परिस्थिती कायम राहिल्यास) रोकड अभिलाषा कमी झाल्यास व्याजाचा दर कमी होतो असे हा सिद्धान्त मांडतो. म्हणून याला 'रोकड अभिलाषा सिद्धान्त' असे म्हणतात. अर्थात, या सिद्धान्ताने पैशाचा पुरवठाही विचारात घेतलेला आहे. परंतु अल्पकाळात पैशाचा पुरवठा स्थिर असल्यामुळे रोकड अभिलाषेचाच प्रभाव जास्त पडतो. वरील आकृतीवरून आणखी एक गोष्ट लक्षात येते, ती म्हणजे रोकड अभिलाषा **त** पासून **$त_1$** पर्यंत जेव्हा वाढते तेव्हा व्याजाचा दर **अ $व_1$** पर्यंत वाढतो. पण पैशाचा पुरवठा जर **अ ख** पासून **अ $ख_1$** पर्यंत वाढविला तर व्याजाचा दर **अ व** एवढाच राहील. म्हणून **$प_1$** हा वाढविलेल्या पैशाच्या पुरवठ्याच्या संदर्भात तयार केलेला **$प_1$** हा नवा पुरवठा वक्र पूर्वीच्याच व्याजाच्या दराला मागणीशी संतुलित होतो.

यावरून केन्स यांनी असा निष्कर्ष काढला की, पैशाच्या मागणी-पुरवठ्यावरून व्याजाचा दर ठरत असल्याने आणि रोख पैसा सरकारने मुद्दाम वाढविला नाही तर स्थिर राहत असल्याने लोकांची रोकड अभिलाषा बदलेल त्याप्रमाणे व्याजाचा दर बदलेल. यावरून एक महत्त्वाची गोष्ट स्पष्ट होते, ती अशी की व्याजाचा दर कायम ठेवायचा असेल तर लोकांची रोकड अभिलाषा बदलेल त्याप्रमाणे सरकारने रोख पैशाचा पुरवठा बदलला पाहिजे.

केन्सच्या सिद्धान्तावरील टीका : (1) **प्रो. हॅनसेन** यांनी असे मत व्यक्त केले आहे की, जो चक्रापत्तीचा दोष व्याजाच्या अभिजात सिद्धान्तात आहे तो केन्सच्याही सिद्धान्तात आहे. कारण रोकड अभिलाषेवर व्याजाचा दर अवलंबून असतो. रोकड अभिलाषा उत्पन्नाच्या पातळीवर अवलंबून असते आणि उत्पन्नाची पातळी ठरविण्यात व्याजाच्या दराचा वाटा असतो.

(2) प्रो. हॅझलिट यांच्या मते, व्याजाच्या दरावर चलनी घटकांप्रमाणेच उत्पादकता आणि समयप्राधान्य यांसारख्या वास्तव घटकांचाही प्रभाव पडत असतो. केन्सने केवळ चलनी घटकांचाच विचार केल्यामुळे हा सिद्धान्त एकांगी झाला आहे.

(3) प्रो. व्हाईनर यांच्या मते, बचत केलेली असल्याशिवाय त्याग करण्यासारखी रोकड असू शकत नाही. व्याजाचा दर हा रोकडरहित बचतीसाठी मिळणारा मोबदला आहे. प्रो. व्हाईनर यांनी रोकडीचा त्याग या कल्पनेवर अशा प्रकारे टीका केली आहे. प्रो. हॅझलिट यांनी व्याज हे रोकडीचा त्याग केल्याबद्दल मिळणारे पारितोषिक आहे ही कल्पना कशी चुकीची आहे हे दाखविताना असे म्हटले आहे की, व्याजाबद्दलचे केन्सचे हे मत मान्य करणे याचा अर्थ बाजारात एखादा माणूस टोमॅटो विकत घेत असेल तर त्या ग्राहकाला मिळणारे टोमॅटो हे रोकडीचा त्याग केल्याबद्दल मिळतात असे मानावे लागेल.

(4) व्यापारचक्रांच्या अवस्थांमध्ये व्याजाच्या दराने जे प्रत्यक्ष वर्तन दिसते ते या सिद्धान्ताच्या नेमके उलट असते. मंदीच्या काळात किमती घटत्या असल्यामुळे लोकांची रोकड अभिलाषा जास्त असते तेव्हा व्याजाचा दर जास्त असण्याऐवजी कमी असतो. याउलट, तेजीच्या अवस्थेत लोकांची रोकड अभिलाषा कमी असल्यामुळे व्याजाचा दर कमी असायला पाहिजे पण प्रत्यक्षात तो जास्त असतो.

(5) रोख पैशाची मागणी तीन कारणांसाठीच असते असे केन्स मानतो व हे खरे नाही. प्रत्यक्षात अशी अनेक कारणे आहेत की ज्यांच्यामुळे लोक रोख पैशाची मागणी करतात.

6.14   व्याजाबाबतचा आधुनिक दृष्टिकोन (Modern View of Interest)

अभिजात आणि रोकड अभिलाषा या दोन्ही सिद्धान्तांनी व्याजाच्या दराचे समाधानकारक स्पष्टीकरण मिळत नाही. म्हणून सिद्धान्तातून महत्त्वाचे विचार घेऊन आणि त्यांचा समन्वय करून प्रो. हिक्स आणि प्रो. लर्नर यांनी आधुनिक सिद्धान्त मांडलेला आहे. पहिल्या दोन्ही सिद्धान्तांचा एकांगीपणा घालविण्यासाठी वास्तव आणि चलनी अशा दोन्ही घटकांचा विचार आधुनिक सिद्धान्तात केलेला आहे. ऋणयोग्य निधी सिद्धान्ताने अशा प्रकारचा प्रयत्न केला होता, पण तो यशस्वी झाला नव्हता.

आधुनिक सिद्धान्ताप्रमाणे बचत, गुंतवणूक, रोकड पसंती आणि पैशाचा पुरवठा हे चार व्याजाच्या दरांचे निर्धारक घटक आहेत. या चारही घटकांचा उत्पन्नाबरोबर विचार केल्यास व्याजाच्या दराचे बरेचसे समाधानकारक स्पष्टीकरण मिळू शकते. प्रथम उत्पन्नाच्या वेगवेगळ्या पातळ्यांना बचत आणि गुंतवणूक यांचा समतोल प्रस्थापित करणारे वेगवेगळे व्याजाचे दर शोधून काढले जातात. (आकृती क्र. 6.10 पाहा.) बचत आणि गुंतवणूक संतुलित करणारे व्याजाच्या दराचे निदर्शक असे हे सर्व बिंदू जोडून ग + स हा वक्र मिळतो. हा वक्र उजवीकडे उतरत जाणारा असतो. कारण उत्पन्नाची पातळी वाढेल तशी बचत वाढून व्याजाच्या दरात घट होते.

रोख पैशाचा पुरवठा स्थिर आहे असे मानून उत्पन्नाच्या वेगवेगळ्या पातळ्यांना रोख पैशाची मागणी दाखविणारे अनेक रोकड पसंती वक्र तयार करता येतील. एका उत्पन्नाच्या पातळीला रोख पैशाच्या मागणी-पुरवठ्याचा समतोल एका व्याजाच्या दराला होत असेल तर दुसऱ्या पातळीला हाच समतोल वेगळ्या व्याजाच्या दराला होईल. उत्पन्नाच्या वेगवेगळ्या पातळ्यांना रोख पैशाच्या मागणी-पुरवठ्याचे संतुलन घडवून आणणाऱ्या वेगवेगळ्या दरांच्या संदर्भात (जसे 50 कोटी उत्पन्न – 3%, 100 कोटी उत्पन्न – 4%, 150 कोटी उत्पन्न – 5% इत्यादी) ब + प हा वक्र काढता येतो. उत्पन्न वाढले की लोकांची रोकड पसंती वाढल्यामुळे व्याजाचा दर वाढतो. म्हणून ब + प हा वक्र उजवीकडे वर चढत जाणारा येईल. हे दोन वक्र असे तयार होतात हे नीट लक्षात घेतल्यास उजवीकडे उतरत जाणारा ग + स वक्र म्हणजे बचत आणि गुंतवणूक संतुलित करणाऱ्या व्याजाच्या दरांचा मार्ग दर्शवितो तर ब + प वक्र रोख पैशाचा मागणी-पुरवठा संतुलित करणाऱ्या व्याजाच्या दरांचा मार्ग असतो हे लक्षात येईल. हे दोन वक्र म्हणजे नेहमीच्या मागणी आणि पुरवठा वक्रासारखे असतात. ग + स हा मागणी वक्रासारखा व ब + प हा पुरवठा वक्रासारखा असतो आणि या दोन वक्रांच्या छेदनबिंदूने व्याजाचा दर ठरतो. एकटा ग + स वक्र अथवा एकटा ब + प वक्र व्याजाचा दर ठरवू शकणार नाही. म्हणजेच अनुक्रमे एकटा अभिजात सिद्धान्त अथवा एकटा केन्सचा सिद्धान्त व्याजाचा दर स्पष्ट करू शकणार नाही, तर या दोहोंच्या समन्वयाने म्हणजेच बचत आणि गुंतवणूक ग + स तसेच रोख पैशाचा पुरवठा आणि रोकड पसंती ब + प आणि या चारांबरोबरच उत्पन्नाची पातळी या सर्व घटकांमुळे व्याजाचा दर ठरतो, असे हिक्स आणि लर्नर यांचे प्रतिपादन आहे.

चलनी आणि वास्तव अशा दोन्ही घटकांचा एकत्रित विचार केला जाणे हा या सिद्धान्ताचा पहिला गुण आहे, तर उत्पन्नाची पातळी स्थिर मानल्यामुळे उपस्थित होणारी चक्रापत्ती, उत्पन्नही बदलते असे मानून, या सिद्धान्ताने टाळली आहे हा या सिद्धान्ताचा दुसरा गुण आहे.

6.15 नफा (Profit)

भूमी, श्रम आणि भांडवल या तीन घटकांना मिळणाऱ्या मोबदला प्रकारांपेक्षा उद्योजन (Enterprise) या घटकाला मिळणारा मोबदला म्हणजे नफा हा मुळातच स्वरूपाने वेगळा असतो. नफ्याचे हे वेगळेपण प्रथम लक्षात घेतले पाहिजे म्हणजेच नफ्याच्या व्याख्येचा प्रश्न लक्षात घेतला पाहिजे.

नफा = विक्री किंमत - एकूण उत्पादन खर्च

(अ) नफ्याचे स्वरूप व व्याख्या (Profit : Nature and Definition)

इतर घटकांना मिळणाऱ्या मोबदल्याप्रमाणे नफा हा उद्योजक या घटकाला मिळणारा मोबदला आहे. भूतकाळातील खर्चावर वर्तमान उत्पन्नाचे आधिक्य म्हणजे नफा अशी नफ्याची सुटसुटीत व्याख्या ड्रकर यांनी केली आहे. या व्याख्येवरून एक गोष्ट प्रथमदर्शनी लक्षात येते ती अशी की, मिळालेल्या उत्पन्नातून खर्च वजा केल्यानंतर जो अवशेष अथवा जी बाकी उरते तिला आपण नफा म्हणतो. भूमी, भांडवल आणि श्रम या तीनपैकी प्रत्येक घटकाचा मोबदला कराराने निश्चित केलेला असतो. उदा., मजुरीचा दर बाजारातील प्रेरणांनी एकदा निश्चित केल्यानंतर वैयक्तिक उत्पादक आणि वैयक्तिक मजूर या दोघांनाही तो मान्य करावा लागतो. परंतु तो मान्य केल्यानंतर त्या दराला चिकटून राहण्याचा लेखी अथवा तोंडी करार, निदान काही काळापुरता तरी केला जातो. नफ्याबद्दल असा कोणताही करार केला जात नाही. प्रचलित मोबदल्याचे दर आणि त्यानुसार केलेले करार यांच्यावरून खंड, व्याज आणि मजुरी या तिन्हींवर कराव्या लागणाऱ्या एकूण खर्चाची कल्पना येते आणि एकूण उत्पन्नातून हा एकूण खर्च वजा केल्यानंतर नफा उरतो. नफा हा उत्पन्नातून वजा केल्यानंतर राहणारा अवशेष असल्याचे आणि नफ्याबद्दल वर म्हटल्याप्रमाणे, कोणताही करार करता येत नसल्याने दोन महत्त्वाचे परिणाम होतात : (1) इतर घटकांना मिळणाऱ्या मोबदल्यांच्या तुलनेने नफ्यात तीव्र चढ-उतार होतात. कारण नफ्याला बांधून ठेवणारा करार नसतो आणि (2) नफा हा अवशेष असल्यामुळे तो ऋण (Negative) असणे शक्य असते. खंड, मजुरी, व्याज ही कधीही ऋण असत नाहीत.

(आ) मिश्र नफा आणि शुद्ध नफा (Gross and Net Profit)

एकूण प्राप्तीमधून इतर घटकांच्या मोबदल्यावर होणारा एकूण खर्च वजा केला असता उरणारा जो अवशेष आहे त्याला नफा ही प्रारंभी दिलेली संज्ञा आता तपासून पाहिली पाहिजे. प्रारंभ बिंदू म्हणून आपण नफ्याची व्याख्या स्वीकारली होती. तथापि शास्त्रशुद्धदृष्ट्या पाहिल्यास अशा उरणाऱ्या अवशेषात अनेक अंश समाविष्ट असल्याने त्याला मिश्र नफा अथवा स्थूल नफा (Gross Profits) म्हणणे अधिक योग्य ठरेल.

मिश्र नफ्यात पुढील घटक समाविष्ट असतात -

(1) अनेक वेळा उद्योजक स्वतःचे भांडवल स्वतःच्या व्यवसायात वापरतो. हेच भांडवल अन्यत्र गुंतविले असेल तर त्याला जे व्याज मिळाले असते तेवढी रक्कम नफा या सदरात येऊ शकणार नाही. म्हणून उद्योजकाच्या स्वतःच्या भांडवलावरील व्याज हा मिश्र नफ्यातील अंश वजा करावा लागतो.

(2) उद्योजक स्वतःची जमीन असेल आणि ती तो या उत्पादनात वापरीत असेल तर अविशिष्ट मिश्र नफ्यातून उद्योजकाच्या स्वतःच्या जमिनीवरील खंड हाही वजा करावा लागेल. तीच जमीन बाहेर खंडाने दिली असती तर किती खंड आला असता यावरून खंड म्हणून किती रक्कम वजा करावयाची हे समजू शकते.

(3) स्वतःच्या व्यवसायसंस्थेचे व्यवस्थापन करताना उद्योजकाला काही बौद्धिक आणि शारीरिक श्रम करावे लागतात. हेच श्रम अन्यत्र केले असते तर त्याला जो पगार मिळाला असता, त्याचा अंदाज करून उद्योजकांच्या व्यवस्थापनाचे वेतन हा अंश मजुरीच्या स्वरूपाचा म्हणून अविशिष्ट मिश्र नफ्यातून वजा करावा लागतो.

(4) वरील तीन अंश अनुक्रमे व्याज, खंड आणि मजुरी या स्वरूपाचे आहेत. म्हणून ते नफा या सदरात येणार नाहीत. तसेच एखाद्या उद्योजकाजवळ इतर घटकांना एकत्रित करणे, बाजारात सौदा करणे, भावी मागणीचे अंदाज करणे इत्यादी कार्यांत विशेष योग्यता असल्यामुळे त्याला इतर उद्योजकांकडून 'योग्यता खंड' (Rent of Ability) म्हणून जो जादा नफा मिळेल तोही खंडाच्या स्वरूपाचा म्हणून मिश्र नफ्यातून वजा करावा लागतो.

(5) अनेक वेळा अनपेक्षितपणे जास्त नफा मिळतो असा अनपेक्षित लाभदेखील (Windfall Profit) मिश्र नफ्यातून वजा करायला पाहिजे.

मिश्र नफ्यातून वरील सर्व अंश वजा केले असता जो उरतो तो शुद्ध नफा (Net Profit) होय. थॉमस यांच्या शब्दांत ''मागणीचा अंदाज करून आगाऊ केल्या जाणाऱ्या उत्पादनाच्या पद्धतीवर आधारलेल्या सर्वच व्यवसायांपासून अलग करता येणार नाही, अशी जोखीम स्वीकारण्याबद्दल उद्योजकाला मिळणारा मोबदला म्हणजे शुद्ध नफा होय.'' अशा रीतीने शुद्ध नफ्याचे वैशिष्ट्य म्हणजे तो केवळ उद्योजकाचा मोबदला असला पाहिजे. अर्थात पगारी व्यवस्थापकांकडून अथवा इतर घटकांकडून जी कामे करता येणे शक्य असते त्या कामांसाठी उद्योजकाला नफा मिळत नाही. वरील व्याख्येत शुद्ध नफ्याची जी कल्पना मांडली आहे, ती उद्योजकाचे जोखीम पत्करणे हेच काम आहे या गृहीतावर आधारलेली आहे. परंतु उद्योजकाचे काम नेमके कोणते ? उदाहरणार्थ, योग्यता खंड हा मिश्र नफ्यातील भागदेखील शुद्ध नफ्यात समाविष्ट करावा असे मानणारे काही अर्थशास्त्रज्ञ आहेत. म्हणून शुद्ध नफा म्हणजे, ''जे कार्य फक्त उद्योजकच करू शकतो त्याबद्दल त्याला मिळणारा मोबदला'' अशी व्याख्या करणे इष्ट ठरेल.

वरील विवेचनावरून स्पष्ट होते की, एकूण उत्पन्नातून इतर घटकावर केलेला प्रत्यक्ष एकूण खर्च वजा जाता राहणारा अवशेष हा व्यवहारात स्थूलमानाने नफा मानला जात असला तरी शास्त्रीयदृष्ट्या त्याला मिश्र नफा (Gross Profit) म्हणावे लागेल. या मिश्र नफ्यातून इतर घटकांच्या मोबदल्याच्या जातीचा मोबदला म्हणजेच खंड, व्याज इत्यादींचे अंश वजा केले असता शुद्ध नफा राहील आणि केवळ उद्योजक या घटकालाच मिळू शकतो असा मिश्र नफ्याचा भाग शिल्लक राहील. हा शुद्ध नफा मानला जाईल.

6.16 नफ्याचे सिद्धान्त (Theories of Profit)

उद्योजकाचा मोबदला म्हणून नफा (Profit as a Reward to the Enterpreneur) : उत्पादनाचा एक घटक म्हणून उद्योजकाला जो मोबदला मिळतो तो नफा. यालाच शुद्ध नफा असे नाव आपण दिले आहे. परंतु हा जो शुद्ध नफा उद्योजकाला मिळतो तो कोणत्या कामाबद्दल मिळतो याबद्दल वेगवेगळ्या अर्थशास्त्रज्ञांची वेगवेगळी मते आहेत. यातील महत्त्वाची मते अथवा सिद्धान्त नफ्याबाबतचे सिद्धान्त म्हणून प्रसिद्ध आहेत. यांपैकी काही निवडक सिद्धान्त आपण येथे पाहणार आहोत.

(अ) नफ्याचा गतिमानता सिद्धान्त (Dynamic Theory of Profit)

सुप्रसिद्ध अर्थशास्त्रज्ञ **जे. बी. क्लार्क** यांनी हा सिद्धान्त प्रथम मांडला. ''उत्पादन खर्चावरील किमतीचे आधिक्य म्हणजे नफा'' अशी त्यांनी नफ्याची व्याख्या केली. हा नफा गतिमानतेमुळे उद्‌भवतो असे त्यांचे मत होते. म्हणून स्थितिशील आणि गतिशील (अथवा गतिमान) अर्थव्यवस्था हा दोहोंतील फरक प्रथम लक्षात घेतला पाहिजे.

स्थितिशील परिस्थितीत अनिश्चिततेचा संपूर्ण अभाव असतो. गेल्या वर्षीचे व्यवहार या वर्षी जसे होतात आणि यंदाचे व्यवहार पुढच्या वर्षी तसेच्या तसे होतील याबाबत कोणाच्याही मनात संदेह नसतो. अशा स्थितिशील अर्थव्यवस्थेत नवीन वस्तू बाजारात आणल्या जात नाहीत, नवीन बाजार शोधले जात नाहीत, नवीन तंत्रांचा शोध लागत नाही, उत्पादनाच्या घटकांचा पुरवठा बदलत नाही, नवीन खनिजे सापडत नाहीत, सरकारचे कायदेकानून बदलत

नाहीत. उपभोक्त्यांची अभिरुची बदलत नाही आणि लोकसंख्येचा आकार आणि रचनाही कायम असते. जे-जे म्हणून बदलणे शक्य असते ते-ते स्थिर मानले तर स्थितिशील अर्थव्यवस्था सिद्ध होते. अशा अर्थव्यवस्थेत निसर्गाच्या प्रकोपामुळे जे बदल होतील तेवढेच उदाहरणार्थ, पूर, दुष्काळ, आग इत्यादी. पण या सर्व क्षेत्रांचा विमा उतरविता येतो. म्हणून उद्योजकांच्या दृष्टीने अशा बदलांचा विचार करण्याचे कारण नसते.

(1) स्थितिशील अर्थव्यवस्थेत नफा उद्‌भवत नाही : स्थितिशील अर्थव्यवस्थेत मागणी अथवा पुरवठा यात बदल होत नाही आणि झालाच तर आधी ज्ञात असलेल्या दराने बदल होतो. लोकसंख्या आणि तिची रचना, उपभोक्त्यांचे उत्पन्न, उपभोक्त्यांची अभिरुची, पर्यायांची संख्या आणि पर्यायी वस्तूंच्या किमती आणि संबंधित वस्तूंची किंमत या घटकांवर वस्तूंची मागणी अवलंबून असते असे आपण पाहिले. पण स्थितिशील अर्थव्यवस्थेत मागणीच्या या सर्व निर्धारक घटकांत काहीच बदल होत नाहीत असे मानले जाते. पुरवठ्याच्या बाजूनेही उत्पादनाच्या घटकांचे पर्याय, त्यांच्या किमती, तंत्रज्ञान इत्यादी सर्व घटक स्थिर मानलेले असल्याने पुरवठा स्थिर राहतो. मागणी व पुरवठा स्थिर असल्याने किंमत स्थिर राहते. कोणत्याच वस्तूची किंमत बदलत नाही म्हणजे उत्पादन खर्च व वस्तूची किंमत ही दोन्ही स्थिर असतात.

किंमत आणि उत्पादन खर्च बदलले नाहीत एवढ्यावरून नफा होणार नाही असे सिद्ध होत नाही. उदाहरणार्थ, एखाद्या वस्तूचा सर्वसाधारण नफ्यासह उत्पादन खर्च 9 रुपये असेल आणि किंमत 10 रुपये असेल आणि ही दोन्ही कायम राहत असतील तर दर नगामागे 1 रुपया नफा होईल आणि तोही स्थिर राहील. याउलट, किंमत दर नगास 10 रुपये आणि उत्पादन खर्च 11 रुपये स्थिर राहिल्यास दर नगामागे एक रुपया तोटा होईल आणि तोही कायम राहील.

स्थितिशील अर्थव्यवस्थेत हे शक्य नाही. पूर्ण स्पर्धा आणि दीर्घकाळ गृहीत धरल्यास प्रत्येक व्यवसायसंस्था समतोलावस्थेत आलेली असेल. पाचव्या प्रकरणातील पूर्ण स्पर्धेतील समतोलाची आकृती क्र. 5.17 पाहा. दीर्घकालीन सरासरी खर्च-वक्राला सरासरी प्राप्ती-वक्र 'स' बिंदूत स्पर्श करतो अशा परिस्थितीत फक्त सर्वसाधारण नफा मिळतो. अनिश्चितता नसल्याने आणि सर्वांना सर्व परिस्थिती माहीत असल्याने नफा झाला तर नव्या व्यवसायसंस्था प्रवेश करतात आणि तोटा झाला तर काही व्यवसायसंस्था बाहेर पडतात. यातूनच समतोल प्रस्थापित होतो. हा समतोल कायम राहतो.

(2) प्रत्यक्षातील गतिमानता : येथवर जे चित्र आपण उभे केले ते काल्पनिक आहे. प्रत्यक्षात दीर्घकालीन समतोलाचे जे प्रतिमान आपण उभे केले आहे ते कधीच गाठले जात नाही. एक सैद्धान्तिक प्रतिमान म्हणून ते महत्त्वाचे आहे हे खरे. पण त्या प्रतिमानात वास्तवतेचा विचार करून योग्य ते फेरफार केले जातात. अशा फेरफारांसाठी पाया म्हणूनच त्या प्रतिमानाचा उपयोग होतो.

वास्तवात सर्वच अनिश्चित असते आणि गतिमान अर्थव्यवस्थेतील कोणतीही घटना निश्चितपणे अगोदर वर्तविता येत नाही. मागणी-पुरवठ्यावर परिणाम करणाऱ्या घटकात सातत्याने होणारे बदल आणि त्यातून उद्‌भवणारा नफा अथवा तोटा हेच गतिमान अर्थव्यवस्थेचे वैशिष्ट्य असते. लोकसंख्या आणि लोकसंख्येची रचना यात बदल होतात, उपभोक्त्यांचे उत्पन्न बदलते, पर्यायांच्या किमती बदलतात, नवीन पर्याय निर्माण होतात. जुन्या वस्तूंबद्दल उपभोक्त्यांच्या मनात आवड निर्माण होते आणि नव्या वस्तूचा ध्यास ते घेतात - अशा बदलांमुळे संबंधित वस्तूची मागणी वाढते आणि उत्पादन खर्च कायम असेल तर नफा उद्‌भवतो. उत्पादनाच्या नव्या प्रक्रियेचा आरंभ केल्यामुळे किंवा कच्चा माल स्वस्त झाल्यामुळे किंवा वाहतुकीच्या सोयी सुधारल्यामुळे पुरवठ्याची परिस्थिती बदलून उत्पादन खर्च कमी होतो तेव्हाही नफा उद्‌भवतो.

(3) सर्वसामान्य गतिमान बदल : अर्थव्यवस्थेवर परिणाम करणाऱ्या बदलांचे दोन प्रकार मानता येतात. पहिल्या प्रकाराच्या बदलात अशा बदलांचा समावेश होतो, जे उद्योगातील सर्व व्यवसायसंस्थांना सामाईक असतात,

अथवा देशातील सर्व उद्योगांना सामाईक असतात. अशा बदलांवर कोणत्याही एका व्यवसायसंस्थेचे अथवा उद्योगांचे नियंत्रण नसते. उदाहरणार्थ, संपूर्ण साखर-उद्योगात एखादा बदल झाला (उदा., उसाची प्रति टन रास्त खरेदी किंमत सरकारने वाढवून दिली) तर सर्वच साखर कारखान्यांवर हा बदल परिणाम करणारा ठरतो. एकट्यादुकट्या कारखान्याला बदलाच्या या प्रक्रियेला रोखणे शक्य नसते. शासनाने औद्योगिक धोरणातच बदल केला तर देशातील सर्वच उद्योगांवर त्याचा परिणाम होतो. अशा बदलांना 'सर्वसामान्य गतिमान बदल' म्हणता येईल. याउलट, काही बदल एखादी व्यवसायसंस्था जाणूनबुजून स्वीकारते आणि नफा कमावणे हा अशा धोरणाचा हेतू असतो. असे बदल 'व्यवसायसंस्था विशिष्ट बदल' असतात. त्यांचा समावेश दुसऱ्या प्रकारात करता येतो.

सर्व व्यवसायसंस्थांना सामाईक असणाऱ्या बदलांमुळे संबंधित वस्तू अथवा सेवा यांच्या मागणीवर अथवा पुरवठ्यावर परिणाम होईल. चलनविस्तार होतो तेव्हा लोकांच्या हातातील पैसा वाढून मागणी वाढते. फॅशन बदलते तेव्हा एखाद्या वस्तूची मागणी वाढते अथवा घटते. याउलट, उत्पादनाची नवीन प्रक्रिया सापडते तेव्हा अथवा कच्च्या मालाची परिस्थिती बदलते आणि कच्चा माल स्वस्त होतो तेव्हा उत्पादन खर्च कमी होतो. या दोन्ही बाबतीत नफा उद्‌भवतो. युद्ध, चलनविस्तार, मंदी अथवा तेजी इत्यादी आधुनिक अर्थव्यवस्थेत उद्‌भवणाऱ्या अशा घटना आहेत ज्यांच्यामुळे नफा अथवा तोटा उद्‌भवतो. चलनविस्ताराच्या काळात वस्तूची किंमत वाढते तसा उत्पादन खर्चही वाढतो. पण किमतीच्या मानाने उत्पादन खर्च नेहमीच मागे राहते असे होण्याचे कारण खर्च हा पूर्वी झालेल्या करारानुसार होत राहतो, असे होण्याचे कारण खर्च हा पूर्वी झालेल्या करारानुसार होत असतो. पूर्वी ठरलेला मजुरीचा दर पूर्वसंमत व्याजदर अथवा पूर्वी ठरलेला खंड एकदम बदलत नाही. किमती मात्र रोज थोड्या-थोड्या वाढू शकतात. म्हणून उत्पादक आणि व्यापारी यांना खूप नफा होतो. मंदीच्या काळात यांच्या उलट होते. खर्च अधिक राहतो, किंमत कमी झालेली असते आणि म्हणून व्यापारी व उत्पादक यांना तोटा होतो. हे आणि अशा प्रकारचे वर उल्लेखिलेले अन्य बदल असे असतात. ज्यांच्यावर व्यवसायसंस्थेचे अथवा उद्योगांचे काहीही नियंत्रण नसते. यांना 'सर्वसामान्य गतिमान बदल' (General Dynamic Changes) असे म्हणतात.

(4) व्यवसायसंस्था विशिष्ट गतिमान बदल : याउलट काही बदल असे असतात की जे वैयक्तिक व्यवसायसंस्था बुद्धिपुरस्सर घडवून आणतात. अशा बदलांना 'व्यवसायसंस्था विशिष्ट गतिमान बदल' (Dynamic Changes Special to a Firm) असे म्हणता येते. एखाद्या नव्या यंत्राचा शोध लावणे, उत्पादनाची एखादी नवी प्रक्रिया स्वीकारणे, विक्रीची नवी पद्धत स्वीकारणे, जाहिरात तंत्र बदलणे इत्यादींपैकी कोणत्याही एका वा अधिक स्वरूपात असा बदल केला जातो.

असे बदल नफ्याचे कारक असतात. क्लार्क यांच्या मते, आर्थिक गतिमानता हे नफ्याचे कारण आहे. स्थितिशीलतेशी नफ्याचा संबंध नसतो. स्थितिशील परिस्थिती असते तेव्हा संघर्ष नसतो आणि पूर्ण स्पर्धा असते. प्रत्येक घटकाला त्याने केलेले (म्हणजेच त्याच्या सहभागामुळे झालेले) उत्पादन मिळते. उत्पादन खर्च आणि किंमत समान होतात. देखरेख करण्याचा मोबदला एवढाच मोबदला (म्हणजे सर्वसाधारण नफा) उद्योजकाला मिळतो. स्थितिशील अर्थव्यवस्थेत 'शुद्ध नफा निर्माण होताच लयाला जातो' म्हणजेच स्थितिशीलता आणि शुद्ध नफा एकत्र नांदू शकत नाहीत असे क्लार्क मानतात.

(5) गतिमानता सिद्धान्तावरील टीका : क्लार्क यांच्या या सिद्धान्तावर अनेक अर्थशास्त्रज्ञांनी आणि विशेषतः प्रो. फ्रँक एच. नाइट (Frank H. Knight) यांनी अनेकविध टीका केली आहे. सारांशाने ही टीका पुढीलप्रमाणे सांगता येईल.

(अ) ज्याचा पूर्वअंदाज घेता येतो असा बदल आणि असा अंदाज करता न येण्याजोगा बदल यात क्लार्क यांनी फरक केलेला नाही. गतिमान बदलांची आगाऊ कल्पना करता येते आणि हे बदल कोणत्या मार्गाने जातील याचाही

अंदाज करता येतो असे मानले की, क्लार्क यांचा संपूर्ण सिद्धान्त कोसळतो. यावर 'काही बदलांचा अंदाज करता येतो आणि काही बदलांचा तसा अंदाज करता येत नाही' असे कोणी म्हणेल. पण त्याने प्रश्न सुटत नाही. एक तर या दोन बदलात भेद करता आला पाहिजे. शिवाय असा भेद करता आला तरी कोणत्या बदलांचा परिणाम कोणता आणि नेमक्या कोणत्या परिणामामुळे नफा उद्‌भवला हे वेगळे करून सांगणे अवघड आहे.

(ब) क्लार्क यांनी ज्यांना 'नैसर्गिक' म्हटले अशा किमती म्हणजे उत्पादन खर्च बरोबर असणाऱ्या किमती गतिमान अर्थव्यवस्थेतही आढळतील. गतिमान अर्थव्यवस्थेतही अशा किमती आढळल्या तर क्लार्क यांच्या सिद्धान्ताप्रमाणे त्यांना नफा मिळविण्याची आशाच खुंटली आणि नैसर्गिक म्हणजे स्थितिशील हे समीकरण मांडणे हेच मुळात बरोबर नाही.

(क) औद्योगिक प्रगतीसारखे काही गतिमान बदल होतात तेव्हा पुढे काय-काय होणार याचे अंदाज बरेचसे बिनचूकपणे अगोदरच बांधता येतात. अशा वेळी नवीन शोध, नवीन पद्धती यांचा अवलंब करूनही परिकल्पन नाहीसे झाल्यामुळे (म्हणजेच जुगाराचा अंश नाहीसा झाल्यामुळे) नफा राहणार नाही. संपूर्ण उत्पादक व्यवहारात वेतन, व्याज आणि खंड हे मोबदल्याचे तीनच प्रकार दिसून येतील. म्हणून नफ्याची सांगड गतिमानतेशी घालणे चुकीचे आहे. गतिमानतेमुळे आतर्क्यता जेथे येते तेथेच नफा येतो - जेथे आगाऊ अंदाज करता येत नाही तेथे तो ज्याच्याबरोबर येतो त्याला नफा मिळतो.

(ड) केवळ बदल होतात म्हणून नफा होतो हे म्हणणे बरोबर नाही. बदल आणि नफा यांचा संबंध अनिश्चित आणि अप्रत्यक्ष असतो. ज्यायोगे भविष्यकाळ अनिश्चित होतो अशा बदलामुळेच नफा उद्‌भवतो. बदलाशिवाय नफा होणार नाही हे खरे असले तरी ज्या बदलागुळे अनिश्चितता निर्माण होते तो बदलच नफ्याला जन्म देतो हेही खरे आहे. नफा निर्माण न करता बदल होणे शक्य असते आणि बदल न होताही नफा उद्‌भवू शकतो. प्रो. नाइट म्हणतात त्याप्रमाणे, ''नफ्याचे कारण गतिमान बदल अथवा कोणताही बदल हे नसते, तर अपेक्षित आणि म्हणून जिच्या आधारावर व्यवसायाची व्यवस्था केलेली असते अशी - परिस्थिती आणि प्रत्यक्ष वास्तवात येणारी परिस्थिती यातील फरकात हे (नफ्याचे कारण) असते.'' अशी रीतीने बदल नव्हे तर बदलाबाबतची अनिश्चितता नफ्याला कारणीभूत ठरते. अनिश्चितता हा आपल्या आर्थिक प्रणालीचा एक कायम स्वरूपाचा विशेष होऊन बसला आहे. भविष्यात काय साठविले आहे याचा अंदाज बांधता न येणे ही मानवी बुद्धिमत्तेची एक मर्यादा आहे. अनुभवी व्यावसायिक काही अटकळी बांधू शकतात आणि संख्याशास्त्रीय पद्धतींनीही काही अंदाज वर्तविता येतात. पण प्राकृतिक आणि मानवी अशा दोन्ही पातळ्यांवर व्यक्त होणारा निसर्गक्रम जोवर अनियमित आहे तोवर भविष्याचे गूढ कायम राहणार आहे. उद्याच्या बाजाराचे आजचे ज्ञान जोवर अपूर्ण आहे आणि उद्या प्रत्यक्षात मिळणारी उत्पादक घटकाची उत्पादकता आज अपेक्षिल्यापेक्षा जोवर वेगळी राहणार आहे तोवर वाढावा अथवा नफा उद्‌भवणारच.

(इ) नफा उद्‌भवण्यातील अनिश्चिततेचा कार्यभाग क्लार्क यांनी दुर्लक्षिलेला आहे. एवढेच नव्हे तर नफा हा जोखीम पत्करण्याबद्दल उद्योजकाला मिळणारा मोबदला आहे हा दृष्टिकोनही त्यांनी नाकारला आहे. हॉले यांच्यावर टीका करताना क्लार्क म्हणतात, 'व्यवसायातील जोखीम उद्योजकावर न पडता भांडवलदारावर पडते. उद्योजक रिक्तहस्त असतो. ज्याच्याजवळ गमावण्यासारखे काही नाही असा माणूस जोखीम सांभाळू शकत नाही.' भांडवलदार जोखीम पत्करत असेल तर तो उद्योजकाचे कार्य करीत असतो हे सहज लक्षात येण्यासारखे आहे.

(ई) स्थितिशील पार्श्वभूमीवरील क्लार्क यांची गतिमानतेची संकल्पना यांत्रिक आहे. स्थितिशील मोजपट्टी वापरून गतिमानतेतून उद्‌भवणारा नफा सांगण्याचा त्यांचा प्रयत्न यशस्वी होण्यासारखा मुळातच नव्हता. गतिमानतेमुळे उद्‌भवणाऱ्या संघर्षातून नफा जन्माला येतो तो संघर्षजन्य वाढावा मानता येईल. आर्थिक दर्जा उंचावण्याचे कार्य असा वाढावा करतो. पण भवितव्याबाबतच्या अनिश्चिततेचा नफ्याचा कारक म्हणून जो कार्यभाग आहे तो क्लार्क यांनी पूर्णपणे दुर्लक्षिला आहे.

(आ) नफ्याचा नवायोजन सिद्धान्त (Innovation Theory of Profit)

क्लार्क यांच्या गतिमानता सिद्धान्ताशी जवळीक सांगणारी नफ्याचा सिद्धान्त म्हणजे जोसेफ शुम्पीटर (Josef A. Schumpeter) यांचा सिद्धान्त असे म्हणता येईल. नफ्याचे मूळ बदलात शोधण्याचा शुम्पीटर यांचाही प्रयत्न आहे. पण क्लार्क यांच्या पाच मौलिक बदलांऐवजी शुम्पीटर नफ्यांचे मूळ नवायोजनात (Innovation) पाहतात.

नवायोजन (नव + आयोजन) म्हणजे केवळ नवीन कल्पना सुचणे नव्हे. संशोधक एखाद्या नव्या यंत्राचे प्रतिमान (Model) तयार करतो पण ते प्रत्यक्षात आणायचे तर तसे यंत्र बनवावे लागते आणि व्यापारी तत्त्वावर त्याचे आयोजन (Application) करावे लागते, तरच अर्थव्यवस्थेच्या संदर्भात त्या मूळ नवीन कल्पनेला अर्थ निर्माण होतो. नवीन कल्पनेला मूर्त स्वरूप देण्यासाठी पैसा लागतो. म्हणून अनेक वेळा असेही होते की, नवीन कल्पना एकाला सुचते, तिला मूर्त स्वरूप देण्यास दुसरा सज्ज होतो आणि त्यासाठी लागणारा पैसा तिसराच पुरवितो. एका नव्या कल्पनेचे असे आयोजन होते (म्हणजेच 'नवायोजन' साकार होते) तेव्हा त्यात ही तिन्ही माणसे सहभागी होतात आणि अशा नवायोजनातून मिळणाऱ्या नफ्यात हे तिघेही वाटेकरी होऊ शकतात.

(1) नवायोजनाची प्रेरणा : नवायोजनातून आर्थिक प्रगती साकार होते. आर्थिक विकासाबाबत सिद्धान्त मांडताना प्रो. शुम्पीटर यांनी या बाजूवर भर दिला आहे. प्रत्येक उद्योजक जेव्हा सतत नवायोजनाच्या मागे धावतो तेव्हा वैज्ञानिक प्रगतीलाही चालना मिळते आणि त्यातून नवीन तंत्रे जन्माला येऊन उत्पादकतेत वाढ होत राहते. आर्थिक प्रगतीचे कारण असलेल्या या नवायोजनाचा हेतू मात्र नफा मिळविणे हा असतो. अशा तऱ्हेने नफा हे नवायोजनाचे कारण असते. नवायोजन यशस्वी झाले तर नफा होतो. अशा तऱ्हेने शुम्पीटर यांच्या मतानुसार, नफा हा नवायोजनाचा कारकही असतो आणि परिणामही असतो. म्हणूनच पर्यायाने आर्थिक प्रगतीचेही कारण व परिणाम नफाच असतो.

(2) नफ्याचा उद्भव : नवायोजनातून नफा उद्भवतो. नवीन यंत्राचा अवलंब, व्यवसायसंस्थेच्या आकारात वाढ, कच्च्या मालाच्या एखाद्या नवीन स्रोताचा वापर, वस्तूच्या दर्जात सुधारणा अथवा नव्या बाजारपेठेचा शोध यांपैकी कोणतेही स्वरूप नवायोजन घेऊ शकते. असा कोणताही बदल केला की उत्पादक घटकांची फेरजुळणी करावी लागते. यातून उत्पादन खर्चात घट होते. तसे न झाल्यास उद्योजक तो बदल स्वीकारणारच नाहीत - आणि बाजारातील प्रचलित किमतीपेक्षा उत्पादन खर्च (स ख) कमी होऊन नफा निर्माण होतो. हा नफा अर्थातच जो नवायोजन कार्यवाहीत आणतो त्याला मिळतो.

(3) नवायोजनाचे सातत्य : नवायोजनामुळे उद्भवणाऱ्या नफ्याची आणखी एक बाजू येथे लक्षात घेतली पाहिजे. एखादे नवायोजन स्वीकारल्यावर त्याचे नावीन्य आणि त्याच्या पेटंटची मुदत संपते तेव्हा त्याचे फायदे-तोटेही संपलेले असतात. उदाहरणार्थ, एखाद्याचे नवीन तंत्र अथवा नवीन प्रक्रिया शोधून तिचा स्वीकार केला तर इतर उद्योजकांना ती कळतेच. पेटंटच्या कायद्याचे संरक्षणदेखील फार उपयोगी पडत नाही. अगदी सही-सही तेच नवायोजन न उचलता तसेच दुसरे तयार करता येते. नावीन्य आहे तोवर नफा राहील. नावीन्य संपले की नफाही अदृश्य होईल. अशा रीतीने नावीन्यातून म्हणजेच नवायोजनातून मिळणारा नफा अल्पजीवी असतो. प्रतिस्पर्धी आणि अनुकरणशील स्पर्धकांकडून तो हिरावला जातो. पण हे होईपर्यंत आणखी एखादे नवायोजन जन्माला येते आणि त्यातून नफा उद्भवतो. अशा प्रकारे नवायोजनजन्य नफा उद्भवतो, लयाला जातो, पुन्हा उद्भवतो....... असे चालूच राहते. सारांश, नवायोजनेच्या प्रक्रियेला सातत्य असावे लागते, तरच नफ्याला सातत्य मिळते. नवायोजनेला सातत्याची ही जी गरज भासते तिच्यातूनच आर्थिक प्रगतीला चालना मिळून प्रगती होत राहते. शुम्पीटर यांच्या आर्थिक प्रगतीबाबतच्या मीमांसेचा मूळ अशा तऱ्हेने नफ्याचे सातत्य टिकविण्याच्या उद्योजकांच्या प्रेरणेत आणि म्हणून, पर्यायाने, नवायोजन स्वीकारात आहे.

(4) टीकात्मक परीक्षण : गतिमानता सिद्धान्तावर जी टीका केली ती बहुधा संपूर्णपणे नवायोजन सिद्धान्तालाही लागू पडते.

(अ) क्लार्क यांच्याप्रमाणे शुम्पीटर यांनीही आर्थिक प्रणालीतील मूलभूत गतिमान घटक असलेल्या अनिश्चिततेची दखल घेतलेली नाही.

(ब) क्लार्क यांच्याप्रमाणे नफा-निश्चितीतील जोखीम पत्करण्याचा कार्यभाग शुम्पीटर नाकारतात. ते म्हणतात, ''उद्योजक हा कधीच जोखीम पत्करत नसतो. कारखान्याचे दिवाळे वाजते तेव्हा कर्ज देणारा गोत्यात येतो.'' हे शुम्पीटर यांचे मत तितकेसे खरे नाही. कारण कर्ज देणारा अडचणीत आला तरी तारणाचा लिलाव करून अथवा जप्ती आणून तो कर्जाची वसुली करू शकतो. उद्योजकाला अशी काही सोय नसते, त्याचा निर्णय चुकतो तेव्हा तोट्याचा फटका त्यालाच सोसावा लागतो. चुकीच्या निर्णयाची ती शिक्षा असते असे सर्व जण मानतात. याचाच अर्थ जोखीम उद्योजक पत्करतो असा होतो.

(क) नवायोजन म्हणून उद्योजकाने एखादी नवीन प्रक्रिया अथवा व्यवस्थापन पद्धत अवलंबिली तर त्याला जो जादा (असाधारण) नफा मिळतो तो कुशलता खंड (Rent of Ability) या स्वरूपाचा असतो. वॉकर यांचे याबाबतचे मत आपण यापूर्वीच पाहिले आहे. नवायोजनाचा भाग म्हणून पेटंट मिळविले असेल तर वैध मक्तेदारी (Legal Monopoly) निर्माण होते आणि मिळणारा नफा हा मक्तेदारी नफा (Monopoly Profit) या स्वरूपाचा ठरतो. अर्थात शुद्ध नफा (Pure Profit) का उद्‌भवतो या प्रश्नाचे स्पष्टीकरण नवायोजनाच्या सिद्धान्तात मिळतच नाही.

(इ) जोखीम आणि अनिश्चितता वहन सिद्धान्त आणि नफा

(Risk and Uncertainty-Bearing Theory of Profits)

जोखीम आणि अनिश्चितता वहन हे उद्योजकाचे कार्य असून या कार्याचा मोबदला म्हणून नफा मिळतो असे आधुनिक अर्थशास्त्र मानते. मुळात जोखीम वहनाचा दृष्टिकोन प्रो. हॉले यांनी मांडला. नंतर प्रो. नाईट यांनी सर्वच जोखमींचा एकत्रित विचार न करता ज्यांचा विमा उतरता येत नाही अशा जोखमी वेगळ्या करून त्यांना अनिश्चितता असे नाव दिले आणि अनिश्चितता वहन सिद्धान्त मांडला. प्रथम हे दोन्ही दृष्टिकोन स्वतंत्रपणे पाहून मग त्यांचा एकत्रित विचार करणे श्रेयस्कर ठरेल.

(1) नफ्याचा जोखीम सिद्धान्त (Risk Theory of Profit) : अमेरिकन अर्थशास्त्रज्ञ **प्रो. हॉले** यांनी 1907 मध्ये हा सिद्धान्त प्रथम मांडला. त्यांच्या मते व्यवसायातील जोखीम पत्करण्याबद्दल मिळणारा मोबदला म्हणजे नफा. उद्योजकाला नफा मिळाला नाही तर उद्योजक जोखीम पत्करणार नाही आणि जोखीम जितकी मोठी तितका नफाही जास्त.

या सिद्धान्तावर पुढील कारणास्तव टीका करण्यात आली आहे.

(अ) **प्रो. कार्व्हर** यांनी म्हटल्याप्रमाणे, उद्योजकाला नफा मिळतो तो जोखीम स्वीकारण्याबद्दल मिळत नाही तर जोखीम टाळण्याबद्दल मिळतो. कारण जो जोखीम पत्करतो पण टाळू शकत नाही त्याला तोटा होतो.

(ब) केवळ जोखमीमुळे नफा उद्‌भवत नाही तर नफा निर्माण करणारे इतरही अनेक घटक असतात.

(क) **प्रो. नाईट** यांच्या मते जोखीम अथवा धोके दोन प्रकारचे असतात - (i) तर्क्य जोखीम (Foreseeable Risk) आणि (ii) अतर्क्य जोखीम (Unforeseeable Risk). जी जोखीम तर्क्य म्हणजे जिच्याबद्दल अंदाज करता येतो तिच्यामुळे होणाऱ्या हानीची तरतूद विम्याच्या द्वारा करता येते आणि म्हणून अशी जोखीम उद्योजकाला पत्करावी लागत नाही. उदा., आगीचाच काय पण दंगलीचाही विमा उतरविण्याची सोय मोठ्या शहरातून उपलब्ध आहे. म्हणून प्रो. नाईट यांच्या मते, जो धोका अतर्क्य आहे अशा धोक्याबद्दल उद्योजकाला नफा मिळतो. उदा., तोटा होण्याचा धोका हा अतर्क्य आहे आणि त्याचा विमा उतरता येत नाही.

(2) नफ्याचा अनिश्चितता वहन सिद्धान्त (Uncertainty-bearing Theory of Profit) : प्रो. नाईट या अमेरिकन अर्थशास्त्रज्ञाच्या मते उद्योजकाला मिळणारा नफा हा त्याच्या अनिश्चितता वहनाबद्दल अथवा तो अनिश्चितता स्वीकारतो त्याबद्दल मिळणारा मोबदला असतो. वर उल्लेखिल्याप्रमाणे अतर्क्य आणि तर्क्य अशा दोन प्रकारचे धोके उत्पादनात असतात असे प्रो. नाईट मानतात आणि अतर्क्य धोक्यांना त्यांनी अनिश्चितता हे नाव दिले आहे. जे धोके तर्क्य असतात ते उद्योजकाला पत्करावे लागत नाहीत तर ते विमा कंपनी पत्करते आणि विमा कंपनीला दिला जाणारा हप्ता उत्पादन खर्चात समाविष्ट असतो.

जे अतर्क्य असल्यामुळे ज्यांचा विमा उतरविता येत नाही अशांपैकी काही धोके पुढीलप्रमाणे आहेत -

(अ) स्पर्धेचा धोका : काही नवीन व्यवसायसंस्था उत्पादन क्षेत्रात प्रवेश करतील आणि यामुळे स्पर्धा वाढून नफा कमी होईल असा धोका असतो.

(ब) तांत्रिक धोका : एखादे नवीन तंत्र उदयाला येऊन ते तंत्र स्वीकारणे अस्तित्वात असलेल्या व्यवसायसंस्थेला शक्य नसेल तर तोटा होण्याचा धोका असतो.

(क) सरकारी हस्तक्षेपाचा धोका : कालांतराने कमाल किंमत ठरवून अथवा इतर निर्बंध घालण्यासाठी सरकार हस्तक्षेप करील आणि यामुळे नफा कमी होईल असाही धोका असतो.

(ड) व्यापारचक्रांचा धोका : व्यापारचक्रांच्या काळात मंदीची लाट येते तेव्हा तोटा होण्याचा धोका असतो. अशा प्रकारच्या धोक्यांचा अंदाज करता येत नाही. म्हणजेच त्यांच्याबद्दल कोणत्याही प्रकारची निश्चिती नसते म्हणून असे धोके अनिश्चित असतात. यामुळेच असे अतर्क्य धोके पत्करणे म्हणजे अनिश्चिती पत्करणे, असे प्रो. नाईट मानतात आणि अनिश्चिती पत्करण्याबद्दल उद्योजकाला नफा मिळतो असे त्यांचे प्रतिपादन आहे.

याची सिद्धान्तावर पुढील प्रकारे टीका करण्यात येते -

(i) टीकाकारांच्या मते काही वेळा उद्योजक अनिश्चिती पत्करतात आणि तरीही त्यांना नफा मिळतो हे कसे ? याचे उत्तर हा सिद्धान्त देत नाही.

(ii) अनिश्चिती पत्करणे हे नफा उद्भवण्याचे एकमेव कारण नाही.

(iii) काही टीकाकारांच्या मते हा सिद्धान्त अनिश्चितता वहन हाच उत्पादनाचा एक घटक मानतो. प्रत्यक्षात उद्योजकाच्या व्यावसायिक कौशल्याच्या आधारावर त्याला नफा मिळविता येतो.

इतर सिद्धान्ताप्रमाणे अनिश्चिती सिद्धान्त हा देखील अपूर्ण आहे. परंतु या सिद्धान्तात बराच तथ्यांश आहे.

(3) धोका, अनिश्चितता आणि नफा (Risk, Uncertainty and Profit) : नफ्यासंबंधीचे वर जे वेगवेगळे दृष्टिकोन दिले आहेत त्यांतील प्रत्येक दृष्टिकोनात तथ्यांश आहे आणि तरीही त्यांतील एकही दृष्टिकोन परिपूर्ण नाही अशी परिस्थिती आहे. नफा हा उद्योजकाचा मोबदला आहे हे निश्चित, पण हा मोबदला कशाबद्दल मिळतो म्हणजेच उद्योजकाचे नेमके कार्य कोणते असा प्रश्न जेव्हा उद्भवतो तेव्हा उत्तर देणे थोडेसे कठीण होते. नफ्याचे वर उल्लेखिलेले वेगवेगळे सिद्धान्त उद्योजकाच्या वेगवेगळ्या कार्यावर भर देणारे आहेत. उद्योजकाच्या कार्याचे स्वरूप समजावून घेणाऱ्या अर्थशास्त्रज्ञांची स्थिती काहीशी 'हत्ती आणि आंधळे' या गोष्टीतल्या आंधळ्यांसारखी झालेली आहे. हत्तीच्या पाठीवरून हात फिरविणारा मनुष्य हत्ती भिंतीसारखा आहे म्हणतो म्हणून त्याचे मत चूक असले तरी हत्तीच्या शरीराचा काही भाग भिंतीसारखा असतो आणि याचप्रमाणे हत्ती दोरासारखा आहे, हत्ती खांबासारखा आहे, असे म्हणणारे सर्व आंधळेही चुकीचे मत सांगत असले तरी प्रत्येकाच्या मतात तथ्यांश आहे. उद्योजकाची कार्ये आणि नफा याबाबत अशीच स्थिती आहे. उद्योजकाची अनेक कामे आहेत आणि त्यामुळे नफ्याचे स्वरूप अनेकविध आहेत.

उद्योजकाचे वेगळेपण एक तर तो एक घटक आणतो आणि उत्पादनाचे संघटन करतो यात आहे. हे करीत असताना महत्तम नफ्याचे उद्दिष्ट आपण मानतो, पण प्राप्ती आणि खर्च माहीत असल्यावर उत्पादन घटक कसे एकत्र करावेत हे एखादे गणकयंत्रही सांगू शकेल, त्यासाठी उद्योजकाची गरज पडली नसती, पण प्राप्ती आणि खर्च यांचे अंदाज करणारे डोके गणकयंत्राजवळ नसते ! उत्पादन आणि किंमत ठरविताना खर्च आणि प्राप्ती यांच्यासंबंधी कराव्या लागणाऱ्या या अंदाजात अपरिहार्यपणे अनिश्चितता येते. ही अनिश्चितता उद्योजकाला पत्करावी लागते. ही अनिश्चितता गतिमानतेमुळे येते. याच वेळी उद्योजकाला इतर घटकांप्रमाणे कराराने बांधून घेता येत नाही.

उद्योजक अनेक प्रकारची कार्ये करतो तेव्हा त्याला मिळणारा नफाही त्या सर्व कामाबद्दल मिळतो पण 'शुद्ध नफा' शोधून काढण्यासाठी मिश्र नफ्यातील सर्व अंश वेगळे काढावे लागतात. उदाहरणार्थ, उद्योजक मक्तेदार असेल तर मक्तेदारांमुळे मिळणारा नफा वेगळा काढला पाहिजे. तो विशेष कार्यक्षम असेल तर त्याला 'गुणवत्ता खंड' म्हणून काही नफा मिळेल आणि तो व्यवस्थापन करतो म्हणून मजुरीही मिळेल. पण हे सर्व अंश वेगळे केले पाहिजेत. वर उल्लेखिलेल्या सिद्धान्तापैकी खंड आणि मजुरी सिद्धान्त म्हणूनच बाद ठरतात. गतिमानतेमुळे अनिश्चिती निर्माण होते आणि अनिश्चिती पत्करून नफा मिळविण्यासाठी उद्योजकाला उपक्रमशीलता स्वीकारावी लागते. सारांश, शुम्पीटर म्हणतात ती उपक्रमशीलता गतिमान जगात आपली हानी होऊ नये म्हणून उद्योजकाने स्वीकारलेला मार्ग असून क्लार्क यांची गतिमानता अनिश्चिततेची जननी आहे. हॉले यांचा संपूर्ण सिद्धान्त स्वीकारता येत नाही, कारण सर्वच धोके अनिश्चित नसतात, तर फक्त अतर्क्य धोके म्हणजे अनिश्चितता असते. यावरून ज्यांचा विमा उतरविता येत नाही असे धोके आणि अनिश्चितता पत्करणे हेच उद्योजकाचे खरे कार्य ठरते.

सर्व उद्योजक सारखेच आहेत असे मानून उद्योजकांचा सीमांत उत्पादकता वक्र तयार करता येईल व त्याचा आकार नेहमीप्रमाणे उजवीकडे उतरत जाणारा येईल. सर्व उद्योजक सारखेच असल्याने सर्वांचे बदली उत्पादन समान येईल. बदली उत्पन्न दर्शविणारा 'क्ष' अक्षाला समांतर असा उद्योजकांचा पुरवठा-वक्र आणि सीमांत उत्पादकता अथवा मागणी-वक्र यांच्या छेदनबिंदूतून 'क्ष' अक्षावर लंब टाकला असता उद्योजकांचा पुरवठा ठरेल. पूर्ण स्पर्धेत, दीर्घ काळात, हा पुरवठा असताना फक्त सर्वसाधारण नफा मिळेल व हा नफा उद्योजकांच्या बदली उत्पन्नाएवढा असेल. अल्पकाळात मात्र उद्योजकांचा पुरवठा कमी पडून सर्वांनाच असाधारण नफा मिळणे शक्य आहे.

पूर्ण स्पर्धा नसेल तर पुरवठा वक्र वर चढत जाणारा येऊन बदली उत्पन्नाहून जास्त नफा मिळेल.

यावरून आपल्या लक्षात येईल की, अतर्क्य धोका अथवा अनिश्चितता पत्करणे हे उद्योजकाचे कार्य असल्यामुळे त्यावर उद्योजकाची सीमांत उत्पादकता अथवा उद्योजकाचा मागणी वक्र ठरतो, पण उद्योजकाचे बदली उत्पन्न अथवा त्याचा पुरवठा वक्र हा ठाऊक असल्याखेरीज नफ्याचा दर काय ठरेल हे समजणार नाही.

अर्थव्यवस्था स्थितिशील असेल तर अनिश्चिती नाहीशी होऊन उद्योजकांची सीमांत प्राप्ती उत्पादकता शून्य होईल व नफाही शून्य होईल. म्हणून जोवर गतिमानता तोवर अतर्क्य धोके व अनिश्चिती राहील व तोवरच नफाही मिळत राहील.

(इ) नफ्याचे कार्य (The Function of Profit)

'नफा' हा शब्द व्यवहारात फारसा सन्मान्य नाही. किंबहुना एखादा खूप नफा कमावतो म्हणजे तो समाजाचा शत्रू आहे, असे मानले जाते आणि 'नफेखोर' ही एक प्रकारची शिवी झाली आहे. नफा मिळविणे समर्थनीय अथवा न्याय आहे का ?

बाजारातील स्पर्धा जेव्हा अपूर्ण असते अथवा मक्तेदारीची परिस्थिती असते, दीर्घकाळातही असाधारण नफा मिळत राहतो, अनेक मार्गांनी स्पर्धा टाळून नफा वाढविला जातो आणि पुरवठा जाणूनबुजून मर्यादित ठेवला जातो. अशा वेळी उपभोक्त्यांच्या खर्चाचे मक्तेदाराने मिळविलेला दुर्मीळता खंड हे नफ्याचे स्वरूप असते.

आपण पूर्ण स्पर्धा गृहीत धरून अर्थव्यवस्थेत नफा कोणते कार्य करतो याचा येथे विचार करणार आहोत. नफा हा खासगी साहस पद्धतीचा अथवा बाजारयंत्रणेवर चालणाऱ्या अर्थव्यवस्थेचा अविभाज्य घटक आहे. ही पद्धती चालण्यासाठी नफा मिळत राहणे आवश्यक आहे. खासगी साहस पद्धतीत नफा पुढील कार्ये करतो.

(1) सर्वसाधारण नफ्यामुळे उद्योजक जोखीम व अनिश्चिती पत्करण्यास तयार होतात. गतिमान अर्थव्यवस्थेत उद्‌भवणाऱ्या अतर्क्य धोक्याचा आणि अनिश्चितीचा विचार यापूर्वीच आपण केला आहे. सर्वसाधारण नफा (Normal Profit) मिळाल्याखेरीज उत्पादन होणार नाही.

(2) असाधारण नफा आणि तोटा यांच्यामुळे कोणत्या उद्योगांचा विस्तार करावा व कोणत्या उद्योगांचा संकोच करावा याचे दिग्दर्शन होते. उपभोक्त्यांना ज्या वस्तू हव्या असतील त्यांची मागणी ते करतात व मागणी वाढेल त्या उद्योगात असाधारण नफा निर्माण होतो. याउलट, जे उत्पादन उपभोक्त्यांना नको असते तेथे तोटा होऊ लागतो. असाधारण नफा हा उपभोक्त्यांनी उत्पादकांना दाखविलेला हिरवा दिवा असतो तर तोटा हा लाल दिवा असतो.

(3) नफ्यामुळे विस्तारासाठी आवश्यक ती साधनसंपत्ती उपलब्ध होते. ज्या कंपनीला असाधारण नफा होतो ती कंपनी नफ्याचा काही भाग पुन्हा गुंतवून विस्तार करू शकते. तसेच नफा वाढत असेल तर डिव्हिडंड जास्त मिळेल या प्रलोभनामुळे मोठ्या प्रमाणावर भागभांडवल गोळा करणे शक्य होते व या भांडवलावर विस्तार करता येतो. तसेच नफा जास्त मिळणारी व्यवसायसंस्था भूमीला अधिक खंड व श्रमाला अधिक वेतन देऊ करते. त्यामुळे हेही घटक त्या उत्पादनाकडे वळतात व या घटकांच्या साहाय्याने उद्योगाचा विस्तार शक्य होतो.

(4) सर्वाधिक कार्यक्षम व्यवसायसंस्थाच उत्पादन क्षेत्रात राहतील अशी तजवीज नफ्यामुळे केली जाते. पूर्ण स्पर्धेत प्रत्येक व्यवसायसंस्था पर्याप्त होण्याकडे प्रवृत्ती असते हे आपण पाहिलेच आहे. स्पर्धेच्या परिस्थितीत खर्च किमान करण्याचा प्रयत्न केला नाही तर तोटा होण्याचा धोका सतत असल्यामुळे प्रत्येक व्यवसायसंस्था पर्याप्त उत्पादनाच्या पातळीजवळ जाण्याचा प्रयत्न करते.

यावरून स्पष्ट होते की, खासगी साहस पद्धतीत उत्पादन चालू राहण्यासाठी नफा आवश्यक आहे. पूर्ण स्पर्धा असेल तर फक्त सर्वसाधारण नफाच मिळतो. हा नफा धोका व अनिश्चिती पत्करण्याचा मोबदला असल्यामुळे व्याज, मजुरी, खंड यांच्यासारखाच हा नफाही समर्थनीय आहे.

मात्र मक्तेदारीमध्ये उत्पादन नियंत्रित करून किमती वाढविल्या जातात तेव्हा मिळणारा नफा दुर्मीळता खंडाच्या जातीचा असतो व तो समर्थनीय ठरत नाही. तसेच सरकारच्या अथवा समाजाच्या कर्तृत्वामुळे अथवा अनपेक्षित बदलामुळे मिळणारा नफादेखील उद्योजकांच्या कर्तृत्वामुळे मिळत नसल्याने तो न्याय्य ठरत नाही.

❈ सारांश ❈

6.1 विभाजनाचा सर्वसाधारण सिद्धान्त

विभाजनाचा सर्वसाधारण सिद्धान्त म्हणून सीमांत उत्पादकता सिद्धान्त (Marginal Productivity Theory) पुढील गृहीतांवर आधारलेला आहे - (1) उत्पादनाच्या प्रत्येक घटकाच्या सर्व मात्रा (अथवा एकके) सर्वस्वी एकजिनसी आहेत. (2) नफ्याचे महत्तमीकरण हे उत्पादन संस्थेचे उद्दिष्ट आहे. (3) वस्तूंच्या आणि घटकांच्या बाजारात पूर्ण स्पर्धा आहेत. (4) उत्पादनाचे घटक पूर्णपणे गतिशील आहेत. (5) पूर्ण रोजगाराची परिस्थिती आहे. (6) सर्व बदलत्या परिस्थितीशी जुळवून घेण्यासाठी दीर्घकाळ उपलब्ध आहे.

विभाजनाचा सीमांत उत्पादकता सिद्धान्तानुसार कोणत्याही उत्पादन घटकाचा मोबदला हा त्या घटकाच्या सीमांत उत्पादनाच्या मूल्यांबरोबर असतो. ही परिस्थिती समतोलावस्थेत असते आणि सम सीमांत उत्पादकता हा या समतोलाचा आधार असतो.

या सिद्धान्तावर टीका झाली ती मुख्यतः सिद्धान्ताच्या गृहीतांवर, असे असले तरी कोणत्याही घटकाला त्याच्या सीमांत उत्पादकतेपेक्षा जास्त मोबदला देता येत नाही हे तथ्य या सिद्धान्ताने दाखविले आहे.

6.2 (अ) खंड (Rent)

भूमी घटकाला मिळणारा मोबदला असतो आणि तो त्या घटकाच्या उत्पादकतेबद्दल दिला जातो. तथापि भूमी या घटकात गुणभिन्नता असल्यामुळे या घटकाचा एकूण पुरवठा मर्यादित असल्यामुळे प्रत्येक प्रतीच्या भूमीचा पुरवठा मर्यादित असल्यामुळे खंड या मोबदला प्रकारात गुणभेदजन्य वाढावा तसेच दुर्मीळताजन्य वाढावा या दोहोंचा समावेश असतो.

(ब) रिकार्डो (Ricardo)

यांच्या मते, "जमिनीच्या अंगी असलेल्या अंगभूत आणि अविनाशी शक्तींच्या वापराबद्दल जमीन मालकांना दिला जाणारा कृषी उत्पादनाचा वाटा म्हणजे खंड." विस्तृत आणि सघन लागवडीच्या परिस्थितीत खंड कसा लागू होतो हेही रिकार्डो यांनी दाखवून दिले आहे.

रिकार्डोच्या सिद्धान्तावर टीका झाली ती मुख्यत्वे या कारणांवरून - (1) अविनाशी गुण, (2) इतिहासाचा दाखला, (3) स्थितिशील तंत्रज्ञान, (4) खंड जमिनीलाच मिळतो का ? (5) खंड हा कराराने ठरणारा मोबदला असतो का ? इत्यादी. वस्तुस्थिती अशी आहे की, रिकार्डोची खंडाची संकल्पना ही संमिश्र मोबदला या स्वरूपाची आहे. दुर्मीळताजन्य वाढावा म्हणून खंड कोणत्याही घटकाला मिळू शकतो. तसेच गुणभेदजन्य वाढावा म्हणूनही योग्यता खंड (Rent of Ability) या स्वरूपात तो कोणत्याही घटकाला मिळू शकतो.

(क) खंडाबाबतचा आधुनिक दृष्टिकोन (Modern View of Rent)

खंडाबाबतचा आधुनिक दृष्टिकोन हा श्रीमती जोन रॉबिन्सन यांनी निःसंदिग्धपणे मांडला आहे. त्यांच्या मते "बदली उत्पन्नापेक्षा जे जादा उत्पन्न कोणत्याही उत्पादन घटकाला मिळते त्याला आर्थिक खंड असे म्हणतात." बदली उत्पन्न (Transfer Earning) अथवा पर्यायी उत्पन्न म्हणजे कोणत्याही उत्पादन क्षेत्रात काम करण्यासाठी एखाद्या उत्पादन घटकाला द्यावा लागणारा मोबदला जो त्याच घटकाला पर्यायी क्षेत्रात काम केल्यास मिळणाऱ्या मोबदल्याएवढा असतो.

आधुनिक खंड सिद्धान्ताचे निष्कर्ष पुढीलप्रमाणे आहेत.

(1) उत्पादन घटकाचा पुरवठा पूर्णपणे लवचीक असतो तेव्हा त्याला फक्त बदली उत्पन्न मिळते. खंडाचा अंश मुळीच नसतो.

(2) पुरवठ्याची लवचीकता कमी होत जाईल तसतसा खंडाचा अंश वाढत जाईल.

(3) घटकाचा पुरवठा पूर्णपणे अलवचीक असल्यास त्याचा संपूर्ण मोबदला हा खंडस्वरूप होईल.

(ड) आभास खंड (Quasi Rent)

ही संज्ञा डॉ. मार्शल यांनी प्रथम उपयोगात आणली. "भूमीव्यतिरिक्त अन्य घटकांना त्यांच्या पुरवठ्यातील अलवचीकतेमुळे तात्पुरत्या स्वरूपात मिळणारा मोबदला म्हणजे आभास खंड होय."

6.3 (अ) वास्तव आणि चलनी वेतन (Real and Money Wages)

चलनी वेतन हे प्रत्यक्षात पैशाच्या स्वरूपात दिले जाणारे आणि कंपनीच्या लेखापुस्तकात वेतन म्हणून दाखविले जाणारे वेतन असते. वास्तव वेतन मात्र चलनी वेतनाने विकत घेता येणाऱ्या वस्तू आणि सेवा आणि त्या व्यतिरिक्त (1) पैशाची क्रयशक्ती (2) आनुषंगिक लाभ (3) इतर लाभ (4) प्रशिक्षणाचा कालावधी (5) व्यावसायिक खर्च (6) कामाचे तास (7) बढतीच्या संधी इत्यादी इतर अनेक घटकांनी प्रभावित होते.

(ब) श्रमाचा पुरवठा (Supply of Labour)

हा लोकसंख्येचा आकार आणि रचना (1) श्रमाची भौगोलिक आणि व्यावसायिक गतिशीलता आणि (2) समाजातील काम विश्रांती गुणोत्तर यावरून ठरतो.

(क) सामूहिक सौदा (Collective Bargaining)

(1) दोन्ही बाजारात पूर्ण स्पर्धा, (2) वस्तूच्या बाजारात मक्तेदारी आणि घटकांच्या बाजारात पूर्ण स्पर्धा या दोन प्रकारच्या परिस्थितीत वेतनवाढ मिळते. पण काही प्रमाणात बेकारी अपरिहार्य ठरते. याउलट, (1) घटक बाजारात मक्तेदारी आणि वस्तूच्या बाजारात पूर्ण स्पर्धा तसेच (2) दोन्ही बाजारात मक्तेदारी या दोन प्रकारच्या परिस्थितीत वेतनवाढीबरोबरच रोजगारवाढीचीही शक्यता असते.

6.4 (अ) भांडवल (Capital)

भांडवल म्हणजे उत्पादनाचे उत्पादित साधन असते. भांडवलनिर्मितीसाठी काही प्रमाणात उपभोग प्रक्रियेचा त्याग आवश्यक असतो. भांडवलनिर्मिती ही एकूण भांडवली वस्तूंच्या साठ्यात पडणारी भर असते तर एकूण भांडवलनिर्मितीतून घसारा वजा करून निव्वळ भांडवलनिर्मिती समजते.

उपभोगावर खर्च न केला जाणारा उत्पन्नाचा भाग म्हणजे बचत. अशा बचती एकत्रित करून भांडवली वस्तूंच्या खरेदीसाठी उपलब्ध करून दिल्या जातात तेव्हा त्या गुंतवणुकीसाठी उपलब्ध करून दिल्या जातात.

(ब) व्याजाचा ऋणयोग्य निधी सिद्धान्त (Lonable Funds Theory)

व्याजाच्या ऋणयोग्य निधी सिद्धान्तानुसार ऋणयोग्य निधींच्या मागणी-पुरवठ्याच्या आंतरक्रियेने व्याजाचा दर ठरतो. ऋणयोग्य निधींचा पुरवठाबचत अधिक बँक-कर्ज यांचा बनतो तर मागणी ही गुंतवणुकीसाठी मागणी अधिक रोख पैशाची मागणी मिळून बनते.

(1) व्याजाच्या दराचा बचतीवर होणारा परिणाम अतिरंजित दर्शविणे. (2) गुंतवणुकीचा उत्पन्नावर आणि त्यातून बचतीवर होणारा परिणाम लक्षात न घेणे आणि वास्तव आणि चलनी घटक एकत्र करणे या प्रमुख कारणांवरून या सिद्धान्तावर टीका केली गेली.

(क) व्याजाचा रोखता-पसंती सिद्धान्त (Liquidity Perference Theory)

व्याजाचा रोखता पसंती सिद्धान्तानुसार रोखतेचा त्याग केल्याबद्दलचे पारितोषिक म्हणून व्याज दिले जाते. ही रोखता लोकांना (1) विनिमय, (2) सावधानता आणि (3) परिकल्पना अशा तीन उद्देशांसाठी हवी असते. रोखता पसंती ही पैशाची मागणी ठरविते. ही मागणी आणि पैशाचा पुरवठा यांच्यावरून व्याजाचा दर ठरतो. केन्स आणि अन्य केंब्रिज अर्थशास्त्रज्ञांनी या सिद्धान्ताचा पुरस्कार केला होता आणि व्याज म्हणून चलनीय घटना आहे असे प्रतिपादन केले होते.

6.5 (अ) उत्पादनाच्या इतर सर्व घटकांना कराराप्रमाणे मोबदला दिल्यानंतर एकूण प्राप्तीपैकी जो भाग शिल्लक राहतो तो मिश्र नफा असतो. या मिश्र नफ्यातून खंड, व्याज, योग्यता खंड, अनपेक्षित लाभ इत्यादींचे अंश वजा केल्यानंतर राहतो तो निव्वळ नफा. हा निव्वळ नफा (Net-Profit) म्हणजे उद्योजकाचा मोबदला असतो.

(ब) गतिमानता सिद्धान्ताचे (Dynamic Theory) उद्गाते जे. बी. क्लार्क यांच्या मते नफ्याचा उद्गम गतिमान बदलांमुळे होतो. आर्थिक गतिमानतेशी नफ्याचा संबंध आहे आणि स्थितिशील परिस्थितीत नफा उद्भवण्याचे कारण नसते. हे गतिमान बदल पुढील पाच प्रकारचे असतात. (1) लोकसंख्या, (2) भांडवलाचा पुरवठा, (3) उत्पादनाची तंत्रे, (4) औद्योगिक संघटन, (5) मानवी गरजा हे बदल आपोआपच घडत असतात. पण काही वेळा व्यवसायसंस्था स्वतः होऊन तंत्रज्ञानाशी अथवा गुणवत्तेशी संबंधित असे बदल घडवून आणतात. या सर्व बदलांमुळे नफा निर्माण होतो.

(क) प्रा. शुम्पीटर यांच्या मते नफ्याचा संबंध नवायोजनाशील (Innovation) आहे. उत्पादन खर्च कमी करण्याच्या हेतूने उद्योजक जे नित्य नवीन बदल घडवून आणतात त्यांचा परिणाम म्हणून उद्योजक नफ्याचा हक्कदार बनतो. हे बदल तांत्रिक, संघटनात्मक, ऊर्जेशी संबंधित, मनुष्यबळ नियोजनाशी संबंधित असतात. हे बदल अमलात आणण्याबद्दल त्या उद्योजकाला नफ्याच्या रूपाने पारितोषिक मिळते. अर्थात हे तात्पुरत्या स्वरूपाचे असते. नफ्याचा संकुचित दृष्टिकोन घेतला गेला आहे अशी या सिद्धान्तावर मुख्यतः टीका झाली.

(ड) नफ्याच्या जोखीम अनिश्चितता वहन सिद्धान्ताचे (Risk and Uncertainty Bearing Theory) जनकत्व प्रा. हॉले आणि प्रा. नाईट यांच्याकडे जाते. प्रा. हॉले यांच्या मते, जोखीम पत्करणे हे उद्योजकाचे कार्य असून त्याबद्दल त्याला नफा मिळतो. प्रा. नाईट यांनी जोखमीचा तपशील पाहून ज्या जोखमी निश्चित आणि अंदाज करण्याजोग्या आहेत त्यांचा विमा उतरविता येतो असे प्रतिपादन केले. म्हणून त्यांच्या मते विमा उतरविता येत नाही. अशा अनिश्चित जोखमी पत्करण्याबद्दल उद्योजकाला नफा मिळतो. या जोखमी (1) स्पर्धेच्या जोखमी, (2) तांत्रिक जोखमी (3) सरकारी कारवाईच्या जोखमी, (4) व्यापारचक्रांच्या जोखमी या प्रकारच्या असतात.

❖ आकलन चाचणी (Test Your Understanding) ❖

(1) पुढील तक्ता पूर्ण करून त्याखालील प्रश्नांची उत्तरे द्या.

श्रमिक संख्या	एकूण उत्पादन	सीमांत वास्तव उत्पादन	उत्पादनाची किंमत	एकूण प्राप्ती (रुपये)	सीमांत प्राप्ती उत्पादकता (रुपये)
1	17	-	2	-	-
2	31	-	2	-	-
3	43	-	2	-	-
4	53	-	2	-	-
5	60	-	2	-	-
6	65	-	2	-	-

(मॅक्कॉनेल गुप्ता यांच्या 'इकॉनॉमिक्स' वरून पुनर्मुद्रित)

(अ) सदर व्यवसायसंस्था घटक आणि वस्तू या दोन्ही बाजारात पूर्ण स्पर्धा असलेल्या परिस्थितीत उत्पादन करीत आहेत. मजुरीचा दर ₹ 27.95 असेल तर ही संस्था किती मजूर कामावर घेईल ? हाच दर 19.95 झाल्यास ही संख्या काय होईल ?

(ब) त्याच व्यवसायसंस्थेचे श्रमाचे मागणीपत्रक तयार करा.

(क) वस्तूच्या बाजारात अपूर्ण स्पर्धा असेल आणि वरील तक्त्याच्या चौथ्या रकान्यातील उत्पादनाची किंमत ₹ 2.20, ₹ 2.15, ₹ 2.10 याप्रमाणे प्रत्येक टप्प्यावर पाच-पाच पैशांनी कमी होत असेल तर त्याच व्यवसायसंस्थेची मजुरांची मागणी कशी बदलेल हे श्रमाचे मागणीपत्रक तयार करून दाखवा.

(2) श्रमाच्या बाजारात एकग्राहकाधिकार आणि वस्तूच्या बाजारात अपूर्ण स्पर्धा असताना ठरणारी मजुरी आणि त्याच परिस्थितीत कामगार संघटित झाल्यामुळे सामूहिक सौद्याने ठरणारी मजुरी यातील फरक आकृती काढून स्पष्ट करा.

(3) मिश्र आणि शुद्ध व्याज यात फरक कशामुळे पडतो ? खासगी सावकार, व्यापारी बँका, सरकार या तिघांकडून (अ) उत्पादनासाठी आणि (ब) उपभोगासाठी ₹ 10,000 कर्ज घेतले आहे असे समजून या सहा

बाबतीत वार्षिक व्याजाच्या (काल्पनिक दरांनी) रकमा लिहून काढा. कोणत्या कारणांमुळे या रकमा वेगवेगळ्या येतात ?

(4) अनिश्चितता आणि जोखीम यांतील फरकामुळे नफ्याच्या दरात फरक कसा पडतो हे दाखविणारी व्यवहारातील उदाहरणे शोधून काढा.

(5) शहराच्या विकासाबरोबर फ्लॅट्सच्या दर चौरस फुटाला सांगितल्या जाणाऱ्या किमती बदलतात. या किमती शहराच्या सर्व भागात सारख्याच नसतात तर काही भागांत कमी व काही भागांत जास्त असतात. रिकार्डोचा खंड सिद्धान्तात शेतजमिनीचे उदाहरण आपण घेतले होते. त्याऐवजी हे उदाहरण घेऊन रिकार्डोची खंडाची संकल्पना स्पष्ट करता येईल काय ? संपूर्ण सिद्धान्त मांडून पाहा.

(6) 'क' ही जागा दुकानासाठी वापरता येते आणि राहण्याची जागा म्हणूनही वापरता येते. 'ख' हा भूखंड शेतीसाठी वापरता येतो किंवा कारखान्यासाठी (क्षेत्रफळ 1 हेक्टर) वापरता येतो. 'ग' ही 2 हेक्टर शेतजमीन ऊस अथवा भुईमूग लावण्यासाठी वापरता येते. ही तिन्ही उदाहरणे तुमच्या शहरात/गावात/प्रदेशात प्रचलित असलेल्या जमिनीच्या (आणि इतर) किमती लक्षात घेऊन तयार करा आणि बदली उत्पन्नाची संकल्पना आधारभूत मानून प्रत्येक बाबतीतील खंड दाखवा.

प्रकरण 7

आर्थिक कल्याण : संकल्पना आणि मापन
(ECONOMIC WELFARE : CONCEPT AND MEASUREMENT)

संपत्ती आणि कल्याण यांच्यामधील परस्परसंबंध हा ॲडम स्मिथ यांच्या काळापासून चर्चेचा विषय राहिला आहे. 'कल्याण' (Welfare) ही एक व्यापक संकल्पना असून जीवनाच्या गुणवत्तेशी ती संबंधित आहे. एखाद्या माणसाचे जीवन कृतार्थ झाले किंवा समृद्ध झाले असे आपण म्हणतो तेव्हा त्या माणसाने भरपूर 'माया' गोळा केली, भरपूर 'धन' मिळविले असा त्याचा अर्थ नसतो. जीवनाची गुणवत्ता किंवा समृद्धी ही केवळ पैशावरून ठरत नाही तर इतर अनेक अंगांनी जीवन समृद्ध होत असते. जेव्हा 'सुख-समृद्धीचे जीवन लाभो' अशी सदिच्छा व्यक्त करतात तेव्हाही 'जीवन सुखाने समृद्ध होवो' असेच म्हणावयाचे असते. सुख हे मानसिक समाधानातून मिळते. हे समाधान चांगले संगीत ऐकून मिळते, चांगली कविता वाचून लाभते, खेळ खेळूनही मिळते आणि चांगले सामाजिक कार्य करूनही प्राप्त होते. परंतु सामाजिक, सांस्कृतिक, नैतिक, आध्यात्मिक इत्यादी प्रकारांनी मिळणारे सुख हे अर्थशास्त्राच्या कक्षेबाहेरचे असते. अर्थशास्त्राचा संबंध फक्त भौतिक साधनसंपत्ती प्राप्त करून तिच्या उपभोगातून मिळणाऱ्या सुखाशी अथवा समाधानाशी आहे. आर्थिक कल्याण असे सुख अथवा समाधान विचारात घेते. त्याचे मोजमाप करण्याचा प्रयत्न अर्थशास्त्रज्ञांनी केला. कारण अनेकांगी आर्थिक धोरणाला व्यावहारिक पातळीवर मार्गदर्शन करणे अर्थशास्त्राकडून अपेक्षित असते.

कोणत्याही अर्थव्यवस्थेमध्ये आणि विशेषतः बाजारयंत्रणेवर आधारलेल्या अर्थव्यवस्थेमध्ये साधनसंपत्तीची विविध उत्पादक उपयोगांमध्ये होणारी वाटणी आणि तयार झालेल्या उत्पादनाची त्या उत्पादनात सहभागी झालेल्या घटकांमध्ये होणारी वाटणी (म्हणजेच राष्ट्रीय उत्पन्नाची वाटणी) किती कार्यक्षमतेने आणि न्याय्य पद्धतीने होते आहे हे पाहणे महत्त्वाचे असते. वस्तूंच्या आणि घटकांच्या बाजारांच्या मदतीने साकार होणारी अर्थव्यवस्था आदर्श किंवा निदान सर्वांत इष्ट आहे किंवा नाही हे तपासून पाहणे आणि त्यासाठी काही निकष निश्चित करणे हा कल्याणाच्या अर्थशास्त्राचा अभ्यासविषय आहे.

एखाद्या विवक्षित कालखंडात दोन अर्थव्यवस्थांची तुलना करण्याचा प्रसंग येतो, जसे आजची भारतीय आणि चिनी अर्थव्यवस्था. तसेच दोन कालखंडातील एकाच अर्थव्यवस्थेच्या समग्रलक्षी स्वरूपात झालेल्या बदलांची दखल घेऊन केव्हाची अर्थव्यवस्था अधिक चांगली ठरते हे पाहावे लागते. उदाहरणार्थ, आर्थिक सुधारणा आणि उदारीकरणाच्या धोरणाच्या प्रारंभीची म्हणजे 1990-91 ची भारतीय अर्थव्यवस्था आणि 2015-16 ची भारतीय अर्थव्यवस्था यातील चांगली कोणती म्हणता येईल ? या प्रश्नाचे उत्तर कल्याणाच्या अर्थशास्त्राला (Welfare Economics) द्यावे लागते. काय चांगले आणि काय वाईट हे सांगणे हे मूल्यविधान (Value Judgement) ठरते. शास्त्रांचे प्रत्यक्षानुसारी (Positive) आणि आदर्शानुसारी (Normative) असे दोन प्रकार केले जातात. अर्थशास्त्राच्या अनेक शाखा प्रत्यक्षानुसारी (अथवा विशुद्ध = (Pure) असल्या तरी कल्याणाचे अर्थशास्त्र ही शाखा आदर्शानुसारी आहे. चांगले-वाईट ठरविण्यासाठी निकष कोणते ? हे निकष एकच उद्दिष्ट डोळ्यांपुढे ठेवून निर्धारित केले जातात आणि ते उद्दिष्ट असते 'समाजाचे आर्थिक कल्याण'. हे कल्याण महत्तम होईल आणि धोरणे आखली पाहिजेत अशी कल्याणाच्या अर्थशास्त्राची शिफारस असते आणि महत्तम आर्थिक कल्याणासाठी निकष ठरविण्याचे काम या अर्थशास्त्राला करावे लागते.

7.1 आर्थिक कल्याणाची संकल्पना (The Concept of Economic Welfare)

कल्याणाच्या अर्थशास्त्राचा पाया **प्रो. ए. सी. पिगू** यांनी घातला. त्यांच्या मते ''आर्थिक कल्याण हा सामाजिक कल्याणाचा एक भाग असतो (आणि तो) असा असतो की, जो पैशाच्या मोजपट्टीशी प्रत्यक्ष अथवा अप्रत्यक्षपणे जोडता येतो.'' समाजाचे काय किंवा व्यक्तीचे काय, कल्याण हे अनेक घटकांवर अवलंबून असते. या सर्वसाधारण अथवा सर्वंकष कल्याणात सुरुवातीला म्हटल्याप्रमाणे, सामाजिक, राजकीय, सांस्कृतिक इत्यादी अनेक घटकांचा विचार करावा लागतो. अशा सर्वंकष कल्याणाच्या कारणांचा विचार अतिशय गुंतागुंतीचा ठरतो. शिवाय तो अर्थशास्त्राच्या कक्षेच्या बाहेरचाही असतो. म्हणून प्रो. पिगू यांनी आर्थिक कल्याणापुरताच कल्याण-विचार मर्यादित ठेवला. त्यांच्या वर उद्धृत केलेल्या आर्थिक कल्याणाच्या व्याख्येत पैशाशी ज्यांचा प्रत्यक्ष अथवा अप्रत्यक्ष संबंध जोडता येतो अशा सर्वंकष कल्याणाच्या भागापुरताच हा विचार अर्थशास्त्रज्ञाने करावयाचा आहे. याचाच अर्थ असा की, पैशाशी ज्यांचा विनिमय होतो अथवा किंमत मोजून ज्या वस्तू व सेवा खरीदता येतात त्यांच्या उपभोगामुळे मिळणारे समाधान म्हणजे आर्थिक कल्याण होय.

प्रो. पिगू यांच्या या व्याख्येवर **डॉ. ग्राफ** यांच्यासारख्या काही अर्थशास्त्रज्ञांनी टीका केली आहे. त्यांची टीका अस्थानी नाही. एक तर, पैशाशी विनिमय होणाऱ्या वस्तू आणि सेवा मोजणे हे अचूक मोजमाप नसते. दुसरे, अनेक सेवा पैशाशी विनिमेय नसूनही आर्थिक कल्याणाच्या कारक असतात. तिसरे, अनेक आर्थिकेतर चलांचा आर्थिक चलांवर परिणाम होतो आणि त्यातून लोकांच्या आर्थिक कल्याणावर परिणाम होतो. उदाहरणार्थ, जगात कोठेही युद्ध पेटले तर शेअर बाजारावर परिणाम होऊन त्यांचे भाव कोसळतात तेव्हा ज्यामुळे भागधारकांचे भांडवली नुकसान होते त्यामुळे आर्थिक कल्याण घटते. शेवटी, आर्थिक घटकांचा आर्थिकेतर घटकांवर परिणाम होऊन एकूण अथवा सर्वंकष कल्याण घटते. हेही खरे आहे. उदाहरणार्थ, आर्थिक प्रगतीचा परिणाम म्हणून दूरदर्शन संच घरोघर पोहोचले पण त्यामुळे व्यक्ती-व्यक्तींमधील आणि कुटुंबा-कुटुंबांमधील सामाजिक संबंध दुरावले. हा आर्थिक घटकाचा आर्थिकेतर (येथे सामाजिक) कल्याणावर झालेला आघातच आहे. ही सर्व टीका रास्त असली तरी अर्थशास्त्राच्या मर्यादा लक्षात घेऊन इतर परिस्थिती म्हणजेच आर्थिकेतर चल स्थिर आहेत. असे मानून आर्थिक कल्याणाच्या विश्लेषणात फक्त आर्थिक चल विचारात घेतले जावेत, असे बहुतेक अर्थशास्त्रज्ञ मानतात.

व्यक्तीचे कल्याण हे व्यक्तिनिष्ठ असून त्याला उपयोगिता किंवा समाधान अभिप्रेत असते. समाधान मनात असते अथवा मानसिक स्थितीचे गमक असते. ते वस्तुनिष्ठ झाल्याखेरीज मोजणार कसे ? म्हणून मूलांक (Cardinal) पद्धतीने समाधान मोजण्याचा प्रयत्न करण्यापेक्षा क्रमांक (Ordinal) पद्धतीने त्याचे मोजमाप करणे हे वस्तुनिष्ठतेला जवळचे आहे असे आधुनिक अर्थशास्त्रज्ञ मानतात. समवृत्ती विश्लेषण पसंती अथवा निवड यांचे मोजमाप करते आणि निवडीची संधी दिल्यास व्यक्तीने 'अ' ऐवजी 'ब' ची निवड केली हे दिसते अथवा कळते म्हणून ते वस्तुनिष्ठतेच्या कसोटीला उतरते.

सामाजिक कल्याणाच्या बाबतीत मात्र ही सोय नसते. व्यक्तीसारखे समाजाला मन नसते आणि समाज 'निवड' करीत नाही. म्हणून वैयक्तिक निवडींची बेरीज करून ती समाजाची निवड मानावी लागते. अर्थात समाजातील सर्व व्यक्तींच्या समाधानांची बेरीज म्हणजे 'सामाजिक कल्याण' असे मानावे लागते.

डॉ. ग्राफ यांच्या मते सामाजिक कल्याणाच्या तीन वेगवेगळ्या संकल्पना आहेत :

(1) वडीलकीची संकल्पना (Paternalist Concept) : येथे समाजाचे कल्याण कशात आहे हे वडीलकीच्या अधिकाराने शासन ठरविते आणि ते महत्तम करण्याचा प्रयत्न करते.

(2) पॅरेटो संकल्पना (Paretian Concept) : पॅरेटो यांच्या दृष्टीने समाजातील सर्व व्यक्तींचे मिळून होणारे सामूहिक समाधान हेच सामाजिक कल्याण होय. या संकल्पनेमागे समाजातील दुसऱ्या कोणत्याही व्यक्तीची स्थिती न बिघडविता एखाद्या व्यक्तीची स्थिती सुधारता येत असेल तर अशा कृतीतून सामाजिक कल्याण वाढेल. अशी कृती 'चांगली' असल्याचे मूल्यविधान यात येते, पण व्यक्ती-व्यक्तींमधील समाधानाची तुलना करावी लागत नाही.

(3) बर्गसन संकल्पना (Bergson Concept) : वास्तवाच्या जवळ जाणाऱ्या या संकल्पनेप्रमाणे आर्थिक संघटन बदलते तेव्हा काही व्यक्तींचा लाभ आणि काहींचे नुकसान होणे स्वाभाविक असते. हानीपेक्षा लाभ महत्त्वाचा आहे का हे ठरविण्यासाठी चांगल्या-वाईटाबाबतचे मूल्यविधान स्वीकारावे लागते आणि लाभ-हानी मोजण्यासाठी व्यक्ती-व्यक्तींच्या समाधानाची (अथवा असमाधानाची) तुलनाही करावी लागते.

काल्डर, हिक्स यांसारख्या शास्त्रज्ञांनी मूल्यविधानरहित कल्याण-विश्लेषण उभारण्याचे प्रयत्न केले. परंतु अखेर **बर्गसन, सॅम्युअल्सन, लिटल** यांच्यासारख्या या क्षेत्रातील नावाजलेल्या तज्ज्ञांनी काढलेला निष्कर्षच महत्त्वाचा ठरतो. त्यांच्या मते कल्याणाच्या अर्थशास्त्राला नैतिकीपासून (Ethics) दूर ठेवता येणार नाही आणि आर्थिक कल्याणाचे निष्कर्ष स्वीकृत मूल्याधारित निष्कर्षच असतात. साध्या शब्दात काय चांगले आणि काय वाईट हे निश्चित केल्याखेरीज कल्याणाबाबतचे निष्कर्ष काढता येत नाहीत.

7.2 अभिजात कल्याण विवेचन (Classical Treatment of Welfare)

अभिजात अर्थशास्त्रज्ञांचा रोख मुख्यत्वे राष्ट्राच्या संपत्तीकडे होता. संपत्ती आणि कल्याण या संकल्पना वेगवेगळ्या असल्या तरी राष्ट्राच्या संपत्तीचा लोकांच्या कल्याणावर प्रभाव आवश्य पडतो असे प्रारंभीच्या काळात मानले जाई. **ॲडम स्मिथ** पासून ते **जॉन स्टुअर्ट मिल** पर्यंत सर्व अभिजात अर्थशास्त्रज्ञांना समाजाची भौतिक संपत्ती कशी वाढेल याचाच विचार महत्त्वाचा वाटत होता. राष्ट्रीय उत्पन्न हा आर्थिक कल्याणाचा निर्देशांक आहे असेच या अर्थशास्त्रज्ञांच्या लेखनात अभिप्रेत होते. राष्ट्रीय उत्पन्नात वाढ झाली म्हणजेच उत्पादनाचे परिमाण वाढले की साहजिकच त्या समाजाचे आर्थिक कल्याण वाढले असा अर्थ होतो. **ॲडम स्मिथ** यांच्या आर्थिक विस्ताराच्या सिद्धान्तातून (1) श्रमाची भौतिक उत्पादकता वाढवून आणि, (2) आर्थिक क्रियांचे मूल्य वाढवून त्या समाजाचे आर्थिक कल्याण (Economic Welfare) वाढविता येते, असेच ध्वनित होते. भौतिक उत्पादनाची श्रमाची क्षमता नवीन आणि सुधारित उत्पादन तंत्रे स्वीकारून वाढविता येते. तर आर्थिक वृद्धीला चालना देऊन अर्थव्यवस्थेतील भांडवलनिर्मिती वाढविता येते. भांडवलसंचय वाढवून सुधारित तंत्रे स्वीकारता येतात आणि या तंत्रानी होणारे उत्पादन हे अधिक मौल्यवान होते. यामुळे श्रमाची उत्पादकता वाढते तसेच उत्पादित मालाचे मूल्यही वाढते. या दोहोंचा परिणाम होऊन श्रमिकाला मिळणारा श्रमाचा मोबदला वाढल्याने त्याला आपले उत्पन्न आणि संपत्ती वाढविण्याची संधी मिळते. म्हणजेच श्रमिकांचे आर्थिक कल्याण वाढते. अभिजात अर्थशास्त्रज्ञांच्या मते, उत्पादनात वाढावा (Surplus) निर्माण करून त्याचा उत्पादक पद्धतीने उपयोग करणे हे कार्यक्षम उत्पादन व्यवस्थेचे गमक असते. खुल्या स्पर्धेमुळे उत्पादन घटकांची वाटणी कार्यक्षम होईल याची हमी तर मिळतेच, शिवाय बाजाराचा विस्तार होऊन आणि श्रम-विभागणीला वाव मिळून नवीन उत्पादक साधने आणि तांत्रिक सुधारणा यांचा स्वीकार अर्थव्यवस्थेला शक्य होतो अशा पद्धतीने पूर्ण स्पर्धेच्या परिस्थितीतील महत्तम नफ्याच्या उद्दिष्टाने प्रेरित झालेली प्रत्येक उत्पादनसंस्था जास्तीत जास्त वाढावा निर्माण करण्याचा प्रयत्न करते. या सतत चालणाऱ्या प्रक्रियेमुळे भांडवलसंचय वाढवून त्या समाजाचे आर्थिक कल्याण उत्तरोत्तर वाढत जाते, अशी अभिजात अर्थशास्त्रज्ञांची धारणा होते.

7.3 नव-अभिजात विवेचन आणि कल्याणाचे मापन (Neo-Classical Treatment and Measurement of Welfare)

अभिजात अर्थशास्त्रज्ञांचा रोख उत्पादनवाढीवर आणि त्या अनुषंगाने उत्पादन घटकांच्या वाटणीवर आणि आर्थिक वृद्धीवर होता. उत्पादन ज्या प्रमाणात वाढेल त्याच प्रमाणात लोकांचे सुख-समाधानही वाढेल आणि म्हणून ज्या दराने उत्पादन वाढेल त्याच दराने लोकांचे आर्थिक कल्याणही वाढेल असे या विचारप्रणालीमागचे गृहीत होते.

कल्याणाच्या नव-अभिजात विवेचनात (1890-1920) अभिजात अर्थशास्त्रज्ञांच्या कल्याणविषयक संकल्पना आणि सीमांत उपयोगिता संप्रदायाने उपलब्ध करून दिलेली विश्लेषणाची साधने यांचा समन्वय झालेला आढळतो. या अर्थशास्त्रज्ञांचा प्रयत्न व्यावहारिक पातळीवरील कल्याणाच्या अर्थशास्त्राची उभारणी करण्याचा होता. आर्थिक प्रेरणांच्या खुल्या क्रिया-प्रतिक्रियांमधून प्रत्यक्ष जीवनात आर्थिक कल्याण कार्यक्षमतेने कसे साधता येईल हा नव-अभिजात अर्थशास्त्रज्ञांपुढील प्रश्न होता. यासाठी आर्थिक प्रणालीतील एकेक क्षेत्र निवडून त्या क्षेत्रापुरते म्हणजे आंशिक विश्लेषण (Partial Analysis) स्वीकारून अर्थशास्त्रज्ञांनी आपल्या कल्याणविषयक संकल्पना आणि त्यांचे मोजमाप यांचे स्पष्टीकरण दिलेले आढळते.

(अ) डॉ. मार्शल यांचे कल्याण-विश्लेषण (Dr. Marshal's Welfare Analysis)

नव-अभिजात अर्थशास्त्रज्ञांमध्ये **डॉ. मार्शल** हे अग्रगण्य आहेत. आर्थिक कल्याणाच्या विश्लेषणासाठी त्यांनी उपभोक्त्याच्या संतोषाधिक्याच्या संकल्पनेचा उपयोग केला. कोणत्याही आर्थिक व्यवहाराला अथवा कृतीला उत्पादन आणि उपभोग अशा दोन बाजू असतात आणि अशा दोन्ही बाजू समांतर जातात असे आपण पाहिले. 'उत्पादकाचा समतोल' महत्तम नफ्याच्या निकषाने साधला जातो आणि 'उपभोक्त्याचा समतोल' महत्तम समाधानाच्या निकषाने दाखविता येतो. दोन्हीकडे निव्वळ आधिक्य अथवा निव्वळ वाढावा तपासून पाहिला जातो. प्राप्ती आणि खर्च यातील अंतर म्हणजे वाढावा अथवा नफा हे गणित उत्पादकाच्या बाजूने समजायला सोपे असते आणि व्यवहारात हे मोजताही येते. उपभोगाच्या बाबतीत मात्र हे आधिक्य मोजाव्या लागणाऱ्या किमतीच्या रूपाने उपभोक्त्याने केलेल्या त्यागावरील संबंधित वस्तूच्या उपभोगामुळे मिळणाऱ्या एकूण समाधानाचे आधिक्य असते. दुसऱ्या शब्दात, उपभोक्त्याचा खर्च म्हणजे त्याने मोजलेल्या किमतीमुळे झालेली त्याची हानी आणि त्या वस्तूच्या उपभोगामुळे मिळालेले समाधान ही त्याची प्राप्ती यामधील अंतर हा त्याचा नफा अथवा लाभ असतो. अर्थात, उत्पादकाच्या बाबतीत नफा मोजता येतो तसा उपभोक्त्याला मिळालेला लाभ मोजता येत नाही म्हणून डॉ. मार्शल यांनी उपभोक्त्याच्या आधिक्याची आपली संकल्पना मांडली. एखाद्या वस्तूच्या उपभोगाशिवाय राहावे लागू नये यासाठी उपभोक्ता द्यावयास तयार असलेली जास्तीत जास्त किंमत आणि प्रत्यक्षात बाजारात त्या वस्तूसाठी द्यावी लागणारी किंमत या दोहोंमधील अंतर हे उपभोक्त्यांच्या आधिक्याचे पैशातील मोजमाप ठरेल असे डॉ. मार्शल यांनी सुचविले. वैयक्तिक उपभोगाच्या आधिक्याच्या कल्पनेवरून मार्शल सर्व उपभोक्त्यांच्या आधिक्याबाबत सामान्यीकरण करतात. उदाहरणार्थ, सर्व उपभोक्ते सारखाच विशिष्ट पोशाख घालतात असे सोयीसाठी मानले तर तो पोशाख खरेदी करण्यासाठी मोजाव्या लागणाऱ्या किमतीपेक्षा जास्त मिळणारे समाधान **'अ'** या व्यक्तीला अधिक **'ब'** या व्यक्तीला याप्रमाणे प्रत्येकाला मिळणाऱ्या अतिरिक्त समाधानाची बेरीज म्हणजेच मार्शल यांनी सुचविल्याप्रमाणे ते सर्व उपभोक्ते जी जास्तीत जास्त किंमत द्यावयास तयार असतील त्याचे द्याव्या लागणाऱ्या किमतीवरील आधिक्य हे निव्वळ समाधानाचे म्हणजेच कल्याणाचे पैशात व्यक्त केलेले मोजमाप ठरते. पोशाखांच्या बाजारातील सर्व उपभोक्त्यांचे कल्याणाचे हे मोजमाप लावण्यासाठी (1) सर्व उपभोक्त्यांचे उत्पन्न सारखेच आहे. (2) बाजारात पूर्ण स्पर्धा आहे. आणि (3) सर्व पोशाख एकसारखे आहेत, अशी गृहीते मानलेली आहेत.

सामान्यपणे सांगायचे झाल्यास,

क = एकूण आर्थिक कल्याण,

स = एखाद्या आर्थिक कृतींमुळे समाजाला मिळणारे एकूण समाधान आणि,

त = या आर्थिक कृतीसाठी समाजाला करावा लागणारा त्याग असे मानल्यास,

क = स – त असे म्हणता येईल.

हे समाधान महत्तम होण्यासाठी स्पर्धात्मक परिस्थितीत मागणी-पुरवठ्याचे संतुलन जेथे होते तीच किंमत द्यावी लागणे आवश्यक असते. आकृती क्र. 7.1 मध्ये कोणत्याही एखाद्या आर्थिक कृतीमधून निर्माण होणारे समाजाचे एकूण कल्याण दाखविले आहे. **म म₁** हा मागणी वक्र किमतीवरून (म्हणजेच उपभोक्ता देण्यास तयार असलेल्या जास्तीत जास्त किमतीवरून) ठरणारा मागणी वक्र आहे.

पुरवठा किमतीवरून म्हणजेच उत्पादक स्वीकारण्यास तयार असलेल्या कमीत कमी किमतीवरून (म्हणजेच पुरवठा खर्चावरून) तयार झालेला पुरवठा वक्र **प प₁** या वक्राने दाखविलेला आहे. या दोन वक्रांमधील अंतर म्हणजेच **म स प** हे क्षेत्र समाजाचे एकूण कल्याण दर्शविते. हे समाधान महत्तम असते. कारण स्पर्धात्मक बाजारात ठरणारी **अ क** ही किंमत सीमांत खर्चाबरोबर असते आणि सीमांत प्राप्तीबरोबरही असते. याहून जास्त किंमत ठेवल्यास एकूण समाधान म्हणजेच कल्याण घटेल. उदाहरणार्थ, **अ क₁** ही किंमत ठरविल्यास **म प ल र** एवढेच एकूण समाधान मिळेल आणि हे महत्तम समाधान **म स प** पेक्षा **र स ल** ने कमी असेल.

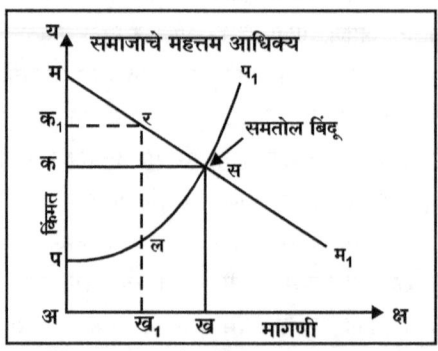

आकृती क्र 7.1 : समाजाचे कल्याण

एखाद्या उद्योगाच्या पातळीवर विचार करताना या उद्योगाची परिस्थिती कायम खर्चाची, वाढत्या खर्चाची अथवा घटत्या खर्चाची असू शकते. ज्या उद्योगात वाढत्या खर्चाची परिस्थिती असेल तेथे त्या वस्तूवर कर बसवून उपभोक्त्यांचे समाधान वाढविता येईल. म्हणून अशा उद्योगांवर कर बसविणे इष्ट ठरेल. याउलट, घटत्या दीर्घकालीन खर्चाच्या परिस्थितीत उत्पादन वाढू देणे समाजाच्या हिताचे ठरेल, म्हणून त्यावर कर बसविणे योग्य नाही, तर त्यांना सबसिडी देणे योग्य ठरेल.

अशा रीतीने डॉ. मार्शल यांच्या आर्थिक कल्याणाच्या मोजमापावरून असे म्हणता येते की,

(1) समाधान हे व्यक्तिनिष्ठ असले तरी एकाच उत्पन्न-गटातील लोकांच्या बाबतीत ते स्थूलमानाने सारखे मानता येईल.

(2) पूर्ण स्पर्धेच्या परिस्थितीत उद्योगातील सर्व व्यवसायसंस्थांचे खर्च-वक्र सारखेच असतील; आणि

(3) उपभोक्त्यांना त्यांची मागणी-किंमत पैशात व्यक्त करता येईल.

या तीन गृहीतांच्या आधारे असा निष्कर्ष निघतो की, वस्तू आणि घटक या दोन्ही बाजारात पूर्ण स्पर्धा असेल आणि बाजारात पूर्ण समतोल प्रस्थापित होत असेल तेथे समाजाचे कल्याण महत्तम असते. मात्र घटत्या व वाढत्या खर्चाच्या परिस्थितीत या महत्तमीकरणात येणारे अडथळे कर व आर्थिक साहाय्य (सबसिडी) यांच्या मदतीने दूर केले पाहिजेत.

(आ) प्रो. हिक्स यांचे कल्याण विश्लेषण (Welfare Analysis by Prof. Hicks)

प्रो. जे. आर. हिक्स यांनी उपभोक्त्याच्या आधिक्याचे विश्लेषण करण्यासाठी मूलांक (Cardinal) पद्धतीऐवजी क्रमांक (Ordinal) पद्धती वापरली आहे. आकृती क्र. 7.2 पाहा.

या आकृतीत **'स'** हा संतुलन बिंदू असून तो **ल $व_2$** ही किंमतरेषा आणि **स $व_2$** हा समवृत्ती वक्र यांच्या स्पर्शबिंदूशी आहे. **अ ल** हे सर्व उत्पन्न खर्च केल्यास **अ $व_2$** एवढी **क्ष** ही वस्तू उपभोक्त्याला विकत घेता येते. प्रत्यक्षात तो **अ ट** एवढी **क्ष** वस्तू विकत घेतो आणि त्यासाठी **श स** एवढी किंमत मोजतो. **'क्ष'** ही वस्तू उपलब्ध नसती (म्हणजेच त्या वस्तूशिवाय राहावे लागले असते) तर उपभोक्ता **स $व_1$** या समवृत्ती वक्रावर राहिला असता. या वक्रावर राहण्यासाठी **श ह** ही किंमत त्याला मोजावी लागली असती. म्हणून **श ह – श स** म्हणजे **स ह** हे उपभोक्त्याचे आधिक्य अथवा आर्थिक कल्याण ठरते. मूलांक पद्धतीने आकृती क्र. 7.1 मध्ये जे दाखविता येते तसेच क्रमांक पद्धतीने आकृती क्र. 7.2 मध्ये दाखविले आहे.

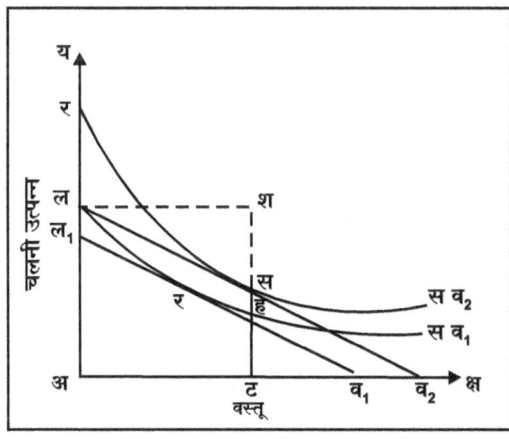

आकृती क्र. 7.2 : उपभोक्त्याचे आधिक्य

थोडक्यात, मोजमापासाठी उपयोगिता वक्रांऐवजी समवृत्ती वक्रांचा अवलंब करून बव्हंशी **मार्शल** यांचेच कल्याण-विवेचन **हिक्स** यांनी पुढे नेले आहे.

(इ) प्रो. ए. सी. पिगू यांचे कल्याण-विश्लेषण (Prof. Pigou's Welfare Analysis)

आर्थिक कल्याणाचा सांगोपांग सविस्तर विचार करून प्रो. पिगू यांनी खऱ्या अर्थाने प्रथमच कल्याणाच्या अर्थशास्त्राची उभारणी केली त्यांच्या ग्रंथाचे नावच 'The Economics of Welfare' असे आहे. प्रत्येक व्यक्ती आपले समाधान महत्तम (जास्तीत जास्त) करण्याचा प्रयत्न करते हे नव-अभिजात कल्याण-विवेचनाचे सर्वांत महत्त्वाचे गृहीत **प्रो. पिगू** मान्य करतात. मात्र त्यात थोडी दुरुस्ती करतात. **डॉ. मार्शल** हे उपयोगिता मूलांक पद्धतीने (Cardinal अथवा 1, 2, 3, 4 इत्यादी अंकांनी) मोजता येते आणि त्यामुळे विविध व्यक्तींना मिळणाऱ्या उपयोगिता मोजून त्यांची तुलना करता येते, (इंग्रजीत याला Interpersonal Comparisons म्हणतात.) असे मानतात. **प्रो. पिगू** मात्र मोजता येण्याची शक्यता (म्हणजे मूलांक-गण्यता) नाकारतात. परंतु तुलनीयता (म्हणजे क्रमांक-गण्यता) स्वीकारतात. याचा

अर्थ असा की, (उदाहरणार्थ) धुलाई-यंत्र वापरल्यामुळे एखाद्या व्यक्तीला 2014 साली जेवढे समाधान झाले तेवढेच 2015 मध्ये झाले किंवा नाही हे ती व्यक्ती तुलना करून सांगू शकते. ही व्यक्त्यंतर्गत (Intra-personal) तुलना ठरते. त्याचप्रमाणे धुलाईयंत्राच्या वापराने **अ** व्यक्तीला मिळणारे समाधान **ब** व्यक्तीला मिळणाऱ्या समाधानापेक्षा कमी आहे की जास्त हेही सांगता येते. ही आंतरव्यक्ती (Inter-personal) तुलना ठरते. या दोन्ही प्रकारच्या तुलना क्रमांक-गण्यतेने शक्य असतात, हे पिगू यांचे गृहीत आहे. विश्लेषणाच्या सोयीसाठी एखाद्या समूहातील सर्व व्यक्तींचे वास्तव उत्पन्न सारखेच असेल तर त्यांना उपभोगापासून मिळणारे समाधानही स्थूलमानाने सारखेच असते असे मत व्यक्त करून पिगू मार्शल यांचे हे गृहीतही स्वीकारतात. त्यापुढे जाऊन समाजातील भिन्न वास्तव उत्पन्न गट पाडल्यास वरच्या उत्पन्न गटातील लोकांना मिळणारे समाधान खालच्या उत्पन्न गटातील लोकांना मिळणाऱ्या समाधानापेक्षा जास्त असते, असे पिगू मानतात.

वास्तव उत्पन्नाच्या बहुवस्तु समुच्चयामुळे घटत्या उपयोगितेचा नियम लावता येत नाही. पण चलनी उत्पन्नाला तो लागू पडतो असे पिगू मानतात. उत्पन्न कमी असते तेव्हा अन्नवस्त्रादी अतिशय निकडीच्या गरजा भागविल्या जातात. उत्पन्न वाढत जाईल तसतशी कमी तीव्रता असलेल्या गरजा भागविल्या जातात. प्रथम जीवनावश्यक, मग कार्यक्षमतावश्यक आणि मग रूढ गरजा अशा क्रमाने आवश्यक गरजा भागविल्या जातात. त्यानंतर सुखसोयीच्या आणि शेवटी चैनीच्या गरजा भागविल्या जातात. आवश्यक गरजांवर मिळणारे उपभोक्त्याचे आधिक्य प्रचंड असते. उत्पन्नवाढीबरोबर भागविल्या जाणाऱ्या गरजांची तीव्रता चलनी उत्पन्नाची घटती सीमांत उपयोगिताच दाखविते. म्हणून श्रीमंतांचे उत्पन्न करांच्या रूपाने कमी करून सार्वजनिक खर्चाच्या स्वरूपात ते गरिबांना उपलब्ध करून दिल्यास समाजाचे एकूण कल्याण वाढते असा निष्कर्ष काढता येतो. अर्थात उत्पन्नाची वाटणी जितकी समान तितका बचत व भांडवलनिर्मितीचा दर कमी होतो (स्पष्टीकरणासाठी समग्रलक्षी अर्थशास्त्रातील उपभोग आणि बचत-फलन यांचे विवेचन पाहा.) त्यामुळे आर्थिक अभिवृद्धीचा दर मंदावण्याचा धोका असतो. म्हणून बचतीला, भांडवलनिर्मितीला आणि उपक्रमशीलतेला उत्तेजन देईल अशा पद्धतीचे धोरण आखले तर उत्पादनवाढीचा दर कमी होऊन एकूण कल्याणात घट होण्याची शक्यता टाळता येईल असे प्रो. पिगू सुचवितात.

आर्थिक कल्याणाच्या विश्लेषणात प्रो. पिगू यांचे योगदान महत्त्वाचे आहे. मार्शल यांच्यापर्यंत कल्याणाचा विचार झाला तो असा होता.

1. उत्पादनाच्या क्षेत्रात उत्पादक आपले आधिक्य (म्हणजेच नफा) महत्तम करण्याचा प्रयत्न करतात.
2. उपभोगाच्या क्षेत्रात उपभोक्ते आपले आधिक्य (Consumer's Surplus) महत्तम करण्याचा प्रयत्न करतात.
3. पूर्ण स्पर्धेच्या परिस्थितीत दीर्घकाळात प्रत्येक उद्योगसंस्था इष्टतम आकाराची (Optimum Size) असल्याने किमान सरासरी खर्चाला उत्पादन होते आणि किंमत सरासरी खर्चाबरोबर असते. म्हणून उत्पादक साधनांचा चांगल्यात चांगला उपयोग होऊन उत्पादकाला सर्वसाधारण नफा मिळतो आणि तो प्राप्त परिस्थितीत महत्तम असतो. उपभोक्त्याला कमीत कमी किंमत द्यावी लागल्याने महत्तम आधिक्य मिळते.
4. उत्पादक हेही उपभोक्ते असतात. म्हणून संपूर्ण समाजाच्या पातळीवर उपभोक्त्यांच्या आधिक्यांची बेरीज केली तर समाजाचे एकूण आर्थिक कल्याण समजते.
5. वस्तू आणि घटक या दोहोंचा बाजार पूर्ण स्पर्धात्मक असल्यामुळे किंमत-यंत्रणा आपोआप कार्य करते, समतोलावस्था प्राप्त करते आणि बाजारातील स्पर्धा नियंत्रणाचे कार्य (स्वयंप्रेरित पद्धतीने) करीत असल्याने या यंत्रणेत हस्तक्षेप करावा लागत नाही.
6. फक्त दीर्घकालीन सीमांत खर्च घटते/वाढते असल्यास अर्थसाहाय्य/कर यांच्या मदतीने समाजाच्या निव्वळ समाधानाची होणारी हानी भरून काढून महत्तम समाधानाची अथवा कल्याणाची शाश्वती देता येते.

डॉ. मार्शल यांच्यापर्यंतच्या नव-अभिजात कल्याण मीमांसेत वरील तर्कसंगती स्वीकार्य ठरली होती. पण या युक्तिवादातील अत्यंत महत्त्वाची गफलत प्रो. पिगू यांनी दाखवून दिली. समाजातील प्रत्येक जण आपापले समाधान महत्तम करीत असल्याने त्यांची बेरीज करून येणारे समाजाचे एकूण समाधान अथवा आर्थिक कल्याण आपोआप महत्तम होईल हे म्हणणे वैयक्तिक कल्याणांची बेरीज अंकगणिती असते या गर्भित गृहीतावर आधारलेले आहे. प्रत्यक्षात ही बेरीज बीजगणिती असते. अधिक संख्या (+ ve Numbers) आणि उणे अथवा वजा संख्या (– ve Numbers) यांची ती बेरीज असते. कारण एकाचे कल्याण वाढणे दुसऱ्याचे कल्याण कमी करण्यावर अवलंबून असू शकते. वैद्यांचे कल्याण वाढण्यासाठी लोकांचे आरोग्य बिघडावे लागेल. वकिलांचे कल्याण वाढविण्यासाठी लोकात भांडणे लावून द्यावी लागतील आणि सावकाराने आपले कल्याण वाढवायचा निर्धार केला तर कर्जदारांना कर्जबाजारी व्हावे लागेल.

हे लक्षात घेऊन आणि बाजारप्रेरित अर्थव्यवस्था डोळ्यांसमोर ठेवून प्रो. पिगू यांनी प्रथम असे दाखवून दिले की, उत्पादन क्षेत्र आणि उपभोग क्षेत्र अशी विभागणी केल्यास, वैयक्तिक उत्पादक किंवा उपभोक्ता आपले खासगी कल्याण वाढविण्याचा प्रयत्न करतो तेव्हा समाजाच्या कल्याणात वाढ अथवा घटही होऊ शकते. यासाठी प्रो. पिगू यांनी सीमांत सामाजिक निव्वळ उत्पादन (Marginal Social Net Product), सीमांत खासगी निव्वळ उत्पादन (Marginal Private Net Product) या दोन संकल्पना मांडल्या. उत्पादनाच्या कोणत्याही घटकात एका मात्रेने वाढ केली असता (उदाहरणार्थ 100 कामगार असलेल्या कारखान्यात आणखी एक 101 वा कामगार घेतला तर) भौतिक वस्तू अथवा सेवा यांच्या एकूण परिमाणांत पडणारी भर (म्हणजेच राष्ट्रीय उत्पादनात पडणारी भर) म्हणजे सीमांत सामाजिक निव्वळ उत्पादन (MSNP) होय. याउलट, एका मात्रेने उत्पादन घटक वाढविल्यामुळे राष्ट्रीय उत्पादनात पडणाऱ्या एकूण निव्वळ भरीपैकी तो घटक कामावर ठेवणाऱ्या व्यवसायसंस्थेच्या उत्पादनात पडणारी निव्वळ भर ही सीमांत खासगी निव्वळ उत्पादन (MPNP) या स्वरूपाची असते. प्रो. पिगू यांच्या मते, सीमांत खासगी निव्वळ उत्पादन हे ''काही परिस्थितीत सीमांत सामाजिक निव्वळ उत्पादनाएवढेच, काही वेळा त्याहून जास्त, तर इतर काही वेळा त्याहून कमी असते.'' दुसऱ्या (आणि सोप्या) शब्दात सांगायचे तर, 'सीमांत सामाजिक खर्च आणि लाभ' आणि 'सीमांत खासगी खर्च आणि लाभ' यात तफावत पडू शकते आणि कोणत्याही आर्थिक धोरणाला ती लक्षात घ्यावी लागते, असे पिगू यांचे प्रतिपादन आहे. प्रो. पिगू यांनी रेल्वे इंजिनाचे उदाहरण देऊन असे म्हटले आहे की, कोळशावर चालणाऱ्या इंजीनमधून उडणाऱ्या ठिणग्यांमुळे जंगलातील झाडांचे होणारे नुकसान हे सामाजिक नुकसान असून रेल्वे-प्रवासी अथवा रेल्वे-कंपनी यांच्यापैकी कोणीच त्याची भरपाई करीत नाही आणि त्या दोहोंना होणारा लाभ खासगी असतो.

खासगी आणि सामाजिक खर्च-लाभातील ही तफावत दाखवून देण्याचे महत्त्वाचे कार्य प्रो. पिगू यांनी आपल्या 'Economics of Welfare' या ग्रंथातून सविस्तर सिद्धान्त मांडून केले ते 1920 मध्ये. पण ही तफावत आणि त्यातून निर्माण होणारे प्रश्न आज अतिशय महत्त्वाचे ठरले आहेत. त्यामुळे आर्थिक धोरणाच्या मूल्यमापनात आज हा विचार महत्त्वाचा आणि आधुनिक अर्थशास्त्रज्ञांच्या दृष्टीने कळीचा ठरलेला आहे. फरक एवढाच की आधुनिक अर्थशास्त्रज्ञ कोणत्याही आर्थिक कृतीच्या खासगी आणि सामाजिक मूल्यमापनाचे विश्लेषण बाह्य परिणामांच्या (किंवा केवळ बाह्यतांच्या म्हणजे Extemalities च्या) भाषेत करतात. याच परिणामांचा विचार उत्पादन आणि उपभोग यांच्या बाह्य बचती (External Economies) आणि बाह्य अपव्यय (External Diseconomies) म्हणून केला जातो.

7.4 पॅरेटो इष्टतमता : संकल्पना आणि मापन (Paretian Optimality : Concept and Measurement)

वैयक्तिक उपभोक्ते, उत्पादक आणि विनिमय व्यवहारात सहभागी होणारे इतर लोक यांच्याकडून केल्या जाणाऱ्या संसाधनांच्या (Resources) वाटणीशी संबंधित असा सिद्धान्त **पॅरेटो** यांनी मांडला. पॅरेटोंच्या सिद्धान्ताचे त्यांच्या आधीच्या सिद्धान्तापेक्षा असणारे वेगळेपण दोन महत्त्वाच्या बाबतीत लक्षणीय आहे. (1) मूलांक उपयोगिता मापन आणि त्यांची बेरीज या कल्पनेला पॅरेटोंनी दिलेला नकार आणि (2) आंतरव्यक्ती तुलनेवर आधारलेले निष्कर्ष टाळून कल्याण-संकल्पनेचा मर्यादित स्वरूपातील स्वीकार. त्यांच्या मतानुसार समाजाचे कल्याण महत्तम होण्यासाठी उपभोग, उत्पादन आणि विनिमय या तिन्ही क्षेत्रातील संसाधनांचे (अथवा साधनसंपत्तीचे) वाटप एकाच वेळी कार्यक्षम होणे आवश्यक आहे.

आर्थिक कल्याणाच्या दृष्टीने इष्टतम (Optimum) स्थिती कोणती ? उपभोगाच्या क्षेत्रात उपभोग्य वस्तूंची वाटणी अशा तऱ्हेने झाली पाहिजे की, ज्यापुढे एका तरी व्यक्तीचे समाधान कमी केल्याखेरीज दुसऱ्यांचे वाढविता येणार नाही. उत्पादनाच्या क्षेत्रात सर्व व्यवसायसंस्थांमध्ये घटकांची वाढणी अशी झाली पाहिजे की, त्यांची आणखी फेरवाटणी करायची झाल्यास एका तरी व्यवसायसंस्थेचे उत्पादन घटेल. विनिमयाच्या क्षेत्रातही बाजारयंत्रणेतून ज्यांना-ज्यांना ज्या वस्तू व सेवा मिळतात त्यामध्ये थोडा जरी फेरफार केला तरी किमान एकाचे समाधान (अथवा कल्याण) कमी होईल. अशी स्थिती म्हणजे **पॅरेटो इष्टतमता** (Pareto Optimality) होय. यालाच अनेक वेळा 'आर्थिक कार्यक्षमता' असे म्हणतात. कोणाचेही समाधान कमी न करता अन्य कोणाचे समाधान वाढविता येत असेल तर ते चांगलेच आहे, अशा स्थूल मूल्यविधानावर ही इष्टतमता आधारलेली आहे. एकाला हानी पोहोचवून दुसऱ्याचा लाभ घडवून आणण्याबद्दल पॅरेटो बोलत नाहीत. कारण त्यात आंतरव्यक्ती तुलना करावी लागते. अशा रीतीने **इष्टतम आर्थिक संघटन** कोणते तर समाजाचे महत्तम कल्याण होईल ते. ही स्थिती प्राप्त झाली हे कसे ओळखावे ? वस्तूंच्या बाजारात अशी स्थिती आहे की एकाकडून एखादी वस्तू काढून दुसऱ्याला दिली तर पहिल्याला हानी पोहोचते. उत्पादनाच्या क्षेत्रात एखादा घटक कमी करून दुसरा वापरला तर एकूण उत्पादन घटते. एका व्यवसायसंस्थेचा संकोच करून दुसरीचा विस्तार केला तरी एकूण उत्पादन घटते, तेव्हा उत्पादक आणि उपभोक्ते यांच्या दरम्यान घटक आणि वस्तू यांची फेरवाटणी ज्या मर्यादिपर्यंत करता येते ती मर्यादा जेथे गाठली जाते ती पॅरेटो इष्टतमता ठरते.

(अ) पॅरेटोंच्या दृष्टीने महत्तम कल्याणाच्या अटी (Conditions of Paretian Welfare Maximisation)

हे कल्याणाचे महत्तमीकरण (म्हणजेच पॅरेटो इष्टतमता) कसे साधता येते याच्या अटी पॅरेटोंनी दिल्या नाहीत, पण प्रा. हिक्स, प्रा. रेडर यांच्यासारख्या अर्थशास्त्रज्ञांनी पॅरेटो इष्टतमतेच्या संकल्पनेच्या आधारे तयार केला.

पॅरेटो यांच्या सर्वंकष इष्टतम कल्याणाच्या (General Optimum Welfare) संकल्पनेची उपलब्धी तपासून पाहण्यासाठी ज्या अटींची पूर्तता झाली पाहिजे त्या सीमांत अटी अशा आहेत.

(1) उपभोग क्षेत्र (Consuming Sector) : समाजातील सर्व उपभोक्त्यांमध्ये वस्तूंचे वाटप असे झाले पाहिजे की प्रत्येक उपभोक्त्याच्या दृष्टीने कोणत्याही दोन वस्तूंमधील सीमांत पर्यायिता दर (Marginal Rate of Substitution) सारखाच असेल. (सीमांत पर्यायिता दराच्या स्पष्टीकरणासाठी दुसऱ्या प्रकरणातील समवृत्ती विश्लेषण पाहा.)

(2) विनिमय क्षेत्र (Exchange Sector) : कोणत्याही दोन व्यक्तींमधील दोन वस्तूंदरम्यानचा सीमांत पर्यायिता दर समान नसतो तेव्हा त्या दोन व्यक्तींमध्ये वस्तुविनिमय होतो आणि सीमांत महत्त्व कमी (Lower Marginal Significance) असलेली वस्तू देऊन जास्त सीमांत महत्त्व असलेली वस्तू तो घेतो. विनिमय होण्याचे कारणच हे असते आणि दोघांमध्ये सीमांत पर्यायिता दर दोन्ही वस्तूंमध्ये सारखा होईपर्यंत ही देवाण-घेवाण चालते.

(3) उत्पादन क्षेत्र (Production Sector) : उत्पादनाच्या क्षेत्रात पॅरेटो इष्टतमता साधण्यासाठी पुढील तीन अटी पूर्ण व्हाव्या लागतात.

(अ) कोणत्याही दोन घटकांमधील सीमांत तांत्रिक पर्यायिता दर (MRTS) हा ते दोन्ही घटक वापरणाऱ्या कोणत्याही दोन व्यवसायसंस्थांच्या दरम्यान सारखाच असला पाहिजे. (MRTS बाबत अधिक माहिती समखर्च रेषा आणि सम-उत्पादन वक्रांच्या विवेचनात पाहा.)

(ब) प्रत्येक व्यवसायसंस्थेने प्रत्येक वस्तूचे इष्टतम उत्पादन करावे यासाठीची उत्पादन क्षेत्रातील अट अशी : कोणत्याही दोन वस्तूंचे उत्पादन करणाऱ्या कोणत्याही दोन उद्योगसंस्थांच्या (व्यवसायसंस्थांच्या) बाबतीत त्या दोन वस्तूंमधील सीमांत वस्तू-रूपांतरण दर समान असला पाहिजे.

आकृती क्र. 7.3 पाहा. या आकृतीतील **र ल** हा उत्पादन शक्यता वक्र आहे. यालाच 'वस्तु-रूपांतरण वक्र' (Product Transformation Curve) असेही म्हणतात.

दिलेल्या खर्चात **अ र** इतके **य** वस्तूचे उत्पादन करता येईल अथवा **अ ल** एवढे **क्ष** वस्तूचे उत्पादन करता येईल. प्रत्यक्षात दोन्ही वस्तू उत्पादित करायच्या असतील तर **क्ष** चे उत्पादन करण्यासाठी **य** चे उत्पादन कमी करावे लागते. उदाहरणार्थ, **र व** एवढे **य** वस्तूचे उत्पादन कमी केले तर **अ द** एवढे **क्ष** वस्तूचे उत्पादन करता येते. येथे **क्ष** आणि **य** वस्तूंमधील सीमांत तांत्रिक पर्यायिता दर आहे तोच या दोन वस्तूंचे उत्पादन करणाऱ्या दुसऱ्या कोणत्याही व्यवसायसंस्थेचाही असला पाहिजे. आकृतीतील **स** या संतुलन बिंदूशी हा दर **अ त/अ प** एवढा आहे.

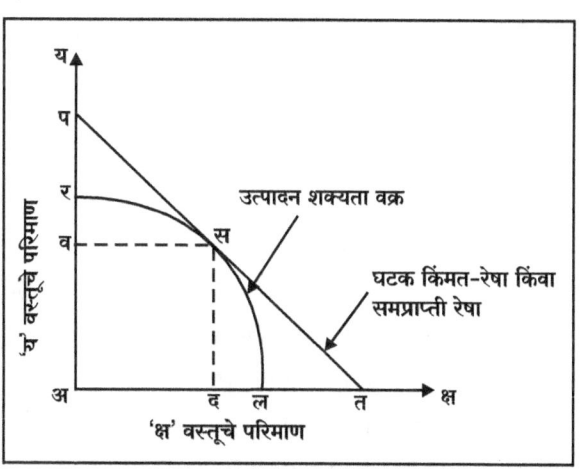

आकृती क्र. 7.3 : उत्पादनाचे इष्टतमीकरण

(क) कोणत्याही दोन व्यवसायसंस्थांमध्ये (एकाच प्रकारचे घटक वापरून त्याच वस्तूंचे उत्पादन करणाऱ्या त्या व्यवसायसंस्था असल्यास) कोणताही घटक आणि कोणतीही उत्पादित वस्तू यांच्यामधील सीमांत रूपांतरण दर (Marginal Rate of Transformation) सारखाच असला पाहिजे. साध्या शब्दात या अटीचा अर्थ एवढाच आहे की, किमान खर्चात वस्तूंचे उत्पादन सर्व व्यवसायसंस्था करीत असल्या पाहिजेत. तरच उत्पादन क्षेत्र कार्यक्षम ठरेल.

अशा तीन अटींनी ठरणारे इष्टतम उत्पादन कोणते ? आकृती क्र. 7.3 पाहा. या आकृतीत **प त** ही घटक किंमत-रेषा आहे. या रेषेलाच सम-प्राप्ती रेषा (ISO-Revenue Line) असेही म्हणतात. **प त** रेषेवरील प्रत्येक बिंदू सारखीच घटक किंमत दाखवितो. अशा परिस्थितीत घटकांना द्यावयाच्या किमतीत जास्तीत जास्त उत्पादन **स** या बिंदूतच फक्त शक्य आहे. दुसऱ्या कोणत्याही बिंदूत तोटा होतो. म्हणून **अ व** एवढी **य** वस्तू आणि **अ द** एवढी **क्ष** वस्तू हे या परिस्थितीतील इष्टतम उत्पादन ठरते.

पॅरेटो इष्टतमतेच्या अटी गणिती पद्धतीने स्पष्ट करता येतात. पण त्या गुंतागुंतीत न शिरता आपल्या परिचयाच्या संज्ञा वापरून निष्कर्ष काढायचा तर इष्टतम कल्याण साधण्यासाठी किंमत आणि सीमांत खर्च समान असणे (P = MC) आवश्यक असते. म्हणजेच कार्यक्षमतेची ही कसोटी ठरते. परंतु ही कसोटी वस्तू आणि घटक या दोन्ही बाजारात पूर्ण स्पर्धा असते तेव्हाच शक्य असते, हे किंमत निर्धारणाच्या आपल्या विवेचनावरून तुमच्या लक्षात येईल. म्हणजेच मक्तेदारीचा कमी-अधिक अंश बाजारात शिरला (किंवा स्पर्धा अपूर्ण झाली) की कल्याणाची पातळी खाली येते. ती महत्तम अथवा इष्टतम राहत नाही.

(आ) बाह्यता आणि कल्याणाची इष्टतमता (Externalities and Welfare Optimality)

येथवरच्या विवेचनात आपण उपभोग आणि उत्पादन क्षेत्रातील बाह्यता म्हणजेच बाह्य परिणाम नाहीत असे मानले होते. प्रत्यक्षात असे परिणाम होत असतात व त्यांच्यामुळे कल्याणावर परिणाम होतो.

उत्पादन क्षेत्रातील बाह्यता : एखाद्या उद्योगातील एखादी व्यवसायसंस्था विस्तार पावते किंवा विशेष उपक्रम हाती घेऊन आपले उत्पादन लोकप्रिय करण्याचा प्रयत्न करते तेव्हा त्या उद्योगातील इतर उद्योगसंस्थांना त्याचा लाभ मिळतो, मात्र त्यांचा उत्पादन खर्च वाढलेला नसतो. इतर व्यवसायसंस्थांना होणाऱ्या लाभापोटी त्या विस्तारशील अथवा उपक्रमशील व्यवसायसंस्थेला काहीही शुल्क/वर्गणी इत्यादी देत नाहीत.

याउलट, असेही शक्य आहे की, एखादी व्यवसायसंस्था नवीन तंत्राचा स्वीकार करून आपल्या उत्पादनाचा दर्जा सुधारते अथवा किंमत कमी करते आणि बाजारातील आपला वाटा वाढविते. अशा वेळी इतर व्यवसायसंस्थांचे होणारे नुकसानही व्यवसायसंस्था भरून देत नाही.

अशा प्रकारच्या बाह्यता या मोठ्या प्रमाणावरील उत्पादनाच्या बचती आणि अपव्यय या स्वरूपाच्या असतात. या बाह्यतांचा अर्थ असा होतो की, वर्तमान आर्थिक आणि सामाजिक परिस्थितीत एखाद्या व्यवसायसंस्थेने केलेल्या उत्पादक कृतीचे लाभ इतरांना मिळतात पण त्याबद्दल त्या संस्थेला काही प्राप्त होत नाही, तसेच इतरांना होणाऱ्या हानीबद्दल ही संस्था नुकसानभरपाईही देत नाही.

पूर्ण स्पर्धेच्या परिस्थितीत दीर्घकाळात सर्व व्यवसायसंस्था पर्याप्त किंवा इष्टतम आकारमानाच्या असल्याने P = MC या अटीचे पालन सर्वच व्यवसायसंस्थांच्या बाबतीत होते. म्हणून खासगी खर्च अथवा लाभ आणि सामाजिक खर्च आणि लाभ यांच्यात तफावत येत नाही. अपूर्ण स्पर्धेच्या परिस्थितीत मात्र बाह्यतांचा प्रश्न उभा राहतो. या बाह्यतांमुळे खासगी खर्च आणि लाभ यांच्यात तफावत निर्माण होते. म्हणून येथे P = SMC म्हणजे किंमत = सामाजिक सीमांत खर्च ही अट कल्याणाच्या इष्टतमतेसाठी आवश्यक ठरते.

उपभोगाच्या क्षेत्रातील बाह्यता : उपभोक्त्याला एखाद्या वस्तूची मिळणारी उपयोगिता त्याच्या स्वतःच्या उपभोगावर अवलंबून असते अथवा इतरांच्या उपभोगाशी निरपेक्ष असते असे मानून उपयोगिता विश्लेषण केले जाते. हे खरे नसते. तुम्हाला नक्की आवडेल असा चित्रपट संपूर्ण चित्रपटगृहात तुम्ही एकटेच बसून पाहत आहात अशी कल्पना करा. तुम्हाला महत्तम समाधान मिळेल ? तुम्ही लावलेल्या बागेचा तुम्हाला लाभ होतो तसा तो जाणाऱ्या-येणाऱ्यांनाही होतो. येथे सामाजिक लाभ वैयक्तिक लाभापेक्षा जास्त असतो. उलटपक्षी, तुम्ही घेतलेल्या उपभोगामुळे तुम्हाला लाभ होतो. इतरांना त्रास होतो तेव्हा वैयक्तिक कल्याणापेक्षा सामाजिक कल्याण कमी होते. तुम्ही जोरजोरात टी. व्ही. अथवा रेकॉर्ड प्लेयरवरची गाणी ऐकता तेव्हा शेजाऱ्यांच्या शांततेचा भंग करता, त्यांच्या अभ्यासात व्यत्यय आणता किंवा डोकेदुखीमुळे तो झोपून असेल तर त्याची डोकेदुखी वाढविता. येथे वैयक्तिक लाभापेक्षा सामाजिक लाभ कमी असतो. दोन्ही बाबतीत सामाजिक सीमांत लाभ हा मोजलेल्या किमतीबरोबर नसतो तो जास्त तरी असतो किंवा कमी तरी असतो.

7.5 आधुनिक दृष्टिकोन (Modern Approach)

कल्याणाच्या संकल्पनेचा आणि मोजमापाचा पाठपुरावा अर्थशास्त्रज्ञांनी सातत्याने चालविला आहे. आजच्या आर्थिक स्थितीत विवक्षित बदल केला तर तो सामाजिकदृष्ट्या आजच्या स्थितीपेक्षा चांगली स्थिती निर्माण करणारा असेल का ? या प्रश्नाचे उत्तर देण्यासाठी काही निकष निश्चित करता आल्यास आर्थिक धोरणाला मार्गदर्शन मिळेल. त्यासाठीच कल्याणाची ही उठाठेव आहे. पॅरेटो यांनी वैयक्तिक उपयोगिता फलन-संबध माहीत असतात असे मानून मूल्य-विधानविरहित निकष सुचविला. कोणाचेही कल्याण कमी न करता काही लोकांची कल्याणदायक स्थिती वाढणार असेल तर तो आर्थिक बदल योग्य मानावा हा तो निकष होय. या निकषानुरूप पॅरेटो इष्टतमतेच्या कसोट्या आपण पाहिल्या. पण, पूर्वी म्हटल्याप्रमाणे, काही लोकांचे कल्याण अथवा आर्थिक स्थिती सुधारणा कार्यक्रम हाती घेतल्यास काही लोकांची हानी होईल अशी शक्यता नेहमीच असते. रस्तारुंदीमुळे वाहतूक सुरळीत होते पण शहरातील रस्तारुंदीत काही लोकांची घरे पाडावी लागतात आणि हमरस्ता रुंद करताना शेतकऱ्यांच्या जमिनी जातात. मोठी धरणे बांधल्याने वीज व पाणी उपलब्ध होऊन काही लोकांचा लाभ होतो. तर इतर काही विस्थापित होतात. (आणि विस्थापित होणारे गरीब आदिवासी असतील तर त्यांचे मोठे अकल्याण असते. पिगू यांच्या वास्तव उत्पन्नाच्या कसोटीवरून हे समजते.) हे लक्षात घेऊन कल्याणाच्या अर्थशास्त्राची नव्याने उभारणी करण्याचा प्रयत्न झाला. या नव्या प्रयत्नात दोन दृष्टिकोन पुढे आले. त्यांचा थोडक्यात परिचय करून घेऊ.

(अ) भरपाई तत्त्व (Compensation Principle)

या तत्त्वाचा आधार नुकसान होणाऱ्यांना भरपाई देणे हा असल्याने त्याला भरपाई तत्त्व अथवा नवीन कल्याण अर्थशास्त्र (New Welfare Economics) असे म्हणतात. भरपाई तत्त्व दृष्टिकोन पुढील गृहीतांवर आधारलेला आहे.

(1) व्यक्तींच्या आवडीनिवडी कायम राहणार आहेत आणि उत्पादन व उपभोगांचे बाह्य परिणाम होत नाहीत.

(2) उपयोगिता मूलांकगण्य नसते आणि कल्याणाची आंतरव्यक्ती तुलनाही शक्य नसते.

(3) स्वतःच्या कल्याणाचा निर्णय प्रत्येक व्यक्ती स्वतःच घेऊ शकते असे नेहमीच खरे नसते.

(4) उत्पन्नाच्या वाटणीपासून उत्पादनाचा प्रश्न वेगळा करता येतो. त्यामुळे एखाद्या व्यक्तिसमूहावर होणारे उत्पादनाच्या पातळीतील बदलाचे परिणाम तपासून पाहता येतात.

भरपाई तत्त्वानुसार **प्रा. काल्डर** आणि **प्रा. हिक्स** यांनी सुचविलेले निकष वास्तव सामाजिक उत्पन्नावर आधारलेले आहेत. याचा अर्थ असा की, समाजाचे वास्तव उत्पन्न वाढते तेव्हा त्या समाजाचे आर्थिक कल्याण वाढते. **प्रा. सिटोव्हस्की** यांनी त्यावर प्रत्यावर्तन निकष सुचविला. या सर्व तपशिलात न जाता सोप्या भाषेत **काल्डर-हिक्स-सिटोव्हस्की** निकष म्हणून एकत्रितपणे असा सांगता येईल.

अ ही अवस्था **ब** अवस्थेपेक्षा सामाजिकदृष्ट्या श्रेयस्कर आहे असे म्हणता येईल. जर (**अ** अवस्था स्वीकारल्यामुळे) ज्यांचा लाभ होणार आहे ते (**ब** अवस्थेचा त्याग केल्यामुळे) ज्यांचे नुकसान होणार आहे त्यांना तो बदल स्वीकारण्यासाठी, पुरेसा मोबदला देऊन, प्रवृत्त करू शकत असतील आणि त्याचवेळी असाच काही मोबदला देऊन, बदलामुळे ज्यांचे नुकसान होणार आहे ते लोक बदलामुळे लाभाची अपेक्षा बाळगणाऱ्यांना 'बदलच नको' (**ब** अवस्थाच ठीक आहे.) म्हणण्यास प्रवृत्त करू शकत नसतील तर.

उदाहरणार्थ, धरण बांधल्यामुळे ज्यांचा लाभ होणार आहे, त्यांना विस्थापितांना नुकसानभरपाई देऊ करून बदल स्वीकारण्यास (धरण बांधून देण्यास) प्रवृत्त करता आले पाहिजे. त्याचवेळी, विस्थापनाचा धोका नको म्हणून, धरणातून मिळणाऱ्या पाण्याचा लाभ घेणाऱ्यांनाच मोबदला देऊ करून धरण-योजना रद्द करणे भावी विस्थापितांना शक्य होता कामा नये. यातील उलटी, म्हणजे नंतरची, प्रत्यावर्तन अट सिटोव्हस्की यांनी सुचविलेली आहे. एकाच समाजातील दोन व्यक्तिसमूहांचा विचार करून बदल हवा म्हणणारे तो नको म्हणणाऱ्यांना जी 'लालूच' दाखवितात तेवढीच 'लालूच' बदल नको म्हणणारे बदलाच्या पुरस्कर्त्यांना दाखवू शकत असतील तर अवस्था **अ** आणि अवस्था **ब** सारख्याच आहेत असा अर्थ होतो. म्हणजे **ब** पेक्षा **अ** श्रेयस्कर नाही अथवा आर्थिक सुधारणेची द्योतक आणि म्हणून अधिक कल्याणप्रद अशी नाही. आपल्या उदाहरणात धरणामुळे ज्यांच्या जमिनी जातात असे थोडे लोक असतील. त्यांचे पुनर्वसन पर्यायी जमिनी देऊन करणे कमी खर्चाचे आहे. पण ज्यांच्या जमिनींना पाणी मिळून शेतीचे उत्पादन वाढणार आहे, तो लाभ कितीतरी जास्त आहे, असे असेल तरच धरण बांधणे समाजाच्या हिताचे ठरेल - हा निकषाचा अर्थ आहे.

(आ) सामाजिक कल्याण फलन (Social Welfare Function)

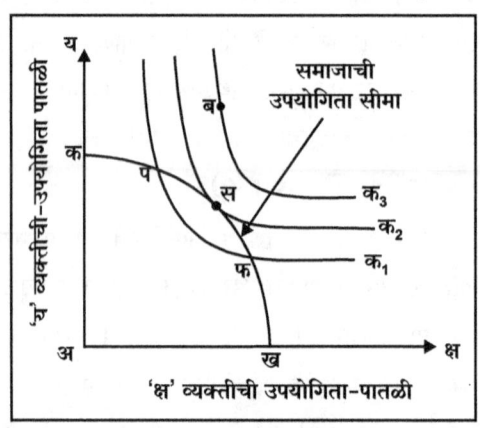

आकृती क्र. 7.4 : सामाजिक कल्याण फलन

नवीन कल्याण मीमांसेतील दुसरा दृष्टिकोन 'बर्गसन-सॅम्युअल्सन दृष्टिकोन' (Bergson-Samuelson Approach) म्हणून ओळखला जातो. पॅरेटो इष्टतमता ही अनिश्चित (Indeterminate) राहते तर काल्डर-हिक्स विवेचन व्यावहारिक पातळीवर अमलात आणणे अवघड होते. म्हणून बर्गसन, सॅम्युअल्सन इत्यादी अर्थशास्त्रज्ञांनी असा दृष्टिकोन मांडला की -

(1) आर्थिक धोरणासाठी तांत्रिकदृष्ट्या निर्दोष अशा शिफारशी कल्याणाच्या अर्थशास्त्राला करता आल्या पाहिजेत.

(2) त्यासाठी अर्थशास्त्राच्या कक्षेबाहेरील मूल्यविधाने (Value Judgements) कल्याणाच्या अर्थशास्त्राने विचारात घेतली पाहिजेत.

(3) 'काय इष्ट आणि काय अनिष्ट' हे सांगणारी मूल्यविधाने स्वीकारल्यामुळे 'कल्याणाचे अर्थशास्त्र' हे आदर्शानुसारी (Normative) अर्थशास्त्र ठरेल आणि ते आदर्शानुसारीच असायला हवे.

(4) एकदा हे मान्य केले की पॅरेटोंच्या निकषाचा विस्तार करून क्रमांक (Ordinal) पद्धतीने समाजाच्या कल्याणाचा निर्देशांक, वैयक्तिक उपयोगिता पातळ्यांचे फलन या स्वरूपात व्यक्त करता येतो.

(5) आर्थिक अवस्थेच्या इष्टतेचे मूल्यविधान सर्वानुमते, बहुमताने अथवा हुकूमशहाच्या निर्णयाने, कसेही स्वीकारलेले असू शकेल.

वैयक्तिक कल्याणाच्या कल्पना आणि त्याचे कारक घटक व्यक्ती विचारात घेते आणि सामूहिक कल्याणाचा विचार स्वीकृत मूल्यांच्या आधारे केला जातो. त्यामुळे कल्याण फलन असे मांडता येते : **क = क (उ$_1$, उ$_2$, उ$_3$ ..... उ$_न$).**

येथे **क** म्हणजे कल्याण असून **उ$_1$, उ$_2$** इत्यादी **न** व्यक्तींपर्यंतच्या प्रत्येक व्यक्तीची उपयोगिता पातळी आहे. (उ$_1$, ही पहिल्या व्यक्तीची उपयोगिता पातळी. **उ$_2$** ही दुसऱ्या व्यक्तीची उपयोगिता पातळी, याप्रमाणे).

(1) यामध्ये आंतरव्यक्ती तुलना आणि म्हणून मूल्यविधान अंतर्भूत असते.

(2) मार्शल-पिगू यांच्या परंपरेतील धन/ऋण समाधान वैयक्तिक पातळीवर घेऊन त्यांची बेरीज सामूहिक पातळीवर घेतली जाते. त्यामुळे एकाचे कल्याण म्हणजे दुसऱ्याचे अकल्याण असे असेल तेथे वैयक्तिक उपयोगिता पातळी घटलेली दिसेल.

(3) नैतिक संकल्पना मात्र मूलांक पद्धतीने समाविष्ट होतात.

(4) एकदा मूल्यविचार म्हणजे काय चांगले (इष्ट) आणि काय वाईट (अनिष्ट) हे बहिर्जात चलांच्या आधारे ठरले की मग इष्टतम कल्याण पातळी गाठण्यासाठी महत्तमीकरणाची किंमत-निर्धारणाच्या (Price Theory) सिद्धान्तामधील तंत्रे वापरता येतात.

आकृती क्र. 7.4 मध्ये हेच कल्याण-फलन दाखविले आहे. **क ख** हा उत्पादन शक्यता वक्रासारखाच उपयोगिता शक्यता वक्र आहे. समाजाला उपलब्ध असलेल्या साधनसंपत्तीचा वापर करून जास्तीत जास्त किती एकूण उपयोगिता समाजाला मिळू शकेल याची सीमा या वक्राने कळते. म्हणून त्याला उपयोगिता सीमा म्हणता येते. **क$_1$, क$_2$, क$_3$** हे वक्र वेगवेगळ्या कल्याण पातळ्या दर्शवितात. समवृत्ती तत्त्वानुसार **क$_1$** पेक्षा **क$_2$** व त्यापेक्षा **क$_3$** हे अधिकाधिक कल्याण दाखवितात. **प** अथवा **फ** हे बिंदू गाठणे शक्य आहे. कारण ते उपयोगिता शक्यता वक्रावर आहेत. पण हे दोन्ही बिंदू **क$_1$** या कल्याणाच्या पातळीवर आहेत. या दोन्ही अवस्थांच्या तुलनेने **स** बिंदूने दर्शविलेली अवस्था श्रेयस्कर आहे. कारण ती अवस्था **क$_2$** चा वरच्या कल्याण-पातळीवरील आहे. याहीपेक्षा **क$_3$** हा वक्र वरच्या पातळीवरील म्हणजे अधिक श्रेयस्कर सामाजिक कल्याण दाखवितो. **ब** बिंदूशी असणारी अवस्था पाहा. या ठिकाणी पोहोचणे समाजाला आवडेल. पण उपलब्ध साधनसंपत्ती आणि तंत्रज्ञान यांच्या मर्यादा **क ख** या उपयोगिता सीमेने स्पष्ट केल्या आहेत. त्यामुळे **ब** बिंदू गाठणे अशक्य आहे. अर्थात **स** हा एकच बिंदू असा आहे जेथे उपयोगिता शक्यता वक्राला कल्याण पातळी दाखविणारा **क$_2$** हा वक्र स्पर्श करतो. ही सामाजिक कल्याणाची महत्तम पातळी आहे. याच पातळीवरील दुसरा कोणताही बिंदू शक्यतेच्या बाहेर आहे.

या प्रकारच्या मापनासही मर्यादा आहेत.

उदाहरणार्थ, (1) लोकशाहीमध्ये जितक्या व्यक्ती तितकी कल्याण फलने होऊ शकतील. (2) आवश्यक अशा कल्याण फलनात कोणत्याच पक्षाचा राजकीय कार्यक्रम चपखलपणे बसणार नाही. (3) हितसंबंधांच्या आंतर्विरोधामुळे असे फलन तयार करणे अतिशय अवघड किंवा अशक्यही ठरेल, अशा काही मर्यादा लोकांनी दाखवून दिल्या आहेत. तथापि, स्थूलमानाने कल्याण पातळ्या विचारात घेऊन वैयक्तिक उपयोगितांचे प्राप्त परिस्थितीत महत्तमीकरण करणे शक्य आहे.

7.6 अंशलक्षी आर्थिक धोरण (Micro Economic Policy)

वस्तू आणि घटक यांच्या बाजारांच्या मार्फत कुटुंबे आणि व्यवसायसंस्था एकमेकांशी जोडल्या जातात आणि त्यांच्या क्रिया-प्रतिक्रिया बाजारातच नोंदविल्या जातात. हे दोन बाजार मिळून बाजारयंत्रणा बनते. अंशलक्षी आर्थिक व्यवहार या बाजारयंत्रणेभोवती गुंफलेले असतात.

बाजारयंत्रणा काही कार्ये करते. त्यापैकी संसाधनाची बाटणी आणि उत्पन्नाचे विभाजन ही दोन कार्ये विशेष महत्त्वाची असतात. बाजारयंत्रणेच्या कार्यक्षम आणि स्वयंचलित कार्यपद्धतीने प्रभावित होऊन अभिजात अर्थशास्त्रज्ञांनी बाजारयंत्रणेला पुरेपूर मोकळीक द्यावी असा आग्रह धरला होता. परंतु या शतकाच्या सुरुवातीला आणि विशेषत: दोन महायुद्धे आणि महामंदी यांच्या काळात बाजारयंत्रणेच्या उणिवा लोकांच्या लक्षात आल्या. यामुळे शासन आणि केंद्रीय नियोजन संस्था यांना बाजारयंत्रणेचे कार्य नियंत्रित करणाऱ्या उपाययोजना घेऊन पुढे यावे लागले. याचा परिणाम असा झाला की, खुल्या बाजारावर आधारलेल्या अर्थव्यवस्थेशी बांधीलकी मानणाऱ्या अमेरिकेसारख्या देशातील शासनाला देखील लोकांच्या आर्थिक व्यवहारात हस्तक्षेप करण्याची गरज मान्य करावी लागली. याउलट, केंद्रीय नियोजनाची बांधीलकी मानणाऱ्या देशांना विकेंद्रित निर्णयप्रणालींचे सुसूत्रीकरण करणारी यंत्रणा म्हणून किंमतयंत्रणेच्या कायद्यांची अधिकाधिक जाणीव होऊ लागलेली दिसते. रशियातील अलीकडच्या काळातील परेस्त्रोइका आणि ग्लासनोस्त यांसारख्या उपाययोजना आणि पूर्व युरोपीय देशातील लोकांच्या आर्थिक धोरणांच्या फेरमांडणीच्या मागण्या अशा प्रकारच्या जाणिवेच्याच द्योतक आहेत. परिणामी आज जगातील सर्वच लोक संमिश्र अर्थव्यवस्थांमध्ये राहत आहेत. आजची संमिश्र अर्थव्यवस्था ही एका बाजूला बाजारयंत्रणेला बरेच स्वातंत्र्य देताना दिसते तर दुसऱ्या बाजूला अनेक अंगांनी शासकीय हस्तक्षेपाचीही अपेक्षा धरून असते.

बाजारयंत्रणेला किती स्वातंत्र्य द्यावे आणि शासकीय हस्तक्षेप किती आणि कोणत्या स्वरूपात असावा या धोरणाचा प्रश्न आहे. याच प्रश्नाचे विवेचन करण्याच्या अंशलक्षी आर्थिक धोरणाचा प्रयत्न असतो. दुसऱ्या शब्दांत, अंशलक्षी आर्थिक धोरण हे समाजाला उपलब्ध असलेल्या दुर्मीळ साधनसंपत्तीचा चांगल्यात चांगला उपयोग करून घेण्याच्या दृष्टीने बाजारयंत्रणेला कितपत वाव द्यावा आणि शासकीय हस्तक्षेपाची क्षेत्रे आणि मार्ग कोणते असावेत यांचा अभ्यास करते.

बाजारयंत्रणेला पुरेपूर मोकळीक दिली असताना ती कशा प्रकारे कार्य करते याचा अभ्यास आपण पहिल्या प्रकरणातच केलेला आहे. तेथेच आपण बाजारयंत्रणेच्या मर्यादाही विचारात घेतलेल्या आहेत. या प्रकरणात केंद्रीय अधिसत्तेने बाजारयंत्रणेच्या कार्यात हस्तक्षेप करण्याची गरज आणि अशा हस्तक्षेपाचे विविध मार्ग यांच्यावर आपण लक्ष केंद्रित करणार आहोत.

(अ) बाजारयंत्रणेच्या अपूर्णता आणि अपयश (Imperfections and Failures of Market Mechanism)

अपूर्णता आणि अपयश म्हणजे दुसरे-तिसरे काही नसून बाजारयंत्रणेच्या मर्यादाच होत.

बाजारयंत्रणेचे अपयश सारांशाने पुढीलप्रमाणे सांगता येईल.

(1) बाजारयंत्रणेवर आधारलेल्या अर्थव्यवस्थेचे तत्त्वज्ञानच स्पर्धेच्या ऱ्हासाला कारणीभूत होते असा एक युक्तिवाद केला जातो. आधुनिक उत्पादन तंत्रामुळे (अ) मोठ्या प्रमाणावर भांडवलाचा वापर, (ब) अति विस्तृत बाजारपेठा आणि (क) गुंतागुंतीचे आणि केंद्रावरती व्यवस्थापन या गोष्टी आवश्यक ठरतात. यासाठी उत्पादनाचे मान सातत्याने वाढवावे लागते आणि वाढविण्याचे स्वातंत्र्य उद्योजकांना असल्याने त्यांचे सामर्थ्य वाढत जाते. यामुळे स्पर्धा कमी-कमी होत जाऊन निवडक मोठ्या व्यवसायसंस्थांचे प्राबल्य वाढते. जेव्हा स्पर्धाच संपते तेव्हा बाजारयंत्रणेचा नियंत्रण कक्ष कोलमडून पडतो. अर्थात, दुर्मीळ साधनसंपत्तीची सर्वांत योग्य वाटणी करण्याची बाजारयंत्रणेची कार्यक्षमता लयाला जाते.

(2) समाजाला ज्यांची गरज असते अशा वस्तूंचा पुरवठा करण्यात बाजारयंत्रणा अयशस्वी ठरते. याची अनेक कारणे सांगता येतील. (अ) स्पर्धा दुर्बल झाल्यामुळे उपभोक्त्यांचे सार्वभौमत्व संपते. (ब) खासगी मालमत्तेचा हक्क आणि संपत्तीचा संचय यांना वाव मिळाल्याने उत्पन्नाची क्षमता वाढते. (क) उत्पादनाशी संबंधित अशा सर्व खर्चाची आणि लाभांची नोंद घेण्यात बाजारयंत्रणा असमर्थ ठरते. (ड) सामाजिक गरजा बाजारयंत्रणेत मुळीच प्रतिबिंबित होत नाहीत. या सर्व मर्यादांमुळे किंमतप्रणाली कमजोर होते आणि बाजारयंत्रणेची कार्यक्षमता कमी होते.

(3) बदलत्या परिस्थितीशी चटकन जुळवून घेऊन उत्पादक साधनांची फेरमांडणी करण्यात बाजारयंत्रणा नेहमीच अयशस्वी ठरते.

(4) शेवटी पूर्ण रोजगार आणि आर्थिक विकास यांची हमी बाजारयंत्रणा देऊ शकत नाही.

याहून अधिक तपशिलात जाऊन बाजारयंत्रणेच्या अपूर्णतांची चर्चा करण्याची आवश्यकता नाही. कारण यानंतर लगेच आपण हस्तक्षेपाच्या समर्थनार्थ केले जाणारे युक्तिवाद चर्चेत घेणार आहोत आणि या चर्चेच्या ओघात बाजारयंत्रणेच्या ठळक अपयशांचा उल्लेख करावा लागणारच आहे.

(आ) हस्तक्षेपाचे समर्थन (The Case of Intervention)

किंमतयंत्रणेला पुरेपूर मोकळीक दिल्याने समाजाचे कल्याण होत नसेल तर किंमतयंत्रणेच्या कार्यात हस्तक्षेप करणे अनिवार्य ठरेल. प्रथम आपण अशा हस्तक्षेपाच्या समर्थनार्थ केले जाणारे युक्तिवाद म्हणजेच हस्तक्षेपाची प्रमुख कारणे विचारात घेऊ.

(1) खासगी आणि सामाजिक खर्चातील तफावत (Divergence between Private and Social Costs) : प्रत्येक व्यवसायसंस्थेपुढे पर्यायी उत्पादन योजना असतात असे आपण पाहिले. त्यातील सर्वांत फायदेशीर योजनेची निवड ती संस्था करते. हे करीत असताना संभाव्य प्राप्ती आणि उत्पादनाचा खर्च यांचा विचार ती करीत असते. उत्पादनाच्या प्रक्रियेत ज्या घटकांचा वापर केला जातो त्यांचा वैकल्पिक खर्च ही या संदर्भात महत्त्वाची संकल्पना ठरते. ज्या उत्पादन घटकाची सेवा व्यवसायसंस्था वापरते त्या घटकाचा त्या व्यवसायसंस्थेच्या दृष्टीने असणारा वैकल्पिक खर्च म्हणजे खासगी खर्च (Private Cost) होय. दुसऱ्या शब्दात, संबंधित घटक सध्याच्या उपयोगात वापरला नसता तर त्या पुढचा सर्वांत चांगला उपयोग त्या व्यवसायसंस्थेच्या दृष्टीने कोणता, हे ती संस्था शोधून काढू शकते आणि हा त्या घटकाचा वैकल्पिक खर्च त्या संस्थेच्या दृष्टीने ठरतो. याउलट, व्यवसायसंस्था ज्या घटकाचा वापर करते त्या घटकांचा संपूर्ण समाजाच्या दृष्टीने असणारा वैकल्पिक खर्च म्हणजे समाज. तोच घटक दुसऱ्या कोणत्या चांगल्यात चांगल्या कार्यासाठी वापरू शकला असता हे पाहून ठरणारा खर्च म्हणजे सामाजिक खर्च (Social Cost) होय. एखाद्या घटकाचा व्यवसायसंस्थेच्या दृष्टीने फार चांगला पर्यायी उपयोग नसला तरी समाजाच्या दृष्टीने असू शकतो आणि यामुळे खासगी खर्च आणि सामाजिक खर्च यात तफावत निर्माण होते.

एखाद्या कारखाना उत्पादनाच्या प्रक्रियेत निर्माण झालेले सर्व टाकाऊ पदार्थ शेजारच्या नदीत टाकतो तेव्हा टाकाऊ पदार्थांची विल्हेवाट लावण्याचा त्या कारखान्याला येणारा खासगी खर्च शून्य असतो. नदीच्या रूपाने एक प्रचंड कचरापेटी निसर्गाने आपल्याला बहाल केली आहे अशी त्या कारखानदाराची बहुधा कल्पना असते. पण सामाजिक खर्च प्रचंड असतो. नदीच्या प्रदूषणामुळे मासे मरतात आणि समाजाचा अन्नपुरवठा कमी होतो. जलशुद्धीकरणासाठी यंत्रकुल बसवावे लागते आणि दूषित पाणी पिण्यामुळे पसरणाऱ्या साथीचा मुकाबला समाजाला करावा लागतो. या सर्व कारणांनी सार्वजनिक खर्च वाढतोच शिवाय लोकांना जो त्रास सहन करावा लागतो तो पैशात मोजता येत नाही.

फर्निचर तयार करणारे कारखानदार जेव्हा लाकूड विकत घेतात तेव्हा लाकूड विकणाऱ्यांना दिलेली किंमत हाच फर्निचरचा कारखानदारांच्या दृष्टीने खर्च असतो. पण समाजाच्या दृष्टीने जंगलतोडीमुळे होणारी जमिनीची धूप, दुष्काळ, परिसराचा नाश इत्यादी अनेक दुष्परिणाम होतात आणि या सर्वांचा समावेश सामाजिक खर्चात करावा लागतो. खासगी आणि सामाजिक खर्चात तफावत पडणारी अशी अनेक उदाहरणे देता येतील.

(2) बाजारातील अपूर्णता (Market Inperfections) : बाजारात पूर्ण स्पर्धा असते तेव्हा उत्पादन घटकांचा अथवा साधनसंपत्तीचा सर्वांत चांगला उपयोग होतो. पण बाजारात जेव्हा अपूर्णता निर्माण होते तेव्हा साधनसंपत्तीच्या वाटणीत अपव्यय उद्‌भवतो आणि उत्पादनाची संरचना सर्वांत चांगली ठरू शकत नाही. उदाहरणार्थ, सर्वांत चांगला मोबदला मिळेल तिकडे उत्पादन घटक आकृष्ट होतात. पण श्रमिकांच्या बाबतीत प्रशिक्षणासाठी लागणारा कालावधी, इतर घटकांच्या बाबतीत घटकांच्या मालकांचे अज्ञान, घटकांच्या हालचालींवरील निर्बंध इत्यादी कारणांमुळे उत्पादन घटकांची गतिशीलता कमी होऊन बाजारात अपूर्णता निर्माण होते. व्यवसायसंस्थांच्या वर्तनामुळे दुसऱ्या प्रकारची अपूर्णता उद्‌भवते. व्यवसायसंस्था जेव्हा मक्तेदारी अथवा अल्पविक्रेताधिकाराच्या परिस्थितीत काम करीत असते तेव्हा ग्राहकांची मागणी वाढली तरी उत्पादन वाढविण्याचा अपेक्षित प्रतिसाद न देता किंमत वाढू देऊन अशी संस्था नफा वाढविण्याचा प्रयत्न करते. यामुळेही अर्थातच संसाधनांची वाटणी सर्वांत इष्ट होण्यापासून वंचित होते.

(3) सामूहिक गरजांची तृप्ती (Satisfaction of Collective Wants) : काही गरजा सामूहिक असतात आणि त्यांची तृप्ती सामूहिक उपभोगाच्या वस्तूंनी केली जाते. देशाचे संरक्षण, अंतर्गत कायदा आणि सुव्यवस्था, सार्वजनिक आरोग्य आणि स्वच्छता तसेच सार्वजनिक बागा आणि उद्यानेही अशा सामूहिक वस्तू आणि सेवांची उदाहरणे आहेत. सामूहिक गरजांची तृप्ती अशा प्रकारच्या वस्तू आणि सेवा पुरवून स्थानिक, राज्य अथवा केंद्रशासनाकडून केली जाते. पण प्राध्यापक मसग्रेव्ह यांनी म्हटल्याप्रमाणे, अशा सर्व बाबतीत बाजारयंत्रणा निरुपयोगी ठरते. आपल्या देशांच्या सीमांचे संरक्षण करण्यासाठी सैन्यदले हवीत असे आपणा सर्वांनाच वाटते पण असे संरक्षण जेथे विकत घेता येईल असा बाजार नसतो. आपणा सर्वांनाच काश्मीरमध्ये शांतता हवी आहे पण तिची किंमत आपण कशी व कोठे देणार ? एखादे सुंदर कारंजे पाहत बसण्याच्या आनंदापासून त्याने तिची किंमत दिलेली नाही. म्हणून एखाद्या माणसाला रोखण्याचा कोणताही मार्ग उपलब्ध नसतो. म्हणून या सर्व सामूहिक वस्तू आणि सेवा शासनाकडून कराच्या उत्पन्नातून पुरविल्या जातात.

(4) सेवा पुरविण्याच्या खर्चाचा विचार (High Cost of Operation) : काही वस्तू आणि सेवा अशा असतात की ज्या शासन अथवा सार्वजनिक क्षेत्रातील संस्था कमी खर्चात पुरवू शकते. भारतातील गेल्या काही वर्षांतील शहरांच्या वाढीमुळे एकेकाळी शहरांच्या बाहेर असणारे राष्ट्रीय आणि राज्य महामार्ग आज शहराच्या मधून गेलेले दिसतात. यामुळे वाहतुकीची कोंडी, वाहनांची गती मंदावणे, प्रदूषण आणि अपघात अशा अनेक समस्या निर्माण झाल्या आहेत. प्रत्येक शहरालगत या महामार्गांना पर्यायी रस्ता (बायपास) काढून देणे यावरील उपाय आहे. एखादी खासगी संस्था असा पर्यायी रस्ता बांधू शकेल. पण त्यावर केलेला खर्च वसूल करण्यासाठी त्या रस्त्याच्या दोन्ही टोकाला दोन जकात नाके त्या संस्थेला उभारावे लागतील आणि तो रस्ता वापरणाऱ्या वाहन चालकांकडून विशिष्ट आकार वसूल करण्यासाठी रात्रंदिवस काम करणाऱ्या कारकुनांची नेमणूक करावी लागेल. अशा व्यवस्थेमुळे पर्यायी रस्त्यांचा खर्च अकारणच वाढतो. त्याऐवजी कराच्या उत्पन्नातून असा रस्ता बांधण्याचे काम सरकार कमी खर्चात करू शकते.

(5) समाजाच्या गुणवत्ता गरजा (Merit Wants of the Society) : बाजारयंत्रणेच्या मार्फत व्यक्तींना निवडीचे स्वातंत्र्य बहाल केले जाते, पण अशा स्वातंत्र्याच्या व्यक्ती शहाणपणाने उपभोग घेतीलच याची शाश्वती नसते. आवश्यकता आणि गरजा यांच्या संदर्भातील जॉर्ज बर्नार्ड शॉ यांचे वचन आपण पहिल्या प्रकरणात पाहिले आहे. समाजाच्या काही गरजा गुणवत्तेच्या दृष्टीने तृप्त होणे आवश्यक आहे. पण व्यक्तींना स्वातंत्र्य दिल्यास त्यांची उपेक्षा होण्याची शक्यता आहे असे जेव्हा शासनाला वाटते तेव्हा प्रत्यक्ष अथवा अप्रत्यक्ष हस्तक्षेपाने त्या गरजा पूर्ण करण्याची जबाबदारी शासन घेते. आपल्या मुलांनी शाळा-कॉलेजात शिकण्यापेक्षा चार पैसे मिळविण्याच्या मार्गाला लागावे असे अनेक आई-बापांना वाटते. याहूनही कितीतरी जास्त लोकांना लसीकरणाचे महत्त्व (म्हणजे मुलांना बालपणातच रोग प्रतिबंधक लसी टोचून घेण्याचे महत्त्व) समजत नाही. चौरस आहार आणि पोषक अन्न यांची कितीतरी कुटुंबात हेळसांड केली जाते. अशा सर्व बाबतीत स्वतः पुढे होऊन त्या-त्या व्यक्तींच्या हितरक्षणार्थ त्यांच्या वतीने निर्णय घेण्याची जबाबदारी शासनाला द्यावी लागते. म्हणूनच, अशा बाबतीत 5 ते 14 वयोगटातील प्रत्येक मुलाला मोफत

शिक्षण, मोफत लसीकरण अथवा मध्यान्ह भोजन योजना या योजनेद्वारा मुलांना पौष्टिक आहार पुरविण्याचे काम सरकार करते. या गरजा बाजारयंत्रणेवर सोपविल्या असत्या तर त्या बहुधा अतृप्तच राहिल्या असत्या.

(6) बाजार-निकषांच्या पलीकडील जबाबदाऱ्या (Obligations Transcending Market Criteria) : तुमच्या बागेत रोप लावणे आणि त्यांना पाणी घालणे यासाठी तुम्ही एखादा माळी नेमू शकता. हा नित्याचा बाजारव्यवहार झाला पण राष्ट्रीय सेवा योजनेसारख्या (N.S.S.) संघटनेचे सदस्य म्हणून वृक्षारोपणाच्या कार्यक्रमात सहभागी होण्याचा प्रसंग तुमच्यावर येतो तेव्हा स्वतःऐवजी आपला पगारी माळी तुम्ही तेथे पाठवू शकत नाही. अशा प्रकारच्या अनेक सामाजिक जबाबदाऱ्या असतात ज्या बाजारयंत्रणेच्या निकषांनी तोलता येत नाहीत आणि त्यांचा स्वतंत्रपणेच विचार करावा लागतो.

(7) मानवतावादी विचार (Humanitarian Considerations) : बाजारयंत्रणा ही अ-मानवी असल्याने व्यक्ती जे देतात त्यांच्या मोबदल्यात त्यांना पारितोषिक अथवा दंड देते. बाजारयंत्रणेच्या या व्यवहारात मानवतावादी विचारांना थारा नसतो. पण बाजारयंत्रणेचा हा अ-मानवी, कडक आणि प्रसंगी निष्ठुर व्यवहार उघड्या डोळ्यांनी पाहणे मानवाच्या समाजाला शोभत नाही. भारतातील सीमांत शेतकरी आणि शेतमजूर दारिद्र्यरेषेखालील जीवन जगत आहेत. लक्षावधी तरुण मुले-मुली बेकार आहेत. मोठ्या व्यवसायसंस्थांशी टक्कर देता-देता छोट्या व्यवसायसंस्था मेटाकुटीला आल्या आहेत. तरीही बाजारयंत्रणेच्या दृष्टीने या सर्वांना योग्य तो न्याय मिळालेलाच आहे ! पण, मानवतावादी दृष्टिकोनातून विचार करता आपण स्वतःला (च) असा प्रश्न विचारला पाहिजे, समाजातील ज्या वर्गांना अशा प्रकारचा त्रास सोसावा लागतो तो त्यांच्या कोणत्या चुकीमुळे ? आणि समाज, त्यांची चूक किंवा गुन्हा असेलही (जसा तुरुंगातील कैद्यांच्या बाबतीत असतो) तरी आपण त्यांचा असा छळ चालू द्यावा का ? म्हणूनच अशा बाबतीत मानवतावादी दृष्टिकोनातून, शासनाला बाजारयंत्रणेत हस्तक्षेप करून बाजारयंत्रणेच्या अशा अ-मानवी लीलांना आळा घालावा लागतो.

(इ) हस्तक्षेपाची साधने (Tools of Intervention)

बाजारयंत्रणा सर्वस्वी समाधानकारकपणे काम करीत नाही आणि शासकीय हस्तक्षेप आवश्यक आहे हे एकदा स्पष्ट झाले की, अशा हस्तक्षेपाचे मार्ग अथवा साधने यांचा विचार केला पाहिजे.

(1) धोरणाची उद्दिष्टे (Objectives of Policy) : धोरणाची उद्दिष्टे स्पष्ट असल्याखेरीज ते 'धोरण' या संज्ञेस पात्र आहेत किंवा नाहीत. बाजारयंत्रणा समाधानकारकपणे काम करत नाही असे आपण जेव्हा म्हणतो तेव्हा समाधानकारक कशाला म्हणावे हे समजण्यासाठी काही निकष आपल्या मनाशी निश्चित असणे आवश्यक आहे. असे निकष पुरविणे हे धोरणांच्या उद्दिष्टांचे काम असते. अमुक एक उद्दिष्ट पूर्ण होत नाही म्हणून बाजारयंत्रणेचे कार्य समाधानकारक नाही असे आपण म्हणू शकतो. त्याचप्रमाणे धोरणाचे एखादे साधन योग्य आहे की अयोग्य हेही अशा उद्दिष्टाच्या निकषावरून ठरविता येते. म्हणून थोडक्यात या उद्दिष्टांचा उल्लेख करणे आवश्यक आहे.

आर्थिक धोरणाची उद्दिष्टे सर्वश्रुत असून त्यातील बहुतेक सर्वमान्यही आहेत. धोरण अंशलक्षी असो वा समग्रलक्षी, उद्दिष्टे ही संपूर्ण आर्थिक धोरणाची आणि म्हणून सामाईक मानता येतात.

(1) आर्थिक स्थिरीकरण (Economic Stabilization) : आर्थिक व्यवहारांची पातळी स्थिर ठेवणे हे आर्थिक धोरणाचे एक महत्त्वाचे उद्दिष्ट आहे. यासाठी समग्रलक्षी पातळीवर उपाययोजना कराव्या लागतात. तशाच काही अंशलक्षी उपाययोजनाही आवश्यक असतात.

(2) आर्थिक स्वातंत्र्य (Economic Freedom) : निवडीचे आणि उद्योजनाचे स्वातंत्र्य बाजार अर्थव्यवस्थेला अभिप्रेत असते. सर्व लोकशाही समाजात अशा स्वातंत्र्याची बूज राखणे महत्त्वाचे मानले जाते.

(3) आर्थिक न्याय (Economic Justice) : उत्पन्नातील विषमता कमी करणे बाजारयंत्रणेला शक्य नसते. आर्थिक न्यायाच्या दृष्टीने उत्पन्नाचे न्याय्य अथवा समताधिष्ठित वाटप महत्त्वाचे असते. यासाठी उत्पन्नाचे फेरवाटप करण्याच्या अनेकविध उपाययोजना आवश्यक ठरतात.

(4) आर्थिक विकास (Economic Development) : आर्थिक विकासासाठी नियोजन हे आधुनिक आर्थिक धोरणाचे एक महत्त्वाचे वैशिष्ट्य होऊन बसले आहे. अर्थव्यवस्थेची उत्पादनक्षमता वाढविणे आर्थिक विकासाला अभिप्रेत असते. यासाठी व्यक्तींच्या निर्णय स्वातंत्र्यावर मर्यादा आणाव्या लागतात. एरव्ही केली असती त्याहून जास्त बचत करण्यात कुटुंबांना प्रवृत्त करावे लागते आणि एरव्ही केले असते त्याहून वेगळ्या प्रकारचे उत्पादन करण्यास व्यवसायसंस्थांना भाग पाडावे लागते. आर्थिक विकासासाठी हे आवश्यक ठरते.

(5) पूर्ण रोजगार (Full Employment) : आपल्याला उपलब्ध असलेली साधनसंपत्ती दुर्मीळ असल्याने तिचा पुरेपूर उपयोग करून घेणे आवश्यक असते. पूर्ण रोजगार याचा हा अर्थ असून मानवी साधनसंपत्तीच्या बाबतीत तो आणखीनच महत्त्वाचा ठरतो.

या व्यतिरिक्त दारिद्र्यनिर्मूलन, विदेशी व्यवहारतोलाचे संतुलन, किमतीचे स्थिरीकरण इत्यादी अनेक अल्पकालीन आणि दीर्घकालीन उद्दिष्टे सांगता येतात. अशी उद्दिष्टे अंशलक्षी (अथवा समग्रलक्षी) आर्थिक धोरण तयार करताना निकष म्हणून उपयोगी ठरतात.

ही सर्वच उद्दिष्टे महत्त्वाची असली तरी त्यांच्यामधील परस्परविरोध लक्षात घेता त्यांचा प्राधान्यक्रम ठरविणे आवश्यक असते हे येथे आवर्जून लक्षात ठेवले पाहिजे. उदाहरणार्थ, आर्थिक विषमता कमी केली तर समाजाची बचत आणि म्हणून भांडवली संचय कमी होऊन आर्थिक विकासाचा वेग मंदावण्याची शक्यता असते. मोठ्या प्रमाणावर रोजगार हमी योजनेसारखा कार्यक्रम हाती घेतल्यास चलनी उत्पन्नात अचानक वाढ होऊन भाववाढ होण्याचा धोका असतो. म्हणून आर्थिक न्याय आणि आर्थिक विकास तसेच बेकारीचे निर्मूलन आणि किमतीचे स्थिरीकरण यात कोणत्या उद्दिष्टाला प्राधान्य द्यावयाचे आणि किती तौलनिक महत्त्व द्यावयाचे हे आधी ठरवावे लागते.

(2) धोरणाची प्रमुख साधने (Major Policy Tools) : कोणत्या वस्तूंचे उत्पादन करावे आणि त्यांचे वाटप कसे करावे याबाबतच्या बाजारयंत्रणेच्या निर्णयात हस्तक्षेप करण्यासाठी शासनाला धोरणाची जी साधने उपलब्ध असतात त्यापैकी पुढील तीन साधने महत्त्वाची मानली जातात.

(1) नियम करणे (Rule-Making) : समाजातील व्यक्तींचे वर्तन आणि व्यवहार नियंत्रित करण्याच्या दृष्टीने वेगवेगळ्या प्रकारचे नियम आणि कायदेकानून करण्याचा अधिकार शासनाला करावा लागतो. दुकान किती वेळ उघडे ठेवावे याचे नियम असतात तसेच पेट्रोलपंपाला साप्ताहिक सुट्टी असावी असेही नियम असतात. आपल्या मुलांना शाळेत न पाठविण्याविरुद्ध नियम असतात तसेच शाळेत प्रवेश कसा मिळेल याचेही नियम असतात. वस्तूंच्या किमती ठरविणे, कामगारांना कामावर घेणे, वाहन चालविणे, सार्वजनिक वाहनातून सामान वाहून घेणे, आवश्यक वस्तूंची खरेदी-विक्री करणे, वस्तूंची आयात आणि निर्यात करणे, काही वस्तूंच्या आधारे किमती ठरविणे तसेच काही वस्तूंच्या उत्पादन आणि उपभोगावर निर्बंध घालणे या सर्वांबाबत नियम आहेत. या सर्व नियमांचा उद्देश बाजारयंत्रणेच्या कारभारात हस्तक्षेप करणे हा असून व्यक्तिस्वातंत्र्यावर त्यामुळे काही प्रमाणात निर्बंध येतात. पण व्यक्तिस्वातंत्र्य आहे म्हणून आम्ही चोरट्या मार्गाने आयात झालेला माल विकत घेऊ अथवा अफू आणि चरस ओढू असे लोक म्हणणार असतील, तर त्यांचे स्वातंत्र्य नियंत्रित केलेच पाहिजे. व्यवसायातील अनेक व्यवहार नियंत्रित केले जातात. इंडस्ट्रीज (रेग्युलेशन ॲन्ड कंट्रोल) ॲक्ट, मोनॉपॉलिज ॲन्ड रेस्ट्रिक्टिव्ह ट्रेड प्रॅक्टिसेस ॲक्ट, निगोशिएबल इन्स्ट्रुमेंट्स ॲक्ट, कंपनीज् ॲक्ट ही सर्व अशाच प्रकारच्या नियंत्रणाची भारतीय उदाहरणे होत.

(2) कररचना (Tax Structure) : समाजाच्या आर्थिक जीवनावर प्रभाव पाडण्याचे कर हे एक महत्त्वाचे साधन असते. प्राप्तिकर अथवा खर्चकर यांसारख्या प्रत्यक्ष करांनी व्यक्तींचे खर्चयोग्य उत्पन्न कमी केले जाते. अशा करांनी उत्पन्नाचे फेरवाटप अथवा आर्थिक न्याय, किमतीचे स्थिरीकरण, आर्थिक स्थिरीकरण इत्यादी उद्देश साध्य होऊ शकतात. अप्रत्यक्ष करांमुळे म्हणजेच वस्तूंवरील करांमुळे विविध उपयोगातील साधनसंपत्तीचे फेरवाटप होण्यास मदत होते. चैनीच्या वस्तूंवर भारी कर आकारल्यास त्यांचे उत्पादन कमी होऊन आवश्यक वस्तूंच्या उत्पादनांसाठी अधिक साधनसंपत्ती उपलब्ध करून देता येते. प्राप्तिकरांतून बचतीला सूट दिल्यामुळे बचत आणि भांडवलसंचय यांना प्रोत्साहन मिळून आर्थिक विकासाचा दर वाढण्यास मदत होते. प्रदूषणास जबाबदार ठरणाऱ्या उद्योगांवर कर बसवून खासगी आणि सामाजिक खर्चातील तफावत अंशतः का होईना दूर करता येते.

(3) सार्वजनिक खर्च (Public Expenditure) : तिसरे महत्त्वाचे प्रमुख साधन म्हणजे सार्वजनिक खर्च हे होय. धोरणाचे सार्वजनिक खर्च हे साधन करारोपणापेक्षाही अधिक प्रभावी मानले जाते.

काही सार्वजनिक खर्च- म्हणजे सरकारने केलेला खर्च हा हस्तांतरित देणी या स्वरूपाचा असतो. ही देणी कोणत्याही वस्तू आणि सेवांच्या मोबदल्यात दिली जात नाहीत. निवृत्ती वेतन अथवा अपघातामुळे उद्‌भवलेल्या अपंगत्वाबद्दलची नुकसानभरपाई ही अशा प्रकारची उदाहरणे आहेत.

या व्यतिरिक्त बराच सार्वजनिक खर्च हा समाजाला वस्तू आणि सेवा पुरविण्यासाठी केला जातो. यातील काही सामूहिक वस्तू असतात. पूर्वी चर्चिलेल्या कारणांसाठी अशा वस्तू आणि सेवा पुरविण्याची जबाबदारी सरकारला घ्यावी लागते. अशा बाबतीत खासगी उत्पादन शक्यच नसते. संरक्षण कायदा व सुव्यवस्था इत्यादी अशा प्रकारची उदाहरणे आहेत. आणखी काही वस्तू सरकारकडून निःशुल्क वस्तू व सेवा अथवा कमी किमतीतील वस्तू व सेवा म्हणून पुरविल्या जातात. आरोग्यविषयक सेवा, शिक्षण, रास्त भावाच्या दुकानांतून (रेशन दुकानांतून) पुरविली जाणारी अन्नधान्ये ही अशा प्रकारची उदाहरणे आहेत. अशा खर्चाचे समर्थन काही अंशी खासगी आणि सामाजिक खर्चातील तफावत, काही अंशी मानवतावादी दृष्टिकोन आणि काही अंशी जनकल्याणाच्या युक्तिवादांनी करता येते. शेवटी, काही वस्तू आणि सेवा यांचे उत्पादन आणि विक्री सरकारकडून खुल्या बाजारात केली जाते. अशा वस्तू म्हणजे सार्वजनिक उपक्रमांची उत्पादने असतात. सार्वजनिक उपक्रम चालविण्यामागे सरकारचे अनेकविध उद्देश असतात. (1) सार्वजनिक उपक्रमांचा होणारा नफा लोकहितार्थ वापरता येतो. (2) सार्वजनिक उपक्रमांच्या बाबतीत (उदाहरणार्थ, वाहन व्यवहार) खासगी खर्च आणि सामाजिक खर्च यात अधिक चांगल्या प्रकारे सुसंवाद साधता येतो. (3) खासगी उपक्रमांमुळे निष्पन्न होणारा उत्पादनाच्या संरचनेपेक्षा आमूलाग्र वेगळी संरचना निर्माण करणे हाही सरकारचा उद्देश असू शकतो. (4) मक्तेदारीचे नियंत्रण (उदाहरणार्थ, वीजपुरवठा, दूरसंचार इत्यादी) करण्यासाठी म्हणूनही शासन काही उपक्रम चालविते. (5) एकूण अर्थव्यवस्थेवर नियंत्रण मिळविता यावे यासाठी पोलादासारख्या महत्त्वाच्या वस्तूंचे उत्पादन सार्वजनिक क्षेत्रात करण्याचे सरकार ठरविते. (6) संपूर्ण उद्योगाची पुनर्रचना करण्यासाठी अथवा कामगारांच्या हितरक्षणासाठी शासन काही व्यवसायसंस्था ताब्यात घेते आणि (7) सार्वजनिक क्षेत्राच्या बाजूचा आणखी एक युक्तिवाद म्हणजे आर्थिक विकासासाठी केले जाणारे नियोजन हा असतो.

वर उल्लेखिलेल्या तीन प्रकारच्या वस्तू आणि सेवांचे उत्पादन आणि त्यांचा बाजारात पुरवठा करून बाजारयंत्रणेच्या कारभारात सरकार फार मोठ्या प्रमाणात हस्तक्षेप करू शकते आणि प्रत्यक्षात करीत असते.

खरेतर, बाजारयंत्रणेच्या कार्यात अनेक मार्गांनी अनेक हेतूंनी शासन हस्तक्षेप करताना दिसते. येथे जी चर्चा आपण केली आहे ती अशा हस्तक्षेपाची उदाहरणादाखल दिलेली रूपरेषा मानता येईल. या रूपरेषेवरून अंशलक्षी आर्थिक धोरणाचे कार्य आणि तर्कसंगती स्पष्ट होतील.

❇ सारांश ❇

7.1 पैशाशी ज्यांचा विनिमय होतो अथवा किंमत मोजून ज्या वस्तू व सेवा खरीदता येतात त्यांच्या उपभोगामुळे मिळणारे समाधान म्हणजे आर्थिक कल्याण होय.

7.2 अभिजात अर्थशास्त्रज्ञांनी उत्पन्न वाढले की कल्याण वाढेल हे मानून उत्पादक आणि उपभोक्ते यांना आपापले आधिक्य वाढविण्याची मोकळीक मिळावी यासाठी पूर्ण स्पर्धा आवश्यक मानली.

7.3 नव-अभिजात अर्थशास्त्रज्ञांना सीमांत विश्लेषण उपलब्ध झाल्याने त्यांनी उपभोक्त्यांच्या आधिक्याचे महत्तमीकरण महत्त्वाचे मानले. डॉ. मार्शल आणि प्रा. हिक्स यांनी या आधिक्याचे मोजमाप कसे करता येईल याचे दिग्दर्शन केले, हे मापन सबंध समाजाला लावले की समाजाच्या कल्याणाचे मापन होते, असा त्यांचा युक्तिवाद होता.

प्रो. पिगू यांनी प्रथमच कल्याणाची संकल्पना आणि त्याचे मापन यांचा सांगोपांग विचार केला. त्याचबरोबर त्यांनी वैयक्तिक आणि सामाजिक निव्वळ लाभात आणि खर्चात तफावत येऊ शकते हा कल्याण विवेचनातील महत्त्वाचा मुद्दा स्पष्ट केला.

7.4 मूलांक पद्धतीने उपयोगिता-मापन करता येत नाही आणि आंतर-व्यक्ती तुलनाही शक्य नसते. म्हणून हे टाळून केवळ क्रमांक पद्धतीने इष्टतम कल्याण कसे साधता येईल याचा विचार पॅरेटो यांनी केला. उत्पादन, उपभोग आणि विनिमय या तिन्ही क्षेत्रांत वस्तूंची आणि संसाधनांची इष्टतम वाटणी झाली आहे असे तेव्हा म्हणता येते, जेव्हा किमान एका व्यक्तीचे/संस्थेचे समाधान/आधिक्य कमी केल्याखेरीज समाजाचे कल्याण वाढविता येत नाही.

7.5 आधुनिक कल्याण मीमांसेमध्ये 'भरपाई तत्त्व' हा **काल्डर-हिक्स-सिटोव्हस्की** यांनी मांडलेला कल्याण विचार पॅरेटोंच्या पुढे जाऊन असे मानतो की काही लोकांचे कल्याण घटत असेल पण इतर अनेकांचे वाढत असेल तर वाढलेल्या कल्याणातून घटीची भरपाई करता येते.

बर्गसन-सॅम्युअल्सन दृष्टिकोनानुसार कल्याणात मूल्यविधान अपरिहार्य आहे हे मान्य करून स्थूलमानाने सामाजिक कल्याण महत्तम कसे करता येईल याचा विचार केलेला आहे. उपलब्ध साधने आणि तंत्रज्ञान यांच्या मर्यादेत सम-कल्याण वक्रांच्या मदतीने महत्तम कल्याणाचा समतोल बिंदू शोधता येतो.

❇ आकलन चाचणी (Test Your Understanding) ❇

(1) गावातील गोठ्यांमुळे खासगी आणि सामाजिक लाभ/हानी यांमध्ये तफावत पडते का ? ती कशी दूर करता येईल ?

(2) पाण्याचे प्रदूषण, हवेचे प्रदूषण, प्लॅस्टिकच्या पिशव्या कचऱ्यात टाकल्यामुळे होणारे दुष्परिणाम यांच्यामुळे होणारी वैयक्तिक व सामाजिक लाभ-हानी स्पष्ट करून सामाजिक कल्याण वाढविण्यासाठी योग्य उपाययोजना सुचवा.

(3) डी. जे. सह वाद्यांच्या गगनभेदी आवाजात काढलेल्या मिरवणुकांमुळे उद्‌भवणारा वैयक्तिक आणि सामाजिक लाभ कसा सांगता येईल ?

(4) स्वयंपाकाच्या गॅसवरील सबसिडी फक्त दारिद्र्यरेषेखालील ग्राहकांना दिली तर समाजाचे कल्याण वाढेल का कमी होईल ?

www.ingramcontent.com/pod-product-compliance
Lightning Source LLC
Chambersburg PA
CBHW081522050726
47503CB00017B/2785
9789351640745